மருத்துவத்திலிருந்து மனமற்ற நிலை வரை

From Medication to Meditation

ஓஷோ

தமிழாக்கம்
சுதாங்கன்

கண்ணதாசன் பதிப்பகம்

23, கண்ணதாசன் சாலை,
தியாகராயா நகர்
சென்னை – 600 017
தொலைபேசி : 24332682
மதுரை ❖ கோவை ❖ பாண்டி

முதற் பதிப்பு : ஜூன், 2008
பத்தாம் பதிப்பு : நவம்பர், 2022
பதினொன்றாம் பதிப்பு : ஆகஸ்ட், 2024

Copyright © 2008. Osho International Foundations All Rights Reserved.

E-mail: sales@kannadasan.co.in
Our Website: www.kannadasan.co.in

பதிப்பாசிரியர் : காந்தி கண்ணதாசன்

MARUTHUVATHILIRUNTHU MANAMATTRA NILAI VARAI - Tamil

Originally Published in English as **From Medication to Meditation** by Osho

First publication Copyright © 2008. Osho International Foundations All Rights Reserved.

Tamil Translation Copyright © 2008. Osho International Foundations All Rights Reserved.

Osho is registered trademark of Osho Internatioal Foundation, Used under license. For more information: www.osho.com

A comprehensive multilingual website Featuring Osho meditations, books and tapes and online, tour of the meditations resort at Osho commune international.

No part of this book reproduced or transmitted in any form or by any means electronic or mechanical including photocopying or recording or by any information storage and retrieval system without permission in writing from Osho International Foundation.

Price Rs: 520/-

- Translated By : **Sudhangan**
- Eleventh Edition : August 2024
- Publishing Editor : **GANDHI KANNADHASAN**
- Published By : Kannadhasan Pathippagham
  23, Kannadhasan Salai,
  Thiyagaraya Nagar, Chennai - 600 017.
  Ph: 044-24332682 / 8712 / 98848 22125

ISBN: 978-81-8402-493-7

Books available at :

- No. 1212, Range Gowder Street, Coimbatore - 641 001.
  Ph : 0422-4980023, Cell : 9884822139
- No. 1, Annai Complex, III Street, Vasantha Nagar,
  Madurai - 625 003. Ph : 0452-4243793, Cell: 9884822126
- No. 37, Bharathy Street, Puducherry - 605 001.
  Ph : 0413-4201202, Cell : 9884822128

Printed at : Kannadhasan Pathippagham, Chennai.

பொருளடக்கம்

	முன்னுரை	5
1.	ஆரோக்கியத்தின் அர்த்தம்	33
2.	இந்த வைத்தியம் மற்றும் அந்த வைத்தியம்	74
3.	மனம், உடல், ஆரோக்யம் இவற்றிற்குண்டான உறவுகள்	97
4.	குணப்படுத்துபவர்	105
5.	உடல்	126
6.	பதற்றமும், தளர்வும்	133
7.	மனச்சோர்வு	156
8.	தீய பழக்கம்	166
9.	உணவு	205
10.	மனோதத்துவம்	248
11.	உடல் சார்ந்த வேலை	279
12.	வலி	294
13.	உடலின் செயல்பாடுகள்	308
14.	வயதாகுதல்	369
15.	மரணம், செயற்கை மரணம், தற்கொலை	379
16.	மறைபொருள்	411

17. நோயைக் குறித்த மனப்பான்மை   429
18. எய்ட்ஸ்   457
19. ஆரோக்கியம், ஞானோதயம்   469
20. எதிர்காலத்திற்குள் ஒரு பார்வை   479
21. சிரிப்பு, ஆரோக்கியம்   497

*

முன்னுரை

குஜராத் மாநிலம் அகமதாபாத்தில் மருத்துவர் சங்கத்தில் ஆற்றிய உரை

என் நேசத்திற்குரியவர்களே,

மனிதன் ஒரு நோய். மனிதனுக்கு நோய் வருகிறது. ஆனால் மனிதனே ஒரு நோய். இதுதான் அவனுடைய பிரச்னை. அதே சமயம் அதுதான் அவனுடைய தனித்தன்மை. அதுதான் அவனுடைய நற்பேறு. அவப்பேறு. கவலை, பதற்றம், நோய், உடல்நலக்குறைவு ஆகியவை மனிதனுக்கு மட்டுமே உள்ள பிரச்னைகள். பூமியில் வேறு எந்த மிருகத்திற்கும் இந்தப் பிரச்னைகள் இல்லை. இந்த நிலைதான் மனிதனுக்கு முன்னேற்றத்தை, பரிணாம வளர்ச்சியைக் கொடுக்கிறது. நோய் வந்தால் மனிதன் அதனுடன் மகிழ்ச்சியாக இருக்க முடியாது. அந்த நிலையை அவனால் ஏற்றுக் கொள்ளவே முடியாது. இந்த நோய்தான் மனிதனின் ஆற்றல், அமைதியின்மை. அதே சமயம் இதுதான் அவனுடைய அவப்பேறும் கூட. அமைதியில்லாமல், மகிழ்ச்சியில் லாமல் இருப்பதனால் அவன் கஷ்டப்படுகிறான்.

மனிதனைத் தவிர வேறு எந்த மிருகத்திற்கும் பைத்தியம் பிடிப்பதில்லை. மிருகங்களுக்கு தானாகப் பைத்தியம் பிடிப்பதில்லை. அவை மனநோய்க்கு ஆளாவதில்லை. மனிதன் தான் அதைத் துன்புறுத்தி அதன் புத்தியைப் பேதலிக்கச் செய்கிறான். காட்டில் இருக்கும் போது மிருகங்களுக்கு புத்தி கெட்டுப்போவதில்லை. சர்க்கஸுக்கு வந்தவுடன் தான் அதற்குப் பித்து பிடித்துப் போகிறது. காட்டில் விலங்குகள் அடைக்கப்படுவதில்லை. மிருகக் காட்சி சாலைக்குள் வந்தவுடன்தான் அதற்கு வக்ரம் பிடிக்கிறது. மனிதன் மட்டும்தான் தற்கொலை செய்து கொள்கிறான். எந்த மிருகமும் தற்கொலை செய்து கொள்வதில்லை.

மனிதன் என்கிற நோயைக் குணப்படுத்த, புரிந்து கொள்ள இரண்டு முறைகளில் முயற்சி செய்தார்கள். ஒன்று மருந்து, மற்றொன்று தியானம். இரண்டு சிகிச்சையுமே ஒரே நோய்க்குத்தான். மருந்து மனிதனுக்குள் இருக்கும் ஒவ்வொரு நோயையும் தனித்தனியாகப் பார்க்கிறது என்பதைப் புரிந்து கொள்வது நல்லது. ஒவ்வொரு பகுதியாக ஆராய்ந்து பார்க்கிற அணுகுமுறை. தியானம் மனிதனையே நோயாகப் பார்க்கிறது.

தியானம் மனிதனின் அடிப்படைக் குணாதிசயத்தையே நோயாகப் பார்க்கிறது. மனிதனுக்கு வந்து போவதுதான் நோய் என்றுதான் மருந்து பார்க்கிறது. மனிதனுக்கு அந்நியமான ஒரு விஷயமாகவே மருந்து நோயை நினைக்கிறது. மெதுவாக இந்த வேறுபாடுகள் கரைந்து விடுகின்றன. 'நோய்க்கு சிகிச்சை அளிக்காதே, நோயாளிக்கு அளி' என்று சொல்லத் துவங்கியிருக்கிறது மருத்துவ விஞ்ஞானம்.

இது மிக முக்கியமான கருத்து. நோய் என்பது ஒருநோயாளியின் வாழ்க்கை முறை என்பதுதான் இதற்குப் பொருள். ஒவ்வொரு மனிதனும் ஒரு மாதிரியான நோயில் விழவதில்லை. நோய்களுக்கும் ஒரு தனித் தன்மை, தனிப்பட்ட குணாதிசயங்கள் உண்டு. எனக்கும் காச நோய்; உனக்கும் காச நோய். அதனால் இருவரின் நோயின் ஒன்று என்று அர்த்த மில்லை. நமது காச நோய்க்குக் கூட இரண்டு வடிவங்கள் உண்டு. காரணம் நாம் இருவரும் வெவ்வேறு தனி நபர்கள். என் காச நோய்க்கு அளிக்கப்படும் சிகிச்சை உன் காச நோய்க்கு நிவாரணம் அளிக்காது. நோயாளி என்பவன் உள்ளே வேர்களில்தான் இருக்கிறான். நோயில் அல்ல.

மருந்து மனிதனின் நோயை மேலோட்டமாகவே பார்க்கிறது. தியானம் மனிதனுக்குள்ளே போய் நோயின் வேர்களைப் பிடித்துக் கொள்கிறது. இன்னும் சொல்லப்போனால் மருந்து மனிதனின் ஆரோக்யத்தை வெளியேயிருந்து கொண்டு வருகிறது. தியானம் மனிதனின் உள் இருப்பை ஆரோக்யமாக வைத்திருக்கிறது. மருந்தில்லாமல் தியான விஞ்ஞானம் முழுமையடையாது. அதே போல் மருந்து, விஞ்ஞானமும் தியானமில்லாமல் நிறைவுபெறாது. காரணம் உடல், ஆன்மா இரண்டு சேர்ந்ததுதான் மனிதன்.

இரண்டும் சேர்ந்துதான் மனிதன் என்பது ஒரு மொழிப்பிழை.

ஒரு நபரின் உடல், ஆன்மா இரண்டுமே ஒரு மனிதனின் தனித்தனி அடையாளங்களாகவே மனிதன் பல ஆயிரம் வருடங்களாக நினைத்து வந்திருக்கிறான். இந்தச் சிந்தனை இரண்டு ஆபத்தான முடிவுகளை கொடுத்திருக்கிறது. ஒரு முடிவில் சிலர், ஆன்மா மட்டுமே மனிதன் என்று நினைத்து உடலைக் கண்டுகொள்ளாமல் விட்டார்கள். இந்தச் சிலர் தியானத்தில் மட்டுமே சில முன்னேற்றங்களை ஏற்படுத்தி மருந்தை கவனிக்கவில்லை. அதனால் மருந்து விஞ்ஞானம் ஆக வில்லை. அதனால் உடல் புறக்கணிக்கப்பட்டது. இதற்கு மாறாக, சிலர் மனிதன் என்பவன் வெறும் உடல்தான் என்று கருதினார்கள். அவர்கள் ஆன்மாவைப் பற்றிக் கவலைப்படவில்லை. இவர்கள் தங்கள் பங்கிற்கு மருத்துவத் துறையில் பல ஆராய்ச்சிகள், முன்னேற்றங்களைக் கொண்டு வந்தார்கள். தியானத்தின் பக்கம் அடியெடுத்து வைக்கவேயில்லை.

இரண்டும் சேர்ந்தவனேதான் மனிதன். அதே சமயம் இப்படி சொல்வது ஒரு மொழிப் பிழை என்று நானே சொல்கிறேன். இரண்டு சேர்ந்தது என்று சொல்லும் போது, ஒன்றுக்கொன்று தொடர்புடைய இரண்டு விஷயங்கள் என்கிற எண்ணத்தை ஏற்படுத்துகிறது. இல்லை. உண்மையில் உடல், ஆன்மா இரண்டுமே ஒரு கோலில் இரு முனைகள். சரியான கோணத்தில் பார்த்தால், மனிதன் உடலுடன் கூடிய ஆன்மா என்று சொல்ல முடியாது. காரணம் அது அப்படியில்லை. மனிதன் உள-உடற்கூறு. அல்லது உடல்-உள கூறானவன். மனிதன் மன-உடல் அல்லது உடல்-மனம்.

என்னைப் பொருத்தவரையில் உணர்வின் ஈர்ப்புக்கு உட்பட்ட ஆண்மாவின் ஒரு பகுதியே உடல். உணர்வின் ஈர்ப்புக்கு அப்பாற்பட்ட உடலில் ஒரு பகுதியே ஆன்மா. கண்ணுக்குப் புலப்படாத உடலே ஆன்மா. புலப்படும் ஆன்மாவே உடல். அவை இரண்டு வெவ்வேறான விஷயங்கள் அல்ல. இரண்டு வேறுபட்ட அடையாளங்கள் அல்ல. ஒரே அடையாளத்தில் ஒரு வேறுபட்ட நிலையின் அதிர்வுகள்.

இந்த இரு வேட எண்ணங்கள்தான் மனித இனத்தை மோசமாகப் பாதிக்கிருக்கிறது. எப்போதுமே அதை இரண்டு என்று நினைத்துக் கொண்டு பிரச்னையில் சிக்கிக் கொள்கிறோம். முதலில் இதைப் பொருள்-ஆற்றல் என்றுதான் நினைத்துக் கொண்டிருந்தோம். இப்போது அப்படி நினைப்பதில்லை. இப்போது பொருள்-ஆற்றல் இரண்டும் தனித்தனியானவை என்று சொல்ல முடியாது. பொருள் என்றால் ஆற்றல் என்றுதான் சொல்கிறோம். பழைய பதங்களைப் பயன்படுத்துவதில்தான் சிக்கலே வருகிறது என்பதுதான் யதார்த்த உண்மை. ஏதோ ஒன்று இருக்கிறது. உதாரணத்திற்கு அதை 'அ' என்றே வைத்துக்கொள்வோம். ஒரு புறம் அதைப் பொருளாகப் பார்த்தால் மறுபுறம் அது ஆற்றலாக இருக்கிறது. அவை இரண்டல்ல. ஒரே படிவத்தின் இரண்டு வடிவங்கள்.

அதேபோல்தான் உடல்-ஆன்மா இரண்டுமே ஒரே படிவத்தின் இரண்டு வடிவங்கள். இரண்டு முனைகளிலிருந்தும் நோய் வரலாம். உடலில் துவங்கி ஆன்மாவில் முடியலாம். உண்மையில் உடலில் செல்பாடுகளின் அதிர்வுகளை ஆன்மாவில் உணர முடியும். அதனால்தான் சில சமயங்களில் நோய் குணமானபின்னும் ஒரு மனிதன் தனக்கு ஏதோ வியாதி இருப்பதாகவே நினைத்துக் கொண்டிருக்கிறான். உடலிலிருந்து நோய் வெளியேறிவிட்டது. உடலில் நோய் இல்லை என்று மருத்துவரே சொல்லிவிட்டார். ஆனாலும் நோயாளி தனக்கு உடல்நலக்குறைவு இருப்பதாகவே நினைக்கிறார். அவருக்கு வியாதி இல்லை என்பதை நம்ப மறுக்கிறார். எல்லாவித பரிசோதனைகளும்

அவருக்கு எல்லாம் சரியாகவே இருப்பதாக உணர்த்திவிட்டன. ஆனாலும் தான் நன்றாக இல்லை என்றே அவர் சொல்லிக் கொண்டிருக் கிறார்.

இவரைப் போன்றவர்கள்தான் மருத்துவர்களைப் பாடாய்ப்படுத்து வார்கள். ஆனால் நோய் இல்லை என்பதாலேயே உன் உடல், நலம் என்று அர்த்தமில்லை. உடல் நலத்திற்கென்று உடன்பாடான பண்பு உண்டு. நோய் இல்லை என்பது எதிர்மறையானது. முள் இல்லை என்று நம்மால் சொல்ல முடியும். அதுவே மலர் இருக்கிறது என்று பொருளில்லை. முள் இல்லை என்றால் அதைக் காணவில்லை என்றுதான் பொருள். மலர் இருக்கிறது என்பது முற்றிலும் வேறு விஷயம்.

ஆரோக்யம் என்கிற பரிமாணத்தில் இன்னும் மருந்து விஞ்ஞானம் இன்னும் எதையுமே சாதிக்கவில்லை. நோய் என்பது என்ன என்பதில்லேயே அதன் முழு கவனமும் இருந்து வந்திருக்கிறது. நோயைப் பற்றிய சந்தகங்களைக் கேட்டால் மருந்து விஞ்ஞானம் பலவிதமான விளக்கங்களைக் கொடுக்கும். ஆரோக்யத்தைப் பற்றிக் கேட்டால் உங்களை அது ஏமாற்ற முயற்சி செய்யும். நோயில்லை என்றால் எஞ்சியிருப்பது ஆரோக்யம் என்று சொல்லும். இது தந்திரம்; விளக்கமன்று. நோயைத் தொடர்புபடுத்தி எப்படி ஆரோக்யத்திற்கு விளக்கமளிக்க முடியும்? இது முள்ளைக் காட்டி மலரைப் பற்றி சொல்வது மாதிரி. மரணத்தை வைத்து வாழ்க்கையை விளக்குவது மாதிரி. இருட்டைக் காட்டி வெளிச்சத்தைப் புரிய வைப்பது போல. பெண்ணைக் காட்டி ஆணை, அல்லது ஆணைக் காட்டி பெண்ணை வர்ணிப்பது போல.

மருந்து விஞ்ஞானம் இதுவரையில் ஆரோக்யத்தைப் பற்றிச் சொல்லவேயில்லை. நோய் என்ன என்பதை மட்டுமே அது சொல்வதுதான் அதன் இயல்பு. அதற்குக் காரணம் இருக்கிறது. மருந்து விஞ்ஞானம் வெளியில் இருந்துதான் கிரகித்துக் கொள்கிறது. உடல் ரீதியான வடிவத்தை மட்டுமே அது கவனிக்கிறது. வெளியில் இருந்து பார்க்கும் போது நோய் மட்டுமே புலப்படும். மனிதனின் உள்ளிருப்பு-ஆன்மாவை வைத்தே ஆரோக்யத்தைப் புரிந்து கொள்ள முடியும்... இந்த வகையில் பார்த்தால் இந்தி வார்த்தை ஸ்வஸ்தயா என்பது மிகவும் அழகான வார்த்தை. ஆங்கிலத்தில் 'ஹெல்த்' என்று சொல்லப்படுவது ஸ்வஸ்தயா என்று பொருளாகாது. குணப்படுத்துவது - அதாவது 'ஹீல்' என்கிற வார்த்தையை வைத்தே 'ஹெல்த்' என்கிற வார்த்தை வந்தது. அது நோயுடன் தொடர்புடையது. ஹெல்த் என்றால் குணப்படுத்தப்பட்டவர் - அதாவது நோயிலிருந்து மீண்டவர் என்று அர்த்தம்.

ஸ்வஸ்தயா என்றால் அப்படிப் பொருளன்று; தன்னை அடைந்தவர், தனக்குள் நிறைந்தவர் என்றுதான் பொருள். தனக்குள் தெளிவாக இருப்பவர் என்றுதான் இதற்குப் பொருள்; ஆரோக்யம் என்பதன்று. உண்மையில் ஸ்வஸ்தயா என்கிற வார்த்தைக்கு இணையான வார்த்தை உலகத்தில் எந்த மொழியிலும் இல்லை. உலகத்தின் மற்றமொழிகளில் நோய் அல்லது நோய் இல்லை என்கிற பொருளையே கொடுக்கிறது. நோயற்ற நிலை என்றே நாம் ஸ்வஸ்தயாவைப் புரிந்து கொண்டிருக் கிறோம். நோயற்ற நிலை அவசியம். ஆனால் ஸ்வஸ்தயாவிற்கும் அது மட்டும் அடங்காது. அதற்கு வேறு எதுவோ தேவைப்படுகிறது. கோலின் மறுமுனையில்-அதாவது நம் உள்ளிருப்பிலிருந்து ஏதோ ஒன்று தேவைப்படுகிறது. நோய் வெளியிலிருந்து துவங்கினாலும் அதன் அதிர்வுகள் ஆன்மாவில் எதிரொலிக்கின்றன.

அமைதியான ஓர் ஏரியில் நான் ஒரு கல்லை வீசுகிறேன். நீரில் கல் பட்ட இடத்தில் மட்டுமே நீர் கலங்கும். ஆனால் அந்தக் கலங்கலினால் ஏற்படும் சிற்றலைகள் கல் எறியப்படாத ஏரியின் கரைவரை செல்லும். அதே போல்தான் நம் உடலில் ஏற்படும் கலக்கம் நமது ஆன்மாவரை சென்று கலக்கும். உடலுக்கு மட்டுமே நோய், மருந்து, சிகிச்சை அளிக்குமென்றால், தொலைதூரத்தில் கரையை அடைந்த சிற்றலைகள் என்ன ஆகும்? நாம் ஏரியில் ஒரு கல்லை எறிகிறோம். கல் தாக்கிய நீரில் மட்டுமே கவனம் செலுத்திவிட்டுத் திருப்தி அடைகிறோம். நீரில் பட்ட கல்லுக்குத் தொடர்பில்லாமல் தனக்கென்று ஒரு சுயமான தனித் தன்மைய ஏற்படுத்திக் கொண்டுவிட்ட சிற்றலைகளின் நிலை என்ன ஆகும்?

ஒரு மனிதனுக்கு உடல்நலக்குறைவு ஏற்பட்டால், அந்த நோயின் அதிர்வுகள் ஆன்மாவிற்கு நுழைகின்றன. அதனால் சிகிச்சை முடிந்து நோய் குணமானபின்பும் அந்த நோய் இருப்பதாக அவர் நினைக்கிறார். நோய் இருப்பதாக நினைப்பதற்குக் காரணம் அந்த அதிர்வுகள் அந்த நபரின் உள்ளிருப்பில் எதிரொலித்திருக்கிறது. இதற்கு மருந்து விஞ்ஞானத்தில் இதுவரையில் எந்தத் தீர்வும் இல்லை. அதனால் தியானமில்லாமல் மருந்து விஞ்ஞானம் எப்போதும் முழுமை பெறாமலேயே இருக்கும். நம்மால் நோயைக் குணப்படுத்த முடியும். நோயாளியைக் குணப்படுத்தவே முடியாது. ஒரு வகையில் நோயாளி குணமாகாமல் இருப்பது மருத்துவருக்கு நல்லது. நோய் குணமானாலும் நோயாளி மறுபடியும் அவரிடம் வரவேண்டுமே!

நோய் கோலின் மறுமுனையிலிருந்து கூட எழும்பியிருக்கலாம். உண்மையில், மனிதன் இருக்கிற நிலையில் நோய் அங்கேயே ஏற்கெனெவே இருக்கிறது. நான் ஏற்கெனவே சொன்னதைப்போல மனிதனைப் போல மனம் சீரழிந்த, பதற்றமான, அமைதியற்ற வேறு எந்த மிருகமும் கிடையாது. இதற்குக் காரணமிருக்கிறது. தன் சுய உருவத்தை விட்டு, வேறு மாதிரியாக வேண்டும் என்கிற எண்ணம் எந்த மிருகத்திற்கும் கிடையாது. நாய் என்பது நாய்தான். அது நாயாகவேண்டிய அவசியமில்லை. ஆனால் ஒரு மனிதன், மனித ஜீவனாக மாறவேண்டியிருக்கிறது. அவன் ஏற்கெனவே அப்படியில்லை. ஒரு நாயிடம், அது சற்றுக் குறைவான நாய் என்று சொல்லவேண்டிய அவசியமில்லை. மனிதன் விஷயத்தில் அப்படி யில்லை. சரியான காரணத்தோடு ஒரு மனிதனிடம், அவன் சற்று குறைவான மனிதன் என்று சொல்லலாம். முழுமையாக எந்த மனிதனும் பிறந்ததில்லை.

மனிதன் முழுமையற்ற நிலையில்தான் பிறக்கிறான். மற்ற எல்லா மிருகங்களும் முழுமையாகவே பிறக்கின்றன. ஆனால் மனிதன் அப்படியில்லை. அவன் முழுமையடைய சில விஷயங்களைச் செய்ய வேண்டியிருக்கிறது. இந்த முழுமையற்ற நிலைதான் அவனுடைய நோய். அதனால்தான் இருபத்திநாலு மணிநேரமும் அவன் சிக்கலிலேயே இருக்கிறான். வறுமையினால் ஓர் ஏழை மட்டும்தான் கஷ்டத்திலிருக்கிறான் என்பதில்லை. அப்படித்தான் நம்மிடம் பொதுவாக ஒரு எண்ணம் இருக்கிறது. ஒருவன் பணக்காரனாகும்போது கஷ்டத்தின் அளவுதான் மாறுகிறதே தவிர, கஷ்டம் அப்படியேதான் இருக்கிறது என்பதை நாம் உணருவதேயில்லை.

உண்மையில் ஒரு பணக்காரனுக்கு இருக்கிற கவலையெல்லாம் ஓர் ஏழைக்குக் கிடையாது. காரணம் ஓர் ஏழை கஷ்டப்பட அவன் ஏழை என்கிற நியாயமான பிரச்னை இருக்கிறதல்லவா? ஆனால் ஒரு பணக்காரனுக்கு நியாயமான காரணமில்லை. தன் கஷ்டத்திற்கு இதுதான் காரணம் இதுதான் என்று அவனால் குறிப்பிட்டுச் சொல்லவே முடியாது. ஒரு ஏக்கம், அல்லது கவலைக்கு ஒரு வெளிப்படையான காரணமில்லாத போது இது இன்னும் மோசமாகிறது. ஒரு நியாயமான காரணமிருந்தால் அது ஒரு நிவாரணத்தைக் கொடுக்கும், ஓர் ஆறுதலைத் தரும். காரணமிருந்தால் அந்த கஷ்டத்தை ஒரு நாள் நீக்கிவிடலாம் என்கிற நம்பிக்கை இருக்கும். ஆனால் காரணமில்லாமல் ஒரு கஷ்டம் வந்தால் சிக்கல்கள் அதிகரிக்கும்.

ஏராளமான துன்பத்திற்கு ஆளான பல ஏழை நாடுகள் உண்டு. ஆனால் அவை பணக்கார நாடானவுடன், பணக்கார நாடுகளும் இந்தத் துன்பத்தை அனுபவித்திருக்கும் என்பதை உணரும்.

மனித இனம், ஒரு பணக்காரனின் துன்பத்தைத் தேர்ந்தெடுக்க வேண்டும் என்பதே என் விருப்பம்! ஏழையடைவதை அல்ல. துன்பத்தை தேர்ந்தெடுக் கிற ஒரு நிலை வந்தால் ஒரு பணக்காரனின் துன்பத்தைத் தேர்ந்தெடுப்பதே நல்லது. அதே சமயம் அதில் அமைதியின்மையும் அதிகமாகும்.

இன்றைக்கு, உலகத்தின் எந்த நாட்டையும் விட, அதிகமான அமைதி யின்மையையும், ஏக்கத்தையும் சந்திக்கிற நாடு அமெரிக்காதான். வேறு எந்தச் சமூகத்திற்கும் இல்லாத அளவிற்கு வசதிகள் அமெரிக்காவில் தான் இன்று இருக்கின்றன. ஆனால் உண்மையில் அமெரிக்காவில்தான் முதல் முறையாக ஒருதெளிவு ஏற்பட்டிருக்கிறது. முதல் முறையாக மாயையகள் உடைபட்டிருக்கின்றன. தன்னுடைய துன்பங்களுக்கு ஏதோ ஒரு காரணமிருக்கிறது என்று மனிதன் நினைப்பதுண்டு.

தன்னுடைய துன்பத்திற்கு எந்த ஒரு காரணமும் இல்லை. தான் மட்டுமே காரணம் என்கிற தெளிவு முதல் முறையாக அமெரிக்காவில் வந்திருக்கிறது. புதிய துன்பங்களைத் தானே கண்டுபிடிக்கிறான். அவனுக் குள்ளிருக்கிற குணாதிசயம் அவன் இல்லாத ஒன்றை தொடர்ந்து கேட்டுக் கொண்டேயிருக்க வேண்டும் என்று சொல்கிறது. இந்த நிலை ஒவ்வொரு நாளும் அர்த்தமில்லாமல் போய்க் கொண்டேயிருக்கிறது. அதனால் ஏற்கெனெவே சாதித்தது கூட அர்த்தமில்லாத, அற்பமானதாகத் தெரிகிறது. அதனால் இல்லாத ஒன்றிற்காகத் தொடர்ந்து போராடுகிறான்.

நடக்கமுடியாத இரண்டு காரியங்களுக்கு இடையே கட்டப்பட்ட பாலம்தான் மனிதன் என்று நீட்ஷே எங்கோ சொன்னார். இயலாத காரியத்தைச் சாதிக்க ஓர் ஆர்வம். முழுமையடைய ஓர் ஆர்வம். இந்த முழுமையடைகிற ஆர்வத்தில்தான் எல்லா மதங்களுமே பிறந்தன.

ஒரு காலத்தில் இந்தப் பூமியில் பூசாரிகள்தான் வைத்தியர்கள். மதத் தலைவர்கள்தான் மருத்துவர்கள். அவரே பூசாரி அவரே மருத்துவர். இதை மனத்தில் குறித்து கொள்வது நல்லது. நாளை இதே நிலை வந்தாலும் வியப்பதிற்கில்லை. ஒரு சின்ன வித்யாசம் மட்டும் இருக்கும். மருத்துவர் பூசாரியாகியிருப்பார். இது அமெரிக்காவில் ஏற்படத் துவங்கி விட்டது. காரணம் முதல் முறையாக உடல் மட்டுமே என்கிற நிலை இல்லை என்பது அங்கு தெளிவாகியிருக்கிறது. உடல் முழு ஆரோக்யத்துடன் இருந்தால் பிரச்னைகள் பல மடங்கு கூடுகிறது என்பதும் வெளிச்சத்திற்கு வந்திருக்கிறது. தன்னுள் இருக்கும் நோய், உடலிலுள்ள கோலின் மறு முனையிலிருந்து வந்திருக்கிறது என்பதை உணரத் துவங்கி விட்டான்.

நமது உணர்வுகளுக்குக் கூட காரணம் தேவைப்படுகிறது. காலில் முள் குத்திய பிறகுதான் கால் இருக்கிற உணர்வே ஒருவனுக்கு வருகிறது.

காலில் முள் குத்தாதவரையில் கால் இருக்கிற உணர்வே இருப்பதில்லை. முள் காலில் இருக்கும்போது அவனுடைய ஆன்மா காலைக் குறி வைக்கும் அம்பாக மாறிவிடுகிறது. அந்தச் சமயத்தில் காலைத்தவிர வேறு எதிலும் கவனம் செல்லாது. அதுதான் இயல்பு. ஆனால் காலிலிருந்து முள்ளை எடுத்த பிறகும் வேறு எதிலும் கவனம் செல்லாது. உங்களுடைய பசி தீர்ந்துவிட்டால், உடுத்துவதற்கு நல்ல உடைகள் இருக்கும். வீடு ஒழுங்காக இருக்கும். உங்களுக்குப் பிடித்தமான மனைவி கிடைப்பாள். அதைவிட பேரிழப்பு வேறு இல்லை என்பது வேறு விஷயம். பிடித்தமான மனைவி கிடைக்காவிட்டால் ஒருவனுடைய துன்பங்களுக்கு முடிவே இல்லை. உங்களுக்குப் பிடித்தமான மனைவி கிடைக்காவிட்டால் அவள் கிடைப்பாள் என்கிற நம்பிக்கையாவது இருக்கும். பிடித்தமான மனைவி கிடைத்துவிட்டால் அதுவும் தொலைந்தது.

ஒரு மனநல காப்பகத்தைப் பற்றி நான் கேள்விப்பட்டிருக்கிறேன். அந்தக் காப்பகத்தைக் காண ஒருவர் சென்றார். அங்கிருந்த அதிகாரி அவரை அழைத்துப்போய்க் காப்பகத்தைச் சுற்றிக்காட்டினார். ஒரு குறிப்பிட்ட அறைக்கு முன்னால் நின்றவுடன் அந்த மனிதர் அதிகாரியிடம் கேட்டார். அந்த அறையிலிருப்பவருக்கு என்ன பிரச்னை என்று கேட்டார். அவன் காதலித்த பெண் அவருக்குக் கிடைக்காததால் அவருக்குப் பைத்தியம் பிடித்துவிட்டது என்றார் அதிகாரி. அடுத்த அறையிருந்தவரோ தன் அறைக்கம்பிகளை வளைக்க முயன்று கொண்டிருந்தார். இரண்டு கைகளாலும் மார்பில் அடித்துக் கொண்டார். தலைமயிரைப் பிய்த்துக் கொண்டிருந்தார். இவனுக்கு என்ன பிரச்னை என்று கேட்டார் வந்தவர். அந்த அறையிலிருந்தவருக்குக் கிடைக்காத பெண் இவருக்குக் கிடைத்து விட்டாள். அதனால் இவருக்குப் பைத்தியம் பிடித்துவிட்டது என்றார் அதிகாரி. தான் காதலித்த பெண் கிடைக்காததால் அவளுடைய புகைப் படத்தை வைத்துக் கொண்டு தன் மனக்கோளாறோடு மகிழ்ச்சியோடு இருந்தார் முதல் அறைக்காரர். ஆனால் இரண்டாவது அறைக்காரரோ தன் தலையை கம்பிகளில் மோதிக்கொண்டிருந்தார். தன் காதலி கிடைக்காத காதலர்கள் எல்லோரும் அதிர்ஷ்டசாலிகள்.

உண்மையில் நாம் சாதிக்காததைச் சாதிக்க நினைக்கிறோம். அதை சாதிப்போம் என்கிற நம்பிக்கையிலேயே வாழ்கிறோம். சாதித்தவுடன் நம் நம்பிக்கைகள் உடைந்து போகிறது. நாம் வெறுமையாகி விடுகிறோம். இன்று உடல் பிரச்னைகளிலிருந்து மனிதனை விடுவிக்கிறார் மருத்துவர். அந்தச் சமயத்தில் அவனது வேலை அடுத்த பாகத்திற்குச் செல்கிறது. உடல் நோயிலிருந்து மனிதன் விடுபட்டவுடன், அவனது உள்நோயைப் பற்றிய விழிப்புணர்வை ஏற்படுத்துகிற ஒரு சந்தர்ப்பத்தை ஏற்படுத்து

கிறோம். முதல் முறையாக அவனுக்குப் பிரச்னைகள் உள்ளே ஆரம்பிக்கின்றன. வெளியே எல்லாமே சரியாக இருக்கிறது. ஆனாலும் எதுவுமே சரியில்லாத மாதிரி இருக்கிறது.

இந்தியாவில் இருபத்திநாலு தீர்த்தங்கரர்களும் ராஜாக்களின் பிள்ளைகளாக இருந்ததில் வியப்பில்லை. புத்தன் ஒரு மகாராஜாவின் பிள்ளை. ராமனும், கிருஷ்ணனும் ராஜகுடும்பத்தைச் சேர்ந்தவர்கள். இவர்களுக்குள் அமைதியின்மை என்பது அவர்களது உடலிலிருந்து மறைந்துவிட்டது. அமைதியின்மை உள்ளிருந்து துவங்கிவிட்டது.

மருந்து மனிதனை நோயிலிருந்து மேலோட்டமாக உடல் ரீதியாக விடுபடச் செய்கிறது. ஒன்றை நினைவில் கொள்ள வேண்டும். எல்லாவிதமான நோயிலிருந்து மனிதன் விடுபட்டாலும் மனிதன், மனிதன் என்கிற அடிப்படை நோயிலிருந்து விடுபடவில்லை. மனிதனாக இருக்கிற நோய்தான் முடியாத காரியத்தைச் செய்கிற ஆசை. மனிதனாக இருக்கிற நோய்க்கு எதிலுமே திருப்திவராது. மனிதனாக இருக்கிற நோய் சாதித்ததையெல்லாம் வீணாக்கும். இல்லாததற்கு முக்கியத்துவம் கொடுக்க வைக்கும்.

மனிதனாக இருக்கிற நோயைக் குணப்படுத்துவது தியானம்தான். மற்ற எல்லா நோய்களையும் மருத்துவர்களால் குணப்படுத்த முடியும். மருந்துக்கும் அந்தச் சக்தி உண்டு. ஆனால் மனிதனாக இருக்கிற குறிப்பிட்ட இந்த நோய்க்குத் தியானம்தான் ஒரே நிவாரணம். மனிதனின் உள்பகுதியைப் புரிந்து கொண்டு அதை நோக்கி வேலை செய்தால் மட்டுமே மருந்து விஞ்ஞானம் முழுமையடையும். உள்ளுக்குள் மனம் சீரழிந்த மனிதன் உடலுக்கு வெளியே ஆயிரத்தொரு நோய்களை உருவாக்குகிறான்.

நான் ஏற்கெனவே சொன்னதைப்போல, எப்பொழுதெல்லாம் உடல் நோய்வாய்ப்படுகிறதோ, அப்போதெல்லாம் அந்த அதிர்வுகளை, சிற்றலைகளை ஆன்மாவில் உணர முடியும். அதே போல் ஆன்மா நோய்வாய்ப்பட்டால் அந்தச் சிற்றலைகள் உடலை வந்தடையும்.

அதனால்தான் உலகத்தில் மருத்துவத்துறையில் பல 'பதி'க்கள் உள்ளன. ஆங்கிலத்தில் மருத்துவ முறைக்கு அலோ 'பதி' ஹோமியோ 'பதி' நேச்சரோ 'பதி' என்று உண்டு. நோய்க் குண பாடம் - அதாவது, ஆங்கிலத்தில் பேத்தாலஜி (Pathology) ஒரு விஞ்ஞானமாக இருந்தால் இத்தனை 'பதி'க்கள் வந்திருக்கக்கூடாது. அப்படி வந்திருப்பதற்க்கு காரணமே, மனிதனின் நோய்கள் ஆயிரம் வகைகள். சில வகையான நோய்களை அலோபதியினால் குணமாக்க முடியாது. மனிதனுக் குள்ளிருந்து கிளம்பி, வெளியே பயணிக்கும் நோய்களுக்கு அலோபதி

பயன்தராது. வெளியே துவங்கி உள்ளே செல்லும் நோய்களுக்கு அலோபதிதான் சிறந்த மருத்துவம். உள்ளிருந்து வெளியே வரும் நோய்கள் உடல் ரீதியான நோய்களே அல்ல. உடல் ரீதியாக வெளிக்காட்டும். அதனுடைய பூர்விகமே உளவியலானது. இன்னும் ஆழமாக சொல்லப்போனால் அது இறை சார்ந்தது.

ஒருவருக்கு உளவியல் ரீதியாக ஒரு நோயிருந்தால் அதை எந்த மருந்து மருத்துவமும் குணமாக்க முடியாது. சொல்லப்போனால், அதனால் தீமைதான். மருத்துவம் செய்து கொண்டால் அந்த மருத்துவம் எதையாவது செய்ய முயலும். அந்த முயற்சியில், அது நிவாரணம் தராமல் அது தீமையில் போய் முடியும். கேடும் விளைவிக்காத, நிவாரணமும் தராத மருந்துகளே தேவை. உதாரணத்திற்கு, ஹோமியோபதி எந்தத் தீங்கையும் ஏற்படுத்தாது. காரணம் அதனால் எந்தப் பலனும் இல்லை. ஆனால் ஹோமியோபதி நிச்சயம் நிவாரணத்தைத் தரும். அதற்கு நிவாரணத்தைத் தரமுடியாது. அதனால் மூலமாக மக்களுக்கு நிவாரணமே கிடைப்பதில்லை என்று பொருளல்ல.

நிவாரணம் கிடைப்பது என்பது வேறு; நிவாரணம் கொடுப்பது என்பது வேறு. இந்த இரண்டு இரு தனி விஷயங்கள். உளவியல் ரீதியாக ஒருவர் நோயை உருவாக்குகிறார். அவருக்கு அடிப்படையான மருந்து தேவை. அது தொப்புள்கொடி தொடர்புடையது. அவருக்கு அஸ்திவார சிகிச்சை தேவை. அவருக்கு ஓர் ஆறுதல் தேவைப்படுகிறது. அவருக்கு நோயில்லை என்கிற உத்தரவாதம் தேவைப்படுகிறது. இதை ஒரு பண்டாரத்தின் சாம்பலைக் கொண்டு கூட செய்துவிட முடியும். கங்கை நீரைப் போன்ற புனித நீர்களைக் கொண்டு செய்து விட முடியும்.

இப்போதெல்லாம் பலவித சோதனைகள் இந்த அஸ்திவார மருத்துவம், அதாவது ஒரு வகையான மாயை மருந்து குறித்து நடக்கிறது. பத்து நபர்கள் ஒரே விதமாக நோயில் இருக்கிறார்கள். மூன்று பேருக்கு அலோபதி மருத்துவம். மூவருக்கு ஹோமியோபதி, மூவருக்கு இயற்கை வைத்தியம் செய்தால் சுவாரஸ்யமான முடிவுகள் கிடைக்கும். ஒவ்வொரு சிகிச்சையும் ஒரே சதவிகிதத்தில் நன்மையாகவும், தீமையாகவும் பாதிக்கிறது. விகிதாசாரத்தில் எந்த வேறுபாடுமே இல்லை. இது சிந்திப்பதற்கு ஒரு காரணத்தைக் கொடுக்கிறது. என்ன நடக்கிறது?

என்னைப் பொருத்தவரையில், அலோபதி என்பது ஒரு விஞ்ஞான பூர்வமான மருந்து. ஆனால் மனிதனுக்குள் விஞ்ஞானமற்றதாக ஏதோ இருக்கிறது. அதற்கு விஞ்ஞானபூர்வமான மருந்து பயன்படாது. அலோபதி மட்டுமே மனித உடலை விஞ்ஞான ரீதியாக அணுகுகிறது. ஆனால் அதனால் நூறு சதவிகித முடிவுகளைக் கொடுக்க முடியாது.

காரணம் மனிதனின் உள் என்பது கற்பனை மிகுந்தது. புதிதாக உருவாக்கக் கூடியது. அதை வெளிக்காட்டிக் கொள்ளத் துடிப்பது. அலோபதி பலனளிக் காமல் போனால் அந்த நபருக்கு விஞ்ஞானமற்ற நோய் இருப்பதாகவே பொருள். விஞ்ஞானமற்ற முறையில் நோய்வாய்ப்படுவது என்றால் என்ன?

இந்த வார்த்தைகள் விநோதமாகத் தோன்றும். விஞ்ஞானபூர்வமாக மருத்துவ சிகிச்சை, விஞ்ஞானமற்ற மருத்துவ சிகிச்சை இருப்பது உங்களுக்குத் தெரியும். நான் சொல்கிறேன். விஞ்ஞானபூர்வமான நோய், விஞ்ஞானமற்ற நோய்-அதாவது விஞ்ஞானமற்ற முறையில் நோய்வாய்ப் படுவது என்றும் உண்டு. உள ரீதியாகத் துவங்கி உடலில் வந்த வெளிக் காட்டும் நோய்களை விஞ்ஞானபூர்வமாகக் குணப்படுத்தவே முடியாது.

குருடாகிப்போன ஓர் இளம் பெண்ணை எனக்குத் தெரியும். ஆனால் அவளது குருட்டுத்தன்மை மனோதத்துவரீதியானது. உண்மையில் அவளது கண்கள் பாதிக்கப்படவேயில்லை. கண் மருத்துவ நிபுணர்கள் அவளது கண்கள் சரியாக இருப்பதாகவே சொன்னார்கள். அந்தப் பெண் எல்லோரையும் ஏமாற்றிக் கொண்டிருந்தாள். ஆனால் அந்தப் பெண் யாரையும் ஏமாற்றவில்லை. அவளை நெருப்பை நோக்கி அழைத்துப் போனால் கூட, அவள் அதனருகே போவாள். சுவரில் மோதித் தலையைக் காயப்படுத்திக்கொள்வாள். அவள் யாரையும் முட்டாளாக்கவில்லை. அவளது கண்களால் அவளால் பார்க்க முடியவில்லை. ஆனால் இந்த நோய் மருத்துவர்களுக்கு அப்பாற்பட்டதாக இருந்தது.

அந்தப் பெண்ணை என்னிடம் அழைத்து வந்தார்கள். நான் அவளைப் புரிந்து கொள்ள முயன்றேன். அந்தப் பெண் யாரையோ காதலித்தாள். அவளது குடும்பத்தினர் அவனைப் பார்க்கக் கூடாது என்று சொல்லி யிருந்ததைத் தெரிந்துகொண்டேன். அவளைத் தொடர்ந்து கேட்டபோது தன் காதலனைத் தவிர இந்த உலகத்தில் யாரையும் பார்க்க விரும்ப வில்லை என்றாள். தன் காதலனைத் தவிர யாரையும் பார்ப்பதில்லை என்கிற உறுதி. அவளது உறுதியில் ஒரு தீவிரம் இருந்ததால், அவள் மனோதத்துவ ரீதியில் குருடாகி விட்டாள். அந்த கண்கள் எதையுமே பார்க்காது. கண்களைக் கூறுபடுத்திப்பார்த்தால் இதைப் புரிந்து கொள்ள முடியாது. காரணம் கூறுபடுத்துவது என்பது மருத்துவரீதியாகச் சாதாரண மானது. பார்ப்பது என்பது கண்களில் செயல்பாடு. கண்களுக்குப் பின்னால் இருந்து பார்ப்பவர் நழுவிவிட்டார். தன்னையே அங்கிருந்து அப்புறப்படுத்தி விட்டார். இதை நமது அன்றாட வாழ்க்கையில் நாம் அனுபவிக்கிறோம். ஆனால் அதை உணருவதில்லை. உடல் இயக்கம் செயல்படுவதே, நாம் அதற்குப் பின்னால் இருந்தால்தான்.

ஹாக்கி விளையாடும்போது ஓர் இளம் ஆடவன் தன் கால்களைக் காயப்படுத்திக் கொண்டுவிட்டான் என்று வைத்துக் கொள்வோம். ரத்தம் வருகிறது. அவனால் அதை உணர முடியவில்லை. அவன் காலில் ரத்தம் வருவதை மற்றவர்கள் பார்க்கிறார்கள். ஆனால் அவனிடமோ எந்தச் சலசலப்பும் இல்லை. விளையாட்டு முடிந்து அரைமணி நேரம் கழித்து, காலைக் கவனிக்கிறான். கத்த ஆரம்பிக்கிறான். எப்போது அடிபட்டது என்கிறான். அது அவனுக்கு மிகுந்த வலியைக் கொடுக்கிறது. அவனுக்குக் காயம்பட்டு அரைமணி நேரம் ஆயிற்று. காலில் என்பது உண்மை. காலின் உணர்வு இயக்கம் சரியாகவே வேலை செய்கிறது. அந்த உணர்வுதான் அரைமணி நேரம் கழித்து அவனுக்கு வலியை உணர்த்தியது. அப்படியானால் அந்தத் தகவலை அது ஏன் முன்கூட்டியே சொல்லவில்லை. அவனது கவனம் காலில் இல்லை. கவனம் முழுவதும் விளையாட்டில் இருந்தது. அந்தக் கவனம் அதிதீவிரமாக இருந்ததால், சிறிதளவு கவனம் கூட கால்களுக்குச் செல்லவில்லை. கால், தசைகள் அவனுக்குச் சொல்லிக்கொண்டேயிருந்திருக்க வேண்டும். நரம்புகள் முறுக்கியிருக்க வேண்டும். கால் எல்லாக் கதவுகளையும் தட்டிப் பார்த்திருக்க வேண்டும். தொடர்பகத்தைத் தொடர்பு கொண்டிருக்க வேண்டும். ஆனால் தொடர்பகத்தில் இருந்த மனிதன் தூங்கிவிட்டான். அவன் ஆழ்ந்த தூக்கத்திலிருந்திருக்க வேண்டும் அல்லது வேறு எங்காவது இருந்திருக்க வேண்டும். அவன் அங்கு இல்லை. காணாமல் போய்விட்டான். அரை மணி நேரம் கழித்துத் திரும்பி வந்தபோதுதான் காலில் காயம்பட்டிருப்பது கவனிக்கப்பட்டது.

ஒரு காரியம் செய்யச் சொல்லி அந்தப் பெண்ணின் குடும்பத்தினருக்கு சொன்னேன். அவள் பார்க்க விரும்புகிற நபரை பார்க்க அனுமதிக்காத தால் அவள், ஓர் அன்னியப் பகுதியில் தற்கொலை செய்து கொண்டு விட்டாள். அதாவது கண் தற்கொலை. அவள் ஒரு பகுதி தற்கொலை செய்து கொண்டதைத் தவிர அவளுக்கு வேறு எந்தப் பிரச்னையுமில்லை. அவள் காதலன் அவளைப் பார்க்கட்டும். குடும்பத்தினர் கேட்டார்கள் 'அதற்கும் கண்களுக்கும் என்ன தொடர்பு?' என்றார்கள். ஒரு முயற்சி செய்து பாருங்கள் என்றேன். அவள் காதலனைச் சந்திக்கலாம். ஐந்து மணிக்கு அவன் வருகிறான் என்று சொன்னதும் அந்த நேரத்தில் வாசலில் வந்து நின்றாள். கண்கள் சரியாகிவிட்டன.

இது ஏமாற்றுதலில்லை; ஹிப்னாடிஸம், அதாவது வலுவில் துயில் கொள்ளச் செய்வது... வசியப்படுத்துதல் நடக்கும் பல சோதனைகள் இது ஏமாற்று வேலை அல்ல என்பதைக் காட்டிவிட்டது. இது என்னுடைய அனுபவத்தில் நான் சொன்னது. ஹிப்னாடிஸ மயக்கத்தில் இருக்கும் ஒருவரின் கையில் கூழாங்கல்லை வைத்து விட்டு அது எரிகிற கரித்துண்டு

என்று சொல்லுங்கள். கையில் சூடு பட்டவுடன் எப்படி நடந்து கொள்வாரோ அப்படித்தான் நடந்து கொள்வார். அதை உடனே தூக்கி எறிவார். கத்த ஆரம்பிப்பார். கை சுட்டு விட்டதுமாதிரி துடிப்பார். இதுவரையில் நம்மால் புரிந்து கொள்ள முடியும். ஆனால் கையில் கொப்பளம் ஏற்படும். அப்போதுதான் சிக்கல் ஆரம்பிக்கும். எரியும் கரித்துண்டு அவர் கையில் வைக்கப்பட்டதாக அவர் கற்பனை செய்யும்போதே அவர் கையில் கொப்பளங்கள் வருகின்றனவென்றால், உடல் ரீதியாக இதற்கு சிகிச்சை அளிப்பது என்பது மிகவும் ஆபத்தானது. இதற்கு சிகிச்சை என்பது மன அளவிலிருந்து துவக்க வேண்டும்.

இங்கே நாம் மனிதனின் ஒரு முனையைத்தான் பார்க்கிறோம். உடலைத் தாக்கும் நோயை மட்டுமே நாம் அப்புறப்படுத்துகிறோம். ஆனால் அதே சமயம் மனதிலிருந்து கிளம்பும் நோய் அதிகரித்துவிட்டது. இன்று, விஞ்ஞான ரீதியாகச் சிந்திப்பவர்கள் கூட ஐம்பது சதவிகித நோய் மனதிலிருந்துதான் கிளம்புகிறது என்று ஒப்புக்கொள்கிறார்கள். இந்தியாவில் அப்படியில்லை. காரணம் மனம் நோய்வாய்ப்படுவதற்கு அந்த மனம் பலமாக இருக்க வேண்டும். இன்றும் இந்தியாவில் தொண்ணூற்று ஐந்து சதவிகித நோய்கள் உடல் சார்ந்தவை. ஆனால் அமெரிக்காவில் மன ரீதியான நோய் சம்பவங்கள் அதிகரித்துக் கொண்டே போகின்றன.

மனரீதியான நோய்கள் முதலில் உள்ளே ஆரம்பித்து, வெளியே பரவும். அவை வெளியேறும் வியாதிகள். ஆனால் உடல் ரீதியான நோய்கள் உள்ளே போகக்கூடியவை. மனநோய்க்கு உடல் ரீதியான சிகிச்சை அளித்தால் அது வேறு வழியாக வெளியேறத் துடிக்கும். மனநோய் ஒரு இடத்தில் வடிவதை சின்ன அளவில் நாம் தடுக்கலாம். ஆனால் அது நான்காவது அல்லது ஐந்தாவது இடத்தில் வெளியேறத் தயாராகிவிடும். ஒரு நபரின் குணாதிசயத்தின் பலவீனமான பகுதியிலிருந்து நான் பிரச்னையை அணுகுவேன். அதனால்தான் பல சமயங்களில் மருத்துவர்களால் இந்த நோயைக் குணப்படுத்த முடிய வில்லை. அதே சமயம். நோயின் பல வடிவங்களைப் பெருக்கி விடுகிறார்கள். ஒரு வழியாக வருவது இப்போது பல வழியாக வரத் துவங்குகிறது. காரணம் இப்போது பல மையங்களில் நாம் அணைகளைக் கட்டிவிட்டோம்.

என்னைப் பொருத்தவரையில், தியானம்தான் மனிதனின் மறு முனைக்கான நிவாரணம். இயற்கையாக மருந்துகள் பொருளையும், அதன் ரசாயனக் கலவையையும் நம்பியிருக்கிறது. ஆனால் தியானமோ உணர்வை சார்ந்திருக்கிறது. தியானத்திற்கு மாத்திரைகள் கிடையாது. இத்தனைக்கும் மக்கள் எல்.எஸ்.டி, கஞ்சா போன்ற ஆயிரக்கணக்கான முறைகளை முயற்சி செய்கிறார்கள். தியானத்திற்கு மாத்திரை தயாரிக்க

பலவித முயற்சிகள் நடக்கின்றன. அதுவும் கூட உடல் ரீதியாக சிகிச்சை அளிக்க வேண்டுமென்கிற பிடிவாதம்தான். உள்ளே உளவியல் ரீதியாகப் பாதிக்கப்பட்டால் கூட அதற்குப் பிறகும் கூட நாம் வெளியே இருந்துதான் சிகிச்சை கொடுக்கிறோம்; உள்ளே அல்ல. எந்த ரசாயனத்தின் மூலமாகவும் மனிதனின் உள்ளிருப்பிற்குள் செல்லவே முடியாது. உள்ளே செல்லச் செல்ல ரசாயனத்தின் பாதிப்பு குறைவாகவே இருக்கும். உள்ளே போகும்போது உடல், பொருள் ரீதியான அணுகுமுறையெல்லாம் பயனற்றதாகிவிடும். பொருளற்ற அணுகுமுறை அல்லது உளவியல் அணுகுமுறைதான் அங்கே அர்த்தமுள்ளதாக இருக்கும்.

ஏற்கெனவே இருக்கிற தப்பெண்ணங்களால் இந்த விஷயத்தில் நாம் எதையுமே சாதிக்கவில்லை. சம்பிரதாயமான, இரண்டு மூன்று தொழில்களில் மருத்துவர் தொழிலும் ஒன்று. சம்பிரதாயக் கூட்டுக்கள் அதிகம் புதையுண்டு கிடப்பவர்களில் முதல் வரிசையில் இருப்பவர்கள் பேராசிரியர்களும், மருத்துவர்களும்தான். அவர்களுக்குள் புதைந்து கிடக்கும் பழைய சிந்தனைகளிலிருந்து எளிதில் வெளியே வர மாட்டார்கள். அதற்குக் காரணம் இருக்கிறது. அது நியாயமான காரணமும் கூட. தங்களிடம் நிரம்பிக் கிடக்கும் பழைய எண்ணங்களைக் களைந்துவிட்டு புதிய நோக்கங்களுக்கு அவர்கள் வளைந்து கொடுக்க ஆரம்பித்தால் அவர்கள் குழந்தைகளுக்குப் போதிக்கும்போது பல சிக்கல்கள் ஏற்படும். ஒரு விஷயம் ஆழமாக பதிந்துவிட்டால்தான் திறமையாகப் போதிக்க முடியும். எண்ணத்தில் உறுதி வேண்டும், குழப்பமாக, சலசலப்பாக இருக்கக் கூடாது. அப்போதுதான் அவர்கள் கற்றுக் கொடுக்கும்போது ஒரு திடமான, உறுதி அவர்களிடம் இருக்கும்.

ஒரு பேராசிரியருக்குத் தேவைப்படும் உறுதி ஒரு குற்றவாளிக்குக் கூட இருக்க வேண்டியதில்லை. தான் சொல்வது சரி என்கிற தன்னம்பிக்கை ஒரு பேராசிரியருக்கு இருக்க வேண்டும். இந்தத் தன்னம்பிக்கையோடு தான் தொழிலை சரியாக செய்கிறோம் என்றிருப்பவர்கள் ஒரு சம்பிரதாயக் கூட்டுக்குள்தான் இருப்பார்கள். ஆசிரியர்கள் பழமைமாறாமல்தான் இருப்பார்கள். இதனால் பெரிய பாதிப்புகள் ஏற்படுகின்றன. எந்த வகையில் பார்த்தாலும் கல்வி குறைந்த பழமை உடையதாகவே இருக்க வேண்டும். அதனால்தான் எந்த ஆசிரியரும் புதிதாக எதையுமே கண்டு பிடிப்பதில்லை. பல்கலைக்கழகங்களில் பல பேராசிரியர்கள் இருக்கிறார்கள். ஆனால் புதிய கண்டுபிடிப்புகளும் ஆராய்ச்சிகளும் வெளியே இருந்துதான் வருகின்றன. நோபல் பரிசு பெற்றவர்களில் எழுபது சதவிகிதம் பேர் பல்கலைக்கழகங்களுக்கு வெளியே இருப்பவர்கள்தான்.

இதற்கு அடுத்தபடி பழமையில் ஊறியிருப்பவர்கள் மருத்துவர்கள் தான். இதற்குத் தொழில் ரீதியான காரணம் இருக்கிறது. மருத்துவர்கள்

வேகமாக முடிவுகள் எடுக்க வேண்டும். நோயாளி மரணப்படுக்கையில் இருக்கும்போது மருத்துவர் யோசித்துக் கொண்டிருக்க முடியாது. பிறகு யோசனைதான் மிச்சமிருக்கும். நோயாளி இறந்து போயிருப்பார். மருத்துவர்கள் பழமையாக இல்லாமல், தன்னிச்சையாக புதிய முறை களைகளையும் சோதனைகளையும் செய்யத் துவங்கினால் அதிலும் ஆபத்து இருக்கிறது. அவர் உடனடி முடிவுகளை எடுக்க வேண்டும். இந்த மாதிரி உடனடி முடிவுகள் எடுக்க வேண்டிய எல்லோருமே தங்களின் கடந்த கால அனுபவ அறிவையே நம்பிருக்க வேண்டும். புதிய யோசனைகளில் சிக்கிக் கொள்ள விரும்பமாட்டார்கள்.

ஒவ்வொரு நாளும் அந்த இடத்தில் முடிவுகள் எடுக்க வேண்டிய எல்லோருமே கடந்த கால அனுபவங்களையே நம்பியிருப்பார்கள். அதனால்தான் மருத்துவத் தொழில், மருத்துவ ஆராய்ச்சிக்கு முப்பது ஆண்டுகள் பின் தங்கியே இருக்கிறது. எது பழக்கத்தில் இருக்கக் கூடாதோ, அதைப் பின்பற்றுவதால், பல நோயாளிகள் தேவையில்லாமல் இறந்து போகிறார்கள். ஆனால் இது ஒரு தொழில் ரீதியான விபத்து. அதனால் மருத்துவர்களின் பல அணுகுமுறைகள் மரபு மாறாதவையாகவே உள்ளன. அவற்றில் ஒன்று மனிதனைவிட மருந்தை நம்புவது. உள்ளு ணர்வைவிட ரசாயனத்தை நம்புவது. உள்ளுணர்வைவிட வேதியியலுக்கு அதிக முக்கியத்துவம் கொடுப்பார்கள். இதனால் மிகவும் ஆபத்தான விளைவுகள் ஏற்பட்டிருக்கின்றன. வேதியியலுக்கு முக்கியத்துவம் கொடுத்தார்கள். உள்ளுணர்வு குறித்து எந்தப் பரிசோதனையுமே நடக்கவில்லை.

இங்கே நான் சில உதாரணங்களைச் சொன்னால் உங்களுக்குப் புதிய எண்ணங்கள் வரும் என்ற நினைக்கிறேன். பிரசவ வலி இல்லாமல் எப்படி குழந்தை பெற்றெடுப்பது என்பது காலங்காலமாக இருந்து வருகிற கேள்வி. பூசாரிகள் இதற்கு நேர் எதிரானவர்கள். உலகம் வலியிலிருந்தும் துன்பங்களிலிருந்தும் விடுபடவேண்டு மென்கிற எண்ணத்திற்கு எதிரானவர்கள் பூசாரிகள்தான். உலகத்தில் வலி இல்லை என்றால் இவர்களுக்கே வேலை இருக்காதே. அவர்களுடைய வேலையே அர்த்தமற்றதாகிவிடும். அவதியும், சோகமும், துன்பமும் இருந்தால்தான் அவர்களுக்கு அழைப்பு வரும்; பிரார்த்தனை இருக்கும். துன்பங்கள் இல்லையென்றால் கடவுள் கூட புறக்கணிக்கப்படுவார். எப்போதாவது தான் பூஜைகள் நடக்கும். காரணம் துன்பம் வந்தால்தான் நாம் கடவு ளையே நினைக்கிறோம். எப்போதுமே வலியில்லா பிரசவத்திற்கு எதிரானவர்கள் பூசாரிகள். பிரசவத்தின் போது வலி ஏற்படுவது இயற்கையானது என்பார்கள் அவர்கள்.

ஆனால் இப்படியிருக்கக் கூடாது. இது கடவுளின் ஏற்பாடு என்பது பொய்யான பிரசாரம். பிரசவத்தின் போது வலி ஏற்படுத்த வேண்டு

மென்று எந்தக் கடவுளும் விரும்பமாட்டார். வலியில்லா பிரசவத்திற்கு சில மருந்துகள் கொடுக்கலாம் என்று மருத்துவர்கள் நம்புகிறார்கள். அதற்காக சில ரசாயனங்கள், மயக்கமருந்து கொடுக்கலாம் என்று நினைக்கிறார்கள். மருத்துவர்களின் இந்த முயற்சிகள் எல்லாமே உடல் ரீதியானவை. இதற்குப் பொருள் என்னவென்றால் வலி தெரியாமல் தாயின் உடலைத் தயார்படுத்துவதுதான். பல நூற்றாண்டுகளுக்கு பெண்களே கூட இந்த முயற்சியில்தான் இருக்கிறார்கள்.

அதனால்தான் எழுபத்தி ஐந்து சதவிகிதக் குழந்தைகள் இரவில் பிறக்கின்றன. பகலில் இது கடினம். காரணம் பெண்கள் அப்போது சுறுசுறுப்பாகவும், விழிப்போடும் இருக்கிறார்கள். தூங்கும்போது பெண்கள் சற்றுத் தளர்ந்து இருப்பார்கள். அப்போது குழந்தை பிறந்தால் சுலபமாக இருக்கும். இரவில் அவர்கள் தூங்கப்போவார்கள். தங்களை ஆசுவாசப்படுத்திக் கொள்வார்கள். அதனால் எழுபத்திஐந்து சதவிகித குழந்தைகளுக்கு சூரிய வெளிச்சத்தில் பிறக்கிற வாய்ப்பே இல்லாமல் போகிறது. இருட்டில்தான் பிறக்கவேண்டியிருக்கிறது. குழந்தை பிறக்கப்போகிற தருணத்திலிருந்து தாய் அதற்கு நிறைய தடைகள் போடுகிறாள். பிறகு அந்தக் குழந்தைக்காக அவள் பல இன்னல்களைத் தாங்கிக் கொள்கிறாள் என்பது வேறு விஷயம். ஆனால் குழந்தை பிறப்பதற்கு முன்பே தாய் அதற்கு பல தொந்தரவுகளைக் கொடுக்கிறாள்.

தூங்கும்போது உடல் சற்றுத் தளர்ந்திருக்கும்; அப்போது அதற்கு மருந்துகள் மூலமாக நிவாரணம் கொடுக்கலாம் என்பது ஒரு முயற்சி. அதற்காகவே இந்த ஏற்பாடு. ஆனால் இதில் அதற்கே உண்டான சில சிக்கல்கள் உள்ளன. பெரிய பின்னடைவே அந்த நபரின் உள்ளுணர்வில் நாம் நம்பிக்கையே கொள்வதில்லை. மனித உள்ளுணர்விலுள்ள நம்பிக்கைகள் குறைந்து கொண்டே போகும் போது, உள்ளுணர்வு மறையத் துவங்குகிறது.

லோசெம் என்கிற ஒரு மருத்துவர் மனித உள்ளுணர்வை நம்பினார். பல ஆயிரம் பெண்களுக்கு வலியில்லாத பிரசவத்தை நடத்திக் காட்டினார். இந்த முறைக்குப் பெயர் தெளிவான ஒத்துழைப்பு. பிரசவத்தின்போது தியானமுறையில், சுயஉணர்வோடு தாய் ஒத்துழைப்பு கொடுக்கிறாள். அதை அவள் ஏற்றுக் கொள்கிறாள். அவள் முரண்டு பிடிப்பதில்லை. எதிர்ப்பதில்லை. குழந்தை பிறப்பதனால் வலி ஏற்படுவதில்லை. தாய் அதை எதிர்ப்பதினால் வருகிறது. குழந்தை பிறக்கிற அந்த இயக்கத்தை அவள் கட்டுப்படுத்துகிறாள். வலிக்கு அவள் பயப்படுகிறாள். அந்தப் பிரசவ வேதனையைக் கண்டு பயப்படுகிறாள். இந்த பயம் கலந்த எதிர்ப்பு குழந்தை பிறப்பதைத் தடுக்கிறது. குழந்தை பிறக்க முயலும்போது இருவருக்கும் சச்சரவு ஏற்படுகிறது.

குழந்தைக்கும், தாய்க்கும் மோதல் நடக்கிறது. இந்த முரண்பாடுதான் வலிக்குக் காரணம். இந்த மோதலினால், இந்த எதிர்ப்பினால் வலி ஏற்படுவது இயற்கையானது.

இந்த எதிர்ப்புப் பிரச்னையை சமாளிக்க இரண்டு வழிகள் உள்ளன. உடல் ரீதியாக அணுகும்போது தாய்க்கு மயக்க மருந்து கொடுக்கலாம். இந்தச் சமயத்தில் ஒன்றை நினைவில் கொள்ள வேண்டும் குழந்தையைப் பெற்றெடுக்கும் தாய் மயக்கத்தில் இருக்கிறாள். முழு உணர்வோடு அவள் தாயாவதில்லை. அதற்கும் ஒரு காரணம் இருக்கிறது. குழந்தை பிறக்கும்போது, குழந்தை மட்டும் பிறப்பதில்லை. ஒரு தாயும் பிறக்கிறாள். ஒரு குழந்தை பிறக்கும்போது, இரண்டு பிறப்புகள் நடக்கின்றன. ஒரு பக்கம் குழந்தை பிறக்கிறது; இன்னொரு புறம் ஒரு சாதாரண பெண் தாயாகிறாள். தாயின் மயக்கத்தில் குழந்தை பிறப்பதால், தாய்க்கும், குழந்தைக்கும் இருக்கிற அடிப்படை உறவை உருக்குலைக்கிறோம். அதனால் ஒரு தாய் உருவாதில்லை; ஒரு தாதி உருவெடுக்கிறாள்.

செயற்கையாக ரசாயனம் மூலமாக ஒரு தாய்க்கு மயக்க மருந்து கொடுத்துப் பிரசவிக்க செய்வதில் எனக்கு உடன்பாடு இல்லை. பிரசவத்தின் போது ஒரு தாய்க்குத் தெளிவு இருக்க வேண்டும். ஒரு தாயும் பிறக்கிறாள் என்கிற உணர்வும் இருக்க வேண்டும். இந்த உண்மையைப் புரிந்து கொண்டால், ஒரு தாயின் உணர்வைப் பிரவசத்திற்குத் தயார் செய்கிறோம் என்று பொருள். பிரசவத்தை ஒரு தாய் தியான உணர்வோடு ஏற்றுக் கொள்ள வேண்டும்.

தியானத்தில் ஒரு தாய்க்கு இரண்டு அர்த்தங்கள் உண்டு. பிரசவத்தைத் தடுக்கவோ, எதிர்க்கவோ கூடாது. எது நடந்தாலும் அதற்கு ஒத்துழைக்க வேண்டும். பூமியில் எங்கெல்லாம் பள்ளம் இருக்கிறதோ அங்கு செல்லும் நதி ஓடுவதைப் போல, காற்று வீசுவதைப் போல. இலைகள் உதிர்வதைப் போல. யாருக்கும் இதைப் பற்றிய பாதிப்பு இருப்பதில்லை. அதைப் போலவே அவளுக்கு முன்னால் உள்ள எதற்குமே அவள் முழு ஒத்துழைப்பு கொடுக்க வேண்டும். பிரசவத்தின்போது தாய் முழு ஒத்துழைப்பு கொடுத்தால், அதை எதிர்த்து சண்டை போடாமல் இருந்தால், பயப்படாமல் இருந்தால், அந்த நிகழ்வில் தியான உணர்வோடு மூழ்கிப்போனால், பிறகு வலியில்லாத பிரசவம் நடக்கும். வலி காணாமல் போய்விடும்.

இதை நான் விஞ்ஞான அடிப்படையில் சொல்கிறேன். இந்த முறையில் பல பரிசோதனைகள் நடந்திருக்கின்றன. வலியிலிருந்து அவள் விடுபடுவாள். நினைவில் வைத்துக் கொள்ளுங்கள். இதனால் பல தொலைநோக்கு முடிவுகள் ஏற்படும்.

முதலில் நமக்கு வலியை ஏற்படுத்துகிற பொருளோ, அல்லது நபர் மீதோ நமக்கு ஒரு மோசமான எண்ணம் அவரிடம் தொடர்பு ஏற்பட்ட வுடனேயே ஏற்படுகிறது. முதல் அனுபத்திலேயே நாம் போராடுகிற நபர் மீது நமக்கு ஒரு பகை உணர்வு ஏற்படுகிறது. இதுவே அவருடன் ஏற்படவிருந்த நட்புறவுக்குத் தடையாக இருக்கிறது. முரண்பட்ட அந்த நபருடன் உருவாக்க இருந்த நட்புறவுப் பாலத்தை உருவாக்குவதில் சிக்கல் ஏற்படுகிறது. இது மேலோட்டமானது. ஆனால் முழு விழிப்புணர் வோடு, ஒத்துழைப்போடு ஒரு பிரசவம் ஏற்பட்டால்...

இது ஒரு வகையில் சுவாரஸ்யமானது. இதுவரையில் நாம் பிரசவ வேதனை என்றுதான் கேள்விப்பட்டிருக்கிறோம். பிரசவப் பேரின்பம் என்கிற வார்த்தையைக் கேள்விப்பட்டதேயில்லை. காரணம் அப்படி ஒன்று நடந்ததேயில்லை. ஆனால் முழு ஒத்துழைப்பு இருந்தால் இந்தப் பிரசவ பேரின்பம் ஏற்படும். அதனால் வலியில்லாத பிரசவத்தில் எனக்கு உடன்பாடில்லை. பேரின்பப் பிரசவத்தை ஆதரிக்கிறேன். மருத்துவ விஞ்ஞானத்தின் உதவியோடு நம்மால் அதிக பட்சம் வலியில்லாத பிரசவத்தை உருவாக்க முடியும். ஆனால் பேரின்பப் பிரசவத்தை உருவாக்கவே முடியாது. அந்த முதல் தருணத்திலேயே ஓர் உணர்வுள்ள உள் இணைப்பைத் தாய்க்கும், சேய்க்கும் உருவாக்கிவிட முடியும்.

உள்ளிருந்து கொண்டு கூட இதைச் செய்ய முடியும் என்பதற்கு இது ஓர் உதாரணம். எப்போது நோய்வாய்ப்பட்டாலும், அந்த நோய்க்கு எதிராக வெளியேயிருந்துதான் சண்டை போடுகிறோம். இதைக் கண்டு பிடிக்கவும் நாம் முயல்வதில்லை. இதனால் நாமே நோயை வரவழைப்பது சாத்தியம். நாமே அழைத்த வியாதிகள்தான் அதிகம். உண்மையில் சில நோய்கள் மட்டும்தான் தாமாக வருகின்றன. பல நாளாக வரவேற்றுக் கொண்டவைதான். அவை வருவதற்கு வெகு காலத்திற்கு முன்பே நாம் அழைப்பு விடுத்துவிட்டோம். அதனால்தான் இந்த இரண்டிற்கும் தொடர்பிருப்பதை நம்மால் உணர முடிவதில்லை.

பல ஆயிரம் ஆண்டுகளாக உலகத்தில் எந்த சமூகமும் உடலுற விற்கும் குழந்தை பிறப்பிற்கும் ஒரு தொடர்பை ஏற்படுத்த முடிய வில்லை. காரணம் இரண்டுக்கும் உள்ள கால இடைவெளி அதிகம். அதாவது ஒன்பது மாதம். இந்த இடைவெளியில் ஏற்பட்ட காரண-விளைவுகளைத் தொடர்பு ஏற்படுத்துவது கடினமாக இருந்தது.மேலும் எல்லா உடலுறவுகளும் குழந்தைப்பிறப்பில் முடிவதில்லை. அதனால் இந்த இரண்டையும் தொடர்பு படுத்த வேண்டிய நியாயமிருக்கவில்லை. ஒன்பது மாதங்களுக்கு முன்பு நடந்த ஒன்று இன்று குழந்தைப்பிறப்பில் முடிந்திருக்கிறது என்பதை மனிதன் பின்னால்தான் உணர்ந்தான்.

அவனால் ஒரு காரண-காரிய உறவை ஏற்படுத்த முடிந்தது. இதேதான் நோய் குறித்தும் ஏற்பட்டது. எப்போதோ நாம் அழைப்பு விடுத்தோம். ஆனால் அது பின்னால்தான் வரும். இந்த இரண்டு சம்பவங்களுக்கும் நிறைய காலம் ஓடிவிடுகிறது. அதனால்தான் இந்த இரண்டிற்கும் தொடர்பிருப்பதாக நம்மால் பார்க்க முடிவதில்லை.

திவாலாக இருந்த ஒரு மனிதனைப் பற்றி நான் கேள்விப்பட்டிருக் கிறேன். சந்தையிலிருந்த அவனது கடைக்குப் போகவே பயந்தான். தெருவில் நடக்கவே பயந்தான். ஒரு நாள் குளியலறையில் இருந்து வெளியே வரும்போது, கீழே விழுந்தான். முடமாகிப்போனான். இப்போது அவனுக்கு எல்லாவிதமான சிகிச்சைகளும் அளிக்கப்பட்டன. ஆனால் அவன் முடமாகிப்போவதையே விரும்பினான் என்பதை நாம் ஏற்றுக் கொள்ளத் தயாராக இல்லை. அவன் உளமாற அப்படி நினைக்கவில்லை. ஆனால் அது விஷயமல்ல. அவன் முடமாவதை விரும்பினானா இல்லையா என்பதும் விஷயமல்ல. அனேகமாக அவன் அதைப்பற்றி யோசித்திருக்கக் கூட வேண்டியதில்லை. ஆனால் எங்கோ மனசுக்குள், அவனது நினைவற்ற உணர்வில் சந்தைக்குப் போகக் கூடாது. கடைக்கோ, தெருவுக்கோ போகக்கூடாது என்று நினைப்பிருந்தது. இதுதான் முதல் படி.

இரண்டாவதாக, மக்கள் அவனிடம் அதிக வெறுப்பைக் காட்டாமல், அவர்கள் அவனிடம் இரக்கம் காட்ட வேண்டும் என்று நினைத்தான். அதுதான் அவனது ஆழ்ந்த ஆசை. நிழலைப் போல மனதை உடல் தொடரும். அது எப்போதும் மனதிற்கு ஆதரவு கொடுக்கும். மனம் அதற்கான ஏற்பாட்டை செய்கிறது. மனதிடம் என்ன ஏற்பாடு இருக்கிறது என்பது நாம் உணருவதில்லை. ஒரு நாள் முழுக்க சாப்பிடாமல் இருங்கள். இரவில் மட்டும் சாப்பிடுங்கள். மனம் இதைக் கவனித்துக் கொண்டேயிருக்கும். 'ஒருநாள் முழக்க பட்டினி கிடந்திருக்கிறாய். அதனால் நீ அசௌகர்யமாக இருக்கிறாய். அதனால் ராஜாவின் அரண்மனையில் விருந்துக்கும் போகலாம்' என்று சொல்லும். அன்று இரவில் கனவில் நீங்கள் அங்கே சாப்பிடுவீர்கள்.

உடலால் செய்ய முடியாத எல்லாவற்றிற்கும், மனம் ஏற்பாடு செய்யும். எல்லாக் கனவுகளுமே இப்படித்தான். ஒரு மாற்று; அவ்வளவு தான். பகலில் நம்மால் செய்ய முடியாதவற்றை இரவில் செய்கிறோம். மனம்தான் எல்லா ஏற்பாடுகளையும் செய்யும். இரவில் கழிப்பறைக்கு போகவேண்டியிருந்தால், மனம் உன்னைச் சத்தம் போட்டு எழுப்புகிறது என்றுதான் பொருள். உன் கனவில் அது உன்னைக் கழிப்பறைக்கு அனுப்பும். அப்போது சிறுநீரகப் பை இலகுவானது போல் உணர்வீர்கள்.

கழிப்பறைக்குப் போய்விட்டு வந்ததால் எல்லாம் சரியாகிவிட்டது என்று நினைப்பீர்கள். உன் தூக்கம் கெடக்கூடாது என்பதற்காக மனம் செய்த ஏற்பாடு இது. இரவு, பகலாக உங்களது ஆசைகளைப் பூர்த்தி செய்ய மனம் ஏற்பாடு செய்துகொண்டேயிருக்கும்.

இந்த மனிதன் பக்கவாதம் வந்து கீழே விழுந்தான். இப்போது நாம் அவனுக்கு சிகிச்சை அளிக்க முயலுகிறோம். ஆனால் உண்மையில் இந்த மருந்து அவனுக்குக் கெடுதலையே செய்யும். காரணம் அவனுக்கு வாத நோயில்லை; அவனாக வரவழைத்துக் கொண்டான். அவனுடைய வாதத்திற்கு சிகிச்சை அளித்தால் கூட அவன் இரண்டாவது, மூன்றாவது, நான்காவது நோயை வரவழைத்துக் கொள்வான். உண்மையில் சந்தைக்குப் போகிற தைரியத்தை வரவழைத்துக் கொள்ளாத வரையில் அவனுக்கு ஒரு நோயில்லாவிட்டாலும் இன்னொன்று வந்து சேரும். அவன் நோய்வாய்ப் பட்டவுடனேயே, நிலைமைகள் மாறிவிடும் என்பதை உணர்கிறான். அதனால் இப்போது அவன் திவாலாவதற்கு ஒரு நியாயம் கிடைத்து விட்டது. என்னால் என்ன செய்ய முடியும்? நான் முடமாகி விட்டேனே! இப்படித் தன் கடன்காரர்களுக்கு சொல்லிவிட முடியும். 'நான் எப்படிக் கடனைத் திருப்பிக் கொடுக்க முடியும்? என் நிலைமையைப் பார்த்தாயா இல்லையா? உண்மையில் அவன் நிலைமையைக் கண்டவுடன் கடன் கொடுத்தவருக்குப் பணத்தைக் கேட்கக் கூச்சமாக இருக்கும். அவன் மனைவி இன்னும் அதிக அக்கறை யோடு அவனைப் பார்த்துக் கொள்வாள். குழந்தைகள் அதிகப்படியாகக் கவனித்துக் கொள்ளும். அவன் நண்பர்கள் வந்து பார்ப்பார்கள். மக்கள் அவன் படுக்கையைச் சூழ்ந்து கொள்வார்கள்.

யதார்த்தத்தில், ஒருவர் நோய்வாய்ப்பட்டாலொழிய நாம் நமது அன்பை ஒருவரிடத்தில் காட்டுவதில்லை. யாரெல்லாம் நேசிக்கப்பட வேண்டுமோ அவர் நோயில் விழ வேண்டும். பெண்கள் அடிக்கடி நோய்வாய்ப்படுவார்கள். இதற்கு முக்கிய காரணமே அன்பைப் பெறுகிற வழி இது. புருஷனை வீட்டில் வைத்திருக்க வேறு வழியே கிடையாது என்பது அவர்களுக்கு தெரியும். மனைவியால் அவனை வீட்டில் கட்டிப்போட முடியாது. நோயினால் முடியும். இதை ஒரு முறை உணர்ந்து கொண்டு அதை மனதில் பதிய வைத்துக் கொண்டால், பிறகு எப்போதெல்லாம் அனுதாபம் தேவைப்படுகிறதோ அப்போதெல்லாம் நோயில் விழலாம். உண்மையில் ஒரு நோயாளி மீது அனுதாபம் காட்டுவது ஆபத்தானது. காரணம் அனுதாபத்தில் மூலம் அவரது நோய்க்கு அலங்காரம் செய்கிறீர்கள். மாறாக அவருக்கு சிகிச்சையைத் தான் காட்ட வேண்டும்.

பக்கவாதம் வந்துள்ள இந்த மனிதனை எந்த மருந்தும் குணப்படுத்த முடியாது. அதிகபட்சம் நோயை வேண்டுமானால் மாற்றிக் கொண்டிருப் பான். காரணம் உண்மையில் அவனுக்கு நோயில்லை. அது ஓர் ஆழமான தானியங்கி யோசனை. பக்கவாதம் என்பது மனதிலிருந்து கிளம்பியது.

இதே போல்தான் இன்னொரு மனிதனின் கதை. அவனுக்கும் வாத நோய். இரண்டு வருடங்களாக நோயில் அவதிப்படுகிறான். எழுந் திருக்கக் கூட முடியாது. ஒரு நாள் அவன் வீடு தீ பிடித்துக் கொண்டது. எல்லோரும் வெளியே ஓடினார்கள். திடிரென்று பதறிப்போய் நோயிலிருக்கு அந்த மனிதனுக்கு என்ன ஆகுமோ என்று பயந்தார்கள். ஆனால், அவன் வெளியே வருவதைக் கண்டார்கள். அதுவும் ஓடி வந்தான். இந்த மனிதனால் இதற்கு முன் உட்காரக் கூட முடியவில்லை. அவனால் நடக்க முடிந்ததைக் குடும்பத்தினர் உணர்ந்தினார்கள். அதற்குச் சாத்தியமேயில்லை என்று சொல்லியபடியே அங்கேயே விழுந்தான்.

இந்த மனிதனுக்கு என்ன ஆயிற்று? அவன் யாரையும் முட்டாளாக்க வில்லை. அவனது நோய் மனம் தொடர்புடையது; உடல் தொடர்புடைய தல்ல. அதுதான் ஒரே வித்யாசம். அதனால்தான் ஒரு மருத்துவர் நோயாளியிடம் உன் நோய் மனம் சம்பந்தப்பட்டது என்று சொன்னால் அதை நோயாளி விரும்புவதில்லை. காரணம் அவனுக்குத் தேவை யில்லாமல் ஏதோ நோயிருப்பதாகச் சொல்வதாக நினைக்கிறான். இது சரியல்ல. காரணமேயில்லாமல் நோயிருப்பதாகச் சொல்வதை யாருமே விரும்புவதில்லை. நோயில் விழுவதற்கு மன ரீதியான காரணங்கள் உள்ளன. இந்தக் காரணங்கள் உடல் ரீதியாக நோயில் விழுவதற்கான காரணத்தை விட முக்கியமானதாக அல்லது அதி முக்கியமானதாகக்கூட இருக்கலாம். மருத்துவரின் பங்கில் ஒருவர் மன நோயில் இருப்பதாகச் சொல்வதே கூட ஒரு தவறான சிகிச்சையாக இருக்கலாம். இப்படி சொல்வதானால் நோயாளிக்குத் திருப்தியில்லை. உண்மையில் அந்த மருத்துவரிடம் அந்த நோயாளிக்கு கசப்பே ஏற்படும்.

இதுவரையில் மனம் தொடர்புடைய நோய் குறித்து நமக்கு ஒரு கனிவான அணுகுமுறையை வளர்க்கவில்லை. எனக்குக் காலில் அடிபட்டால் எல்லோரும் அனுதாபப்படுவார்கள். ஆனால் என் மனம் காயப்பட்டால் எனக்கு ஏதோ மனோ வியாதி என்றுதான் சொல்வார்கள். ஏதோ நான் தவறு செய்வதாகவே நினைப்பார்கள். என் காலில் அடிபட்டால் எனக்கு அனுதாபம் கிடைக்கும். ஆனால் அதுவே மனம் தொடர்பான நோயாக இருந்தால், என் தவறு என்று குறை சொல்வார்கள். இல்லை, அது என் தவறில்லை.

மனம் தொடர்புடைய நோய்களுக்குத் தனியாக ஓர் இடம் உண்டு. ஆனால் மருத்துவர்கள் அதை ஒப்புக்கொள்வதில்லை. இந்தத் தயக்கத் திற்குக் காரணம், அவர்களிடம் உடல் தொடர்புடைய நோய்களுக்கு மட்டுமே சிகிச்சை இருக்கிறது. வேறு எந்த காரணமுமில்லை. 'அது அவருக்கு அப்பாற்பட்டது. அதனால் அது ஒரு நோயே இல்லை' என்கிறார்கள். உண்மையில் அது என் எல்லைக்கு அப்பாற்பட்டது என்றுதான் சொல்ல வேண்டும். வேறு மருத்துவரைப் பார்க்க உங்களுக்கு சிபாரிசு செய்ய வேண்டும். இந்த நபருக்கு சிகிச்சை உள்ளேயிருது துவங்கி பிறகுதான் வெளியே வரவேண்டும். ஒரு சின்ன விஷயம் அவனது உள் வாழ்க்கையை மாற்றிவிடக்கூடும்.

என்னைப் பொருத்தவரையில் தியானம் என்பது உள்ளேயிருந்து வெளியே பரவக்கூடிய ஒரு சிகிச்சை.

ஒருநாள் யாரோ புத்தரிடம் சென்று கேட்டார்கள், 'நீங்கள் யார்? நீங்கள் ஒரு தத்துவஞானியா, அல்லது ஒரு சிந்தனாவாதியா, துறவியா, யோகியா?' புத்தர் சொன்னார், 'காயம் ஆற்றுபவன், மருத்துவன்' என்றார்.

அவருடைய இந்தப் பதில் அற்புதமானது. காயமாற்றுபவன். எனக்கு உள் நோய்களைப் பற்றித் தெரியும். அதனால்தான் உங்களுடன் பேசிக்கொண்டிருக்கிறேன்.

இதைப் புரிந்து கொள்கிற சமயத்தில் இந்த மனம் தொடர்புடைய நோய்க்கு நாம் ஏதாவது செய்தாக வேண்டும். காரணம் உடல் தொடர்புடைய நோய்களை முற்றிலும் நம்மால் அகற்றி விட முடியாது. அப்படிச் செய்கிற நாளில் மதமும், விஞ்ஞானமும் நெருக்கமாகிவிடும். அந்த நாளில் மருந்தும், தியானமும் அருகில் வந்துவிட்டதை பார்ப்போம். நான் புரிந்து கொண்டவரையில் மருந்தைத் தவிர விஞ்ஞானத்தின் எந்தப் பிரிவும் இந்த இடைவெளியே நிரப்பாது.

வேதியியல் மதத்தின் அருகே வருவதற்கு எந்தக் காரணமும் இல்லை. அதே போல் இயற்பியலோ, கணிதமோ மதத்தின் அருகே வருவதற்கு இதுவரையில் எந்தக் காரணமும் இல்லை. மதமில்லாமல் கணிதம் பிழைத்துக் கொள்ளும். எப்பொழுதும் அது அப்படித்தான் இருக்கும். கணிதத்திற்கு மதத்தின் உதவி தேவை என்கிற நிலை இன்னும் உருவாகியிருப்பதாக நான் நினைக்கவில்லை. மதம் இல்லாமல் தன்னால் வாழமுடியாது என்று கணிதம் நினைக்கக்கூடிய தருணம் வந்துவிட்ட தாகவும் நினைக்கவில்லை. அந்த நாள் வரவே வராது. காலகாலத்திற்கும் கணிதம் தன் விளையாட்டை நடத்திக் கொண்டேயிருக்கும். காரணம் கணிதம் ஒரு விளையாட்டு, அது வாழ்க்கை இல்லை.

ஆனால் மருத்துவர் என்பவர் அப்படியில்லை. அவர் விளையாடவும் செய்கிறார்; அதே சமயம் வாழ்க்கையையும் கையாளுகிறார். அனேகமாக மருத்துவர்தான் மதத்தையும் விஞ்ஞானத்தையும் இணைக்கும் முதல் பாலமாக இருப்பார். உண்மையில் இது நடக்கத் துவங்கிவிட்டது. குறிப்பாக - வளர்ந்த, புரிந்து கொண்ட நாடுகளில் நடக்கத் துவங்கி விட்டது. காரணம் மருத்துவர்கள்தான் மனித உயிர்களோடு தொடர்புடையவர்கள். சாவதற்கு முன் கார்ல் கஸ்டவ் ஜங் இதைத்தான் சொன்னார். நான் ஒரு மருத்துவனாக இருப்பதால், நான் சொல்கிறேன் நாற்பதுக்கு மேல் என்னிடம் வருகிற நோயாளிகளுக்கு அடிப்படையான நோயே மதமில்லாததுதான். இது ஒரு வியப்பான விஷயம். எப்படியாவது நம்மால் அவர்களுக்கு ஏதாவது ஒரு வகை மதத்தை கொடுக்க முடியுமென்றால் அவர்கள் ஆரோக்யமாகிவிடுவார்கள்.

இதைப் புரிந்து கொள்வது நல்லது. ஒரு மனிதனின் வாழ்க்கை கீழே விழும்போது - முப்பத்தைந்து வரை அது வளர்கிறது. பிறகு அது கீழே இறங்கத் துவங்குகிறது. முப்பத்தைந்துதான் உச்சம். முப்பத்தைந்து வயது வரை ஒரு மனிதனுக்கு தியானத்தின் மதிப்பு தெரியாமல் இருக்கலாம். காரணம் அதுவரையில் அவன் உடல் சார்ந்தவன். புஷ்டியாகவே இருப்பான். அந்தச் சமயத்தில் எல்லா நோய்களும் உடல் ரீதியானது. ஆனால் முப்பத்தைந்து வயதுக்கு மேல் நோய் ஒரு புதிய கோணத்தில் திரும்பும். காரணம் இப்போது வாழ்க்கை மரணத்தை நோக்கி நகரத் துவங்கிவிட்டது. வாழ்க்கை வளரும்போது அது வெளியே பரவத் துவங்குகிறது. மனிதன் இறக்கும்போது அவன் உள் ரீதியாகவே சுருங்கிப் போகிறான். வயோதிகம் உள் வழியாகவே சுருங்க வேண்டும். வயதான வர்களின் எல்லா நோய்களுமே மரணத்தின்போது உள்ளே வேர்களில் தான் இருக்கும்.

வழக்கமாக இந்தந்த நபர் இன்னின்ன நோயினால் இறந்தார் என்று சொல்வதுண்டு. ஆனால் மரணத்தின் காரணமாக நோய்வாய்ப்பட்டு இறந்தார் என்று சொல்வதுதான் பொருத்தமாக இருக்கும். என்ன நடக்கிறது என்றால் சாகிற சாத்தியமிருப்பதால், எல்லா நோய்களுக்கும் அவர் வளைந்து கொடுக்கிறார். தான் மரணத்தை நோக்கிச் சென்று கொண்டிருக்கிறோம் என்று உணரும்போது பல்வேறு நோய்களுக்கு எல்லாக் கதவுகளும் திறக்கின்றன. அவனும் அதைப் பிடித்துக் கொள்கிறான். ஆரோக்யமான மனிதன் கூட மரணம் நிச்சயம் என்று உணர்ந்தவுடன் நோயில் விழுகிறான். எல்லாமே சரியாக இருந்தன. எல்லா மருத்துவ அறிக்கைகளும் சாதாரணமாகவே இருந்தன. எக்ஸ்ரே கூட சரியாகத்தான் இருந்தது. நாடித்துடிப்பும் சரியாகவே இருந்தது. மருத்துவரின் இதயத் துடிப்புமானி கூட எல்லாமே சரியாக இருப்ப

தாகவே நோயாளியிடம் சொன்னது. ஆனால் நாளை சாகப்போகிறோம் என்று முழுமையாக அந்த நபர் உணர்ந்துவிட்டால் அவர் பல்வகையான நோய்களைப் பிடித்துக் கொள்வதை நீங்கள் பார்ப்பீர்கள். இருபத்து நாலு ஜென்மங்களில் கூட பிடித்துக் கொள்ள முடியாததை இருபத்து நாலு மணி நேரத்தில் பிடித்துக்கொள்வார். இந்த மனிதனுக்கு என்ன ஆயிற்று? தன்னை ஏன் எல்லா நோய்களுக்கும் திறந்து வைத்துக் கொண்டான். மரணம் நிச்சயம் என்றதும் எதிர்ப்பதை அவன் நிறுத்திவிட்டான். அவன் உணர்வை விட்டு நகர்ந்து விட்டான். அதுதான் எல்லா நோய்களுக்கும் எதிரான ஒரு தடுப்புச் சுவராக, ஒரு தடையாக இருந்தது. இப்போது அவன் மரணத்திற்குத் தயாராகிவிட்டான். அதனால் நோய்கள் வரத்துவங்கி விட்டன. அதனால்தான் ஓய்வு பெற்ற மனிதன் விரைவில் செத்துப் போகிறான்.

அதனால் ஓய்வு பெற விரும்புகிறவர்கள் எல்லோரும் ஓய்வு பெறுவதற்கு முன் இதைப் புரிந்து கொள்ள வேண்டும். அடுத்த ஐந்து அல்லது ஆறு வருடங்களில் செத்துப்போகிறார்கள். எழுபது வயதில் செத்துப் போயிருக்க வேண்டியவர் அறுபத்து ஐந்து வயதிலேயே செத்துப்போகிறார். எண்பது வயதில் செத்துப் போகிறவர் எழுபத்து ஐந்தில் செத்துப்போகிறார். ஓய்வு பெற்ற அடுத்த பத்து அல்லது பதினைந்து வருடங்கள் மரணத்திற்கு தயார் செய்வதிலேயே முடிந்து விடும். வேறு எதையுமே சாதிக்க மாட்டார். காரணம் வாழ்க்கையில் தான் பயனற்றதாகிவிட்டது அவருக்குத் தெரியும். அவருக்கு வேலையில்லை. சாலையில் யாரும் அவருக்குக் காலை வணக்கம் சொல்வதில்லை.

அவர் அலுவலகத்தில் இருந்தபோது வேறு மாதிரி இருந்தது. இப்போது யாரும் அவரைப் பார்ப்பதில்லை. காரணம் இப்போது அவர்கள் வேறு யாருக்கோ வணக்கம் சொல்ல வேண்டியிருக்கிறது. எல்லாமே பொருளாதார அடிப்படையில்தான் இயங்குகின்றன. புதிய மனிதர்கள் அலுவலகத்தில் வந்துவிட்டார்கள். இப்போது அவர்களுக்கு வணக்கம் சொல்ல வேண்டியிருக்கிறது. அவர்களுக்கு இந்த மனிதனுக்கு வணக்கம் சொல்ல நேரமில்லை. அவர்கள் இவரை மறந்துவிடுவார்கள். இப்போது திடீரென்று தான் பயனற்றுவிட்டதாக உணரத் துவங்கி விட்டார். தான் வேரோடு பிடுங்கி எறியப்பட்டதாக உணர்கிறார். அவரால் யாருக்கும் பயனில்லை. குழந்தைகள் கூட அவர்களுடைய மனைவி களோடு நேரம் கழித்துக் கொண்டிருக்கிறார்கள். சினிமாவுக்குப் போகிறார்கள். அவருக்குத் தெரிந்தவர்கள் எல்லோரும் மெதுவாக சுடுகாட்டை நோக்கிப் போய்க்கொண்டிருக்கிறார்கள். அவர் தேவைப் பட்ட மனிதர்களுக்குக் கூட அவர் இப்போது பயனற்றுப் போய்விட்டார். திடீரென்று வளையத் துவங்கிவிட்டார். மரணத்திற்காகத் தன்னைத்

திறந்து வைக்கிறார். எப்போது மனிதனுடைய உள்ளுணர்வு உள்ளே ஆரோக்ய மாக இருக்கிறது? முதலில் அவன் உள் உணர்வு இருப்பதை உணரும் போது. வழக்கமாக உள்ளிருப்பதை நாம் உணருவதில்லை. நம் கவலையெல்லாம் உடல், கை, கால், தலை, இதயத்தைப் பற்றித்தான் 'நான்' என்கிற எண்ணமே இல்லை. நம் முழு கவனமும் வீட்டின் மீதுதான், அதில் வசிப்பவரிடமில்லை.

இது ஓர் ஆபத்தான சந்தர்ப்பம். காரணம் நாளை என் வீடு இடியத்துவங்கியதும் நான் விழுவதைப்போல உணர்கிறேன். அதுவே என்னுடைய நோயாகிவிடுகிறது. ஆனால் என் வீட்டை விட நான் வேறுபட்டவன் என்பதைப் புரிந்து கொள்ள வேண்டும். நான் அங்கே வசிப்பவன் அவ்வளவுதான். பிறகு வீடு இடிந்தால் கூட நான் இருப்பேன். பிறகு அது ஒரு பெரிய மாறுதலைக் கொடுக்கும். அதுதான் அடிப்படை மாறுதல். பிறகு மரணத்தைக் குறித்த பயம் விலகி விடும்.

தியானம் இல்லாமல் மரணம் குறித்த பயம் விலகாது. அதனால் தியானத்தின் முதல் அர்த்தமே தன்னைத் தெரிந்து கொள்வதுதான். நாம் உள்ளுணர்வோடு இருக்கிறவரையில், நம் உள்ளுணர்வு எதையோ பற்றி விழிப்போடு இருக்கும். தன்னைப்பற்றியே நினைக்காது. அதனால்தான் நாம் தனியாக இருக்கும்போது நமக்குத் தூக்க வருகிற உணர்வு வருகிறது. காரணம் செய்வதற்கு ஒன்றுமில்லை. ஒரு நாளிதழை படிக்கும்போதோ, வானொலி கேட்கும்போதோ நாம் விழித்துக் கொண்டிருப்பதாக உணர்கிறோம். ஒரு மனிதனை ஒரு இருட்டறையில் தனியாக விட்டால் அவனுக்குத் தூக்கம் வரும். காரணம் நீ எதையும் பார்க்க முடியாது. உன் உள்ளுணர்வு உனக்குத் தேவையில்லை. எதையுமே பார்க்க முடியாத போது தூங்குவதைத் தவிர வேறு என்ன செய்ய முடியும்? வேறு தீர்வே கிடையாது. தனியாக, இருட்டறையில் நீ தனியாக இருக்கிறாய். பேசுவதற்கு யாருமே இல்லை. யோசிக்க எதுவுமில்லை. உடனே தூக்கம் உன்னை தழுவிக்கொள்ளும்.

ஒரு வகையில் தூக்கமும் தியானமும் ஒரே மாதிரிதான். இன்னொரு வகையில் வேறு மாதிரி. தூக்கம் என்றால் நீங்கள் ஒரு வித மயக்கத்தில் இருப்பதாக அர்த்தம். தியானம் என்றால் நீ தனியாக இருக்கிறாய். ஆனால் விழிப்போடு இருக்கிறாய். அதுதான் ஒரே வேறுபாடு. உன்னைப்பற்றிய விழிப்போடு நீங்கள் தனியாக இருந்தால்...

ஒரு நாள் புத்தருடன் இருந்த ஒருவன் கால்களை ஆட்டிக் கொண்டி ருந்தான். புத்தர் கேட்டார் 'என் கால்களை ஆட்டுகிறாய்?'

அவன் பதில் சொன்னான், 'மறந்து விட்டேன். அது தானாக *அசைந்தது. நான் அதைக் கவனிக்கக் கூட இல்லை.'*

புத்தர் சொன்னார், 'உன் கால் ஆடுகிறது. ஆனால் உனக்கே தெரியவில்லை. அது யாருடைய கால்? உன்னுடையது.'

அந்த மனிதன், 'என் கால்கள்தான். ஆனால் நீங்கள் ஏன் உங்கள் உரையிலிருந்து விலகிவிட்டீர்கள்? தொடருங்கள்' என்றான்.

புத்தர் சொன்னார், 'நான் என் உரையைத் தொடரமாட்டேன். காரணம் நான் பேசிக்கொண்டிருக்கும் மனிதன் மயக்கத்தில் இருக்கிறான். எதிர்காலத்தில் உன் அசைவுகளைப் பற்றிய விழிப்புணர்வோடு இரு. நான் உனக்கு இரட்டை விழிப்புணர்வு கொடுப்பேன். காலின் அசைவைப் பற்றிய விழிப்புணர்வு வரும்போது அதைக் கவனிப்பவரின் விழிப்புணர்வும் பிறப்பெடுக்கும்.

விழிப்புணர்வு என்பது இரு முனைகளைக் கொண்டது. அதைப் பரிசோதித்துப் பார்த்தால் ஒரு பக்கம் அது வெளி நோக்கி இருக்கும் இன்னொரு பக்கம் அது உன்னை ஊடுருவும். அதனால் தியானத்தின் அடிப்படையே நாம் நம் உடலையும், நம்மையும் பற்றிய விழிப்படையத் துவங்குவோம். இந்த விழிப்புணர்வு வளர்ந்தால் மரண பயம் மறைந்து விடும்.

மனிதனை மரண பயத்திலிருந்து விடுவிக்காத மருந்து விஞ்ஞானம், மனிதன் என்கிற நோயைக் குணப்படுத்தவே முடியாது. மருந்து விஞ்ஞானம் மனிதனின் வாழ்க்கை நாட்களை அதிகரிக்கவே முயல்கிறது... ஆனால் வாழ்க்கை நாட்களை அதிகப்படுத்துவதன் மூலம் மரணத்திற்கான காத்திருப்பு நேரம் அதிகரிக்கிறது என்பதைத் தவிர வேறு இல்லை. அதிக நாட்கள் காத்திருப்பதைவிட குறைந்த நாட்கள் காத்திருப்பதே நல்லது. வாழ்க்கை நாட்களை அதிகரிப்பதன் மூலமாக மரணத்தை மேலும் பரிதாபத்திற்குரியதாக்குகிறோம்.

உங்களுக்குத் தெரியுமா? மனிதனின் வாழ்க்கையை அதிகரிக்கச் செய்கிற மருத்துவ விஞ்ஞான நாடுகளில் ஓர் இயக்கம் நடந்து கொண்டிருக்கிறது. அதுதான் சாகிற உரிமை. ஆங்கிலத்தில் அதற்குப் பெயர் euthanasia. வயதானவர்கள் தாங்கள் சாகிற உரிமையை அரசியல் சட்டத்தில் கொண்டு வரவேண்டுமென்கிறார்கள். மருத்துவமனையில் அவர்களின் மரணத்தைப் பிடித்து வைத்துக் கொண்டு அவர்கள் வாழ்க்கை கொடுமையானதாக ஆக்குவதாகக் கருதுகிறார்கள். அது சாத்தியம்தான். ஒரு மனிதனின் பிராண வாயுவை வைத்து அவனது மரணத்தை முடிவில்லாமல் தொங்க வைக்கலாம். அவனை உயிருடன் வைக்கலாம். ஆனால் அது மரணத்தை விட கொடுமையானது. ஐரோப்பா விலும் அமெரிக்காவிலும் எத்தனை மனிதர்களை மருத்துவமனைகளில் தலைகீழாகவும், அஷ்ட கோணலாகவும் எத்தனை பேர்களை

வைத்திருக்கிறார்கள் என்பது கடவுளுக்குத்தான் வெளிச்சம். பலரை பிராண வாயுதான் கட்டிக் காக்கிறது. சாகிற உரிமை அவர்களுக்கில்லை. அந்த உரிமையைக் கொடுக்கும்படி கோரிக்கை வைத்துக் கொண்டிருக் கிறார்கள்.

நான் புரிந்து கொண்டவரையில் இந்த நூற்றாண்டின் இறுதியில் உலகத்தில் வளர்ந்த நாடுகள் பலவற்றில் மனிதனுக்கு சாகிற உரிமை அரசியல் சட்ட உரிமையாகிவிடும். காரணம் ஒரு மனிதனின் விருப்பத்திற்கு எதிராக ஒரு மனிதனை வைத்துக் கொண்டிருக்கிற உரிமை மருத்துவர்களுக்குக் கிடையாது.

ஒரு மனிதனின் வயதைக் கூட்டுவதன் மூலமாக அவனிடமுள்ள மரண பயத்தைப் போக்கி விடமுடியாது. ஒரு மனிதனை ஆரோக்யமாக வைத்திருப்பதன் மூலம் அவனது வாழ்க்கையை மகிழ்ச்சியுள்ளதாக ஆக்கிவிட முடியும். ஆனால் பயமில்லாமல் செய்யாது. பயமற்ற தன்மை ஒரே ஒரு சந்தர்ப்பத்தில்தான் வரும். அதாவது, ஒருவர்தனக்குள்ளிருக்கும் ஒன்று எப்போதும் இறக்காது என்பதை அவர் தன் உள்ளிருந்து புரிந்து கொள்ளும்போதுதான். இந்தப் புரிதல் மிகவும் அவசியம்.

இறவாத் தன்மையை உணருவதுதான் தியானம் அதாவது எனக்குள் இருப்பது இறக்காது. அதனால்தான் உங்கள் உடலுக்கு மருத்துவ சிகிச்சை அளித்து அதன் மூலமாக, அது வாழ்கிற வரையில் சந்தோஷமாக வாழும். அதேசமயம் உங்களுக்குள்ளிருப்பதை அறிந்து, மரணம் உங்கள் வாசலில் வந்து நின்றால் கூட நீங்கள் பயப்படப் போவதில்லை. அந்த உள்புரிதல்தான் பயமற்ற தன்மை.

தியானம் என்பது உள்ளிருந்து, தியானம் என்பது வெளியே இருந்து. பிறகு நீங்கள் மருத்துவ விஞ்ஞானத்தை, ஒரு முழுமையான விஞ்ஞானமாக ஆக்கலாம்.

என்னைப் பொருத்தவரையில், தியானமும், மருந்தும் ஒரே விஞ்ஞானத்தின் இருமுனைகள். அவற்றை இணைக்கும் தொடர்புதான் காணவில்லை. இப்போது மெதுவாக, மெதுவாக அவை ஒன்றுக்கொன்று நெருங்கி வருகிறது. இன்றைக்கு, அமெரிக்காவில் பல பெரிய மருத்துவமனைகளில், ஒரு வசியக்காரர், hyphotist அவசியமாகி விட்டார். ஆனால் வசியம் என்பது தியானமல்ல. ஆனாலும், இது நல்ல துவக்கம். மனிதனின் உணர்வுகளுக்கு ஏதாவது செய்தாக வேண்டு மென்கிற புரிதல் இருப்பதையே இது காட்டுகிறது. அதாவது, உடலுக்கு மட்டும் சிகிச்சை அளித்தல் போதாது என்பதை!

நான் நினைக்கிறேன், இன்று ஒரு வசியக்காரர் மருத்துவமனைக்குள் நுழைந்தால் நாளை ஒரு கோயிலே நுழையும். சற்றுத் தாமதமாக வரும். எப்போதாவது வரும். ஆனால் அதற்கு நேரமாகும். பிறகு வசியக் காரருக்குப் பின், ஒவ்வொரு மருத்துவமனையிலும் ஒரு யோகா தியான இலாக்கா இருக்கும். அது நடக்க வேண்டும். பிறகு நம்மால் மனிதனுக்கு முழுமையாக சிகிச்சை அளிக்க முடியும். உடலை மருத்துவர்கள் கவனித்துக் கொள்வார்கள். மனதை, மனோதத்துவ நிபுணர்கள் பார்த்துக் கொள்வார்கள். ஆன்மாவை, யோகாவும், தியானமும் பார்த்துக் கொள்ளும். மனிதனை முழுமையாக மருத்துவமனைகள் ஏற்றுக் கொள்கிற நாளில், மொத்தமாக, பிறகு அவனுக்கு அப்படியே சிகிச்சை அளித்தால், அதுதான் மனித இனத்திற்கு மகிழ்ச்சியான நாள். அந்தக் கோணத்தில் யோசியுங்கள் என்று உங்களைக் கேட்கிறேன். அதன் மூலமாக அந்த நாள் விரைவில் வரட்டும்.

அன்பாகவும், அமைதியாகவும் என் பேச்சைக் கேட்டதற்கு நான் நன்றி பாராட்டுகிறேன். இறுதியாக உங்களுக்குள்ளிருக்கும் கடவுளை வணங்குகிறேன். என் வணக்கத்தை ஏற்றுக் கொள்ளுங்கள்.

ஓஷோ

அத்தியாயம் - 1
ஆரோக்கியத்தின் அர்த்தம்

? சமீபத்தில் நீங்கள் 'மனித இனம் வளர்கிறது; ஆனால் வாழ்வதில்லை' என்றீர்கள். தயவு செய்து எங்களுக்கு வாழும் கலையை விளக்குங்கள். அதன் மூலமாக மரணம் எங்களுக்குக் கொண்டாட்டமாக இருக்கட்டும்.

வாழ்க்கையில் சாதிப்பதற்காகப் பிறந்தவன் மனிதன். ஆனால் எல்லாமே அவன் கையில்தான் இருக்கிறது. அவன் அதைத் தவற விடலாம். அவன் தொடர்ந்து சுவாசிக்கலாம். சாப்பிட்டுக் கொண்டே யிருக்கலாம். அவனுக்கு வயதாகலாம். அவன் கல்லறைக்குப் போகலாம். ஆனால், அதுவல்ல வாழ்க்கை. தொட்டிலிருந்து கல்லறை வரை நடக்கிற படிப்படியான மரணம் இது. எழுபது வருட படிப்படியான மரணம் இது. உன்னைச் சுற்றி இருக்கிற பல லட்சக்கணக்கான மக்கள் இப்படித்தான் படிப்படியாக சாகிறார்கள். மெதுவான மரணம். அதனால் நீயும் அதையே செய்ய முயல்கிறாய். தன்னைச் சுற்றி இருப்பவர்களைப் பார்த்துத்தான் குழந்தைகள் கற்றுக் கொள்கின்றன. நம்மைச் சுற்றி இறந்தவர்கள்தான் இருக்கிறார்கள். அதனால் முதலில் வாழ்க்கை என்று நான் எதைச் சொல்கிறேன் என்பதை நீ புரிந்து கொள்ள வேண்டும். அது சாதாரணமாக வயதாகிக் கொண்டிருப்பதல்ல. அது மேலே வளர வேண்டும். இவை இரண்டும் இரு வேறு விஷயங்கள். வயதாவது மிருகங்களுக்குக் கூட சாத்தியம்தான். மேலே வளருவது என்பது மனிதனுக்கு மட்டுமே உள்ள சிறப்புரிமை. ஒரு சிலருக்குத்தான் அந்த உரிமை.

வளருவது என்பது ஒவ்வொரு தருணமும் வாழ்க்கையில் லட்சியம் குறித்து ஆழமாக முன்னேற வேண்டும். அதாவது மரணத்தை விட்டுத் தள்ளிப் போவது - மரணத்தை நோக்கிப் போவதல்ல. வாழ்க்கையை நோக்கி ஆழமாகப் போகும்போது, உனக்குள்ளிருக்கும் இறவாத்

தன்மையை நீ புரிந்து கொள்வாய். நீ மரணத்தை விட்டு விலகிப் போகிறாய். அப்போது மரணம் என்பது உடை மாற்றுவது, வீடு மாறுவது, ஒரு வடிவ மாற்றம். எதற்கும் மரணமில்லை; எதுவும் சாகாது என்று உணருகிற தருணம் வரும். மரணம்தான் மிகப் பெரிய மாயை.

இப்படி வளர்வதற்கு ஒரு மரத்தைக் கவனி. மரம் வளரும்போது அதன் வேர்கள் பூமிக்குள் ஆழமாக ஊடுருவுகின்றன. அங்கே ஒரு சமநிலை ஏற்படுகிறது. மரம் மேலே வளரும்போது அதன் வேர்கள் இன்னும் ஆழமாக பூமிக்குள் போய்க் கொண்டிருக்கும். சின்ன வேர்களை வைத்துக் கொண்டு ஒரு மரம் நூற்று ஐம்பது அடி வளர முடியாது. சின்ன வேர்கள் மரங்களைத் தாங்காது. வாழ்க்கையில் வளருவது என்பது உனக்குள்ளே நீ வளருவது. அங்கேதான் உன் வேர்கள் இருக்கின்றன.

எனக்கு வாழ்க்கையில் முதல் லட்சியம் தியானம்தான். மற்ற எல்லாமே இரண்டாம்பட்சம்தான். அதற்குக் குழந்தைப் பருவம்தான் சரியான சமயம். உங்களுக்கு வயதானால் நீங்கள் மரணத்தை நெருங்குகிறீர்கள். அப்போது தியானத்திற்குப் போவது மேலும் மேலும் கடினமாகும். தியானம் என்றால் இறவாத் தன்மைக்கு, சாசுவதத்திற்கு, கடவுள் தன்மைக்குப் போகிறீர்கள். இதற்குத் தகுதியான நபர் குழந்தைதான். காரணம் அதற்கு எந்த அறிவு, மத, படிப்பு போன்ற பலவித குப்பைச்சுமைகள் இல்லை. அது வெகுளி. ஆனால் துரதிருஷ்டவசமாக அந்த வெகுளித்தனத்தை அறியாமை என்று வசைபாடுகிறோம். அறியாமைக்கும், வெகுளித் தனத்திற்கும் ஒற்றுமை உண்டு. ஆனால் அவை இரண்டும் ஒன்றல்ல. வெகுளித்தனத்தைப் போலவே, அறியாமையும் தெரியாத நிலைதான். ஆனால் இரண்டுக்கும் நிறைய வேறுபாடு உண்டு. இதை முழு மனித இனமும் சரியாகக் கவனிக்கவில்லை. வெகுளித்தனம் அறிவானது அல்ல. அதே சமயம் அதற்கு அந்த ஆசையு மில்லை. அது திருப்தியாக முழு நிறைவாக இருக்கிறது.

வாழ்கிற கலையின் முதல் அம்சமே அறியாமைக்கும் வெகுளித் தனத்திற்கு எல்லை பிரிப்பதுதான். வெகுளித் தனத்தை ஆதரிக்க வேண்டும். பாதுகாக்க வேண்டும். காரணம் குழந்தை அதனுடன் ஒரு பெரிய பொக்கிஷத்தைக் கொண்டு வந்திருக்கிறது. கடும் முயற்சிக்குப் பிறகு ஞானிகள் இதைக் கண்டுபிடிக்கிறார்கள். தாங்கள் மறுபடியும் குழந்தையாகி விட்டதாக, மறுபிறப்பு எடுத்திருப்பதாக ஞானிகள் சொல்கிறார்கள்.

நீ வாழ்க்கையை இழந்துவிட்டதை புரிந்து கொண்டால், கொண்டுவர வேண்டிய முதல் லட்சியமே வெகுளித்தனத்தை மீண்டும் திரும்ப கொண்டு வருவதுதான். உன் அறிவை, புனித கருத்தை, மதத்தை,

பக்தியை, தத்துவத்தைத் தூக்கிப் போடு. மறுபிறப்பு எடு. வெகுளியாக மாறு. அது உன் கையில்தான் இருக்கிறது. உனக்குத் தெரிந்த எல்லா வற்றையும் - இரவல் வாங்கியதை, பாரம்பரியத்தை, சடங்குகளை, பெற்றோர், ஆசிரியர்கள், பல்கலைக்கழகங்கள் கொடுத்ததை எல்லாம் துடைத்துப் போட்டுச் சுத்தப்படுத்து. இதிலிருந்து வெளியே வா. மறுபடியும் எளிமையாகு. மறுபடியும் குழந்தையாகு. தியானத்தினால் மட்டுமே இந்த அற்புதம் நடக்கும்.

தியானம் என்பது ஒரு எளிமையான, வினோதமான அறுவை சிகிச்சை முறை. உன்னுடையது அல்லாதவற்றையெல்லாம் உன்னை விலக்கி வெட்டிப்போடும். எது உன்னுடைய ஆதாரமான இருப்பை மட்டும் காக்கும். மற்றவையெல்லாம் எரித்துப் போட்டு உன்னை நிர்வாணமாக தனிமையில் வெயிலில், காற்றில் நிறுத்தும். பூமியில் வந்திறங்கிய முதல் மனிதனைப் போல. எதுவும் தெரியாமல், புதிதாகக் கண்டுபிடிக்க வேண்டியவனைப்போல, தேடுதலை நோக்கிப் போகிறவனைப் போல, புனித யாத்திரை போகிறவனைப்போல உணர்வீர்கள்.

இரண்டாவது குறிக்கோள் புனிதயாத்திரை. வாழ்க்கை என்பது தேடல்; ஆசையல்ல. ஆனால் இந்த தேடல் என்பது இப்படியாக வேண்டும் அப்படியாக வேண்டும் என்பதல்ல. ஒரு நாட்டின் ஜனாதிபதியாக வேண்டும், பிரதமராக வேண்டுமென்பதல்ல. அது 'நான் யார்?' என்கிற தேடல். தான் யாரென்று தெரியாமலே, யாரைப்போலவோ ஆகவேண்டும் என்று விரும்புவது வினோதமானது. இந்தத் தருணத்தில் தாங்கள் யார் என்பதே அவர்களுக்குத் தெரியாது. அவர்களுடைய இருப்புடன் அவர்களுக்குத் தொடர்பே இல்லை. ஆனால் எதுவாகவோ ஆக வேண்டுமென்ற இலக்கு மட்டுமே இருக்கும். அப்படி ஆவது என்பது ஆன்மாவின் நோய். இருப்பதுதான் நீ. உன்னுடைய இருப்பை கண்டுபிடிப்பதுதான் வாழ்க்கையின் துவக்கம். பிறகு ஒவ்வொரு தருணமும் கண்டுபிடிப்புதான். ஒவ்வொரு தருணமும் ஒருபுதிய உற்சாகத்தைக் கொடுக்கும். ஒரு புதிய புதிர் தன் கதவுகளைத் திறக்கும். ஒரு புதிய காதல் உனக்குள் வளரத் துவங்கும். இதுவரையில் உணராத ஒரு புதிய பரிவு. அழகு, நல்லது குறித்த ஒரு வசியம் ஏற்படும்.

ஒரு சிறு புல் கூட உங்களுக்கு மிக முக்கியமாகப் படுகிற அளவிற்கு வசியப்படுவீர்கள். ஒரு பெரிய நட்சத்திரத்தைப்போல் இந்தச் சிறிய புல் கூட இருத்தலுக்கும் மிகவும் முக்கியமானது என்று வசியம் உங்களுக்குத் தெளிவுபடுத்தும். இந்தப் புல் இல்லையென்றால் இருத்தலில் ஏதோ குறைவாக இருப்பதாகத் தோன்றும். இந்தச் சிறு புல் தனித்தன்மை யானது. அதற்கு மாற்று கிடையாது. அதற்கென்று ஒரு தனித்தன்மை உண்டு.

இந்த வசியம் உங்களுக்கு புதிய நட்புகளை உருவாக்கித் தரும். மரங்கள், பறவைகள், மிருகங்கள், மலைகள், நதிகள், கடல், நடசத்திரங் களுடன் நட்பு ஏற்படும். இந்த அன்பு, நட்பு வளரும்போது அது செழுமையாக இருக்கும்.

நீங்கள் அதிகம் வசீகரிக்கப்படும்போது, வாழ்க்கை பெரிதாகும். அது இப்போது சின்ன குட்டையல்ல; அது ஒரு பெரிய கடல். அது நீங்கள், உங்கள் மனைவி, குழந்தைகள் என்று கட்டுப்படுத்திக்கொள்ளாது. கட்டுப்படவே செய்யாது. முழு இருத்தலே உங்கள் குடும்பமாகிவிடும். முழு இருத்தலே உங்கள் குடும்பமாகாதவரையில் உங்களுக்கு வாழ்க்கை என்றால் என்னவென்று தெரியாது. காரணம் எந்த மனிதனும் தீவல்ல. நாம் எல்லோருமே இணைக்கப்பட்டவர்கள். நாம் ஒரு பெரிய கண்டம். பல லட்சம் வழிகளில் இணைக்கப்பட்டிருக்கிறோம். இந்த முழுமைமீது நம் இதயம் முழுமையாகக் காதல் கொள்ளாவிட்டால், அதே அளவிற்கு நமது வாழ்க்கை சுருங்கும்.

தியானம் இந்த வசியத்தைக் கொடுக்கும். உலகமே நமது என்கிற மிகப்பெரிய உணர்வு ஏற்படும். இது நம் உலகம்; நட்சத்திரங்கள் நம்முடையவை. இங்கே நாம் அந்நியர்கள் அல்ல. இருத்தலோடு நாம் ஆழமாக பிணைந்திருக்கிறோம். நாம் அதன் பகுதி. நாம்தான் அதன் இதயம்.

இரண்டாவதாக, தியானம் உங்களுக்குள் ஒரு பெரிய மௌனத்தைக் கொண்டு வரும். காரணம் குப்பை நாளங்கள் போய்விட்டன. அறிவின் ஒரு பகுதியான சிந்தனைகளும் போய்விடும். ஓர் ஆழ்ந்த மௌனம். உங்களுக்கே வியப்பாக இருக்கும். மௌனம் என்கிற ஒரு இசை மட்டுமே இருக்கும். இந்த மௌனத்தை ஒரு வடிவமாகக் கொண்டு வருகிற முயற்சிதான் இந்த இசை.

புராதன கிழக்கிலிருந்த பல துறவிகள் சிறந்த கலை, இசை, கவிதை, ஓவியம், எழுத்து எல்லாமே தியானத்தின் மூலமாகப் பிறந்ததாகவே வலியுறுத்தினார்கள். புதின யாத்திரைக்குத் தயாராக இல்லாதவர்களுக் காக, தெரியாத விஷயத்தை தெரிந்த உலகத்திற்குக் கொண்டு வருகிற முயற்சிதான் இது. புனித யாத்திரை போகத் தயாராகாதவர்களுக்கு இது ஒரு பரிசு. அனேகமாக ஒரு பாடலோ, அல்லது சிலையோ அவரை அதன் மூலத்தைத் தேடிப் போக வைக்கலாம்.

அடுத்த முறை கௌதம புத்தர் அல்லது மகாவீரர் கோயிலுக்குப் போகும்போது மௌமாக அமர்ந்து அந்தச் சிலையைக் கவனியுங்கள். அதன் வடிவமைப்பு, அளவைப் பார்க்கும்போது நீங்கள் மௌனமாகி

விடுவீர்கள். அப்படி அமையப்பெற்றது. அது தியானத்தின் சிலை. அதற்கும் கௌதமபுத்தருக்கும், மகாவீரருக்கும் தொடர்பில்லை.

அந்தப் பரந்த சமுத்திர நிலையில் நமது உடல் ஒருவித தோற்ற நிலையில் இருக்கும். நீங்களே கவனீப்பீர்கள். ஆனால் எச்சரிக்கையாக மாட்டீர்கள். நீங்கள் கோபப்படும்போது கவனித்திருக்கிறீகளா? உடல் ஒரு தோற்றத்தில் இருக்கும். கோபத்தில் நீங்கள் உங்கள் கைகளை, முட்டிகளை விரித்துவைத்திருக்கமுடியாது. கோபத்தில் நீங்கள் புன்னகை புரிய முடியாது. உங்களால் முடியுமா? குறிப்பிட்ட சில உணர்ச்சிகளில் நமது உடல் ஒரு தோற்றத்தை எடுக்கும். சின்ன விஷயங்களுக்குக் கூட உள்ளே ஓர் ஆழமான தொடர்பு உண்டு.

பல நூற்றாண்டுகளாக, குறிப்பிட்ட ரகசிய விஞ்ஞானம் பயன்படுத்தப் படுகிறது. அதன் மூலமாக வரப்போகிற தலைமுறை முந்தைய தலைமுறையின் அனுபவத்தோடு தொடர்பு ஏற்படுத்திக் கொள்கிறது. படிப்பு, எழுத்து மூலமாக வருவதில்லை. ஆனால் உள்ளே ஆழமாகப் போகக்கூடிய ஒன்றிலிருந்து, மௌனத்தின் மூலமாக தியானத்தின் மூலமாக, அமைதியின் மூலமாக உள்ளே செல்கிறது. இந்த மௌனம் வளரும்போது, உன் நட்பு, அன்பு, வளர்கிறது. வாழ்க்கை தருணத்திற்குத் தருணம் நாட்டியமாடும்; உற்சாகப்படும்; கொண்டாடும்.

உலகம் முழுவதிலும், ஒவ்வொரு கலாசாரத்திலும், ஒவ்வொரு சமுகத்திலும், சில நாட்கள் பண்டிகைகளுக்கு ஏன் ஒதுக்கினார்கள் என்பதைப் பற்றி யோசித்திருக் கிறீர்களா? இந்தப் பண்டிகைகள்தான் உனக்குக் கொடுக்கப்படுகிற நஷ்ட ஈடு. சமூகம் உன் வாழ்க்கையின் எல்லாக் கொண்டாட்டங்களையும் பிடுங்கிக் கொண்டு விட்டது. அதற்கு ஈடாக எதையுமே கொடுக்கா விட்டால் உன் வாழ்க்கையே கலாசாரத்திற்கு ஆபத்தாக முடியும். ஒவ்வொரு கலாச்சாரமும் உனக்கு ஈடாக எதையாவது கொடுக்கா விட்டால் நீ எப்போதுமே ஒரு வித துன்பத்தில், சோகத்தில் இருப்பதாக உணர்வாய். ஆனால் இந்த ஈடுகள் எல்லாமே போலி யானவை. ஆனால் உன்னுடைய உள் உலகத்தில் தொடர்ந்து ஓர் ஒளி, பாடல், உற்சாகம் இருந்து கொண்டே இருக்கும்.

ஒன்றை நினைவில் வைத்துக் கொள்ளுங்கள். நீங்கள் ஒடுக்கப் பட்டிருக்கிறீர்கள். அதற்கு ஈடாக எதையாவது கொடுக்காவிட்டால் நீங்கள் கொதித்தெழுந்து ஓர் ஆபத்தான நிலையை உருவாக்கி விடுவீர்கள் என்று நினைக்கும்போதுதான் சமூகம் உங்களுக்கு அந்த ஈட்டைத் தருகிறது. ஒடுக்கத்திலிருந்து உங்களை வெளியேற்றிக் கொள்ள சமூகம் உங்களை அனுமதிக்கிறது. அதுவே உண்மையான கொண்டாட்டமல்ல.

அது உண்மையாக இருக்கவும் முடியாது. உண்மையான கொண்டாட்டம் உங்கள் வாழ்க்கையிலிருந்து, வாழ்க்கைக்குள் நடக்க வேண்டும்.

உண்மையான கொண்டாட்டங்கள் தேதியிட்டு நடக்க முடியாது. நவம்பர் மாதம் ஒண்ணாந் தேதி என்பதல்ல. இது வினோதமானது. வருடம் முழுவதும் நீங்கள் துன்பத்தில் இருப்பீர்கள். நவம்பர் ஒண்ணாந் தேதி மட்டும் நீங்கள் துன்பத்திலிருந்து விடுபட்டு, கூத்தாடுவீர்கள். ஒன்று அந்தத் துன்பம் போலியானதாக இருக்க வேண்டும்; அல்லது நவம்பர் ஒண்ணாந்தேதி போலியாக இருக்க வேண்டும். அந்த நவம்பர் ஒண்ணாந்தேதி போய்விட்டால், நீங்கள் மறுபடியும் உங்கள் இருட்டுப் பள்ளத்திற்குள் போய்விடுவீர்கள். எல்லோருக்கும் ஒரு துன்பம், ஒரு பதற்றம்.

வாழ்க்கை என்பது ஒரு தொடர் கொண்டாட்டமாக இருக்க வேண்டும். வருடம் முழுவதும் பண்டிகை ஒளி வீச வேண்டும். நீ வளர்ந்தால் மட்டுமே நீ மலர முடியும். சின்ன விஷயங்களைக் கூட கொண்டாட்டமாக மாற்ற முடியும். நீ செய்கிற ஒவ்வொன்றும் உன்னை வெளிப்படுத்துகிற மாதிரி இருக்க வேண்டும். அதில் உன்னுடைய கையெழுத்து இருக்க வெண்டும். பிறகு வாழ்க்கை முழுவதுமே கொண்டாட்டம்தான்.

உனக்கு உடல்நலக்குறைவு ஏற்பட்டு, நீ படுக்கையில் இருக்கிறாய். அந்த தருணத்தைக் கூட, படுக்கையில் கிடக்கிற அந்த நேரத்தைக்கூட அழகாக, உற்சாகமாக மாற்றிக்கொள்வாய். ஓய்வாக, பொழுது போக்கும் ஒரு தருணமாக, தியான நேரமாக, இசை, அல்லது கவிதை கேட்கிற நேரமாக மாற்றிக் கொள்ள முடியும். நீ நோயிலிருப்பதற்காகத் துக்கப்பட வேண்டியதில்லை. எல்லோரும் அலுவலகத்தில் இருக்கிறார்கள். நீ மட்டும் உன் படுக்கையில் ஒரு ராஜாவைப்போல பொழுது போக்குகிறாய். யாரோ உனக்காகத் தேநீர் தயார் செய்கிறார்கள். வாழ்க்கை உண்மையான அர்த்தங்களை உனக்காகப் பாடிக்கொண்டிருக்கும். ஒரு நண்பர் உன்னிடம் வந்து உனக்காகப் புல்லாங்குழல் வாசிக்க ஒப்புக் கொண்டிருப்பார். மருந்தை விட இவையெல்லாம்தான் முக்கியமானவை. உனக்கு உடல்நலக்குறைவு ஏற்பட்டால் மருத்துவரைக் கூப்பிடு. அதை விட முக்கியம், உன்னை நேசிப்பவர்களைக் கூப்பிடு. நேசத்தைவிடமிகச் சிறந்த மருந்து கிடையாது. அழகை, இசையை, கவிதையை உருவாக்கு பவர்களைக் கூப்பிடு. கொண்டாட்ட எண்ணத்தை விட சிறந்த மருந்து எதுவுமேயில்லை.

மிகக்குறைந்த சிகிச்சைதான் மருந்து. ஆனால் நாம் இதையெல்லாம் மறந்துவிட்டு, மருந்துகளை நம்பி சிடுசிடுவென்று சோகத்தோடு

இருக்கிறோம். அலுவலகத்தில் நடக்கிற மிகப்பெரிய சந்தோஷத்தை இழந்துவிட்டதாக உணர்கிறோம். அலுவலகத்தில் நாம் படுதுன்பத்தில் இருந்தோம். ஒரு நாள் ஓய்வு. பிறகு அதே துன்பத்தைப் பிடித்துக் கொள்கிறோம். அதை விட மறுக்கிறோம்.

எல்லாவற்றையும் ஆக்கபூர்வமாக ஆக்குங்கள். மோசமானவற்றைக் கூட சிறந்ததாக மாற்றிக்கொள். அதைத்தான் ஒரு கலை என்கிறேன். ஒரு மனிதன் முழு வாழ்க்கையை வாழ்ந்து ஒவ்வொரு தருணத்தையும், ஒவ்வொரு படியையும் அழகாக, அன்பாக, மகிழ்ச்சியாக மாற்றிக் கொண்டால் மரணம் கூட அவன் வாழ்க்கைப் பயணத்தில் அவன் அடைகிற உச்சகட்ட நிறைவாக அமையும்.

அந்தக் கடைசி வேலை-எல்லோருக்கும், ஒவ்வொரு நாளும் நடக்கிறமாதிரி மரணம் அருவருப்பாக இருக்காது. மரணம் என்பது அருவருப்பு என்றால், உன் முழு வாழ்க்கையுமே வீண்தான்.

மரணம் என்பது ஒரு மகிழ்ச்சியான ஏற்றுக்கொள்ளுதலாக இருக்க வேண்டும். தெரியாத இடத்திற்கு ஒரு மகிழ்ச்சியான நுழைவாக, நண்பர்களிடமிருந்தும், பழைய உலகத்திலிருந்தும் ஒரு மகிழ்ச்சியான பிரிவு. அதில் எந்த சோகமும் இருக்கக் கூடாது.

தியானத்திலிருந்து துவங்கு. மௌனம், அமைதி, பேரின்பம், வசியம் எல்லாமே உனக்குள் எல்லாமே வளரத்துவங்கும். பிறகு தியானத்தி லிருந்து கிடைக்கிற எல்லாவற்றையும் வாழ்க்கைக்குக் கொண்டு வா. அதைப் பகிர்ந்து கொள். பகிர்கிற எல்லாமே வளரத் துவங்கும். மரணத்தை எட்டிப் பார்க்கிற தருணத்தில் மரணம் என்பதே இல்லை என்பது உனக்கு தெரிய வரும். எல்லோரிடமிருந்து விடை பெறலாம். அப்போது கண்ணீரோ, சோகமோ இருக்காது. அது ஆனந்தக் கண்ணீராக; இருக்கலாம். சோகம் இருக்காது.

? மருந்திற்கும் தியானத்திற்கும் என்ன தொடர்பு?

'தியானம்' 'மருந்து' என்கிற இரண்டு வார்த்தைகளுக்கு ஒரே வேர்தான். மருந்து என்பது உடல் ரீதியாகக் குணப்படுத்துவது. தியானம் என்பது ஆன்மீக ரீதியாக முழுமையாகக் குணப்படுத்துவது. இரண்டுக் குமே குணமாக்கும் தன்மைகள் உண்டு.

இன்னொரு விஷயத்தையும் நினைவில் கொள்ள வேண்டும். 'குணப்படுவது' 'முழுமை' இரண்டு வார்த்தைகளுமே ஒரு வேரிலிருந்து

தான் வருகின்றன. குணப்படுத்துவது என்பது முழுமையானது. அதில் எதுவுமே விடுபடுவதில்லை. இன்னொரு வார்த்தை - அதாவது புனிதம் அதற்கும் அதே வேர்தான். குணப்படுத்துவது, முழுமை, புனிதம் எல்லாமே ஒரே வேரிலிருந்துதான் வருகின்றன.

தியானம் குணப்படுத்துகிறது; உன்னை முழுமையாக்குகிறது. அப்படி முழுமையானால் அதுதான் புனிதம்.

புனிதன் என்றால் ஏதோ மதத்தைச் சேர்ந்ததாக இருக்க வேண்டுமென்று அர்த்தமில்லை. ஒரு தேவாலயத்தைச் சேர்ந்தவனாக இருக்க வேண்டிய அவசியமில்லை. அதற்குப் பொருள் உனக்குள்ளே நீ மொத்தமாக, மூழுமையாக, எதையும் இழக்காமல் நிறைவாக இருக்கிறாய் என்பதுதான்.

மதம் என்பது உள் நோக்கிய பயணம். தியானம் அதற்கான வழி. தியானம் என்ன செய்கிறதென்றால், எவ்வளவு ஆழமாக முடியுமோ அந்த அளவிற்கு உன் உள் உணர்வுக்குள் உன்னை அழைத்துச் செல்கிறது. உன் சொந்த உடல் கூட ஏதோ வெளியில் இருப்பதைப் போல ஆகிறது. உன் இருப்பின் மையத்திலிருக்கும் இதயம் கூட வெளியே இருக்கிறது. உன் உடல், இதயம், மனம் மூன்றும் வெளியே இருப்பதாகப் பார்த்தால், உன் இருப்பின் மையத்திற்கு வந்துவிட்டதாக பொருள்.

மையத்திற்கு வருவது என்பது ஒரு உன்னேயே மாற்றுகிற ஒரு வெடிச் சிதறல். மறுபடியும் பழைய மாதிரி ஆகமுடியாது. காரணம் உடல் என்பது வெறும் வெளி கூடு என்பது உங்களுக்குத் தெரியும். மனம் சற்று உள்ளே. ஆனால் உள் உச்சத்தில் இல்லை. இதயம் இன்னும் சற்று உள்ளே. ஆனாலும் உள் மையத்திலில்லை. நீ அதிலிருந்து அடையாளம் காணப்படாமல் இருக்கிறாய்.

முதல் முறையாக நீ உருப்பெற்ற உணர்வு ஏற்படுகிறது. அந்தப் - பழைய, சிதறிய நபராக இல்லை. முதல் முறையாக ஒரு பிரம்மாண்ட சக்தி வந்துவிட்ட உணர்வு. இதுவரையில் நீ உணராத விரையமாகாத ஒரு சக்தி. உடலுக்கு, மனதிற்கு, இதயத்திற்குத்தான் மரணம்; உனக்கில்லை என்கிற உணர்வு வருகிறது.

நீ முடிவற்றவன். நீ எப்போதுமே இங்கிருக்கிறாய். எப்போதும் இங்குதான் இருப்பாய். வெவ்வேறு வடிவத்தில் இருந்து இறுதியாக வடிவமில்லாமல் இருப்பாய். ஆனால் உன்னை அழிக்கவே முடியாது. அழிக்கமுடியாதவன் நீ. இது எல்லா பயத்தையும் உன்னிலிருந்து எடுக்கிறது. பயம் மறையும் போது விடுதலை தோன்றும். அந்த பயம்

மறைகிற போதுதான் அன்பு தோன்றும். இப்போது நீ பகிர்ந்து கொடுக்கலாம். நீ வேண்டுமென்கிற அளவுக்குக் கொடுக்க முடியும். காரணம் இப்போது நீ வற்றாத ஜீவ நதியாகி விட்டாய்.

தியானம் உன்னை முழுமையாக்குகிறது. உன்னைப் புனிதமாக்கு கிறது. பசி, தாகம், தேடல், இருட்டில் தத்தளிப்பவர்களுக்கு நீங்கள் குறையாத ஊற்றாக இருக்கிறீர்கள். நீங்களே ஒளியாகிறீர்கள். உங்கள் இருப்பின் எஜமானனாக ஆவதற்கான வழிதான் தியானம். கடவுள் தேவையில்லை. வினா-விடை தேவையில்லை. எந்தப் புனித நூலும் தேவையில்லை. இதற்காக யாரும் கிறித்துவனாகவோ, யூதனாகவோ, இந்துவாகவோ ஆக வேண்டியதில்லை. அதெல்லாம் வெறும் முட்டாள் தனம். உனக்குத் தேவையெல்லாம் உன் மையத்தைக் கண்டுபிடிக்க வேண்டியதுதான். அதைக் கண்டு பிடிக்க சிறந்த வழி தியானம்தான்.

அது உன்னை முழுமைப்படுத்தும், ஆரோக்யமான ஆன்மிகம், நீ பெரும் பணக்காரனாகி, உலகத்தின் ஆன்மிக வறுமையையெல்லாம் ஒழிப்பாய். அதுதான் உண்மையான வறுமை.

உடலின் வறுமை என்பது உணவு, உடை, இருப்பிடம். இதைப் போக்க விஞ்ஞானமும் தொழில்நுட்பமும் போதும். ஆனால் விஞ்ஞான மும், தொழில்நுட்பமும் உனக்குப் பேரின்பத்தைக் கொடுக்கவே முடியாது. அது அவர்கள் எல்லைக்கப்பாற்பட்டது. உலகம் உனக்கு தரக்கூடிய எல்லாமே உன்னிடம் இருக்கும். ஆனால் அமைதி, தெளிவு, மௌனம், பரவசம் இல்லையென்றால் நீ ஏழைதான்.

உண்மையில், முன்பு எப்போதுமில்லாத வறுமையை உணர்வீர்கள். காரணம் அங்கே ஒரு முரண்பாடு இருக்கிறது. நீங்கள் தங்க மாளிகையில் இருக்கீறீர்கள். ஆனால் நீங்கள் ஒரு பிச்சைக்காரர் என்பது உங்களுக்குத் தெரியும். தங்கமாளிகையே ஒரு முரண்பாடாக தெரியும். உள்ளே எதுவுமில்லை என்பதைக் காண்பீர்கள். நீங்கள் வெறும் வெறுமை.

அதனால்தான் மனித இனம் அதிக புத்திசாலியாகும்போது, அதிக முதிர்ச்சி வரும்போது பல பேர் அர்த்தமற்றதாக உணருகிறார்கள். அதிக அதிகமான மக்கள் 'வாழ்க்கை என்பது ஒரு விபத்து; வாழ்வதே வீண்' என்று நினைக்கிறார்கள்.

மேற்கே மனோதத்துவத்தின் சமீபத்திய வளர்ச்சி ஒன்றை உணர்த்து கிறது. தற்கொலைதான் ஒரே தீர்வு என்கிறது. உன் உள் உலகம் தெரியாமல், வெளி உலகத்தில் எனக்கு எல்லாமே கிடைக்கும்போது தற்கொலைதான் தீர்வு என்றுதான் தோன்றும்.

தியானம் உன்னை உள்ளே பணக்காரனாக்குகிறது. பிறகு தற்கொலை என்கிற கேள்வியேயில்லை. நீ உன்னை அழிக்க நினைத்தாலும் முடியாது. வழியே இல்லை. நீ அழிக்கமுடியாதவனாகிறாய். இறவாத் தன்மைதான் பெரிய விடுதலை என்று தெரிகிறது. மரணத்திலிருந்து, நோயிலிருந்து, வயோதிகத்திலிருந்து விடுதலை. அவையெல்லாமே வந்து போகும். ஆனால் நீங்கள் தொடப்படாமல், காயம்படாமல் இருக்கிறீர்கள். உன் உள் ஆரோக்யம் நோய்க்கு அப்பாற்பட்டது.

அது அங்கே இருக்கிறது. கண்டுபிடிக்க வேண்டியதுதான்.

மருத்துவ விஞ்ஞானம், உடலியல், மனோதத்துவம் எல்லாமே முதிர்ச்சியடையாதவை. காரணம் அவை மனித இனத்தின் மீது மேலெழுந்தவாரியாகவே வேலை செய்கின்றன. மனிதனின் மையத் திற்கு அவை வழி தேடுவதில்லை. அவை, மனதைத் தாண்டி ஓர் உள்ளுணர்வு மையம் இருப்பதாக ஏற்றுக் கொள்வதில்லை. மரணத்தைத் தாண்டிய ஓர் உள்ளுணர்வு. இத் துறைகளைச் சேர்ந்தவர்கள் அதை மூடி விட்டார்கள். உள்ளுணர்வு மையத்தை முழு பெரும் முயற்சிகள் எடுத்து கண்டுபிடித்ததை இவர்கள் ஏற்றுக் கொள்வதில்லை.

உடலியல் அல்லது மருத்து நிபுணர்கள் பல நேரங்களில் கண்டு பிடிக்கும் நோய் தவறாகப் போவதற்குக் காரணம் அவர்களுடைய பார்வை முழுமையானதாக இல்லை. அவர்கள் மனிதனை ஒரு பொருளாகவே புரிந்திருக்கிறார்கள். மனதை அந்தப் பொருளிலிருந்து வரும் உபரியாகவே பார்க்கிறார்கள். ஒரு நிழல் வடிவம் - அதற்கு மேலில்லை அவர்களுக்கு. முடிவில்லாதது எதுவுமில்லை. அழியாதது என்று எதுவுமேயில்லை. அவர்கள் மனித ஜீவன்கள் குறித்து ஒரு வடிவம் அமைத்திருக்கிறார்கள். அதன் மூலமாக புத்திசாலிகளிடம் ஓர் அவநம்பிக்கையை ஏற்படுத்தியிருக்கிறார்கள். இந்த முழுமையான நிராகரிப்பு காரணமாக அவர்களிடம் விஞ்ஞான அணுகுமுறையில்லை. ஒரு மத வெறியர் அல்லது அரசியல்வாதியின் மூட நம்பிக்கையைப் போலத்தான் இதுவும்.

மனித இனத்தின் உள்ளுணர்வை ஆராய்ந்து, அதன் உள்வானத்தைப் பார்த்து, 'அது உண்மையில்லை, அது வெறும் கனவு, வெறும் நிழல்தான்' என்று நிரூபிக்கிற வரையில் அதை நிராகரிக்கும் உரிமை விஞ்ஞானத் திற்கு இல்லை.

அவர்கள் ஆராயவில்லை. அவர்களாக அப்படி நினைத்துக் கொண்டார்கள். அது வெறும் பொருள் என்கிற எண்ணம். விஞ்ஞான உலகத்தின் மூடநம்பிக்கை, கடவுளைப்போல சொர்க்கம் நரகம் என்பதெல்லாம் மத உலகத்தின் மூடநம்பிக்கைகள்.

விஞ்ஞானமே தூய்மையான விஞ்ஞானமல்ல; அது இருக்கவும் முடியாது. காரணம் விஞ்ஞானி இன்னும் வெகுளியாகவில்லை. தவறான எண்ணங்களிலிருந்து விடுபடவில்லை. தன்னையும் தன் மனநிலையையும் மீறி அவர்கள் உண்மையைத் தேடிப் போகத் தயாராக இல்லை.

? மேற்கத்திய மருத்துவம் மனிதனை ஒரு முழு உயிர்ப் பொருளாக எடுத்துக் கொள்ள வேண்டும்; நோய் தாக்கிய பகுதியில் மட்டும் மனிதனுக்கு சிகிச்சை தேவைப்படவில்லை என்று பேசினீர்கள். இதைப் பற்றி மேலும் சொல்லமுடியுமா?

உதாரணமாக, உங்களுக்குத் தலைவலி. உடனே ஓர் 'ஆஸ்ப்ரோ' தலைவலி மாத்திரை கொடுப்பார்கள். அந்த மாத்திரை உங்களுக்கு நிவாரணமல்ல. வலி என்கிற உணர்வு உனக்கு இல்லாமல் செய்கிறது அவ்வளவுதான். அந்த மாத்திரை உன் தலைவலியை அழிக்காது. அந்த வலியைப் பற்றி உனக்குத் தெரியாமல் செய்கிறது. அது உன்னைக் குழப்புகிறது. தலைவலி அங்கேயே இருக்கிறது. ஆனால் அதை உணர்வதில்லை. ஒரு மாதிரியான மறதியை ஏற்படுத்துகிறது.

ஆனால் முதலில் தலைவலி ஏன் அங்கே இருக்கிறது? சாதாரண மருந்து அதைப் பற்றிக் கவலைப்படுவதில்லை. நீ ஒரு மருத்துவரிடம் போனால் முதலில் ஏன் தலைவலி இருக்கிறது என்பதைப் பற்றி அவர் கவலைப்படமாட்டார். உனக்குத் தலைவலி இருக்கிறது. பிரச்னை அவருக்கு மிகவும் சாதாரணமானது. 'அறிகுறி இருக்கிறது. மருந்தை, ஏதோ ஒரு மருந்தை, அல்லது ரசாயனத்தை எடுத்துக் கொள்ளுங்கள். அந்த அறிகுறி மறைந்துவிடும். தலைவலி மறைந்துவிடும் ஆனால் மறுநாள் வயிறு கெட்டுப்போகும். இன்னொரு அறிகுறி வந்துவிட்டது.

மனிதன் ஒன்றுதான். மனிதன் முழுமையானவன். உறுப்புகளின் தொகுதி. நீங்கள் பிரச்னையை ஒரு மூலையில் தள்ளலாம். அது இன்னொரு மூலையில் கிளம்பும். இன்னொரு மூலைக்குப் போக நேரமாகும்; அவ்வளவுதான். அந்தப் பகுதிக்குப் பயணமாகிற நேரம். ஆனால் அது வந்தே தீரும். பிறகு அந்த இடத்திலிருந்து இன்னொரு இடத்திற்குத் தள்ளப்படும். மனிதனுக்குப் பல பகுதிகள் இருக்கின்றன. ஒரு மூலையிலிருந்து இன்னொரு மூலைக்கு தள்ளிக்கொண்டே போகும்.

இதனால் ஆரோக்யமாவதற்குப் பதிலாக நீ மேலும் மேலும் நோய்வாய்ப்படுவாய். மேலும் பல சமயங்களில் சின்ன வியாதி பெரிய

வியாதியாக மாறும். உதாரணமாக, தலைவலியை அனுமதிக்கா விட்டால், வயிற்று வலியை அனுமதிக்கா விட்டால், முதுகு வலியை அனுமதிக்கா விட்டால், எந்த வலியையும் அனுமதிக்கா விட்டால் வலி வருகிறது. நீங்கள் எதையோ எடுத்துக் கொள்கிறீர்கள். அதை நிறுத்து கிறீர்கள். பல ஆண்டுகளுக்கு இதே முறையில் அதை அடக்குகிறீர்கள். இது அடக்குமுறை. பிறகு எல்லா நோய்களும் ஒன்றாக சேருகின்றன. ஒரு திட்டமிட்ட முறையில் தன்னை நிலைநாட்டிக் கொள்கிறது. அது புற்றுநோயாக மாறலாம். ஒன்றாக சேர்ந்தவையெல்லாம் தன்னை நிலைநாட்டிக்கொண்டு பெரிதாக வெடிக்கலாம்.

ஏன் இன்னும் நம்மால் புற்றுநோய்க்கு மருந்து கண்டுபிடிக்க முடியவில்லை? புற்றுநோய் என்பது மனிதனின் அடக்கப்பட்ட நோய்களின் வெளிப்பாடாக இருக்கலாம். ஒரு தனியான நோயை எப்படி அடக்குவது என்பது இப்போது நமக்குத் தெரியும். இப்போது அது தனி நோயல்ல. இப்போது ஒட்டுமொத்தத் தாக்குதல். எல்லா நோய்களும் ஒன்று சேர்ந்துவிட்டன. கைகோத்துக்கொண்டன. ஒரு ராணுவத்தையே உருவாக்கிவிட்டன. இப்போது படை உன்னைத் தாக்குகிறது. அதனால் தான் மருந்துகள் தோல்வி அடைகின்றன. இப்போது அதற்கான மருந்தைக் கண்டுபிடிக்கிற சாத்தியக் கூறுகள் குறைவு.

புற்று நோய் ஒரு புதிய நோய். இது கற்கால சமூகத்தில் இல்லை. ஏன்? கற்கால சமூகத்தில் ஏன் இல்லை என்று ஏன் கேட்க வேண்டும்? காரணம், கற்கால மனிதன் எதையும் அடக்குவதில்லை. அதற்கு அவசியமில்லை. அது உன்னுடைய அமைப்பிலேயே இருக்கிற புரட்சியாளன். நீ அடக்காவிட்டால், புரட்சியாளன் தோன்றப்போவதில்லை. சின்ன விஷயங்கள் வரும், போகும்.

மத ரீதியான பழக்கத்தில் அறிகுறிகளைப் பார்க்க மாட்டார்கள். எங்கிருந்து வருகிறது என்றுதான் பார்ப்பார்கள். அதைத்தான் நான் 'புத்தரின் மனோதத்துவம்' என்கிறேன். உனக்குத் தலைவலி இருந்தால் அது உடல்நலக்குறைவல்ல. அது உன் நோயல்ல. உண்மையில், அடிப்படையில் ஏதோ கோளாறு இருக்கிறது என்பதைக்காட்டுகிற அறிகுறி. அடிப்படைக்குச் செல்லுங்கள். அங்கே என்ன தவறு என்று கண்டுபிடியுங்கள்.

தலை உங்களுக்கு ஓர் எச்சரிக்கையைக் கொடுக்கிறது. ஓர் ஆபத்து எச்சரிக்கை. ஒரு சங்கொலி. 'உடலைக் கவனி. ஏதோ ஒரு தவறு நடக்கிறது' என்கிறது. சரியாக இல்லாத ஏதோ ஒன்றை நீங்கள் செய்கிறீர்கள். அது உங்கள் உடலின் ஒருங்கிசைவை அழிக்கப்போகிறது.

இனிமேல் அதை செய்யாதே. இல்லையென்றால் உன் தலைவலி உன்னை நினைவுப் படுத்திக் கொண்டேயிருக்கும்.

தலைவலி என்பது நோயல்ல. தலைவலி உங்கள் எதிரியுமல்ல. அது உங்கள் நண்பன். அது உங்கள் சேவையில் இருக்கிறது. உங்கள் இருப்புக்கு அது மிகவும் அவசியம். ஏதாவது தவறு நடந்தால் அது உங்களை எச்சரித்துக்கொண்டே இருக்க வேண்டும். அந்தத் தவறைத் திருத்திக்கொள்வதற்குப் பதிலாக நீங்கள் ஒரு தலைவலி மாத்திரையைப் போட்டு அந்த எச்சரிக்கை மணியை அணைத்துவிடுகிறீர்கள். இது அபத்தம். இதுதான் மருந்தில் நடக்கிறது. இதுதான் மருத்துவ சிகிச்சையில் நடக்கிறது. அறிகுறிக்கான சிகிச்சை.

இதனால்தான் அவசியமானது தவறிப்போகிறது. அவசியம் என்பது ஆதாரத்தைத் தேடிப்போவதுதான். அடுத்த முறை உங்களுக்குத் தலைவலி வரும்போது ஒரு சிறிய அளவில் ஒரு பரிசோதனைக்காக தியானம் முறையைப் பயன்படுத்திப் பாருங்கள். பிறகு பெரிய நோயை அறிய பெரிய அறிகுறிக்குப் போகலாம்.

உங்களுக்குத் தலைவலி வரும்போது இந்தச் சின்னப் பரிசோதனையை முயலுங்கள். மௌனமாக இருந்து கவனியுங்கள். அதை கவனிப்பது என்பது உங்கள் எதிரியைப் பார்ப்பது போலல்ல. எதிரியைப் போல பார்த்தால் உங்களால் சரியாகக் கவனிக்க முடியாது. அதை நீங்கள் தவிர்ப்பீர்கள். தவிர்க்க முயலுவீர்கள். அதை உங்கள் நண்பனாகப் பாருங்கள். அது உங்கள் நண்பன். அது உங்களுக்குப் பணி செய்யவே இருக்கிறது. அது சொல்கிறது: ‘ஏதோ ஒரு தவறு; அதை கவனியுங்கள்.’ சற்று மௌனமாக இருந்து தலைவலியைக் கவனித்து அந்த வலியை நிறுத்த முயலாதீர்கள். அதை மறையச் செய்ய வேண்டும் என்கிற ஆசையில்லாமல், அதோடு முரண்படாமல், சண்டை போடாமல், பகைத்துக் கொள்ளாமல் கவனியுங்கள். அதை என்னவென்று பாருங்கள்.

கவனியுங்கள், அந்த தலைவலி உங்களுக்கு ஓர் உள்ளார்ந்த தகவலைத் தருகிறதா என்று பாருங்கள். அது சங்கேத செய்தி. அதை மௌனமாகக் கவனித்தால் வியந்துபோவீர்கள். மௌனமாக கவனித்தால் ஏதோ ஒன்று நடக்கும். முதலில், அதைக் கவனிக்கும்போது, அது தீவிரமாகும். நீங்கள் சற்றுக் குழம்பிப்போவீர்கள். ‘இப்படித் தீவிரமானால் அது எனக்கு எப்படி உதவப்போகிறது?’ என்று நினைப்பீர்கள். அது தீவிரமாகிறது. காரணம் அதை நீங்கள் தவிர்க்கிறீர்கள். அது இருக்கிறது. ஆனால் அதை நீங்கள் தவிர்க்கிறீர்கள். நீங்கள் இதை அடக்குகீறீர்கள். மாத்திரை யில்லாமே அடக்குகிறீர்கள். நீங்கள் அதைக் கவனிக்கும்போது அது மறைகிறது. தலைவலி அதன் இயற்கையான தீவிரத்தை அடைகிறது.

பிறகு அதை அடைக்கப்படாத காதுகளுடன் கேட்கிறீர்கள். உங்கள் காதுகளில் பஞ்சில்லை. அது படு தீவிரமாகும்.

முதல் விஷயம், அது தீவிரமாகும். அது தீவிரமானால், நீங்கள் அதை சரியாகக் கவனிக்கிறீர்கள் என்று பொருள். அது தீவிரமடையாமல் இருந்தால், இன்னும் சரியாகப் பார்க்கவில்லை. இன்னும் அதைத் தவிர்க்கிறீர்கள். அதைக் கவனியுங்கள். அது தீவிரமடையும். இதுதான் முதல் குறி, அதுதான் உள் பார்வை.

இரண்டாவதாக அது ஒரே குறியில் இருக்கும். அது மற்ற இடத்திற்குப் பரவாது. முதலில் 'என் தலை முழுவதும் வலிக்கிறது' என்று நினைத்தீர்கள்.இப்போது அது முழு தலையிலில்லை, அது ஒரு சின்ன இடத்தில்தான் என்பதை உணர்வீர்கள். இது கூட அதை நீங்கள் சரியாகக் கவனிக்கிறீர்கள் என்பதன் அடையாளம். அது பரவுகிறது என்கிற எண்ணமே ஒரு தந்திரம். அதைத் தவிர்க்க இது ஒரு வழி. அது ஓர் இடத்தில் இருந்தால் அது தீவிரமடையும். அதனால் முழு தலையும் வலிப்பதாக ஒரு மாயை ஏற்படுத்துகிறீர்கள். அது பரவினால் எங்குமே தீவிரமடையாது. இவையெல்லாம் நாம் தொடர்ந்து செய்யும் தந்திரங்கள்.

அதைப்பார், பிறகு அதன் இரண்டாவது படி அது அளவில் குறைந்து குறைந்து குறைந்து கொண்டே வரும். பிறகு அது ஓர் ஊசி முனையைப் போல ஆகிற தருணம் வரும். படு கூர்மை உடனடி கூர்மை. மிகுந்த வலியானது. தலையில் அப்படி ஒரு வலியை அனுபவித்திருக்கவே முடியாது. ஆனால் அது ஒரு சிறிய பகுதிக்கு உட்பட்டது. அதைப் பார்த்துக் கொண்டேயிருங்கள்.

பிறகு மூன்றாவது மிக முக்கியமானது ஏற்படுகிறது. அது தீவிரப்படும்போது அந்த முனையை நீங்கள் பார்க்கும்போது, நிலை நிறுத்தி கவனமாக அந்த முனையைப் பார்க்கும்போது பல சமயங்களில் அது காணாமல் போவதை நீங்கள் பார்ப்பீர்கள். உங்கள் பார்வை சரியாக இருந்தால் அது மறைவதை நீங்கள் பார்ப்பீர்கள். அது மறையும்போது அது எங்கிருந்து வருகிறது என்பது தெரிய வரும். வருவதற்குக் காரண மென்ன என்பது பல முறை தெரிய வரும். மறுபடியும் அது அங்கிருக்கும். அப்போது உங்கள் பார்வை அவ்வளவு சுறுசுறுப்பாக, கவனமாக, ஆழ்ந்து இருக்காது. ஆனால் மறுபடியும் வரும். எப்போதெல்லாம் உங்கள் பார்வை சரியாக இருக்கிறதோ அப்போதெல்லாம் அது மறையும். அது மறையும்போது அதற்குப் பின்னால் ஒளிந்திருப்பதுதான் காரணம். உங்கள் மனம் காரணத்தை வெளிப்படுத்தும்போது உங்களுக்கே வியப்பாக இருக்கும்.

அதற்கு ஆயிரத்தொரு காரணங்கள் இருக்கும். பல்வேறு காரணங்கள் இருக்கும். மறுபடியும் அதே எச்சரிக்கை கிடைக்கும். காரணம் அந்த எச்சரிக்கை அழைப்பு எளிமையானது. உங்கள் உடலில் பல எச்சரிக்கை அமைப்புகள் கிடையாது. பல காரணங்களுக்கும் ஒரே மாதிரியான எச்சரிக்கை மணிதான். அது எச்சரிக்கவில்லையே என்று பின்னால் உங்களுக்குக் கோபம் வருமே. திடீரென்று, ஒரு வெளிப்பாடு மாதிரி அங்கே வந்து நிற்கும். நீங்கள் இத்தனை நாள் சீழைப் போல சுமந்து கொண்டே வந்த கோபத்தைக் காண்பீர்கள். இப்போது இது அதிகமாகி விட்டது. அந்தக் கோபத்தை வெளிப்படுத்த வேண்டும். அதைத் துடைத் தெறிய வேண்டும். அதை சுத்தப்படுத்தவேண்டியது அவசியம். பிறகு உடனடியாக உங்கள் தலைவலி மறைவதைக் காண்பீர்கள். அதற்கு எந்த மாத்திரையும் தேவையில்லை. எந்த சிகிச்சையும் தேவையில்லை.*

பிறகு அந்தக் கோபம் மறைந்தவுடன், முழுமையான, வேறுபட்ட, நல்ல தரமான உடல் நலம் உங்களுக்கு எழும். அந்த எழுச்சியை உங்கள் மாத்திரைகளால் கொண்டு வரவே முடியாது. மாத்திரை அடக்குகிறது. கோபம் உங்களுக்குள்ளேயே ஒளிந்திருக்கும். உங்களுக்குள் ஒரு வன்முறை உறுமிக்கொண்டிருக்கும். உங்கள் எச்சரிக்கை மணியைத்தான் நீங்கள் அணைத்திருக்கீறீர்கள். அவ்வளவுதான். எதுவுமே மாறவில்லை. அந்த எச்சரிக்கை மணி மட்டும் அங்கே இல்லை.

இது போய்க்கொண்டேயிருக்கிறது. அது மேலும் மேலும் சேர்ந்து கொண்டேபோகிறது. அது உங்களுக்கு வயிற்றுவலி, காசநோய், பிறகு ஒரு நாள் உங்களுக்கு அது புற்றுநோயைக் கொடுக்கும். அது ஒரு பெரிய அளவில் சேர்ந்த பிறகு, அதனுடைய தரமும் மாறும். ஓரளவு வரைதான் உடல் எதையுமே தாங்கிக்கொள்ளும். அந்த எல்லை தாண்டியவுடன் அது நோயாக உணரத்துவங்கும். அதுதான் மனதில் நிலைக்கும். உடலையும், மனதையும் இரண்டு தனிப்பட்ட விஷயங்கள் என்று நினைக்காதீர்கள். அப்படியல்ல உடல்-மனம் உள உடல்.

★ ஓஷோவின் ஆற்றல் தியானம்

ஆற்றல் கொண்டதியானம் என்பது ஒரு மணி நேரம் நீடிக்கும். அது ஐந்து நிலைகளைக் கொண்டது. இதைத் தனியாகச் செய்யலாம். ஆனால் குழுவாகச் செய்யும்போது இதன் சக்தி அதிகம். இது ஒரு தனிப்பட்ட அனுபவம். அதனால் மற்றவர்களிடமிருந்து மறைந்தே இருக்க வேண்டும். உங்கள் கண்களைத் தியானம் முழுவதிலும் மூடியே வைத்திருக்க வேண்டும். முடிந்தால் கண்களைக் கட்டிக்கொள்ளுங்கள். வெறும் வயிற்றில், தளர்ந்த வசதியான உடைகளைப் பயன்படுத்துங்கள்.

முதல் கட்டம்: 10 நிமிடங்கள்

மூக்கின் வழியாக கடுமையாக உள் வெளியாக சுவாசியுங்கள். அந்த சுவாசம் தீவிரமாகும். அது ஒழுங்கற்று இருக்கட்டும். அந்த சுவாசம் ஆழமாக நுரையீரலுக்குள் செல்ல வேண்டும். எவ்வளவு வேகமாக முடியுமோ அவ்வளவு வேகமாக உடலை இறுக்காமல் சுவாசியுங்கள். அந்த சுவாசம் ஒழுங்கற்றதாக (அதாவது நேராக, எதிர்பார்க்கிற முறை) இருக்க வேண்டும். ஒரு சக்தி நகரத் துவங்கியதும், அது உங்கள் உடலை நகர்த்தத் துவங்கும். உடல் அசைவை அனுமதியுங்கள். அதை வைத்து இன்னும் அதிக சக்தி பெற முயலுங்கள். இயற்கையான முறையில் உங்கள் கைகள், உடலை அசைத்தால் சக்தி அதிகரிக்கச் செய்யுங்கள். உங்கள் சக்தி வளருவதாக நினையுங்கள். முதல் கட்டத்திலேயே அதைப் போக விடாதீர்கள். அதே சமயம் மெதுவாக செய்யாதீர்கள்.

இரண்டாவது கட்டம்: 10 நிமிடங்கள்

உங்கள் உடலை தொடருங்கள். உங்கள் உடலுக்கு சுதந்திரம் கொடுத்து அப்போது இருக்கிறபடியே அது வெளிப்படட்டும். வெடி யுங்கள்! உங்கள் உடல் எடுத்துக் கொள்ளட்டும். வெளியே போக வேண்டியதெல்லாம் போகவிடுங்கள். முற்றிலும் பைத்தியமாகுங்கள். பாடுங்கள், கத்துங்கள், சிரியுங்கள், கூச்சல்போடுங்கள், அழுங்கள், குதியுங்கள், அசையுங்கள், நடனமாடுங்கள், உதையுங்கள், உங்களை முழுமையாக வெளிப்படுத்துங்கள். எதையும் பிடித்து வைத்துக் கொள்ளாதீர்கள்.உங்கள் உடல் முழுவதுமாக நகரட்டும். ஒரு சிறு நடிப்பு கூட இதைத் துவக்குவதற்கு உதவும். அப்போது என்ன நடக்கிறதோ அதில் உங்கள் மனம் தலையிட அனுமதிக்காதீர்கள். உங்கள் உடலுடனே இருக்க வேண்டும் என்பதை மறக்காதீர்கள்.

மூன்றாவது கட்டம்: 10 நிமிடங்கள்

உங்கள் தோள்கள், கழுத்தைத் தளர்த்துங்கள். உங்கள் இரண்டு கைகளையும் எவ்வளவுதூரம் தூக்க முடியுமோ அவ்வளது தூரம் தூக்குங்கள். உங்கள் கை முட்டியைப் பார்க்காதீர்கள். கைகளை உயர்த்தி வைத்தபடியே மேலும், கீழும் குதியுங்கள். குதிக்கும்போது ஹூ ...ஹூ ...ஹூ... என்று மந்திரத்தை உரக்கச் சொல்லுங்கள். இந்தச் சத்தம் ஆழமாக உங்கள் அடிவயிற்றிலிருந்து வரவேண்டும். ஒவ்வொரு முறை உங்கள் கால்கள் தரையில் படும்போது (உங்கள் பின்பாதம் முழுவதும் தரையில் பட வேண்டும்) அந்தச் சத்தம் உங்கள் காம மையத்தைத் தாக்க வேண்டும். உங்களிடமுள்ள எல்லாவற்றையும் கொடுத்து, ஓய்ந்து போங்கள்.

நான்காவது கட்டம்: 15 நிமிடங்கள்

நிறுத்துங்கள்! எந்த நிலையிலிருக்கிறீர்களோ அதே நிலையில் உறைந்தபடி நில்லுங்கள்.உடம்பில் எந்த மாற்றமும் இருக்கக்கூடாது.

ஒரு சிறு இருமல், அசைவு கூட உங்கள் சக்தியைக் கலைத்துவிடும். எல்லா முயற்சிகளும் வீண். உங்களுக்குள் நடக்கும் எல்லாவற்றிற்கும் ஒரு மௌன சாட்சியாக இருங்கள்.

ஐந்தாவது கட்டம்:* 15 *நிமிடங்கள்

கொண்டாடுங்கள். இசை, பாட்டு என்று என்ன இருக்கிறதோ அதை வைத்துக் கொண்டாடுங்கள். அந்த நாள் முழுவதும் அந்த உயிரோட்டத்தை அப்படியே வைத்திருங்கள்.

ஒரு சாட்சியாகவே இருங்கள். தொலைந்து போகாதீர்கள். தொலைந்து போவது சுலபம். நீங்கள் சுவாசிக்கும்போது மறந்து போகலாம். நீங்கள் சுவாசத்தில் மூழ்கியிருக்கும்போது சாட்சியாக இருப்பது மறந்து போகும். பிறகு நோக்கம் தவறிப்போகும். வேகமாக, எவ்வளவு முடியுமோ அவ்வளவு ஆழமாக சுவாசியுங்கள். உங்கள் முழு சக்தியையும் அதில் கொண்டு வாருங்கள். அதே சமயம் சாட்சியாகவும் இருங்கள். என்ன நடக்கிறது என்பதை கவனியுங்கள். நீங்கள் ஒரு பார்வையாளர். முழுவதும் வேறுயாருக்கோ நடக்கிறது. எல்லாமே உடலில் நடக்கிறது. ஆனால் கவனம் மட்டும் மையத்தில் இருந்து கவனிக்கிறது. மூன்று கட்டங்களிலும் இந்த சாட்சியாகப் பார்ப்பது நடக்க வேண்டும். எல்லாமே நின்றவுடன், நான்காவது கட்டத்தில் நீங்கள் முழுமையாக செயலற்று, உறைந்து போகும்போது உங்கள் எச்சரிக்கை உணர்வு உச்சத்திற்குப் போகும்.

இந்தத் தியானத்தில் எதைச் செய்தாலும் நீங்கள் தொடர்ந்து எச்சரிக்கை யாக, உணர்வோடு, விழிப்போடு இருக்க வேண்டும். உங்களுக்கு வலி ஏற்பட்டால் அதிக கவனமாக இருங்கள். வேறு எதுவும் செய்யாதீர்கள். கவனம்தான் மிகப்பெரிய வாள். அது எல்லாவற்றையும் அறுத்துப் போடும். நீங்கள் சாதாரணமாக அந்த வலியைக் கவனித்துக் கொண்டிருங்கள்.

உதாரணமாக, தியானத்தின் கடைசி கட்டத்தில் நீங்கள் மௌனமாக அமர்ந்திருக்கிறீர்கள். நகராமல் இருக்கும்போது உடலில் பல பிரச்னைகள் இருப்பதை உணர்வீர்கள். கால் மரத்துப் போவதாக உணர்வீர்கள். கையில் ஓர் அரிப்பு. உடலில் எறும்புகள் ஊர்வதைப் போல பல உணர்வுகள். பல தடவை பார்த்துவிட்டீர்கள்; ஆனால் அங்கே எறும்புகள் இல்லை. அரிப்பு உள்ளேதான், வெளியே இல்லை. நீங்கள் என்ன செய்வது? உங்கள் கால்கள் மரத்துப்போகின்றன? கவனியுங்கள். உங்கள் முழு கவனத்தையும் அதன் மீது செலுத்துங்கள். உங்கள் கண்களைக் கூடி திறக்காதீர்கள். உங்களுக்கு அரிப்பு எடுக்கிறதா? சொரிந்து கொடுக்காதீர்கள். அது உதவாது. உங்கள் கவனத்தை அதன்மீது

செலுத்துங்கள். சில வினாடிகளுக்குள் அந்த அரிப்பு காணாமல் போகும். என்ன நடந்தாலும், உங்களுக்கு வலியே ஏற்பட்டாலும், வயிற்றில், தலையில் கடுமையான வலி இருந்தாலும்! காரணம் தியானத்தின் போது முழு உடலில் ஒரு மாறுதல் வருகிறது. அதன் ரசாயனத்தை மாற்றுகிறது. புதிய விஷயங்கள் நடக்கத் துவங்குகின்றன. உடல் முழுவதிலும் ஒரு குளறுபடி. சில சமயம் வயிறு பாதிக்கப்படும். காரணம் அந்த வயிற்றில் தான் நீங்கள் பல்வேறு உணர்ச்சிகளை அடக்கி வைத்திருக்கிறீர்கள். இப்போது அவை கிளறப்படுகின்றன. சில சமயம் உங்களுக்கு வாந்தி வரும், குமட்டும். சில சமயங்களில் தலையில் ஒரு கடுமையான வலி ஏற்படுவதை உணர்வீர்கள். காரணம் தியானம் மூளையின் உள் அமைப்பை மாற்றுகிறது. தியானத்தில் போகும்போது நீங்கள் உண்மையில் ஒரு குளறுபடியில் இருக்கீறீர்கள்.

விரைவில் எல்லாமே அமைதியாகும். அப்படியானால் நீங்கள் என்னதான செய்ய வேண்டும்? சாதாரணமாக உங்கள் தலையிலுள்ள வலியைப் பாருங்கள், அதைக் கவனியுங்கள். நீங்கள் ஒரு கவனிப்பாளர். நீங்கள் செய்பவர் என்பதை மறந்துவிடுங்கள். மெள்ள மெள்ள எல்லாமே குறைந்த போகும். அது அழகாக, ஒரு கண்ணியத்தோடு குறையும். அது தெரிகிற வரையில் நீங்கள் நம்பவே முடியாது. மறைகிறது. ஆனால் அதே சக்தி இப்போது ஆனந்தமாகிறது. சக்தி ஒன்றுதான்.

வலி அல்லது ஆனந்தம் இரண்டுமே ஒரே சக்தியின் இரண்டு பக்கங்கள். நீங்கள் அமைதியாக அமருங்கள். எல்லாத் தடுமாற்றங் களையும் கவனியுங்கள். எல்லாத் தடுமாற்றங்களும் மறையும். எல்லாத் தடுமாற்றங்களும் மறையும்போது, திடீரென்று உங்கள் உடல் முழுவதும் மறைவது போல ஒரு விழிப்பு வரும்.

இந்தக் கவனிக்கும் முறையில் வலியை ஒரு வெறியாக மாற்றுவது குறித்து ஓஷோ எச்சரித்திருக்கிறார். கடுமையான உடல் அறிகுறிகள் - வலி குமட்டல் தொடர்ந்து மூன்று நான்கு நாட்கள் தியானத்திற்குப் பிறகு நீட்டித்தால்... நீங்கள் சுய கொடுமைக்கு ஆளாகவேண்டியதில்லை. மருத்துவ ஆலோசனை எடுத்துக்கொள்ளுங்கள். இது ஓஷோவின் எல்லா தியான முறைகளுக்கும் பொருந்தும்.

? நீங்கள் புரிந்து கொண்டவரையில், உண்மையான ஆரோக்யம் என்பது என்ன?

உண்மையான ஆரோக்யம் என்பது எங்கோ உனக்குள் ஏற்பட வேண்டும். உனக்குள் உன் உணர்வில். காரணம் உணர்விற்கு பிறப்போ இறப்போ கிடையாது. அது முடிவற்றது. உணர்வில் ஆரோக்யமாக இருப்பது என்பது முதலில் விழிப்போடு இருப்பது. இரண்டாவதாக ஒருங்கிணைந்திருப்பது. மூன்றாவது பரவசம், நான்காவது பரிவோடு இரு. இந்த நான்கும் இருந்துவிட்டால், ஒருவர் உள்அளவில் ஆரோக்யமாக இருக்கிறார். ஒரு சன்னியாசி இந்த நான்கையும் நிறைவேற்ற முடியும். உன்னை மேலும் விழிப்படையச் செய்ய முடியும். காரணம் எல்லா தியான முறைகளும். வழிகளும் உன்னை விழிப்படையச் செய்யத்தான். இயந்திரத்தனமான உன் உடல் தூக்கத்திலிருந்து உன்னை விழிக்க வைக்கும் கருவிகள் அவை. ஆடுவது, பாடுவது உன்னை ஒருங்கிணைக்கும். பிறகு ஒரு தருணத்தில் ஆடுபவர் மறைந்துவிடுவார். ஆட்டம் மட்டுமே இருக்கும். அந்த அபூர்வ இடைவெளியில் ஒருவர் ஒருங்கிணைந்துவிட்டதாக உணர்வார். 'நான்' என்று செயல்பட்டு வந்த அந்த மையம் இல்லாதபோது அந்த 'நான்' முற்றிலுமாகக் காணவில்லை. நீங்கள் போய்க்கொண்டிருக்கிறீர்கள். போகிற அந்த உணர்வுதான் ஒருங்கிணைப்பு...

விழித்திருந்து ஒருங்கிசைவோடு இருந்தால் அது பரவசம் ஏற்படுகிற சாத்தியங்களை உருவாக்கும். பரவசம்தான் உச்ச கட்ட மகிழ்ச்சி. வெளிப்படுத்தப்பட முடியாதது. அதை விவரிக்க எந்த வார்த்தைகளுமே இல்லை. ஒருவர் பரவசத்தை அடைந்து விட்டால், மகிழ்ச்சியின் உச்ச கட்டத்தை ஒருவர் உணர்ந்துவிட்டால், அதன் விளைவுதான் பரிவு. அந்த மகிழ்ச்சி உனக்கிருக்கும்போது நீ அதைப் பகிர்ந்து கொள்ள வேண்டும். பகிராமல் தவிர்க்க முடியாது. தவிர்க்க முடியாததுதான் பகிர்தல். இருக்கும்போது ஏற்படுகிற யதார்த்த விளைவு. அது பெருக்கெடுத்து வடியும். நீ எதையுமே செய்ய வேண்டியதில்லை. அதன் இயல்புப்படி அதுவாக நடக்கும்.

இவைதான் உள் ஆரோக்யத்தின் நான்கு தூண்கள். அதை அடையுங்கள். அது நமது பிறப்புரிமை. கேட்டுப் பெற வேண்டியதுதான்.

ஆரோக்யம் என்றால் என்ன? இதை நாம் புரிந்து கொள்ள முயலவேண்டும். சாதாரணமாக ஒரு மருத்துவரிடம் இந்த கேள்வியைக் கேட்டால், நோயற்ற நிலைதான் ஆரோக்யம் என்பார். ஆனால் இந்த விளக்கம் எதிர்மறையானது. ஆரோக்யத்தை நோயின் மூலமாக விளக்கு வதுதான் நமது துரதிருஷ்டம். ஆரோக்யம் என்பது ஆக்கபூர்வமான விஷயம். ஆக்கபூர்வமான ஒரு நிலை. நோய் எதிர்மறையானது. ஆரோக்யம் என்பது இயற்கை. இயற்கையின் மீதான ஒரு திணிப்புதான்

நோய். அதனால் ஆரோக்யத்தை நோய் மூலமாக விளக்குவதே விநோதமானது.

விருந்தினரை வீட்டுக்காரராக விளக்குவதே விநோதமானதுதான். ஆரோக்யம் என்பது நம்முடன் இருப்பது, நோய் எப்போதாவது வந்து போவது. ஆரோக்யம் இறப்புவரை நம் கூட வரும். நோய் என்பது ஒரு செயற்கையான நிகழ்வு. ஆனால் இதை ஒரு மருத்துவரைக் கேட்டால் நோய் காணாமல் போகும்போது ஆரோக்யம் இருக்கும் என்பார். பாரசெல்ஸெ, விளக்கம்தான் தவறு என்பார். ஆரோக்யம் என்பதை ஒரு ஆக்கபூர்வமானது என்று விளக்க வேண்டும். ஆரோக்யத்தை பற்றி ஒரு கற்பனையான விளக்கம் போய்க்கொண்டிருக்கும்போது எப்படி ஆரோக்யம் குறித்து ஒரு ஆரோக்யமான விளக்கத்திற்கு வரமுடியும்.

பாரசெல்சஸ் சொல்வார், 'உன் உள் ஒருங்கிசைவு தெரியாவிட்டால், நாங்கள் உங்களை நோயிலிருந்து மட்டுமே விடுவிக்க முடியும்.. காரணம் உங்கள் உள் ஒருங்கிணைப்புதான் உங்கள் ஆரோக்யத்தின் ஆதாரம். ஆனால் ஒரு முறை உங்களை நோயிலிருந்து விடுவித்தால், நீங்கள் உடனடியாக இன்னொரு நோயைப் பிடித்துக்கொள்வீர்கள். காரணம் உங்கள் உள் ஒருங்கிசைவு குறித்து எதுவுமே செய்யப்படவில்லை. உண்மை என்னவெனறால் உங்கள் உள் ஒருங்கிணைப்பிற்குத்தான் ஆதரவு தேவை.

ஒரே வகையான ஆரோக்யம் மட்டுமே இருக்கிறது. அதற்கு எந்த அடைமொழியும் கிடையாது. யாராவது உங்களை, 'சௌக்கியமா?' என்று கேட்டால், 'நல்ல சௌக்கியும்' என்கிறீர்கள். அவர் உங்களை 'எந்த மாதிரி சௌக்கியம்?' என்று கேட்டால், 'எப்படி சௌக்கியம்?' என்று கேட்டால் நீங்கள் வியந்து போவீர்கள். 'சாதாரண சௌக்கியம். சௌக்கியம்னா சௌக்கியம்தான், நன்றாக இருப்பதாக உணர்கிறேன். எங்கும் தவறில்லை. எல்லாமே நன்றாகப் போய்க் கொண்டிருக்கிறது. நான் சந்தோஷமாக இருக்கிறேன். இதைவிட எதுவும் நன்றாக இருக்கும் என்று நான் நினைக்கவில்லை' என்று சொல்வீர்கள்.

பலவிதமான ஆரோக்யங்கள் இருக்கின்றனவா? இல்லை. ஒரே வகைதான். ஆரோக்யமாக இருப்பது. ஆனால் நோய்கள் பல லட்சங்கள்.

இதே கதைதான் உண்மைக்கும். உண்மை என்பது ஒன்றுதான். ஆனால் பொய்கள் பல்லாயிரம், காரணம் பொய்கள் உங்களை நம்பி யிருக்கிறது. உங்களைத் தேவையான அளவிற்கு நீங்கள் உருவாகிக் கொண்டே போகிறீர்கள். நோய்களும் உங்களை நம்பியிருக்கின்றன. நீங்கள் தவறாக வாழலாம். தப்பான உணவுகளை உண்ணலாம். கெட்ட காரியங்களைச் செய்யலாம். அதன் மூலமாக நீங்களே நோய்களை உருவாக்கலாம்.

ஆரோக்யமும் அதே மாதிரிதான். எப்போதும் புதிது. ஆனாலும் எப்போதும் ஒரே மாதிரிதான். அதையே நீ புராதனமானது எனலாம்; அதே சமயம் புதிது, சமீபத்தியது எனலாம்.

ஐயாயிரம் வருடங்களுக்கு முன்பு யாரோ ஆரோக்யமாக இருந்தார்கள். இப்போது நீ ஆரோக்யமாக இருக்கிறாய். அதில் ஏதாவது வேறுபாடு இருக்கும் என்று நினைக்கிறாயா? அவருக்கு உன்னுடைய நிறமல்ல. அவருக்கு உன் மொழி தெரியாது. ஐயாயிரம் வருடங்கள் கழிந்துவிட்டன. ஆனால் யாரோ ஆரோக்யமாக இருந்திருக்கிறார்கள். அவர் யாராக வேண்டுமானாலும் இருக்கட்டும், அவருக்கு என்ன நிறமாக இருக்கட்டும். ஆனோ, பெண்ணோ, இளைஞரோ, முதியவரோ அவர் ஆரோக்யமாக இருந்திருந்தால் ஒன்று மட்டும் உனக்குத் தெரியும். அவர் ஆரோக்யமாக இருந்திருக்கிறார். அந்த ஆரோக்ய உணர்வை நீ அனுபவிக்கலாம். அந்த மனிதரைப் பற்றி உனக்கு எதுவும் தெரிந்திருக்க வேண்டியதில்லை. அழகு, அருவருப்பு, குள்ளம், நெட்டை, அது ஒரு பொருட்டேயல்ல. அவர் ஆரோக்யமாக இருந்தார். நீயும் ஆரோக்யமாக இருக்கிறாய். ஓர் அனுபவம் ஒரே மாதிரி.

ஆனால் நோய்கள்? ஒவ்வொரு நாளும் புதிய நோய்கள் உருவாக்கப் படுகின்றன. பல லட்சம் நோய்கள் இருக்கின்றன. மனிதன் அதிகம் கண்டுபிடிக்கும்போது புதிய பல நோய்கள் வந்து கொண்டேயிருககும்.

நீங்கள் ஆரோக்யமாக இருக்கும்போது நீங்கள் மருத்துவரிடம் போவதில்லை. போவீர்களா? ‘கடந்த இரண்டு வாரங்களாக நான் ஆரோக்யமாக இருப்பதாக உணர்கிறேன். எங்கே தவறிருக்கிறது?’ என்பீர்களா?

உண்மையில் பண்டைய சீனாவில் நடந்த ஒரு விஷயத்தை நினைவில் கொள்ளலாம். ஒரு வேளை எதிர்காலத்தில் அது பயன்படலாம். சீனாவை அதிகம் பாதித்தவர் கன்ஃபியூஷியஸ். அவருடைய ஒரு சிந்தனை அங்கே அமல்படுத்தப்பட்டது. பல வருடங்களாக அது பழக்கத்தில் இருந்தது. அது என்னவென்றால், நோயாளியை ஆரோக்யமாக வைத்திருக்கவே மருத்துவருக்குப் பணம் கொடுத்தார்கள். நோயாளியைக் குணப்படுத்து வதற்காக மருத்துவருக்குப் பணம் கொடுத்தால் அது அவருடைய சுயநல சிந்தனை. நீங்கள் நோயிலேயே இருக்கட்டுமே என்று நினைக்க வைக்கும். நீங்கள் அதிகம் நோய்வாய்ப்பட்டால் நல்லது, அதிகம் பேர் நோய்வாய்ப்பட்டாலும் நல்லது. மருத்துவரின் மனதில் ஓர் இரட்டைச் சிந்தனையை விதைக்கிறீர்கள்.

முதலில் அந்த மருத்துவரின் மனதில் மக்களை ஆரோக்யமாக வைத்திருப்பதுதான் அவருடைய வேலை என்று போதிக்க வேண்டும்.

"உன் வேலையே வாழ்க்கையை, வீர்யத்தை இளமையை நீட்டிக்க வேண்டும்" என்கிறீர்கள். ஆனால் அந்த மருத்துவரின் சுயநலமோ எல்லோரும் ஆரோக்யமாக இளமையாக இருந்தால், யாருமே நோயில் விழ மாட்டார்கள். பிறகு அவர் பசியால் சாகவேண்டியதுதான். எல்லோரும் ஆரோக்யமாக இருந்தால் மருத்துவருக்கு நோய் வந்துவிடும். முழுமையான நோய், சாகிறவரையில் நோய். அவர்கள் என்ன செய்யப் போகிறார்கள்?

இல்லை. ஒரு மருத்துவரின் சுயநலம் அவருக்கு கற்றுக்கொடுத்த தத்துவத்திற்கு எதிரானது. அவருடைய ஆர்வமெல்லாம் மக்கள் எப்போது நோயிலேயே இருக்க வேண்டுமென்பதுதான். அதிக நோயிருந்தால் நல்லது. அதனால் ஒரு வினோதமான ஒரு விஷயத்தைப் பார்ப்பீர்கள். ஒரு பணக்காரனை விட ஓர் ஏழை நோயிலிருந்து விரைவில் குணமடைகிறான். ஏன் ஏழைக்கு மட்டும் விரைவில் குணமாகிறது? காரணம் மருத்துவர்கள் அவர்களைச் சீக்கிரம் துரத்தவேண்டுமென்ற நினைக்கிறார்கள். அவர்கள் தேவையில்லாமல் மருத்துவர்களின் நேரத்தை வீணடிக்கிறார்கள்.

கன்ஃபியூசியஸின் எண்ணம் மிக முக்கியமானது. ஒவ்வொருவரும் மருத்துவருக்கு மாதச் சம்பளம் கொடுத்து தன்னை ஆரோக்யமாக வைத்திருக்க வேண்டும் என்றார். அந்த மாதம் முழுவதும் அவர் ஆரோக்யமாக இருந்தால் அவர் மருத்துவருக்கு ஒரு குறிப்பிட்ட தொகை கொடுக்க வேண்டும். அவருக்கு நோய் வந்தால் அதற்கேற்ற மாதிரி அவரது சம்பளத்தில் பிடித்துக் கொள்ளலாம்.

முதலில் இது வினோதமாக இருந்தது. காரணம் உலகம் செய்வதற்கு எதிராக நாம் செய்கிறோம். ஆனால் யதார்த்தமானது. புத்திசாலித்தன மானது. பல வழிகளில் கன்ஃபியூசியஸ் ஒரு அதி புத்திசாலி மனிதர். ஒவ்வொருவரும் ஒரு மருத்துவரை வைத்திருக்க வேண்டும். அவர் அந்த மருத்துவருக்கு அவரை ஆரோக்யமானவராக வைத்திருக்க பணம் கொடுக்க வேண்டும். அவரை குணப்படுத்த அல்ல. அந்த மனிதரை சரியாகக் கவனிக்காததால் அவருக்கு சம்பளக்குறைப்பு உண்டு.

பல நூற்றாண்டுகளாக இது தொடர்ந்தது. அது நன்றாகவும் வேலை செய்தது. அற்புதமாக வேலை செய்தது. மருத்துவர், நோயாளி இருவருக்குமே அது நன்றாக வேலை செய்தது. மருத்துவர்கள் மீதும் அதிக நோய் ஏற்றவில்லை. அது அவர்களுக்கு சாதகமாகவே இருந்தது.

அதனால் மருத்துவர்களும், 'இவர்கள் நோயில் விழ வேண்டும். மருந்துகளை நம்ப வேண்டும்' என்று நினைக்கவில்லை. அவர்கள் அதிக உடற்பயிற்சியைத்தான் சிபாரிசு செய்தார்கள். நடப்பது, நீச்சல்,

விளையாட்டு ஆகியவையே! இதன் மூலமாக அவர்கள் ஆரோக்யமாக இருப்பார்கள். பல நூற்றாண்டுகளாக கன்ஃபியூசியஸின் ஆதிக்கம் இருந்தவரையில் உலகத்திலேயே ஆரோக்யமான நாடாக சீனா இருந்தது.

? இதுவரையில் இல்லாத விலையுர்ந்த ஒரு மருத்துவ அமைப்பை மேற்கத்திய சமூகம் உருவாக்கியிருக்கிறது. மக்கள் ஒவ்வொரு வருடமும் பல லட்சம் டாலர்களை செல வழிக்கிறார்கள். அது அறுவை சிகிச்சை, உறுப்பு மாற்று, தொற்று தடுப்பு போன்ற துறைகளில் வெற்றிகரமாகவும் இருக்கிறது. ஆனாலும் மக்கள் முன்பைவிட அதிகமாக நோயில் இருக்கிறார்கள். ஆரோக்யம் என்றால் என்ன?

மேற்கத்திய மருத்துவம் மனிதனை இயந்திரத்தனமாகப் பார்க்கிறது. அதனால் இயந்திரத்தனம் எங்கெல்லாம் வெற்றிகரமாக உள்ளதோ அங்கெல்லாம், இது வெற்றிகரமானது. ஆனால் மனிதன் ஒரு இயந்திரமல்ல. மனிதன் ஓர் உயிர்க் கூறு. மனிதனுக்கு நோய் எங்கிருக்கிறதோ அங்கு மட்டுமே சிகிச்சை என்பது ஏற்றதல்ல. முழு உடற் கூறுமே பிரச்சனையில் உள்ளது என்பதற்கான அறிகுறிதான் நோய் உண்டான பகுதி. நோய்வாய்ப்பட்ட பகுதி அதைக் காட்டுகிறது. காரணம் அது பலவீனமாக உள்ளது.

நோய்வாய்ப்பட்ட பகுதிக்கு சிகிச்சை அளிக்கிறீர்கள். நீங்கள் வெற்றியடைகிறீர்கள். ஆனால் வேறு எங்கோ மீண்டும் நோய் தலை காட்டுகிறது. நோய்வாய்ப்பட்ட அந்த பகுதியிலிருந்து அது செல்வதை நீங்கள் தடுத்திருக்கிறீர்கள். அதன் மூலம் அதைப் பலப்படுத்தி யிருக்கிறீர்கள். ஆனால் நீங்கள் மனிதனை முழுமையாக புரிந்துகொள்ள வில்லை. ஒன்று அவனுக்கு நோய் அல்லது அவன் ஆரோக்யமாக இருக்கிறான். அவை இரண்டுக்குமிடையே வேறு நிலையங்கள் இல்லை. அவனை முழுக் கூறாகத்தான் பார்க்க வேண்டும். நான் சில உதாரணங்களைச் சொன்னால் உங்களுக்குத் தெளிவாகப்புரியும்.

சுமார் ஏழாயிரம் ஆண்டுகளுக்கு முன்பு ஒரு சிறு விபத்தினால் அக்குபஞ்சர் சீனாவில் வளர்ந்தது. ஒரு வேடன் ஒரு மானைக்கொல்ல முயன்று கொண்டிருந்தான். ஆனால் அவனது அம்பு மானை நோக்கிப் போய்க்கொண்டிருந்தபோது, அதைப்பற்றித் தெரியாத ஒரு மனிதன் குறுக்கே வந்துவிட்டான். அம்பு அவன் கால்களில் பாய்ந்துவிட்டது. அந்த மனிதனுக்கு அவன் வாழ்நாள் முழுவதும் மைக்ரேய்ன் தலைவலி. அம்பு

காலில் பட்டவுடனே அந்த மைக்ரேய்ன் மறைந்துவிட்டது. இது மிகவும் வினோதமானது. யாருமே இந்த முறையைப் பற்றி யோசிக்கவேயில்லை.

இந்த விபத்தினால் முழு அக்குபஞ்சரும் வளர்ந்தது. பிறகு அது முழு விஞ்ஞானமாக வளர்ந்தது. அதனால் நீங்கள் ஒரு அக்குபஞ்சர் மருத்துவரிடம் போய், 'என் கண்களில் ஏதோ ஒரு கோளாறு. என் தலையில் ஏதோ கோளாறு. என் ஈரலில் கோளாறு என்றால் அவர் அந்த ஈரலைப் பற்றியோ, தலை, கண்ணைப் பற்றியோ கவலைப்படமாட்டார். அவர் முழு உடல்கூறைப்பற்றித்தான் யோசிப்பார். அவர் உங்களையே குணப்படுத்த முயல்வார். நோய்வாய்ப்பட்ட அந்தப் பகுதியை மட்டுமல்ல.

அக்குபஞ்சர் ஒரு மனிதனின் உடலில் எழுநூறு மையங்களைக் கண்டுபிடித்திருக்கிறது. உயிரோடு இருக்கிற ஓர் உயிரியல் மின்சாரம்தான் மனிதன். அதில் ஓர் வகை மின்சாரம் இருக்கிறது. அதனால் அதை ஒரு உயிரியல் மின்சாரம் என்கிறோம். அந்த உயிரியல் மின்சாரம் உடலில் எழுநூறு மையங்களைக் கண்டுபிடித்திருக்கிறது. ஒவ்வொரு மையமும் உடலில் ஏதோ ஒரு பகுதிக்குத் தொடர்புடையது. ஆனால் அந்தப் பகுதியிலிருந்து தொலைதூரத்தில் இருக்கிறது. அதுதான் அந்த விபத்தில் நடந்தது. அம்பு அந்த உயிரியல் மின்சார மையத்தை தொட்டது. அது தலையுடன் தொடர்புடையது. உடனே மைக்ரேய்ன் மறைந்தது.

அக்குபஞ்சர் அதிகம் புனிதமானது. அந்த வேறுபாட்டைப் புரிந்து கொள்ள வேண்டும். நீ மனிதனை ஓர் இயந்திரமாகப் பார்த்தால், அவனைப் பற்றி ஒரு பகுதி எண்ணம்தான் கிடைக்கும். அவன் கையில் காயமென்றால் கைக்கு மட்டுமே, முழு உடலைப் பற்றிக் கவலைப் படுவதில்லை. உடலில் ஒரு பகுதிதான் கை. இயந்திரத்தனமான பார்வை ஒரு தலைபட்சமானது. அது வெற்றியடைகிறது. ஆனால் அது உண்மையான வெற்றி அல்ல. காரணம் மருந்தினால், அறுவை சிகிச்சையினால் அடக்கப்படுகிற அந்த நோய் வேறு ஓர் இடத்தில் இதை விட மோசமான வடிவத்தில் உருவெடுக்கிறது. அதனால் மருத்துவம் அற்புதமாக வளர்ந்திருக்கிறது. அறுவை சிகிச்சை ஒரு மிகப்பெரிய விஞ்ஞானமாக உருவெடுத்திருக்கிறது. ஆனாலும் மனிதன் இன்னும் அதிக நோயினால், வியாதியினால் எப்போதும் அவதிப்படுகிறான்.

இந்தக் குழப்பத்தைப் புரிந்து கொள்ள முடிகிறது. மனிதனை முழுமையாக எடுத்துக் கொள்ள வேண்டும். முழு உடல்கூறாகக் கவனிக்க வேண்டும். நவீன மருத்துவம், மேற்கத்திய மருத்துவத்தில் என்ன பிரச்னை என்றால் உனக்கு ஆன்மாவே கிடையாது என்று நினைப்பது தான். உனக்கு உடல்-மன அமைப்பைத் தவிர எதுவுமே கிடையாது. நீயும் ஓர் இயந்திரம். உன் கண்களை மாற்றலாம். உன்

கைகளை மாற்றலாம். உனக்கு வேறு கால்களைப் பொருத்தலாம். இப்போதோ, பின்னரோ உன் மூளையைக் கூட மாற்றலாம்.

ஆனால் ஆல்பர்ட் ஐன்ஸ்டினின் மூளையை அவர் இறக்கிற தருவாயில், இறப்பதற்கு முன் எடுத்து அதை மாற்று அறுவை சிகிச்சை மூலமாக உதாரணமாக போலாக் என்கிற 'போப்'புக்கு வைத்தால் அவர் ஆல்பர்ட் ஐன்ஸ்டின் ஆகிவிடுவார் என்று நினைக்கிறீர்களா? மூளை என்பது ஒரு பகுதிதான். அது ஒரு வினோத நிகழ்வாக இருக்கும். போலாக் ஐன்ஸ்டின் சேர்ந்த இனக்கலப்பாகவே இருக்கும். குறைந்தபட்சம் இப்போது போலக்காக மட்டுமிருக்கிறார். பிறகு அவர் மறக்கப்பட்ட நிலையிலிருப்பார். என்ன போப்பா அல்லது இயற்பியலாளரா என்பதே தெரியாமலிருப்பார். இதை நாம் ஏற்கெனவே செய்து கொண்டிருக் கிறோம். ரத்தம் ஏற்றுகிறோம். மக்களின் மற்ற உறுப்புகளை மாற்றுகிறோம். நம்மிடம் இயந்திர இதயங்கள் இருக்கின்றன. இயந்திர இதயம் இருக்கிற மனிதன் உண்மையான, ஆதாரமான இதயத்துடன் இருக்கும் மனிதனைப்போல் இருக்க முடியாது. இயந்திர இதயம் வைத்திருக்கும் மனிதனிடம் அன்பு, காதல் இருக்காது. அப்படி நேசித்தாலும் புத்தி பூர்வமாக நேசிப்பான். அவன் காதல் கூட, 'நான் உன்னைக் காதலிப்பதாக நினைக்கிறேன்' என்று சொல்லக் கூடிய நிலையில்தான் இருக்கும். அது இதயத்திலிருந்து நேரடியாக வராது. காரணம் அவனிடம் இதயமில்லை.

இந்தியாவில் மருத்துவ விஞ்ஞானம் ஐயாயிரம் ஆண்டுகளுக்கு முன்பே வளர்ந்துவிட்டது. இப்போது என்னவெல்லாம் அறுவை சிகிச்சை இருக்கிறதோ, அதை அப்போதே கிழக்கிலிருந்த பெரிய அறுவை சிகிச்சை நிபுணர்களில் ஒருவரான சூஷ்ருத் விளக்கிவிட்டார் என்பது உங்களுக்கு வியப்பாக இருக்கலாம். ஐயாயிரம், ஏழாயிரம் ஆண்டுகளுக்கு முன்னால் உள்ள சுவடுகளில் இவை இருந்தன. ஆனால் அவற்றைத் தொலைத்துவிட்டார்கள். இதைத்தான் நீங்கள் கவனிக்க வேண்டும் என்று சொல்கிறேன். வளர்க்கப்பட்ட ஒரு விஞ்ஞானத்தை ஏன் தொலைத்தார்கள்? காரணம் அறுவை சிகிச்சை என்பது மனிதனை இயந்திரத்தனமாகப் பார்க்கிறது. ஆனால் மனிதன் இயந்திரமில்லை. அதனால் மனிதனை அழிப்பதற்குப் பதிலாக அறுவை சிகிச்சையை ஒழித்தார்கள்.

இன்று அறுவை சிகிச்சையில் பயன்படுத்தப்படும் முக்கியமான அருமையான கருவிகளையெல்லாம் பற்றி அன்றே சூஷ்ருத் தன் ஏடுகள் மூலமாக விளக்கிவிட்டார். எல்லா சிகிச்சைகளையும், மூளை அறுவை சிகிச்சையைக் கூட விளக்கமாக எழுதியிருக்கிறார். அது அறுவை சிகிச்சையின் நவீன பாடப்புத்தகம் போல் இருக்கும். ஆனால் அது

ஏழாயிரம், அல்லது ஐயாயிரம் ஆண்டுகளாவது பழையது. நாம் இன்றைக்கு எந்த மையத்தில் வைத்து வளர்த்தோமோ அதே போல். இப்போது நாம் சந்திக்கும் பிரச்னைகளை அவர்கள் அப்போது சந்தித்திருக்க வேண்டும். அடிப்படையில் ஏதோ தவறு என்று அவர்கள் கண்டுபிடிக்க வேண்டும்.

நாம் வேலை செய்து கொண்டு போகப்போக நோய்களும், உடல்நலக் குறைவும் அதிகரித்துக்கொண்டே போகிறது. ஒரு நபருக்கு உடல்நலக் குறைவேயில்லாமல் செய்தால் கூட அவர் ஆரோக்யமானவரல்லர். உடல்நலக்குறைவில்லை என்பதாலேயே அவர் ஆரோக்யமானவரல்லர். அது ஓர் எதிர்மறை விளக்கம். ஆரோக்யம் என்பது ஆக்கபூர்வமான எதையாவது வைத்திருக்க வேண்டும். உடல்நலக்குறைவு என்பது எதிர்மறையானது. இப்போது இந்த எதிர்மறை ஆக்கபூர்வமானதை விளக்கிக் கொண்டிருக்கிறது.

நன்றாக இருக்கிற உணர்வுதான் ஆரோக்யம். உங்கள் முழு உடலுமே அதன் உச்சத்தில் இயங்கிக்கொண்டிருக்கிறது. எந்தத் தொந்தரவும் இல்லை.ஒரு மாதிரி நன்றாக இருக்கிறது. ஒரு வித ஒருமைத்தனம் முழு இருத்தலில் இருக்கிறது. அது அறுவை சிகிச்சை மூலமாக ஏற்பட்டதல்ல.

இந்தியா இந்த முழு விஞ்ஞானத்தை மூழ்கடித்துவிட்டு, முற்றிலும் ஒரு புதிய அணுகுமுறையை வளர்த்தது. ஆயுர்வேதம். அதாவது வாழ்க்கை விஞ்ஞானம். இது முக்கியமானது. மேற்கே நாம் இதை மருந்து என்கிறோம். மருந்து என்பது வியாதியைக் குறிப்பது. ஆரோக்யத்திற்கும் மருந்திற்கும் எந்தத் தொடர்புமில்லை. மருந்து என்றால் அந்த முழு விஞ்ஞானமும் உன்னை நோயிலிருந்து குணப்படுத்துவதுதான்.

ஆயூர்வேதத்திற்கு வேறு வித்யாசமான அணுகுமுறை. அது ஒரு வாழ்க்கை விஞ்ஞானம். இது உன் நோயைக் குணப்படுத்த உதவுவ தில்லை. மாறாக, நோயே வராமல் தடுக்கிறது. உன்னை ஆரோக்யமாக வைத்திருந்து நோய் என்பதே சாத்தியமில்லாமல் செய்கிறது. கிழக்கு. மேற்கும் இந்த விஷயத்தில் வெவ்வேறு பாதையில் செல்கின்றன. மனிதன் ஒரு இயந்திரமா அல்லது ஒரு முழுமை பெற்ற ஆன்மிக அடையாளமா.

இரண்டாவதாக, மேற்கத்திய மருந்துகள் மக்களின் எதிர்ப்புச் சக்தியைக் குறைக்கின்றன.

உண்மையான மருந்து எதிர்ப்புச் சக்தியைக் கொடுக்க வேண்டும், எடுக்கக் கூடாது. அது உன்னைப் பலப்படுத்த வேண்டும். தொற்று நோய்க்கு எதிராக சண்டை போட வேண்டும், உன்னைப் பலவீனப்

படுத்தி நீ எல்லா தொற்றுநோய்க்கும் வளைந்து கொடுக்கிற நில்லைக்கு உன்னை மாற்றக் கூடாது.

புகழ் பெற்ற மனோதத்துவ நிபுணரான டெல்காடோ மிருகங் களை வைத்துப் பரிசோதித்துக்கொண்டிருந்தார். எலிகளுக்கு ஒரு நாளைக்கு ஒரு வேளை உணவு கொடுத்தால் அதனுடைய வாழ்நாள் இரட்டிப்பு ஆனது. இரண்டு வேளை கொடுத்தால் அதன் ஆயுள் குறைந்து போவதைக் கண்டு வியப்படைந்தார். அதிக உணவு, குறைந்த ஆயுள். ஒரு வேளை உணவு போதும் என்கிற முடிவுக்கு அவர் வந்தார். இல்லை யென்றால் அதன் ஜீரணமுறையில் நீங்கள் அதிகம் பாரத்தை ஏற்றுகிறீர்கள். அதனால் அதன் ஆயுள் குறைகிறது. ஆனால் சில மனிதர்கள் ஒரு நாளைக்கு ஐந்து வேளை உணவு சாப்பிடுகிறார்களே....? மருந்து அவர்களை சாக விடாது, அதே சமயம் வாழவும் விடாது. அவர்கள் சாதாரணமாக வளர்வார்கள்.

பாரம்பர்யமாய் வந்த பலவற்றை மனிதன் மறுபரீசிலனை செய்ய வேண்டும். பல்வேறு ஆதாரங்களை, அவனுக்குக் கிடைத்த பல்வேறு தகவல்களைக் குறித்து அவன் மறு யோசனை செய்ய வேண்டும். முற்றிலும் புதிய மருத்துவ அணுகுமுறை வரவேண்டும். அது அக்கு பஞ்சர், ஆயுர்வேதம், கிரேக்க மருத்துவம், டெல்காடோவின் ஆராய்ச்சி, மனிதன் இயந்திரம் இல்லை போன்றவற்றைக் கவனிக்க வேண்டும். மனிதன் பன்முக ஆன்மிக ஜீவன். நீங்கள் அவனிடம் அப்படித்தான் நடந்து கொள்ள வேண்டும்.

ஆரோக்யத்தை எதிர்மறையாக விளக்கக்கூடாது. உங்களுக்கு நோயில்லை. அதனால் நீங்கள் ஆரோக்யமாக இருக்கிறீர்கள். ஆரோக்யத் திற்கு ஒரு நல்ல ஆக்கபூர்வமான விளக்கம் தேவை. ஏன் அவர்களால் ஒரு ஆக்கபூர்வமான விளக்கத்தைக் கொடுக்க முடியவில்லை என்பதை என்னால் புரிந்து கொள்ள முடிகிறது. காரணம் நோய் என்பது புறம். நன்றாக இருப்பது என்பது அகம்.

உனக்குள் ஓர் அகம் இருப்பதை மேற்கத்திய விஞ்ஞானம் ஏற்றுக் கொள்வதில்லை. அது உன் உடலை மட்டுமே ஏற்றுக்கொள்கிறது. அது உன்னை ஏற்றுக்கொள்ளவில்லை.

மனிதனை முழுமையாக ஏற்றுக்கொள்ள வேண்டும்.

உலகத்தில் பயன்படுத்தப்படும் எல்லா முறைகளையும் ஒருங் கிணைக்க வேண்டும். அவை ஒன்றுக்கொன்று எதிரானது அல்ல. இப்போது அவர்கள் எதிரிகளைப் போல் செயல்பட்டுக் கொண்டிருக் கிறார்கள். அவர்களை ஒருங்கிணைத்தால் அவர்கள் மனிதனை, அவன்

வாழ்க்கையைப் பற்றி சற்றே நல்ல எண்ணங்களைக் கொண்டு வருவார்கள்.

இப்போது எல்லோருக்கும் நன்று தெரியும். அதுவும் - குறிப்பாக, மூளை நிபுணர்களுக்குத் தெரியும். எல்லாவற்றிற்கும் மையம் என்பது மூளைதான். உங்கள் கைகள் செயலிழந்து போனால், உங்கள் கைகளுக்கு மட்டும் சிகிச்சை கொடுப்பது முட்டாள்தனம். அதற்கு மட்டும் சிகிச்சை கொடுக்க முடியாது. அது ஒரு யோசனை, இயந்திரத்தனமான யோசனை. உங்கள் கைகளை வெட்டி அங்கே இயந்திரக் கைகளைப் பொருத்தலாம். அது கொஞ்சம் அசைந்து கொண்டாவது இருக்கும். வேறு எதுவும் செய்ய முடியாது. அந்தக் கை இப்போது முற்றிலும் பயனற்றவை. அவை இறந்து விட்டன. உன் தலையிலுள்ள ஏதோ ஒரு மையம் உன் கைகளைக் கட்டுப்படுத்துகிறது. அந்த மையத்தைக் குணப்படுத்த வேண்டும். கையைத் தொடவே கூடாது. அந்த மையம் வேலை செய்யவில்லை. அந்த மையத்தில் ஏதோ பிரச்னை.

இப்போதோ அல்லது சற்று தள்ளியோ மருந்து முழுக்க மூளை மையத்தால் ஆக்ரமிக்கப்படும். பிறகு அந்த மையத்தின் கட்டுப் பாட்டில்தான் உடலிருக்கும். மையத்தில் ஏதாவது கோளாறு ஏற்பட்டால், உடலில் ஏதாவது ஒரு பகுதி ஜாடை காட்டும். உடனே நீ அந்தப் பகுதிக்கு சிகிச்சை கொடுப்பாய், உள்ளே போகமாட்டாய்.

நவீன மேற்கத்திய மருத்துவம் மேலோட்டமானது. நீங்கள் ஒவ்வொரு வேர்களுக்குப் போகவேண்டும். திடீரென்று கைகள் ஏன் செயலிழந்து போயின? மூளையிலுள்ள மையத்தில் ஏதோ கோளாறு. அந்த மையத்தை சுலபமாக குணமாக்க முடியும். அதுவும் உயிரியல்-மின்சார மையம்தான்.

நீ நன்றாக இல்லை என்று தோன்றினால் உங்கள் மின்கலம் பலத்தை இழந்து கொண்டிருக்கிறது. அதற்குப் பலமேற்ற வேண்டும். உங்கள் கைகள் செயலிழந்துவிட்டால், அனேகமாக உங்கள் மையத்தில் மின்சாரக் கோளாறு என்று பொருள். அதைப் பலப்படுத்த வேண்டும். அதற்கு மருந்து தேவையில்லை. அதற்கு அறுவை சிகிச்சை தேவை யில்லை. இப்போது மனிதனை பல்வேறு கோணங்களில் பார்க்க வேண்டிய நிலையில் இருக்கிறோம். எப்படி பல்வேறு சமூகங்கள், பல்வேறு கலாசாரங்கள், பல்வேறு காலகட்டத்தில் மனிதனுக்கு சிகிச்சை அளித்திருக்கின்றன என்று பார்க்க வேண்டும். சில சமயங்களில் வினோத மான முறை வேலை செய்யத் துவங்கினால், அதை ஏற்றுக்கொள்ள வேண்டும். அதை நிராகரிக்கக்கூடாது.

உதாரணத்திற்கு, எழுபதுசதவிகித நோய் உங்கள் மனதில் இருக்கிறது. உங்களுக்கு எதுவுமில்லை. இருப்பதாக நீங்கள் நினைத்துக் கொண்டிருக்

கிறீர்கள். இதற்கு அலோபதி மருந்து கொடுப்பது என்பது ஆபத்தானது. காரணம் எல்லா அலோபதி மருந்துகளும் ஏதோ ஒரு விதத்தில் விஷத்தோடு தொடர்புடையது. உங்களுக்கு நோயிருந்தால், மருந்து நல்லது. ஆனால் உங்களுக்கு நோயில்லை, எண்ணம் மட்டுமே இருக்கிறது. அதற்கு ஹோமியோபதி தான் சிறந்தது. அது எந்தக் கெடுதலையும் விளைவிக்காது. அதில் ஒன்றுமில்லை. ஆனால் அது மனித குலத்திற்கு பெரும் உதவி. ஆயிரக்கணக்கான மக்கள் ஹோமியோபதியால் குணமடைகிறார்கள்.

ஹோமியோபதி சிறந்த மருந்தா இல்லையா என்பதல்ல கேள்வி. மக்களுக்கு செயற்கையான நோயிருக்கிறதா என்பதுதான். அதற்கு செயற்கை மருத்துவ முறைகள்தான் தேவை. ஹோமியோபதிக்கும் அதற்குச் சம்பந்தமில்லை. ஆனால் மக்களுக்கு எந்த நோயுமில்லை. தங்களுக்கு இருப்பதாக நினைத்தே சித்ரவதைப் படுகிறார்கள். ஹோமியோபதி அவர்களுக்கு உடனடியாக உதவி செய்யும். அது குணப்படுத்தும். ஆனால் யாருக்கும் கெடுதல் கொடுக்காது. அது போலி மருத்துவம். ஆனால் போலி மனிதர் குலத்தை என்ன செய்வது?

இந்திய மருத்துவர்களுக்கும், கள தாதிகளுக்கும் எந்தக் கருவியோ நவீன இயந்திரமோ இல்லை. எக்ஸ்ரே கிடையாது. உன் இதயத்துடிப்பை பார்க்கக்கூடிய இதயத்துடிப்பு மானி கூட கிடையாது. ஆனால் இந்த முறை ஆயிரக்கணக்கான வருடங்கள் சிறப்பாகவே செயல்பட்டு வந்தது. அவர்களும் சோதித்தார்கள் காரணம் உன் இதயத்துடிப்பு உன் வாழ்க்கையின் மையத்தில் இருக்கிறது. யாராவது சரியில்லையென்றால் ஏதாவது செய்தாக வேண்டும் என்று ஒரு குறிப்பு கொடுக்கும். உன் நோயைக் குணப்படுத்துவதற்குப் பதிலாக உன் இதயத்துடிப்பைச் சீராக்க முயலுவார்கள். அவர்களின் மருந்து உன் இதயத்துடிப்பைச் சீராக்கும். உடனே நோய் மறைந்துவிடும். நீ நோயைக் குணப்படுத்தவேண்டுமென்று நினைக்கிறாய். அது வெறும் அறிகுறி.

அதனால்தான் ஆயுர்வேதத்தில் அவர்களால் அறுவை சிகிச்சையைத் தூக்கி எறிய முடிந்தது. அது மனிதனை ஓர் இயந்திரமாகக் குறைத்தது. சுலபமாக தாதுக்கள், மூலிகைகள் போன்ற இயற்கை பொருட்களை வைத்து, உடல் அமைப்பில் விஷம் ஏற்றாமல் அவர்களால் செய்ய முடிந்தது. பிறகு ஏன் தேவையில்லாமல் மனிதனுக்கு விஷம் கொடுத்துக் கொண்டேயிருக்கிறீர்கள்? அது பல பக்க விளைவுகளை ஏற்படுத்து கிறதே?

இந்த ஒரு காரணத்தினால்தான், ஒரு பக்கம் மருந்து வளர்ந்து வடிவம் பெறுகிற அதே சமயத்தில் பக்கத்தில் நோய்களும் வளர்ந்து கொண்டே

போகின்றன. நீ ஒரு நோய்க்கு சிகிச்சை கொடுக்கிறாய், ஆனால் நீ விஷத்தை வைத்து சிகிச்சை கொடுக்கிறாய். அந்த நோய் போய்விடும். ஆனால் அந்த விஷம் உடலுக்குள்ளேயே இருக்கும். அந்த விஷம் தன் வேலையைக் காட்டி புதியவைகளை உருவாக்கும். அதனால் மூலிகை, தாது மருந்துகளையும், ஹோமியோபதியையும் இணைக்க வேண்டும்.

பல்வேறு பிரிவுகள் கொண்ட ஒரே ஒரு விஞ்ஞானம்தான் இருக்க வேண்டும். மருத்துவர் இந்த மனிதனை எந்த பிரிவிற்கு அனுப்ப வேண்டும் என்று மருத்துவர் முடிவு செய்ய வேண்டும். ஒருவரிடம் சொல்வதில் பயனில்லை. 'உனக்கு நோயில்லை' அது பயன்தராது. அவர் உடனே மருத்துவரை மாற்றி விடுவார். அதுதான் ஒரே பயன். 'உனக்கு நோயிருக்கிறது...' என்று சொல்கிற டாக்டரைத்தான் அவருக்கு பிடிக்கும்.

சிலர் வாழ்வதற்கான உறுதியை இழந்துவிட்டார்கள். இவர்களுக்கு எந்த மருத்துவமும் உதவாது. காரணம் வாழவேண்டுமென்கிற அடிப்படை உறுதியை இவர்கள் இழந்துவிட்டார்கள். அவர்கள் ஏற்கெனவே இறந்து விட்டார்கள். அவர்கள் இறுதிச் சடங்கிற்காகக் காத்துக் கொண்டிருக் கிறார்கள். இவர்களுக்கு மருந்தே தேவையில்லை. இவர்களுக்கு வாழ வேண்டும் என்கிற உறுதியை கொடுக்கிற வேறு மாதிரியான சிகிச்சை தேவைப்படுகிறது. அதுதான் அவர்களுக்கான அடிப்படைத் தேவை. பிறகு வேறு எந்த மருந்தும் அவர்களுக்கு உதவும்.

இவையெல்லாவற்றையும் ஒருங்கிணைத்து முழுமையாக்க வேண்டும். அதற்குப் பிறகுதான் மனிதன் நோயிலிருந்து முற்றிலும் விடுபடமுடியும். ஒரு விஞ்ஞானக் கணக்குப்படி மனிதன் முந்நூறு ஆண்டுகள் வாழ முடியுமாம். மனித உடலில் முந்நூறு ஆண்டுகள் புதுப்பித்துக்கொள்ளும் சாத்தியமிருக்கிறது. அதனால் அடிப்படையில் நாம் செய்வது எல்லாமே தவறு. மனிதன் எழுபது வயதில் இறந்து போகிறான்.

இதற்கு ஆதாரமிருக்கிறது. அது காஷ்மீரின் ஒரு பகுதி இப்போது பாகிஸ்தானில் இருக்கிறது. பாகிஸ்தான் அந்தப் பகுதியை ஆக்ரமித்து விட்டது. இங்கு மக்கள் சுலபமாக நூற்று ஐம்பது ஆண்டுகள் வாழ்கிறார்கள். அங்கு சிலர் நூற்றி என்பதைக் கூட எட்டிவிட்டார்கள். இப்போது இந்த மனிதர்களின் உணவு, பழக்க வழக்கங்களை ஆராய வேண்டும். அந்த உணவுப் பழக்க வழக்கங்களை மற்றவர்களுக்கு, தெரியப்படுத்தவேண்டும். காகாஸ, இது ரஷ்யாவிலுள்ளது. இங்கு நூற்றி எண்பது வயதுக்காரார் ஓர் இளைஞனைப் போல் இன்னும் வயலில் வேலை செய்கிறார்... அவருக்கு இன்னும் வயதாகவில்லை. அவருடைய உணவு, அவருடைய வாழ்க்கைமுறையை ஆழ்ந்து கவனிக்கவேண்டும். இது போல் பலர் வாழ்க்கைமுறையை ஆழ்ந்து கவனிக்க வேண்டும். இப்படிப் பலர் இருக்கிறார்கள் அந்தப் பகுதியில் மட்டும். காகாஸியா

அந்தப் பகுதி பலமான பலரைக் கொடுத்திருக்கிறது. ஜோஸப் ஸ்டாலின் கூட அந்தப் பகுதியைச் சேர்ந்தவர்தான். ஜார்ஜ் குருட்ஜிஃப் கூட அந்தப் பகுதியைச் சேர்ந்தவர்தான். கடுமையான பலசாலிகள்.

மருந்திற்குப் புதிய பயிற்சி தேவை. இது சாத்தியம் காரணம் இப்போது உலகத்தில் நடப்பதையெல்லாம் நம்மால் தெரிந்து கொள்ள முடியும். துவக்கத்திலேயே ஒரு குறுகிய சிந்தனையில் இருக்கக்கூடாது.

? இன்றைக்கு மருந்தில், சிகிச்சையின் அகசார்பைப் பற்றி பேசுகிறோம். அதே மருந்து வெவ்வேறு மருத்துவர்கள் மூலமாக வெவ்வேறு முடிவுகளைக்கொடுக்கிறது.

ஒரு குறிக்கோளோடு செயல்படுவதாகச் சொல்லும் விஞ்ஞானத்தில் அக சார்பு பற்றிச் சொல்ல முடியுமா?

மனித இனம் சம்பந்தப்பட்ட எதுவுமே புறம் சார்ந்து இருக்கவே முடியாது. ஒரு குறிப்பிட்ட அளவு அகத்திற்கு ஒதுக்க வேண்டியது அவசியம்.

ஒரே மருந்து வெவ்வேறு மருத்துவர்களால் கொடுக்கப்படும்போது வெவ்வேறு விளைவுகளைக் கொடுக்கிறது என்பது முற்றிலும் உண்மை. அது மட்டுமல்லாமல், ஒரே மருந்து வெவ்வேறு நோயாளிகள் மீது வெவ்வேறு விளைவுகளை ஏற்படுத்துகிறது என்பதும் உண்மை. மனிதன் வெறும் பொருள் அல்ல.

முதலில் நாம் 'அகம்' என்கிற வார்த்தையைப் புரிந்து கொள்ள வேண்டும். ஒரு துண்டு கல் வெறும் பொருள். அதற்கு உட்புறமோ, உள்ளார்ந்தது என்பதோ கிடையாது. இதை இரண்டாகப் பிளக்கலாம். பிறகு அது இரண்டு தனிப் பொருட்கள். அதை நாலாகப் பிளக்கலாம். பிறகு அது நான்கு பொருட்களாக ஆகிறது. ஆனால் அதில் எந்த ஒரு உட்புறத்தையும் பார்க்க முடியாது.

அகம் என்றால் வெளியே இருந்து பார்க்கும்போது மனிதனும் மற்ற எல்லாப் பொருட்களையும் போல ஒரு பொருள்தான். ஒரு சிலையைப் போல, ஒரு இறந்த உடல், வாழும் உடல். பிறகு என்ன வேறுபாடு? சிலை என்பது ஒரு சாதாரண பொருள். அதற்கு உட்புறம்-அகம் என்பது கிடையாது. இறந்த உடல் ஒரு சமயத்தில் ஒரு பொருளின் வீடாக இருந்தது. அது இப்போது காலியாக இருக்கிறது. அது இப்போது காலி வீடு. அந்த வீட்டில் வாழ்ந்தவர் இப்போது வெளியேறிவிட்டார்.

வாழும் மனிதனுக்கு, சிலைகளுக்கும், இறந்த உடலுக்கும் உண்டான புறத்தன்மை உண்டு. கூடவே இன்னும் கொஞ்சம் அதிகம் ஓர் உட்பகுதி. இது பல விஷயங்களை மாற்ற முடியும். காரணம் அதுதான் இருத்தலில் மிகவும் சக்தி வாய்ந்தது. உதாரணமாக, மூன்று பேர்களுக்கு ஒரே மாதிரியான நோய். ஆனால் ஒரே மருந்து வேலை செய்யாது. ஒரு மனிதரிடத்தில் அது வேலை செய்யும், இன்னொருவரிடத்தில் பாதிக்குப் பாதி. வேலை செய்யும்-செய்யாது. ஆனால் மூன்றாவது நபரிடத்தில் வேலையே செய்யாது. நோய் ஒன்றுதான்; ஆனால் அதன் உட்புறம் வேறு. இப்போது அந்த உட்புறத்தைக் கணக்கில் எடுத்துக்கொண்டால், வெவ்வெறு விளைவுகளை, வெவ்வேறு மக்கள் மீது, வெவ்வேறு காரணங்களுக்காக ஒரு வேளை மருத்துவர் ஏற்படுத்தலாம்.

என்னுடைய நண்பர் நாக்பூரில் ஒரு பெரிய அறுவை சிகிச்சை நிபுணர். பெரிய அறுவை சிகிச்சை நிபுணர். ஆனால் நல்ல மனிதரில்லை. அறுவை சிகிச்சையில் அவர் தோல்வி அடைந்ததே இல்லை. மற்ற நிபுணர்களை விட ஐந்து மடங்கு அதிகமாகப் பணம் வாங்குவார். நான் அவருடன் தங்கியிருந்த போது சொன்னேன்: 'இது மிகவும் அதிகம். மற்ற மருத்துவர்கள் இதே நோய்க்கு ஒரு குறிப்பிட்ட தொகை வாங்கும்போது நீங்கள் அதை விட ஐந்து மடங்கு அதிகமாக வாங்குகீறீர்கள்... இது அதிகம்.'

அவர் சொன்னார்: 'எல்லா விஷயங்களிலும் என் வெற்றி இந்த அடிப்படையில்தான். அந்த மனிதர் எனக்கு ஐந்து மடங்கு அதிகம் கொடுக்கும்போது, தான் பிழைத்துக்கொள்வோம் என்கிற உறுதியோடு இருக்கிறார். பணத்தின் மீது மட்டும் எனக்குப் பேராசை இல்லை. இதை விட குறைந்த செலவில் அறுவை சிகிச்சை செய்து கொள்ள முடியும் போது - எனக்கு அவர் ஐந்து மடங்கு அதிகமாகக் கொடுக்க முன் வருகிறார் என்றால் காசு செலவானாலும் பரவாயில்லை, நாம் பிழைத்துவிடுவோம் என்கிற உறுதியோடு இருக்கிறார். அவருடைய அந்த உறுதிதான் என்னுடைய ஐம்பது சதவிகித வெற்றி.'

பிழைக்க வேண்டாம் என்று நினைக்கிற மக்கள் இருக்கிறார்கள். அவர்கள் மருத்துவர்களுடன் ஒத்துழைக்க மறுக்கிறார்கள். மருந்து சாப்பிடுகிறார்கள். ஆனால் பிழைப்போம் என்கிற உறுதி இல்லை. இன்னொரு புறம் மருந்து வேலை செய்யாது என்று நினைக்கிறார்கள். அதனால் தாங்கள் தற்கொலை முயற்சி என்கிற குற்றச்சாட்டிலிருந்து தப்பிக்கலாம், அதே சமயம் உயிரையும் துறக்கலாம். இப்போது உள்ளிருந்து அந்த மனிதன் பின்வாங்கிவிட்டான். மருந்து அவன் உட்புறத்திற்கு உதவி செய்யாது. அந்த உட்புற உதவியில்லாமல் மருத்துவர்களால் எதுவுமே செய்ய முடியாது. அதற்கு மருந்து போதாது.

இந்த அறுவை சிகிச்சை நிபுணர் மூலம் ஒன்றை நான் தெரிந்து கொண்டேன். அவர் சொன்னார்: 'உங்களுக்குத் தெரியாது. சில சமயங்களில் முற்றிலும் ஒழுக்கமற்ற காரியங்களைச் செய்கிறேன். ஆனால் அந்த நோயாளிக்கு உதவுவதற்காக நான் இதைச் செய்ய வேண்டியிருக்கிறது.'

நான் கேட்டேன்: 'என்ன சொல்கிறீர்கள்?'

அவர் சொன்னார்: ''தொழில் ரீதியாக என் மீது ஏகப்பட்ட குற்றச்சாட்டுஉண்டு. நாக்பூரிலுள்ள மருத்துவர்கள் என்னக் கண்டபடி திட்டுகிறார்கள். 'இதுமாதிரி ஒரு மோசடி பேர்வழியை பார்த்ததில்லை' என்கிறார்கள்.''

அவர் நோயாளியை அறுவை சிகிச்சை மேஜை மீது போடுவார். மருத்துவர்கள் தயாராக இருப்பார்கள். தாதிகளும் தயாராக இருப்பார்கள். மாணவர்களும் மேலிருந்து கவனித்துக் கொண்டிருப்பார்கள். அப்போது நோயாளியின் காதுகளில் மெதுவாகச் சொல்வார். 'என் அறுவை சிகிச்சை கட்டணம் பத்தாயிரம் என்று ஒப்புக் கொண்டோம். அது போதாது. உன் பிரச்னை படு மோசமானது. நீ இருபதாயிரம் கொடுக்க ஒப்புக் கொண்டால் மட்டுமே நான் என் கருவியைக் கையிலெடுப்பேன். இல்லையென்றால் நீங்கள் எழுந்து போகலாம்; குறைந்த விலை மருத்துவர்களைப் பார்க்கலாம்.'

இப்போது, அந்தத் தருணத்தில்.... அந்த நபரிடம் பணமிருக்கிறது. இல்லையென்றால் அவர் எப்படி சரி என்று சொல்ல முடியும்? அவர் ஒப்புக்கொள்கிறார். 'நான் இருபதாயிரம் ரூபாய் தருகிறேன். என்னைக் காப்பாற்றுங்கள்''

அவரே சொன்னார், ''எந்த நிபுணரும் அவரைக் காப்பாற்றி இருக்க முடியும். ஆனால் இந்த உறுதியோடு அல்ல. இப்போது அவர் இருபதினாயிரம் ரூபாய் தருகிறார், அவர் முழுமையாக என்னுடன் இருக்கிறார். அவருடைய உட்புறம் எனக்கு ஆதரவாக இருக்கிறது. மக்கள் என்னைத் திட்டுகிறார்கள். காரணம் அவர்கள் என்னைப் புரிந்து கொள்ளவில்லை. கட்டாயம் இது ஒழுக்கக்கேடுதான்... பத்தாயிரத்திற்கு ஒப்புக் கொண்டு, நோயாளியை அறுவை சிகிச்சை மேஜை மீது கடத்திவிட்டு அவர் காதுகளில் போய், இருபதாயிரம், முப்பதாயிரம் இல்லையென்றால் எழுந்து ஓடு. காரணம் நான் இந்த நோய் இவ்வளவு ஆழமாக ஊடுருவியிருக்கும் என்று நினைக்கவில்லை. எவ்வளவு பெரிய ஆபத்தைக் கையிலெடுக்கிறேன். என்னுடைய பெருமையையெல்லாம் பணயம் வைக்கிறேன். பத்தாயிரத்திற்கு இதைச் செய்ய மாட்டேன். ஆனால் என் வாழ்க்கையில் நான் தோற்றதே கிடையாது. வெற்றிதான் என் விதி. நான் வெற்றி பெறுவேன் என்று தெரிந்தால் மட்டுமே நான் அறுவை

சிகிச்சை செய்வேன். அதனால் நீ முடிவு செய். மேலும் எனக்கு அதிக நேரம் கிடையாது. காரணம் பல பேர் எனக்காகக் காத்துக் கொண்டிருக் கிறார்கள். அதனால் நீ இரண்டு நிமிடத்தில் முடிவு செய். ஒப்புக்கொள் அல்லது எழுந்து ஓடு' என்பேன். வேறு வழியில்லை, அந்த நபர் சொல்வான், 'நீ எது கேட்டாலும் நான் தருகிறேன். ஆனால் அறுவை சிகிச்சை செய்.' அது சட்ட விரோதம். ஒழுக்கக்கேடு. ஆனால் என்னால் அது மனோதத்துவ மற்றது என்று சொல்ல முடியாது.''

மனிதனோடு நீ செய்வது எல்லாமே வெளியில்தான்.

எனக்கு இன்னொரு நண்பர் உண்டு. ஒரு மருத்துவர். ஆனால் இப்போது சிறையிலிருக்கிறார். காரணம் அவர் அந்தப் பட்டத்தைப் பெறவேயில்லை. அவர் எந்த மருத்துவக் கல்லூரிக்கும் போகவில்லை. அவர் பெயருக்குப் பின்னால் போட்டுக்கொண்ட பட்டங்கள் எல்லாமே போலியானவை. ஆனால் அவருக்கு இழைக்கப்பட்டது அநீதி என்று நான் நினைக்கிறேன். அவரிடம் பட்டம் இருக்கிறதா இல்லையா என்பது முக்கியமல்ல. அவர் ஆயிரக்கணக்கான மக்களுக்கு உதவியிருக்கிறார். குறிப்பாகப் படுமோசமாகிப் போனவர்கள். பட்டம் பெற்ற பல மருத்துவர்களைப் பார்த்து ஓய்ந்து போனவர்கள். இந்த மனிதரால் அவர்களைக் காப்பாற்ற முடிந்தது. அவரிடம் ஒரு வித கவர்ச்சி இருந்தது. பட்டம் இல்லை. அவர் தன்னுடைய மருத்துவமனையை ஒரு மாய ஜால உலகமாக மாற்றியிருந்தார். அவர் மருத்துவமனையில் நுழைந்த வுடனேயே நோயாளி வியந்து போவார் அவர். எல்லா இடங்களுக்கும் போய்விட்டார். காரணம் கடைசி முயற்சியாகத்தான் மக்கள் அவரிடத்தில் போவார்கள். அவர் போலி என்பது எல்லோருக் குமே தெரியும். அது மறைக்கப்பட்டதல்ல. அது வெளிப்படையான ரகசியம். ஆனால் நீங்கள் சாகப்போகிறீர்கள் என்றால் முயல்வதில் என்ன தவறு?

அவருடைய தோட்டத்தில் நுழைந்தால் நீங்கள் சொக்கி நிற்பீர்கள். அது மிகவும் அழகான தோட்டமாக இருக்கும். அவருடைய அலுவலகத்தில் நுழைந்தால், மிகவும் அழகான பெண் வரவேற்பாளராக இருப்பார். அவையெல்லாமே அவருடைய மருத்துவ சிகிச்சையின் ஒரு பகுதி. காரணம் ஒரு மனிதன் இறக்கிற தருணத்தில் இருந்தாலும், ஓர் அழகான பெண்ணைக் கண்டவுடன் அவருக்கு வாழ்கிற ஆசை உயரும். அவருக்கு வாழ வேண்டும். வரவேற்பறையைத் தாண்டியவுடன சோதனைக் கூடத்தில் நுழைவார். பரிசோதனைக் கூடத்திற்கு அழைத்துப்போவது தேவை யற்றது. ஆனால் அந்த நோயாளிக்கு இவர் சாதாரண மருத்துவரில்லை என்று தெரிய வேண்டும். அந்த சோதனைக் கூடம் ஓர் அற்புதம். முற்றிலும் பயனற்றது. அங்கு எதுவுமே முக்கியத்துவம் வாய்ந்ததில்லை. ஆனால் பல குழாய்கள், கண்ணாடிக்

குடுவைகள். வண்ண நீர்கள் ஒரு குழாயிலிருந்து ஒரு குழாய்க்குப் போகும். ஏதோ பெரிய சோதனைகள் நடப்பதைப் போல ஒரு தோற்றம். அதற்கு பிறகு மருத்துவரைச் சென்று அடைவீர்கள். அவர் சாதாரண முறைகளைப் பயன்படுத்தியதேயில்லை. உங்கள் நாடித்துடிப்பைப் பார்க்கவே மாட்டார். தொலைக் கட்டுப்பாடு கொண்ட மின்சார படுக்கையில் நீங்கள் படுக்க வைக்கப்படுவீர்கள். அந்தப் படுக்கை மேலே காற்றில் எழும்பும். நீங்கள் மேலே பார்த்தபடி படுத்திருப்பீர்கள். அங்கே உங்களைச் சுற்றிக் குழாய்கள் தொங்கும். அங்கிருந்து இணைப்புகள் உங்கள் நாடிக்குள் இருக்கும். உங்கள் நாடி துடிக்கும்போது குழாய்களில் உள்ள நீர் துள்ளிக்குதிக்கும். இதயத்திற்கும் இதே போல் சோதனைதான். சாதாரண இதய மானியால் அல்ல. இந்த ஏற்பாடுகளையெல்லாம் அந்த நோயாளி பார்க்கும்படி செய்திருந்தார். ஒரு பெரிய மேதையிடம், ஒரு பெரிய நிபுணரிடம் வந்திருக்கிறோம் என்பதை அந்த நோயாளி பார்க்கலாம்.

அந்த மனிதருக்கு எந்தப் பட்டமும் கிடையாது. ஒன்றுமே இல்லை. அவருடைய மருந்தாளருக்கு எல்லாப் பட்டங்களும் இருந்தன. அவர்தான் மருந்துகளை எழுதிக் கொடுப்பார். இந்த மனிதருக்கு மருந்துகளைப் பற்றி எதுவுமே தெரியாது. உண்மையில் அவர் எந்த கிரிமினல் வேலையையும் செய்யவில்லை. அவர் மருந்து எழுதிக் கொடுக்க வில்லை. அவர் அதில் கையெழுத்திடவில்லை. ஆனால் அவர் ஏற்கனவே இதற்கெல்லாம் ஏற்பாடு செய்தார். தன் பெயருக்குப் பின்னால் வினோதமான பட்டங்களையெல்லாம் போட்டுக்கொண்டார். அந்தப் பட்டங்கள் இல்லை என்பதற்காக அது சட்ட விரோதமாகிவிட முடியாது. அவர் இருக்கிற எந்தப் பல்கலைக்கழகத்திலும் பட்டம் பெற்றதாகச் சொல்லிக்கொள்ளவேயில்லை. இவையெல்லாமே கற்பனை. ஆனால் அந்தக் கற்பனை உதவிகரமாக இருந்ததே.

பாதி சோதனையிலேயே நோயாளிகளுக்கு குணமானதை நான் பார்த்திருக்கிறேன். வெளியே வந்தவுடன் அவர்கள் சொன்னார்கள், ‘எங்களுக்கு அனேகமாக குணமாகிவிட்டதைப் போல உணர்கிறோம். இன்னும் நாங்கள் மருந்து சாப்பிடவேயில்லை. இதோ மருந்துச் சீட்டு இங்கிருக்கிறது. இனிமேல்தான் நாங்கள் போய் மருந்தை வாங்கப் போகிறோம்.’’

காரணம் அவர் இப்படி செய்துதான். இங்கேதான் சட்டம் குருடு என்பதை நான் பார்த்தேன். அவர் சட்ட விரோதமாக எதையுமே செய்யவில்லை. அவர் யாரையும் துன்புறுத்தவில்லை. ஆனால் மக்களை ஏமாற்றியதாக அவர் இப்போது சிறையிலிருக்கிறார். அவர் யாரையும்

ஏமாற்றவில்லை. சிலரை நீண்ட நாள் வாழ வைக்க உதவியது ஏமாற்றுதல் என்றால், மருத்துவ உதவி என்பது என்ன?

மனித இனம் இருப்பதால், மருந்து முழுமையான, திடமான, நூறு சதவிகித குறிக்கோள் கொண்ட விஞ்ஞானமாகவே முடியாது. அதனால்தான், ஆயூர்வேதா, ஹோமியோபதி, இயற்கை வைத்தியம், அக்குபஞ்சர், என்று பலப்பல மருத்துவப் பள்ளிகள் உள்ளன. எல்லோருமே உதவுகிறார்கள். இப்போது ஹோமியோபதி என்பது சாதாரண சர்க்கரை மாத்திரைதான். ஆனாலும் அது உதவுகிறது. மக்கள் நம்புகிறார்களா என்பதுதான் முக்கியம். இயற்கை வைத்தியத்தில் பல பேர் பைத்தியமாக இருக்கிறார்கள். இயற்கை வைத்தியத்தைத் தவிர வேறு எதுவுமே அவர்களை காப்பாற்றாது. ஆனால் அதற்கும் நோய்க்கும் எந்தத் தொடர்புமில்லை.

என்னுடைய பேராசிரியர் ஒருவர் இயற்கை வைத்தியத்தில் பைத்தியமே கொண்டிருந்தார். எந்தப் பிரச்னையானாலும் வயிற்றில் ஒரு மண் மூட்டை. அவரைப் பார்த்து ரசிப்பதற்காகவே அங்கே போவேன். அது ஒரு நல்ல ஓய்வாகவே இருக்கும். அவர் நல்ல ஏற்பாடுகளைச் செய்திருந்தார். ஓர் அழகான குளியல் அறை ஷவர். எந்த பிரச்னையு மில்லாமல் போய் 'எனக்கு மைக்ரேய்ன் தலைவலி' என்பேன்.

உடனே அவர், ''ஒன்றும் கவலைப்படாதே. ஒரு மூட்டை மண்ணை வயிற்றில் கட்டிக்கொள்.'' இப்போது இந்த வயிற்றில் கட்டிய மண் மூட்டை ஒன்றும் மைக்ரேய்னுக்கு உதவப் போவதில்லை. ஆனால் அது எனக்கு உதவியது. காரணம் எனக்கு மைக்ரேய்ன் இல்லை. ஒரு மண் குளியல், குளியல் தொட்டி, அதுவும் நீங்கள் அந்த மண் சேற்றில் மூழ்கிப்போவீர்கள். உங்கள் தலை மட்டும் வெளியே இருக்கும். அது சௌகரியமாக, குளிர்ச்சியாக இருக்கும். உடனே அதை உணர்ந்து கொண்ட அவர், ''மறுபடியும், மறுபடியும் புதிய நோய்களுடன் இங்கு வா.'' நான் சொன்னேன், ''உண்மைதான் என்னிடம் இயற்கை வைத்தியத்தைப் பற்றி ஒரு புத்தகம் இருக்கிறது. அந்தப் புத்தகத்திலிருந்து எனக்கு நோய்கள் கிடைக்கின்றன. பிறகு நான் உங்கள் இடத்தில் வருகிறேன். முதலில் நான் படிக்கிறேன். பிறகு நீங்கள் என்ன செய்கிறீர் கள் என்று பார்க்கிறேன். அது எனக்கு செய்யப்படவேண்டுமென்றால் நான் அந்த நோயை வரவழைத்துக்கொள்வேன். இல்லையென்றால் தேவையில்லாமல் சேற்றில் எதற்கு அரை மணி நேரம்?''

உடனே அவர், ''அப்படியானால் நீ என்னை ஏமாற்றிக் கொண்டிருந் தாய்?'' என்று வினவினார்.

நான் சொன்னேன், ''நான் உங்களை ஏமாற்றவில்லை. நாங்கள் உங்களின் முக்கியமான நோயாளி அல்ல. பல்கலைக்கழகத்தில் எல்லோரும் உங்களைப் பார்த்துச் சிரிக்கிறார்கள். நான் ஒருவன்தான் உங்களை ஆதரிக்கிறேன். மற்றவர்கள் இங்கு வருவது கூட, நான் இங்கு வருவதைப் பார்த்துத்தான். காரணம் நான் என் மைக்ரேய்ன் மறைந்துவிட்டது என்று சொன்னேன்.''

உடனே அவர், ''கடவுளே! எனக்கு இப்போது மைக்ரேய்ன். நீ போ'' என்று அலறினார்.

மக்கள் என்னிடம் கோபப்படுவதுண்டு. என்னிடம் சொல்வார்கள், ''என் மைக்ரேய்ன் போவதற்குப் பதிலாக இன்னும் அதிகமாகிவிட்டது. காரணம் குளிர்ந்த வயிறு மைக்ரேய்னுக்கு உதவாது.''

உடனே நான் சொல்வேன், ''உன் அமைப்பு வேறு மாதிரியாக வேலை செய்கிறது. என் அமைப்பில் அது வேலை செய்கிறது.''

ஹோமியோபதிதான் சரியான மருந்து என்று நம்புகிற பைத்தியங்கள் உண்டு. மற்ற மருந்துகள் எல்லாமே அவர்களுக்கு ஆபத்தானவை. குறிப்பாக ஆங்கில மருத்துவம் அவர்களுக்கு விஷம். நீங்கள் ஒரு ஹோமியோபதியிடம் செல்லுங்கள். முதல் விஷயமாக அவர் உங்களுடைய முழு சரித்திரத்தையும் பிறப்பிலிருந்து கேட்பார். இப்போது உங்களுக்குத் தலைவலி.

ஒரு ஹோமியோபதி மருத்துவர் எனக்குப் பக்கத்தில் இருந்தார். என் தந்தை எப்போது என்னைப் பார்க்க வந்தாலும். உடனே அவரை அந்த ஹோமியோபதியிடம் அழைத்துச் செல்வேன். அந்த ஹோமியோபதி என்னிடம், ''நான் உன்னைக் கெஞ்சிக் கேட்டுக் கொள்கிறேன், உன் தந்தையை அழைத்துக்கொண்டு வராதே. அவர் மூன்று தலைமுறை களுக்குப் பின்னாலிருந்து ஆரம்பிக்கிறார். அதாவது அவரது தாத்தாவிற்கு ஒரு நோயிருந்ததாம்....'' என்று தழுதழுப்பார்.

நான் சொன்னேன், ''அவரும் கூட ஒரு ஹோமியோபதி. ஆழமாக வேர்களுக்குள் போகிறாரே?''

உடனே அவர், ''ஆனால் அவர் என் நேரத்தை வீணடிக்கிறார். நான் பொறுமையாகக் கேட்டுக்கொண்டிருக்க வேண்டியிருக்கிறது. ஆனால் அவருக்கு வெறும் தலைவலிதான். அவர் தாத்தா, அவருக்கு இருந்த நோய்கள். அவரது அப்பா, அவருக்கு இருந்த நோய்கள். அதற்குப் பிறகுதான் விஷயத்திற்கே வருகிறார். அவரிடம் வருவதற்குள் ஒரு நாளே முடிந்துவிடுகிறது. என் மற்ற நோயாளிகள் போய்விடுகிறார்கள். அவர் குழந்தையிலிருந்து என்னவெல்லாம் நோயில் அவதிப்பட்டிருக்கிறார் என்பதை சொல்ல, நான் கேட்டுக்கொண்டிருக்கிறேன். கடைசியாக தலைவலிக்கு வருகிறார்.

அடக் கடவுளே, இதை முதலிலேயே சொல்லக்கூடாதா? உடனே அவர், "நீ ஒரு ஹோமியோபதி, நான் ஒரு ஹோமியோபதி. உனக்கு முழு நிலைமையையும் சொல்ல வேண்டாமா?"

முதல் விஷயமாக அவர்கள் கேட்பதே உங்கள் எல்லா வியாதிகளையும் பற்றித்தான். காரணம் எல்லா நோய்களுமே ஒன்றுக்கொன்று தொடர்புள்ளவை. உங்கள் முழு வாழ்க்கையும் ஒரு தனி முழுமை என்று அவர்கள் நம்புவதுதான். உங்களுக்குத் தலைவலியா, கால்வலியா என்பதெல்லாம் அவர்களுக்குக் கவலையில்லை. அவையெல்லாம் ஒரே உடலின் பகுதிகள். அந்த மருத்துவர் புரிந்து கொள்ள அவருக்கு எல்லாமே தெரிந்தாக வேண்டும். ஹோமியோபதி நீங்கள் என்ன ஆங்கில மருந்தை எடுத்துக்கொண்டீர்கள் என்று கேட்பார். காரணம் அதுதான் உன் நோய்க்கு அடிப்படைக் காரணம். எல்லா ஆங்கில மருந்துகளுமே விஷம்தான். இதுதான் இயற்கை வைத்தியரின் எண்ணமும் கூட. ஆங்கில மருந்து அலோபதியெல்லாமே விஷம்தான். அதனால் முதலில் நீ பட்டினி கிடக்க வேண்டும். பிறகு பேதி மருந்து - உன்னுடைய ஆங்கில மருந்தைச் சுத்தப்படுத்த. நீ ஆங்கில மருந்திலிருந்து சுத்தமாக வேண்டும்....

மனிதன் அகம் சார்ந்தவன். ஒரு நோயாளி மருத்துவரை நேசித்தால் தண்ணீர் கூட மருந்துதான். ஒரு நோயாளி மருத்துவரை வெறுத்தால் எந்த மருந்தும் உதவாது. நோயாளி 'இந்த மருத்துவர் ஒரு மாதிரி' என்று நினைத்தால் அதுதான் வழக்கமான மருத்துவர்களின் இயல்பு. காரணம் அவர்களும் மனிதர்கள்தானே. நாள் முழுவதும் நோயாளியையே பார்த்துக்கொண்டிருக்கிறார். நாள் முழுக்க யாரோ சாகிறார்கள். அவர்களின் உணர்ச்சிகளுக்கு, நெகிழ்விற்கு, மனிதாபிமானத்திற்குத் திரை போட்டுக் கொள்கிறார்கள். இது அவர்களின் மருந்தின் திறனைத் தடுக்கிறது. அது ஒரு ரோபோ - அதாவது, ஒரு மனித இயந்திரத்தைப் போல செயல்படுகிறது. ஏதோ ஓர் இயந்திரம் உங்களுக்கு மருந்துகளைக் கொடுப்பதைப்போல!

ஒன்று மட்டும் நிச்சயம். மருந்து நிச்சயமாக முழுவதும் குறிக்கோள் கொண்டதாக இருக்கவே முடியாது. அதை ஒரு முழுமையான இலக்கை நோக்கிச் செலுத்துவதுதான். இன்றுவரையில் இதுதான் மருத்துவ விஞ்ஞானத்தின் முயற்சி.

ஒரு புதுவித சிகிச்சை அந்திக்கால சிகிச்சை இப்போது உருவாகிக் கொண்டிருக்கிறது. அந்திக்காலம் என்பது போலி, ஒரு பொய்யான மருந்து, அதில் எந்த மருத்துவத் தன்மையும் கிடையாது. ஆனால் அதை ஒரு மாதிரி நோயாளிக்குக் கொடுக்கிறார்கள். அவரும் அதை ஒரு மருந்து என்று நினைக்கிறார். நோயாளி மட்டுமல்ல, மருத்துவரும் கூட அதை

மருந்து என்று நினைக்கிறார். இல்லையென்றால் அவரது பாவனையே காட்டிக்கொடுத்து உண்மையை வெளிப்படுத்திவிடும். மருத்துவரையே ஓர் அறியாமையில் வைத்திருக்கிறார்கள். ஊசி போட வெறும் தண்ணீரைக் கொடுக்கிறார்கள். அல்லது ஒரு சர்க்கரை மாத்திரையை, ஒரு மருந்தின் முத்திரை பெயர்களோடு ஏதோ உண்மையான மருந்தைப் போல கொடுக்கிறார்கள். மருத்துவர் அதை மருந்து என்று நினைக்கிறார். நோயாளியும் அதை மருந்து என்று நினைக்கிறார். என்ன அதிசய மென்றால் அது வேலை செய்கிறது. ஆனால் அதில் மருந்தே இல்லை. நோயாளி குணமடைகிறார். மருத்துவர் அது மருந்து என்று நம்புகிறபோது அதுவே ஒரு சூழலை உருவாக்குகிறது. ஒரு மனோதத்துவம், ஒரு மனோவசியம், அந்த மருத்துவமனையில் அமைப்பு இதை உருவாக்கு கிறது. நோயாளிக்குத் தன் நோய் விலக வேண்டும். ஒரு புகழ் பெற்ற மருத்துவர் கொடுக்கும்போது அது விலகித்தான் ஆகவேண்டும். அது மருந்தா இல்லையா என்பது பிரச்னையே அல்ல.

ஒன்று தெரிந்துவிட்டது. அது மருந்தோ இல்லையோ இரண்டுமே ஒரு விகிதாசாரத்தில்தான் வேலை செய்கிறது. எழுபது சதவிகித நோயாளிகள் மருந்தில், உண்மையான மருந்தில் குணமடைகிறார்கள் என்றால், எழுபது சதவிகிதம் பேர் இந்த போலி மருந்துகள் மூலமாகக் குணமடை கிறார்கள். இது மருத்துவ உலகில் ஒரு கலக்கத்தை உண்டு பண்ணி யிருக்கிறது. என்னதான் நடக்கிறது?

உண்மையில் இதுதான் நடக்கிறது. முதலில் ஒரு நோயை உருவாக்கு கிறார்கள். அது மனம் தொடர்பானது. இரண்டாவதாக, மனம் அது குணமாகும் என்று உறுதி படும்போது, அது குணமாகிறது. அதனால்தான் மருத்துவரின் கட்டணம் அதிகமாகாவிட்டால் உன் நோய் குணமாகப் போவதில்லை. கட்டணம் அதிகமாகும்போது, மருத்துவம் நன்றாகவே உள்ளது. மருத்துவருக்கு அதிக கட்டணம் கொடுத்து, உங்கள் வளத்தையே கொடுக்கும்போது, பிறகு அது உங்கள் மீது அதிக தாக்கத்தை ஏற்படுத்துகிறது. அது தாக்கத்தை ஏற்படுத்தவேண்டுமென்று நீங்கள் நினைக்கிறீர்கள். அது இலவசமாக வரும்போது, அது வேலை செய்வதைப் பற்றி யார் நினைக்கிறார்கள். ''அது வேலை செய்தால் சரி, செய்யாவிட்டாலும் பரவாயில்லை. காரணம் நாம் அதற்காக ஒன்று செலவழிக்கவில்லையே.'' நீங்கள் செலவு செய்யும்போதுதான் அது வேலை செய்ய வேண்டுமென்று எதிர்பார்க்கிறீர்கள். வேலை செய்கிறது.

புத்தர் மனம் ஒரு மந்திரவாதி என்கிறார். அது நோயை உருவாக்கு கிறது. அதுவே அதற்கு நிவாரணமும் தேடுகிறது. மனம்தான் எல்லா மாயைகளையும் உருவாக்கிறது. அழகு, அருவருப்பு, வெற்றி, தோல்வி, வளம், வறுமை என ஒவ்வொன்றையும் மனம் உருவாக்கிக்கொண்டே

போகிறது. அந்த எண்ணம் உன் மனதில் தங்கியவுடன் உன் முழு வாழ்க்கையின் சக்தியே அதை உண்மையில் உருவாக்கச் செயல்படுகிறது. ஒவ்வோர் எண்ணமும் ஒரு விஷயமாகிறது. எல்லாமே முதலில் ஓர் எண்ணம்; அவ்வளவுதான். நீங்கள் ஒரு வகை மனோவசியத்தில் இருக்கிறீர்கள். புத்தர் இந்த மனோவசியத்தை உடைக்க வேண்டுமென் கிறார். வேறு எந்த மதமும் இந்த வசியத்தை உடைக்க கடுமையாக முயலவில்லை. மனிதனை மனோவசிய மீட்பு செய்ய வேண்டும். எல்லாமே மனம்தான் என்கிற விழிப்புணர்வு மனிதனுக்குள் வரச்செய்ய வேண்டும். வலி, ஆனந்தம் இரண்டும். பிறப்பு இறப்பு இரண்டும். எல்லாமே மனம்தான். இதை முழுமையாகப் பார்த்துவிட்டால், அந்த மந்திரவாதி மறைகிறான். பிறகு உண்மைதான் எஞ்சியிருக்கும். அந்த உண்மை விடுதலையடைகிறது.

உலகத்தில் இன்று உருவாக்கப்பட்டுள்ள எல்லா மருத்துவங்களுமே-ஹோமியோபதி, ஆயுர்வேதம், அக்குபஞ்சர் - அலோபதியைத் தவிர வேறு யாருமே மனிதனின் உடல், மனம் என்கிற இயற்கையான உள்ளார்ந்த செயல்பாடுகளை உணரவில்லை. அலோபதியைத் தவிர என்கிறேன். காரணம் மற்றவை சில சமயங்களில் உதவிகரமாக இருக்கும் ஆனால் அவை விஞ்ஞானபூர்வமாக இல்லை. மற்றவை சின்ன அளவில் இல்லை. அவர்கள் செய்யும் உதவி மகத்தானது.

எழுபது சதவிகித விஷயங்களில் ஆயூர்வேதம். வெற்றிகரமாக உள்ளது. அக்குபஞ்சர் வெற்றிகரமானதுதான். ஹோமியோபதி ஜெயிக் கலாம். இயற்கை வைத்தியம் செயல்படலாம். ஆனால் அந்த எழுபது சதவிகித்தை மறக்காதீர்கள். அதற்கு மேலில்லை. காரணம் எழுபது சதவிகித நோய்கள் போலியானவை. அது உங்கள் மனதில் மட்டுமே இருக்கிறது. அது இல்லவேயில்லை. அதனால்தான் உங்களுக்கு உண்மையான மருந்து தேவைப்படுவதில்லை. எந்த போலியும் போதுமானது. எழுபது சதவிகிதம் என்பது குறைவானதல்ல. அதனால் இந்த எல்லா வைத்தியமுறைகளும் உலகத்தை விட்டு மறையக்கூடாது என்கிறேன். அதை அங்கீகரிக்க வேண்டுமென்கிறேன். காரணம் எழுபது சதவிகிதம் என்பது மிகப்பெரிய சதவிகிதம்.

இதில் வினோதம் என்னவென்றால், இந்த எழுபது சதவிகித நோய்கள் அலோபதிக்கு மிகவும் கடுமையானது. அலோபதிதான் சிக்கலில் இருப்பதை உணர்கிறது. நோயில்லாத மனிதனை, ஆனால் தனக்கு நோயிருப்பதாக நினைக்கிற மனிதனை எப்படிக் கையாளுவது? அந்த மாதிரி மனிதனுக்கு உதவி செய்ய அலோபதியினால் - அதாவது, ஆங்கில மருந்தினால் முடியாது. அதனால் மீதமுள்ள முப்பது சதவிகிதத்திற்குத் தான் அலோபதியின் உதவி தேவை. இது ஒரு வினோதமான உலகம்.

முப்பது சதவிகிதம் விஞ்ஞான பூர்வமான அணுகுமுறை. மீதமுள்ள எழுபது சதவிகிதம் என்பது ஏனோதானோ அணுகுமுறை - மேலெழுந்த வாரியான அணுகுமுறை உண்மையில் எந்த மாறுதலையும் தராது. ஆனால் அது உதவுகிறது. அலோபதியின் அனேகமான விஞ்ஞான அணுகுமுறையெல்லாமே இயற்கையை ஆழமாகப் புரிந்துகொள்பவை தான். அதனால் தான் உடலுக்கு அதற்கே உரிய எதிர்ப்புச் சக்தி இருக்கிறது.

இந்த உண்மையினால், இயற்கை வைத்தியம் அலோபதியை கண்டிக்கிறது. அலோபதி நோயாளிகள் மீது கிருமிகளைச் செலுத்திக் கொண்டேயிருக்கிறது. காரணம் அலோபதியின் புரிந்து கொள்ளுதல் என்பது ஒரு கிருமியைச் செலுத்திவிட்டால், அது உடலில் எதிர் சக்திகளை உருவாக்கும். அது உடனே சண்டை போடத் துவங்கும். அதற்கென்று ஓர் எதிர்ப்பு சக்தி உருவாகும். உடனே முழு உடலுக்கும் அந்த நோயை அழிக்க வேண்டுமென்கிற ஓர் அவசர அழைப்பு வரும். இயற்கை வைத்தியம் இதைக் கண்டிக்கிறது. நோய்கள் மூலமாக மக்களுக்கு விஷம் கொடுக்கிறீர்கள் என்கிறது. நீங்கள் நோயை எடுக்க வேண்டும், அதற்குத்தான் நீங்கள் பதிலாக விஷத்தனமான கிருமிகளை மக்கள் உடலுக்குள் செலுத்துகிறீர்கள்.

நீங்கள் நம்ப முடியாத வினோத முறைகளில், உங்களைப் பட்டினி கிடக்க வைத்து உங்களைச் சுத்தம் செய்கிறது இயற்கை வைத்தியம். ஆனால் உண்மையில் நோயில் அவதிப்படாத மக்களுக்கு மட்டுமே அது உதவ முடியும்.

அத்தியாயம் - 2

இந்த வைத்தியம் மற்றும் அந்த வைத்தியம்

✳

? **யோக விஞ்ஞானம் மனிதனுக்கு ஓர் உடல் அல்ல, பல்விதமான உடல்கள் இருப்பதாகக் கருதுகிறது என்று எனக்குப் புரிகிறது. அப்படியானால், வெவ்வேறு தனி நபர்கள் மீது ஒரே மாதிரியான மருந்து, இன்னொரு மருந்தை விட திறமையாக நோய் துவங்கிய இடத்திலிருந்து வேலை செய்யும் என்பதைப் பின்பற்றுகிறதா?**

மனித விஞ்ஞானம் என்பது இதுவரையில் இல்லை. பதஞ்சலியின் யோகா தான் இதுவரையில் எடுத்த முயற்சிகளில் இந்த இடத்தை நெருங்க முயற்சி செய்திருக்கிறது. அவர் உடலை ஐந்து படிவங்களாக அல்லது ஐந்து உடல்களாகப் பிரித்தார். உனக்கு ஓர் உடல் அல்ல, ஐந்து உடல்கள். அந்த ஐந்து உடல்களுக்குப் பின்னால் உன் இருப்பு. இதே தான் மனோதத்துவத்திலும், மருந்திலும் நடந்திருக்கிறது. அலோபதி மனித உடலை மட்டுமே நம்புகிறது. முழு உடல். அது ஒருவரின் நடத்தை குறித்ததற்கு இணையானது. அலோபதிதான் ஒட்டு மொத்த மருந்து. அதனால்தான் அது விஞ்ஞானபூர்வமானதாக இருக்கிறது. காரணம் விஞ்ஞானக் கருவிகள்தான் மொத்த விஷயங்களையும் பார்க்கும். உள்ளே ஆழமாகப் போகும்.

சீன முறையான அக்குபஞ்சர் இன்னொரு படிவம் அதிகமாகப் போகும். அது முக்கியமான உடலான பிராணாமயகாஸிற்குள் செல்லும். உடலில் ஏதாவது கோளாறு என்றால், அக்குபஞ்சர் உடலைத் தொடவே தொடாது. அது உடலின் முக்கிய இடத்தைத்தான் தொடும். அது உயிரியல் சக்தியில், உயிரியற் பொருளில் வேலை செய்ய முயலும். அது அங்கேதான் எங்கோ தங்கும். உடனே மொத்த உடலும் நன்றாக வேலை

செய்யத் துவங்கிவிடும். மைய உடலில் ஏதாவது கோளாறு என்றால், அலோபதி உடலில், மொத்த உடலில்தான் வேலை செய்யும். பார்க்கப் போனால், அலோபதிக்கு அது ஒரு கடினமான விஷயம். அக்குபஞ்சருக்கு அது மிக சாதாரண வேலை. அதற்கு சுலபம். காரணம் மைய உடல் என்பது, உடலுக்குச் சற்று மேலானது. அந்த மைய உடலை சரி செய்து விட்டால், உடல் அதைத் தானாகவே பின்பற்றும். காரணம் அதன் வரைபடம் மைய உடலில்தான் உள்ளது. மைய உடலின் செயல் வடிவம்தான் உடல்.

இப்போது மெள்ள மெள்ள அக்குபஞ்சருக்கு மதிப்பு கூடிக்கொண்டு வருகிறது. காரணம் அது ஒரு நுண்ணிய புகைப்படக்கருவி சோவியத் ரஷ்யாவில், கிர்லான் புகைப்படக் கருவி உடலில் எழுநூறு மைய புள்ளிகளைக் கண்டிருக்கிறது. இதைத்தான் அக்குபஞ்சர் நிபுணர்கள் ஐயாயிரம் வருடத்திற்கு முன்பிலிருந்து யூகித்து வந்திருக்கிறார்கள். ஆனால் உடலின் மையப் பகுதிகளைக் கண்டறிய அவர்களிடம் கருவிகள் இல்லை. ஆனால் மெள்ள மெள்ள பல நூற்றாண்டுகளாக முயன்று தோற்று அவர்கள் எழுநூறு புள்ளிகளைக் கண்டுபிடித்திருக் கிறார்கள். இப்போது கிர்லான் விஞ்ஞான கருவி மூலமாக எழுநூறு புள்ளிகளை கண்டுபிடித்திருக்கிறது. கிர்லான் புகைப்படங்கள் ஒன்றை நிரூபித்திருக் கிறது. மையத்தை உடல் ரீதியாக மாற்றுவதென்பது அபத்தம் என்பதுதான் அது. அது வேலைகாரனை மாற்றுவதன் மூலமாக எஜமானனையே மாற்ற முயல்வது மாதிரி. வேலைக்காரனை மாற்ற வேண்டுமென்றால், எஜமானனையே மாற்று. உடனே வேலைக்காரனும் பின் தொடர்வான். ஒவ்வொரு வீரனையும் மாற்றுவதற்குப் பதிலாகத் தளபதியை மாற்றிவிடு. உடலில் பல லட்சம் வீரர்கள் இருக்கிறார்கள். உயிரணுக்கள் சாதாரணமாக ஓர் ஒழுங்கில், ஓர் உத்தரவில் பணி புரிந்து கொண்டிருக்கிறார்கள். உத்தரவிடும் தளபதியை மாற்றுங்கள்; முழு உடல் அமைப்பும் மாறிவிடும்.

ஹோமியோபதி இன்னும் சற்று ஆழமாகப் போகும். அது மனோ மாயாகாவில் வேலை செய்யும். ஹோமியோபதியைக் கண்டுபிடித்தவர் ஹாஹ்னேமான், இதுவரையில் கண்டுபிடிக்காத ஒன்றைக் கண்டு பிடித்தார். சின்ன அளவிலான மருந்து. அது ஆழமாகப் போகும். இந்த முறையில் தயாரிக்கப்படும் ஹோமியோபதி மருந்திற்கு 'வீரியப் படுத்துதல்' என்றார். அது மருந்தின் அளவைக் குறைத்துக்கொண்டே இருக்கும். அவர் ஒரு குறிப்பிட்ட அளவை எடுத்துக்கொண்டு அதில் பத்து மடங்கு பால் அல்லது தண்ணீருடன் கலப்பார். ஒரு பங்கு மருந்து, அதில் ஒன்பது பங்கு தண்ணீர். அதைக் கலப்பார். மறுபடியும் இந்தப் புதிய திரவத்தை எடுப்பார், மறுபடியும் ஒன்பது மடங்கு தண்ணீர் அல்லது சர்க்கரைப் பாலுடன் கலப்பார். இந்த முறையில் செய்து கொண்டே

யிருப்பார். மறுபடியும் புதிய திரவத்தை ஒரு பங்கு எடுத்து, ஒன்பது பங்கு தண்ணீருடன் கலப்பார். இப்படி செய்வார் அதன் திறன் கூடும்.

மெள்ள மெள்ள அந்த மருந்து அணு அளவிற்கு வரும். மிகச் சிறியதாக இருக்கும். அது வேலை செய்யும் என்பதை நம்பவே முடியாது. அது கண்ணுக்கு தெரியாத மாதிரி இருக்கும். அதுதான் ஹோமியோபதி மருந்தில் எழுதப்பட்டிருக்கும். அதன் வீரியம், பத்து மடங்கு, இருபது மடங்கு, நூறு மடங்கு, ஆயிரம் மடங்கு வீரியமிருக்கும். அதிக வீரியம் இருக்கும்போது அதன் அளவு சிறியதாக இருக்கும். பத்தாயிரம் மடங்கு வீரியம், ஆனால் பல லட்சம் அடிப்படை மருந்து அப்படியே இருக்கும். எதுவுமே பயன்படாததைப் போல. அது இல்லாததைப் போலவே இருக்கும். ஆனால் அது மனோமையத்தின் ஆழத்திற்குச் செல்லும். அது உங்கள் மன உடலுக்குள் செல்லும். அக்குபஞ்சரை விட ஆழமாக ஊடுருவும். அது அணு அளவு, இன்னும் சொல்லப்போனால் அதிலும் பாதி. பிறகும் அது உன் உடலைத் தொடாது. அது உன் மைய உடலைத் தொடாது. அது அப்படியே நுழையும் அது குறைவாக, சின்னதாக இருப்பதால் அதற்கு எந்தத் தடையுமேயில்லை. அது அப்படியே மனோமயத்திற்குள் செல்லும். அது உடல் புத்திக்குள் செல்லும். அங்கிருந்து வேலை செய்யத் துவங்கும். பிராணமயத்தை விட அதிக அதிகாரம் கொண்ட ஒன்றைக் கண்டுபிடித்துவிட்டீர்கள்.

இந்திய மருத்துவமான ஆயுர்வேதம், இந்த மூன்றின் கூட்டிணைப்பு. மருந்துகளிலே ஏறக்குறைய சரியான கலவை இதுதான்.

மனோவசிய சிகிச்சை அதாவது ஹிப்னாடிஸ முறை இன்னும் ஆழமாக போகும். அது விக்யானமயோகத்தை தொடும். அது நாலாவது உடல். உணர்வின் உடல். அது மருந்தைப் பயன்படுத்தாது. அது எதையுமே பயன்படுத்தாது. அது யோசனையை மட்டுமே பயன்படுத்தும்; அவ்வளவுதான். அது ஒரு யோசனையை உன் மனதிற்குள் விதைக்கும். அதை மிருக காந்த சக்தி என்றழைக்கலாம். உள் ஆற்றலைக் கவரும். மனோவசியப்படுத்தும். அல்லது உங்களுக்கு எது பிடிக்குமோ அது. ஆனால் அது சிந்தனையில் சக்தியால் வேலை செய்கிறது; பொருளின் சக்தியினால் அல்ல. ஹோமியோபதி சிறியதாக இருந்தால் கூட அது பொருளின் சக்தியினால் மட்டுமே இயங்குகிறது. மனோவசிய சிகிச்சை பொருளை விட்டு முற்றிலும் விலகியது. காரணம் எவ்வளவுதான் சிறியதாக இருந்தாலும் அது பொருள். பத்தாயிரம் வீரியம், ஆனாலும் அது பொருளின் வீரியம். இது அப்படியே சிந்தனை சக்திக்குள் குதிக்கிறது. விக்யான்மயோகம். உணர்வுகளின் உடல். உங்கள் உணர்வுகள் ஒரு யோசனையை ஏற்றுக் கொண்டவுடன் அது இயங்கத் துவங்குகிறது.

மனோவசிய சிக்ச்சைக்கு சிறந்த எதிர்காலம் இருக்கிறது. அதுதான் எதிர்கால மருந்தாகப் போகிறது. காரணம் உங்கள் எண்ண பாணியை மாற்றினால் உங்கள் மனமும் மாறுகிறது. அந்த மனத்தின் மூலமாக உங்கள் மைய உடல், அந்த மைய உடலின் மூலமாக உங்கள் மொத்த உடலும். பிறகு ஏன் விஷத்தைப் பற்றிக் கவலைப்பட வேண்டும். ஏன் உங்கள் மொத்த மருந்தைப் பற்றி கவலைப்பட வேண்டும்? ஏன் உங்கள் சிந்தனை சக்தியை வைத்துக்கொண்டு வேலை செய்யக்கூடாது. ஓர் ஊடகத்தின் வழியாக ஒரு மனோவசிய மருத்துவர் வேலை செய்வதை பார்த்திருக்கீறீர்களா? கவனித்ததில்லையென்றால், கவனிப்பது நல்லது. அது உங்களுக்கு ஒரு வகை உள்பார்வையைக் கொடுக்கும்.

நீங்கள் கேட்டிருக்கலாம் அல்லது பார்த்திருக்கலாம். இந்தியாவில் இது நடக்கிறது. நீங்கள் நெருப்பின் மேல் நடப்பவர்களைக் கவனித்திருக் கிறீர்களா? அது மனோவசிய சிகிச்சைத் தவிர வேறு எதுவுமில்லை. அவர்களை ஒரு ஆண் சாமியோ அல்லது பெண் சாமியோ பிடித்திருப்ப தாக ஓர் எண்ணம். அவர்களை நெருப்பு எரிக்காது. அந்த எண்ணம் போதும். இந்த யோசனை அவர்கள் உடலைக் கட்டுப்படுத்தி அவர்களின் சாதாரண செயல்பாடுகளை மாற்றிவிடும். அவர்கள் தயாராக இருக்கிறார்கள். இருபத்து நாலு மணி நேரம் விரதம் இருக்கிறார்கள். நீங்கள் பட்டினி கிடக்கும்போது உங்கள் முழு உடலும் சுத்தமாகிறது. அதில் எந்தக் கழிவும் இல்லை. உங்களுக்கும் மொத்த உடலுக்கும் உள்ள இடை வெளி உடைகிறது. அவர்கள் இருபத்து நாலு மணி நேரம் ஒரு கோயிலிலோ அல்லது மசூதியிலோ இருக்கிறார்கள். பாடுவார்கள். ஆடுவார்கள். கடவுளோடு இசைகிறார்கள். பிறகு ஒரு தருணத்தில் அவர்கள் நெருப்பின் மேல் நடக்கிறார்கள். அவர்கள் ஆடியபடியே வருகிறார்கள், அவர்களைச் சாமி பிடித்துவிட்டது. நெருப்பு நம்மைச் சுடாது என்கிற முழுநம்பிக்கையோடு வருகிறாரர்கள். அவ்வளவுதான். வேறொன்றுமில்லை. எப்படி இந்த நம்பிக்கையை வரவழைப்பது என்பதுதான் கேள்வி. பிறகு அவர்கள் நெருப்பில் ஆடுகிறார்கள். அந்த நெருப்பு அவர்களைச் சுடுவதில்லை.

பல சமயங்களில் இதைப் பார்த்துக்கொண்டிருந்தவர்களுக்குக் கூட சாமி பிடிக்கும். இது நடந்திருக்கிறது. இருபது பேர் நெருப்பில் நடந்தாலும் அவர்களை நெருப்பு சுடாது. யாரோ உடனே நம்பிக்கை பெறுகிறார்கள். “இவர்களெல்லாம் நடக்கும்போது நான் ஏன் கூடாது?” உடனே அவரும் குதிக்கிறார். அந்த நெருப்பு அவரையும் சுடவில்லை. அந்தத் திடீர்த் தருணத்தில் ஒரு நம்பிக்கை பிறக்கிறது. சில சமயங்களில் தயாராக இருந்தவர்கள் எரிந்து போய் விடுகிறார்கள். சில சமயங்களில் தயாராக இல்லாத ஒரு பார்வையாளர் நெருப்பில் நடப்பார். அவருக்கு

ஒன்று மாகாது. என்ன நடந்தது? தயாராக இருந்த மக்களுக்குத் திடீரென்று ஒரு சந்தேகம் வந்திருக்கும். இது நடக்குமா நடக்காதா என்று நினைத்திருக்கக் கூடும். ஒரு சின்ன சந்தேகம் விக்யான்மயோகத்தில் தங்கியிருந்திருக்க வேண்டும். அதாவது, உள்ளுணர்வில். அது முழு நம்பிக்கையின்மை. அதனால் அவர்கள் வந்தார்கள். ஆனால் சந்தேகத் தோடு. அந்தச் சந்தேகத்தினால், உடலுக்கு உயர்ந்த ஆன்மாவிடமிருந்து சாதாரண முறையில் இயங்கத் துவங்கிவிட்டது. அதனால் எரிந்து போனது. அதனால் எல்லா மதங்களும் நம்பிக்கை வை என்கின்றன.

அந்த நம்பிக்கைதான் மனோவசிய சிகிச்சை. அந்த நம்பிக்கை இல்லாமல் உங்கள் இருப்பின் நுண்ணிய பகுதிகளுக்குள் நீங்கள் செல்லவே முடியாது. காரணம் ஒரு சின்ன சந்தேகம், மீண்டும் அது உங்களை மொத்தத்தில் தூக்கி எறியும். விஞ்ஞானம் சந்தேகத்தோடு வேலை செய்கிறது. சந்தேகம்தான் விஞ்ஞானத்தில் முறை. காரணம் விஞ்ஞானம் மொத்தத்தோடு வேலை செய்கிறது. நீங்கள் சந்தேகப்படு கிறீர்களா என்பதைப் பற்றி அலோபதி கவலைப்படாது. அவருடைய மருந்தில் நம்பிக்கை வை என்று அவர் சொல்வதில்லை. மருந்தைக் கொடுக்கிறார். அவ்வளவுதான். ஆனால் ஹோமியோபதி நீங்கள் நம்புகீறீர்களா என்று கேட்கும். காரணம் உங்களுடைய நம்பிக்கை இல்லாவிட்டால் ஹோமியோபதியால் உங்களிடம் வேலை செய்ய கஷ்டப்படுவார். வசியக்காரார் உங்களை முற்றிலுமாக சரணடையச் சொல்வார். இல்லையென்றால் ஒன்றுமே செய்ய முடியாது.

மதம் என்பது சரணாகதி. மதம் என்பது ஒரு மனோவசிய சிகிச்சை. ஆனாலும், இன்னொரு உடல் இருக்கிறது. அதுதான் ஆனந்தமயேகாஸ். பேரின்ப உடல். மனோவசிய சிகிச்சை நான்காவது வரை போகும். தியானம் ஐந்தாவது வரை செல்லும். தியானம் அந்த வார்த்தையே அழகானது. காரணம் அதனுடைய வேர் மருந்திலிருந்து வருகிறது. இரண்டும் ஒரே வேரிலிருந்து வருகின்றன. தியானம், மருந்து இரண்டுமே ஒரே வார்த்தையிலிருந்து கிளம்பியவை. அதாவது குணப்படுத்துவது. அது ஆரோக்யப்படுத்தி முழுமையாக்குவதுதான் மருந்து. ஆழமான அளவில் அது தியானம்.

தியானம் உனக்கு யோசனை கூட சொல்லாது. காரணம் யோசனை என்பது வெளியேயிருந்து வருவது. யாராவதுதான் உங்களுக்கு யோசனை சொல்லவேண்டும். யோசனை என்றால் நீங்கள் யாரையாவது நம்பியிருக்க வேண்டும். அவர்களால் உங்களை உணர்வோடு இருக்கச் செய்ய முடியாது. காரணம் இன்னொருவர் தேவை. ஒரு நிழல் உங்கள் இருப்பின் மீது விழும். தியானம் உங்களை சரியானபடி உணரச் செய்யும். எந்த நிழலுமில்லை. முழு ஒளி, இருட்டேயில்லை. இப்போது யோசனை

கூட ஒரு மொத்த விஷயமாகிறது. யாரோ யோசனை சொல்கிறாரர்கள். அதாவது ஏதோ வெளியிலிருந்து வருகிறது. உச்சகட்ட அலசலில் வெளியிலிருந்து வருவது ஒரு பொருள். சாதாரண பொருள் மட்டுமல்ல, ஆனால் வெளியிலிருந்து வருகிற பொருள். அது நுண்ணிய பொருளாக இருந் தாலும். மனோவசிய சிகிச்சையைப் பொருத்தவரையில் அது பொருள் தான்.

தியானம் எல்லா உடைமைகளையும், ஆதரவையும் தூக்கிப் போடுகிறது. அதனால்தான் தியானத்தைப் புரிந்து கொள்வது உலகத் திலேயே கடினமானதாக இருக்கிறது. காரணம் எதுவும் மிச்சமில்லை. ஒரு தூய்மையான புரிந்து கொள்ளுதல், ஒரு சாட்சியாக.

? அக்குபஞ்சரைப் பற்றிச் சற்று விரிவாகப் பேச முடியுமா?

அக்குபஞ்சர் முற்றிலும் கிழக்கு சார்ந்தது. அதனால் எந்தக் கிழக்கத்திய விஞ்ஞானத்தையும் நீங்கள் மேற்கத்திய மனதோடு அணுகினால் நீங்கள் பலவற்றை இழப்பீர்கள். உங்கள் முழு அணுகு முறையும் வித்யாசமானது. ஒரே பாணியில், நேர்மையாக, பகுப்பாய்ந்த படி இருக்கும். அந்தக் கிழக்கத்திய விஞ்ஞானங்கள் உண்மையில் விஞ்ஞானமில்லை. அது ஒரு கலை. முழு விஷயமும் நீங்கள் சக்தியை அறிவுஜீவித்தனத்திலிருந்து, உள்ளுணர்விற்கு மாற்ற முடியுமா என்பதை பொருத்தே இருக்கிறது. நீங்கள் ஆணிலிருந்து பெண்ணாக மாறமுடியுமா என்பதைப் பொருத்தது. துடிப்பான வேகமாக அணுகுமுறையிலிருந்து சாந்தமான, கேட்பவராக முடியுமா? பிறகுதான் இது வேலை செய்யும். இல்லையென்றாலும் நீங்கள் அக்குபஞ்சரைக் கற்றுக் கொள்ள முடியும். ஆனால் அது அக்குபஞ்சராக இருக்காது. நீங்கள் எல்லாவற்றையும் தெரிந்து கொள்வீர்கள். ஆனால் அதை அல்ல. ஆனால் அது ஒரு தந்திரம். ஒரு மேலார்ந்த பார்வை.

இதுதான் பல கிழக்கத்திய விஷயங்களில் நடக்கிறது. மேற்கு ஆசைப்படுகிறது. அது ஆழமானது. மேற்கு கிழக்கத்திய விஷயத்தில் ஆர்வம் காட்டுகிறது. ஆனால் தன் மனத்தைக் கொண்டு வந்து புரிந்து கொள்ளப்பார்க்கிறது. மேற்கத்திய மனம் வந்த அந்தத் தருணத்தில் அதன் அடிப்படையே தகர்ந்துபோகிறது. சில துண்டுகள் தான் மிச்சமிருக்கும். அந்தத் துண்டுகள் பயன்படாது. ஆனால் அந்த அக்குபஞ்சர் வேலை பயன்படாது. அதனால் அந்த அக்குபஞ்சர் வேலை செய்யப்போவ தில்லை என்று அர்த்தமாகாது. அக்குபஞ்சர் வேலை செய்யும். ஆனால் கிழக்கத்திய அணுகுமுறையில் தான் வேலை செய்யும்.

அதனால் நீ உண்மையில் அக்குபஞ்சர் கற்றுக்கொள்ள வேண்டு மென்றால் அதைத் தெரிந்து கொள்வது நல்லது. அதே சமயம் நினைவில் கொள். அது மிகவும் அவசியமானதல்ல. எவ்வளவு தகவல் பெற முடியுமோ கற்றுக் கொள்ளுங்கள். பிறகு எல்லா தகவல்களையும் மறந்துவிட்டு இருட்டில் திரியுங்கள். உங்கள் மயக்க உணர்வை கேளுங்கள். நோயாளியுடன் நல் உறவோடு உணருங்கள். அது வித்யாசமானது.

ஒரு நோயாளி ஒரு மேற்கத்திய மருத்துவரிடம் வந்தால் அந்த மேற்கத்திய மருத்துவர் காரணத்தைப் பார்க்கிறார். சோதிக்கிறார். பகுப்பாய்ந்து பார்க்கிறார். எங்கு நோய் என்று பார்க்கிறார். என்ன நோய் என்று பார்க்கிறார். எது அதை குணப்படுத்தும் என்று பார்க்கிறார். அவர் மனதின் ஒரு பகுதியைப் பயன்படுத்துகிறார். ஆராய்ந்து பார்க்கிற பகுதி. அவர் நோயைத் தாக்குகிறார். அதைக் கைப்பற்றுகிறார். நோய்க்கும் மருத்துவருக்கும் ஒரு சண்டை நடக்கிறது. நோயாளி அந்த ஆட்டத்துக் குள் வரவில்லை. மருத்துவரும் நோயாளியைப் பற்றிக் கவலைப்பட வில்லை. அவர் நோயுடன் சண்டை போட்டுக்கொண்டிருக்கிறார். நோயாளி புறக்கணிக்கப்படுகிறான்.

ஆனால் ஓர் அக்குபஞ்சர் மருத்துவரிடம் வந்தால் அவருக்கு நோய் முக்கியமில்லை. நோயாளி முக்கியம். காரணம் நோயாளிதான் நோயை உருவாக்கியிருக்கிறான். காரணம் நோயாளியிடம்தான் உள்ளது. நோய் என்பது ஓர் அறிகுறிதான். நீ அறிகுறியை மாற்றலாம். இன்னொரு அறிகுறி வரும். இந்த நோயை மருந்துகள் மூலமாக எதிர்த்துப் போராடலாம். அதன் வெளிப் படுத்தலைத் தடுக்கலாம். ஆனால் அந்த நோய் இன்னொரு இடத்தைப் பிடித்துக் கொள்கிறது. இப்போது மிகவும் ஆபத்தாக, அதிக வலுவுடன், ஒரு பழி உணர்ச்சியோடு. முதல் நோயை விட அடுத்து வருவதை சமாளிப்பது மிகவும் கடினம். அதற்கும் மருந்து கொடுக்கிறீர்கள். பிறகு மூன்றாவது நோய் இன்னும் கடினமாகும்.

இப்படித்தான் அலோபதி புற்றுநோயை உருவாக்கியது. ஒரு புறம் நோயை நீங்கள் விரட்டிக்கொண்டேயிருக்கிறீர்கள். அது இன்னொரு இடத்தைப் பிடித்துக் கொள்கிறது. நீங்கள் அந்த இடத்தைத் தாக்குகிறீர்கள். நோய்க்கு ரொம்ப ரொம்பக் கோபம் வருகிறது. நீங்கள் நோயாளியை மாற்றுவதில்லை. நோயாளி அப்படியே இருக்கிறார். காரணம் அப்படியே இருக்கிறது. அந்தக் காரணம் காரியத்தை உருவாக்கிக் கொண்டேயிருக்கிறது.

அக்குபஞ்சர் காரணத்தோடு போராடுகிறது. அதன் விளைவுகளைக் கவனிப்பதில்லை. எப்போதுமே காரணத்திற்குப் போக வேண்டும். எப்படி காரணத்திற்குப் போக முடியும்? முகாந்திரம் காரணத்திற்குப் போக முடியாது... முகாந்திரத்திற்குக் காரணம் மிகப்பெரியது. அது விளைவுகளை மட்டுமே சமாளிக்க முடியும். தியானம் மட்டுமே காரணத்திற்குப் போக முடியும். அதனால் அக்குபஞ்சர் நோயாளியை உணருவார். அவர் தன் ஞானத்தை மறப்பார். அவர் நோயாளியுடம் இணைந்து போகவே முயற்சி செய்வார். அவருடன் ஒத்துப்போவார். நோயாளியுடன் ஒரு பாலம் அமைத்துக் கொள்வார். நோயாளியின் நோயை தன் உடலால் உணர்ந்து பார்ப்பார். தன்னுடைய சக்தியில். அதுதான் உணர்வால் காரணத்தைக் கண்டறியும் வழி. ஏனெனில் காரணம் ஒளிந்து கொண்டிருக்கிறது. அவரே ஒரு கண்ணாடி ஆவார். தன்னிடமே அந்தப் பிம்பத்தைப் பார்ப்பார்.

இதுதான் அதன் முழு செயல்பாடு. இதைச் சொல்லிக்கொடுக்க மாட்டார்கள். காரணம் அதைச் சொல்லிக்கொடுக்க முடியாது. ஆனால் அதற்குள் போவது நல்லது. அதனால் என்னுடைய யோசனை முதலில் இரண்டு வருடங்களாவது மேற்கில் படியுங்கள். பிறகு ஆறுமாத காலமாவது தொலை கிழக்கு நாடுகளுக்குச் சென்று அக்குபஞ்சர் நிபுணருடன் இருங்கள். அவருடைய பார்வையில் இருங்கள். அவர் வேலை செய்யும்போது கவனியுங்கள். அவருடைய சக்தியை இழுத்துக் கொள்ளுங்கள். பிறகு உங்களால் ஏதாவது செய்ய முடியும். இல்லை யென்றால் அது மிகவும் கடினம்.

மெள்ள மெள்ள உன் சுய சக்தியையோ, அல்லது அது உன் மீது வேலை செய்வதையோ உணரத்துவங்கினால், அக்குபஞ்சர் என்பது ஒரு தொழில்நுட்பமாகத் தெரியாது. அது ஒரு கருவியாகவே இருக்கும். நீ அந்தத் தொழில் நுட்பத்தைக் கற்றுக்கொண்டால் அது உனக்கு ஒன்றும் செய்யாது. அது ஒரு கலை என்பதை விட அது உன்னிடமுள்ள கூடுதல் படைப்பாகவே இருக்கும். புராதன தொழில்நுட்பத்தில் இதுதான் மிகவும் கடினமாக விஷயம். அது விஞ்ஞானபூர்வமானதல்ல. அதை ஒரு விஞ்ஞானபூர்வமான பார்வையில் கவனித்தால், அதைப் பற்றிய விஷயங்கள் லேசாகத் தெரிய வரும். ஆனாலும் ஏதோ ஒரு பெரிய பகுதி தெரியாமலே இருக்கும். பிறகு நீ என்ன தெரிந்து கொண்டாலுமே அதிகம் தெரிந்ததாகவே இருக்காது. அதுவே உங்களுக்கு ஏமாற்றத்தைக் கொடுக்கத் துவங்கி விடும்.

முழு புராதன அணுகுமுறையே முற்றிலும் மாறுபட்டது. அது தர்க்கரீதியானதல்ல. அது பெண்மை சார்ந்தது. உள்ளுணர்வு சார்ந்த, தர்க்கமற்றது. விஞ்ஞான மனதைப் போல் அதை ஒரு வாதமுள்ள

முறையாக அதை யாருமே நினைக்கவில்லை. இருத்தலோடு ஆழ்ந்த கலப்பில் ஈடுபட்டு ஒரு கனவுலகத்தில் அதுவும் பகற்கனவிலிருந்து இயற்கை தன்னுடைய ரகசியங்களையும் மர்மங்களையும் வெளிக்காட்ட வேண்டுமென்று நினைப்பார்கள். அது இயற்கை மீதான வற்புறுத்த லல்ல. முக்கியமாக அதை இணங்க வைப்பது. அந்த அணுகுமுறையும் உள்ளார்ந்தது.

ஒருவர் தன் உடலை உள்ளார்ந்த மையத்திலிருந்து அணுகவேண்டும். புற வழியாக நமக்கு இந்த எழுநூறு மையங்கள் தெரியவில்லை. அது ஆழ்ந்த தியானத்தின் மூலம் கிடைத்தது. ஒருவர் ஆழ்ந்து உள்ளே போனால், அங்கிருந்து பார்த்தால் ஒரு அற்புதமான அனுபவம் கிடைக்கும். இந்த அக்குபஞ்சர் புள்ளிகள் சூழ்ந்திருப்பதைப் பார்க்க முடியும். ஏதோ இரவு முழுவதையும் நட்சத்திரங்கள் அள்ளிக் கொண்டதைப்போல. இந்தச் சக்திப் புள்ளிகளைப் பார்த்துவிட்டால் பிறகு தான் நீங்கள் தயார். இப்போது உள்ளார்ந்த ஈர்ப்பு உங்களுக்கு இருக்கிறது. இன்னொருவரின் உடலைத் தொட்டவுடனேயே எங்கெல்லாம் உடல் சக்தி இல்லை; எங்கே இருக்கிறது என்பதை உணர முடியும். எங்கே நகருகிறது, எங்கே இல்லை, எங்கு குளிர்ச்சி, எங்கே சூடு?' எங்கு உயிரோட்டம், எங்கு இறந்திருக்கிறது என்பது தெரியும். சில புள்ளிகளில் அது அசையும், சில புள்ளிகளில் அப்படியே இருக்கும்.

உங்களுக்கு உங்களை எவ்வளவு தெரியுமோ அந்த அளவிற்குத்தான் நீங்கள் அக்குபஞ்சரைத் தெரிந்து கொள்ள முடியும். இரண்டும் கலக்கும்போது ஒரு பெரிய ஒளி கிடைக்கும். அந்த ஒளியில் நீங்கள் எல்லாவற்றையும் பார்க்க முடியும். உங்களைப் பற்றி மட்டுமல்ல. அடுத்தவர் உடலையும் கூட. மூன்றாவது கண் திறக்கும்போது ஒரு புதிய பார்வை கிடைக்கும்.

அக்குபஞ்சர் ஒரு விஞ்ஞானமல்ல. அது ஒரு கலை. ஒவ்வொரு கலையும் நீ முழுமையாக சரண் அடையவேண்டுமென்று எதிர்பார்க்கும். மற்ற தொழில் நுட்பத்தைப் போல அந்தத் தொழில்நுட்பக் கலைஞன் தன் இஷ்டத்திற்கு அதை வளைக்க முடியாது. அதற்கு உன் முழு இதயம் தேவை. ஓர் ஓவியன் தன் ஓவியத்தில் தன்னை மறப்பதைப் போல, ஒரு கவிஞன் தன் பாட்டில் தன்னை இழப்பதைப் போல, ஓர் இசைக் கலைஞன் இசையில் தன்னைக் கரைத்துக் கொள்வதைப் போல. அது போல்தான் இதுவும். ஒரு தொழில்நுட்பக் கலைஞன் அக்குபஞ்சரைக் கற்றுக்கொள்ளலாம். அதற்குத் தேவையானவற்றை சரியாக செய்ய முடியாது. அவன் அதுவாக இருக்க முடியாது. அவன் சிலருக்கு உதவலாம். ஆனால் அது ஒரு பெரிய கலை. ஒரு பெரிய திறன். அதை அப்படியே உறிஞ்ச வேண்டும். அதன் ரகசியமே சரணாகதிதான். அதனுள்

உங்களால் முழுவதுமாக சரணடைய முடிந்தால், அது ஒரு பக்தியாக, அர்ப்பணமாக மாறுகிறது. அதுவாக ஆகலாம். அதற்குள் போகலாம். முழு மனதோடு உற்சாகமாக.

நீங்கள் சுயமாக இருக்க முயலுங்கள். நீங்களே ஒரு தந்திரத்தைக் கையாளவேண்டும். அக்குபஞ்சர் என்பது ஒரு தந்திரம், ஒரு கலை. ஒரு விதியைப் போல யாரையும் பின்பற்றத்தேவையில்லை. இதற்கு யாருமே கிடையாது. இதற்கு விதிமுறைகள் கிடையாது. ஓர் உள்பார்வை மட்டுமே. நீங்களாக வேலை செய்ய ஆரம்பியுங்கள். முதலில் சிறிது அவநம்பிக்கை ஏற்படும். நீங்கள் சரியாக செய்கிறீர்களா, இல்லையா என்கிற அவநம்பிக்கை ஏற்படும். ஆனால் அப்படித்தான் ஒருவர் துவங்க வேண்டும். அது ஒரு தேடுதல். விரைவாகவோ தாமதமாகவோ நீங்கள் கதவைக் கண்டுபிடிப்பீர்கள். ஒரு முறை கதவைக் கண்டுபிடித்து விட்டால் போதும்; பிறகு தேடுதல் குறையத் துவங்கும். பிறகு உங்களுக்குக் கதவு தெரியும். அதனால் வேலையைத் துவக்குங்கள்.

நீங்கள் யாருடைய உடலையாவது தொடும்போது அல்லது ஓர் ஊசியால் வேலை செய்யும்போது, நீங்கள் கடவுளின் பெயரால் வேலை செய்கிறீர்கள். ஒரு தயக்கத்தோடு, மரியாதையோடு இருக்க வேண்டும். அங்கே புத்தியோடு வேலை செய்யக்கூடாது ஒரு காதலோடு செய்ய வேண்டும். புத்தி தேவையான அளவு இல்லை. அது போதாது. அதனால் அந்த நபருக்காகக் கவலைப்படுங்கள். எப்போது நிறைவாக உணருங்கள். காரணம் புத்தி என்பது ஓர் அளவானது. இன்னொரு நபரோ முழு உலகம். ஏறக்குறைய முடிவற்ற நிலை. மக்கள் உங்களைத் தொடுகிறார்கள். ஆனால் உங்களைத் தொடுவதில்லை. அவர்கள் வெளியேதான் தொடு கிறார்கள். நீங்கள் எங்கோ ஆழத்தில் ஒரு மையத்தில் இருக்கிறீர்கள். அன்பைத் தவிர வேறு எதுவுமே நுழைய முடியாது. மனிதன் ஒரு மர்மம். அவன் எப்போதுமே மர்மமாகத்தான் இருக்கப்போகிறான். அந்த மர்மம் என்பது ஒரு விபத்தாக ஏற்பட்டதில்லை. அவனுடைய இருத்தலே மர்மம்தான்.

? மனோவசியம் அதாவது ஹிப்னாடிஸம் தியானமாக மாறுவதைப் பற்றி பேசமுடியுமா? சிகிச்சைக்கும் தியானத்திற்குமிடையே இருந்த மெல்லிய கோடு மறைந்து வருவதைப் பார்க்கிறேன்.

அப்படி ஒரு காலம் இருந்தது. தியானத்தின் அங்கீகரிக்கப்பட்ட நுழை வாயிலாக மனோவசியம் கருதப்பட்டது. ஆனால் மத்திய காலத்தில்

கிறித்துவம் மனோவசியத்தை சூன்யக் கலையாக நினைத்து ஒதுக்கி விட்டது. அந்தத் தீண்டாமை இன்றும் தொடர்கிறது. கிறித்துவர்கள் அல்லாதவர்கள் மனதிலும் அது தங்கிவிட்டது. அது கிறித்துவ யோசனை என்பது தெரியாமலேயே அதில் ஈடுபட்டுவிட்டார்கள். ஏன் கிறித்துவம் வசியத்திற்கு எதிராக இருந்தது? உங்களுக்கு வியப்பாகவே இருக்கும். அது மனோவசியத்திற்கு எதிராக இருந்ததற்குக் காரணமே அது தியானத்திற்கு நேரடியாக அழைத்து செல்கிறது என்பதனால்தான். பூசாரி தேவையில்லை. தேவாலயங்கள் தேவையில்லை. ஏன் கடவுளே கூட தேவையில்லை. அதுதான் பிரச்னை.

உலகத்தில் தியானம் வெற்றி பெற்றால் பிறகு எந்த மதமும் இருக்கப்போவதில்லை. தேவையேயில்லை. அது ஒரு சாதாரண காரணம்தான். நீங்கள் இருத்தலோடு நேரடி தொடர்பில் இருக்கப் போகிறீர்கள். எதற்காகத் தரகர்கள்? அல்லது தூதுவர்கள் எதற்கு? அவர்களுக்கு அவர்களுடைய ஞானத்தைத் தவிர வேறு எதுவுமே தெரியாது. வருடக் கணக்கில் அவர்கள் அதிலே தங்களை ஈடுபடுத்திக் கொண்டு மக்களை தூண்டி, நண்பர்களைத் தூண்டிக் கொண்டிருந்ததைத் தவிர வேறு எதுவுமே செய்யவில்லை. அவர்கள் செய்வது எதுவுமே மதம் சார்ந்தது அல்ல. அவர்கள் செய்ததெல்லாமே எண்ணிக்கை அரசியல் தான். உங்களுடைய பொறுப்பில் எத்தனை எண்ணிக்கை சேர்கிறது என்பதை வைத்து உங்கள் பலத்தை உங்கள் அதிகாரத்தைப் பார்த்துக் கொண்டிருந்தார்கள்.

மனோவசியம் பூசாரிகளுக்கு எதிராக இருந்தது. ஆரம்பத்திலிருந்தே கிறித்துவம் முழுக்க பாதிரியார்களை மட்டுமே நம்பிக்கொண்டிருக்கிறது. தான் புத்துணர்வு பெற்றதாக யேசுநாதர் எப்போதுமே சொன்னதில்லை. அல்லது அவருக்குப் பிறகு வந்த எந்த கிறித்துவருமே தான் புத்துணர்வு பெற்றதாக சொல்லவில்லை. அவர் ஏதோ முட்டாள்த்தனமாக தான் கடவுளின் ஒரே பிள்ளை என்று அறிவித்தார். கடவுள் என்பது ஒரு குறியீடு. அது இந்தியர்களைப் போல பிள்ளைப் பெற்றுப் போட்டுக் கொண்டே இருக்காது. குறியீடு என்பது மலடு, அவை எதையுமே உருவாக்காது.

இருத்தலோடு நீங்கள் நேரடி தொடர்பு கொள்வதை கிறித்துவம் விரும்பவில்லை. நீங்கள் ஒரு பாதிரியார் வழியாக, ஒரு போப், ஒரு மகான், பிறகுதான் கடவுள். நடுவில் ஏகப்பட்ட இடைத்தரகர்கள். யார் பொய் சொல்கிறார்கள் என்பது யாருக்குமே தெரியாது. அதைக் கண்டு பிடிக்கவும் முடியாது. காரணம் உங்களுக்குக் கடவுளிடம் நேரடி இணைப்பில்லை. பாதிரியாருக்குப் போப்பிடம் தொடர்பு, போப்பிற்கு இயேசுவுடன் நேரடி இணைப்பு. இயேசுவிற்குக் கடவுளுடன் நேரடி

தொடர்பு. அந்ததத் தொடர்பின் தொலைபேசி எண்கள் எந்தத் தொலைபேசி அகராதியிலும் இருக்காது.

மனோவசியம்தான் தான் கதவு. எப்போதுமே அதுதான் தியானத்திற் கான கதவு. ஒரு முறை ஒருவன் அந்த தியானம் என்கிற உலகத்தில் நுழைந்துவிட்டால். அவனுக்கு அப்படி ஒரு தெளிவு. அப்படி ஒரு சக்தி. அவனுக்கு ஒரு புதிய வாழ்க்கை எழும். அதற்குப் பிறகு அவனுக்கு சொர்க்கத்தில் எந்தத் தகப்பனும் தேவையில்லை. அதற்குப் பிறகு அவனுக்காகப் பிரார்த்தனை செய்ய எந்தப் பாதிரியாரும் தேவையில்லை. அவனே ஒரு பிரார்த்தனை ஆகிறான். எந்தக் கடவுளிடமும் பிரார்த்தனை இல்லை. வெறும் எளிமையான ஒரு பிரார்த்தனைத் தனம். முழுமைக்கு ஒரு நன்றி செலுத்துதல்.

மனோவசியத்தைத் தூக்கி எறிய வேண்டிய அவசியம் கிறித்துவத்திற்கு இருந்தது. அது சாத்தானால் உருவானதாகச் சொல்லித் தூக்கி எறிய வேண்டியிருந்தது. இதே காரணத்திற்காகத்தான் சூன்ய கலையும் அழிக்கப்பட்டது. இந்தக் காரியத்தை செய்து கொண்டிருந்ததற்காகப் பல லட்சம் பெண்கள் உயிரோடு எரிக்கப்பட்டார்கள். அவர்கள் உயர்ந்த பீடத்தை தேவாலயங்களின் தொடர்பில்லாமல் நேரடியாக தொடர்பு கொள்ள முயன்றார்கள்.

தியானத்திற்கு செய்கிற சேவையாக செய்யாவிட்டால் வசியத்தைக் கூட ஆபத்தானதாகப் பயன்படுத்தலாம். மனோவசியம் என்றால் என்ன வென்று நான் உங்களுக்கு விளக்குகிறேன். பிறகு அதை தியானத்தின் சேவையாகப் பயன்படுத்தாவிட்டால் அதை எப்படி துஷ்பிரயோகம் செய்யலாம் என்பதையும் சொல்கிறேன்.

மனோவசியம் என்பதன் சரியான அர்த்தமே உங்களைக் கட்டாயத் தூக்கத்தில் ஆழ்த்துவதுதான். முப்பது மூன்று சதவிகிதம், அதாவது மனித இனத்தில் மூன்றில் ஒரு பங்கினர் மனோவசியத்தின் ஆழ்ந்த படிவத்திற்குப் போகிற சாத்தியம் இருக்கிறது. இது ஒரு வினோதமான எண்ணிக்கை. முப்பத்து மூன்று சதவிகிதம். காரணம் முப்பத்து மூன்று சதவிகித மக்களுக்கு மட்டுமே ஆன்மிக உணர்வு இருக்கிறது. முப்பத்து மூன்று சதவிகித்தினருக்கு மட்டும்தான் உணர்ச்சி இருக்கிறது. முப்பத்து மூன்று சதவிகிதத்தினருக்கு மட்டும் நட்புணர்வு இருக்கிறது. முப்பத்து மூன்று சதவிகிதத்தினர் மட்டுமே படைப்பாளிகள். என்னுடைய சொந்த அனுபவத்தில் இந்த முப்பத்து மூன்று சதவிகிதத்தினரும் ஒரே மாதிரியானவர்கள். காரணம் படைப்பும், உணர்ச்சியும்தான் தியானம். அதுதான் அன்பு. அதுதான் நட்புணர்வு. இதற்கெல்லாம் அடிப்படையில்

ஒன்று தேவை. தன் மீதே ஓர் ஆழ்ந்த நம்பிக்கை. அந்த இருத்தலில், வாங்கும் தன்மையில், இதயத்தைத் திறக்கிற நிலை.

மனோவசியத்தை இரண்டு வழிகளில் உருவாக்கலாம். முதல் வழி காரணமாக மக்கள் இது ஆபத்தானது என்னும் கிறிஸ்துவ பிரசாரத்தை நம்புகிறார்கள். இது பன்முக மனோவசியம். யாரோ உங்களை வசியப் படுத்துகிறார். ஒரு மனோவசியக்காரர் உங்களை மனோவசியப்படுத்து கிறார்.... பல தவறான யோசனைகள் இதில் இருக்கின்றன. அதில் அடிப்படையானது வசியத்தால் உங்களை மனோ வசியப்படுத்த முடியும் என்பது. இது முழு தவறு. மனோவசியக்காரரிடம் அந்தத் தொழில் நுட்பம் இருக்கிறது; சக்தி கிடையாது.

உங்களுக்கு எதிராக உங்களை யாருமே மனோவசியப்படுத்த முடியாது. நீங்களாக விரும்பினால்தான் நடக்கும். உங்களுக்குத் தெரியாத இடத்திற்கு, தெரியாத இருட்டிற்குப் போகத் தயாராக இருந்தால் மட்டுமே ஒரு மனோவசியக்காரரால் உங்களை மனோவசியப்படுத்த முடியும். ஆனால் உண்மையில் இந்த வசியக்காரர்கள் தங்களுக்கு இந்த சக்தி உண்டு என்பதை மறுப்பதில்லை. அதற்கு மாறாக, மனோவசியப் படுத்துகிற சக்தி தங்களிடம் உண்டு என்றே சொல்வார்கள். உங்களை மனோவசியப்படுத்துகிற சக்தி யாரிடமும் கிடையாது. உங்களிடம் மட்டுமே உங்களை மனோவசியப்படுத்திக் கொள்கிற சக்தி உண்டு. அல்லது யாராவது உங்களை மனோவசியப்படுத்த வைக்க முடியும். அந்த சக்தி உங்களுடையது. ஆனால் மற்றவர்கள் உங்களை மனோ வசியப் படுத்தும்போது அதைத் துஷ்பிரயோகம் செய்ய முடியும்.

அந்த முயற்சி, அந்தத் திறன், மிக எளிமையானது. மனோவசியக்காரர் ஒரு ஸ்படிகத்தைக் கயிற்றில் கட்டி உங்களுக்கு எதிராகத் தொங்க விடுவார். பிறகு சொல்வார், "உங்களால் திறக்க முடியாது என்கிற நிலை வரும்வரையில் உங்கள் கண்களை மூடாதீர்கள். மூடாமல் இருக்க போராடுங்கள், முடிகிறவரையில் கண்களைத் திறந்தே வைத்திருங்கள்.' அந்த ஸ்படிகம் உங்கள் கண்களில் மின்னும். கண்கள் வற்றிப்போகாமல் இருக்க நீங்கள் கண்களை இமைக்க வேண்டியிருக்கும். அதுதான் உங்கள் உடலிலேயே மென்மையாக பகுதி. ஒரு கார் கண்ணாடியில் உள்ள நீர் துடைப்பானைப் போலத் தானாக உங்கள் கண் இமைகள் வேலை செய்கின்றன. அது கண்களில் நீரை வரவழைக்கிறது. அதுதான் உங்கள் கண்களிலுள்ள தூசியைத் துடைக்கிறது. எதுவும் உள்ளே போகாமல் தடுக்கிறது. அது கண்களைப் புத்துணர்ச்சியோடு எப்போது நீர்மயமாக இருக்கிறது.

மனோவசியக்காரர் சொல்கிறார், 'கண்களை இமைக்காதீர்கள். பளபளக்கிற ஒன்றைப் பார்த்துக்கொண்டேயிருங்கள்.' அது மின்னும் காரணம் மின்னுகிற எதுவுமே உங்கள் கண்களை சோம்பச் செய்யும். உங்கள் தலைக்கு மேலே தொங்குகிற சக்தி வாய்ந்த ஒரு மின்சார விளக்கைப் பார்க்கச் சொன்னால், நிச்சயமாக உங்கள் கண்கள் சோர்ந்துதான் போகும். அவையாக மூடுகிறவரையில் நீங்களாகக் கண்களை மூடாதீர்கள் என்று சொல்லப்படுகிறீர்கள்.

இது ஒரு பகுதி. இன்னொரு பகுதி மனோவசியக்காரர் உங்கள் கண்கள் கனமாகின்றன, உங்கள் இமைகள் சோர்ந்து போகின்றன என்று தொடர்ந்து சொல்லிக்கொண்டேயிருக்கிறார். உங்கள் பக்கத்தில் இருந்து கொண்டே தொடர்ந்து சொல்லிக்கொண்டேயிருக்கிறார். அதாவது உங்கள் கண்கள் சோர்வதாக இமைகள் மூட நினைப்பதாக. ஆனால் உங்களுக்கு அதற்கு எதிரான உத்தரவுகள் முடிகிறவரையில் போராடுங் கள். ஆனால் எவ்வளவு நேரம்தான் நீங்கள் போராட முடியும்? அதிக பட்சம் மூன்று நிமிடங்களுக்கு மேல் முடியாது. காரணம் இரண்டு வேலைகள் நடந்து கொண்டிருக்கின்றன. ஒரு விளக்கை நீங்கள் பார்த்துக் கொண்டிருக்கிறீர்கள். அதை உங்கள் கண்களை சோம்பச் செய்கிறது. வசியக்காரரோ கிளிப்பிள்ளையைப் போல சொன்னதையே மீண்டும் மீண்டும் சொல்கிறார். ஒரு தூக்கக் கலக்கக் குரலோடு. அதாவது தூக்கம் உங்கள் கண்களைத் தழுவுவதாக சொல்கிறார். உங்களால் தடுக்க முடியாது. உங்களால் கண்களைத் திறந்து வைக்கிற சாத்தியமேயில்லை.

கூடவே இந்த யோசனைகள். அந்த நபர் போராடுகிறார். அவருக்கு அவருடைய கண்கள் சோர்வடைவது தெரிகிறது. கண் இமைகள் கனக்கிறது. ஒரு பாரம். மூன்று நிமிடத்திற்குள் ஒரு கட்டம் வருகிறது, அதற்கு மேலில்லை. அவரால் போராடமுடியாமல் கண்களை மூடுகிற உந்துதலை உதற முடியவில்லை. கண்கள் மூடியவுடன் அந்த மனிதர் அந்த மனிதர் சொன்னதையே சொல்கிறார். ''உங்களுக்கு ஆழ்ந்த தூக்கம் வருகிறது. உங்களால் என் குரலை மட்டும்தான் கேட்க முடிகிறது. வேறு எதுவுமில்லை. நான் ஒருவன்மட்டும்தான் உங்களுக்கு இப்போதுள்ள ஒரே தொடர்பு.''

அந்த நபர் இன்னும் ஆழ்ந்து ஆழ்ந்து தூங்கப்போகிறார், தொடர் யோசனைகளோடு. ஒரு கட்டத்திற்கு மேல் அவருக்கு எதுவுமே கேட்க வில்லை. அவருடைய தூக்கக் கலக்கக் குரல்தான் சொல்கிறது. 'நீங்கள் ஆழ்ந்து, ஆழ்ந்து, ஆழ்ந்து...' பிறகு நீங்கள் ஆழ்த்திற்குப் போய் விட்டீர்களா என்பதை சோதிப்பார். உங்கள் கைகளில் ஓர் ஊசியைக் குத்திப் பார்ப்பார். நீங்கள் தூங்கி விட்டீர்கள். அதனால் உங்களுக்கு அது தெரியவில்லை...

உண்மையில் சோவியத் ரஷ்யாவில், அவர்கள் பன்முக மனோவசியம் துவங்கி அதன் மூலம் அறுவை சிகிச்சை கூட நடக்கிறது. மயக்க மருந்தே தேவையில்லை. சரியான சூழல் ஏற்பட்டால் ஒருவர் ஆழமாகப் போக முடியும். ஒரு தூக்கச் சூழல், அரையிருட்டு, இருட்டுமில்லை வெளிச்சமு மில்லை. அதே சமயம் மின்னுகிற கட்டாயமயமாக்கப்பட்ட ஒரு மின்னல் உங்கள் கண்கள் மீது செலுத்தப் படுகிறது. அறையில் ஒரு மெல்லிய இசை. அற்புதமான மணம். இவையெல்லாம் அவர் ஆழ்ந்த தூக்கத்திற்குப் போக உதவுகின்றன. சிகிச்சை அப்போது நடக்கிறது. நடந்திருக்கிறது. அந்த நபருக்கு ஒன்றுமே தெரியாது.

அதனால் மனோவசியக்காரர் சில விஷயங்களை முயல்கிறார். அவர் உங்கள் கைகளை உயர்த்தித் தடாலென்று கீழே போடுகிறார். பிடித்த மில்லாததால் கை கீழே விழுகிறது. நீங்கள் ஆழ்ந்த தூக்கத்தில் இருக்கிறீர்கள். தூக்கத்தில் உங்களால் கைகளை உயர வைக்க முடிய வில்லை. அவர் உங்கள் கண் இமைகளைத் திறக்கிறார். அவர் உங்கள் கண்களைப் பார்க்கிறார். அதில் வெண்மை மட்டுமே தெரிகிறது. பாவை இரண்டும் மேலே செருகியிருக்கின்றன.

ஆழ்ந்து நீங்கள் வசியப்படும்போது மேலே பாவைகள் உயரப் போகும். இது தினப்படி தூக்கத்தில் கூட நடக்கும். யாராவது இறந்து போனால் கூட இப்படி நடக்கும். அதனால்தான் உலகம் முழுவதும் ஒருவர் இறந்து போனால் உடனே இறந்த மனிதரின் கண் இமைகளை மூடிவிடுவார்கள். இதற்கு சின்ன காரணம் முழு வெள்ளைக் கண்களோடு ஒருவரைப் பார்த்தால் பயமாக இருக்கும். இந்தியாவில் இது பல நூற்றாண்டுகளாக தெரிந்த விஷயம்தான். ஒருவர் இறக்கிற தருவாயில் அவர் கண்கள் மேலே செருகும். அதன் அறிகுறி, அடையாளம் என்ன வென்றால் அவரால் அவரது மூக்கின் நுனியைக் கூட பார்க்க முடியாது. நினைவில் வைத்துக் கொள்ளுங்கள் உங்கள் மூக்கை நீங்கள் பார்க்க முடியாது. காரணம் கண்களின் பாவைகள் மேல் நோக்கி நகரும். அவற்றால் மூக்கின் நுனியைக் கூட பார்க்க முடியாது. அதிக பட்சம் ஆறு மாதங்கள்.....

அதனால் மனோவசியக்காரர் கண் இமைகளைத் திறக்கிறார். அங்கே கீழே வெள்ளையாக இருக்கிறதா என்று பார்க்கிறார். அதுவரையில் அங்கிருந்தது, அதாவது பாவை, மேலே போய்விட்டதா என்று பார்க்கிறார். அதற்கு பிறகு இனி நீங்கள் யார் பேசுவதையும் கேட்க முடியாது என்று உறுதிப்படுத்திக் கொள்கிறார். இனிமேல் அவர் சொல்வதை நீங்கள் தட்ட முடியாது. அவர் சொன்னாலும் நீங்கள் செய்வீர்கள். இது ஆபத்தானது. அவர் உங்களிடம் சொல்லலாம், ''உங்களிடமுள்ள பணத்தையெல்லாம் எடுத்து என்னிடம் கொடுங்கள்.''

உடனே நீங்களும் உங்களிடமுள்ள பணத்தையெல்லாம் எடுத்து அவர் கையில் ஒப்படைப்பீர்கள். அவர் உங்கள் ஆபரணங்களை எடுத்துக் கொள்ளலாம். அல்லது ஏதாவது ஒரு பத்திரத்தில் கையெழுத்து போடச் சொல்லலாம். அது உங்களைச் சிக்கலில் கொண்டு போய்விடலாம். உதாரணத்திற்கு நீங்கள் உங்கள் வீட்டை விற்று விட்டீர்கள். அல்லது உங்கள் வீட்டை நன்கொடையாகக் கொடுத்துவிட்டீர்கள்.

இதில் இன்னொரு விஷயத்தை நினைவில் கொள்ள வேண்டும். அது மிகவும் ஆபத்தானது. அவர் மனோவசிய முடிந்ததும் ஒரு யோசனை சொல்லலாம். முடிந்ததும் சொல்கிற யோசனை என்னவென்றால் அவர் சொல்லலாம். ''அடுத்த பத்து நாட்கள் கழித்து நீங்கள் என்னிடம் வருவீர்கள். நீங்கள் வந்துதான் ஆகவேண்டும் உங்கள் எல்லாப் பணத்தையும், ஆபரணங்களையும், மதிப்புள்ளது எதை நீங்கள் வைத்திருந்தாலும் கொண்டு வந்து என் மேஜையில் வைத்து விட்டுப் போங்கள். இதன் மூலமாக இன்னொரு சாத்தியமும் இருக்கிறது. இருபத்து நாலு மணி நேரம் கழித்து நீங்கள் யாரையாவது சுட்டு விட முடியும். இந்த உத்தரவுகளெல்லாமே நிறைவேறும் காரணம் நடப்பது எதுவுமே அந்த நபருக்குத் தெரியாது. அவரது உணர்வைப் பொருத்த வரையில், அந்த ஆழ்ந்த மனோவசியத்தில் என்ன நடந்தது என்பதே தெரியாது. ஆழ்ந்த மனோவசியம் உங்கள் மயக்க நிலையைத் தொடுகிறது.

இந்த ஆபத்துகளைத்தான் கிறித்துவம் மிகைப்படுத்தியது. அது ஒழுக்கத்திற்கும், மதத்திற்கும் எதிரானது என்றார்கள். ஒரு பெண்ணை கற்பழித்துவிடலாம். ஆனால் அவருக்கே தெரியாது. அல்லது ஒரு பெண்ணிடம் சொல்லலாம் 'நீ என்மேல் காதல் கொண்டு விட்டாய்' என்று. அந்தத் தருணத்திலிருந்து அவள் விழித்தவுடன் ஒரு பெரிய காதல் உருவாகும். அவள் சற்றுத் தயங்குவாள். காரணம் அவளுடைய விழிப்படைந்த மனதிற்கு என்ன நடந்தது என்பதே புரியாது. ஆனால் அவளுடைய விழிப்படைந்த மனதிற்கும், தொடர்பில்லை. மயக்கம் அதிக சக்தி வாய்ந்தது. ஒன்பது மடங்கு அதிக சக்தி கொண்டது. பிறகு அந்த மயக்கம் ஏதாவது செய்யத் துவங்கும்போது, விழிப்படைந்த மனம் அதை எதிர்க்கும், ஆனால் அது வீண் முயற்சி.

இவையெல்லாம் பரவி, வேகமாக மனிதர்களிடம் மிகைப்படுத்தப் பட்டது. ஆனால் தேவாலயங்களின் நோக்கம் உங்களை இந்த ஆபத்தி லிருந்து காப்பாற்றுவதற்காக அல்ல. அதன் நோக்கமே மனோவசியத் தைத் தூக்கி எறிய வேண்டும். அதனால் அந்தக் கதவின் வழியாக உச்சகட்ட நிலையான தியானத்திற்குப் போகமாட்டார்கள்.

கிறித்துவம் இன்னொரு விதமான மனோவசியத்தை முழுக்க மக்களுக்குத் தெரியாமலே செய்துவிட்டது. அதுதான் சுய மனோ வசியம். அது பன்முக மனோவசியமல்ல. பன்முக மனோவசியத்தை மட்டும்தான் தவறாகப் பயன்படுத்த முடியும். தானாக, அல்லது சுய வசியத்தைத் தவறாகப் பயன்படுத்த முடியாது... அதில் யாருமே கிடையாது. நீங்கள் மட்டும்தான். இதை நீங்களே உங்களுக்கு செய்து கொள்ள முடியும். நீங்களே ஓர் அறிவிப்புக் கடிகாரத்தைப் போட்டுக்கொள்ளலாம். அதையே மூன்று முறை சொல்லுங்கள். அதுவும் பதினைந்து நிமிடத் திற்குள். அந்த அறிவிப்பு மணி ஓய்ந்தவுடன் நீங்கள் உங்கள் ஆழ்ந்த மனோவசியத் தூக்கத்திலிருந்து எழுவீர்கள். அதற்குப் பிறகு அதுதான் நடைமுறை.

நீங்கள் விளக்கைப் பாருங்கள். அந்த பன்முக மனோவசியக்காரர் என்ன செய்தாரோ அதையே செய்யுங்கள். விளக்கைப் பார்த்தபடி நீங்களே மீண்டும் மீண்டும் சொல்லுங்கள், 'என் கண்கள் கனமாகிக் கொண்டிருக்கிறது கனமாக கனமாக ...இன்னும் கனமாக, இன்னும் கனமாக, எனக்குத் தூக்கம் வருகிறது. என் கண்களை இனிமேலும் திறந்து வைத்திருக்க முடியாது. என்னால் முடிந்தவரையில் முயலுகிறேன். ஆனால் இனிமேலும் சாத்தியமில்லை.' இது எல்லாமே மூன்று நிமிடங்கள்தான் பிடிக்கும். எவ்வளவு அதிகமாகப் போராடுகிறீர்களோ, அந்த அளவிற்கு நீங்கள் மனோவசியத்தில் ஆழ்ந்து போவீர்கள்.

நான் ஒரு மனிதரைப் பற்றிக் கேள்விப்பட்டிருக்கிறேன். வயதான மனிதர். தன் குடும்பத்தைக் கொடுமைப்படுத்திக் கொண்டிருந்தார். தினமும் தனக்கு எத்தனை நோய்கள் வந்திருக்கின்றன என்று கணக் கெடுத்துக் கொண்டிருப்பார். மருத்துவர்களும் சோர்ந்து விட்டார்கள். அவருக்கு நோயே இல்லை என்று சொல்லிக் கொண்டிருந்தார்கள். தொலைக்காட்சியில் மருத்துவ நிகழ்ச்சிகளைப் பார்த்து நோய்களின் பெயர்களைத் தெரிந்து கொள்வார். பிறகு தன் குடும்பத்தினரை வதைக்க ஆரம்பித்தார். "நான் இந்த நோயால் அவதிப்படுகிறேன். என்னை யாருமே கவனிப்பதில்லை." இது வயதானவர்கள் மற்றவர்களின் கவனத்தைக் கவருவதற்கு செய்யும் வழி. வயதானவர்களை யாருமே கவனிப்பதில்லை. அதனால் அதற்கு அவர்களே ஒரு வழியைக் கண்டுபிடிப்பார்கள். அவர்களுக்கு எரிச்சல் வரும். அதிக கோபம், அதிக சிடுசிடுப்பு. மற்றவர்களைக் கவர அவர்களே, இப்படி புதிய தந்திரங் களை உருவாக்குவார்கள். அவர்கள் வாழ்க்கை முழுவதும் அவர்களை கவனித்து போஷாக்காக வைத்திருந்தார்கள். ஆனால் இப்போது யாருமே கவனிப்பதில்லை. அவர்கள் இருக்கிறார்களா செத்தார்களா என்பதைப் பற்றிக் கூட யாரும் கவலைப்படவில்லை.

என்னை நேசிக்கிற இந்தியப் பாடகர் ஜெகஜித் சிங். ஒரு நல்ல நகைச்சுவையைச் சொன்னார். லண்டனில் வசிக்கிற ஒரு நண்பர் வந்திருக்கிறார். அவரிடம், ''எப்படி இருக்கீறீர்கள்?'' என்று கேட்டிருக்கிறார்.

அவர் சொன்னார். ''பரவாயில்லை.''

ஜெகஜித் சிங், ''உங்கள் மனைவி எப்படி இருக்கிறார்?''

அவர், ''அவளும் பரவாயில்லை!''

''உங்கள் குழந்தைகள் எப்படி இருக்கிறார்கள்?''

''அவர்களும் நலம்தான்.''

இறுதியாக ஜெகஜித் கேட்டார், ''உங்கள் தந்தை எப்படியிருக்கிறார்?''

அந்த மனிதர் சொன்னார், ''அப்பாவா? அவர் நான்கு வருடங்களாக நன்றாகத்தான் இருக்கிறார்.... நான்கு வருடங்களுக்கு முன்பு அவர் இறந்துவிட்டார்.'' அதாவது அந்த நண்பர் நான்கு வருட காலத்திலிருந்து நன்றாக இருப்பதாகக் கூறினார். முழுமையாக நன்றாகவே இருக்கிறார். நான்கு வருடங்களுக்கு முன்பிலிருந்து நன்றாகவே இருந்து வருகிறார்.

கவனத்தைக் கவர வயதானவர்கள் தங்களுக்கு உரிய வழிகள் வைத்திருப்பார்கள். தாங்கள் மைக்ரெய்னில் அவதிப்படுவதாகவும், அவர்களுக்கு வயிற்று வலி என்றும் கூறுவார்கள். அவர்கள் மருத்துவ பெயர்கள் தெரிந்திருக்கும் வரை அவர்கள் சமாளித்துவிடுவார்கள்.

இறுதியாக மருத்துவர்கள் மறுக்கத் துவங்கினார்கள். ''அவர் ஒரு பைத்திய மனிதர். அவருக்கே உடல்நலக் குறைவேயில்லை. அவருக்கு எந்த நோயுமில்லை. அவரைப் பல முறை சோதித்துவிட்டோம்'' என்று சொல்வார்கள்.

ஆனால் மகன் சொல்வார், ''நாங்கள் என்ன செய்ய முடியும்? மருத்துவரை வரவழைத்துவிட்டோம்.''

அதனால் இறுதியாக மருத்துவர்கள் ஒரு மனோவசியக்காரரை வரவழைக்கலாம் என்று யோசனை சொன்னார்கள். ''ஒரு மனோ வசியக்காரரை வரவழையுங்கள். அவரை மனோவசியம் செய்து அவருக்கு ஒன்றுமேயில்லை என்று சொல்ல வைக்கலாம். இந்த ஒரு மருந்துதான் அவருக்குத் தேவை. அவருடைய மயக்க நிலை அவர் சரியாக இருக்கிறார் என்பதைப் பிடித்துக்கொண்டால், பிறகு ஒரு பிரச்னையுமில்லை.''

பிள்ளைகளுக்கு ஒரே மகிழ்ச்சி. அவர்கள் ஒரு மனோவசியக்காரரை வரவழைத்தார்கள். அவரைப் பார்ப்பதற்கு ஒரு மருத்துவரைப் போல் உபகரணங்களுடன் இருந்தார். சிக்மண்ட் ப்ராய்டைப் போல் ஒரு சின்ன

தாடி. கண்ணுக்குக் கண்ணாடி போட்டுக்கொண்டிருந்தார். தொழிலுக்கு ஏற்றார் போல் ஒருவர் உடையணிய வேண்டும். அதுதான் கவர்ச்சியாக இருக்கும். அவர் அந்த வயோதிகரைக் கேட்டார், ''உங்களுக்கு என்னவெல்லாம் பிரச்னைகள்?''

வயோதிகர் தன் பிரச்னைகளைப் பட்டியலிட்டார். மனோவசியக்காரர் சொன்னார், ''சரி, நீங்கள் படுத்துக்கொள்ளுங்கள். என் கையிலிருக்கும் இந்தத் தொங்கு மணியைப் பாருங்கள். அது மின்னும் காரணம் அது மின் கலத்தால் இயங்குகிறது. உங்கள் கண்களை அதன் மீதே வைத்திருங்கள். கண்களைத் திறக்க முடியாத நிலை வரை அப்படியே பாருங்கள்.''

நீண்ட வாழ் நாள் அனுபத்தில் வயோதிகர்கள் புத்திசாலிகளாகவும், சூழ்ச்சிக்காரர்களாகவும் ஆகிவிடுவார்கள். அந்த வயோதிகர் நினைத்தார். 'இவன் உடையைப் பார்த்தாலே இவன் ஒரு மோசடிப் பேர்வழியாகத் தெரிகிறான். இவன் எனக்கு என்ன சிகிச்சை கொடுக்கப் போகிறான்?' அவர் யோசித்தார், 'சரி, பார்க்கலாம்.' அவர் மூன்று நிமிடங்கள் வரை காத்திருக்கவில்லை. அவர் உடனே கண்களை மூடிவிட்டார். அவர் கைகளை மனோவசியக்காரர் தூக்கியதும் அவர் கைகளைக் கீழே போட்டுவிட்டார். அவருக்கு எல்லா வித்தைகளும் தெரியும். வயோதிகர் அவர் உலகத்தில் எல்லாவற்றையும் பார்த்துவிட்டார்.

மனோவசியக்காரர் சொன்னார், ''அவர் இப்போது ஓய்வாக ஆழ்ந்த தூக்கத்திலிருக்கிறார். இப்போது நான் அவர் நன்றாக இருப்பதாக இப்போது நான் சொல்வேன். அவருக்கு எந்த நோயுமில்லை. இல்லாத நோய்களைச் சொல்லி இனி குழந்தைகளைத் துன்புறுத்த மாட்டார்.'' வயோதிகர் மௌனமாக இருந்தார்.

அவருடைய பிள்ளைகளுக்கு ஒரே மகிழ்ச்சி. ''ஏன் நாங்கள் முன்பே இந்த மனோவசியக்காரரைப் பற்றி யோசிக்கவில்லை? மருத்துவர் களுக்கு அதிக கட்டணம் கொடுத்துக் காசை விரயம் செய்து விட்டோம். அவர்கள் சொன்னதெல்லாம், 'நீங்கள் வதைக்கிறீர்கள். நீங்கள் என்னதான் பணம் கொடுத்தாலும் எங்களை வதைக்கீறீர்கள். அந்த மனிதனுக்கு நோயே இல்லை'' இந்த மனோவசியக்காரர் தான் சரியானவர்.

வயோதிகர் அப்படியே இருந்தார். எல்லா மனோதத்துவ கட்டளை களும் முடிந்தன. மனோவசியக்காரர் தன் பணத்தைப் பெற்றுக் கொண்டார். ஒரு பிள்ளை அவரை வழியனுப்ப கார் வரை சென்றார். ஆனால் அவன் திரும்பி வருவதற்குள் வயோதிகர் கண்களைத் திறந்து கேட்டார். ''அந்தக் கிறுக்குப் பயல் போனானா இல்லையா?''

நீங்கள் உடனடியாக கண்களை மூடினால், ஒன்றும் ஆகாது. காரணம் நீங்கள் விழிப்பாக இருக்கிறீர்கள். அந்த மனோவசியக்காரர் என்னதான் சொன்னாலும் அவர்தான் கிறக்கனைப்போல ஆவார். என்ன முட்டாள் தனமாகப் பேசுகிறான். ''உங்கள் கண்கள் கனமாக்கி கொண்டிருக் கின்றன.'' அது கனமாகாது. 'நீங்கள் ஆழ்ந்த தூக்கத்தில் போகிறீர்கள்' நீங்கள் தூங்கவில்லை அதிக விழிப்புடன் இருக்கிறீர்கள். அவர் உங்களை ஏமாற்றுகிறார். உங்களுக்கு எந்த நோயுமில்லை என்கிறார்.

ஆனால் நீங்கள் ஒரு வேளை சுய மனோவசியம் செய்து கொண்டால், அதில் எந்த ஆபத்தும் இல்லை. நீங்கள் அந்த முழு முயற்சியில் இருக்கிறீர்கள். உங்கள் கண்களை சோர்வடையச் செய்யும் அந்த வெளிச்சத்தைப் பார்க்கிறீர்கள். அதுதான் அதன் ஒரே செயல்பாடு. அந்த மனோவசியக்காரர் சொன்னதைப் போல நீங்களும் மீண்டும் மீண்டும் அதையே சொல்கிறீர்கள். ஆனால் நீங்களாகவே இருக்கிறீர்கள். இறுதியாக உங்கள் கண்களைத் திறந்து வைத்திருக்க முடியாது என்பது தெரிகிறது. அது மூடிக்கொள்கிறது. அதன் மீது உங்களுக்குக் கட்டுப்பாடு இல்லை. உங்கள் இமைகள் மீது உங்களுக்கு கட்டுப்பாடு இல்லை என்று நீங்கள் உணர்ந்தவுடன், நீங்கள் தூக்கத்தில் விழிப்பதைப் போல உணர்கிறீர்கள். நீங்கள் மீண்டும் மீண்டும் சொல்லும்பேது, நீங்கள் விழிப்பாக இருக்கிறீர்கள். ''நான் ஆழ்ந்து, ஆழ்ந்து...'' பிறகு ஒரு தருணத்தில் நீங்கள் உங்கள் ஆழ்ந்த மயக்கத்தில் செல்வீர்கள். பத்து நிமிடங்கள் கழித்து அந்த அறிவிப்பு மணி ஓய்ந்துவிடும். நீங்கள் உங்கள் மயக்கத்திலிருந்து விழிப்பிற்குள் வருவீர்கள். நீங்கள் வியப்படைவீர்கள், நீங்கள் எவ்வளவு புத்துணர்வோடு, எவ்வளவு இளமையாக உங்களுக்குள் இருப்பீர்கள். குளிர்ந்த காற்றுடன் கூடிய ஓர் அழகிய தோட்டத்தைக் கடந்து வந்ததைப்போல சுத்தமாக இருப்பீர்கள்.

உங்களுக்கு நீங்களே ஒரு சுய மனோவசிய யோசனை சொல்லிக் கொள்ளலாம். அது நீங்கள் கண்களை மூடுகிற அந்தத் தருணத்தில் சொல்லப்படவேண்டும். இப்போது நீங்கள் ஆழமாகப் போவதை உணர்வீர்கள். அப்படி ஆழத்தில் போவதற்கு முன்பாக நீங்கள் சொல்வீர்கள் ''நாளையிலிருந்து என் உடல் இன்னும் நன்றாக இருக்கப் போகிறது.'' ஒரே ஒரு விஷயத்தைத்தான் தேர்ந்தெடுத்துக் கொள்ள வேண்டும். நிறைய அல்ல. பேராசைப்படாதீர்கள். ஒரு பதினைந்து நாட்கள் அல்லது ஒரு மூன்று வார பயிற்சி உங்கள் மீது வைத்துக் கொள்ளுங்கள். நீங்கள் என்ன சொன்னாலும். நாளையிலிருந்து உங்கள் தியானம் இன்னும் ஆழமாக இருப்பதாகச் சொல்லிக் கொள்ளலாம். உங்கள் தியானம் இன்னும் ஆழமாகப்போய் உங்களுக்கு ஓர் அழகிய இணைப்பை உருவாக்கும்.

அந்த தியானம் இன்னும் ஆழமாகப் போகும்போது, நீங்கள் உங்களுக்குச் சொல்லிக்கொள்ளலாம் ''நாளை முதல் என் தியானம் இன்னும் ஆழமாகப் போகும்.'' இந்த இரண்டையும் நீங்கள் உங்கள் மயக்கத்தில் கொண்டு வரலாம்.

ஒரு முறை உங்கள் மயக்க நிலையில் ஆழத்தைத் தொட்டுவிட்டால், பிறகு நீங்கள் உங்கள் இரண்டாவது எண்ணத்தைச் சொல்லலாம். ''நான் இருட்டு மயக்கத்திலிருந்தாலும், எனக்குள் ஒரு மெலிதான ஒரு விழிப்பு இருக்கும். என்ன நடக்கிறது என்பதை நான் பார்க்க முடியும்'' பிறகு அதையே மறுபடியும் மறுபடியும் சொல்லுங்கள். ''இலேசாக இருந்த என் விழிப்புணர்வு இப்போது பெரிதாகி, பெரிதாகி, பெரிதாகி....'' பிறகு ஒரு நாள் நீங்கள் உங்கள் முழு மயக்கமும் ஒரு விழிப்பு வெளிச்சத்தில் இருப்பதை உணர்வீர்கள். அதுதான் தியானம்.

மனோவசியத்தைப் பயன்படுத்தலாம். பயன்படுத்த வேண்டும். எந்த வித பயமுமில்லாமல். சேர்ந்தோ, நீங்கள் நம்புகிறவருடனோ அல்லது பரஸ்பர நேசம் வைத்திருப்பவருடனோ. அவர்கள் உங்களைப் பயன் படுத்திக் கொள்வார்கள் என்கிற பயமில்லாமல் இருக்கும். நீங்கள் உங்கள் நெருங்கிய நண்பருடன் இருக்கிறீர்கள். அவர்களால் உங்களுக்குக் கெடுதல் இல்லை என்பது உங்களுக்குத் தெரியும். நீங்கள் வளைந்து கொடுக்கிறீர்கள். அல்லது நீங்களாகவே செய்து கொள்ளலாம். அப்படிச் செய்தால் இது சற்று அதிக நேரம் பிடிக்கும். காரணம் இரண்டு பேர் செய்கிற வேலையை நீங்கள் ஒருவரே செய்கிறீர்கள். இது கொஞ்சம் தொந்தரவுதான்.

ஆனால் இப்போது பதிவுக் கருவிகள் இருக்கின்றன. அந்த இன்னொரு நபரை முழுமையாகத் தூக்கிப் போட்டு விடலாம். உங்கள் எண்ணத்தை அந்தப் பதிவுக் கருவியில் சொல்லுங்கள். அந்தப் பதிவுக் கருவி உங்களைத் தவறாகப் பயன்படுத்தாது. அது உங்கள் மனைவியைக் கொல்ல சொல்லாது. நீங்களாக அந்தக் கருவியில் சொல்லாதவரையில். பிறகு நான் ஒன்றும் உதவ முடியாது. நீங்கள் அந்தக் கருவியில் என்ன பதிவு செய்கிறீர்களோ அதைத்தான் அது மீண்டும் மீண்டும் சொல்லும். உங்கள் முழு எண்ணத்தையும் அதில் பதிவு செய்து விடலாம். எல்லா எண்ணங்களையும். தூக்கத்திற்குப் போவது. இமைகளில் கனம், ஆழத்திற்கு போவது. பிறகு நீங்கள் அந்த ஆழத்திலிருக்கும்போது நான்கு அல்லது ஐந்து நிமிட இடைவேளையில் அந்த ஆழத்தில் நீங்கள் தங்கிவிடுவீர்கள். பிறகு பதிவுக் கருவியிலிருந்து ஒரு குரல் கேட்கும். உங்கள் தியானம் இன்றிலிருந்து ஆழமாகிவிடும். உங்கள் எண்ணங் களோடு நீங்கள் போராட மாட்டீர்கள். நீங்கள் கண்களை மூடிய அந்தத் தருணத்தில் உங்கள் எண்ணங்கள் தானாகவே காணாமல் போய்விடும்.

பதிவுக் கருவி மிகவும் பயனுள்ளதாக இருக்கும். காரணம் அங்கே நீங்கள் யாரையும் நம்ப வேண்டிய அவசியமில்லை. எந்த வித பயமுமில்லாமல் பதிவுக் கருவியை நம்பலாம். நீங்கள் கதவை மூடிக்கொள்ளலாம். யாரும் வந்து பதிவுக்கருவியில் விளையாட முடியாது. இல்லையென்றால் யாராவது வந்து உங்களிடம் தந்திரம் செய்யலாம்.

சுய மனோவசியம் தியானத்தின் சேவையில் இருக்க வேண்டும். அதுதான் மிகப்பெரிய பயன். அது ஆரோக்யத்திற்கு, நீண்ட ஆயுளுக்கு, அன்பிற்கு, நட்புணர்விற்கு, துணிச்சலுக்கும் சேவை செய்யலாம். உங்களுக்கு என்ன தேவையோ அதை சுய மனோவசியம் கொடுத்துதவும். தெரியாத விஷயம் குறித்த உங்கள் பயத்தை போக்கலாம். உங்கள் மரண பயத்தைத் தூக்கி எறியலாம். நீங்கள் தனிமையில், மௌனமாக, அமைதியாக இருக்க உங்களைத் தயார் செய்யலாம். உங்களை இருபத்து நாலு மணி நேரமும் உங்களை தியானத்திலேயே இருக்க வைக்கலாம்.

நீங்கள் கூட சொல்லிக்கொள்ளலாம், "நான் ஆழ்ந்த தூக்கத்தி லிருக்கும்போது, ஒரு விழிப்பு வெளிச்சம் என் தூக்கத்தைக் கலைக்காமல் தொடரட்டும்."

அந்த நேரத்தில் நீங்கள் சொல்கிறீர்கள், "'சிகிச்சைக்கும், தியானத் திற்குமிடையே இருந்த மெல்லிய கோடு மறைந்துவிட்டது." இதுதான் என் நீண்ட நாள் ஆசை. சிகிச்சை மனோவசியத்தில் கரைய வேண்டும். அந்த மனோவசியம் தியானத்தில் கரைய வேண்டும். பிறகு நீங்கள் புத்துணர்வு பெற ஒரு மிகப்பெரிய சக்தியை உருவாக்கி விட்டீர்கள். கடந்த காலத்தில் இதைப் பயன்படுத்தியேதேயில்லை.

சிகிச்சையைப் பயன்படுத்தவேயில்லை. சிகிச்சை உங்கள் குப்பை களையெல்லாம் சுத்தப்படுத்தும். உங்கள் நிலைப்பாட்டைக் கூட எடுத்துவிடும். உள்ளேயிருந்த எல்லாவற்றையும் தூக்கிப் போட சிகிச்சை உதவும். அதை உள்ளே அழுத்தி வைத்திருந்தீர்கள். சிகிச்சை அதைத் தூக்கி எறியும். சிகிச்சைதான் ஓர் அழகான சுத்தப்படுத்தும் முறை. சுத்தப்பட்ட மனம் மனோவசியத்திற்குள் சுலபமாக, எந்தப் போராட்ட முமில்லாமல் வந்து விழும். சுயவசியத்தில் அல்லது வசியத்தில் இல்லாதவர்கள் கூட, அந்த முப்பத்து மூன்று சதவிகிதத்தில் இல்லாதவர்கள் கூட சிகிச்சையினால், அவர்களும் கூட மனோவசியத்திற்குத் தயாராக இருக்கும் குழுவோடு தயாராக இருப்பார்கள். சிகிச்சை நூறு சதவிகித மக்களையும், நம்பிக்கைக்குரிய மனோவசியப் பிரியர்களாக மாற்றிவிடும். சிகிச்சை மெதுவாக மனோவசியத்தில் கரையும். பிறகு மனோவசியத்தை தியானத்திற்குப் போகிற படியாகப் பயன்படுத்திக்கொள்ளலாம்.

இந்த மூன்றையும் நான் என்னுடைய மும்மூர்த்திகளாக வரித்துக் கொண்டிருக்கிறேன். கடவுள், புனித ஆவி, யேசு கிறிஸ்து அந்த முட்டாள்தனத்தையெல்லாம் மறந்து விடுங்கள். இவை மும்மூர்த்தி களல்ல. ஆனால் எது விஞ்ஞானபூர்வமானதாக, எது நீங்களாக செய்ய முடியுமோ, எதற்கு பயிற்சி பெறக்கூடிய சாத்தியங்கள் இருக்கின்றனவோ அதைத் தவிர மதம் முழுவதுமே குப்பைகள்தான். ஆனால் மக்கள் அந்தக் குப்பைகளின் மீது ஆர்வம் காட்டி, அவசியமானவற்றை மறந்து விட்டார்கள். உண்மையில், அந்த அவசிய அடிப்படைக் கூறுகளெல் லாம் இமயமலையோடு ஒப்பிடப்படும்போது மிகவும் சிறியவைதான். ஆனால், அவை அந்த மலையின் மீதுதான், பல நூற்றாண்டுகளாகக் குவிந்து கிடக்கின்றன. இப்போது அவசியமான அந்தக் கூறுகள் எங்கே இருக்கின்றன என்பதைக் கண்டு பிடிப்பதே கடினமாகி விட்டது.

நான் உங்களுக்கு சிபாரிசு செய்வதெல்லாம் மிகச் சாதாரண விஷயம். இதற்கு உங்களுக்கு பாதிரியார் தேவையில்லை. தேவாலயங்கள் தேவையில்லை. இதற்கு எந்தப் புனித நூலும் தேவையில்லை. சிறிய புரிந்து கொள்ளுதல், சிறிய துணிச்சல் மட்டுமே தேவை. சிகிச்சை மூலமாகத் தூக்கி எறியுங்கள். உங்களுக்குள் எவ்வளவு குப்பை இருக்கிறது என்பது உங்களுக்கே தெரியாது. சுத்தப்படுத்தும்போதுதான் தெரியும், ''அட கடவுளே இது நானா அல்லது வேறு யாராவதா? நான் என்ன செய்கிறேன்? என்ன சொல்கிறேன்? சில சமயங்களில் நீங்கள் சொல்வதில் கூட எந்த அர்த்தமும் இருக்காது. ஆனால் அது இருந்திருக் கிறது. இல்லையென்றால் அது உங்களிடம் வந்திருக்க முடியாது. அது உன்னுடைய தியானத்திற்கு இடைஞ்சல் நீ மனோவசியத்திற்குள் ஆழமாகப் போவதற்கும் தடையாக இருந்தது. நடுவில் எங்கோ அது ஒரு தடுப்பாக இருந்திருக்கிறது.

அதனால் சிகிச்சைதான் முதல் விஷயம். இரண்டாவது மனோவசியம். மூன்றாவது அதிலிருந்து வளரக்கூடிய உன் தியானம்.

தியானத்தின் உச்சமே புத்துணர்ச்சி.

தியானம் முழுமை பெறும்போது உன்னுடைய இருத்தல் முழு வதிலுமே ஒளி வருகிறது. முழு பேரின்பம் பரவுகிறது. முழுப் பரவசம் உன்னை ஆட்கொள்கிறது.

அத்தியாயம் - 3
மனம், உடல், ஆரோக்யம் இவற்றிற்குண்டான உறவுகள்

? மனத்திற்கும் ஆரோக்யத்திற்கும் இடையே உள்ள உறவைப் பற்றி பேச முடியுமா?

எழுபது சதவிகித நோய்கள் மனம் சம்பந்தப்பட்டது. மனோவசியம் மூலமாக இந்த நோய்கள் வருவதற்கு முன்பே தடுத்துவிட முடியும். மனோவசியத்தின் மூலமாக அடுத்து வரக்கூடிய நாட்களில் என்ன மாதிரியான நோய்கள் வரக்கூடும் என்பதைக் கண்டுபிடித்துவிடலாம். உடலில் எந்த அறிகுறியுமில்லை. வழக்கமான உடல் பரிசோதனைகள் அவருக்கு நோயால் உடல் நலக்குறைவா அல்லது ஆரோக்யமாக இருக்கிறாரா என்று எந்தக் குறிப்பையும் காட்டவில்லை. காரணம் உடலுக்கு ஏதாவது வருவதற்கு முன்னால், அது ஆழ்ந்த ஒழுங்கு முறையான மயக்கத்திலிருந்து வருகிறது. அங்கிருந்து அது பயணப்பட்டு, மொத்த மயக்கத்திற்கு வருகிறது. பிறகு தான் அது உணர்வுள்ள மனத்திற்கு வருகிறது. அப்போதுதான் அதைச் சோதித்து உடலில் கண்டுபிடிக்கப்படுகிறது. நோயை, அது வரப்போகிறது என்று அந்த நபர் யோசிப்பதற்கு முன்பே கூட தடுத்துவிட முடியும்.

ரஷ்யாவில், ஒரு அறிவுஜீவி புகைப்படக் கலைஞர் கிர்லியான் மக்களைப் படமெடுத்திருக்கிறார். அவர் வாழ்க்கை முழுவதும் புகைப்படக் காரராகவே வேலை செய்திருக்கிறார். நுண்ணிய தகடுகள், நுண்ணிய குவி ஆடிகள் மூலமாக சாதாரண கண்களுக்கும் சாதாரண கருவிகளுக்கும் புலப்படாதவற்றையெல்லாம் படமெடுத்திருக்கிறார்.

ஆறு மாதங்களுக்கு முன்பே, அவர் புகைப்படத்தின் மூலமாகக் கண்டு கொண்டதை வைத்து வியந்து போயிருக்கிறார். விசேஷ நுண்ணிய தகடுகள் மூலமாக அவர் எடுத்துள்ள ரோஜா மொட்டின் படம் ரோஜா மொட்டைக் காட்டவில்லை. ரோஜாவையே காட்டியது. நாளைக்குத் தான் அது ரோஜாவாகப்போகிறது. வேறு எந்தப் புகைப்படக்கருவியும் அந்த அற்புதத்தைச் செய்யவில்லை. முதலில் அவரே வியந்து போனார் எப்படி இந்த நுண்ணிய தகடு நடக்காத ஒன்றை எப்படிப் படமெடுத்தது? பிறகு மறுநாள் அந்த மொட்டு மலர்ந்தபோது படத்திலிருந்ததைப் போலவே இருந்தது. எந்த மாற்றமும் இல்லை. பிறகு அதிகம் அதிகமாகக் கண்டுபிடித்தார். ஒரு குறிப்பிட்ட ஒளிவட்டம் அந்த மொட்டைச் சுற்றியிருப்பதை அறிந்தார். ஒரு சாதாரண சக்தி ஒளிவட்டம் -. அந்த சக்தி ஒளிவட்டத்தில் அது எப்படி வரப்போகிறது என்பது குறித்த ஒரு முழு ஒளிவட்டம் இருந்தது. நுண்ணிய தகடுகள் நம் கண்களுக்கு புலப்படாத சக்திகள் ஒளிவட்டத்தைப் படமெடுக்கின்றன. பிறகு அவர் நோய்களின் மீது வேலை செய்யத் துவங்கினார். சோவியத் மருந்தில் அவர் புரட்சியே செய்திருக்கிறார்.

நீங்கள் நோய்வாய்ப்பட்டு, அதற்குப்பிறகு குணப்படுத்த வேண்டிய தில்லை. அதற்கு முன்பே, உங்களுக்கு அந்த நோயைப்பற்றித் தெரிவதற்கு முன்பே உங்களைக் குணப்படுத்தலாம். காரணம் கிர்லியானின் புகைப்படம் எந்தப் பகுதியில் நோய் தலைக்காட்டப்போகிறது என்பதை காட்டும். காரணம் அந்த சக்தி ஒளிவட்டம் அந்த நோயிலிருக்கும், அது ஏற்கெனவே நோய்வாய்ப்பட்டுவிட்டது. அது ஆறு மாதங்களுக்கு முன்பே வந்துவிட்டது. அது உங்களுடைய சீரான மயக்கத்தோடு தொடர்பு கொண்டது. ஆழ்ந்த சோதனைகளை மனோவசியம் மூலமாகவும் அதன் மீது செய்தாலே உங்களுக்கு வரப்போகும் நோயைக் கண்டுபிடித்துவிடலாம், அதற்கு சிகிச்சையும் அளிக்கலாம். குழந்தைகள் மிகவும் சந்தோஷமாக இருப்பார்கள்.

இது மனோதத்துவ ஆராய்ச்சியாளர்களின் கவனத்தை ஈர்த்த ஒரு விஷயம். ஏன், உலகம் முழுவதிலும் ஒரு சில இடங்களைத்தவிர எழுபது வயது என்பது வாழ்க்கையின் வரம்பாக ஆகிவிட்டது. காரணம் காஷ்மீரில் சில இனத்தினர், இந்தியாவில் இப்போது அந்த பகுதியை பாகிஸ்தான் ஆக்ரமித்துள்ளது - அங்கே மக்கள் நூற்றுமுப்பது ஆண்டுகள் வரை உயிர் வாழ்ந்திருக்கிறார்கள். மேலும் நூற்று ஐம்பது வயதிலும் அவர்கள் முழு பலத்தோடு ஓர் இளைஞனைப் போல இருக்கிறார்கள். அவர்களுக்கு வயதாவதில்லை, அவர்கள் சாகிற வரையில் இளமை யோடு இருக்கிறார்கள். மனோதத்துவக்காரர்களுக்கு இதில் ஆர்வம். ஒரு சில இடங்களில் மட்டும் அதிக நாட்கள் வாழ்கிறார்கள். உலகில் மற்ற இடங்களில் அவர்கள் எழுபது வயதில் இறப்பதற்கு என்ன காரணம்?

இது ஒரு மனோதத்துவ ரீதியான திட்டம். பல நூற்றாண்டுகளாக எழுபது வயது வரைதான் வாழ்வு, அதற்குப் பிறகு முடிந்துவிடும் என்று திட்டமிட்டுவிட்டோம். நீங்கள் இறப்பீர்கள் என்பது திட்டமிடப் பட்டுவிட்டது. உங்கள் உடல் வாழ்வதற்குத் தகுதியற்றதாக ஆகிவிட்டது என்று பொருளல்ல. ஆனால் உங்கள் மனோதத்துவம் வற்புறுத்துகிறது, ''வழக்கத்தைப் பின்பற்று, கூட்டத்தைப் பின்பற்று.'' நீங்கள் எல்லா வற்றிலும் கூட்டத்தைப் பின்பற்றுகிறீர்கள் அதனால் இயற்கையாக கூட்ட மனோபாவத்தை இந்த விஷயத்திலும் பின்பற்றுகிறீர்கள்.

விஞ்ஞானிகள் மனிதனின் உடல் முந்நூறு வருடங்கள் வாழ்வதற் கான சாத்தியக் கூறுகள் உள்ளன என்கிறார்கள். ஒவ்வொரு எழுபது வருடமும் அது தன்னைப் புதுப்பித்துக்கொள்ளும். உண்மையில் இது முந்நூறு வருடங்கள் வரை போகும். ஆனால் அந்தத் திட்டமிடுதலை மாற்ற வேண்டும். விஞ்ஞானிகள் வெவ்வேறு வழிகளில் இந்தத் திட்டத்தை எப்படி மாற்றுவது என்று யோசித்துக்கொண்டிருக்கிறார்கள். அதனால் இறப்பதற்கு நீண்ட காலம் ஆகும். அவர்கள் உடலின் உயிரணுக் களில்தான் இந்தத் திட்டமிடல் நடப்பதாக நினைக்கிறார்கள். அந்த மனித உடல் அணுக்களைப் பிளந்து அணுசக்தி அணுக்களைப் பிளப்பது போல செய்து அதற்கு மறு திட்டமிடுதலை செய்ய வேண்டும். அதற்கு வெகு காலம் பிடிக்கும். காரணம் அது குறித்து ஒரு துரும்பை கூட நாம் அசைக்க வில்லை.

ஆனால் நான் புரிந்து கொண்டவரையில் இதற்கு நாம் மனோதத்துவ ரீதியாகப் போக வேண்டியதில்லை. நீங்கள் மனோதத்துவ ரீதியாக போகலாம். உங்கள் மனோவசியம் ஆழமாகப் போகும்போது. நீங்கள் இன்னும் ஆழமாகப் போகும்போது அது ஒரு அன்றாட விஷயமாகிறது. மெதுவாக, மெதுவாக நீங்கள் அந்த சீரான மயக்கத்தை அடைகிறீர்கள். அங்குதான் உண்மையான திட்டமிடல், அதை நீங்கள் மாற்றலாம்.

நம் குழந்தைகள் அதிக நாட்கள் வாழலாம். நம் குழந்தைகள் ஆரோக்யமாக இருக்கும். நம் குழந்தைகள் வயோதிகம் இல்லாமல் இருப்பார்கள். இவையெல்லாமே சாத்தியம் நாம் அதை செய்ய வேண்டும். உலகத்திற்குக் காட்ட வேண்டும். ஆனால் அதில் ஓர் ஆபத்து என்னவென்றால் நம் அரசியல்வாதிகளிடம் இந்த மனோ முறை கிடைத்துவிட்டால் அவர்கள் தங்கள் சொந்த காரியத்திற்கு இதைப் பயன் படுத்துவார்கள்.

நோயுள்ள மக்களுக்கு உதவ முடியும். காரணம் எழுபது சதவிகித நோய்கள் மனம் சார்ந்தவை. அதை உடல் மூலமாக வெளிப்படுத்த

முடியும்.ஆனால் துவக்கம் மனதில்தான். நோய் தீர்ந்துவிட்டது என்கிற எண்ணத்தை மனத்திற்குள் செலுத்திவிட்டால் நீங்கள் கவலைப்பட வேண்டாம். அது இனி இல்லை. நோய் மறைந்துவிடும்.

மனதிற்கு உடல் மீது அபாரமான பலம் உண்டு. உங்கள் உடலின் எல்லாவற்றையும் மனம்தான் நடத்திச்செல்கிறது. மனதை மாற்றுவதன் மூலமாக உங்கள் உடலிலுள்ள எழுபது சதவிகித நோய்களை மாற்ற முடியும். காரணம் அது அங்குதான் துவங்குகிறது. முப்பது சதவிகிதம் தான் உடலில் துவங்குகிறது. நீங்கள் கீழே விழுகிறீர்கள். எலும்பு முறிவு ஏற்படுகிறது. இப்போது இந்த எலும்பு முறிவிற்கு மனோவசியம் மூலமாக எலும்பு முறிவு இல்லை என்று சொல்ல முடியாது. சொன்னாலும் எலும்பு முறிவு இருக்கவே செய்யும். அந்த எலும்பே சொன்னாலும் எலும்பு முறிவு இருக்கவே செய்யும். எலும்பு முறிவு உடலிலிருந்து துவங்கியது. அந்த உடலுக்கு மனோவசியம் செய்ய முடியாது. உடலுக்கு அதற்கே உரிய செயல்பாடுகள் உண்டு. ஆனால் இந்த நிகழ்வு மனத்தில் துவங்கி அது உடலில் ஒரு பகுதிக்கு நீண்டால் அதை சுலபமாக மாற்றலாம்.

மதம் அதைச் சுரண்டிக்கொண்டுவிட்டது. இந்தியாவில் பல மதங்கள் உண்டு. இஸ்லாமியர்கள், திபெத்தியர்கள், பர்மாக்காரர்கள் செய்கிறார்கள். எரிக்கப்படாமல் நெருப்பின் மீது நாட்டியமாடுகிறார்களே. ஆனால் இவர்கள் சாதாரண மனிதர்கள் அல்லர், பிட்சுக்கள். பல வருடங்களாக தங்களை மனோவசியப்படுத்தி வைத்திருக்கிறார்கள். அது அவர்களின் மயக்க உணர்வில் போய்த் தங்கிவிட்டது. அந்த நெருப்பு அவர்களை எரிக்காது. ஆனால் நினைவில் கொள்ளுங்கள் - எழுபது சதவிகிதம்தான்.

அமெரிக்காவில் ஒரு பிரிவு உண்டு. அது இன்னும் சில பகுதிகளில் உள்ளது என்று நினைக்கிறேன். ஆனால் இந்த நூற்றாண்டின் துவக்கத்தில் அது மிகவும் முக்கியத்துவம் வாய்ந்ததாக இருந்தது. அது ஒரு கிறித்துவ குழு. அவர்கள் தங்களை கிறித்துவ விஞ்ஞானிகள் என்று அழைத்துக் கொண்டார்கள். அவர்கள் எதையும் குணப்படுத்த முடியும் என்று நம்பினார்கள். நீங்கள் யேசு கிறிஸ்துவை நம்ப வேண்டும். உங்கள் நம்பிக்கைதான் உங்கள் நோய் என்று நினைக்க வேண்டும். காச நோய் இருப்பதாக நீங்கள் நம்புகிறீர்கள். அதனால் உங்களுக்குக் காச நோய்.

ஓர் இளைஞன் ஒரு வயதான பெண்ணைச் சாலையில் சந்தித்தான். அந்தப் பெண்மணி கேட்டாள், ''இப்போதெல்லாம் உன் அப்பா கூட்டத்திற்கு வருவதில்லையே.'' அவர்கள் ஒவ்வொரு ஞாயிற்றுக் கிழமையும் கூட்டம் நடத்துவார்கள்.

அவன் சொன்னான், "அவருக்கு உடல் நலம் சரியில்லை. மிகவும் மோசமாக இருக்கிறது."

அந்த வயதான பெண்மணி சொன்னார், "முட்டாள்தனம், காரணம் நாம் கிறித்துவ விஞ்ஞானிகள். அவர் ஒரு கிறித்துவ விஞ்ஞானி. அவருக்கு நோய் என்று அவர் நம்புகிறார்."

இளைஞன் சொன்னான் "நீங்கள் அப்படி நினைக்கறீர்களா? அப்படியானால் அவர் நோயிருப்பதாக நம்புகிறார்; அப்படித்தானே!"

இரண்டு மூன்று நாட்கள் கழித்து, அதே பெண்மணியை சாலையில் சந்தித்தான். அவள் கேட்டாள், "என்ன ஆயிற்று?"

இளைஞன் சொன்னான், "இப்போது அவர் இறந்துவிட்டதாக நம்பிவிட்டார். அதனால் அவரைக் கல்லறைக்குக் கொண்டு செல் கிறோம். நாங்கள் அவரை உலுக்கிக் கத்தினோம், 'அப்படியெல்லாம் நம்பாதே, நீ ஒரு கிறித்துவ விஞ்ஞானி. நீ வாழ்வதாக நம்பு.' ஆனால் ஒன்றும் நடக்கவில்லை. அக்கம்பக்கம் முழுவதும் சிரித்தார்கள். இப்போது பாவம் அந்த மனிதன் கல்லறையில், தான் இறந்துவிட்டதாக இன்னும் நம்பிக்கொண்டிருக்கிறார்."

உடலுக்கு நம்பிக்கை அவ நம்பிக்கை என்பதெல்லாம் கிடையாது; ஆனால் மனத்திற்கு உண்டு. ஆனால் மனத்திற்கு உடல் மீது அபாரமான ஆளுமை உண்டு.

சில நிகழ்வுகள் குறித்து இப்போது மருத்துவ உலகம் விழிப்போடு இருக்கிறது. ஒன்று சற்று வினோதமானது. அது என்னவென்றால், ஒவ்வொரு நாட்டிலும் வெவ்வேறு விதமான வியாதிகள் உள்ளன. ஒவ்வொரு சமூகமும், ஒவ்வொரு மதப்பிரிவிற்கும், வெவ்வேறு நோய்கள் அதிகமாக வருகின்றன. உதாரணமாக, கிழக்கத்திய மக்களுக்கு தொற்று நோய், ப்ளேக், காலரா நோய்கள் வருகின்றன. அவர்கள் அதிகமாக சமூக நோய்களால் பாதிக்கப்படுகிறார்கள். தொற்று நோய். தொற்று நோயினால் நோய் பரவுகிறது. காரணம் கிழக்கில் தனிநபர்கள் அதிகமில்லை. சமூகம்தான் இருக்கிறது.

இந்தியக் கிராமம் ஒன்றில், கிராமம் இருக்கிறது. யாருமே தனி நபராக இல்லை. சமூகம் இருக்கிறது. அந்த சமூகம் அதிகமாகும்போது, இந்தத் தொற்று நோய்கள் இருக்கும். காரணமே அவர்களைச் சுற்றி ஒரு பாதுகாப்பு அரணே இல்லை. ஒருவருக்கு உடல்நலக் குறைவு வந்தால், பிறகு அந்த முழு சமூகமே மெள்ள மெள்ள அந்த நோயால் பாதிக்கப் படும். அந்தச் சமூகத்திலேயே சில மேற்கத்தியர்களும் இருப்பார்கள். அவர்களுக்கு அந்த நோயினால் எந்த பாதிப்பும் வராது. உண்மையில் அது

வேறு மாதிரி இருக்க வேண்டும். காரணம் இந்தியாவிலுள்ள மேற்கத்தியன் நோயினால் அதிகம் பாதிக்கப்பட வேண்டும். காரணம் அவன் இதற்குப் பழக்கப்படவில்லை. அவருக்கு இந்த சீதோஷ்ணம் பழக்கப்படவில்லை. இந்த மாதிரி நோய்களுக்குப் பழக்கப்படவில்லை. அவர் உடனே பாதிக்கப்படவேண்டும். ஆனால் இல்லை. கடந்த நூற்றாண்டுகளாக இதை அறிந்திருக்கிறார்கள். ஒரு தெரியாத சக்தியால் ஐரோப்பியர்கள் இந்த தொற்று நோயிலிருந்து பாதுகாக்கப்படுகிறார்கள் என்பதை கண்டுபிடித்திருக்கிறார்கள். இந்தியர்கள்தான் விழுகிறார்கள்.

இந்திய மனம் அதிகமாக சமூக மனம். ஐரோப்பிய மனம் கர்வமானது, தனிப்பட்டது. அதனால் மேற்கில் வேறு மாதிரியான நோய்கள் இருக்கின்றன. உதாரணமாக, இருதய தாக்குதல், அது ஒரு தனிப்பட்ட நோய், அது தொற்று நோயல்ல. கிழக்கில் இருதய நோய் தாக்குதல் அதிகமாக இருக்காது. நீங்கள் மேற்கத்தியராக இருந்தால் தவிர அல்லது நீங்கள் மேற்கத்திய வழியில் படித்திருந்தால் மட்டுமே நீங்கள் ஏறக்குறைய மேற்கத்தியர் ஆகிவிட்டிருந்தால் மட்டுமே.

கிழக்கில் இருதய நோய் தாக்குதல் பெரிய பிரச்னையில்லை. சர்க்கரைநோயும் பெரிய பிரச்னையில்லை. ரத்த அழுத்தமும் பெரிய பிரச்னையில்லை. இவையெல்லாம் தொற்று அல்லாத நோய்கள். கிறித்துவர்கள் இதில் அதிகம் பாதிக்கப்படுவார்கள். மேற்கத்திய மனம் ஒரு தனித் தொகுதியாக இருக்கிறது. அதனால, நீங்கள் தனித் தொகுதியாக இருக்கும்போது, சமூகம் உங்களை அதிகம் பாதிக்க முடியாது. நீங்கள் தொற்று நோயிலிருந்து பாதுகாக்கப்படுவீர்கள்.

மேற்கில் தொற்று நோய் மெள்ள மெள்ள மறைந்து வருகிறது. ஆனால் மக்கள் தனிப்பட்ட நோயினால் பாதிக்கப்படுகிறார்கள். இருதய நோய், தற்கொலை, ரத்த அழுத்தம், மனநோய் இவையெல்லாம் தனிப்பட்ட நோய்கள். அவை தொற்று நோயை சுமந்திருக்கவில்லை. ஒரு பதற்றம், கோபம், எதிர்பார்ப்பு.

கிழக்கில் மக்கள் மிகவும் எளிதாக இருக்கிறார்கள். அவர்களிடம் பதற்றத்தைப் பார்க்க முடியாது. அவர்களுக்கு மனநோயில்லை. அவர்களுக்கு இருதய நோயில்லை. அதற்கு அவர்களை சமூகம் பாதுகாக்கிறது. காரணம் சமூகத்திற்கு இருதயம் கிடையாது. நீங்கள் சமூகத்தில் வாழும்போது உங்களுக்கு இருதய நோய் வராது.

இது ஓர் அபூர்வமான நிகழ்வு. அதாவது உங்கள் மனம் உங்களை சில நோய்களுக்குத் தயாராக வைத்திருக்கிறது. சில நோய்களிலிருந்து உங்களைப் பாதுகாக்கிறது.

உங்கள் மனம்தான் உங்கள் உலகம். உங்கள் மனம்தான் உங்கள் ஆரோக்யம். உங்கள் மனம்தான் உங்கள் நோய். நீங்கள் உங்கள் மனத்தோடு வாழ்ந்தால் நீங்கள் ஒரு குடுவைக்குள் வாழ்கிறீர்கள். யதார்த்தம் என்னவென்றே தெரியாது. நீங்கள் எல்லாவித மனத்தையும் அதாவது சமூகம், தனிப்பட்ட, இன. கலாசார, சொந்த மனத்தைத் தூக்கிப்போட்டால்தான் யதார்த்தம் தெரிய வரும். அதன் பிறகு மனம் பிரபஞ்சமாகிறது. பிறகு உங்கள் மனம் பிரபஞ்ச மனமாகிறது.

உங்கள் சொந்த மனம் உங்களிடம் இல்லாதபோது, உங்கள் உள்ளுணர்வே பிரபஞ்சமாகிறது.

எல்லாப் பிரச்னைகளுமே உளரீதியானவை. காரணம் உடலும் மனமும் இரண்டல்ல. உடலின் உள்பகுதிதான் மனம். உடல்; மனத்தின் வெளிப்பகுதி. அதனால் உடலில் துவங்கும் எதுவும் மனத்திற்கு நுழைய முடியும். அதேதான் அந்தப்பக்கமும். அது மனத்தில் துவங்கி உன் உடலுக்குள் நுழைய முடியும். அதில் எந்தப் பிரிவும் இல்லை. அதில் எந்த இறுக்கமும் இல்லை.

அதனால் எல்லாப் பிரச்னைகளுக்கும் இரண்டு முனைகள் இருக்கின்றன. அதை மனத்தின் மூலமாகவும், உடல் மூலமாகவும் சமாளிக்க முடியும். இப்போது வரை உலகில் இதுதான் பழக்கத்தில் உள்ளது. சிலர் எல்லாப் பிரச்னைகளும் உடல் சார்ந்தவை என்று நம்புகிறாரர்கள். உதாரணமாக மனோதத்துவ நிபுணர்கள். நடந்ததைக் கவனிப்பார்கள். அவர்கள் உடலுக்குதான் சிகிச்சை அளிக்கிறார்கள். அதில் ஐம்பது சதவிகிதம் வெற்றியும் காண்கிறார்கள். விஞ்ஞானம் வளரும்போது இது இன்னும் அதிகமாகும் என்று அவர்கள் நம்புகிறார்கள். ஆனால் அவர்களால் ஐம்பது சதவிகிதத்திற்கு மேல் வெற்றி காண முடியாது. விஞ்ஞான வளர்ச்சிக்கும் அதற்கும் தொடர்பில்லை.

பின்னர் இன்னொரு பிரிவினர் எல்லாப் பிரச்னைகளும் மனம் சார்ந்தவை என்று நினைக்கிறார்கள். இதுவும் முதலில் தவறு. கிறித்துவ விஞ்ஞானிகள், மனோவசியக்காரர்கள், மயக்குபவர்கள், மனோதத்தவ சிகிச்சையாளர்கள் பிரச்னைகள் மனதில்தான் என்று நினைக்கிறார்கள். அவர்களும் ஐம்பது சதவிகிதம் வெற்றியடைகிறார்கள். அவர்களும் இப்போதோ பின்னாலோ இன்னும் அதிகமாக வெற்றியடைய முடியும் என்று நினைக்கிறார்கள். அவர்களாலும் ஐம்பது சதவிகிதத்திற்கு மேல் வெற்றி பெற முடியாது. அதுதான் எல்லை.

நான் புரிந்து கொண்டவரையில் ஒவ்வொரு பிரச்னையையும் இரண்டு பக்கங்களிலிருந்தும் அணுகவேண்டும். ஒன்றாக, ஒரே சமயத்தில். அதை வாயில் வழியாக தாக்க வேண்டும். ஓர் இருமுனைத் தாக்குதல், பிறகு

மனிதனை நூறு சதவிகிதம் குணப்படுத்த முடியும். எப்போது விஞ்ஞானம் சரியாக ஆகிறதோ அது இரண்டு வழிகளில் வேலை செய்யும்.

முதலில் உடலில். காரணம் உடல்தான் மனதில் நுழைவாயில். மண்டபம். உடல் மொத்தமாக இருப்பதால் அதை வளைக்க முடியும். முதலில் உடலை அது சேர்த்து வைத்திருக்கும் படிவங்களிலிருந்து விடுவிக்க வேண்டும். நீங்கள் பலவீனமானவர் என்று நினைத்துக் கொண்டே பல நாட்கள் வாழ்ந்தால், அது உங்கள் உடலில் நுழைந்திருக்க வேண்டும். உடலின் அடிப்படை அமைப்பில். அதை முதலில் வெளியேற்ற வேண்டும். அதே சமயத்தில் மனத்தை உற்சாகப்படுத்த வேண்டும். அது மேல் நோக்கி நகரத்துவங்கிய பிறகு எல்லா பாரங்களையும் இறக்கிக் கீழே வைத்துவிடலாம்.

அத்தியாயம் - 4

குணப்படுத்துபவர்

✳

? ***குணப்படுத்துபவரின் உண்மையான செயல்பாடு என்ன?***

குணப்படுத்துபவர் உண்மையில் குணப்படுத்துபவரே அல்லர்; காரணம் அவர் அதை செய்வதில்லை. அவர் மூலமாகக் குணமாகிறது. தன்னை அவர் அதிலிருந்து விலக்கிக்கொள்ள வேண்டும். குணப் படுத்துவர் என்றால் உண்மையில் அதற்குப் பொருள் அதுவாக இல்லாமல் இருப்பதுதான். நீங்கள் குறைவாக இருக்கும்போது, குணமாதல் இன்னும் நன்றாக நடக்கும். நீங்கள் அதிகமாக இருக்கும் போது, பாதை அதிகமாகத் தடைபடுகிறது. கடவுள் அல்லது முழு மொத்தம் அல்லது எப்படி வேண்டுமானாலும் அழைத்துக் கொள் ளுங்கள். குணப் படுத்துபவர். முழுமைதான் குணப் படுத்துபவர்.

உடல்நலக்குறைவுள்ள ஒரு மனிதன் சாதாரணமாக தனக்கும் முழுமைக்கும் ஒரு தடையை ஏற்படுத்திக்கொண்டால், ஏதோ ஒன்று தொடர்பிழந்துபோகிறது. குணப்படுத்துபவரின் வேலையே அந்தத் தொடர்பை மறுபடியும் ஏற்படுத்துவதுதான். ஆனால், குணப்படுத்துபவர் இணைப்பை ஏற்படுத்த வேண்டும் என்று சொல்லும்போது, அவர் ஏதோ செய்ய வேண்டும் என்று நான் சொல்வதாக அர்த்தமில்லை. குணப்படுத்துபவர் ஒரு செயல்பாடு. கடவுள்தான் செய்கிறார். அவரே அந்த முழுமை.

மருத்துவம் என்பது ஒரு சாதாரண தொழில் அல்ல. அது வெறும் தொழில்நுட்பமல்ல. காரணம் மனித இனமே ஈடுபட்டிருக்கிறது. நீங்கள் வெறும் இயந்திரங்களைப் பழுது பார்க்கவில்லை. அதில் எப்படி என்ற தெரிந்து கொள்கிற கேள்வி இல்லை. அது அன்பின் ஆழமான கேள்வி.

நீங்கள் மனித இனத்தோடும், அவர்கள் வாழ்க்கையோடும் விளையாடுகிறீர்கள். அது ஒரு சிக்கலான நிகழ்வு. அதில் சில சமயம் ஒருவர் தவறு செய்யலாம். அந்தத் தவறு ஒருவரின் வாழ்க்கையில் மரணத்தையே கொண்டு வரலாம். அதனால் ஓர் ஆழ்ந்த பிரார்த்தனை யோடு செல்லுங்கள். மனிதாபிமானத்தோடு, அடக்கத்தோடு, எளிமையாக.

பொறியியலுக்குள் போவதைப் போல ஒருவர் மருத்துவத்திற்கும் சாதாரணமாகப் போனால் அவர்கள் மருத்துவர்களாகவோ, குணப் படுத்தவோ சரியான நபர்கள் அல்ல. தவறான நபர்கள். இருமனப் போக்கு இல்லாதவர்கள் தவறான நபர்கள். அவர்கள் மனிதர்கள் மீது - ஒரு காரைப் பழுது பார்க்க மோட்டார் மெக்கானிக்கை போல - அறுவை சிகிச்சை செய்வார். அவர்கள் நோயாளியின் ஆன்மிக இருப்பை உணர மாட்டார்கள். அவர்கள் அந்த நபருக்கு சிகிச்சை அளிக்க மாட்டார்கள். அவர்கள் அதன் அறிகுறிக்குத்தான் சிகிச்சை அளிப்பார்கள். ஆனால், அவர்கள் உறுதியாக இருப்பார்கள். ஒரு தொழில் நுட்பவாதி எப்போதுமே உறுதியாகவே இருப்பான்.

ஆனால் நீங்கள் மனித இனத்தோடு ஈடுபடும்போது நீங்கள் உறுதியாக இருக்க முடியாது. தயக்கம் என்பது இயற்கையானது. இருமுறை, மூன்று முறை எதைச் செய்வதற்கும் முன்பும் ஒருவர் யோசிப்பார். காரணம் விலை மதிப்பற்ற வாழ்க்கை அதில் உள்ளது. அந்த வாழ்க்கையை நம்மால் உருவாக்க முடியாது. வாழ்க்கை ஒரு முறை போனால் போனதுதான். அவர் ஒரு தனி நபர். அவரை மாற்றி வைக்க முடியாது. தனித்தன்மையானது. அவரைப் போல அதற்கு முன்பு இருந்ததில்லை. அவரைப்போல ஒருவர் இருக்கப்போவதுமில்லை. நீங்கள் நெருப்போடு விளையாடுகிறீர்கள். அதனால் தயக்கம் என்பது இயற்கையானது. அதற்குள் போங்கள். மிகுந்த பணிவோடு போங்கள். நோயாளி மீது பெரு மதிப்போடு போங்கள். அவரை ஒரு பொருளாக நினைக்காதீர்கள். அங்கே கடவுள் இருக்கட்டும். ஆழ்ந்த பிரார்த்தனையோடு கடவுளை உங்கள் மீது பாய வைத்து பிறகு நோயாளியை அணுகுங்கள். நோயாளிக்கு உடல்நலக் குறைவு. அவரால் கடவுளோடு தொடர்பு கொள்ள முடியவில்லை. அவர் தள்ளி வந்துவிட்டார். அவருக்குத் தன்னைக் குணப்படுத்திக்கொள்ளும் மொழி தெரியவில்லை. அவர் நம்பிக்கையிழந்த நிலையிலிருக்கிறார். அவர் மீது நீங்கள் குறை சொல்ல முடியாது. அவர் உதவியற்ற நிலையில் இருக்கிறார்.

யாராவது ஆரோக்கியமானவர் அவரை ஒரு வாகனமாக இருந்து சுமந்தால் பெரும் உதவியாக இருக்கும். அதுவும் அந்த ஆரோக்யமானவர் தெரிந்தவராக இருந்தால், அது இன்னும் முக்கியத்துவம் வாய்ந்ததாக

இருக்கும், காரணம் தெய்வீக சக்தி எப்போதும் மிக நுண்ணிய குறிப்பைத்தான் தரும். அந்த சங்கேதத்தை நீங்கள்தான் உடைக்க வேண்டும். உங்களுக்கு மருத்துவம் தெரிந்தால் உங்களால் சுலபமாக அந்த சங்கேதத்தை உடைக்க முடியும். பிறகு நீங்கள் அந்த நோயாளிக்கு எதுவுமே செய்யவில்லை. கடவுள்தான் செய்கிறார். கடவுளுக்கு நீங்கள் கிடைக்கிற மாதிரி செய்கிறீர்கள். உங்கள் ஞானம் முழுவதும் கிடைக்கச் செய்கிறீர்கள். கடவுளின் குணப்படுத்துகிற சக்தியோடு உங்கள் ஞானம் இணைந்து உதவி செய்கிறது. அது எந்தப் பாதிப்பையும் தராது. நீங்கள் பாதிப்பை ஏற்படுத்தலாம். அதனால் உங்களைத் தூக்கிப் போடுங்கள். அங்கே கடவுள் இருக்கட்டும். மருந்திற்குள் போங்கள், தியானத்திற்குள் போங்கள்.

எல்லோருமே குணப்படுத்துபவராக முடியும். குணப்படுத்துதல் என்பது சுவாசத்தைப் போல. அது இயற்கையானது. யாருக்கோ உடல்நலக்குறைவு, அதன் பொருள் அவரால் தன்னைக் குணப்படுத்திக் கொள்ளுகிற திறனில்லை என்பதுதான். குணப்படுத்தும் முறையைப் பற்றி இன்னும் அவருக்குத் தெரியவில்லை. குணப்படுத்துபவர் அவரை மறுபடியும் சேர்த்து வைக்க உதவி செய்ய வேண்டும். அந்த ஆதாரம் என்பது குணப்படுத்துபவர் அதே இடத்திலிருந்துதான் ௭டுக்கிறார். ஆனால் நோய் வாய்ப்பட்ட மனிதனுக்கு அதன் மொழி மறந்துவிட்டது. குணப்படுத்து பவர் முழுமையோடு தொடர்புடையவராக இருக்கிறார். அதனால் அவர் ஒரு மாற்றுவழியாகலாம். குணப்படுத்துபவர் நோயாளி யின் உடலைத் தொட்டு அவருக்கும் ஆதாரத்திற்கும் ஓர் இணைப்பை ஏற்படுத்தலாம். நோயாளி இப்போது அந்த ஆதாரத்தோடு நேரடி தொடர்பில் இல்லை. அதனால் அவர் மறைமுகமாக இணைக்கப் படுகிறார். ஒரு முறை அந்த சக்தி பாயத்துவங்கினால் அவர் குணமடை கிறார்.

அதுவும் அந்தக் குணப்படுத்துபவர் உண்மையில் புரிந்து கொள் பவராக இருந்தால்... காரணம் நீ குணப்படுத்துபவராக இருக்கலாம். ஆனால் நீ புரிந்து கொள்ளாத மனிதனாக இருக்கலாம். நிறையபேர் குணப்படுத்துபவர்கள் இருக்கிறார்கள். அதை செய்து கொண்டே இருப்பார்கள். ஆனால் அது எப்படி நடக்கிறது என்பது அவர்களுக்குத் தெரியாது. அதன் தொழில் நுட்பம் தெரியாது. நீங்கள் புரிந்து கொண்டாலே நோயாளி குணமடைய உதவ முடியும். எங்கிருந்து குணமாகிறது என்கிற ஆதாரத்தை அவர் அறிந்து கொள்ள உதவ முடியும். அதனால் அவருடைய இப்போதைய நோய் மட்டும் குணமாவதில்லை. அவருடைய எதிர்கால நோய்களும் கூட தடுக்கப்படுகின்றன. பிறகு அவருக்கு சரியாக குணமாயிருக்கும். அது குணப்படுத்துதல் மட்டுமல்ல அது வருமுன் தடுக்கவும் செய்கிறது.

குணப்படுத்துதல் ஏறக்குறைய பிரார்த்தனையின் அனுபவமாகிறது. கடவுளின் அனுபவம், அன்பின், முழுமையின் அனுபவம்.

? நான் குணப்படுத்தும் தொழிலில் ஓர் உறுப்பினர். ஒரு நோயாளி மீது எவ்வளவு சிறப்பாக அக்கறை கொள்ள முடியும் என்பது குறித்து உங்கள் கருத்துகளை அறிய விரும்புகிறேன். மதங்கள் சொல்கின்றன: "வியாதியஸ்தர்களிடம் அன்பு காட்டுங்கள். நோயாளிகளிடம் அன்பு காட்டுங்கள். மருத்துவ மனைகளுக்குச் செல்லுங்கள். மருத்துவமனைகளை உருவாக்குங்கள், ஏழைகளுக்கு சேவை செய்யுங்கள்." தயவு செய்து விளக்குங்கள்.

எல்லா மதங்களுமே வியாதியஸ்தர்கள், நோயாளிகள், ஏழைகள் மீது அக்கறை கொண்டுள்ளதாகத் தெரிகிறது. யாருக்குமே உங்கள் மீது, உங்கள் செல்வத்தின் மீது உங்கள் சிறப்பு, உங்கள் ஆடம்பரம் மீது அக்கறையில்லை.

நான் உங்களுக்குச் சொல்கிறேன். நீங்கள் உங்களை நேசிக்கா விட்டால், நீங்கள் உங்கள் செல்வத்தை, உங்கள் உயரத்தை தேடா விட்டால், உங்கள் அன்பை நீங்கள் யாருடனும் பகிர்ந்து கொள்ளவே முடியாது. வியாதியஸ்தர்கள், நோயாளிகளைக் கவனித்துக்கொள்ள வேண்டியது அவசியம். ஆனால் அவர்களுக்கு அன்பு தேவையில்லை. இதைப் புரிந்து கொள்ள வேண்டும். காரணம் கிறித்துவம் இதை ஒரு பிரபஞ்ச உண்மையாக ஏற்றுக்கொள்ள வைத்திருக்கிறது. மிகப்பெரிய மத காரியமாக, மிகவும் ஆன்மீக விஷயமாக, வியாதியஸ்தர்களையும், நோயாளிகளையும் நேசியுங்கள் என்று சொல்லி வைத்திருக்கிறது. ஆனால் இது முழுமையாக மனோதத்துவத்திற்கும் இயற்கைக்கும் விரோதமானது. நீங்கள் வியாதியஸ்தரை நேசிக்க துவங்கிய தருணமே அவருக்கு நோய் குணமாக உதவி செய்கிறீர்கள். காரணம் அவருக்கு நோய் குணமானவுடன் அவரை யாருமே நேசிக்கப்போவதில்லை. மற்றவர் களைத் தூண்டி அன்பு செலுத்த வைக்க நோய் ஒரு சாக்கு. தேடா விட்டால், உங்கள் அன்பை நீங்கள் யாருடனும் பகிர்ந்து கொள்ளவே முடியாது.

நீங்கள் இதைப் பார்த்திருப்பீர்கள். ஆனால் இதைப் பற்றி யோசித் திருக்க மாட்டீர்கள். நாள் முழுக்க மனைவி வேலை செய்து கொண்டி ருப்பாள், அவள் முற்றிலும் ஆரோக்கியமாக இருப்பாள். ஆனால் கணவர் வீட்டை நெருங்கியவுடன் அதை ஜன்னல் வழியாகப் பார்த்தவுடன்

உடனே படுக்கைக்குப் போவாள். அவளுக்குத் தலைவலி. காரணம் அவளுக்குத் தலைவலி இல்லையென்றால் கணவன் அவளிடம் அன்பாக இருக்கப்போவதில்லை. ஆனால் அவளுக்குத் தலைவலி இருந்தால் வேண்டாவெறுப்பாக கணவன் அவள் அருகில் போய் உட்காருகிறான். அவள் தலையைப் பிடித்து விடுகிறான். ஒரு போலித்தனமான அன்பைக் காட்டுகிறான். இனிமையான அழகான வார்த்தைகளைப் பேசுகிறான். மாதங்களாக அவளை 'செல்லமே' என்று அழைக்கவில்லை. ஆனால் அவளுக்குத் தலைவலி என்றதும் அவளை 'செல்லமே' என்று அழைக்கிறான். அவளும் "நான் உன்னை காதலிக்கிறேன், இன்றைக்கு மட்டுமல்ல எப்போதும் உன்னை காதலிப்பேன்" என்பதைத்தான் கேட்க விரும்புகிறாள்.

நீங்கள் உங்கள் குழந்தைகளுக்கு உடல் நலக்குறைவிருக்கும்போது மட்டும் அவர்களை நேசிப்பது என்பது விநோதமானது. நீங்கள் தோழமை என்கிற சாதாரண மனோதத்துவத்தைக் கூட சரியாகப் புரிந்து கொள்ள வில்லை. உடல்நலக்குறைவும், அன்பும் இப்போது நட்பு கொண்டு விட்டன. எப்போதெல்லாம் உங்கள் குழந்தைக்கு உங்கள் அன்பு தேவைப்படுகிறதோ அப்போதெல்லாம் அதற்கு உடல் நலக் குறைவு வரவேண்டும். குழந்தையின் உடல்நலம் பற்றி யாருக்குக் கவலை? யாருக்கு மனைவியின் ஆரோக்யத்தைப் பற்றிக் கவலை? யார் ஆரோக்யமான கணவனைப்பற்றிக் கவலைப்படுகிறார்கள்? அன்பு என்பது ஒரு மருந்தைப் போல ஆகிவிட்டது. உடல் நலக்குறைவு ஏற்படுகிற போதுதான் அது தேவைப்படுகிறது.

உங்களுக்கு ஒன்று தெளிவாக இருக்க வேண்டும் என்று ஆசைப்படு கிறேன். உடல் நலம் குன்றியவர்கள் மீது அக்கறையாக இருங்கள். ஆனால் அன்பு காட்டாதீர்கள். உடல் நலம் குன்றியவர்கள் மீது அக்கறை காட்டுவது என்பது முற்றிலும் வேறான விஷயமாகும். முற்றிலும் வேறுபட்டு இருங்கள். தலைவலி என்பது பெரிய விஷயமல்ல. கவனித் துக் கொள்ளுங்கள், ஒன்றுமில்லாத உங்கள் இனிப்பான அன்பைத் தூக்கி எறியுங்கள். நடைமுறைக்கேற்ப அக்கறை கொள்ளுங்கள். அவளுக்குத் தலையில் மருந்து தடவுங்கள். ஆனால் முற்றிலும் மாறுபட்டு இருங்கள். உடல் நலக்குறைவு ஏற்பட்டதனாலேயே குழந்தை உங்களை மிரட்டிக் கொண்டிருக்கக் கூடாது. முழு மனித இனமுமே ஒருவரை ஒருவர் மிரட்டிக் கொண்டிருக்கிறது. உடல்நலக்குறைவு, வயோதிகம் நோய் எல்லாமே கேட்டுக்கொண்டேயிருக்கிறது. "நீ என்னை நேசிக்க வேண்டும். காரணம் எனக்கு உடல் நலக்குறைவு; வயோதிக நிலையில் இருக்கிறேன்."

யாருக்காவது உடல் நலக்குறைவு என்றால் நீங்கள் அன்பு காட்டு கிறீர்கள். அதை அப்படியே மனித இனம் பின்பற்றுகிறது. உங்களுக்கு அன்பு தேவை என்பதற்கு அந்த அத்தாட்சி போதும். உங்களுக்கு சுவாசம்

தேவைப்படுவதைப் போல. உங்களுக்கு சுவாசம் தேவையா இல்லையா என்பதைப் பற்றி யோசிப்பதேயில்லை. அன்பு என்பது ஆன்மாவிற்கான ஒரு மெல்லிய போஷாக்கு. உடம்புக்கு உணவைப் போல. நீங்கள் உங்கள் மீது முழு நேசமாக இருக்கும்போது, உங்களால் அடுத்தவர்களை நேசிக்க முடியும். ஆனால் ஆரோக்யமான வர்களை, பலமானவர்களை நேசியுங்கள்.

உடல்நலக்குறைவானவர்களிடம் அக்கறையாக இருங்கள். வயோதிகர்களிடம் அக்கறை காட்டுங்கள். ஆனால் அக்கறை என்பது முற்றிலும் வேறான விஷயம். அன்பிற்கும் அக்கறைக்கும் உள்ள வேறபாடு என்பது ஒரு தாய்க்கும் தாதிக்கும் உள்ள வேறுபாட்டைப் போல. தாதி அக்கறை எடுத்துக் கொள்கிறாள். ஆனால் தாய் அன்பு செலுத்துகிறாள். ஒரு குழந்தைக்கு உடல் நலக்குறைவு ஏற்படும்போது ஒரு தாய் தாதியாக இருப்பது கூட பரவாயில்லை. ஆனால் ஒரு குழந்தை ஆரோக்யமாக இருக்கும்போது எவ்வளவு அன்பாக இருக்க முடியுமோ அவ்வளவு அன்பாக இருங்கள். ஆரோக்யம், பலம், புத்திசாலித்தனதோடு அன்பை இணையுங்கள். அதுதான் குழந்தையின் வாழ்க்கையில் நீண்ட நாள் உதவும்.

? நான் ஒரு மனநல மருத்துவர். என் வேலையில் நோயாளி களுக்கு உதவ தியானம் உதவுமா?

எல்லோரையும் விட ஒரு மன நல மருத்துவருக்குத் தான் தியானம் அதிகம் தேவைப்படுகிறது. காரணம் உங்கள் வாழ்க்கையே ஒரு வகையில் ஆபத்தானது. நீங்கள் சாந்தமாக, அமைதியாக இருக்க வேண்டும். உங்களைச் சுற்றி இருக்கிற விஷயங்கள் உங்களைப் பாதிக்காமல் பார்த்துக்கொள்ள வேண்டும். இல்லையென்றால் அது ஆபத்தானது. மற்ற எல்லாத் தொழில்களில் இருப்பவர்களை விட மன நல மருத்துவர்கள் தான் அதிகம் மன நோயால் பாதிக்கப்படுகிறார்கள். இது யோசிக்க வேண்டிய விஷயம். இந்த விகிதாச்சாரம் அதிகமாகிவிட்டது. இதில் இரண்டு மடங்கு தற்கொலை நடக்கிறது. இந்தத் தொழில் முற்றிலும் ஆபத்தானது என்பதைத் தான் இது காட்டுகிறது. அதாவது எப்போ தெல்லாம் ஒரு மனநோயாளிக்கு நீங்கள் சிகிச்சை அளிக்கிறீர் களோ, ஒரு மனம் குழம்பியவரை கவனிக்கிறீர்களோ அப்போது அவருடைய மனநிலையை உங்களுக்கு அவர் தொடர்ந்து ஒலிபரப்பிக் கொண்டிருக்கிறார். அவர் தொடர்ந்து அவருடைய மனநிலையை உங்களுக்குக் கொடுத்துக் கொண்டிருக்கிறார். அவருடைய எதிர் அலைகளை உங்களுக்குக் கொடுக்கிறார். நீங்களும் அதைக் கேட்க

வேண்டியதாக இருக்கிறது. நீங்கள் கவனமாக இருக்க வேண்டியிருக் கிறது. நீங்கள் அவர்களைக் கவனிக்க வேண்டியதாக இருக்கிறது. நீங்கள் நேசிக்க வேண்டும், அவரிடம் மிகவும் பரிவோடு இருக்க வேண்டும். அப்போதுதான் நீங்கள் அவருக்கு உதவ முடியும். அவர் தொடர்ந்து அவரிடமுள்ள எதிர்மறையாக சேர்ந்துள்ள சக்திகளை உங்கள் மீது எறிந்து கொண்டிருக்கிறார். நீங்கள் அதை ஈர்த்துக் கொண்டிருக்கிறீர்கள். உண்மையில் நீங்கள் எவ்வளவு கவனமாக கேட்கிறீர்களோ, அவ்வளவு ஈர்த்துக்கொள்கிறீர்கள்.

மன நலம் குன்றிய, மனநிலை பாதிக்கப்பட்ட மக்களோடு தொடர்ந்து வாழும்போது, நீங்கள் ஒரு மயக்க நிலையில் சிந்திக்கிறீர்கள். அப்படித்தான் மனித இனம் இருக்கிறது. நாம் யாரோடு வாழ்கிறோமோ அவர்களைப் போலவே ஆகிவிடுகிறோம். காரணம் யாருமே ஒரு தீவல்ல. அதனால் நீங்கள் சோகமாக இருக்கும் ஒரு மனிதரோடு இருக்கும்போது நீங்களும் சோகமாகிவிடுகீறீர்கள். நீங்கள் சந்தோஷமான மனிதரோடு இருக்கும்போது நீங்கள் சந்தோஷமாக இருக்கிறீர்கள், காரணம் எல்லாமே ஒரு தொற்று நோய். மனநோய் ஒரு தொற்று, தற்கொலையும் ஒரு தொற்று.

நீங்கள் புத்துணர்ச்சி அடைந்த மக்களோடு பழகும்போது மிகவும் எச்சரிக்கையாக இருங்கள். பிறகு எதுவோ ஓர் உயர்ந்த சாத்தியத்திற்கு உங்களைப் பணிய வைக்கிறது என்று பொருள். நீங்கள் மன நிலை குன்றிய ஒருவரோடு பழகும்போது, வக்கிர சிந்தனையாளரோடு இருக்கும்போது, உங்களுக்குள்ளிருக்கும் ஒரு நோய் தன்மை அவர்களுடன் தொடர்பு கொள்கிறது. அவர்களோடு உறவு கொள்கிறது. அதனால் எப்போது நோயாளிகளுடன் இருப்பதும் கூட ஆபத்தானது. நீங்கள் உங்களைப் பாதுகாத்துக் கொள்ளாதவரையில் உங்களுக்குப் பாதுகாப்பு கொடுக்கக் கூடியது தியானம்தான். தியானத்தைத் தவிர வேறில்லை. அப்போதுதான் நீங்கள் கொடுப்பதை விட அதிகம் கொடுக்க முடியும் உங்களைப் பாதிக்காத வகையில். நீங்கள் உதவுவதை விட அதிகம் உதவ முடியும். காரணம் உங்கள் சக்தி அதிகமாக இருக்கும்போது நீங்கள் அதிகம் உதவ முடியும். இல்லையென்றால் அந்த மன நல மருத்துவர், குணப் படுத்துபவர், குணப்படுத்த வேண்டிய வருடன் ஒரே நிலைக்கு வந்து விடுகிறார்கள். அளவில் ஒரு சிறு வித்யாசம், அந்த அளவு மிக குறைவாக இருக்கும். அதனால் அதை கண்டு கொள்ளவே மாட்டீர்கள்.

ஒரு மன நல மருத்துவர் மிக எளிதில் மன நோய்க்குப் போய்விடுவார். இலேசாகத் தள்ளினால் போதும், ஒரு விதமான விபத்து போதுமானது. அவர் உடனே குப்பைக் கூளத்துக்குப் போய்விடுவார். மன நோயாளிகள் எப்போது மனநோயாளிகள் அல்லர். இரண்டு நாட்கள் முன்பு வரை அவர்கள் சாதாரணமாக இருந்தார்கள். பிறகு அவர்கள் சாதாரணமாகி

விடலாம். அதனால் சாதாரணம், அசாதாரணம் இரண்டுமே தரம் சார்ந்தவை அல்ல; அளவு சார்ந்தவை. தொண்ணுத்து ஒன்பது சதவிகிதம், நூறு சதவிகிதம், நூத்தியொரு சதவிகிதம், அந்த அளவு வித்யாசம்தான்.

உண்மையில், ஒரு சுமாரான உலகத்தில், ஒவ்வொரு மன நல மருத்துவருக்கும் தியானத்தில் ஆழ்ந்த பயிற்சி அளிக்கப்பட வேண்டும். இல்லையென்றால் அவர் பயிற்சி பெற அனுமதிக்கவே கூடாது. உங்களைப் பாதுகாத்து கொள்ள இது ஒன்றுதான் வழி. அப்போதுதான் வளையாமல் இருப்பீர்கள். நீங்கள் உண்மையிலேயே உதவ முடியும். இல்லையென்றால், ஒரு சிறந்த மன நல மருத்துவர், ஒரு சிறந்த மனோ ஆராய்ச்சியாளர் கூட மனித இனத்தின் மீது நம்பிக்கை இழந்து போவார்கள். பிராய்டும் கூட. முழு வாழ்க்கை அனுபவத்திற்குப் பிறகு மனிதன் மீது நம்பிக்கையே வைக்கவில்லை. அவர்கள் பயனற்றவர்கள் என்று நினைத்தார். நாற்பது வருடங்கள் குழப்பத்தில் இருந்த மனிதர் களோடு இருந்தது. மனித இனத்தோடு இருந்த ஒரே அனுபவம் மன நலம் குன்றியவர்கள்தான் என்ற நிலையில் இருந்தது மெள்ள மெள்ள அசாதரணமே, சாதாரணம் என்று பார்க்க துவங்கி விட்டார். ஏதோ மனிதன் மன நோயாளியாகத்தான் இருக்க வேண்டு மென்பதைப் போல, ஏதோ மனிதனுக்கு இருக்கும் இயற்கையான விஷயமே அவனை மன நோய்க்குத் தள்ளிவிடும் என்பதைப் போல.

அதாவது ஒரு ஆரோக்யமான நபர் என்பவர் கொஞ்சம் இந்த உலகத்தோடு அனுசரித்துப் போகிறவரைப் போல. அனுசரிப்பு என்பதுதான் ஆரோக்யத்தின் அளவுகோல். ஆனால் அது அப்படியல்ல. முழு சமூகமும் மன நோயால் பாதிக்கப்பட்டு நீங்கள் அதனுடன் அனுசரித்துப் போனால் நீங்களும் மன நோயாளிதான். உண்மையில், ஒரு மன நோய் சமூகத்தில், மன நோயல்லாத ஒருவன் தகாதவனைப் போலத்தான். அதுதான் உண்மையான நிலை.

இயேசு இந்த உலகத்தில் வாழ்ந்தபோது அவர் உலகுக்குப் பொருத்தமற்றவர். அதனால் அவரை சிலுவையில் அறைய வேண்டி யிருந்தது. அவர் ஓர் அந்நியர் அவரை நம்மால் சகித்துக்கொள்ள முடிய வில்லை. அவரைப் பற்றி நமக்குக் கவலையில்லை. நமக்கு நம்மைப் பற்றித்தான் கவலை. காரணம் அவர் இருப்பதால், இரண்டு விஷயங்கள் சாத்தியம். ஒன்று அவர் பைத்தியம், இல்லை நாம் பைத்தியம். இருவருமே ஆரோக்யமாக இருக்க முடியாது. நாம் பலர், அவர் தனியாள். அதனால் நாம் அவரைக் கொன்று விடுவோம். அவரால் நம்மைக் கொல்ல முடியாது. ஒரு புத்தர் நடக்கும்போது அவர் அந்நியர். ஓர் ஆரோக்யமான மனிதர், உண்மையில் யாதார்த்தவாதி, ஒரு சாதாரண மனிதன், ஆனால் ஓர் அசாதாரண உலகில் உலவிக் கொண்டிருந்தார்.

அதனால், மனித இனத்திற்கு எதிர்காலமே இல்லை என்கிற முடிவிற்கு வந்தார் பிராய்டு. அதிக பட்சம் மனிதன் சமூக பாணிக்கு தன்னை அனுசரித்துப் போக செய்யலாம். அவ்வளவுதான். ஆனால் மனிதன் ஒரு பேரின்பத்தில் இருக்க வாய்ப்பே இல்லை. இயற்கையில் அப்படி இருக்கவே முடியாது. ஏன் இப்படி ஒரு விரக்தியான முடிவு? இந்த முழு அனுபவத்தில்தான்.

பிராய்டின் முழு வாழ்க்கையுமே மன நோயாளிகளுடன் வேலை செய்த ஒரு நீண்ட கெட்ட சொப்பனம்தான். மெள்ள மெள்ள அவரே அசாதாரணமாகிப்போனார். அவர் ஆரோக்யமாக இல்லை. அவர் ஒரு பேரின்ப நபராக இல்லை. அவருக்கு முழுமை என்றால் என்னவென்று தெரியாது. அவர் சின்ன விஷயங்களுக்கு பயந்தார். அவருக்கு எல்லாமே அபத்தமாகப் பட்டன. அவர் மரணத்திற்கு பயந்தார். யாராவது பேய்களைப் பற்றி பேசினால், அவருக்கு மூச்சிறைக்கும். யாரோ மரணத்தைப் பற்றிப் பேசியதால் இருமுறை அவர் மயக்கமடைந்தார். ஒரு சமநிலையில்லாத மன நிலையோடு இருந்தார். ஆனால் ஒரு வகையில் இதைப் புரிந்து கொள்ள உதவியது. அவர் வாழ்நாள் முழுவதும் நிதானமாக இருந்தார். அது கூட ஓர் அதிசயம்தான்.

உள் ஊடுருவல் செய்கிற ஒரு சிறந்த மனநல மருத்துவரான வில்லியம் ரெய்ச் பைத்தியமானார். மற்றவர்கள் ஆகாமல் அவர் அப்படி ஆனதற்குக் காரணம் அவர் உண்மையிலேயே ஊடுருவினார். அவருக்கு ஓர் உள்ளார்ந்த திறமை இருந்தது. வேர்களுக்குள் போவார். ஆனால் அது ஆபத்தானது. பிராய்டோ, அல்லது ரெய்ச்சோ, அவர்களுடைய முழு வாழ்க்கை நமக்கு ஒன்றைக் காட்டுகிறது. அவர்கள் ஆழ்ந்த தியானத்தில் பயிற்சி பெற்றிருந்தால் இந்த முழு உலகமும் வேறாக இருந்திருக்கும். பிறகு இந்த மன நோயாளிகள் உதாரணமாக இருந்திருக்க முடியாது.

ஒரு வேளை ஒரு புத்தராக வருவதற்கு கடினமாக இருக்கலாம். ஆனால் அவர் ஓர் உதாரணம். ஒரு சாதாரண மனிதர்தான் உதாரணத்திற்கு அருகே வர முடியும். அதற்கும் அனுசரித்துப் போவதற்கும் எந்தத் தொடர்புமில்லை. அவர் முழுமை, மகிழ்ச்சி, ஆரோக்ய சிந்தனைக்கு வெகு அருகே வந்து கொண்டிருக்கிறார்.

? குணப்படுத்துபவராக இருப்பது என்னுடைய ஆன்மிக வளர்ச்சிக்குத் தடையாக இருக்குமா? மக்களுக்கு உதவி செய்து கொண்டே நான் என்கிற என் எண்ணத்தைக் கரைக்க முடியுமா? எனக்குள் ஒரு பக்கம், தெளிவு, இன்னொரு புறம்

தெளிவற்ற செயல்பாடு என்கிற போராட்டம் நடப்பதைக் கண்டிக்கிறேன்.

அடுத்தவர் மனத்தை உள்நோக்கிப் பார்க்கும்போது அவர் மீது ஆதிக்கம் செலுத்தக்கூடாது என்பதை உங்களுடைய வழிகாட்டுதலால் கற்றுக்கொண்டேன். ஆனால் நான் என் மீதே ஆதிக்கம் செலுத்திக் கொண்டிருக்கிறேனே?

குணப்படுத்துபவரின் பங்கு என்பது மிகவும் மென்மையான - அதே சமயம் ஒரு சிக்கலான விவகாரம்.

குணப்படுத்துபவர் யாருக்கு உதவ நினைக்கிறாரோ அவருக்குண்டான அதே பிரச்னை இவருக்கும் இருக்கிறது. குணப்படுத்துபவர் ஒரு தொழில்நுட்பக்காரர்; அவ்வளவுதான். தான் அதில் ஓர் எஜமானன் என்பது போல் பாவனை செய்து தன்னைத் தானே அவர் ஏமாற்றிக் கொள்ளலாம். அதுதான் குணப்படுத்துபவரிடம் உள்ள பெரிய ஆபத்து. ஆனால் கொஞ்சம் புரிந்து கொண்டால் நிலைமை அப்படியிருக்காது.

முதலில் அடுத்தவருக்கு உதவி செய்வதாக நினைக்காதீர்கள். இந்த நினைப்பே நீங்கள் ஒரு காப்பாளர், ஒரு எஜமானன் என்கிற எண்ணத்தை உங்களுக்குள் விதைக்கும். உங்களுடைய 'நான்' என்கிற அகந்தை பின்புறம் வழியாக உள்ளே நுழைகிறது. நீங்கள் முக்கியமானவராக ஆகிறீர்கள். அந்தச் குழலில் நீங்கள் ஒரு மையப்புள்ளியாகிறீர்கள். எல்லோருமே உங்களைப் பார்க்கிறார்கள்.

உதவி என்கிற வார்த்தையைத் தூக்கிப்போடுங்கள். உதவி என்பதற்குப் பதிலாகப் பகிர்தல் என்கிற வார்த்தையைப் பயன்படுத்துங்கள். உங்கள் உட்பார்வையில் என்ன உண்டோ அதைப் பகிர்ந்து கொள்கிறீர்கள். எதிராளி உங்களை விட எந்த வகையிலும் தாழ்வானவர் அல்லர். குணப்படுத்துபவர், குணப்படுத்தப்பட வேண்டியவர் இருவருமே ஒரே படகில்தான் இருக்கிறார்கள். குணப்படுத்துபவருக்கு கொஞ்சம் அதிகம் விஷயம் தெரியும். ஒரு உண்மையில் விழிப்போடு இருங்கள். உங்களுக்கு தெரிந்தது என்பது இரவல் வாங்கியதுதான். ஒரு தருணம் கூட அது உங்கள் அனுபவம் இல்லை என்பதை மறந்து விடாதீர்கள். இது உங்கள் குழுவில் கலந்து கொள்பவர்களுக்கு மிகவும் உதவும்.

மனிதன் ஒரு நுண்ணிய இயந்திர நுட்பம். அது இரண்டு பக்கமும் வேலை செய்யும். சிகிச்சையளிப்பவரே ஓர் எஜமானராகிறார். வருபவருக்கு உதவி செய்வதற்குப் பதிலாக அவரிடமுள்ள ஏதோ ஒன்றை அழிக்கிறார். காரணம் கலந்து கொள்பவரும் அந்தத் தொழில்நுட்பத்தை

மட்டுமே கற்றுக்கொள்கிறார். அங்கு அன்பு, நட்புணர்வு, ஒரு நம்பிக்கையான சூழல் இருக்காது. "உங்களுக்கு அதிகம் தெரியும், எனக்குக் குறைவாகத் தெரியும்..." இந்த மாதிரி சிகிச்சைக் குழுக்களில் கலந்து கொண்டு எனக்கும் உங்களுக்குத் தெரிந்தது தெரிய வரும்.

கலந்து கொள்பவர்கள் மெள்ள மெள்ள தாங்களே சிகிச்சையளிப்பவர்களாக மாறுகிறார்கள். காரணம் பல நாடுகளில் அதற்குப் பட்டமே தேவையில்லை. சில நாடுகளில் சில ஏற்றுக்கொள்ளப்படாத சிகிச்சைகளை சட்ட விரோதமாக ஆக்கிவிட்டார்கள். நோய் தீர்க்கும் துறையில், மனோ ஆராய்ச்சியில், மனோதத்துவ சிகிச்சையில் பல்கலைக்கழகப் பட்டம் பெற்றிருந்தால் மட்டுமே அவர்களால் சிகிச்சை குழுக்களில் மூலம் மக்களுக்கு உதவ முடியும்.

இது இனி ஏறக்குறைய உலகத்தின் எல்லா நாடுகளிலும் வந்துவிடும். காரணம் குணப்படுத்துவது என்பது ஒரு வியாபாரமாகிவிட்டது. தகுதி பெறாதவர்களே இந்தத் துறையில் ஆதிக்கம் செலுத்துகிறார்கள். அவர்களுக்குத் தொழில்நுட்பம் தெரியும். காரணம், ஒரு சில குழுக்களில் கலந்து கொண்டு அவர்கள் எல்லாத் தொழில் நுட்பங்களையும் தெரிந்து கொண்டுவிடுவார்கள். அவர்களாகவே இட்டுக் கட்டிக் கொள்ளலாம். அதை கட்டுப் படுத்தவே வழியில்லை.

ஆனால் ஒன்றை நினைவில் கொள்ளுங்கள், நீங்கள் உதவி செய்பவர் என்கிற பாத்திரத்தை ஏற்கும்போது உங்களால் உதவி பெறுபவர் உங்களை மன்னிக்கப் போவதில்லை. நீங்கள் அவர் பெருமையைக் காயப்படுத்திவிட்டீர்கள். அது உங்கள் எண்ணமில்லை. உங்கள் எண்ணமெல்லாம் உங்களுடைய பெருமையை உயர்த்திக் கொள்வது தான். இது எப்போது நடக்குமென்றால் நீங்கள் அடுத்தவர் பெருமையைக் காயப்படுத்தும்போதுதான் நடக்கும். அடுத்தவருடையதைக் காயப்படுத்தாமல் உங்கள் பெருமையை ஊதிக்கொள்ள முடியாது. உங்கள் ஊதப்பட்ட பெருமைக்கு அதிக இடம் தேவை. அதனால் மற்றவர்கள் தங்கள் இடத்தை, தனித்தன்மையைச் சுருக்கிக்கொண்டுதான் உங்களுடன் அனுசரித்துப் போக முடியும்.

துவக்கத்திலிருந்தே ஓர் உண்மையான நேசிக்கிற மனிதராக இருங்கள். இது முற்றிலும் அவசியமான ஒன்று. காரணம் அன்பை விட பெரிய சிகிச்சை வேறெதுவுமில்லை. தொழில்நுட்பம் உதவலாம். ஆனால் உண்மையான அற்புதம் என்பது அன்பினால்தான் நடக்கும். உங்களுடைய சிகிச்சையில் கலந்து கொள்பவர்களிடம் அன்பாய் இருங்கள். அவர்களில் ஒருவராக இருங்கள். அவர்களை விட பெரியவர், புனிதமானவர் என்கிற பாவனை இல்லாமல்.

அதை முதலிலேயே தெளிவு படுத்திவிடுங்கள் ''இவையெல்லாம் நான் தெரிந்து கொண்ட தொழில்நுட்பங்கள். இதில் என் அனுபவம் என்பது குறைவுதான். நான் இந்த நுட்பத்தை உங்களுக்குக் கொடுக்கிறேன். எனது அனுபவங்களைப் பகிர்ந்து கொள்கிறேன். ஆனால் நீங்கள் என்னுடைய சீடரல்லர், தேவைப்படும்போது வருகிற நண்பர்கள். எனக்குக் கொஞ்சம் தெரியும், அதிகமில்லை. ஆனால் அதை உங்களுடன் பகிர்ந்து கொள்ள முடியும். அனேகமாக வெவ்வேறு பகுதிகளிலிருந்து, திசைகளி லிருந்து உங்களுக்கே சில புரிந்து கொள்ளுதல் இருக்கும். அதை நீங்களும் பகிர்ந்து கொண்டு நம் குழுவையே வளமாக்குங்கள்.

அதாவது, நான் முற்றிலும் மாறுபட்ட ஒரு சிகிச்சையை சொல்கிறேன். சிகிச்சையளிப்பவர் ஒரு ஒருங்கிணைப்பாளர் மட்டுமே. அவர் அந்தக் குழுவை அதிக மௌனத் தோடு, சுவாதீனத்தோடு வைத்திருக்கிறார். தவறு எதுவும் நடக்காமல் பார்த்துக்கொள்கிறார். எஜமான் என்பதை விட ஒரு பாதுகாவலர். அதை நீங்கள் தெளிவு படுத்த வேண்டும். ''நான் அனுபவங்களைப் பகிர்ந்து கொள்வதன் மூலம் நானும் கற்றுக்கொள் கிறேன். நான் உங்களைக் கேட்டுக் கொண்டிருக்கும்போதே, அது உங்கள் பிரச்னை மட்டுமல்ல. நான் ஏதாவது சொல்லும்போது, நான் சொல்ல மட்டும் செய்யவில்லை. நானும் கேட்டுக் கொண்டு தானிருக்கிறேன்.

யாருமே இங்கே விசேஷமானவரல்ல என்பதை அழுத்தமாகச் சொல்லுங்கள். குழு துவங்குவதற்கு முன்பே இதைச் சொல்ல வேண்டும். குழு தீவிரமாக நடக்கும்போது இதை இன்னும் ஆழமாகத் தெரிந்து கொண்டே போகும்போது கொண்டு செல்ல வேண்டும். நீங்கள் ஒரு மூத்தவராக, சில அடிகள் முன்னால் போனவராக வெளிப்படுத்த வேண்டும். இல்லையென்றால் உங்களால் மக்களுக்கு உதவ முடியாது. அவர்கள் இந்தத் தொழில் நுட்பத்தைத் தெரிந்து கொண்டு அவர்களே ஒரு சிகிச்சையாளாராக ஆகிவிடுவார்கள். தேவையான அளவிற்கு முட்டாள் கள் இருக்கிறார்கள். ஐந்து பில்லியன் முட்டாள்கள் பூமியிலுண்டு. அதனால் அவர்கள் பின்பற்ற வேண்டியவர்களை அவர்களே தேடிக் கொள்வார்கள். மக்கள் உங்களைப் பார்க்கத் துவங்கும்போது நீங்கள் யோசிக்கிறீர்கள், அது மனித பலவீனம் ''மக்கள் என்னைப் பார்க்கிறார்கள் என்றால் என்னிடம் ஏதோ ஒரு சிறப்புத் தன்மை இருக்கிறது.'' அவர்களுக்கு ஏதோ பிரச்னை. அவர்கள் மனித குறைபாடு களோடு தவிக்கிறார்கள். ஆனால் நீங்களும் மனிதர்தான். தவறிழைப்பது மனித இயல்பு. எந்தவித விமர்சனமும் இல்லாமல் மிகுந்த அன்போடு, அவர்களே அவர்களைத் திறக்க உதவுங்கள். நீங்கள் உங்களைத் திறந்தால் மட்டுமே இது சாத்தியம்.

எனக்கு ஒரு வினோத உண்மை தெரியும். வழிப்போக்கர்கள் ஒருவருக்கொருவர் பேசிக்கொள்வார்கள். தங்களுக்குத் தெரிந்தவர்களிடம் சொல்லாததை அப்போது சொல்வார்கள். ரயில் வண்டியில் யாரையோ பார்க்கிறீர்கள். அவருடைய பெயர் உங்களுக்குத் தெரியாது. அவர் எங்கு போகிறார் எங்கிருந்து வருகிறார் என்பது உங்களுக்குத் தெரியாது. ஆனாலும் மக்கள் பகிர்ந்து கொள்கிறார்கள். இந் நாடு முழுவதிலும் கடந்த இருபது வருடங்களாக நான் தொடர்ந்து பயணம் செய்து வருகிறேன். ஒரு வினோதமான நிகழ்வைப் பார்த்திருக்கிறேன். மக்கள் தங்கள் ரகசியங்களை அந்நியர்களிடம் பகிர்ந்து கொள்கிறார்கள். காரணம் அந்த அந்நியர் உங்களை ஏமாற்றப் போவதில்லை. அடுத்த ரயில் நிலையம் வந்தவுடன், அந்த அந்நியர் போய்விட்டார். அனேகமாக நீங்கள் அவரை மறுபடியும் பார்க்கப் போவதில்லை. உங்களுடைய பெருமை யையோ, எதுவோ அதை அவர் அழிக்கப்போவதில்லை. அதற்கு மாறாக உங்கள் ரகசியங்கள், பலவீனங்கள், வருந்தத்தக்க நிகழ்வுகள் ஆகியவற்றைப் பகிர்ந்து கொள்வதன் மூலம் மற்றவர்களுக்கு அதிக துணிவு, அன்பு, அதிக நம்பிக்கை உங்கள் மேல் ஏற்படும். உங்களுடைய நம்பிக்கை அவர்களுடைய நம்பிக்கையைத் தூண்டுகிறது. நீங்கள் வெளிப்படையாக வெகுளியாக மனம் திறக்கும்போது, அவர்களும் திறக்கிறார்கள். அது ஒரு சங்கிலித் தொடர் நிகழ்வு.

ஆனால் ஒரு சிகிச்சைக் குழுவே முடிவல்ல. அது ஒரு துவக்கம்தான். அது உங்களைத் தியானத்திற்குத் தயார் செய்கிறது. எப்படி தியானம் உங்கள் புத்துணர்விற்குத் தயார் செய்கிறதோ அப்படி. ஓர் எளிமையான கணக்கில் விஷயங்களைப் புரிந்து கொண்டால் எதுவுமே உங்களுக்குக் கடினமல்ல. நீங்கள் அந்தக் குழுவை மிகவும் ரசிப்பீர்கள். காரணம் அந்தக் குழு உங்களுக்குள் ஆழமாகப் போகிறது. நீங்கள் அந்தக் குழுவின் ஆசிரியராக இருக்க மாட்டீர்கள். நீங்கள் கற்றுக்கொள்பவராக இருப்பீர்கள். கலீல் ஜீப்ரானின் மத குரு அல் முஸ்தபாவிடம் ஓர் அருமையாக விளக்கம் உண்டு. ''கற்றுக்கொள்வதைப் பற்றி எங்களுக்கு ஏதாவது சொல்லுங்கள்'' என்று யாராவது கேட்டால், அவர் சொல்வார். ''நீங்கள் கேட்பதனால் நான் பேசுகிறேன். ஆனால் நினைவில் வைத்துக் கொள்ளுங்கள். நான் பேசுகிறேன், அதே சமயம் நானும் உங்களைப் போலவே கேட்டுக் கொண்டிருக்கிறேன்.''

உங்கள் குழுவில் பங்கேற்பவர்களிடம் அன்பு காட்டுங்கள். அவர்கள் எப்படி இருக்கிறார்களோ அப்படியே, அவர்கள் எப்படி இருக்க வேண்டுமோ அப்படியல்ல. அவர்கள் வாழ்க்கை முழுவதும் மதத்தினால், அரசியலினால், சமூகத்தினால் இறைபோதனைகளால், மனோதத்துவ தலைவர்களால் பாதிக்கப்பட்டிருக்கிறார்கள். இவர்கள்

அவர்களைப் பின்பற்றினால் அன்பு காட்டுவார்கள், அவர்கள் சிந்தனைக் கேற்ப வளைந்து கொடுத்தால் அன்பு காட்டுவார்கள். உங்களைக் கொன்று, உங்களை அழித்து உங்கள் அனைவரையும் தங்கள் கருத்துக்கேற்ப வளைத்துத்தான் உங்களை நேசிப்பார்கள்.

எல்லா மதங்களுமே மனித குலத்திற்கு இதைச் செய்திருக்கின்றன. பாதிக்கப்படாமல் யாருமே இல்லை. ஆனால் இவர்கள் விழிப்போடு உதவுவதாக நினைத்துக் கொண்டிருக்கிறார்கள். அவர்களின் சிந்தனை கள், கொள்கைகள், குறிக்கோள்கள், உத்தரவுகளை ஒரு குறிப்பிட்ட எண்ணத்தோடு உங்களுக்குக் கொடுத்து உங்களுக்கு உதவ நினைக் கிறார்கள். இல்லையென்றால் நீங்கள் தறிகெட்டுப் போய்விடுவீர்கள். அவர்கள் உங்கள் சுதந்திரத்தை நம்புவதாக இல்லை. அவர்களால் உங்கள் கௌரவத்தை மதிக்கவே முடியாது. அவர்கள் உங்களை படுமோசமாகத் தாழ்த்தி விட்டார்கள். அதை யாரும் எதிர்ப்பது கூட இல்லை.

என்னுடைய நண்பரான ஒரு மருத்துவர் சொன்னது நினைவுக்கு வருகிறது. அவர் இப்போது இருக்கிறாரா இல்லையா என்று கூட எனக்குத் தெரியாது. கடந்த ஆறு வருடங்களாக அவரைப் பற்றி எந்தத் தகவலும் இல்லை. நான் வாழ்ந்த நகரத்தில் அவர் ஒரு முக்கியமான மருத்துவர். பிறகு மும்பைக்கும், அதன் பிறகு பூனேவிற்கும் நான் வந்துவிட்டேன். அவர் என்னிடம் சொன்னார், 'என் முழு வாழ்க்கை அனுபவத்தில் ஒரு மருத்துவரின் செயல்பாடே ஒரு நோயாளியை குணப்படுத்துவது அல்ல. நோயாளி தானே குணப்படுத்திக்கொள்கிறார். மருத்துவர் ஓர் அன்பான, உறுதியான ஒரு சூழலை உருவாக்கிக் கொடுக்கிறார். மருத்துவர் ஒரு நம்பிக்கையைக் கொடுத்து, வாழவேண்டு மென்கிற ஆசையைப் புதுப்பித்து அவரை நீண்ட நாள் வாழ வைக்கிறார். அவருடைய மருந்துகள் எல்லாமே இரண்டாம் கட்ட உதவிதான். ஆனால், அவருடைய முழு மருத்துவ அனுபவத்தில் ஒரு நோயாளிக்கு வாழ வேண்டுமென்கிற ஆசையில்லையென்றால், எந்த மருந்தும், எதுவும், உதவப்போவதில்லை.

நோய் தீர்ப்பவரின் நிலையும் அதுதான். மக்களின் மனோதத்துவக் குழப்பங்களைக் குணப்படுத்துபவரல்லர் இந்த சிகிச்சையாளர். அவர் ஓர் அன்பான சூழலை உருவாக்கலாம். அதன் மூலமாக அடக்கப்பட்ட, மயக்க கற்பனைகளை, அடக்கிவைக்கப்பட்ட மாயைகளை, ஆசைகளை - சொன்னால் சிரிப்பார்கள் என்கிற பயமின்றி, முழு உறுதியோடு நம்மை பரிவோடு அன்போடு பார்ப்பார்கள் என்கிற எண்ணத்தோடு - அவர் களைத் திறக்கச் செய்வதுதான். முழு குழுவுமே இந்த குணப்படுத்துகிற சூழலில் செயல்பட வேண்டும்.

குணப்படுத்துபவர் ஓர் ஒருங்கிணைப்பாளர். மனோதத்துவரீதியில் பாதிக்கப்பட்ட நோயில் விழுந்தவர்களை ஒன்று சேர்க்கிறார்.எந்த தவறும் நடக்காமல் பார்த்துக்கொள்கிறார். அவர்களை ஓர் எண்ணத் தோடு, ஒரு வித உள்பார்வையோடு, ஒரு கவனிப்போடு அவர்களுக்கு உதவினால், அவர் எப்போதும் ''இது எனக்குத் தெரிந்ததுதான், என் அனுபவமல்ல'' என்று தெளிவுபடுத்த வேண்டும். ஒருவேளை அவருக்கு அனுபவம் இருந்தால் தவிர.

நீங்கள் நேர்மையாக, உண்மையாக ஆதாரபூர்வமாக இருந்தால் நீங்கள் ஓர் எஜமானர், காப்பாற்றுபவர் என்கிற வலைக்குள் விழவே மாட்டீர்கள். அப்படி விழுவது மிகவும் சுலபம். நீங்கள் எஜமானர், காப்பாற்றுபவர் என்று நீங்கள் ஆகிற அந்தத் தருணத்தில் – ஆனால் நீங்கள் அப்படியில்லை – நீங்கள் இந்த மக்களுக்கு உதவாமல் போவது மட்டுமல்ல, அவர்களின் பலவீனத்தை, பிரச்னைகளை வைத்துச் சுரண்டுகிறீர்கள்.

முழு மனோதத்துவ ஆய்வு என்பதே இன்று உலகம் முழுவதுமே பெரும்பாலும் சுரண்டலான அனுபவம்தான். யாருமே உதவப்படுவ தில்லை, எல்லோருமே கடுமையாகச் சுரண்டப்படுகிறார்கள். யாருமே உதவி பெறுவதில்லை. காரணம் இந்த மனோ ஆய்வு, மனோதத்துவ சிகிச்சை, மனோதத்துவம் ஆகியவை பல கிளைகளாகப் பிரிந்திருக கின்றன. ஆனால் அவையெல்லாம் ஒரே வேலையைத்தான் செய்கிறது. உங்களை ஒரு நோயாளி அளவிற்குக் குறைத்து இவர்கள் மருத்துவர்கள் ஆகிறார்கள்.

இதில் சிக்கல் என்னவென்றால் அவர்களே கூட இதே போல் நோயினால் அவதிப்படுகிறார்கள். ஒவ்வொரு மனோ ஆய்வாளரும் இன்னொரு மனோ ஆய்வாளரிடம் போய் வருடத்திற்கு இரண்டு முறை சிகிச்சை பெறுகிறார்கள். இது ஒரு மிகப்பெரிய சதி. எல்லாவிதமான பைத்தியக்காரத்தனத்தையும் கேட்டுவிட்டு, நீங்கள் மனமற்ற நிலை யையும் அதன் பிரச்னைகளையும் மீறிய நிலையில் இல்லா விட்டால் - ஆம், நீங்கள் இல்லாவிட்டால் - நீங்களே பைத்தியமாகிவிடுவீர்கள். உங்கள் நோயாளிகள் படும் அதே பிரச்னைகளில் நீங்களும் அவதிப்படு வீர்கள். தாங்கள் குணமடைவதற்குப் பதிலாக, அவர்கள் உங்களை நோயாளியாக்கப் போகிறார்கள். ஆனால் அதற்கு நீங்கள்தான் பொறுப்பு.

அன்பு, வெளிப்படையான நிலை, நேர்மையைக் கொண்டு வாருங்கள். அவர்கள் தங்களின் இதயக் கதவுகளைத் திறக்கத் துவங்கு முன் அவர்கள் பிரச்னைகள் யாருக்கும் தெரியக்கூடாது என்பதற்காக அவர்கள் அதை இறுக்க மூடிக்கொள்கிறார்கள். மனோ சிகிச்சையாளரின் முதல் வேலையே அவர்களின் இதயக் கதவுகளைத் திறப்பதுதான். அதன்

மூலமாக தானும், அவர்களைப்போல ஒரு மனிதன் தான் என்பதை தெரியப்படுத்த வேண்டும். அவரும் அதே போன்ற பலவீனத்தில், இச்சையில், அதே அதிகார ஆசையில் அதே பண ஆசையில் அவதிப்படு கிறார். இவர் கோபம், கவலை, மரணபயத்தில் துன்பப்படுகிறார்.

உங்கள் இதயத்தை முழுமையாகத் திறந்துவிடுங்கள். இது அடுத்தவர் உங்களை நம்புவதற்கு உதவும். நீங்கள் ஒரு பாவனையாளர் அல்லர் என்பதைக் காட்டும். காப்பாளன், மத குரு, தீர்த்தங்கரா, அவதாரம் என்று சொல்லி வந்த நாட்களெல்லாம் முற்றிலும் போய்விட்டன. இவர்கள் யாரையும் இன்று ஏற்றுக்கொள்ள மாட்டார்கள். இந்த முறை இவர்களில் யாராவது திரும்பி வந்தால், மக்கள் அவர்களைக் கல்லால் மட்டும் அடித்துக் கொல்லப்போவதில்லை. மக்கள் அவர்களைக் கேலியும் செய்யப் போகிறார்கள். "நீ ஒரு முட்டாள். முழு மனித குலத்தை நீ காக்கப் போகிறாய் என்பதே பைத்தியக்காரத்தனம். முதலில் உன்னைக் காப்பாற்றிக்கொள்; நாங்கள் உன்னுடைய ஒளியைப் பார்க்கிறோம். உன்னுடைய ஆடம்பரத்தைப் பார்க்கிறோம், உன் புகழொளியைப் பார்க்கிறோம்" என்று மக்கள் சொல்லப் போகிறார்கள்.

பிறகு நம்பிக்கை தன்னாலேயே வரும். அதைப் பற்றிக் கேள்வி கேட்கக்கூடாது. அது ஒரு புத்துயிர்ச்சி பெற்ற தென்றலைப் போல மலையிலிருந்து வரும். கடலிலிருந்து வரும் அலையைப் போல. இதற்காக நீங்கள் எதுவுமே செய்ய வேண்டியதில்லை. நீங்கள் சரியான நேரத்தில், சரியான இடத்தில் தயாராக இருக்க வேண்டியதுதான்.

உங்களைத் தவிர வேறு யாரும் உங்களைக் காப்பாற்றவே முடியாது. நான் உங்களுக்குச் சொல்கிறேன். நீங்களே உங்கள் காப்பாளராக இருங்கள். ஆனால் அன்போடு, ஒரு நன்றியுணர்ச்சியோடு, 'நீ என்னை நம்பி இதயக்கதவுகளைத் திறந்தாய்" என்கிற நிபந்தனையோடு முடிந்த வரையில் உதவுங்கள்.

ஒரு சிகிச்சையாளரின் செயல்பாடு சற்றுச் சிக்கலானதுதான். அதை முட்டாள்கள் செய்கிறார்கள். நிலைமை எப்படி என்றால் கசாப்புக் கடைக்காரர்கள் அறுவை சிகிச்சை செய்கிறார்கள். அவர்களுக்கு எப்படி வெட்ட வேண்டுமென்பது தெரியும். ஆனால் அதற்காக அவர்கள் சிறந்த மூளை அறுவை சிகிச்சை நிபுணர்கள் என்று பொருளல்ல. அவர்கள் எருமைகளை, பசுக்களை எல்லாவிதமான மிருகங்களையும் கொல் கிறார்கள். ஆனால் அவர்களின் செயல்பாடு என்பது மரண சேவை. ஆனால் சிகிச்சையாளர் வாழ்க்கை சேவை செய்கிறார். அவர்களுடைய வாழ்க்கையை ஆக்கபூர்வமான மதிப்பீடுகளை உருவாக்கி அவர்

களாகவே வாழ விட வேண்டும். அதாவது இதயத்தின் மௌனத்திற்குள் போக வேண்டும்.

நீங்கள் உங்களுக்குள் இருக்கும் ஆழத்திற்கேற்ப, நீங்கள் அடுத்தவர் இதயத்தில் ஆழமாக ஊடுருவ முடியும். காரணம் உங்கள் இதயம் அல்லது அடுத்தவர் இதயம் இரண்டும் வெவ்வேறானவை அல்ல. நீங்கள் உங்கள் இருப்பைப் புரிந்து கொண்டால், நீங்கள் எல்லோருடைய இருப்பையும் புரிந்து கொள்ள முடியும். நீங்களும் முட்டாளாகியிருப்பது உங்களுக்குப் புரியும். நீங்கள் அறியாமையில் இருந்திருக்கிறீர்கள். நீங்களும் பலமுறை விழுந்திருக்கிறீர்கள். நீங்களும் உங்களுக்கு எதிராகவும், மற்றவர்களுக்கு எதிராகவும் குற்றம் புரிந்திருக்கிறீர்கள். மற்றவர்கள் இன்னமும் தொடர்ந்து செய்கிறார்கள் என்றால் அதைக் கண்டிக்க வேண்டியதில்லை. அவர்களாக விழிப்படைந்து அவர்களாகவே இருக்கவிடுங்கள். ஒரு வரையறைக்குள் கொண்டு வர நீங்கள் முயல வேண்டியதில்லை.

இந்நிலையில் இருந்தால் ஒரு சிகிச்சையாளராக இருப்பது ஓர் ஆனந்தம்தான். காரணம் உங்களுக்கு மனித இனத்தின் உட்பகுதி தெரிய வருகிறது. அதுதான் வாழ்க்கையின் மிக முக்கியமான ரகசிய பதுங்கு குகை. மற்றவர்களைத் தெரிந்து கொள்வதன் மூலமாக நீங்கள் உங்களைத் தெரிந்து கொள்கிறீர்கள். அது ஒரு தீய வட்டம். அதற்கு வேறு எந்த வார்த்தையும் கிடையாது. இல்லையென்றால் நான் 'தீய' என்கிற வார்த்தையைப் பயன்படுத்த மாட்டேன். அதனால் நான் ஒரு புது வார்த்தை புனைய அனுமதியுங்கள். 'நற்குணமுடைய வட்டம்' நீங்கள் உங்கள் நோயாளிகளிடம் கலந்து கொள்பவர்களிடம் திறக்கிறீர்கள். அவர்கள் உங்களிடம் திறக்கிறார்கள். அது நீங்கள் அதிகமாக திறக்க உதவுகிறது. அவர்களும் அதிகம் திறக்க உதவுகிறது. உடனேயே அங்கே ஒரு சிகிச்சையாளரில்லை. ஒரு நோயாளியில்லை. ஆனால் எளிமையாக ஒருவருக்கு ஒருவர் உதவக்கூடிய ஒரு குழு மட்டுமே இருக்கிறது.

அந்தக் குழுவில் சிகிச்சையாளர் தொலைந்து போகாவிட்டால் அவர் வெற்றிகரமான சிகிச்சையாளரே அல்ல. அதுதான் என்னுடைய அளவுகோல்.

"உங்களின் வழிகாட்டுதலினால், என் உள்நோக்குத் திறனால் பிறருடைய மனத்தைப் பார்க்க முடிகிற போது நான் அடுத்தவர்கள் மீது ஆதிக்கம் செலுத்துவதில்லை. ஆனால் என் மீதே ஆதிக்கம் செலுத்துகிறேன்" என்று நீங்கள் சொல்கிறீர்கள். அது இரண்டு விஷயங்களல்ல. ஆதிக்கம் என்றால் ஆதிக்கம்தான். நீங்கள் அடுத்தவர்கள் மீது ஆதிக்கம் செலுத்தினாலும் சரி, உங்கள் மீது செலுத்தினாலும் சரி, இரண்டும் ஒன்றுதான். நீங்கள் உங்கள் மீது ஆதிக்கம் செலுத்துகிறீர்கள் என்றால்,

மெலிதாக அடுத்தவர் மீதும் நீங்கள் ஆதிக்கம் செலுத்தத்தான் செய்வீர்கள். அது வேறு மாதிரியல்ல.

அடுத்தவர் மீது ஆதிக்கம் செலுத்துவதை விடுவது முதல் காரியமல்ல. காரணம் அவர்கள் ஆதிக்கத்தை ஏற்றுக்கொள்வார்கள் என்பது நிச்சயமல்ல. முதலில் உங்கள் மீதான ஆதிக்கத்தை நீங்கள் கீழே போட வேண்டும். ஏன் நீங்களே ஒரு கைதியாகிறீர்கள். அரும்பாடுபட்டு உங்களைச் சுற்றி ஒரு சிறையை ஏற்படுத்திக்கொள்கிறீர்கள். பிறகு ஏன் போகுமிடமெல்லாம் அதை சுமந்து கொண்டு போகிறீர்கள்? முதலில் சுதந்திரத்தின் உச்ச கட்ட மகிழ்ச்சியை உணருங்கள். பரந்த வானத்தில் சிறகடித்துப் பறக்கும் ஒரு பறவையைப்போல. உங்களின் அடிப்படைச் சுதந்திரமே அடுத்தவர்களை மாற்றும் ஒரு சக்தியாக மாறும். ஆதிக்கம் என்பது அருவருப்பானது. அதை வெட்க உணர்வே இல்லாத அரசியல்வாதிகளிடம் விட்டுவிடுங்கள். அவர்கள் சாக்கடையில் வாழ்ந்து கொண்டு மாளிகையில் வாழ்வதாக நினைத்துக்கொண்டிருக்கிறார்கள். அவர்களின் முழு வாழ்க்கையுமே சாக்கடையில் வாழும் வாழ்க்கைதான். அவர்கள் அங்கேயே வாழ்ந்து அங்கேயே செத்துப்போவார்கள். அவர்கள்தான் பிரதம மந்திரிகள், ஜனாதிபதிகள். அவர்கள்தான் ராஜாக்கள், ராணிகள்.

ஒரு மிக முக்கியமான எகிப்தியக் கவிஞரிடம் கேட்டார்கள், ''உலகத்தில் மொத்தம் எத்தனை ராஜாக்கள் இருக்கிறார்கள்?'' அந்தச் சமயத்தில் அவர் சொன்னார் ''மொத்தம் ஐந்து ராஜாக்கள் மட்டுமே உண்டு. ஒருவர் இங்கிலாந்தில் மற்ற நான்கு பேரும் சீட்டுக்கட்டில்.'' இப்போது அதை மாற்றலாம். மொத்தம் ஐந்து ராணிகள். ஒருவர் இங்கிலாந்தில்; மற்ற நான்கு பேரும் சீட்டுக்கட்டில். இப்போது ஆனால் அவர்களிடம் எதுவுமேயில்லை. அவர்கள் மேலும் மேலும் அதிகாரத் தைப் பெற அவர்களுடைய உள்ளிடத்தை நிரப்பிக் கொள்கிறார்கள். காரணம் உள்ளே வெற்றிடமாக இருப்பதாக நினைக்கிறார்கள்.

வெளியே இருந்து பார்க்கும்போது, உள்ளே வெறுமையாக இருக்கிறது. உள்ளேயிருந்து பார்க்கும்போது இந்த முழு உலகமே வெறுமை. உங்கள் உள்ளே மட்டும்தான் பொங்கிவழிகிறது. ஆனால் அந்த பொங்கிவழிவது கண்ணுக்குத் தெரிவதில்லை. உங்கள் இருப்பின் வாசனை, அந்த அன்பு, அந்தப் பேரின்பம், அந்தப் பரவசம், அந்த மௌனம், இவை எதையுமே கண்களால் பார்க்க முடியாது. பிறகு ஒரு பெரிய உந்துதல் எழுகிறது. எப்படி அதை நிரப்புவது? பணத்தை வைத்து, அதிகாரத்தை வைத்து, கௌரவத்தைக் கொண்டே ஒரு பிரதமராகவோ, ஜனாதிபதியாகவோ? ஏதாவது செய்து அதை நிரப்பு! உள் வெறுமை யோடு, உள் சாரமற்ற நிலையோடு ஒருவரால் வாழவே முடியாது.

ஆனால் இந்த மனிதர்கள் உள்ளே போனதில்லை. அவர்கள் வெளியேயிருந்து பார்க்கிறார்கள். இதுதான் பிரச்னை. வெளியே இருந்து நீங்கள் பொருட்களைத்தான் பார்க்க முடியும். அன்பு என்பது பொருளல்ல. பேரின்பம் என்பது பொருளல்ல. புத்துணர்ச்சி என்பது ஒரு பொருளல்ல, புரிந்து கொள்ளுதல் என்பது பொருளல்ல, ஞானம் என்பதும் பொருளல்ல. மனித இருத்தலின் எல்லா பெரிய சிறப்புகளும் வெளித்தோற்றம் கொண்டவை. உள்ளார்ந்தது அல்ல. ஆனால் வெளியேயிருந்து நீங்கள் பொருட்களைத்தான் பார்க்க முடியும். அது ஒரு கடுமையான அவசரத்தை ஏற்படுத்தி உங்கள் உள் வெறுமையை ஏதாவது ஒரு குப்பையை வைத்து நிரப்ப வைக்கும். இரவல் வாங்கிய அறிவு பெற்ற மக்கள் அதை நிரப்பத் தயாராக இருக்கிறார்கள். சுய சித்ரவதை திணிப்பு செய்து கொண்ட மக்கள் இருக்கிறார்கள். அவர்கள்தான் துறவிகளாகிறார்கள். பிச்சைக்கார மக்கள் இருக்கிறார்கள். பிரதமராவதற் கும் ஜனாதிபதி ஆவதற்கும். இந்த வெறுமை மனிதர்கள் எல்லா இடங்களும் மிகுந்த தேவையாக இருக்கிறார்கள். அடுத்தவர்கள் மீது ஆதிக்கம் செய்வதற்கு. அது அவர்கள் வெறுமையாக இல்லை என்கிற உணர்வை அவர்களுக்குக் கொடுக்கிறது.

ஒரு சந்நியாசி தன் புறத்தோற்றத்தை உளளேயிருந்து பார்க்கிறார் அவருக்கு உள்ளேயிருக்கும் ஓர் அற்புதப் புதையல், அழிக்க முடியாத சொத்து இருப்பது குறித்த விழிப்பு வருகிறது. பிறகுதான் நீங்கள் உங்களை ஆதிக்கம் செலுத்துவதை நிறுத்துகிறீர்கள். மற்றவர்கள் மீது ஆதிக்கம் செலுத்து வதையும் நிறுத்துகிறீர்கள். அதற்கு அவசியமே இல்லை. உங்கள் முழு முயற்சியுமே எல்லோரும் அவர்கள் தனித் தன்மையை உணரச்செய்து, அவர்களுடைய சுதந்திரத்தை, அவரிடமுள்ள அபரிமிதமான, அழிக்க முடியாத ஆதாரமான பேரின்பத்தை, போது மென்ற தன்மையை, அமைதியை ஏற்படுத்துகிற தருணம் வந்தால் போதும்.

என்னைப் பொருத்தவரையில், சிகிச்சை தியானத்திற்கான தளத்தைத் தயார் செய்தால், சிகிச்சை சரியாக போகிறது. நோயாளிகளுக்கான தளம், சிகிச்சையாளருக்கான தளம். இரண்டுமே, சிகிச்சை ஒரு குறிப்பிட்ட கட்டத்தில் தியானமாக மாற வேண்டும். தியானம் ஒரு குறிப்பிட்ட கட்டத்தில் புத்துணர்ச்சியாக மாறுகிறது. அப்படி ஓர் அபரிமிதமான திறனைப் பெற்ற ஒருவர் பிச்சைக்காரராக இருக்க வேண்டும். மற்றவர்களைப் பற்றி நினைக்கும்போது பல சமயங்களில் நான் வருத்தப் படுகிறேன். அவர்கள் பிச்சைக்காரர்கள் அல்ல. ஆனால் பிச்சைக்காரர் களைப் போல நடந்து கொள்கிறார்கள். அவர்கள் பிச்சை எடுப்பதை விடுவதற்கு அவர்கள் தயாராக இல்லை. காரணம் அதுதான் அவரிகளிட மிருப்பதாக பயப்படுகிறார்கள். அப்படி பிச்சை எடுப்பதை விட்டா

லொழிய, உள்ளுக்குள் அவர்கள் மன்னர்கள், மகாராணிகள் என்பதைத் தெரிந்து கொள்ளவே முடியாது.

உங்களை எவ்வளவு ஆழமாகப் புரிந்து கொள்ள முடியுமோ அவ்வளவு புரிந்து கொள்ளுங்கள். சிகிச்சை இரண்டாவதாகத்தான் வருகிறது. நீங்களாக தியானத்தின் மூலமாக மௌனத்தின் மூலமாக உங்களைச் சுத்திகரித்துக் கொள்ளாவிட்டால்.... வேலையை நிறுத்துங்கள். அதன் தரத்தை மாற்றுங்கள் என்று நான் சொல்லவில்லை. அதை உண்மையாக வேலை செய்ய வையுங்கள். உங்கள் இதயத்தைத் திறக்கவேண்டும், உங்கள் பலவீனங்களைச் சொல்லுங்கள். பிரச்னைகளை சொல்லுங்கள், அவர்களின் ஆலோசனைகளைக் கேளுங்கள் அவர்களால் உதவ முடியுமா? ஒரு முறை பங்கு கொள்பவருக்கு சிகிச்சையாளர் அகந்தை கொண்டவரல்லர் என்பது புரிந்தால்.... அவர்கள் முழு பணிவோடு வருவார்கள், திறந்த மனதோடு வருவார்கள். பிறகு நீங்கள் அவர்களுக்கு உதவலாம்.

ஆனால் எப்போதும், எப்போதும் ஒன்றை நினைவில் கொள்ளுங்கள். சிகிச்சை என்பது ஏற்கனவே முழுமையற்று இருக்கிறது. ஒரு சரியான சிகிச்சை கூட முதல் அடிதான். இரண்டாவது அடி இல்லையென்றால் அது அர்த்தமற்றது.

அதனால் நோயாளிகள் தியானத்தை நோக்கி நகரத் துவங்கியவுடன் அந்தக் கட்டத்தில் நோயாளிகளை விட்டுவிடுங்கள். உங்கள் நோயாளிகள் தியானத்தைப் பற்றி விசாரிக்கத் துவங்கியதும் உங்கள் சிகிச்சை முடிந்துவிட்டது. தியானத்தைப் பற்றி ஒரு பெரிய ஏக்கத்தை அவர்களிடம் உண்டு பண்ணுங்கள். சொல்லுங்கள் தியானம் கூட ஓர் அடிதான் - அதாவது இரண்டாவது அடி. அதனுள்ளே அது மட்டும் கூட போதாது. அது உங்களைப் புத்துணர்ச்சியை நோக்கி அழைத்துப் போகாதவரையில், அதுதான் முழு முயற்சி சேருமிடம். உங்களால் முடியும் என்பதை நான் நம்புகிறேன்.

ஒடெஸ்ஸாவிலிருந்து ஒரு யூதன் ஒரு ரயில் பெட்டியில் பயணம் செய்து கொண்டிருந்தான். அதில் ஒரு பன்றியுடன் ஒரு ரஷ்யா அதிகாரியுடம் இருந்தார். அந்த யூதனை கோபப்படுத்தும் நோக்கத்தில் அந்த அதிகாரி தன் பன்றியை அடிக்கடி, "மொய்ஷே, மொய்ஷே ஒரே இடத்தில் இரு, இங்கே வா, மொய்ஷே, அங்கே போ" என்று அதட்டிக் கொண்டிருந்தார்.

இது அவர்கள் கீவ் போகிறவரையில் தொடர்ந்தது. இறுதியில் கடுப்பாகிப்போன யூதன் சொன்னான், "காப்டன், உங்கள் பன்றிக்கு யூதப் பெயர் இருப்பது பெரிய அவமானம்."

"யூதரே ஏன் அப்படி?" அதிகாரி கேட்டார்.

''யூதனாக இருந்தால் இந்நேரம் அது உங்கள் ராணுவத்தில் அதிகாரியாகியிருக்க வேண்டுமே!''

எதற்கு ஓர் எல்லை உண்டு.

ஒரு விஷயத்தை நினைவில் கொள்ளுங்கள். எங்கு தியானம் துவங்குகிறதோ அதுதான் சிகிச்சையின் எல்லை... எங்கு புத்துணர்ச்சி துவங்குகிறதோ அதுதான் தியானத்தின் எல்லை. அதே சமயம் புத்துணர்ச்சி என்பது எதற்கான அடியுமில்லை. நீங்கள் பிரபஞ்ச விழிப்புணர்வில் சாதாரணமாக காணாமல் போகிறீர்கள். நீங்கள் ஒரு பனித்துளியாகிறீர்கள்; தாமரை இலையிலிருந்து கடலுக்குள் விழுகிறீர்கள். ஆனால் அதுதான் மிகப்பெரிய அனுபவம். அதுதான் இறுதியில் வாழ்க்கையை அர்த்தமுள்ளதாக ஆக்குகிறது. முக்கியத்துவம் தருகிறது. பிரபஞ்ச வெளியில் ஒரு பகுதியாக நீங்கள் மாறுவதை உங்கள் அகந்தை பிரித்து வைத்திருந்தது. இப்போது அனுமதி கிடைத்துவிட்டது.

இப்போது நீங்கள் சரியான திசை நோக்கி நகரவேண்டும். சரியாக திசையில் போகிற உணர்வு. பிறகு எதுவுமே விழிப்புணர்வில் மேல் நிலையை அடைகிற படிக்கட்டுகளாக மாறும்.

நான் எல்லாவற்றையும் பயன்புடுத்தியிருக்கிறேன், ஆனால் திசை ஒன்றுதான். பலவிதமான தியானங்களை நான் பயன்படுத்தியிருக்கிறேன். மேலெழுந்தவாரியாக அது வெவ்வேறு விதமாகத் தோன்றும். நூற்றுப் பன்னிரண்டு விதமான தியான முறைகள் உள்ளன. ஒவ்வொன்றும் ஒன்றுக்கொன்று மாறுபட்டதாகத் தெரியும். ''எப்படி இந்த வெவ்வேறு முறைகள் தியானத்திற்கு அழைத்துச் செல்லும்?'' என்று நீங்கள் நினைக்கலாம்.

ஆனால் அவை அழைத்துச் செல்கின்றன. ஒரு மாலைக்குள் இருக்கும் மலர்களினூடே ஓடும் நூலினைப் போல அது கண்ணுக்குத் தெரியாது. நீங்கள் மலர்களை மட்டுமே பார்க்கிறீர்கள், அது நூற்றுப் பன்னிரண்டு மலர்களிலும் ஓடுகிற ஒரு நூல் உண்டு. அந்த நூல்தான், பார்ப்பது, கவனிப்பது, ஈர்ப்பது, விழிப்படைவது.

அதனால் அவர்கள் பிரச்னைகளை எந்த அளவு புரிந்து கொண்டீர்களோ அந்த அளவிற்கு அவர்களுக்கு உதவுங்கள். ஆனால் அவர்களைத் தெளிவுபடுத்துங்கள். உங்கள் பிரச்னைகள் தீர்ந்தாலும் நீங்கள் அதே நபர்தான். நாளை நீங்கள் இதே பிரச்னைகளோடு மீண்டும் வரலாம், அனேகமாக வேறு வழியில், வேறு நிறத்தில். அதனால் உங்களுடைய சிகிச்சை என்பது தியானத்திற்கு ஓர் ஆரம்பமே தவிர வேறு இல்லை. பிறகு உங்கள் சிகிச்சை என்பது அபரிமிதமான மதிப்பு, இல்லையென்றால் அது வெறும் மன விளையாட்டு.

அத்தியாயம் - 5
உடல்

உடலின் இயற்கையான ஆசைகளை மறுத்து, அடக்கி அது மத சம்பிரதாயங்களுக்கு ஒத்துவராதது என்றே வாழ்நாள் முழுவதும் உடலுக்கு எதிராகவே நம்மைப் பக்குவப்படுத்திக் கொண்டுவிட்டோம். இப்போது மனிதனுக்கு உடல் மீது அதிக அக்கறை. இன்னொரு புறம், சிலர் தங்களின் உடல்நலம் மீது வேறு வழியாக - அதாவது அதில் பித்துப் பிடித்தே போயிருக்கிறார்கள். ஒருவருக்கு தன் உடலோடு எப்படி ஓர் ஆரோக்யமான உறவு இருக்க வேண்டும் என்பதைக் குறித்துப் பேச முடியுமா?

பல நூற்றாண்டுகளாக வாழ்க்கைக்கு எதிரான பல விஷயங்கள் மனிதனுக்கு சொல்லப்பட்டிருக்கின்றன. உன் உடம்பை வதைப்பது கூட ஓர் ஆன்மிகக் கட்டுப்பாடாகச் சொல்லப்பட்டிருக்கிறது.

நீங்கள் நடக்கிறீர்கள், சாப்பிடுகிறீர்கள், குடிக்கிறீர்கள். இவை யெல்லாம் நீங்கள் முழுமையாக ஓர் உடல், ஒரு விழிப்புணர்வு என்பதைத்தான் காட்டுகின்றன. உங்களை உடலை வருத்திக்கொண்டு உங்கள் விழிப்புணர்வை நீங்கள் உயர்த்திக் கொள்ளவே முடியாது. உடலை நீங்கள் நேசிக்க வேண்டும். நீங்கள் ஒரு சிறந்த நண்பனாக இருக்க வேண்டும். அது உங்கள் வீடு. அதிலிருக்கும் குப்பைகளை யெல்லாம் நீங்கள் சுத்தம் செய்ய வேண்டும். கூடவே அது தொடர்ந்து காலையிலும் மாலையிலும் உங்கள் சேவையிலேயே இருக்கிறது என்பதை நினைவில் கொள்ள வேண்டும். நீங்கள் தூங்கும்போது கூட அது உங்களுக்காக வேலை செய்கிறது. ஜீரணித்துக்கொண்டிருக்கிறது.

அது உங்கள் உணவை ரத்தமாக மாற்றுகிறது. புதிய பிராண வாயுவைக் கொண்டு வருகிறது. புத்துயிரான பிராண வாயுவை உடலுக்குக் கொண்டு வருகிறது. ஆனால் நீங்கள் ஆழ்ந்த தூக்கத்தில் இருக்கிறீர்கள்.

நீங்கள் வாழ்வதற்காக, உங்கள் வாழ்க்கைக்காக அது எல்லாம் செய்கிறது. ஆனால் அந்த உடலுக்கு ஒரு நன்றி கூட சொல்லாமல் நீங்கள் நன்றி கெட்டவராக இருக்கிறீர்கள். அதற்கு நேர்மாறாக உங்கள் உடல் உங்களின் எதிரி, உங்கள் உடலிலிருந்து, அதனுடன் உள்ள பிடிப்பி லிருந்து விடுதலையடைய வேண்டும் என்று உங்கள் மதம் உங்களுக்குப் போதிக்கிறது. நீங்கள் அந்த உடலுக்கும் மேலானவர்; அதனால் அதன்மீது எந்தப் பிடிப்பும் இருக்கக்கூடாது என்பது எனக்கும் தெரியும். ஆனால் அன்பு என்பது பிடிப்பு அல்ல, பரிவு என்பது பிடிப்பு அல்ல உங்கள் உடலுக்கு அன்பு, பிரிவு அவசியமாக தேவை. கூடவே அதற்கு போஷாக்கும் தேவை. ஒரு நல்ல உடலிருந்தால், விழிப்புணர்வு வளர அதிக சாத்தியங்கள் உண்டு. அது ஓர் உயிரியல் கூட்டு.

ஒரு முழுமையான ஒரு புது விதமான படிப்பு இந்த உலகத்திற்குத் தேவை. அங்குதான் அடிப்படையில் எல்லோருமே இதயத்தின் மௌனத்திற்கு அறிமுகம் செய்யப்படுகிறார்கள் - இன்னொரு விதத்தில் தியானத்திற்குள் - அங்குதான் எல்லோரையும் உடலோடு பரிவாக இருக்க அறிமுகம் செய்யப்படுகிறார்கள். காரணம் நீங்கள் உடலோடு பரிவாக இல்லாவிட்டால் நீங்கள் வேறு எந்த உடலோடும் பரிவோடு இருக்க முடியாது. அது ஒரு வாழும் உயிரினம். அது உங்களுக்கு எந்தக் கெடுதலையும் செய்யவில்லை. நீங்கள் கருவானதிலிருந்து அது தொடர்ந்து நீங்கள் சாகும் வரையில் உங்களுக்கு சேவை செய்து கொண்டி ருக்கிறது. நீங்கள் செய்ய விரும்புவதையெல்லாம் அது செய்யும். முடியாததைக்கூட அது செய்யும். உங்களுக்கு உதவுகிற முனைப்பில், அது உங்களுடைய பேச்சையே கேட்காது.

அப்படி ஒரு புத்தியோடு, பணிவோடு ஓர் இயந்திரத்தனத்தைப் உருவாக்குவதைப் பற்றி யோசிக்கக்கூட முடியாது. உங்கள் உடலின் செயல்பாடுகள் அனைத்தையும் பற்றி உங்களுக்குத் தெரிந்தால் நீங்கள் வியந்து போவீர்கள். உங்கள் உடல் என்ன செய்கிறது என்பதைப் பற்றி நீங்கள் நினைத்துக் கூட பார்த்திருக்கமாட்டீர்கள். உங்கள் உடலோடு ஓர் அறிமுகம் வைத்துக்கொள்ளவேண்டுமென்று கவலைக் கூடப் படாத நீங்கள் அடுத்தவர்களை நேசிப்பதாக பாவனை காட்டுகிறீர்கள். உங்களால் முடியாது, காரணம் உங்களுக்கு அந்த அடுத்தவர்கள் கூட வெறும் உடல்கள்தான்.

நமது முழு இருத்தலில் உடல்தான் மிகப்பெரிய மர்மம். அந்த மர்மத்தை நேசிக்க வேண்டும். அதன் மர்மத்தை, அதன் செயல்பாடுகளை நெருங்கி விசாரிக்க வேண்டும்.

துரதிருஷ்டவசமாக இந்த மதங்கள் முழுமையாக உடலுக்கு எதிராகவே இருந்திருக்கின்றன. ஆனால் அது ஒருதுப்பு கொடுத்திருக்கிறது, ஓர் உறுதியான குறிப்பு அதாவது ஒரு மனிதன் உடலில் ஞானத்தை தெரிந்து கொண்டால், அதன் மர்மத்தை தெரிந்து கொண்டால், பிறகு அவன் பூசாரிகள், கடவுளைப் பற்றி அவன் அவனுக்குள்ளேயே கவலைப்பட மாட்டான். அதிக மர்மத்தைக் கண்டு விட்டான். அந்த உடல் மர்மத்தில்தான் விழிப்புணர்வின் புனிதமே அங்கு இருக்கிறது.

ஒரு முறை உங்கள் உள்ளுணர்வைப் பற்றிய உங்கள் இருத்தலைப் பற்றி விழிப்பு உங்களுக்கு வந்துவிட்டால் உங்களுக்கு மேல் எந்தக் கடவுளும் கிடையாது. அந்த மாதிரி நபர்கள் மட்டுமே அடுத்த மனித இனத்தின் மீது மரியாதையாக இருக்க முடியும். மற்ற உயிரினங்கள் மீது. காரணம் அவை எல்லாமே மர்மமானவை இவரைப்போலவே. வித்யாசமான வெளிப்பாடுகள், மாறுபாடுகள் வாழ்க்கையை வளமாக்கு கின்றன. ஆனால் மனிதன் ஒரு முறை தன்னுடைய உள்ளுணர்வைக் கண்டு பிடித்துவிட்டால், அவன் உச்சத்திற்கான சாவியைக் கண்டுபிடித்து விட்டான் என்று அர்த்தம். எந்தக் கல்வியுமே நீங்கள் உங்கள் உடலை நேசிக்க வேண்டுமென்று சொல்லிக் கொடுப்பதேயில்லை. நீங்கள் உங்கள் உடலோடு பரிவாக இருக்க வேண்டுமென்று போதிப்பதில்லை. எப்படி உங்கள் மர்மத்திற்குள் போகவேண்டுமென்று போதிப்பதில்லை. உங்கள் உள்ளுணர்விற்குள் போவதைப் பற்றிக் கற்றுக்கொடுக்கவே முடியாது.

உடல்தான் கதவு - உடல்தான் படிக் கல். எந்த ஒரு கல்வியும் உங்கள் உடல், உள்ளுணர்வு என்கிற பாடத்தைத் தொடாதவரையில் அது முழுமையானதல்ல. அது முற்றிலும் தீங்கானது. காரணம் அது அழித்துக் கொண்டே போகும். உங்களுடைய உள்ளுணர்வு மலர்ந்தால்தான் உங்களுக்குள் நீங்கள் அந்த அழிவைத்தடுக்க முடியும். உருவாக்குவதற்கு ஓர் அபரிமிதமான உந்துதலை கொடுக்கும். அதன் மூலம் உலகில் இன்னும் அதிகம் அழகை உருவாக்க முடியும், உலகில் அதிக சௌகரியங் களை உருவாக்க முடியும்.

மனிதனுக்கு இன்னும் நல்ல உடல் தேவை. ஓர் ஆரோக்யமான உடல். மனிதனுக்கு இன்னும் விழிப்பு, எச்சரிக்கையாக இருத்தல் தேவை. மனிதனுக்கு இன்னும் அதிக வசதிகளும் ஆடம்பரங்களும் தேவை. அதை இருத்தல் கொடுக்கத் தயாராக இருக்கிறது. இருத்தல் உங்களுக்கு இப்போதே இங்கேயே சொர்க்கத்தைத் தரத் தயாராக இருக்கிறது. ஆனால் நீங்கள் அதை ஒத்திப்போட்டுக் கொண்டேயிருக்கிறீர்கள் - எப்போதும் அது மரணத்திற்குப்பின் தான்.

இலங்கையில் ஒரு பெரிய ஞானி மரணப் படுக்கையில் படுத்திருந் தார். அவரை ஆயிரக்கணக்கான மக்கள் வழிபட்டுக் கொண்டிருந்தார்கள்.

அவர்கள் அவரைச் சூழ்ந்து கொண்டார்கள். அவர் கண்களைத் திறந்தார். அவரைக் கரையில் கொண்டு போய்ச் சேர்த்தால் இன்னும் குறைவான சுவாசம் போதும். பிறகு அவர் போயே போய் விடுவார். அவருடைய கடைசி வார்த்தைகளைக் கேட்க எல்லோருக்கும் ஆவல். அந்த வயோதிகர் சொன்னார், 'என் வாழ்நாள் முழுவதும் நான் உங்களுக்குப் பேரானந்தத்தை, பரவசத்தை, தியானத்தைப் பற்றி போதித்துக் கொண்டே யிருந்தேன். நீங்களும் கேட்டுக் கொண்டிருந்தீர்கள், ஆனால் நான் சொன்ன எதையுமே நீங்கள் செயல்படுத்திப் பார்க்கவில்லை. நீங்கள் எப்போதும் ஒத்திப் போட்டுக் கொண்டேயிருந்தீர்கள். ஆனால் இப்போது ஒத்திப்போடுவதில் அர்த்தமில்லை. நான் போகிறேன், யாராவது என்னுடன் வரத் தயாரா?

அங்கே ஊசி விழுந்தால் கேட்கக் கூடிய ஒரு மௌனம். மக்கள் ஒருவரை ஒருவர் பார்த்துக் கொண்டார்கள். இந்த மனிதர் நாற்பது வருடங்களாக சீடராக இருக்கிறார், இவர் போகத் தயாராக இருப்பாரா என்கிற மாதிரி. ஆனால் அவரோ மற்றவர்களைப் பார்த்துக் கொண்டி ருந்தார். யாருமே எழுந்திருக்கவில்லை. அப்போது பின்னாலிருந்து ஒருவர் கையைத் தூக்கினார். "பரவாயில்லை, ஒருவருக்காவது துணிச்சல் இருக்கிறதே" என்று அந்த சிறந்த ஞானி நினைத்தார்.

ஆனால் அந்த மனிதன், "தயவு செய்து முதலில் ஒரு விஷயத்தைத் தெளிவுபடுத்த விரும்புகிறேன். நான் எழுந்து நிற்கவில்லை. கையை மட்டும்தான் தூக்கியிருக்கிறேன். அக்கரைக்குப் போவது எப்படி என்பதை நான் தெரிந்துகொள்ள விரும்புகிறேன். காரணம் நான் இப்போது தயாராக இல்லை. பல விஷயங்கள் இன்னும் முடிக்கப் படாமல் இருக்கின்றன. ஒரு விருந்தினர் வந்திருக்கிறார். என் இளைய மகனுக்குத் திருமணம் நடக்கப்போகிறது. அதனால் இன்று என்னால் போக முடியாது. அக்கரையில் இருந்து கொண்டு உங்களால் திரும்பி வரமுடியாது என்று நீங்கள் சொல்கிறீர்கள். ஏதாவது ஒரு நாள், ஒரு நாள் நிச்சயமாக நான் வந்து உங்களைச் சந்திக்கிறேன். நீங்கள் இன்னும் ஒரு முறை விளக்குங்கள் - நீங்கள் ஏற்கெனவே உங்கள் வாழ்நாள் முழுவதுமே விளக்கிக் கொண்டிருந்தீர்கள். ஆனாலும் இன்னும் ஒரே முறை எப்படி அக்கரைக்குப் போவது? ஆனால் தயவு செய்து ஒன்றை மனதில் வையுங்கள் போவதற்கு நான் இப்போது தயாராக இல்லை. சரியான நேரம் வரும்போது என் ஞாபகத்தைப் புதுப்பித்துக்கொள்ள வேண்டும்.

தியான நேரம் வரப்போவதேயில்லை. இது ஒரு சாதாரண மனிதனின் கதைதான். இதுதான் லட்சக்கணக்கான மக்களின் கதை, அனேகமாக எல்லோருடையதும். எல்லோரும் சரியான தருணத்திற்கு சரியான நட்சத்திரம் வருவதற்காகக் காத்திருக்கிறார்கள். அவர்கள் ஜோதிடரைக்

கேட்கிறார்கள், கைரேகை நிபுணரிடம் போகிறார்கள்... வெவ்வேறு வழிகளில் நாளை என்ன நடக்கும் என்று விசாரிக்கிறார்கள். நாளை எதுவுமே நடப்பதில்லை. அது நடந்ததேயில்லை. ஒத்திப்போட அது ஒரு சாதாரண முட்டாள் தந்திரம். என்ன நடக்கிறதோ அது இன்றே நடந்து கொண்டுதான் இருக்கிறது.

சரியான கல்விதான் மக்களுக்கு இன்று இப்போது எப்படி வாழ்வது என்று சொல்லிக்கொடுக்கும். இந்த பூமியில் ஒரு சொர்க்கத்தை உருவாக்க. மரணம் வருவதற்கு காத்திராமல் மரணம் வந்து அந்த துன்பத்தை நிறுத்தும்வரையில் படுதுன்பத்திலில்லாமல் காத்திருக்க நீங்கள் ஆடுவதை, குஷியாக இருப்பதை, அன்பாக இருப்பதைக் காணட்டும். இது ஒரு வினோதமான அனுபவம். ஒரு மனிதன் தான் ஏற்கெனவே சொர்க்கத்திலிருப்பதாக ஒரு வாழ்க்கை வாழ்ந்தால், மரணம் அந்த மனிதனின் அனுபவத்திலிருந்து எதையுமே எடுக்க முடியாது.

இதுதான் சொர்க்கம் என்று உங்களுக்குப் போதிப்பதுதான் என் அணுகுமுறை. வேறு எங்கும் எந்த சொர்க்கமும் இல்லை. மேலும் மகிழ்ச்சியாக இருப்பதற்கு எந்த ஆயத்தமும் தேவையில்லை. அன்பு செலுத்துவதற்கு எந்தக் கட்டுப்பாடும் தேவையில்லை. கொஞ்சம் அதிக எச்சரிக்கை, கொஞ்சம் விழிப்பு, கொஞ்சம் புரிதல்.

உங்கள் ஆன்மாவிற்கு நீங்கள் எவ்வளவு மரியாதை கொடுக்கிறீர்களோ அதே மாதிரி உங்கள் உடலுக்கும் கொடுங்கள். உங்கள் ஆன்மாவைப்போல உங்கள் உடலும் புனிதமானதுதான். இருத்தலில் எல்லாமே புனிதமானதுதான். காரணம் இந்த முழு விஷயமே ஒரு தெய்வீக இதயத்துடிப்பால் பதைபதைத்துக் கொண்டிருக்கிறது.

ஒவ்வொரு தருணத்திலும் நீங்கள் ஒரு கட்ட விழிப்பணர்விலிருந்து இன்னொரு கட்ட விழிப்புணர்விற்கு நகர்ந்து கொண்டிருக்கிறீர்கள். உடல் அயர்ந்து தூங்கலாம். ஆனாலும் அது விழிப்புடனேயே இருக்கிறது. நீங்கள் அயர்ந்து தூங்கும்போது கொசு கடித்து உங்களைத் தொந்தரவு செய்தாலும், நீங்கள் அயர்ந்து தூங்குகிறீர்கள் உங்கள் கை மட்டும் கொசுவை விரட்டுகிறது என்பது உங்களுக்குத் தெரியும். உடலுக்கென்று ஒரு விழிப்பு உண்டு.

உடலுக்குள் லட்சக்கணக்கான, உயிரணுக்கள் இருப்பதாகவும், ஒவ்வொரு உயிரணுவிற்கும் ஒரு வாழ்க்கை இருக்கிறது என்றும் விஞ்ஞானிகள் சொல்கிறார்கள். நீங்கள் அதிசயிக்கும் திறனை இழந்து விட்டீர்கள். இல்லையென்றால் முதலில் உங்கள் உடலைக் கண்டுதான் வியந்து போவீர்கள். எப்படி ஓர் உடல் ரொட்டியை ரத்தமாக மாற்றுகிறது. ரொட்டியை ரத்தமாக மாற்றும் எந்தத் தொழிற்சாலையையும் இதுவரை

நாம் கண்டதில்லை. அது மட்டுமல்ல அது உங்கள் உடலுக்குத் தேவை யானது, தேவையற்றது என்று பிரிக்கிறது. தேவையற்றதைத் தூக்கி எறிகிறது. அதற்குப் பிறகு தேவையானது, வேறு செயல்பாடுகளுக்காக தேவைப்படுகிறது.

உடல் வெவ்வேறு இடங்களுக்கு, உடலில் வெவ்வெறு பகுதி களுக்கு, அவற்றின் தேவை எதுவாக இருந்தாலும் அதற்காக உடல் அனுப்பி கொண்டேயிருக்கிறது. உங்கள் எல்லாத் தேவைகளுக்கும் ஒரே மாதிரி உணவைத்தான் சாப்பிடுகிறீர்கள். அதே உணவை வைத்துதான் உங்கள் எலும்பு செய்யப்படுகிறது. உங்கள் ரத்தம் தயாராகிறது. உங்கள் தோல் உருவானது. உங்கள் கண்களுக்குப் பார்வை கிடைத்தது. உங்கள் மூளை உருவானது. மேலும் என்ன தேவை, அது எங்கு தேவை என்பது உடலுக்குத் தெளிவாகத் தெரியும். ரத்த ஓட்டம் தொடர்ந்து நடக்கிறது. ஒரு குறிப்பிட்ட ரசாயனத்தைக் குறிப்பிட்ட பாகங்களுக்கு அனுப்புகிறது.

அது மட்டுமல்ல, உடலுக்கு அதன் முன்னுரிமை தெரியும். முதல் முன்னுரிமை உங்கள் மூளைக்குத்தான், அங்கு தேவையான பிராணவாயு இல்லையென்றால், முதலில் உடல் உங்கள் மூளைக்குத்தான் பிராண வாயு கொடுக்கும். மற்ற பகுதிகள் கடினமானவை. அவை காத்திருக்க லாம். ஆனால் மூளை அணுக்கள் அத்தனை கடினமானவை அல்ல. ஆறு நிமிட நேரத்திற்குப் பிராண வாயு கிடைக்காவிட்டால் அது இறந்துவிடும். ஒரு முறை அது இறந்தால் அதற்கு உயிர் கொடுக்க முடியாது.

அதன் வெவ்வேறு செயல்பாடுகள் குறித்து புத்தியோடு இருப்பது ஒரு பிரம்மாண்ட வேலை. உங்களுக்கு ஒரு காயம் இருக்கிறது என்று வைத்துக் கொள்ளுங்கள். எந்தெந்த உறுப்புகள் தன்னைத்தானே காத்துக் கொள்ளும் என்று உடல் கருதுகிறதோ, அந்த உறுப்புகளுக்கான விநியோகத்தை நிறுத்திவிடும். முதலில் காயம் குணமாகவேண்டும். உடனடி யாக உடலிருக்கும் வெள்ளை அணுக்கள் காயம் பட்ட இடத்தை நோக்கி விரைந்து சென்று அதை மூடி திறந்து கொள்ளாமல் இருக்கச் செய்யும். அதன் பிறகு, வேலை நடக்கும், நுண்ணிய வேலை தொடரும்.

நாம் நம் உடலைப் போல புத்திசாலி அல்ல என்பதும் மருத்துவ விஞ்ஞானத்திற்குத் தெரியும். புகழ்பெற்ற மருத்துவர்கள் கூட, ''எங்களால் உடலைக் குணப்படுத்தவே முடியாது. உடலே தன்னைக் குணப்படுத்திக் கொள்ளும். நாங்கள் உதவத்தான் முடியும். அதிகபட்சம் எங்கள் மருந்துகளால் ஏதோ ஒரு வித உதவியைத்தான் செய்ய முடியும். ஆனால் அடிப்படை குணப்படுத்துதல் உடலிலிருந்துதான் வருகிறது. அது எப்படி நடக்கிறது என்பது ஓர் அதிசயம்தான். அது அப்படி ஒரு பரந்த வேலை'' என்று சொல்கின்றனர்.

என்னுடைய விஞ்ஞானி நண்பர் மூலமாக எனக்கு ஒரு விஷயம் தெரிய வந்தது. அவர் உடலின் செயல்பாடுகள் குறித்து வேலை செய்கிறார். நாம் அப்படி ஒரு வேலை செய்ய வேண்டுமானால் நமக்கு ஏறக்குறைய ஒரு மைல் நீள தொழிற்சாலை அதனுடன் மிகவும் சிக்கலான இயந்திரங்களும், கணினிகளும் வேண்டும். அதற்குப்பிறகும் கூட, நாம் வெற்றி பெறுவோம் என்பதை உறுதியாகச் சொல்ல முடியாது. உங்கள் மதங்களும் கூட உடலைத் தூக்கி எறிகின்றன. உடலைக் கவனித்துக் கொண்டால் அது மதத்திற்கு எதிரானது என்று மதங்கள் சொல்கின்றன.

முதலில், உள்ளே உங்கள் உடலோடு ஒன்றாகி விடுங்கள். பிறகு முழு இருத்தலோடு இணையுங்கள். பிரபஞ்சத்தோடு அதன் இதயத் துடிப்போடும் உங்கள் இதயத் துடிப்பு ஒருங்கிணைகிற நாளில் நீங்கள் மதத்தைக் கண்டுவிட்டீர்கள் என்றே அர்த்தம்! அதற்கு முன்பு அல்ல.

அத்தியாயம் - 6
பதற்றமும், தளர்வும்

✳

? நம் உடலில் நாம் ஒரு பதற்றத்தை உணர்வதற்குக் காரணமென்ன?

பதற்றத்திற்கு அடிப்படைக் காரணம், நாமே இணங்கி வரவழைத் துக் கொள்வதுதான். ஒருவர் எப்போதுமே ஏதோவொன்றாகத் துடிப்பது, இப்போது இருப்பதில் யாருமே நிம்மதியாக இல்லை. இருப்பதை யாருமே ஏற்றுக் கொள்வதில்லை. இருப்பதை மறுக்கிறோம். நீங்கள் இப்போது இருப்பதற்கும், நீங்கள் ஏதோ ஒன்றாக ஆக நினைப்பதற்கும் உள்ளதுதான் பதற்றத்திற்கு அடிப்படை ஆதாரம்.

நீங்கள் எதுவாகவோ ஆக ஆசைப்படுகிறீர்கள். பதற்றம் என்றால் நீங்கள் என்னவாக இருக்கிறீர்களோ அதில் உங்களுக்குத் திருப்தி இல்லை. நீங்கள் என்னவாக இல்லையோ அதற்காக ஏங்குகிறீர்கள். இந்த இரண்டுக்குமிடையேதான் பதற்றம். நீங்கள் என்னவாக ஆசைப் படுகிறீர்களோ என்பது விஷயமேயல்ல. நீங்கள் பணக்காரராக, புகழ் பெற்றவராக அதிகாரமுள்ளவராக அல்லது நீங்கள் முற்றிலும் சுதந்திர மானவராக, விடுதலை பெற்றவராக, ஒரு தெய்வீகத் தன்மையாக, இறவாத் தன்மை, நீங்கள் முக்தி பெற மோட்சம் அடைய எல்லாமேகூட பதற்றம்தான்.

எதுவாக இருந்தாலும் எதிர்காலத்தில் எதுவாகவோ ஆகிற ஆசை நிறைவேறவேண்டும், உங்களுக்கு எதிராக, நீங்கள் என்னவாக இருக்கிறீர்களோ அதற்கு மாறாக நினைப்பது எல்லாமே பதற்றம்தான். அடைய முடியாத லட்சியம் இருக்கும்போது அங்கு அதிக பதற்றம் இருக்க வாய்ப்புண்டு. ஒரு நபர் சாதாரண லோகயிதவாதியாக இருந்தால்

அதிகம் பதற்றம் இருக்காது. ஒரு மதவாதியைப் போல், காரணம் ஒரு மதவாதி நடக்க முடியாத காரியங்களுக்காகவும் தொலைதூரத்தில் இருப்பதற்கும் ஏங்குகிறான். தூரம் மிக அதிகம். அதனால் அதிகமான பதற்றம்தான் அந்த இடைவெளியை நிரப்ப முடியும்.

பதற்றம் என்றால் நீ என்னவாக இருக்கிறாயோ அதற்கும், நீ என்னவாக விரும்பகிறாயோ அதற்கும் உள்ள இடைவெளி. அந்த இடைவெளி குறைவாக இருந்தால் பதற்றமும் குறைவாக இருக்கும். அங்கு இடைவெளியே இல்லாமல் இருந்தால், நீங்கள் என்னவாக இருக்கிறீர்களோ அதில் நீங்கள் திருப்தி அடைந்துவிட்டதாக அர்த்தம். அதாவது, நீங்கள் என்னவாக இருக்கிறீர்களோ அதைத் தவிர வேறு எதுவாகவும் ஆக ஏங்கவில்லை. பிறகு உங்கள் மனம் அந்தத் தருணத்தில் மட்டுமே இருக்கிறது. நீங்கள் எதற்காகவும் பதற்றப்படவில்லை. நீங்கள் இருப்பதிலேயே திருப்தியாக இருக்கிறீர்கள். என்னைப் பொருத்த வரையில் இடைவெளி இல்லை யென்றால் நீங்கள் ஒரு மதவாதி.

இந்த இடைவெளியில் பல படிவங்கள் இருக்கின்றன. அந்த ஏக்கம் உடல் ரீதியாக இருந்தால் பதற்றமும் உடல் ரீதியாக இருக்கும். நீங்கள் ஒரு குறிப்பிட்ட உடலில், ஒரு குறிப்பிட்ட வடிவத்தை நாடினால் - நீங்கள் உடல் ரீதியாக எந்த அளவில் இருக்கிறீர்களோ அதுவில்லாமல் வேறு ஏதோ ஒன்றுக்கு ஏங்கினால் பிறகு உங்கள் உடலில் பதற்றம் இருக்கும். ஒருவர் இன்னும் அழகாக இருக்க விரும்புவார். உடனே அவர் உடல் பதற்றமடையும். அந்தப் பதற்றமும் முதலில் உடலில் உடல்ரீதியாகத் துவங்கும். பிறகு உடற்கூறுகளில் வற்புறுத்தி எப்போதுமிருந்தால், அது ஆழமாக அது இன்னும் ஆழமாகி இருந்தலின் மற்ற படிவங்களுக்குப் பரவும்.

நீங்கள் உளம் சார்ந்த அதிகாரத்திற்கு ஏங்கினால், பிறகு பதற்றமும் அந்த உளம் சார்ந்த அளவிலேயே இருக்கும். பிறகு அது பரவும். ஓர் ஏரியில் நீங்கள் கல்லெறிவதைப் போல இருக்கும் அந்தப் பரவல். ஓர் இடத்தில் விழும். ஆனால் அதன் மூலம் ஏற்படும் அதிர்வுகள் முடிவில் லாமல் பரவும். அதனால் பதற்றம் உங்களுடைய ஏழு உடல்களின் ஒன்றிலிருந்து கிளம்பும். ஆனால் உண்மையான ஆதார ஊற்று என்பது ஒரே இடம்தான். அது இருக்கிற நிலைக்கும், ஏங்குகிற நிலைக்கும் உள்ள இடைவெளிதான்.

உங்களுக்கு ஒரு குறிப்பிட்ட வகையான மனம் இருந்து அதை நீங்கள் மாற்ற நினைக்கிறீர்கள்; மாற நினைக்கிறீர்கள். நீங்கள் இன்னும் திறமை யுள்ளவராக, இன்னும் புத்திசாலியாக மாற நினைக்கிறீர்கள். பிறகு பதற்றம் உருவாகிறது. நாம் நம்மை முழுமையாக ஏற்றுக்கொண்டால்

பதற்றமில்லை. அந்த முழு ஏற்றுக்கொள்ளுதல்தான் அதிசயம். அதுதான் ஒரே அதிசயம். தன்னை ஏற்றுக்கொண்ட ஒரு நபரைக் கண்டு பிடிப்பதுதான் ஒரே வியப்பான விஷயம்.

இருத்தல் என்பதில் பதற்றமேயில்லை. பதற்றம் என்பது புனை வானது. இல்லாதவற்றின் சாத்தியங்கள். இப்போது இருப்பதில் எந்த பதற்றமும் இல்லை. பதற்றம் என்பது எப்போதுமே எதிர்காலம் சார்ந்தது. அது கற்பனையில் வருவது. நீங்கள் இருப்பது மாதிரியல்லாமல் வேறு எதுவாகவோ ஆக கற்பனை செய்வது. சாத்தியம் என்கிற கற்பனையில் தான் பதற்றம். அதனால் ஒரு மனிதர் அதிக கற்பனாவதியாக இருந்தால் அதிக பதற்றம். பிறகு அந்தக் கற்பனை அழிக்கக் கூடியதாக மாறி விடுகிறது.

கற்பனை கூட ஆக்கபூர்வமானதாக, உருவாக்குவதாக இருக்கலாம். உங்கள் கற்பனை நிகழ்காலத்தில் இருந்தால், இந்தத் தருணத்தில் எதிர்காலத்தில் அல்ல. பிறகு உங்கள் இருத்தலை ஒரு கவிதையாக பார்க்கலாம். உங்கள் கற்பனை ஓர் ஏக்கத்தை உருவாக்கவில்லை; அது வாழ்வதற்குப் பயன்படுகிறது. நிகழ்காலத்தில் வாழ்வது என்பது பதற்றத்திற்கு அப்பாற்பட்டது.

மிருகங்கள் பதற்றத்தில் இல்லை. மரங்கள் பதற்றத்தில் இல்லை. காரணம் அவற்றுக்குக் கற்பனை செய்யும் திறன் கிடையாது. அவை பதற்றத்திற்குக் கீழே உள்ளன. அதற்கு அப்பாலில்லை. அதனுடைய பதற்றம் உண்மையாகவில்லை. அவற்றின் செயலாற்றல் அவை. வளர்ச்சி பெறுகின்றன. ஒரு தருணம் வரும் அப்போது அந்த பதற்றம் அவற்றின் இருத்தலில் வெடிக்கும். பிறகு அவை எதிர்காலத்திற்கு ஏங்கும். அது நடக்கத்தான் போகிறது. கற்பனை செயல்படத் துவங்கும்.

கற்பனை செயல்படத்துவங்கிய முதல் கட்டமே எதிர்காலத்தை நினைப்பதுதான். நீங்கள் ஒரு பிம்பத்தை உருவாக்குகிறீர்கள். அது தொடர்பான யதார்த்தங்கள் இல்லாதபோது நீங்கள் மேலும், மேலும் பிம்பங்களை உருவாக்குகிறீர்கள். ஆனால் நிகழ்காலத்தைப் பொருத்த வரையில், அதன் தொடர்பான ஒரு கற்பனையை நீங்கள் உருவாக்க முடியும். இந்தக் கருத்தைப் புரிந்து கொள்ள வேண்டும்.

நீங்கள் ஒரு விழிப்போடு நிகழ்காலத்தில் இருந்தால், நீங்கள் உங்கள் கற்பனையில் வாழ்ந்து கொண்டிருக்கமாட்டீர்கள். பிறகு அந்தக் கற்பனை நிகழ்காலத்திலேயே ஒன்றை உருவாக்குகிற சுதந்திரம் கிடைக்கும். சரியான கவனம் மட்டும்தான் தேவை. நீங்கள் ஒரு கவிஞராக இருந்தால், அது கவிதையாக வெடிக்கும். அல்லது நீங்கள் ஓர் ஓவியராக இருந்தால், அது ஓவியமாக வடிவெடுக்கும். அந்த ஓவியம் நீங்கள் கற்பனை

செய்ததாக இருக்காது. ஆனால் அது உங்களுக்குத் தெரிந்ததைப் போல அதில் வாழ்ந்ததைப் போல இருக்கும்.

நீங்கள் உங்கள் கற்பனையில் வாழாதபோது, நிகழ்கால தருணம் உங்களிடம் கொடுக்கப்படுகிறது. நீங்கள் அதை வெளிப்படுத்தலாம்; அல்லது நீங்கள் மௌனத்தில் போகலாம்.

ஆனால் அந்த மௌனம், இப்போது, பழக்கத்திலுள்ளதைப் போல ஓர் இறந்த மௌனமாக இருக்காது. அந்த மௌனம் கூட நிகழ்கால தருணத்தைத் தான் வெளிப்படுத்தும். அந்தத் தருணம் ஆழமாக இருக்கும். அதை இப்போது மௌனத்தில் மூலமாக மட்டுமே வெளிப் படுத்த முடியும். கவிதை கூட போதாது. ஓவியம் கூட போதாது. எந்த வெளிப்பாடும் சாத்தியமில்லை. மௌனம்தான் ஒரே வெளிப்பாடு. அந்த மௌனம் கூட எதிர்மறையானது அல்ல. ஓர் ஆக்கபூர்வமான மலர்ச்சி. உங்களுக்கு ஏதோ ஒன்று மலர்ந்ததைப் போல, மௌனத்தில் மலர்ச்சி, அந்த மௌனத்தின் மூலமாக நீங்கள் வாழ்வது வெளிப் படுத்தப்படும்.

இரண்டாவது அம்சத்தையும் நினைவில் கொள்ள வேண்டும். கற்பனை வழியாக வெளிப்படும் இந்த நிகழ்கால வெளிப்பாடு எதிர் காலத்தின் கற்பனையோ அல்லது கடந்தகாலத்தின் மறுசெயலாகவோ இருக்காது. தெரிந்த எந்த அனுபவத்தின் வெளிப்பாடாகவும் இருக்காது. அது ஒரு அனுபவிக்கிற அனுபவம். நீங்கள் அதில் வாழ்வதைப் போன்ற, உங்களுக்குள் நடப்பதைப் போன்ற அனுபவம். வாழ்ந்த அனுபவமல்ல, ஆனால் அனுபவிப்பதற்கான வாழும் முறை.

பிறகு உங்கள் அனுபவம் அல்லது அனுபவிப்பதும் இரண்டு விஷயங்களல்ல. அவை இரண்டு அதே மாதிரி ஒன்றுதான். பிறகு அங்கு ஓவியரில்லை. அந்த அனுபவிப்பதுமே ஓர் ஓவியமாகும் அந்த அனுபவித்தல் தன்னை வெளிக்காட்டும். நீங்கள் உருவாக்குபவரல்லர். உங்கள் படைப்பாற்றல் ஒரு வாழும் சக்தி. நீங்கள் ஒரு கவிஞரல்லர், நீங்களே கவிதை. அந்த அனுபவம் எதிர்காலத்திற்கோ அல்லது கடந்த காலத்திற்கோ அல்ல. எதிர்காலம் கடந்த காலம் இரண்டிலிருந்தும் இல்லை. அந்தத் தருணமே எல்லையாக ஆகிவிடும். அதிலிருந்து எல்லாம் வரும். அது ஒரு மலர்ச்சி...

நீங்கள் இந்தப் பதற்றமற்ற தருணத்தை உங்கள் உடலில் உணரத் துவங்கினால், உங்களுக்கு இதுவரை தெரியாத ஒரு நல்ல இருத்தல் தெரிய வரும். ஓர் ஆக்கபூர்வமான நல்ல இருத்தல். நீங்கள் பதற்ற மில்லாமல் இருக்க வேண்டுமானால் தருணத்திற்குத் தருணம் இருத்தலில் இருந்தால் மட்டுமே முடியும். நீங்கள் சாப்பிட்டால் அந்தத்

தருணம்தான் எல்லையாக இருக்கும். பிறகு அதில் ஒரு கடந்தகாலமோ எதிர்காலமோ இருக்காது. சாப்பிடுகிற அந்த நிகழ்வேதான் எல்லாமே. நீங்கள் எதையும் செய்யவில்லை. நீங்கள் செய்வதாக ஆகிவிடுவீர்கள். அதில் எந்த விதப் பதற்றமும் இருக்காது. உங்கள் உடல் நிறைவடைந்த அனுபவமாக இருக்கும். அல்லது நீங்கள் ஒரு காம இணைப்பிலிருந்தால் அந்தக் காமம் கூட காம பதற்றத்தின் நிவாரணமாக இருக்காது. ஆனால், காதலின் ஆக்கபூர்வமான வெளிப்பாடாக இருக்கும். அந்தத் தருணம் முழுமை மொத்தமாக, முழுமையாக ஆகிவிட்டால் நீங்கள் அதில் முழுமை பெற்றுவிடுகிறீர்கள். பிறகு உங்கள் உடலில் ஓர் ஆக்க பூர்வமான நல்ல இருத்தல் இருப்பது உங்களுக்குத் தெரிய வரும்.

நீங்கள் ஓடினால் அந்த ஓட்டம் உங்கள் இருத்தலின் மொத்தமாக ஆகிவிடும். உங்களுக்குள் வரும் பரபரப்பாக நீங்கள் இருந்தால், அதிலிருந்து வேறொன்றாக இல்லாமல் ஆனால் அதில் ஒன்றாக இருப்பீர்கள். ஓர் எதிர்காலம் இல்லாவிட்டால், அந்த ஓட்டத்திற்கு ஒரு குறிக்கோள் இல்லை. ஓடுவதே ஒரு குறிக்கோள். இந்நிலையில் உங்களுக்கு ஓர் ஆக்கபூர்வமான நல்ல இருத்தல் தெரிய வரும். பிறகு உங்கள் உடலில் எந்தப் பதற்றமும் இல்லை. உடல்ரீதியான அளவில் உங்களுக்குப் பதற்றமில்லாத வாழ்க்கை தருணம் தெரிய வரும்.

உடல்ரீதியான பதற்றத்தை உருவாக்குகிறார்கள். மதத்தின் பெயரால், உடலுக்கு எதிராக எண்ணங்களை அவர்கள் போதிக்கிறார்கள். மேற்கில், கிறித்துவ மதம் அழுத்தம்திருத்தமாக உடலுக்கு எதிராகவே இருந்து வந்திருக்கிறது. ஒரு பொய்யான பிரிவை, ஒரு படுகுழியை உங்களுக்கும் உங்கள் உடலுக்குமிடைய உருவாக்கிவிட்டார்கள். பிறகு உங்கள் முழு பார்வையுமே பதற்றத்தை உருவாக்குவதாக ஆகிறது. நீங்கள் தளர்ந்த நிலையில் சாப்பிடவே முடியாது. நீங்கள் தளர்ந்த நிலையில் தூங்க முடியாது. உடலில் ஒவ்வொரு செயலுமே பதற்றம்தான். உடல்தான் எதிரி, ஆனால் அது இல்லாமல் நீங்கள் இருக்க முடியாது. அதோடுதான் இருக்க வேண்டும், நீங்கள் உங்கள் எதிரியோடு வாழ வேண்டும். அதனால் தொடர்ந்த பதற்றம். நீங்கள் தளரவே முடியாது.

உடல் உங்கள் எதிரியல்ல, அல்லது எப்போதும் வேறுபட்டோ, நட்பற்ற முறையிலோ இருக்கவே இருக்காது. உடல் இருப்பதே அடிப்படையே பேரின்பம்தான். நீங்கள் அந்த உடலை ஒரு பரிசாக, ஒரு தெய்வீகப் பரிசாக நினைக்கத் துவங்கிய தருணத்தில் நீங்கள் உங்கள் உடலிடம் திரும்பி வருவீர்கள். நீங்கள் அதை நேசிப்பீர்கள். நீங்கள் அதை உணருவீர்கள். அந்த உணர்வின் வழி என்பது மிகவும் நுட்பமானது.

உங்கள் உடலை நீங்கள் உணராவிட்டால், நீங்கள் இன்னொருவர் உடலை உணரவே முடியாது. நீங்கள் உங்கள் உடலை நேசிக்காவிட்டால் நீங்கள் வேறு எந்த உடலையும் நேசிக்க முடியாது. நீங்கள் அடுத்தவர் உடலின் மீது அக்கறை செலுத்த முடியாது. யாருமே அக்கறை கொள்வதில்லை. நான் அக்கறை கொள்கிறேன் என்று நீங்கள் சொல்லலாம். ஆனால் யாருமே அக்கறை கொள்வதில்லை. நீங்கள் அக்கறை எடுத்துக்கொள்வதாகத் தெரிந்தால் கூட, நீங்கள் உண்மையாக அக்கறை செலுத்தவில்லை. நீங்கள் வேறு ஏதோ ஒரு காரணத்திற்காக அக்கறை காட்டுகிறீர்கள். அடுத்தவர் கருத்திற்காக, மற்றவர்கள் பார்க்க வேண்டுமென்பதற்காக நீங்களாகவே உங்கள் உடல்மீது அக்கறை செலுத்துவதில்லை நீங்கள் உங்கள் உடலை நேசிப்பதில்லை. நீங்கள் அதை நேசிக்காவிட்டால், நீங்கள் அதில் இருக்க முடியாது.

உங்கள் உடலை நேசியுங்கள். பிறகு நீங்கள் ஒரு தளர்வை உணர்வீர்கள். அப்படி ஓர் உணர்வு அதற்கு முன்பு வந்திருக்காது. நேசம் ஒரு தளர்வு. எங்கு அன்பு இருக்கிறதோ அங்கு ஒரு தளர்வு இருக்கும். நீங்கள் யாரையாவது நேசித்தால் உங்களுக்கு அவருக்கும். அல்லது உங்களுக்கும் அவளுக்கும் ஒரு காதல் இருக்கும். அங்கு அன்பு இருக்கும். பிறகு அந்த அன்பிலிருந்து தளர்வு என்கிற இசை பிறக்கும். பிறகு அங்கு தளர்வு இருக்கும்.

நீங்கள் யாருடனாவது தளர்வாக இருந்தால், அதுதான் காதலின் ஒரே அறிகுறி. நீங்கள் யாருடனாவது தளர்வாக இல்லாவிட்டால் நீங்கள் காதலில் இல்லை. மற்றவர், எதிரி, அங்கேயே இருப்பார். அதனால்தான் சாத்ரே சொன்னார், 'அந்த மற்றவர் ஒரு நரகம்' சாத்ரேக்கு ஒரு நரகம் இருந்தது. அது இருக்கத்தான் செய்யும். இருவருக்குள் காதல் பாயா விட்டால், அடுத்தவர் நரகம்தானே. ஆனால் அவர்களுக்கிடையில் ஒரு அன்பு பாய்ந்து கொண்டிருந்தால், மற்றவர் சொர்க்கம். மற்றவர் சொர்க்கமா நரகமா என்பது இருவருக்குமிடையே பாயும் காதலைப் பொருத்தே இருக்கும்.

எப்போது நீங்கள் அன்பாக இருந்தாலும் ஒரு மௌனம் வரும். மொழி தொலைந்து போயிருக்கும். வார்த்தைகள் அர்த்தமற்றதாகிவிடும். உங்களிடம் நிறைய சொல்ல வேண்டியதிருக்கும். அதே சமயம் சொல்வதற்கு ஒன்றுமில்லாமல் இருக்கும். ஒரு மௌனம் உங்களைச் சூழ்ந்து கொள்ளும். அந்த மௌனத்தில் அன்பு மலரும். நீங்கள் தளர்ந் திருக்கிறீர்கள். அதில் எந்த எதிர்காலமும் இல்லை. ஒரு கடந்த காலமில்லை. அன்பு இருந்தால் மட்டுமே அங்கு ஒரு கடந்த காலம்

இருக்கும். உங்களுக்கு ஒரு இறந்த காதல் மட்டும்தான் நினைவிருக்கும், வாழும் காதல் நினைவில் வைத்துக்கொள்ளப்படுவதில்லை. அது வாழ்கிறது. அதை நினைவில் கொள்ள எந்த இடைவெளியுமில்லை. அதை நினைவில் கொள்ள இடமில்லை. காதல் என்பது நிகழ்காலம், அதில் எதிர்காலமோ கடந்த காலமோ இல்லை.

நீங்கள் யாரையாவது நேசித்தால் நீங்கள் பாவனை செய்ய வேண்டிய தில்லை. பிறகு நீங்கள் என்னவாக இருக்கிறீர்களோ அப்படியே இருக்கலாம். உங்கள் முகமூடியைக் கழற்றி வைத்துவிட்டுத் தளர்ச்சியாக இருக்கலாம். நீங்கள் காதலில் இல்லாதபோது ஒரு முகமூடியை போட்டுக் கொள்ள வேண்டியிருக்கிறது. ஒவ்வொரு தருணத்திலும் நீங்கள் பதற்றத்திலேயே இருக்கிறீர்கள். காரணம் அடுத்தவர் இருக்கிறாரே என்று நீங்கள் பாவனை செய்யவேண்டியிருக்கிறது. எப்போதும் எச்சரிக்கையாகவே இருக்க வேண்டியிருக்கிறது. நீங்கள் வேகமாக இருக்க வேண்டியிருக்கிறது. அது ஒரு சண்டை, ஒரு போர். நீங்கள் தளர்வாக இருக்கவே முடியாது.

காதலின் பேரின்பம்தான் ஏறக்குறைய தளர்வின் பேரின்பம். நீங்கள் தளர்வாக இருந்தால் நீங்களாக நீங்கள் இருக்க முடியும். ஒரு வகையில் நிர்வாணமாக, நீங்கள் இருப்பதைப் போல இருக்கலாம். நீங்கள் உங்களைப் பற்றிக் கவலைப்படவேண்டாம். நீங்கள் பாவனை செய்ய வேண்டியதில்லை. நீங்கள் வெளிப்படையாக இருக்கலாம். வளைந்து கொடுக்கலாம், அந்தத் திறப்பில் நீங்கள் தளர்வாக இருக்கலாம்.

இதே நிகழ்வுதான் நீங்கள் உங்கள் உடலை நேசித்தால் ஏற்படுகிறது. நீங்கள் தளர்ந்து இருக்கிறீர்கள், நீங்கள் அதைப் பற்றி அக்கறை எடுத்துக் கொள்கிறீர்கள். அது தவறில்லை. நீங்கள் உடலை நேசிப்பதனால் நீங்கள் ஒரு சுயகாதலன் ஆகிவிடமாட்டீர்கள். உண்மையில் அதுதான் ஆன்மிகத்தை நோக்கிய முதல் படி.

? எப்போதெல்லாம் நான் உணர்ச்சி அழுத்தத்தில் இருக்கி றேனோ அப்போதெல்லாம் என் உடல் பிரதிபலிக்கிறது- விஷயங்களை அப்படியே எடுத்துக் கொள்ளும்படி. அதுதான் மனதை அமைதியாக இருக்கச் செய்கிற சாவி என்றும் நீங்கள் அப்படியே இருத்தலைப் பற்றி பேசியிருப்பதைக் கேட்டிருக் கிறேன். உங்களிடம் என் உடலை அமைதிப் படுத்த வேறு ஏதாவது சாவி இருக்கிறதா?

அப்படியே இருத்தலின் தங்கச் சாவி சாதாரண சாவியல்ல. அதுதான் மூல சாவி. அது உங்கள் மனத்தில் வேலை செய்யலாம். அது இருதயத்திற்கு வேலை செய்யலாம், அது உடலுக்கு வேலை செய்யலாம். ஆனால் உடலுக்கு கொஞ்சம் அதிக நேரம் பிடிக்கும். நீங்கள் அப்படியே இருத்தலைப் பற்றி நான் பேச கேட்டபோது, முதலில் உங்கள் இதயம் அனுமதியானது. அப்படியே இருத்தலின் குளிர்ந்த காற்றை அனுபவித்தது. இருத்தலின் மீது ஓர் ஆழ்ந்த ஏற்பு. ஆனால் இதய அமைதியுறும் போது அது உங்கள் மனதையும் மாற்றத் துவங்குகிறது. மனம் இரண்டாம் இடமாக ஆகிவிட்டது. இதயத்தை விட அதற்கு கொஞ்சம் அதிக நேரம் பிடிக்கும்.

ஆனால் அதே சாவி வேலை செய்யும், ஆனால் உங்கள் மனதும் குளிர்ந்து விடும். உடல் என்பது மூன்றாவது, காரணம் அதுதான் அமைப்பு. உங்கள் இருத்தல்தான் உங்கள் மையம். அதற்கு மிக அருகாமையில் இருப்பது உங்கள் இதயம். அதற்குப் பிறகுதான் மனதின் வட்டம், பிறகு தான் உடலின் வெளி வட்டம். உங்கள் இருத்தலிலிருந்து அதிக தூரத்தில் இருப்பது உங்கள் உடல்தான். அதனால் விஷயங்கள் அங்கு போய்ச்சேர சற்று அதிக நேரம் பிடிக்கலாம். அதனால் படுக்கையில் படுத்தபடி உங்கள் உடல் அப்படி இருத்தலை உணரச் செய்யுங்கள். அதற்கு ஜலதோஷம் இருந்தாலும் பரவாயில்லை. ஜலதோஷம் என்பது நோயல்ல, அது ஒரு சுத்திகரிப்பு. உங்கள் உடலில் உள் இயந்திரத் தனத்தில் ஒரு சளி இருக்கிறது. அது ஒரு வகை உராய்வு தடை. அது உங்கள் உடலை சுலபமாக செயல்படச் செய்கிறது. அதிக மென்மையாக. மற்ற எல்லா இயந்திரனத்தனங்களையும் போல நீங்கள் அந்த உராய்வுத் தடையை மாற்ற வேண்டியிருக்கிறது. எப்போதாவது ஒரு முறை. குறைந்தது வருடத்திற்கு ஒரு முறை. அல்லது வருடத்திற்கு இரு முறை அந்த சளி இப்போது பழையதாகிவிட்டதால் அது முன்புபோல திறன் வாய்ந்ததாக இல்லை. அதனால் தூக்கி வெளியே எறிய வேண்டியிருக்கிறது. பிறகு உடல் புதிய சளியை வளர்த்துக்கொள்கிறது.

சளி என்பது ஒரு நோயே அல்ல. அதனால்தான் சளிக்கு மட்டும் மருந்தேயில்லை. அது ஒரு நோயாக இருந்தால், ஒரு மருந்து இருப்பது சாத்தியம். ''நீங்கள் உங்கள் மருந்தை எடுத்துக்கொள்ளாவிட்டால், உங்கள் ஜலதோஷம் என்பது ஏழு நாட்களுக்கு இருக்கும். நீங்கள் மருந்தை எடுத்துக் கொண்டால் உங்கள் ஜலதோஷம் ஒரு வாரத்திற்கு இருக்கும்'' என்றொரு முதுமொழி உண்டு. மருந்து அல்லது மருந்தில்லை. அது ஒரு நோயே அல்ல. அது ஒரு சுத்திகரிப்பு. அதனால் அதை ஏற்றுக்கொள்ளுங்கள், உடலில் ஏதாவது நோயிருந்தால் முதலில் அதை எதிர்க்காதீர்கள். மருந்தைப் பயன்படுத்துங்கள். ஆனால் உங்கள் முழு பார்வையும்,முழு மனோதத்துவமும் வேறு மாதிரி இருக்கும்.

மருந்தை இரண்டு வித்யாசமான, நேரெதிர் எண்ணத்தில் பயன்படுத்தலாம். ஒன்று நோயை அழிப்பது அது ஓர் எதிர் மறையான எண்ணம். இந்த எண்ணத்தில்தான் ஏறக்குறைய எல்லோருமே வாழ்கிறோம். அப்படியே இருத்தலைப் புரிந்து கொண்டவர்களுக்கு அந்த எண்ணமிருக்காது. இந்த உடல்நலக்குறைவு இந்த நேரத்திற்குத் தேவை என்று தான் அவர் நினைப்பார். அதனால் அதை நிராகரிக்காதீர்கள். நீங்கள் மருந்து எடுத்துக்கொள்வதே உங்கள் உடல் அந்த நோயை ஏற்றுக் கொள்வதற்குத்தான். உங்கள் உடலுக்குப் போதிய சக்தியைக் கொடுத்து அதன்மூலமாக நீங்கள் அந்த நோயுடன் அப்படியே இருந்து வாழலாம். நீங்கள் மருந்தை நோய்க்கு எதிராக எடுத்துக்கொள்ளவில்லை. நீங்கள் மருந்தை எடுத்துக்கொள்வதே உங்கள் வீர்யத்திற்கு, உங்கள் ஆரோக்யத்திற்கு உதவுவதற்காக, போதிய பலத்தோடு நீங்கள் அந்த நோயை ஒரு நண்பனை போல எற்றுக்கொள்வதற்கு, ஒரு பகைமையை உருவாக்குவதற்கு அல்ல. அப்படியே இருத்தல் என்கிற எண்ணம் உங்கள் இதயத்தின் குழப்பங்களுக்கு, உணர்ச்சிகளுக்கு, உணர்வுகளுக்கு உதவுவதைக் கண்டு வியந்து போவீர்கள். உங்கள் மனக் குழப்பங்கள், உங்கள் உடல்நலக்குறைவுக்கு உதவுகின்றன.

? தளர்வின் மதிப்பைப் பற்றி நீங்கள் பேசுவதைக் கேட்டிருக்கிறேன். ஆனால் ஒருவர் வேலை செய்யும்போது எப்படி தளர்வாக இருக்க முடியும்?

இந்த முழு சமூகமே ஏதாவது செய்வதற்காகவே முடக்கி விடப் பட்டிருக்கிறது. அது ஒரு வேலை போதை சமூகம். அது நீங்கள் தளர்வைப் பற்றி தெரிந்து கொள்ளவே கூடாது என்று நினைக்கிறது. அதனால் குழந்தையிலிருந்தே அது உங்கள் மனதில் தளர்விற்கு எதிரான எண்ணங்களையே போட்டு வைக்கிறது.

நாள் முழுவதும் நீங்கள் தளர்வாக இருங்கள் என்று நான் சொல்ல வில்லை. உங்கள் வேலையைச் செய்யுங்கள், ஆனால் ஏதோ ஒரு நேரத்தை உங்களுக்காகத் தேர்ந்தெடுங்கள். அதை உங்கள் வேலை ஓய்விலிருந்து தான் நீங்கள் கண்டெடுக்க முடியம். இருபத்தி நாலு மணி நேரத்தில் ஒரு மணி அல்லது இரண்டு மணி நேரம் ஓய்வு எடுங்கள். பிறகு நீங்களே வியந்து போவீர்கள். அது உங்களைப் பற்றிய ஓர் ஆழ்ந்த உள்பார்வையைக் கொடுக்கும். அது உங்கள் நடத்தையில் வெளிப்படை யாக ஒரு மாறுதலைக் கொடுக்கும். நீங்கள் இன்னும் அதிக அமைதி யடைவீர்கள். அதிக மௌனம். அது உன் வேலையின் தரத்தை மாற்றும்.

அது இன்னும் அழகாக கலைத்தன்மையோடு இருக்கும். முன்பு செய்ததை விட, தவறுகள் குறைவாகவே செய்வீர்கள். காரணம் இப்போது நீங்கள் அதிகமாக ஒன்றாகி இருக்கிறீர்கள். அதிக மையமாக. ஓய்வு என்பதற்கு அற்புதமான சக்தி உண்டு.

அது சோம்பேறித்தனமல்ல. வெளியிலிருந்து பார்த்தால், ஒரு சோம்பேறி மனிதன் எந்த வேலையும் செய்யாத மாதிரி இருக்கும். ஆனால் அவன் மனம் எவ்வளவு வேகமாகப் போக முடியுமோ அவ்வளவு வேகமாக போகிறது. ஓய்வான மனிதனிடம் அவன் உடல் ஓய்வாக இருக்கிறது. அவன் இதயம் ஓய்வாக இருக்கிறது. தளர்வு என்பது மூன்று படிவங்களில் உள்ளது. உடல், மனம், இதயம். இரண்டு மணி நேரம் அவன் அங்கு இல்லை. அந்த இரண்டு மணி நேரத்தில் அவன் உடல் மீள்கிறது. இதயம் மீள்கிறது. அவனுடைய புத்திசாலித்தனம் மீள்கிறது. எல்லா மீட்பும் வேலை செய்வதைப் பார்ப்பீர்கள்.

அவன் இழப்பவனாக இருக்க மாட்டான். இனிமேல் அவன் தீவிரமாக இருக்க மாட்டான், அவன் இங்கும் அங்குமாக ஓடிக் கொண்டிருக்க மாட்டான். அவன் எங்கு போக வேண்டுமோ அங்கு போவான். என்ன செய்ய வேண்டுமோ அதை மட்டுமே செய்வான். தேவையற்றதை செய்து கொண்டிருக்க மாட்டான். என்ன சொல்ல வேண்டுமோ அதை மட்டுமே சொல்வான். அவன் வார்த்தைகள் தந்தி பாணியில் இருக்கும். அவன் அசைவுகள் கூட அழகாக இருக்கும். அவன் வாழ்க்கையே ஒரு கவிதையாக இருக்கும்.

ஓய்வு உங்களை அப்படி அழகான உயரத்திற்கு மாற்ற முடியும். அது ஒரு சாதாரண வித்தை. அதில் அதிகமாக ஒன்றுமில்லை. உன் பழைய பழக்கத்தினால் முதல் சில நாட்கள் சற்று கடினமாக இருப்பதாக உணர்வாய். ஓய்வு உன்னிடம் வந்துதான் ஆகவேண்டும். அது உன் கண்களில் ஒரு புது ஒளியைக் கொண்டு வரும். உன் இருத்தலில் ஒரு புத்துணர்வு கிடைக்கும். தியானம் என்றால் என்னவென்று உனக்குப் புரிய வைக்கும். தியானம் என்கிற கோயில் வாயிலின் முதல் படி அதுதான். இன்னும் ஆழ்ந்த ஓய்வில் அது தியானமாக மாறும்.

? ஓய்வைப் பற்றி நீங்கள் ஏதாவது சொல்ல முடியுமா? என்னுடைய மையத்தில் என்னுடைய பதற்றம் இருக்கிறது என்பதைப் பற்றிய விழிப்புணர்வு எனக்கு இருக்கிறது. நான் இதுவரையில் மொத்தமாக ஓய்வாக இருந்ததில்லையோ என்று சந்தேகிக்கிறேன்.

மோத்த ஓய்வு என்பது உச்ச கட்டம். அந்தத் தருணத்தில்தான் ஒருவன் புத்தனாகிறான். அதுதான் உணர்தலின், புத்துணர்ச்சியின் தருணம். இயேசு என்னும் சுய உணர்வின் தருணம். நீங்கள் இப்போது ஒய்வாக இருக்கலாம். உங்கள் ஆழ்ந்த உள்ளே ஒரு பதற்றம் இருக்கும்.

ஆனால் ஓய்வு பெறத் துவங்குங்கள். வெளியிலிருந்து துவங்குங்கள். அங்குதான் நாமிருக்கிறோம். நாம் எங்கிருக்கிறோமோ அங்கிருந்துதான் துவங்க முடியம். உங்கள் இருத்தலின் வெளியிலிருந்து துவங்குங்கள். உங்கள் உடலை, நடத்தையை, செய்கையை மெதுவாக்குங்கள். உங்கள் எல்லா செய்கைகளையும் மெதுவாக்குங்கள். அவசரமாக இருக்காதீர்கள், அலட்சியமாகவும் இருக்காதீர்கள். எல்லா எல்லைகளும் உங்களுக்கு இருப்பதாக நகருங்கள். உண்மையில் அது உங்களுக்குள் இருக்கிறது. நாம் ஆரம்பத்திலிருந்து இங்குதான் இருக்கிறோம். நாம் இறுதிவரையில் இங்குதான் இருக்கப்போகிறோம். ஒரு துவக்கமிருந்தால் ஒரு முடிவிருக்கும். துவக்கமில்லாவிட்டால் முடிவில்லை. நாம் எப்போதும் இங்கேதான் இருக்கிறோம், எப்போதும் இங்குதான் இருப்போம். வடிவங்கள் மாறிக்கொண்டே போகலாம். ஆனால் பொருள் மாறாது. துணிகள் மாறிக்கொண்டே இருக்கும், ஆனால் ஆன்மா அப்படி அல்ல.

பதற்றம் என்றால் அவசரம், பயம் சந்தேகம். பதற்றம் என்றால் பாதுகாக்கிற ஒரு தொடர் முயற்சி என்று அர்த்தம். ஒரு பாதுகாப்பாக, பத்திரமாக. பதற்றம் என்றால் நாளைக்காக இன்றே தயார் செய்து கொள்வது அல்லது மரணத்திற்குப் பிறகு, நாளை நாம் யதார்த்தத்தைச் சந்திக்க முடியாது என்கிற பயம். அதனால் தயாராக இருங்கள். பதற்றம் என்றால் கடந்த காலத்தில் நீங்கள் உண்மையில் வாழவில்லை. ஆனால் எப்படியோ கடந்து வந்திருக்கிறீர்கள். அது உங்களைப் பிடித்துத் தொங்குகிறது. விடவில்லை. அது உங்களைச் சூழ்ந்து கொள்கிறது.

வாழ்க்கையைப் பற்றி ஒரு அடிப்படை விஷயத்தைத் தெரிந்து கொள்ளுங்கள். வாழாத எந்த அனுபவமும் உங்களைச் சுற்றித் தொங்கிக் கொண்டேயிருக்கும். அது இருந்து கொண்டே இருக்கும். ''என்னை முடித்து விடு, என்னை வாழவிடு, என்னை முடித்துவிடு'' என்று உங்களிடம் அடம் பிடிக்கும். ஒவ்வோர் அனுபவத்திலும் ஒரு கலந்த தன்மை இருக்கிறது, அது முனையும், முடித்திடச் சொல்லும்.

ஒரு முறை முடிந்ததும், அது ஆவியாகிறது, முடிவடைய வில்லை. அது அப்படியே இருக்கிறது. அது உங்களை சித்ரவதை செய்கிறது. அது உங்களைப் பிடிக்கிறது. அது உங்கள் கவனத்தை ஈர்க்கிறது. ''என்னை என்ன செய்யப்போகிறாய்? நான் இன்னும் முடிவடையாமல் இருக்கிறேன், என்னை நிறைவாக்கு'' என்று சொல்கிறது.

உங்களுடைய முழு கடந்த காலமும் உங்களைச் சுற்றித் தொங்கிக் கொண்டிருக்கிறது. எதுவுமே நிறைவுபெறவில்லை. காரணம் எதுவுமே உண்மையாக வாழவில்லை. எல்லாமே எப்படியோ கடந்திருக்கிறது. பாதியாக வாழ்ந்திருக்கிறது. எப்படி எப்படியோ, அரைகுறை ஆர்வ முறையில். அதில் ஓர் ஈடுபாடு இல்லை. ஓர் ஆசை இல்லை. தூக்கத்தில் நடப்பவரைப்போல நீங்கள் நகர்ந்திருக்கிறீர்கள், தூக்க நடையாளர். அதனால் கடந்த காலம் உங்களை விட்டு விலகாமல் பிடித்துக் கொண்டிருக்கிறது. எதிர்காலம் ஒரு பயத்தைக் கொடுக்கிறது. உங்கள் கடந்த காலத்திற்கும் எதிர்காலத்திற்குமிடையே உங்கள் நிகழ்காலம் நசுங்கிக் கொண்டிருக்கிறது. அதுதான் ஓரே யதார்த்தம்.

நீங்கள் உங்கள் வெளிப்புறத்திலிருந்து ஓய்வு எடுக்கவேண்டும். ஓய்வில் முதல் படி உடல்தான். நினைவு கொள்ளுங்கள். உடலைப் பார்க்க எவ்வளவு முறை முடியுமோ அவ்வளவு முறை பாருங்கள். நீங்கள் உங்கள் உடலில் எங்காவது ஒரு பதற்றத்தை சுமந்து கொண்டிருக் கிறீர்களா என்பதைக் கவனியுங்கள். கழுத்தில், தலையில், கால்களில் அதற்கு விழிப்போடு ஓய்வு கொடுங்கள். உடலின் அந்தப் பகுதிக்குச் செல்லுங்கள். அந்தப் பகுதியைச் சமாதானப்படுத்துங்கள். அதனிடம் ஓய்வாக இருக்கும்படி அன்பாக சொல்லுங்கள்.

நீங்கள் உடலில் எந்தப் பகுதிக்காவது சென்றால் நீங்கள் வியந்து போவீர்கள். அது கவனிக்கிறது. அதுதான் உங்களைத் தொடர்கிறது. அது உங்கள் உடல். கண்களை மூடிக்கொண்டு, உடலுக்குள் செல்லுங்கள். பாதத்திலிருந்து தலைவரை எல்லா இடங்களிலும் தேடுங்கள்; எங்காவது பதற்றம் இருக்கிறதா என்று பாருங்கள். பிறகு அந்தப் பகுதியிடம் பேசுங்கள். ஒரு நண்பனிடம் பேசுவதைப் போலப் பேசுங்கள். உங்களுக்கும் உங்கள் உடலுக்கும் ஒரு பேச்சு வார்த்தை நடக்கட்டும். ''எதுவுமில்லை. அதைக் கண்டு பயப்படாதே. பார்த்துக் கொள்ள நான் இருக்கிறேன். அதனால் நீ ஓய்வு எடு'' என்று சொல்லுங்கள். மெள்ள, மெள்ள, நீங்கள் அந்தத் தந்திரத்தைத் தெரிந்து கொள்வீர்கள். பிறகு உங்கள் உடல் ஓய்வெடுக்கும்.

பிறகு அடுத்த கட்டத்திற்குச் செல்லுங்கள். இன்னும் கொஞ்சம் ஆழமாக, மனதை ஓய்வெடுக்கச் சொல்லுங்கள். உங்கள் உடல் கேட்குமென்றால், மனமும் கேட்கும். ஆனால் நீங்கள் உங்கள் மனதிலிருந்து துவக்க முடியாது. நீங்கள் ஆரம்பத்திலிருந்துதான் துவக்க வேண்டும். நீங்கள் நடுவிலிருந்து துவக்க முடியாது. பலர் மனதிலிருந்து துவக்குகிறார்கள்; தோற்றுப் போகிறார்கள். காரணம் அவர்கள் தவறான இடத்திலிருந்து துவக்குகிறார்கள். எல்லாமே சரியான ஒழுங்கில் நடைபெற வேண்டும்.

நீங்கள் உங்கள் உடலை தன்னால் ஓய்வு பெறச் செய்யும் திறனைப் பெற்று விட்டால் பிறகு நீங்கள் மனத்தை தன்னால் ஓய்வு பெறச் செய்ய முடியும். மனம் அதிக சிக்கலான நிகழ்வு. உங்கள் உடல் நீங்கள் சொல்வதைக் கேட்கிறது என்கிற நம்பிக்கை உங்களுக்கு வந்துவிட்டால். உங்களுக்கு உங்கள் மீதே ஒரு புதிய நம்பிக்கை ஏற்படும். இப்போது உங்கள் மனம் கூட நீங்கள் சொன்னதைக் கேட்கும். மனதோடு சற்று அதிக நேரம் பிடிக்கும். ஆனால் அது நடக்கும்.

உணர்வுள்ள, உணர்ச்சிகளின் உலகம் என்பது மிகவும் சிக்கலானது. அதிக நுட்பமானது. ஆனால் இப்போது நீங்கள் நம்பிக்கையோடு நகர்வீர்கள். உங்கள் மீதே ஒரு பெரிய நம்பிக்கையுடன். இப்போது அது சாத்தியம் என்பது உங்களுக்குத் தெரியும். உங்கள் உடலோடு அது சாத்தியம் என்றால், மனத்தோடும் சாத்தியம். பிறகு இதயத்தோடும் அது சாத்தியம். பிறகுதான், நீங்கள் இந்த மூன்று படிகளையும் கடந்து விட்டால், நீங்கள் நான்காவதற்கு அடியெடுத்து வைக்க முடியும். இப்போது உங்கள் இருத்தலின் உள்ளார்ந்த மையத்திற்குப் போக முடியும். அது உடல், மனம், இதயத்திற்கு அப்பாற்பட்டது. உங்கள் இருத்தலின் சரியான மையம். நீங்களும் ஓய்வு பெற முடியும். அந்த ஓய்வுதான் மிகச் சிறந்த சந்தோஷத்தை உச்ச கட்டத்தை, பரவசத்தை ஏற்றுக் கொள்ளுவதைக் கொண்டு வரும். நீங்கள் முழு பேரின்பத்தோடு, உற்சாகத்தோடு இருப்பீர்கள். உங்கள் வாழ்க்கை ஒரு நடன தன்மை கொண்டதாக இருக்கும்.

முழு இருத்தலுமே நடனம்தான் மனிதனைத் தவிர முழு இருத்தலுமே ஓர் ஓய்வான அசைவில்தான் இருக்கிறது. அதில் அசைவு இருக்கிறது. நிச்சயமாக, ஆனால் அது முழுமையான ஓய்வில்! மரங்கள் வளர்கின்றன. பறவைகள் சத்தமிடுகின்றன. நதிகள் பாய்கின்றன. நட்சத்திரங்கள் நகர்கின்றன. எல்லாமே ஒரு மெதுவான பாணியில் போய்க் கொண்டிருக்கின்றன. எந்த அவசரமும் இல்லை. அலட்சியமும் இல்லை. எந்தக் கவலையுமில்லை. எந்தக் கழிவும் இல்லை. மனிதனைத் தவிர. மனிதன் தன் மனத்திற்குப் பலியாகிவிட்டான்.

மனிதன் கடவுளை விட உயரலாம். மிருகங்கள் தரம் தாழலாம். மனிதனுக்கு மிகப்பெரிய வடிகால்கள் உண்டு. கீழிருந்து மேல்வரை. மனிதன் ஓர் ஏணி.

உடலிலிருந்து துவங்குங்கள்; பிறகு மெள்ள, மெள்ள ஆழமாகச் செல்லுங்கள். அடிப்படையை முடிக்காமல் வேறு எதையும் துவக்காதீர் கள். உங்கள் உடல் பதற்றமாக இருந்தால், மனத்தோடு ஆரம்பிக்காதீர் கள். உடலில் வேலை செய்யுங்கள். சின்ன விஷயங்கள் கூட பெரிய உதவியாக இருக்கும்.

நீங்கள் ஒரு குறிப்பிட்ட வேகத்தோடு நடந்து செல்லுங்கள். அதுவே தானாக ஒரு பழக்கமாகிவிடும். இப்போது மெதுவாக நடக்கப் பழகுங்கள். புத்தர் தன் சீடர்களிடம் சொல்வார், "மெள்ள நடங்கள். ஒவ்வோர் அடியையும் விழிப்போடு வையுங்கள்." நீங்கள் ஒவ்வோர் அடியையும் விழிப்போடு எடுத்து வைத்தால், நீங்கள் மெதுவாக நடந்தே ஆகவேண்டும். நீங்கள் ஓடினால், அவசரப்பட்டால், நீங்கள் நினைவில் வைத்துக்கொள்ள மறந்து போவீர்கள். அதனால் புத்தர் மெதுவாக நடக்கிறார்.

மிக மெதுவாக நடக்க முயலுங்கள், பிறகு நீங்கள் வியந்து போவீர்கள், ஒரு புதிய தரமான விழிப்பு உடலில் ஏற்படத்துவங்கும். மெள்ளச் சாப்பிடுங்கள். நீங்கள் வியந்து போவீர்கள், அதில் ஒரு பெரிய ஓய்வு இருக்கிறது. எல்லாவற்றையும் மெதுவாகச் செய்யுங்கள்; பழைய பாணிகளை மாற்றுவதற்கு, உங்கள் பழைய பக்கத்திலிருந்து வெளியே வருவதற்காக மெதுவாகச் செய்யுங்கள்.

முதலில் உடல் முற்றிலும் ஓய்வு பெற வேண்டும். ஒரு சின்ன குழந்தையைப் போல, பிறகு தான் மனத்தோடு துவக்க வேண்டும். விஞ்ஞானப்பூர்வமாக நகருங்கள். முதலில் எளிமையாக, பிறகு வேகத்துடன் வெறியுடன் செல்லுங்கள். பிறகுதான் நீங்கள் உச்சகட்ட மையத்தில் ஓய்வு பெற முடியும்.

ஓய்வு பெறுவது என்பது ஒரு சிக்கலான நிகழ்வு. அது வளமையானது. பன்முகம் கொண்டது. எல்லாமே அதன் பகுதிகள், போக விடுங்கள். நம்பிக்கை, சரணாகதி, அன்பு, ஏற்றுக்கொள்ளுதல், பாய்ச்சலோடு போவது, இருத்தலோடு கலப்பது, அகந்தையற்ற நிலை. பரவசம். எல்லாமே அதன் பகுதிகள். நீங்கள் ஓய்வெடுக்கக் கற்றுக்கொண்டால் இது எல்லாமே நடக்கத் துவங்கும்.

உங்கள் மதம் என்று அழைக்கப்படுபவையெல்லாம் உங்களைப் பதற்றப்படுத்தியிருக்கின்றன. காரணம் அவை உங்களுக்குள் ஒரு குற்ற உணர்வை ஏற்படுத்தியிருக்கின்றன. என்னுடைய முயற்சி இங்கே உங்கள் குற்ற உணர்ச்சியையும், பயத்தையும் தூக்கிப்போடுவதுதான். நான் சொல்ல விரும்புவதெல்லாம் நரகமென்று ஒன்றில்லை சொர்க்க மென்று ஒன்றில்லை என்பதைத்தான். அதனால் நரகத்தைக் கண்டு அஞ்சாதீர்கள். சொர்க்கத்திற்காக பேராசைப்படாதீர்கள். எல்லாமே இந்தத் தருணத்தில் இருக்கிறது. இந்தத் தருணத்தை நீங்கள் நரகமாகவோ சொர்க்கமாகவோ மாற்ற முடியும். அது நிச்சயம் சாத்தியம். ஆனால் வேறு எங்கும் சொர்க்கம் என்றோ நரகம் என்றோ இல்லை. நீங்கள் பதற்றத்தோடு இருக்கும்போது அது நரகம். நீங்கள் ஓய்வாக இருக்கும் போது அது சொர்க்கம். முழு ஓய்வுதான் விண்ணுலகம்.

? ***நான் வேலை செய்யும்போது நான் ஒரு வேகமான மனிதன், ஆனால் ஏராளமான அழுத்தத்தை உணருகிறேன். என் அருகில் உள்ளவர்கள் என்னை ஓய்வெடுக்கச் சொல்கிறார்கள். ஆனால் அது கடினம். எனக்கு ஏதாவது ஆலோசனை சொல்ல முடியுமா?***

கனடாவைச் சேர்ந்த மனோதத்துவ ஆராய்ச்சியாளர், டாக்டர் ஹான்ஸ் சேயி. அவர் தன் வாழ்க்கை முழுவதும் ஒரே ஒரு சிக்கலில் தான் வேலை செய்து கொண்டிருந்தார். அதுதான் மன அழுத்தம். அவர் சில ஆழமான முடிவுகளுக்கு வந்துள்ளார். ஒன்று அழுத்தம் என்பது எப்போதுமே தவறானதல்ல. அதை அழகான வழிகளிலும் பயன் படுத்தலாம். அது எதிர்மறையாகத்தான் இருக்க வேண்டிய அவசிய மில்லை. ஆனால் அது எதிர்மறையானது என்று நினைத்தால், அது நல்லதல்ல. பிறகு நாம் பிரச்னைகளை உருவாக்குகிறோம். பிறகு அழுத்தமே உருவாக்கப்படலாம். ஒரு முதல் படிக்கட்டாக அது ஒரு படைப்பாற்றல் கொண்ட வடிவமாக ஆகலாம். ஆனால், சாதாரணமாக காலங்காலமாக அழுத்தம் என்பது கெட்டது என்று நமக்கு போதிக்கப் பட்டிருக்கிறது. அதனால்தான் நீங்கள் ஏதாவது மன அழுத்தத்தில் இருந்தால் உடனே பயப்படுகிறீர்கள். உங்கள் பயமே அதை இன்னும் அழுத்தமாக ஆக்குகிறது. அது உங்கள் நிலைமைக்கு உதவப் போவதில்லை.

உதாரணமாக, சந்தையில் ஏதோ ஒரு சூழல் காரணமாக உங்களுக்குள் ஓர் அழுத்தம் வருகிறது. அந்தத் தருணத்தில் நீங்கள் ஒரு பதற்றம் அழுத்தம் இருப்பதாக உணர்கிறீர்கள். இது இப்படி இருக்கக்கூடாது என்று பயப்படுகிறீர்கள். ''நான் தளர வேண்டும்'' இப்போது ஓய்வாக இருக்க நினைப்பது உதவாது. காரணம் நீங்கள் ஓய்வெடுக்க முடியாது. உண்மையில் ஓய்வெடுக்க நினைப்பது என்பது ஒரு புது வித அழுத்தத்தை கொடுக்கும். அழுத்தம் இருக்கிறது ஆனால் நீங்கள் ஓய்வெடுக்க நினைக்கிறீர்கள், உங்களால் முடியாது, அதனால் நீங்கள் பிரச்னையை மேலும் சிக்கலாக்குகிறீர்கள்.

அழுத்தம் இருக்கும்போது அதை ஓர் ஆக்கபூர்வமான சக்தியாக மாற்றுங்கள். முதலில், அதை ஏற்றுக் கொள்ளுங்கள். அதனுடன் சண்டை போட வேண்டிய அவசியமில்லை. அதை ஏற்றுக்கொள்ளுங்கள், எல்லாமே சரியாக இருக்கும். ''சந்தை சரியாக போகவில்லை. ஏதோ தவறாகப் போகிறது, நீங்கள் இடிக்க நேரிடலாம்'' என்றுதான் உங்கள் சக்தி உங்களிடம் சொல்கிறது. அல்லது வேறு ஏதாவது. அழுத்தம் என்பது

உடல் சண்டை போடத்தயாராகிவிட்டது. ஆனால் நீங்கள் இப்போது ஓய்வெடுக்க நினைக்கிறீர்கள். அல்லது வலிநிவாரணி மாத்திரைகளை அல்லது தூக்க மாத்திரைகளை எடுத்துக்கொள்கிறீர்கள். நீங்கள் உங்கள் உடலுக்கு எதிராகப் போகிறீர்கள். உடல் ஒரு குறிப்பிட்ட சூழலுக்கேற்ப சண்டை போடத் தயாராகிறது. ஒரு சவால் இருக்கிறது. அந்தச் சவாலைக் கண்டு குதூகலியுங்கள்.

சில சமயங்களில் உங்களால் இரவில் தூங்க முடியாவிட்டால் கூட கவலைப்படாதீர்கள். அது என்னவென்று பாருங்கள், அப்போது வரும் சக்தியைப் பயன்படுத்துங்கள். மேலும் கீழுமாக நடக்க ஆரம்பியுங்கள். ஓடுங்கள், நீண்ட நடைக்குத் தயாராகுங்கள். நீங்கள் என்ன செய்ய வேண்டுமென்று திட்டமிடுங்கள். மனம் என்ன செய்ய நினைக்கிறதோ அதைச் செய்யுங்கள், தூங்குவதற்கு முயல்வதற்குப் பதிலாக. அது சாத்தியமில்லை. அந்தச் சூழலை ஓர் ஆக்கபூர்வமான வழியில் பயன்படுத்துங்கள். உடல் பிரச்னையோடு சண்டையிடத் தயார் என்று அது சாதாரணமாக சொல்கிறது. இது ஓய்வெடுக்கிற நேரமல்ல. பிறகு ஓய்வெடுத்துக் கொள்ளலாம்.

உண்மையில் நீங்கள் உங்கள் அழுத்தத்திலேயே வாழ்ந்தால் தன்னாலேயே நீங்கள் ஓய்விற்கு வந்துவிடுவீர்கள். ஒரு தூரம் வரைதான் நீங்கள் போக முடியும். பிறகு உடல் தானாகவே ஓய்வெடுத்துக் கொள்ளும். நடுவில் நீங்கள் ஓய்வெடுக்க நினைத்துப் பிரச்னையை உருவாக்குகிறீர்கள். உடல் நடுவில் ஓய்வெடுக்க முடியாது. அது ஒரு ஒலிம்பிக் ஓட்டப்பந்தயக்காரரைப் போல, விசில் அடிப்பதற்காக, ஒரு சைகைக்காக அவர் காத்திருக்கிறார். வந்தவுடன் அவர் அந்த இடத்திலிருந்து காணாமல் போவார், அவர் ஒரு காற்றைப் போல பறப்பார். அவர் மிகுந்த அழுத்தத்தில் இருக்கிறார். அந்தச் சமயத்தில் அவர் ஓய்வெடுக்க நேரமில்லை. அப்போது ஒரு தூக்க மாத்திரையை எடுத்துக்கொண்டால் அவர் பந்தயத்திற்குப் பயன்படமாட்டார். அல்லது அவர் ஓய்வெடுத்து ஆழ்நிலை தியானத்திற்குப் போனால் அவர் எல்லாவற்றையும் இழப்பார். அவர் அந்த அழுத்தத்தைப் பயன்படுத்த வேண்டும். அந்த அழுத்தம் கொதித்துக்கொண்டிருக்கிறது. அவர் சக்தியைத் திரட்டிக் கொண்டிருக் கிறார். அவர் இன்னும் இன்னும் அதிகமான வீரியத்துடனும் திறனு டனும் இருக்கிறார். இப்போது அவர் அந்த அழுத்தத்தில் உட்கார்ந்து, அந்த சக்தியை ஓர் எரிசக்தியாகப் பயன்படுத்த வேண்டும்.

சேயீ இந்த விதமான அழுத்தத்திற்கு ஒரு புதுப் பெயர் கொடுத்திருக் கிறார். 'செறிவு அழுத்தம்' நன்னிலை உணர்வு என்பதைப் போல. அந்த ஓட்டக்காரர் ஓடினால் அவர் நல்ல தூக்கத்தில் விழுவார். பிரச்னை தீர்ந்தது. இப்போது பிரச்னையில்லை. அந்த அழுத்தம் தானாகவே காணாமல் போகிறது.

அதனால் இதையும் முயற்சி செய்து பாருங்கள். ஒரு அழுத்தமான சூழல் வரும்போது தடுமாறாதீர்கள், அதைக் கண்டு பயப்படாதீர்கள். அதற்குள் செல்லுங்கள், அதை சண்டை போட பயன்படுத்துங்கள். மனிதனுக்கு அபாரமான சக்தி இருக்கிறது, நீங்கள் அதை அதிகம் பயன்படுத்தும்போது, உங்களிடம் அதிகமாக கிடைக்கும். அது வரும்போது ஒரு சூழல் வரும், சண்டை போடுங்கள், உங்களால் என்ன செய்ய முடியமோ அதையெல்லாம் செய்யுங்கள், வெறித்தனமாக அதனிடம் செல்லுங்கள். அதை அனுமதியுங்கள், ஏற்றுக் கொள்ளுங்கள். அதற்கு வரவேற்பு கொடுங்கள். அது நல்லது, அது உங்களை சண்டை போட தயார் செய்யும். நீங்கள் அதனை வெளியேற்றிவிட்டால் நீங்கள் வியந்துபோவீர்கள். ஒரு பெரிய ஓய்வு வரும். அந்த ஓய்வு கூட நீங்கள் ஏற்படுத்திக்கொண்டதல்ல. என்ன ஒரு இரண்டு, மூன்று நாட்களுக்கு தூக்கம் வராது. பிறகு நாற்பத்து எட்டு மணி நேரம் நீங்கள் எழுந்திருக்கவே முடியாது. அது பரவாயில்லை.

நாம் பல தவறான எண்ணங்களை சுமந்து கொண்டிருக்கிறோம். உதாரணமாக, ஒவ்வொரு மனிதனும் எட்டு மணி நேரம் ஒரு நாளைக்குத் தூங்க வேண்டுமென்பது. அது சூழலைப் பொருத்தது. தூக்கமே தேவையில்லாத சூழல் ஒன்று உண்டு. உங்கள் வீடு தீப்பற்றிக் கொள்கிறது. ஆனால் நீங்கள் தூங்க முயற்சி செய்கிறீர்கள். இப்போது அது சாத்தியமேயில்லை. அது சாத்தியமாகவும் கூடாது. இல்லையென்றால் யார் நெருப்பை அணைக்கப்போகிறார்கள்? வீடு பற்றி எரியும்போது, மற்ற எல்லா விஷயங்களும் பின்னுக்குத் தள்ளப்படுகின்றன. திடீரென்று உங்கள் உடல் நெருப்போடு சண்டை போடத் தயாராகிறது. உங்களுக்குத் தூக்கமே வராது. நெருப்பு அணைந்துவிட்டது எல்லாமே அமைதியாகி விட்டது. பிறகு நீங்கள் அதிக நேரம் தூங்கலாம், அது போதும்.

எல்லோருக்கும் ஒரே மாதிரி நேர தூக்கம் என்பது தேவையில்லை. சில பேருக்கு மூன்று மணி நேரம் போதும், இரண்டு மணி நேரம், நான்கு மணி நேரம், ஐந்து மணி நேரம். ஆறு, எட்டு, பத்து, பன்னிரண்டு. மக்கள் வேறுபடுகிறார்கள். அதற்கு வரையறை கிடையாது. அழுத்தம் குறித்து கூட மக்கள் வேறுபடுகிறார்கள்.

உலகத்தில் இரண்டு வகையான மக்கள் இருக்கிறார்கள். ஒரு வகையானது பந்தயக் குதிரை. இன்னொரு வகை ஆமை. பந்தயக் குதிரை வகையை வேகமாகப் போக அனுமதிக்கா விட்டால், துரிதமாகப் போக வைக்கா விட்டால், அங்கு அழுத்தம் இருக்கும். அந்த வேகத்தை அதற்கு கொடுக்க வேண்டும். நீங்கள் ஒரு பந்தயக்குதிரை. அதனால் ஓய்வைப் பற்றி மறந்து விடுங்கள். அது மாதிரிதான். அது உங்களுக்கில்லை. என்னைப் போல ஆமைகள் இருக்கிறார்கள். அதனால் ஒரு பந்தயக்

குதிரையாக இருங்கள். அது உங்களுக்கு இயல்பானது. அதனால் ஓர் ஆமை அனுபவிக்கும் சந்தோஷத்தை நீங்கள் அனுபவிக்க நினைக்கா தீர்கள். அது உங்களுக்கு அல்ல. உங்களுக்கு வேறு விதமான மகிழ்ச்சி இருக்கிறது. ஆமை பந்தயக்குதிரையாக நினைத்தாலும் இதே பிரச்னைதான்.

உங்கள் இயல்பை ஏற்றுக்கொள்ளுங்கள். நீங்கள் ஒரு சண்டைக் காரர். ஒரு போர்வீரர். நீங்கள் அப்படித்தான் இருக்க வேண்டும். அதுதான் உங்கள் சந்தோஷம். இப்போது நீங்கள் பயப்படத்தேவையில்லை. அதனுள் முழுமனதுடன் செல்லுங்கள். சந்தையோடு சண்டை போடுங்கள். சந்தையுடன் போட்டி போடுங்கள். நீங்கள் உண்மையில் என்ன செய்ய நினைக்கிறீர்களோ அதைச் செய்யுங்கள். விளைவுகளைப் பற்றிக் கவலைப்படாதீர்கள். அந்த அழுத்தத்தை ஏற்றுக்கொள்ளுங்கள். ஒரு முறை அந்த அழுத்தத்தை நீங்கள் ஏற்றுக்கொண்டால் அது மறைந்து போகும். அது மட்டுமல்ல, நீங்கள் அதைப் பயன்படுத்தத் துவங்கி விட்டதால் நீங்கள் மகிழ்ச்சியடைவீர்கள். அது ஒரு வகையான பலம்.

ஓய்வு எடுக்கச் சொல்லும் மக்களிடம் கவனம் செலுத்தாதீர்கள். அது உங்களுக்கல்ல. உங்கள் ஓய்வு என்பது உங்களின் கடின உழைப்பிற்குப் பிறகு வருவது. ஒருவர் தன் வகையைத் தெரிந்து கொள்ள வேண்டும். அந்த வகையைத் தெரிந்து கொண்டால் பிரச்னையில்லை. பிறகு ஒருவர் ஒரு தெளிவான நேர்கோட்டைப் பிடிக்கலாம்.

? அதிகமான அழுத்த நிலையை எப்படி விளக்குவீர்கள்?

அதிக அழுத்தம் என்பது ஒரு வித மனநிலை. நீங்கள் அதிகமாகப் பகுத்தாய்ந்து பார்ப்பதில் கவனம் செலுத்தி உங்கள் உணர்வுகளை மறந்து விட்டீர்கள். சமநிலையற்ற தன்மையிலிருந்து வருவதுதான் மட்டுமீறிய அழுத்தம். அபரிதமான நம்பிக்கைதான் மட்டுமீறிய அழுத்தத்தின் அடிப்படை. தங்கள் தலையால் வாழ்பவர்களுக்குத்தான் மட்டுமீறிய அழுத்தம் வரும். ஓய்வு என்பது இதயத்திலிருந்து வருவது. தலையி லிருந்து இதயத்திற்கு சுலபமாக நகர ஒருவருக்குத் திராணி இருக்க வேண்டும். நீங்கள் வீட்டைவிட்டு வெளியே போய் மறுபடியும் உள்ளே வருவதைப் போல. தலைக்கும், இதயத்திற்கும் நழுவுகிற நிலையில் ஒருவர் இருக்க வேண்டும். நீங்கள் இருக்கும் ஆற்றின் இரு கரைகள் இவை. நீங்கள் ஒரு கரையையே பிடித்துக்கொண்டிருக்கக்கூடாது. இல்லையென்றால் உங்கள் வாழ்க்கையே ஏறுமாறாக இருக்கும்.

மேற்கு இந்த அதிக அழுத்தத்தால் அவதிப்படுகிறது. காரணம் அது தன் இதயத்தின் மொழியை மறந்துவிட்டது. இதயத்திற்கு மட்டும்தான் ஓய்வெடுக்கத் தெரியும். இதயத்திற்கு மட்டும்தான் அன்பு செலுத்த தெரியும். இதயத்திற்கு மட்டும்தான் கொண்டாட, குதூகலிக்கத் தெரியும். இதயத்திற்கு மட்டும்தான் ஆட, பாடத் தெரியும். தலைக்கு நடனத்தைப் பற்றி எதுவுமே தெரியாது. தலை, நடனம் என்பது முட்டாள்தனம் என்று சொல்லும். தலைக்கு கவிதை என்றால் என்னவென்று தெரியாது. தலை கவிதையைத் தூக்கியெறிந்து விடும்.

மிகப்பெரிய தத்துவஞானியான ப்ளோட்டோ தன்னுடைய உச்சகட்ட நடைமுறைக்கொவ்வாத குடியரசைப் பற்றி சிந்திக்கும்போது, அங்கே கவிஞர்களை நுழைய விடக்கூடாது என்றார். ஏன்? காரணம் அவருக்குக் கவிஞர்களைக் கண்டால் பயம். அவர் சொன்னார், கவிஞர்கள் புனைவுகளைக் கொண்டு வருவார்கள். கனவுகளைக் கொண்டு வருவார்கள். கவிஞர்கள் குழப்பங்கள், மாந்திரீகங்களைக் கொண்டுவருவார்கள். நமக்கு அது தேவையில்லை. எங்களுக்கு, மிகவும் தெளிவான. தர்க்க ரீதியான, கிளர்ச்சி தராத சமூகம்தான் தேவை. அந்த சமூகம் மட்டுமீறிய அழுத்தத்தில் இருக்கும். ப்ளாட்டோவின் குடியரசில் எல்லோருமே கிறுக்குப்பிடித்திருப்பார்கள். அது நடந்தால் என்ன ஆவது? அது நடக்கும் என்கிற பயம் இருக்கிறது. எல்லோருக்குமே ஒரு மனநோய் இருக்கும். எல்லோருமே தன்னுடன் ஒரு மனோ ஆராய்ச்சியாளரைக் கூடவே சுமந்து செல்வார்கள். அவர் எங்கே நகர்ந்தாலும், அவர்கள் ஒரு மனோ ஆராய்ச்சியாளரை சுமந்து செல்ல வேண்டும். இந்த நடைமுறை ஏற்கெனவே மேற்கில் வந்து கொண்டிருக்கிறது.

நியூயார்க்கில் ஒரு தெருவில் இரண்டு சிறுவர்கள் பேசிக்கொண்டிருந்தார்கள். ஏதோ நூற்றாண்டுகளாகப் பேசிக்கொண்டிருப்பதைப்போல! ஆனால் அவர்கள் சொன்னது புதியது. ஒரு சிறுவன் இன்னொருவனிடம் சொன்னான் "என் மனோ ஆராய்ச்சியாளர் எப்போது வேண்டுமானாலும் உன் மனோ ஆராய்ச்சி யாளரை நக்கி நசுக்கி விடுவார்." சிறுவர்கள் எப்போதும் அப்படித்தான் பேசுவார்கள் "எங்கப்பா எப்ப வேண்டுமானாலும் உங்கப்பாவை நக்கித் தள்ளி விடுவார்" அல்லது "என் வீடு எப்போதும் உன் வீட்டை விட பெரியது" அல்லது "என் நாய் உன் நாயை விட பலசாலி." இது ஒரு சிறு குழந்தையின் ஆரம்ப அகந்தை. ஆனால், "என் மனோ ஆராய்ச்சியாளர் எப்போது வேண்டுமானாலும் உன் மனோ ஆராய்ச்சியாளரை நக்குவார்." இது ஒரு வகையில் புதுசு.

மூன்று பெண்கள் தங்கள் குழந்தைகளைப் பற்றிப் பேசிக் கொண்டிருந்தார்கள். ஒருவர் சொன்னார், ''அவன் தான் வகுப்பில் முதல் ரேங்க். அவன் எப்போதுமே அவன் முதல்தான்.''

இரண்டாவது பெண் சொன்னாள், ''அது ஒன்றுமில்லை. என் குழந்தைக்கு ஏழு வயதுதான் ஆகிறது. ஆனால் அவன் ஒரு மொஸாட்டைப் போல, வாக்னரைப்போல இசைக்கிறான்.

மூன்றாவது பெண்மணி சொன்னாள், ''அது ஒன்றுமேயில்லை. என் குழந்தைக்கு ஐந்து வயதுதான் ஆகிறது. ஆனால் மனோதத்துவ நிபணரிடம் தனியாகவே போகிறான்''

அளவுக்கு அதிகமான அழுத்தம் என்பது நீங்கள் உங்கள் சமநிலையை இழந்து விட்ட நிலை. உங்கள் வாழ்க்கைக்குள் உங்கள் இதயத்தைக் கொண்டு செயல்பட நீ அனுமதிக்கப்போவதேயில்லை. தர்க்கம்தான் எல்லாம் என்றாகிவிட்டது. அந்தத் தர்க்கமும் கூட மேலெழுந்தவாரியானது. தர்க்கம், அதுவே எல்லாமாக ஆகும்போது, அது ஓர் எதிர்பார்ப்பைத்தான் உருவாக்கும். அது எந்த இடத்தையும் கொடுக்காது. அது புதிய பிரச்னைகளைக் கொண்டுவந்து கொண்டே இருக்கும். அது பிரச்னைகளைத் தீர்க்காது. அதனால் தீர்க்க முடியாது. அது அதனுடைய அதிகாரத்தில் இல்லை. அது பாவனை மட்டுமே காட்டும். அது உறுதி மட்டும்தான் கொடுக்கும். ''நான் செய்து காட்டுகிறேன்'' என்று அது சொல்லிக் கொண்டேயிருக்கும். ஆனால் அது ஒன்றுமே செய்யாது. பிறகு பிரச்னைகள் சேர்ந்து கொண்டே போகும். அந்தப் பிரச்னைகளிலிருந்து எப்படி வெளியே வருவது என்பது உங்களுக்குத் தெரியாது. காரணம் உங்கள் தலையிலிருந்து வெளியே வர உங்களுக்குத் தெரியாது. உங்களுக்குக் குழந்தைகளோடு விளையாடத் தெரியாது. எப்படி ஒரு பெண்ணைக் காதலிப்பது, எப்படி போய் மரங்களோடு பேசுவது, சில சமயம் நட்சத்திரங்களுடன் எப்படி விவாதம் நடத்துவது, உங்களுக்கு எல்லாமே மறந்துவிட்டது. நீங்கள் இனி ஒரு கவிஞரே அல்லர். நீங்கள் இனி உங்கள் இதயத்தால் உயிரோடு இல்லை.

எப்போதெல்லாம் உடலின் ஒரு பகுதி அடக்கப்படுகிறதோ, அந்தப் பகுதி பழிவாங்கத் துடிக்கும். மனதின் ஒரு பகுதி அடக்கப்பட்டால் அந்த பகுதியும் பழி வாங்கக் காத்திருக்கும். இதயம்தான் மிக முக்கியான பகுதி, மிகவும் அடிப்படையான பகுதி. ஒருவர் தலையில்லாமல் வாழலாம். ஆனால் ஒருவர் இதயமில்லாமல் வாழ முடியாது. தலை கொஞ்சம் மேலோட்டமானது. அது ஒரு விதமான ஆடம்பரம். ஆனால் இதயம் என்பது மிகவும் அவசியம். தலை மனிதனுக்கு மட்டும்தான் இருக்கிறது. அதனால் அது அவசியமானதாக இருக்க முடியாது. மிருகங்கள் அது

இல்லாமலே வாழ்கின்றன. சரியாக நன்றாகவே வாழ்கின்றன. அதைப் போல்தான் பறவைகளும் குழந்தைகளும், ஞானிகளும்.

தலை என்பது மேலோட்டமானது. அதற்கென்று சில செயல்பாடுகள் உள்ளன. அதை பயன்படுத்துங்கள். ஆனால் அது உங்களைப் பயன்படுத்தவிடாதீர்கள். ஒரு முறை உங்களைப் பயன்படுத்த துவங்கினால், அது ஆர்வத்தோடு இருக்கும். எதிர்பார்ப்பு வரும். பிறகு வாழ்க்கையே குமட்டும். அது ஒரு நீண்ட இழக்கப்பட்ட வலியாக இருக்கும். பிறகு அங்கு எங்குமே ஒரு பாலைவனச்சோலையைப் பார்க்கவே முடியாது. அத்தனையுமே ஒரு பாலைவனம்தான். நினைவில் கொள்ளுங்கள், அவசியமானதை அடக்கவே கூடாது. அவசியமற்றது அவசியமானதைத் தொடர வேண்டும், ஒரு நிழலைப் போல வர வேண்டும். ஒரு சிக்கலில் போகாமல் நீங்கள் எதையுமே மறுக்க முடியாது. இந்தக் கதையைக் கேளுங்கள்.

ஒரு நாள் ஒரு பறக்கும் தட்டு எல்ஸி கம்ட்ரீயின் தோட்டத்தில் வந்திறங்கியது. அவளுடைய காயப் போட்டிருந்த கோடை உடையில் வந்திறங்கியது. அந்தச் சமயத்தில் அவள் அதை அணிந்து கொண்டிருந் தால் வலி உயிர் போயிருக்கும்.காதைக் குடைகிற சத்தம். ஒரு வினோதமான பழுப்பு நிற மனிதன் அதிலிருந்து இறங்கினான். நேராக எல்ஸீ வீட்டுப் பின் கதவைத் தட்டினான்.

எல்ஸி கதவைத் திறந்தாள், சூழலைப் புரிந்து கொண்டு சொன்னாள், ''நீங்கள் பறக்கும் தட்டிலிருந்துதானே வருகிறீர்கள்?'' என்று கேட்டாள்.

''ம்...'' என்று வலியிலிருப்பவனை போல பதில் சொன்னான்.

''நீங்கள் செவ்வாய் கிரகத்திலிருந்து வருகிறீர்களா?'' எல்சி கேட்டாள்.

''ம்...'' என்றான் அந்த மனிதன், அவன் முகம் கோணிற்று,

''உங்களுக்கு எவ்வளவு காலம் எடுத்தது இங்கே வருவதற்கு? பத்து வருடங்கள்?'' எல்ஸீ கேட்டாள்.

''ம்''

''இருபது வருடங்கள்?''

''ம்'' என்றான் அந்த மனிதன், இப்போது அவன் முகத்தில் ஒரு கோபம்.

''இருபது வருடங்கள்? இந்த எல்லா காலமும் நீங்கள் பறக்கும் தட்டிலா இருந்தீர்கள்?''

''ம்'' என்றான், கோபத்தோடு.

''நான் உனக்கு என்ன செய்ய வேண்டும்?'' எல்ஸி கேட்டாள்.

அந்தக் குட்டி மனிதன் தன் வாயைத் திறந்தான். பெரும் கஷ்டத்தோடு சொன்னான், ''உங்கள் கழிவறையை நான் பயன்படுத்திக் கொள்ள லாமா?''

எதையுமே மறுத்துப் பாருங்கள், அதற்கு அதிக அதிகாரம் வந்துவிடும். இப்போது, கடந்த இருபது வருடங்களாக அவனால் ஒரு கழிவறையைக் கண்டுபிடிக்க முடியவில்லை. ஆனால் நீங்கள் முட்டாள்தனமான கேள்விகளைக் கேட்டுக்கொண்டிருக்கிறீர்கள். ''நீ எங்கிருந்து வருகிறாய்?'' ''நீ யார்?'' ''எத்தனை காலம்?'' அவனால் எப்படி பதில் சொல்ல முடியும்? அவனுடைய மறுக்கப்பட்ட ஒரு பகுதி வெறியோடு இருக்கிறதே?

பல பிறவிகளாக உங்கள் இதயத்திற்கு மறுத்துக் கொண்டே யிருக்கிறீர்கள். அது எழும்போது அது மிகப்பெரிய குழப்பங்களை உங்கள் வாழ்க்கையில் உருவாக்கும். முதலில் நீங்கள் உங்கள் மனதால் அவதிப்படுகிறீர்கள். அதன் பதற்றம், எதிர்பார்ப்புகள், பிறகு நீங்கள் உங்கள் இதயம் வெடிப்பதால் அவதிப்படுகிறீர்கள். அப்படித்தான் ஆகிறது ஒரு மனிதன் உடைந்து போகும்போது. முதலில் அவன் ஒரு பதற்றமான மன நிலையில் அவதிப்படுகிறான், பிறகு ஒரு நாள் அந்த இதயம் பழி வாங்குகிறது. வெடித்துக் கிளம்புகிறது. மனிதன் பைத்தியமாகிறான். தாறுமாறான பாதையில் போகிறான்.

இரண்டு சூழலுமே மோசமானவை. முதலில் அதிக தெளிவு. அது ஒரு தெளிவற்ற நிலையை உருவாக்கியது. ஓர் உண்மையான தெளிவு பெற்ற மனிதன் தன்னுடைய தெளிவுக்கும், தெளிவற்ற நிலைக்கும் இடையே சரி சமநிலையில் வாழ்கிறான். உண்மையில் தெளிவான மனிதனுக் குள்ளும் ஒரு கிறுக்குத்தனம் இருக்கிறது. அதை அவன் ஏற்றுக் கொள்கிறான். ஓர் உண்மையான பகுத்தறிவாளி, பகுத்தறிவற்ற விஷயங் களையும் மதிப்பான். காரணம் வாழ்க்கை அப்படி. உங்களுடைய காரணத்தினால் நீங்கள் சிரிக்க முடியாமல் போனால், காரணம் சிரிப்பதென்பது கேலிக்குரியது. பிறகு நீங்கள் பிரச்னைக்கு ஆளாகப் போகிறீர்கள். பிரச்னைதான் உங்கள் முடிவு. ஆமாம். தர்க்கம் நல்லதுதான். சிரிப்பும் நல்லதுதான். சிரிப்பு ஒரு சமநிலையைக் கொண்டு வருகிறது. மும்முரமாக இருப்பதும் சரிதான், மும்முரமற்று இருப்பது சரிதான். எப்போதும் ஒரு தொடர் சமநிலை இருக்க வேண்டும்.

நீங்கள் கயிறு மேல் நடப்பவரைப் பார்த்திருக்கிறீர்களா? அவர் தொடர்ந்து தன்னை சமநிலையிலேயே வைத்திருப்பார். சில சமயம் அவர் இடப்புறம் சாய்வார். தன் கோலினால் பிறகு ஒரு பகுதிக்கு வந்தவுடன் தனியாக ஒரு தருணம் வரும் இப்போது இடப்புறம் சாய்வார். இடப்புறம், வலப்புறம் சாய்ந்து அவர் முன்னேறிக்கொண்டே போவார். இடையே தன்னை நிலைப்படுத்திக் கொள்வார். அதுதான் அழகு, இடப்புறம் சாய்வது வலப்புறம் சாய்வது, இரண்டு எல்லைகளிலும் சாய்வது. அவர் மையத்தில் தன்னை இருத்திக் கொள்வார்.

நீங்கள் இடையில் இருக்க வேண்டுமானால், இரண்டு பக்கமும் மறுபடியும் மறுபடியும் சாய வேண்டும். நீங்கள் ஒன்றையே தேர்ந்தெடுக்க கூடாது. நீங்கள் தேர்ந்தெடுத்தால், நீங்கள் விழுந்துவீடுவீர்கள். நீங்கள் உங்கள் தலையை தேர்ந்தெடுத்தால் நீங்கள் விழுவீர்கள், நீங்கள் அதிக அழுத்தத்திற்குப் போவீர்கள். நீங்கள் உங்கள் இதயத்தைத் தேர்ந்தெடுத் தால், உங்கள் தலையை முழுமையாக மறக்கிறீர்கள், நீங்கள் பைத்திய மாவீர்கள். தேர்ந்தெடுத்துத்தான் ஆக வேண்டுமென்றால், பைத்திய மாவதையே தேர்ந்தெடுங்கள். இதயத்தைத் தேர்ந்தெடுங்கள். அது அவசியமானது.

ஆனால் நீங்கள் தேர்ந்தெடுத்துத்தான் ஆகவேண்டுமென்று நான் சொல்லவில்லை. நீங்கள் வற்புறுத்தினால், நான் தேர்ந்தெடுத்துத்தான் தீருவேன்'' என்று நீங்கள் சொன்னால் பிறகு வறண்ட புத்தியோடு இருப்பதை விட பைத்தியமாக இருங்கள். இதயத்தால் இருங்கள், அன்பு, கிறுக்குத் தனமாக அன்பு செலுத்துங்கள், பித்தனாகப் பாடுங்கள், கிறுக்குத் தனமாக ஆடுங்கள். அது எவ்வளவோ பரவாயில்லை. கணக்குப்பார்த்து, தர்க்கத்தோடு, பகுத்தறிவோடு, கெட்ட சொப்பனங் களோடு அவதிப் படுவதை விட பரவாயில்லை.

ஆனால் நீங்கள் இப்படி செய்யவேண்டுமென்பது என் யோசனை அல்ல. தேர்ந்தெடுக்காமல் இருங்கள் என்பதுதான் என்னுடைய யோசனை. தேர்ந்தெடுக்காத விழிப்புணர்வு. அதுதான் மூல வார்த்தை. தேர்ந்தெடுக்காமல் இருங்கள், விழிப்போடு இருங்கள். எப்போதாவது ஏதாவது நிலை தவறிப் போவதாக உணர்ந்தால், அந்தப் பக்கம் சாயுங்கள். மறுபடியம் ஒரு சம நிலையை கொண்டு வாருங்கள். இப்படித்தான் ஒருவர் நகர வேண்டும். வாழ்க்கையே கயிறு மேல் நடப்பது போல்தான்.

அத்தியாயம் - 7

மனச்சோர்வு

✳

பழைய காலத்தில் இதை மனச்சோர்வு நோய் என்றார்கள். இப்போது அதை மனத் தாழ்வுநிலை என்கிறார்கள். இதைத்தான் வளர்ந்த நாடுகளில் ஒரு பெரிய மனோதத்துவப் பிரச்னையாகப் பார்க்கிறார்கள். இதைத்தான் மன முறிவு அல்லது நம்பிக்கையின்மை என்று வர்ணிக்கிறார்கள். உற்சாகமற்ற சுய மதிப்பீடு இல்லாமை அல்லது சூழலில் ஆர்வமற்ற தன்மை.... இது தவிர உடல் ரீதியான அறிகுறிகள் அதாவது பசி இல்லாமை, தூக்கமின்மை, ஆண்மைக் குறைவு. மின்சார அதிர்ச்சி சிகிச்சை இப்போது பெரிதும் நீக்கப்பட்டு விட்டது. மருந்து அல்லது பேச்சு சிகிச்சை இப்போது அதேபோல் பலம் தருவதாக அல்லது தராமல் உள்ளன. இந்தத் தாழ்வு நிலைக்கு ரசாயனத்திலிருந்து, மனோதத்துவ ரீதி வரையில் பல்வேறு விளக்கங்கள் தரப்படுகின்றன.

தாழ்வு என்றால் என்ன? இது இந்தத் தாழ்ந்த உலகின் எதிர் விளைவா, திருப்தியற்ற நிலையின் பனிமூட்ட கால செயலின்மையா? ஒடுக்குதல் அல்லது அடக்குதலின் எதிர்விளைவுதான் இந்த தாழ்வுநிலையா? அல்லது இது சுய ஒடுக்குதலின் வெளிப்பாடா?

ஏதோ ஒரு தூரத்தில் ஒரு சொர்க்கம், ஓர் எதிர்காலம் என்கிற நம்பிக்கையிலேயே மனிதன் வாழ்ந்திருக்கிறான். அவன் நிகழ்காலத்தில் வாழ்ந்ததேயில்லை. அவனுடைய பொன்னான காலம் என்பதே

இனிமேல்தான் வரவேண்டும். பெரிய விஷயங்கள் நடக்கப்போகின்றன என்பதே அவனை உத்வேகத்துடன் வைத்திருக்கிறது. அவனுடைய ஏக்கங்கள் எல்லாமே நிறைவேறப்போகின்றன. எதிர்பார்ப்பே அவனுக்கு மிகப்பெரிய சந்தோஷம். நிகழ்காலத்தில் அவதிப்பட்டுவிட்டான். மிகுந்த துன்பத்தை அடைந்துவிட்டான். ஆனால் அவை எல்லாமே நாளை நிறைவேறும் என்கிற அவனது கனவுகளில் மறந்து போய்விட்டது. நாளை எப்போதுமே அவனுக்கு வாழ்க்கையைக் கொடுக்கப்போகிறது.

ஆனால் நிலைமைகள் மாறிவிட்டன. பழைய நிலமைகள் நன்றாக இல்லை. காரணம் நாளை - அதாவது அவனது கனவுகள் நிறைவேறப் போகின்றன என்பது நிறைவேறப் போவதேயில்லை. நம்பியே அவன் இறந்து போகிறான். அவன் மரணத்தில் கூட ஓர் எதிர்கால வாழ்க்கை இருப்பதாக நம்புகிறான். ஆனால் அவன் எந்த சந்தோஷத்தையும், எந்த அர்த்தத்தையும் உண்மையில் அவன் அனுபவித்ததேயில்லை. ஆனால் அது சகிக்கும்படியாக இருந்தது. அதுதான் இன்றைய பிரச்சினை. அது கடந்து போகும். நாளை இனிதான் வரப்போகிறது. இந்த மதகுருக்கள், இறை தூதர்கள், காப்பாளர்கள், அவனுக்கு எல்லாவிதமான இன்பங் களையும் தருவதாக உறுதியளிக்கிறார்கள். எங்கே? சொர்க்கத்தில்! அரசியல் தலைவர்கள், சமூக கொள்கையாளர்கள், கனவாளர்கள் ''சொர்க்கத்திலல்ல, அந்த பூமியிலேயே, எங்கோ தொலைதூர எதிர் காலத்தில், சமூகம் ஒரு மொத்த புரட்சியைக் காணும்போது, அங்கே வறுமையில்லாமல், வகுப்பு பேதமற்று, அரசாங்கமே இல்லாமல், மனிதனின் முழு சுதந்திரத்தோடு அவனுக்கு தேவைப்படுவதெல்லாம் கிடைக்கிற நாளில் எல்லாம் நடக்கும்'' என்று அவனுக்கு உறுதியளிக் கிறார்கள்.

இரண்டுமே ஒரே மனோதத்துவ தேவைகளைத்தான் பூர்த்தி செய்கின்றன. பொருள்ரீதியாக, கொள்கைவாதிகளாக, சமூக கனவாளர் கள் அறைகூவல் விடுகிறார்கள், பொருள்ரீதியாக இல்லாதவர்களிடம் இந்த மதத் தலைவர்கள் வேண்டுகோள் விடுக்கிறார்கள். ஆனால் வேண்டு கோளின் நோக்கம் ஒன்றுதான். நீங்கள் என்னவெல்லாம் கற்பனை செய்கிறீர்களோ, நீங்கள் கனவு காணக் கூடியது, நீங்கள் ஏங்கக் கூடியது, முழுக்க நிறைவேற்றப்படும். அந்தக் கனவுகளோடு, உங்களுடைய நிகழ்கால துன்பங்கள் மிகவும் சிறியவை

உலகத்தில் ஓர் உத்வேகம் இருந்தது. மக்களிடம் இந்தத் தாழ்வுணர்ச்சி இல்லை. தாழ்வு என்பது ஒரு சமகால நிகழ்வு, அது வந்ததற்குக் காரணம் அங்கு நாளை என்பது இல்லை. எல்லா அரசியல் கொள்கைகளும் தோற்று விட்டன. மனிதன் சரிசமமானவன் என்பதற்கு சாத்தியங்கள் இல்லை. அரசாங்கமே இல்லாத காலம் வரப்

போவதில்லை. உங்களுடைய எல்லாக் கனவுகளுமே நிறைவேறும் என்பதும் நடக்கப் போவதில்லை.

இப்போது இதுவே ஒரு பெரிய அதிர்ச்சி. கூடவே மனிதனும் முதிர்ந்து விட்டான். அவன் தேவாலயத்திற்குப் போகலாம், மசூதிக்குப் போகலாம். யூத திருக்கோவிலுக்குப் போகலாம், கோவிலுக்குப் போகலாம். ஆனால் அவை வெறும் சமூக இணக்கங்கள் மட்டுமே. காரணம் அவனுக்கு அந்த இருட்டில், அந்த தாழ்ந்த நிலையில், தனியாக இருக்கப் பிடிக்கவில்லை. அவனுக்கு கூட்டத்தோடு இருக்க வேண்டியிருக்கிறது. ஆனால் அவனுக்கே அடிப்படையில் எந்த ஒரு சொர்க்கமும் இல்லை என்பது தெரியும். எந்தக் காப்பாளரும் வரப்போவதில்லை என்பதும் தெரியும்.

இந்துக்கள் கிருஷ்ணனுக்காக ஐயாயிரம் வருடங்கள் காத்திருந்தார்கள். அவன் வருவேன் என்று மட்டும் உறுதியளிக்க வில்லை, எப்போதெல்லாம் துன்பங்கள், வேதனைகள், எப்போ தெல்லாம் நல் ஒழுக்கத்தின் மீது தீய நடத்தைகள் ஏறி உட்கார்ந்து கொள்கிறதோ நல்ல, சாதாரண, அப்பாவி மக்கள் போலியான, சூழ்ச்சியானவர்களால் ஏமாற்றப்படுகிறார்களோ அப்போதெல்லாம் நான் வருவேன் என்று உறுதியளித்தான். ஆனால் ஐயாயிரம் வருடங்கள் அவன் வருவதற்கான அறிகுறியே இல்லை.

இயேசு தான் வருவதாக உறுதியளித்தார். எப்போது வருவீர்கள் என்று கேட்டபோது, "வெகுவிரைவில்" என்று அவர் சொன்னார். நான் அதைக் கொஞ்சம் நீட்டுகிறேன். "மிக விரைவில்." ஆனால் இரண்டாயிரம் வருடமல்ல, அது மிக அதிகம்.

நம் துன்பங்கள், வலிகள், நம் சங்கடங்களை எடுத்துக் கொண்டு விடுவார்கள் என்பதெல்லாம் இனியும் எடுபடாது. நமக்காகக் கவலைப்பட ஒரு கடவுள் இருக்கிறார் என்கிற எண்ணமே ஒரு சாதாரண நகைச்சுவையாகப் போய்விட்டது. இந்த உலகத்தைப் பார்க்கும்போது, அக்கறைப்பட யாருமேயில்லை என்றுதான் தோன்றுகிறது.

உண்மையில், இங்கிலாந்தில் கிட்டத்தட்ட முப்பதாயிரம் மக்கள் சாத்தானை வழிபடுகிறார்கள். இங்கிலாந்தில், உலகத்தின் ஒரு சிறிய பகுதியில். நம் கேள்விகளுக்கு அவர்களுடைய கொள்கைகளைப் பார்ப்பது நல்லது. அவர்கள் சாத்தான்கள் கடவுளுக்கு எதிரானதல்ல, சாத்தானும் கடவுளின் பிள்ளைதான் என்று சொல்கிறார்கள். கடவுள் உலகத்தைக் கைகழுவி விட்டார். கடவுள் அக்கறை எடுத்துக் கொள்ள வில்லை. இப்போதிருக்கிற ஒரே நம்பிக்கை இந்த சாத்தானை அக்கறை எடுத்துக்கொள் என்று கெஞ்ச வேண்டும். முப்பதாயிரம் மக்கள் சாத்தானைக் கடவுளின் பிள்ளையாக வழிபடுகிறார்கள். காரணம் கடவுள்

இந்த உலகத்தைக் கைகழுவி விட்டார் என்பதால்தான். அவர் இனியும் அக்கறை படப்போவதில்லை. அவர் மகனிடம் வேண்டுவது நியாயம் தானே, எப்படியாவது சடங்குகள், பூஜைகள், வழிபாடு மூலமாக அவரை சமாதானப்படுத்தினால், துன்பங்கள், இருள், நோய்களைக் களைய லாமே. இது ஒரு மூர்க்கத் தனமான முயற்சி.

உண்மையென்னவென்றால் மனிதன் எப்போதுமே வறுமையில் இருந்திருக்கிறான். வறுமையில் ஓர் அழகான விஷயம் உண்டு. அது எப்போதுமே உங்கள் நம்பிக்கையை அழிக்காது. அது உங்கள் கனவு களுக்கு எதிரானதல்ல. அது எப்போதுமே நாளை என்கிற ஓர் உற்சாகத்தைக் கொண்டு வரும். வறுமையில் வாடும் ஒருவர் நல்லது நடக்கும் என்கிற ஒரு நம்பிக்கையில் இருக்கிறார். இந்தக் கெட்ட காலம் கடந்து போவது. விரைவில் ஒரு வெளிச்சம் வரும் என்கிற நம்பிக்கையில் இருக்கிறார்கள். ஆனால் அந்த நிலை மாறிவிட்டது. வளர்ந்த நாடுகளினை நினைவில் கொள்ளுங்கள். இந்தத் தாழ்வு மனநிலை வளரும் நாடுகளில் இல்லை. ஏழை நாடுகளில் இல்லை. அங்கே மக்கள் நம்பிக்கையோடு இருக்கிறார்கள். ஏங்கிய எல்லாவற்றையும் பெற்று விட்ட வளர்ந்த நாடுகளில்தான். இப்போது அங்கே சொர்க்கம் இல்லை. வகுப்பு பேதமற்ற சமூகம் எந்த உதவியையும் செய்யப்போவதில்லை. எந்தக் கனவுலகமும் திருப்தியடையச் செய்யப் போவதில்லை. அவர்கள் இலக்கை அடைந்து விட்டார்கள். இலக்கை அடைந்த இந்தச் சாதனையே ஒரு மன அழுத்தத்தைக் கொடுக்கிறது. இப்போது அங்கு நம்பிக்கை யில்லை. நாளை என்பது இருள், நாளை மறுநாள் இன்னும் அதிக இருளாக இருக்கப்போகிறது.

அவர்கள் கனவில் கண்டவையெல்லாம் அழகாக இருந்தன. அதனுடைய விளைவுகளைப் பற்றி அவர்கள் கவலைப்படவில்லை. இப்போது கிடைத்தவுடன், அதனுடன் அதன் விளைவுகளும் கிடைத்து விட்டன. ஒரு மனிதன் ஏழை, ஆனால் அவனுக்குப் பசியிருக்கிறது. அதனால் பணக்காரனாக இருந்து பசியில்லாமல் இருப்பதை விட, ஏழையாக இருந்து, பசியோடு இருப்பது பரவாயில்லை. உங்கள் தங்கம், வெள்ளி, டாலர்களை வைத்துக் கொண்டு என்ன செய்யப்போகிறீர்கள்? நீங்கள் அதை சாப்பிட முடியாது. உங்களிடம் எல்லாம் இருக்கிறது. ஆனால் பசி காணாமல் போய்விட்டது. இதற்காகத்தான் இத்தனை நாள் பாடுபட்டுக் கொண்டிருந்தீர்கள். நீங்கள் ஜெயித்துவிட்டீர்கள்... நான் மறுபடியும் சொல்லியிருக்கிறேன். வெற்றியைப்போல ஒரு தோல்வி கிடையாது. நீங்கள் அடைய வேண்டிய இடத்தை அடைந்துவிட்டீர்கள். ஆனால் அதன் உபபொருட்களைப் பற்றி நீங்கள் கவலைப்படவில்லை. உங்களிடம் பல கோடி ரூபாய்கள் உள்ளன. ஆனால் உங்களால் தூங்க முடியாது.

மனிதன் தான் போற்றி வளர்த்த லட்சியத்தை அடைந்துவிடுகிறான், அதற்குப்பிறகுதான் அதனுடன் பல விஷயங்கள் இருப்பதே அவனுக்குத் தெரிய வருகிறது. உதாரணமாக, உங்கள் முழு வாழ்க்கையிலுமே நீங்கள் பணம் சம்பாதிக்க நினைக்கிறீர்கள், அது கிடைத்தவுடன், நீங்கள் ஒரு விடுபட்ட வாழ்க்கை வாழப்போவதாக நினைக்கிறீர்கள். ஆனால் உங்கள் முழு வாழ்க்கையிலுமே பதற்றமாக இருக்கிறீர்கள். அந்தப் பதற்றமே உங்களது கட்டுப்பாடாக ஆகிவிட்டது. உங்கள் வாழ்க்கையில் இறுதியில், உங்களுக்குத் தேவையானபணம் கிடைத்தவுடன், உங்களால் ஓய்வாக இருக்க முடியாது. உங்கள் முழு வாழ்க்கையுமே பதற்றம் வேதனை, கவலையின் கட்டுப்பாட்டில் வந்துவிட்டது. அதனால் உங்களால் ஓய்வெடுக்க முடியாது. நீங்கள் ஜெயித்தவரல்லர்; தோல்வி யாளர். உங்கள் பசியை இழந்துவிட்டீர்கள், உங்கள் சிந்தனையை, உணர்வுகளை அழித்துவிட்டீர்கள். உங்கள் கலை உணர்வை அழித்து விட்டீர்கள். பணத்தை கொடுக்காத இவற்றையெல்லாம் கவனிக்க உங்களுக்கு நேரமில்லை.

நீங்கள் பணத்துக்காக ஓடிக்கொண்டிருக்கிறீர்கள். ரோஜாவைப் பார்க்க யாருக்கு நேரமிருக்கிறது? சிறகுகளோடு பறக்கும் பறவைகளைப் பார்க்க யாருக்கு நேரம் இருக்கிறது? மனித குலத்தின் அழகைப் பார்க்க யாருக்கு நேரம் இருக்கிறது? ஒரு நாள் எல்லாம் கிடைத்தவுடன் நீங்கள் ஓய்வாக ரசிக்கப்போவதாக நினைத்து நீங்கள் இதையெல்லாம் ஒத்திப் போடுகிறீர்கள். ஆனால் உங்களுக்கு எல்லாம் கிடைத்தவுடன்நீங்கள் ஒரு குறிப்பிட்ட வகையான கட்டுப்பட்ட மனிதனாகிவிடுகிறீர்கள். ரோஜாவைப் பார்க்காமல் குருடராக, அழகைக் காண முடியாதவராக, தவறாக இசையை ரசிக்க முடியாதவராக, நடனத்தைப் புரிந்துகொள்ள முடியாதவராக, கவிதையைப் புரிந்து கொள்ள முடியாதவராக, பணத்தை மட்டுமே புரிந்து கொள்ள முடிந்தவராக உங்களைக்கட்டுக்குள் வைத்துக் கொண்டீர்கள். ஆனால் இந்தப் பணம் திருப்தியைக் கொடுப்பதில்லை.

இதுதான் மன அழுத்தத்திற்குக் காரணம். அதனால்தான் வளர்ந்த நாடுகளில், அதுவும் வளர்ந்த நாடுகளில் பணக்கார வகுப்பினரிடையே மட்டும். வளர்ந்த நாடுகளில் ஏழை மக்களும் இருக்கிறார்கள். ஆனால் அவர்களுக்கு மன அழுத்தமில்லை. இப்போது நீங்கள் அந்த மனிதனுக்கு எந்த நம்பிக்கையும் கொடுக்க முடியாது. அவன் அழுத்தத்தைப் போக்க காரணம் அவனிடம் ஒருவர் கொடுப்பதற்கு மேலாக எல்லாம் இருக்கிறது. அவன் நிலை மிகவும் பரிதாபத்திற்குரியது. அவன் விளைவு களைப் பற்றிக் கவலைப்படவில்லை. அதனுடைய உப பொருட்களைப் பற்றி அவன் கவலைப்பட வில்லை. பணத்தை சம்பாதிப்பதில் அவன் எதை இழக்கப்போகிறான் என்பதைப் பற்றி அவன் யோசிப்பதில்லை.

அவன் சந்தோஷப்படுத்தக் கூடிய எல்லாவற்றையும் இழக்கப்போவதைப் பற்றியும் அவன் யோசிக்கவில்லை. காரணம் அவன் இவையெல்லா வற்றையும் புறம் தள்ளிவிட்டான். அவனுக்கு நேரமில்லை. கடுமையான போட்டி இருந்ததால் அவனும் கடுமையாக இருக்க வேண்டியிருந்தது. இறுதியில் அவனது இதயம் இறந்துவிட்டதைப் பார்க்கிறான், அவன் வாழ்க்கையே அர்த்தமற்றது. எதிர்காலத்தில் ஏதாவது மாறுதல் இருக்குமா என்கிற சாத்தியங்களை அவன் பார்க்கவில்லை. காரணம் ''அதற்குமேல் வேறென்ன இருக்கிறது?''

சாகரில் நான் ஒரு பெரிய பணக்காரர் வீட்டில் தங்குவது வழக்கம். அந்த வயோதிகர் அழகானவர். இந்தியராலேயே மிகப்பெரிய பீடித் தயாரிப்பாளர். நீங்கள் கற்பனை செய்கிற எல்லாமும் அவரிடம் இருக்கிறது. ஆனால் அவரால் எதையுமே அனுபவிக்க முடியவில்லை. சந்தோஷ அனுபவம் என்பது போஷிக்கப்படவேண்டியது. அதற்கென்று குறிப்பிட்ட கட்டுப்பாடுகள் இருக்கின்றன. எப்படி சந்தோஷமாக இருப்பது என்பது ஒருவிதமான கலை. வாழ்க்கையில் பெரிய விஷயங்களோடு தொடர்ப ஏற்படுத்திக்கொள்வதற்கு சில காலம் ஆகும். ஆனால் பணத்திற்காக ஓடிய அந்த மனிதர் தெய்வீகத்தை நோக்கிப் போகக்கூடிய வாயில்கள் அனைத்தையும் கடந்து போய் இப்போது சாலையில் முட்டுச் சந்தில் நிற்கிறார். அதற்கு மேலே அவருக்கு மரணத்தைத் தவிர எதுவுமேயில்லை.

அவர் வாழ்க்கை முழுவதுமே துயரம்தான். அதை அவர் சகித்துக் கொண்டார், எப்படியும் மாறும் என்கிற நம்பிக்கையில் அலட்சியமாகவே இருந்தார். இப்போது அவரால் அலட்சியப்படுத்த முடியவில்லை; அவரால் சகித்துக்கொள்ள முடியவில்லை. காரணம் நாளை இருப்பது மரணம் மட்டுமே! வேறேதுவுமே இல்லை. அவர் அலட்சியம் செய்த துயரங்கள் எல்லாம் ஒன்றாகக் குவிந்து விட்டன. அவர் அலட்சியம் செய்த கஷ்டங்கள், இப்போது அவரது உள் இருத்தலில் வெடிக்கின்றன.

பணக்கார மனிதன், ஒரு வகையில் இந்த உலகின் ஏழையான மனிதன். பணக்காரனாக இருந்து ஏழையாக இல்லாமல் இருப்பது ஒரு கலை. ஏழையாக இருந்து, பணக்காரனாக இருப்பது அந்தக் கலையின் இன்னொரு பக்கம். ஏழை மனிதர்கள் பெரும் பணக்காரர்களாக இருப்பதை நீங்கள் பார்க்கலாம். அவர்களிடம் எதுவுமில்லை, ஆனால் அவர்கள் பணக்காரர்கள். அவர்களுடைய வளம் என்பது பொருளி லில்லை. அவர்களின் இருத்தலில் பன்முக அனுபவங்கள் இருக்கின்றன. சில பணக்காரர்கள் இருக்கிறார்கள். ஆனால் முற்றிலும் ஏழையாக, பள்ளமாக, வெறுமையாக. அவர்களின் உள் ஆழத்தில் ஒரு கல்லறைதான் இருக்கும்.

அது சமூகத்தின் மன அழுத்தமில்லை. காரணம் அது ஏழையையும் பாதிக்கும். அது ஒரு சாதாரண இயற்கை விதி. இப்போது மனிதன் அதைக் கற்க வேண்டும். இதுவரையில் அதற்கான தேவை ஏற்படவில்லை. காரணம் யாருமே எல்லாமே இருக்கிறது என்கிற நிலைக்கு வரவில்லை. ஆனால் உள்ளே முழுமையான இருட்டு, அறியாமை.

வாழ்க்கையின் முதல் விஷயமே நிகழ்கால தருணத்தின் அர்த்தத்தைக் கண்டுபிடிப்பதுதான்.

உங்கள் இருத்தலின் அடிப்படைச் சுவையே அன்பு, சந்தோஷம், கொண்டாட்டமாக இருக்க வேண்டும். பிறகு நீங்கள் என்ன வேண்டு மானாலும் செய்யலாம். பணம் அதை அழிக்காது. ஆனால் நீங்கள் எல்லாவற்றையும் பின்னுக்குத் தள்ளிவிட்டுப் பணத்தினால் எல்லா வற்றையும் வாங்கிவிடலாம் என்று பணத்தின் பின்னாலேயே ஓடுகிறீர்கள். பிறகு ஒரு நாள் அந்த பணத்தினால் எதையுமே வாங்க முடியாது என்பது உங்களுக்குத் தெரிய வரும். நீங்கள் உங்கள் முழு வாழ்க்கையையுமே பணத்திற்கு அர்ப்பணித்துவிட்டீர்கள்.

அதுதான் இந்த மன அழுத்தத்திற்குக்காரணம். அதிலும் குறிப்பாக மேற்கில் இந்த மன அழுத்தம் இன்னும் ஆழமாக இருக்கும். கிழக்கில் அவர்கள் பணக்காரர்களாக இருந்திருக்கிறார்கள். ஆனால் அங்கே குறிப்பிட்ட பரிமாணம் உள்ளது. பணக்காரத்தனத்தை நோக்கிச் செல்லும் சாலை ஒரு முடிவுக்கு வந்தவுடன், அது அங்கேயே நிற்பதில்லை. அது புதிய திசை நோக்கி நகரத்துவங்கும். அந்தப் புதிய திசை காற்றில் பல நூற்றாண்டுகளாக இருந்தது. கிழக்கே ஏழைகள் மிகவும் நல்ல நிலையில் இருந்தார்கள். பணக்காரர்கள் அதைவிட அபரிமிதமான நிலையில் இருந்தார்கள். போதுமென்கிற திருப்தி ஏழைகளுக்கு இருந்ததால் அவர்கள் லட்சியத்தை நோக்கி ஓடவில்லை. பணக்காரர்களும் ஒரு நாள் இதையெல்லாம் துறந்துவிட்டு உண்மையை நோக்கி, அர்த்தத்தை நோக்கி ஓடவேண்டியிருக்கும் என்பதைப் புரிந்து வைத்திருந்தார்கள்.

மேற்கில் இறுதியில், சாலை அப்படியே முடிந்துவிடும். நீங்கள் திரும்பிப் போகலாம்; ஆனால் அப்படிப் போவது அது உங்கள் அழுத்தத் திற்கு உதவப்போவதில்லை. உங்களுக்கு ஒரு புதிய திசை தேவை. கௌதம புத்தர், மகாவீரர், பரஷ்வனாத் இந்த மனிதர்கள் பணத்தின் உச்சத்தில் இருந்தார்கள். பிறகு அதை ஒரு பெரிய பாரமாகக் கருதினார்கள்.. சாவதற்கு முன் வேறு எதையோ கண்டுபிடிக்க வேண்டும். அதனால் எல்லாவற்றையும் துறக்கிற துணிச்சல் அவர்களுக்கு இருந்தது. அந்த துறத்தல் இங்கே தவறாகப் புரிந்துகொள்ளப்பட்டது. அவர்கள் எல்லாவற்றையும் துறந்தார்கள். காரணம் ஒரு வினாடி கூட பணத்திற்காக,

அதிகாரத்திற்காகக் கவலைப்பட அவர்கள் விரும்பவில்லை. காரணம் அவர்கள் உயரத்தைப் பார்த்துவிட்டார்கள். அங்கே ஒன்றுமே இல்லை. ஏணியின் மேல்படி வரை போய் அது எங்குமே அழைத்துச் செல்லப் போவதில்லை என்பதைத் தெரிந்து கொண்டார்கள். அது எங்குமே கொண்டு போகாத ஓர் ஏணி. நீங்கள் நடுவிலிருக்கும்போது, அல்லது அந்த நடுவிற்கும் கீழே இருக்கும்போது உங்கள் மேல் படியில் ஏதோ இருக்கிறது என்கிற ஒரு நம்பிக்கை உங்களுக்கு இருக்கும். நீங்கள் உயர்ந்த படிக்குச் சென்றவுடன் அங்கு இருப்பது எல்லாமே தற்கொலை அல்லது பைத்தியம்தான் அல்லது போலித்தனம்தான். மரணம் உங்களை முடிக்கும்வரை புன்னகைத்துக் கொண்டேயிருக்கிறீர்கள். ஆனால் உள்ளுக்குள் உங்களுக்குத் தெரியும் நீங்கள் உங்கள் வாழ்க்கையை வீணடித்துவிட்டீர்கள் என்பது.

கிழக்கில் மன அழுத்தம் என்பது ஒரு பிரச்னையே அல்ல. ஏழைகள் தங்களிடம் எவ்வளவு குறைவாக இருந்தாலும் அதை வைத்து மகிழ்ச்சியடைய கற்றுக் கொண்டுவிட்டார்கள். பணக்காரர்கள் உலகமே உன் காலடியில் என்றால் அது ஒன்றுமில்லை என்பதைப் பணக்காரர்கள் கற்றுக்கொண்டார்கள். நீங்கள் ஓர் அர்த்தத்தைத் தேடிப் போக வேண்டும், பணத்தை அல்ல. அதற்கு அவர்களுக்கு முன்னுதாரணங்கள் இருந்தன. பல ஆயிரம் வருடங்களாக மக்கள் உண்மையைத் தேடிப் போய், அதைக் கண்டுபிடித்தும் இருக்கிறார்கள். அதனால் ஓர் ஏமாற்றத்தில், ஒரு மன அழுத்தத்தில் இருக்க வேண்டியதில்லை. நீங்கள் தெரியாத ஒரு பரிமாணத்திற்குப் போக வேண்டும் - அவ்வளவுதான். அதை அவர்கள் தேடவில்லை. ஆனால் அவர்கள் அந்த புதிய பரிமாணத்தைத் தேடும் போது, அது உள் நோக்கிய பயணம், அவர்களுக்குள்ளேயே ஒரு பயணம். அவர்கள் இழந்தவை எல்லாமே திரும்பிக் கிடைக்கின்றன.

மேற்கிற்கு இப்போது அவசரமாக தியானம் குறித்த ஒரு மிகப்பெரிய இயக்கமே தேவை. இல்லையென்றால் இந்த மன அழுத்தம் மக்களைக் கொன்று விடும். அந்த மக்களும் மிக திறமைசாலியாக இருப்பார்கள். காரணம் அவர்கள் அதிகாரத்தை அடைந்துவிட்டார்கள். அவர்கள் பணத்தைக் கண்டெடுத்துவிட்டார்கள். அவர்களுக்கு என்னென்ன வேண்டுமோ அவற்றையெல்லாம் அடைந்துவிட்டார்கள். படிப்பில் மிக உயர்ந்த பட்டங்கள். இந்தத் திறமைசாலியான மக்கள்தான் மன முறிவில் இருக்கிறார்கள்.

இது மிகவும் ஆபத்தாக இருக்கப்போகிறது. காரணம் இந்தத் திறமை சாலிகளுக்கு வாழ்க்கையில் சுவாரஸ்யமே இருக்கப்போவதில்லை. ஆனால் திறமையற்றவர்கள் வாழ்க்கை மீது அதிக உற்சாகத்துடன் இருக்கிறார்கள். ஆனால் அவர்களுக்கு அதிகாரம், பணம், படிப்பு,

மரியாதை பெறுவதற்கான எந்தத் தகுதியுமே இல்லை. அவர்களுக்குத் திறமையில்லை. அதனால் அவர்கள் அவதிப்படுகிறார்கள். ஊனப்பட்ட உணர்வு இருக்கிறது. அவர்கள்தான் தீவிரவாதிகளாக மாறுகிறார்கள். அவர்கள் தேவையற்ற வன்முறையில் இறங்குகிறார்கள். அவர்களால் வேறு எதுவும் செய்ய முடியாததால் பழி வாங்குகிறார்கள். ஆனால் அவர்களால் அழிக்க முடியும், பணக்காரர்கள் ஏறக்குறைய எந்த மரத்திலாவது தொங்க தயாராகிவிட்டார்கள். காரணம் அவர்கள் வாழ்வதற்கான காரணம் எதுவுமேயில்லை. அவர்கள் இதயம் துடிப்பது வெகு காலத்திற்கு முன்பே நின்றுவிட்டது. அவர்கள் நன்கு அலங்கரிக் கப்பட்ட, கௌரவிக்கப்பட்ட பிணங்கள், ஆனால் முற்றிலும் வெறுமை. வீண்.

கிழக்கை விட படு மோசமான நிலையிலிருக்கிறது மேற்கு, அதைப் புரியாதவர்கள்தான் மேற்கு கிழக்கைவிட ஒரு நல்ல நிலையில் இருப்பதாக நினைக்கிறார்கள். காரணம் கிழக்கு ஏழ்மையிலிருப்பதுதான். ஆனால் பணக்காரத்தனத்தின் தோல்வியை விட வறுமை என்பது பெரிய பிரச்னையல்ல, பிறகு ஒரு மனிதன் உண்மையிலேயே ஏழை. ஒரு சாதாரண ஏழை மனிதனுக்குக் கனவுகளும் நம்பிக்கைகளுமாவது இருக்கும், பணக்காரனுக்கு எதுவுமே இல்லை.

ஒரு பெரிய தியான இயக்கம் ஒவ்வொரு மனிதனிடம் சென்றடையச் செய்வதுதான் இப்போதைய தேவை.

மேற்கில் மன அழுத்தம் கொண்ட மனிதர்கள் மனோ ஆராய்ச்சி யாளர்களிடம், சிகிச்சையாளர்களிடம் போகிறார்கள். நோயாளிகளை விட அதிக மனத் தாழ்வுணர்வு கொண்ட போலி மனோ மருத்துவர் களிடம் சிகிச்சை பெறச் செல்கின்றனர். ஏனெனில் நாள் முழுக்க அவர்கள் மனத் தாழ்வு, மனச் சோர்வு, அர்த்தமற்றதையெல்லாம்தான் கேட்டுக்கொண்டிருக்கிறார்கள். இத்தனை திறமைசாலிகளை இப்படி ஒரு மோசமான நிலையில் பார்த்தவுடன் அவர்கள் அவர்களாக தங்கள் உற்சாகத்தை இழக்கத் துவங்குகிறார்கள். அவர்களால் உதவ முடியாது. அவர்களுக்கே உதவி தேவை.

என் பள்ளியின் செயல்பாடே மக்களை தியான சக்தியுடன் தயார் செய்து அவர்களை இந்த உலகத்தில் அனுப்பி மன அழுத்தம் கொண்ட வர்களுக்கு வழிகாட்டிகளை அனுப்புவதற்குத்தான். மன அழுத்த மில்லாத மட்டற்ற மகிழ்ச்சியில் மக்கள் இருப்பதைக் கண்டால் மக்களை அவர்கள் பார்த்தால், ஆனால் அதற்கு மாறாக மட்டற்ற மகிழ்ச்சியில் - அவர்களாகவே பிறக்க மாட்டோமா என்கிற நம்பிக்கை யில். இப்போது அவர்கள் எதை வேண்டுமானாலும் அடையலாம். இப்போது

அவர்களிடம் எல்லாம் இருக்கிறது. அவர்கள் கவலைப்பட வேண்டாம். அவர்கள் தியானம் செய்யலாம்.

நான் உங்கள் சொத்துக்களையோ வேறு எதையோ துறந்து விடுங்கள் என்று போதிக்கவில்லை. எல்லாமே இருக்கிறபடி இருக்கட்டும். உங்கள் வாழ்க்கையில் மேலும் ஒரு விஷயத்தைச் சேர்த்துக்கொள்ளுங்கள். இதுவரையில் நீங்கள் வாழ்க்கையில் பொருட்களாகவே சேர்த்துக் கொண்டிருந்தீர்கள். இப்போது உங்கள் இருத்தலில் எதையாவது சேர்த்துக்கொள்ளுங்கள். அது இசைக்கும், அது அற்புதங்களைச் செய்யும். அது மாய ஜாலம் செய்யும், அது ஒரு வித புதிய திருப்பத்தைத் தரும். ஒரு புதிய இளமை, ஒரு புதிய புத்துணர்ச்சியை உருவாக்கும்.

அது தீர்க்க முடியாததல்ல. பிரச்னை என்பது பெரியது, ஆனால் அதற்கான தீர்வு மிகவும் எளிமையானது.

அத்தியாயம் - 8
தீய பழக்கம்

✳

? எந்தவொரு தீய பழக்கத்திற்கும் அடிப்படைக் காரண மென்ன?

உங்களைச் சுற்றியுள்ள மக்களுக்கு ஒரு நீங்கள் முழுமையாக வாழக்கூடாது என்கிற ஒரு குறுகிய எண்ணமிருக்கிறது. அது வியப் பானது. மக்கள் முழுமையாக வாழக்கூடாது என்பதில் அவர்களுக்கு என்ன அப்படி ஓர் ஆர்வம்? காரணம் அவர்கள் மனித இனத்தைச் சுரண்டுவது அதில்தான் அடங்கியிருக்கிறது.

முழுமையாக வாழுகிற மனிதன் மது அருந்த மாட்டான். அல்லது எந்த வித போதை வஸ்துக்களையும் தொட மாட்டான். மதுவிலும், போதை வஸ்துக்கள் மூலமாகவும் பல கோடி சம்பாதிப்பவர்கள் உங்களை முழுமையாக வாழ விடத்தான் மாட்டார்கள் என்பது இயற்கையானதுதான். முழுமையாக வாழ்வது என்பது மிகவும் மகிழ்ச்சி யானது. அதனால் உங்கள் மகிழ்ச்சியை மது அருந்தி அழித்துக்கொள்ள மாட்டீர்கள். மது துயரத்தில் இருக்கிற மக்களுக்குத்தான் தேவை. சிக்கலில் இருக்கும் மக்கள், தங்கள் பிரச்சனைகளை மனக்கவலைகளை சில மணி நேரங்களாகவது மறக்க நினைக்கும் மக்களுக்கு அது தேவை. அந்த மது எதையும் மாற்றப் போவதில்லை. ஆனால் சில மணி நேர ஓய்வாவது பல லட்சம் மக்களுக்கு ஒரு முழு அவசியமாக இருக்கிறது.

ஒரு மனிதன் முழுமையாக வாழ்ந்தால், ஒவ்வொரு தருணமும் முழு நிறைவோடு இருந்தால் நீங்கள் சினிமா கொட்டகை வாயிலில் இத்தனை நீண்ட வரிசையை பார்க்க மாட்டீர்கள். இவர்களுக்கு வேறு யாரோ

காதலிப்பதைப் பார்க்க வேண்டும். நீங்கள் நீங்களாகவே காதலிக்க முடிகிறபோது, நீங்கள் ஏன் சினிமா கொட்டகைக்குப் போக வேண்டும்? உங்கள் வாழ்க்கையே ஒரு பெரிய மர்மம், கண்டுபிடிக்க வேண்டிய ஒரு மிகப்பெரிய சவால், யாருக்கு இந்த மூன்றாந்தர சினிமா கதைகளில் ஆர்வமிருக்கும்.

முழுமையாக வாழுகிற மனித லட்சியமற்றவன். காரணம் அவர் இப்போதே மகிழ்ச்சியாக இருக்கிறான். இன்னும் அதிகமிருக்கிற சாத்தியத்தைப் பற்றி அவன் யோசிக்க கூட மாட்டான். நீங்கள் முழுமையாக வாழ்வதால், இன்னும் அதிகம், அதிகம் என்று ஆசைப் படாததால், ஒரு சாதாரண மனிதனின் மன நோய் உங்களுக்கு வராது.

எப்போதுமே ஓர் இடைவெளி இருக்கும். ஏதோ ஒன்று குறைகிறது. விஷயங்கள் இன்னும் நன்றாக இருக்கலாம் என்பது உங்களுக்குத் தெரியும். இந்தப் பகுதியாக வாழ்வதனால் எல்லாவித ஆசைகளும் வரும். பிறகு சமூகத்தின் முழு விளையாட்டும் துவங்குகிறது. மக்களுக் குப் பணக்காரனாக வேண்டுமென்கிற ஆசை வருகிறது. மக்களுக்குப் புகழ் அடையவேண்டுமென்கிற ஆசை வருகிறது. மக்களுக்கு அரசியல் வாதியாக வேண்டும். மக்களுக்கு ஜனாதிபதியாக, பிரதம மந்திரியாக வேண்டும்.

இன்று வரையில் மனித இனம் மனிதனை முழுமையாக வாழ விடாமல் செய்வதைத்தான் நம்பியிருக்கிறது. எல்லாவிதத் தடைகளை யும் உருவாக்குகிறது. காரணம் அந்த முழுமையான மனிதன் உலகத்தி லுள்ள சுய நல ஆசைகளையெல்லாம் அழித்துவிடுவான். முழுமையான மனிதன் தான் சுயநல வாதிகளுக்கு மிகவும் அபாயகரமானவன். வாழ்க்கையின் அதன் முழுமையோடு நிறைவாக வாழ்கிற ஒருவனை நீங்கள் அடிமையாக்கவே முடியாது. நீங்கள் அவனை வற்புறுத்தி ராணுவத்துக்குப் போய் மக்களைக் கொல்லச் சொல்ல முடியாது. அல்லது மடிந்து போ என்று சொல்ல முடியாது. சமூகத்தின் முழு அமைப்புமே குலைந்து போகும்.

முழுமையான மனிதன் வரும்போது, சமூகத்தின் அமைப்பே வித்யாசமாக இருக்கும். ஆசையற்று ஆனால் முழுமையான மகிழ்ச்சி யோடு - புகழ் வாய்ந்த மனிதர்கள் இருக்க மாட்டார்கள். நீங்கள் ஒரு வேளை அதைப் பற்றி யோசிக்காமல் இருந்திருக்கலாம். தலை சிறந்த மனிதர்கள் இருப்பதன் காரணமே பல லட்சக்கணக்கான மக்கள் புகழோடு இல்லாமலிருப்பதுதான். இல்லையென்றால் யார் கௌதம புத்தரை நினைவில் வைத்துக்கொள்ளப்போகிறார்கள்? பல லட்சம் கௌதம புத்தர்களும், பல லட்சம் மகாவீரர்களும், பல லட்சம் யேசு

கிறிஸ்துக்களும், யார் இந்த மக்களைப் பற்றிக் கவலைப்படப் போகிறார்கள். இந்தச் சில மக்கள் தலை சிறந்தவர்கள் ஆனதன் காரணமே பல லட்சம் மக்களை முழுமையாக வாழ விடவில்லை. துயரங்கள் இல்லையென்றால் யார் தேவாலயங்களுக்குப் போகப்போகிறார்கள்? கோயிலுக்கு, மசூதிக்கு, யூத திருக்கோயிலுக்கு? யார் அங்கு இருக்கப் போகிறார்கள்? யார் கடவுள் சொர்க்கம், நரகம் பற்றிக் கவலைப் படப்போகிறார்கள்? உங்களுடைய நிலைப்பாட்டுக்கு ஒவ்வொரு தருணத்திலும் வாழ்க்கையே ஒரு சொர்க்கம், அந்த வாழ்க்கையே தெய்வீகமாகிறது என்ற எண்ணத்துடன் வாழும் மனிதன் இறந்த சிலைகளை, இறந்த வேதநூல்களை, அழகிய கொள்கைகளை, முட்டாள் தனமான மூட நம்பிக்கைகளை வழிபடத் தேவையில்லை.

முழு மனிதன்தான் இப்போது இருக்கிற ஸ்தாபனங்களுக்கு மிகப்பெரிய ஆபத்து.

? என் பழைய பாணி வேர்களை தூக்கி போட வேண்டுமென்றால், அதைத் தெரிந்து புரிந்து கொள்ள வேண்டுமா அல்லது ஒரு விழிப்புணர்வு போதுமா?

மேற்கத்திய மனோதத்துவத்திற்கும் கிழக்கின் இறையுணர்விற்கும் இடையே ஒரு பிரிக்கும் கோடு உள்ளது. மேற்கத்திய மனோதத்துவம் என்பது உன் பழைய பாணியின் வேர்களைப் புரிந்து கொள்ளும் முயற்சி. ஆனால் அது அதைத் தூக்கிப்போட யாருக்கும் உதவாது. நீங்கள் அதிகம் புரிந்து கொண்டவராகிறீர்கள். நீங்கள் இன்னும் சாந்தமாகிறீர்கள். நீங்கள் இன்னும் இயல்பாகிறீர்கள். உங்கள் மனம் இனியும் பெரிய சிக்கலில்லை. இதற்கு முன்னால் இருந்ததை விட கொஞ்சம் பரவாயில்லை. ஆனால் எல்லாப் பிரச்னைகளும் அப்படியேதான் இருக்கின்றன. அது அப்படியே செயலற்று இருக்கிறது.

நீங்கள் உங்கள் பொறாமையைப் புரிந்துகொள்ளலாம், உங்கள் கோபத்தைப் புரிந்து கொள்ளலாம் உங்கள் வெறுப்பு, பேராசை, உங்கள் ஆசை, ஆனால் இந்தப் புரிந்து கொள்ளுதல் எல்லாமே புத்திசாலித் தனமாகவே இருக்கும். அதனால் மேற்கின் தலை சிறந்த மனோதத்துவ நிபுணர்கள் கூட கிழக்கின் இறையுணர்விற்கு வெகு தூரத்தில் இருக்கிறார்கள்.

மேற்கத்திய மனோதத்துவத்தை கண்டுபிடித்த மனிதன் சிக்மண்ட் ஃப்ராய்டு, மரணத்தைக் கண்டு வெகுவாக பயந்தார். மரணம் என்கிற

வார்த்தையைச் சொன்னாலே போதும் அவர் கோமாவில் விழுந்து விடுவார். அவர் மயக்கமாகிவிடுவார். மரணத்தைப் பற்றிய பயம் ஏகமாக இருந்தது. அது மூன்று முறை நடந்தது. அவருக்குப் பேய்கள் என்றால் அப்படி ஒரு பயம். கல்லறைகள் பக்கம் கூட நடக்க மாட்டார். இப்போது, சிக்மண்ட் ஃப்ராய்டைப் போல ஒரு மனிதன் அபரிமிதமான அறிவு ஜீவித்தன்மை கொண்டவர், மனதின் ஒவ்வொரு வேரும் அவருக்குத் தெரியும், மனிதனின் ஒவ்வொரு நுட்பமான செயல்பாடுகளும் தெரியும், இருந்தும் மனதிற்குள்ளேயே சிறை பட்டுக்கிடந்தார்.

விழிப்பு என்பது உங்களை மனதிற்கு அப்பால் அழைத்துச் செல்லும். அது மனதின் பிரச்னைகளை அதன் வேர்களைப் பற்றிக் கவலைப்படாது. அது மனத்தை வேறு புறம் தள்ளி வைக்கும். அது அதை விட்டு சாதாரணமாக வெளியே வரும். அதுதான் மனோதத்துவம் கிழக்கில் வளராததற்குக் காரணம். குறைந்தது, பத்தாயிரம் வருடங்களாவது கிழக்கு தொடர்ந்து ஒரே இலக்காக மனித உணர்வுகள் குறித்தே வேலை செய்து கொண்டிருப்பது சற்று வினோதம்தான். ஆனால் அது எந்த வித மனோதத்துவத்தையும், மனோ ஆராய்ச்சியையும், மன ஒற்றுமை களையும் வளர்க்கவில்லை. கடந்த பத்தாயிரம் வருடங்களில் யாருமே அதைத் தொடாமல் இருப்பதே ஒரு மிகப்பெரிய வியப்பு. அவர்களுடைய அணுகுமுறையே மனத்தை அடையாளம் கண்டுகொள்ளாமல் இருப்பதுதான். அதாவது ''நான் மனமில்லை.'' ஒரு முறை இந்த விழிப்பு மனத்தில் படிந்து விட்டால், மனம் வீரியத்தை இழந்து விடும்.

மனதின் முழு சக்தியே நீங்கள் அதை அடையாளம் கண்டு கொள்வது தான். அதனால் அதன் வேர்களை தேவையில்லாமல் தோண்டிக் கொண்டிருப்பது பயனற்றது என்பதைக் கண்டறிந்தார்கள். காரணத்துக்கு மேல் காரணத்தைக் கண்டுபிடிப்பது. கனவுகள் மீது வேலை செய்வது. கனவுகளுக்கு விளக்கம் கொடுப்பது, வெவ்வேறு காரணங்களைக் காண்பது. இவையெல்லாம் பயனற்றவைதான். மனோதத்துவம் என்பது இன்னும் விஞ்ஞானமல்ல, அது இன்னும் புனைகதைதான்.

நீங்கள் சிக்மண்ட் ஃப்ராய்டிடம் சென்றால் அவர் உங்கள் கனவு களுக்குப் பாலுணர்வு மொழியில் விளக்கம் கொடுப்பார். அவர் மனம் பால் உணர்ச்சியால் ஆட்டிப் படைக்கப்பட்டிருந்தது. நீங்கள் எதை வேண்டு மானாலும் அவரிடம் கொண்டு செல்லுங்கள். அவர் அதற்கு ஒரு விளக்கம் சொல்வார். அது பாலியல் ரீதியாகவே இருக்கும். நீங்கள் ஆல்பிரெட் ஆட்லரிடம் செல்லுங்கள். இவர் இன்னொரு வித மனோதத்துவத்தைக் கண்டு பிடித்தவர், ஆராய்ச்சி மனோதத்துவம் அவருக்கு ஒரு சிந்தனை பிடிப்பு. அதாவது அதிகார ஈர்ப்பு. நீங்கள் கால் குஸ்தவ ஜங்கிடம் செல்லுங்கள், அவர் ஒவ்வொரு கனவும் உங்கள் கடந்த

கால வாழ்வின் தொலைதூர எதிரொலி என்பார். அவருடைய விளக்கம் புராண ரீதியானது. இப்படி பல்வேறு சிந்தனைகள்.

ஆஸாகியோலி என்பவர் ஒரு மனோ ஒருங்கிணைப்பாளர். அவர் ஒரு பெரிய முயற்சி எடுத்தார். இந்தச் சிந்தனைகளையெல்லாம் இணைக்கிற முயற்சி. ஆனால் அவருடைய மனோ ஒருங்கிணைப்பு என்பது பயனற்றது. குறைந்த பட்சம் மனோ ஆராய்ச்சியாளர்களிடம் கொஞ்சம் உண்மை இருந்தது. பகுப்பாயம் மனோதத்துவத்தில் கொஞ்சம் உண்மையிருந்தது. இந்த மனோ ஒருங்கிணைப்பு என்பது அபத்தம். இது ஒரு சிந்தனையிலிருந்து ஒரு பகுதியையும், இன்னொரு பகுதியை இன்னொரு வகை சிந்தனையிலிருந்தும் இரண்டையும் இணைத்தார். ஆஸாகியோலி ஒரு மிகச் சிறந்த அறிவுஜீவி. துண்டுகளை சரியான இடங்களில் பொருத்தி படத்தை வர வைக்கும் விளையாட்டைப் போல செய்தார். ஆனால் சிக்மண்ட் ப்ராய்டிடம் என்ன முக்கியத்துவமென்றால் அது முக்கியத்துவம் சில வகை சூழலில், அதாவது சூழல் இனி அங்கு இல்லை. அவர் எது முக்கியமோ அதை மட்டுமோ அதை மட்டும் எடுத்துக்கொண்டார். ஆனால் சூழலில்லாமல் அது அதன் அர்த்தத்தை இழக்கிறது. அதனால் ஆஸாகியோலி தன் வாழ்நாள் முழுவதும் உழைத்து அந்த இணைப்பை செய்தார். ஆனால் அவரால் முக்கியத்துவம் வாய்ந்த எதையுமே உருவாக்க முடியவில்லை. இந்தச் சிந்தனைப் பள்ளிகள் எல்லாமே கடுமையாக உழைத்துக் கொண்டேயிருக்கின்றன.

ஆனால் கிழக்கு சாதாரணமாக மனத்தைக் கடந்து சென்றது. காரணங்கள், அதன் வேர்கள், அவசியத்தைப் பார்க்காமல் அவர்கள் ஒன்றைக் கண்டுபிடித்தார்கள். எங்கிருந்து மனத்திற்கு இந்த சக்தி வந்தது? எங்கிருந்து ஒரு சக்தி வந்து அதற்குத் தீனி போடுகிறது? தீனி போடுவதற்கான சக்தி என்பது ‘‘நான் தான் அது’’ என்று அடையாளம் காண்பதால். அந்த இணைப்பைத் துண்டித்தார்கள். அதுதான் விழிப்புணர்வு. அதாவது, ‘‘நான் உடலில்லை நான் மனமில்லை, நான் இதயம் கூட இல்லை. நான் ஒரு சாதாரண விழிப்புணர்வு.’’ இந்த விழிப்பு ஆழமாகும்போது, அது மடிந்து போகிறது. மனத்திற்கு மேலும், மேலும் ஒரு நிழல் இருத்தல்தான். அதனுடைய தாக்கம் உன் மீது இருக்கும்போது எல்லா சக்திகளும் பலமிழந்து போகின்றன. இந்த விழிப்புணர்வு நூறு சதவிகிதம் தங்கி விடும்போது மனம் தன்னால் கரைந்து போகிறது.

மேற்கத்திய மனோதத்துவம் ஏன் இதுவரை வெற்றியடையவில்லை என்பதைக் கண்டுபிடிக்க வேண்டும். ஆயிரக்கணக்கான மக்கள் மனோ ஆராய்ச்சி செய்து கொள்கிறார்கள். இதேபோல பல பிற சிகிச்சை முறைகள். ஆனால் இவர்களில் ஒருவர் கூட. இந்தப் பள்ளிகளைத் துவக்கியவர்களில் ஒருவர் கூட - புத்துணர்வு பெறவில்லை. அவர்களுக்குப்

பிரச்னையில்லை என்று சொல்ல முடியாது, கவலையில்லை என்று சொல்ல முடியாது. வருத்தமில்லை என்று சொல்ல முடியாது, பயம், பீதி இல்லையென்று சொல்ல முடியாது. உங்களிடமிருப்பதைப் போலவே அவர்களிடமும் இருக்கிறது.

சிக்மண்ட் ப்ராய்டிடம் அவரது மாணவர்கள் பல முறை கேட்டார்கள். ''நீங்கள் எங்களுக்கு மன ஆராய்ச்சி செய்கிறீர்கள். நீங்கள் விளக்கமளிக்க வேண்டுமென்பதற்காக எங்கள் கனவுகளை உங்களிடம் கொண்டு வருகிறோம். அதே போல் உங்களை நாங்கள் மனோ ஆராய்ச்சி செய்ய நீங்கள் அனுமதித்தால் அது எங்களுக்கு மிகச் சிறந்த அனுபவமாக இருக்கும். உங்கள் கனவுகளை எங்களிடம் கொண்டு வாருங்கள்; நாங்கள் அதை ஆராய்கிறோம், அதன் அர்த்தம் என்ன என்பதைக் கண்டறிகிறோம். அது எங்கிருந்து வருகிறது, அது எதைக் குறிக்கிறது என்று சொல்கிறோம்'' என்றனர். ஆனால் சிக்மண்ட் ப்ராய்ட்டு அதற்கு ஒப்புக் கொள்ளவே யில்லை. இதுவே அந்த மனோ ஆராய்ச்சி என்கிற வரை முறையின் பலவீனத்தைக் காட்டுகிறது. அவர்களுடைய கனவில் அவர்கள் என்ன கண்டார்களோ அதே தான் தன் கனவிலும் இருப்பதை அவர்கள் கண்டு பிடித்துவிடுவார்களோ என்று அவர் பயந்தார். குருவாக இருந்து கண்டுபிடித்தவர் என்கிற அந்த உயர் தகுதி, குரு என்பது தொலைந்து போய்விடுமே.

கௌதம புத்தர் அல்லது மகாவீரர் அல்லது நாகார்ஜுனா போன்ற வர்கள் இருந்ததே அவருக்குத் தெரியாது. காரணம் இந்த மனிதர்கள் கனவுகள் காண்பதில்லை. அதனால் அதில் அலசுவதற்கு ஒன்றுமில்லை. இந்த மனிதர்கள் மனத்தை விட்டு வெகு தூரம் வந்துவிட்டார்கள். அதனால் எல்லா இணைப்புகளுமே துண்டிக்கப் பட்டுவிட்டன. அவர்கள் விழிப்போடு வாழ்கிறார்கள், அறிவில் அல்ல. அவர்கள் எதையுமே ஒடுக்குவதில்லை. அதனால் அவர்கள் எந்தக் கனவும் காண்பதற்குத் தேவையேயில்லை.

ஒடுக்குதலின் உப பொருள்தான் கனவு காண்பது. பூர்வ குடி மலை ஜாதியினர் கனவு காண்பதில்லை. அல்லது அவர்கள் கனவு கண்டால், அவர்கள் எப்போதாவதுதான் கனவு காண்கிறார்கள். நாகரீகமடைந்த மக்கள் இரவு முழுவதும் கனவு காண்பது தெரிந்ததும் அவர்கள் வியந்து போகிறார்கள். எட்டு மணி நேர தூக்கத்தில், ஆறு மணி நேரம் கனவு காண்கிறீர்கள். பூர்வ குடி மக்கள் எட்டு மணி நேரமும் தூங்குகிறார்கள். அதுவும் ஆழ்ந்த மௌனத்தில், எந்த வித இடையூறுமில்லாமல். சிக்மண்ட் ப்ராய்டுக்கு நோயடைந்த மேற்கத்திய மக்களைத்தான் தெரியும், அவருக்கு விழிப்படைந்த மக்களைப் பற்றி தெரியாது. இல்லையென்றால் மேற்கத்திய மனோதத்துவத்தின் முழு சரித்திரமும் வேறு மாதிரி இருந்திருக்கும்.

உங்கள் மனதில் வேர்களை அதன் பாணிகளைப் புரிந்து கொள்ள நீங்கள் என்ன முயற்சி எடுக்க வேண்டுமென்பதை நான் சொல்ல மாட்டேன். அது வெறும் நேர விரயம்தான். ஒரு விழிப்பணர்வு போதும், அதுவே அதிகம். மனதின் பிடியிலிருந்து வெளியே வாருங்கள், மனம் இறந்த புதை வடிவமாக தங்கிவிடும். பிறகு பேராசை எங்கிருந்து வருகிறது என்பதைப் பற்றிக் கவலைப்படத் தேவையில்லை. உண்மை யான கேள்வியே எப்படி அதிலிருந்து வெளியே வருவது என்பதுதான். எங்கிருந்து அகந்தை எழுகிறது என்பது பிரச்னையே அல்ல. அவை யெல்லாம் அறிவுஜீவித் தனமாக கேள்விகள். அவை தேடுபவருக்குத் தேவையற்றவை.

பிறகு அங்கு வேறு பல தத்துவார்த்த விஷயங்கள் வரும். எங்கிருந்து பேராசை எழும்பியது. எங்கிருந்து அகந்தை வந்தது, எங்கிருந்து உன் பொறாமை, எங்கிருந்து உன் வெறுப்பு, எங்கிருந்து உன் கொடூரம் வந்தது, இதனுடைய துவக்கத்தையெல்லாம் பார்க்க வேண்டியது வரும். மேலும் மனம் என்பது பரந்த பின்னலின் தொகுப்பு, உண்மையில், மனத்தின் சிக்கல்கள் உருவெடுத்த இடம் எது என்று எண்ணிப் பார்க்க இயலாத அளவுக்கு வாழ்க்கை மிகவும் சிறியது. இந்த உருவெடுத்த இடம் ஆயிரம் ஜென்மங்களுக்கும் முன்பிருக்கலாம். மெதுவாக மேற்கத்திய மனோ தத்துவம் அதை நெருங்கிக் கொண்டிருக்கிறது. உதாரணமாக தொடக்க நிலை சிகிச்சை.

ஜானோவ், இந்தப் பிரச்னைகளின் துவக்கத்தைக் கண்டுபிடிக்கா விட்டால் - காரணம் அவர் ஒரு கிறித்துவர், ஒரே ஒரு வாழ்க்கை என்பதில் நம்பிக்கை கொண்டவர் - வேர்களை குழந்தைப் பருவத்திலேயே தெரிந்து கொள்ள வேண்டுமென்றார். அதனால் அவர் உங்களுக்கு உங்கள் குழந்தைப் பருவத்தைப் பற்றி நினைப்படுத்தலின் மூலமாக தன்னுடைய வேலையைத் துவக்கினார். பிறகு அவர் ஒரு புதிய உண்மையில் வந்து நின்றார். அதாவது ஆழ்ந்து மனோவசியத்தின் மூலமாக மக்களுக்கு தங்களின் குழந்தைப் பருவம் மட்டுமின்றி, அவர்களுக்கு அவர்களின் பிறப்பும் நினைவிற்கு வருகிறது. அவர்களுக்குத் தங்கள் தாயின் கருவிலிருந்த அந்த ஒன்பது மாதங்கள் கூட நினைவிற்கு வருகிறது. அதில் சில நுண்ணறிவு பெற்றவர்கள் தங்களின் பூர்வ ஜென்மத்தையும் நினைவுப் படுத்தினார்கள்.

அதற்கு பிறகு அவரே பயந்தார். முடிவற்ற ஒரு பாதாளப் பாதையில் போகிற எண்ணம் வந்தது. நீங்கள் உங்கள் கடந்த கால வாழ்க்கைக்கு போகிறீர்கள், அது மறுபடியும் அந்த நீண்ட பாதை வழியாக இன்னொரு வாழ்க்கைக்கு உங்களை இழுத்து செல்லும். உங்கள் மனம் என்பது பல தலைமுறை பழையது, அதனால் அதன் வேர்களை இந்த நிகழ்காலத்தை

வைத்து உங்களால் கண்டு பிடிக்கவே முடியாது. அது எளிமையான காரியமுமல்ல. அதன் பிறகும் கூட, நீங்கள் உங்கள் பேராசை எங்கிருந்து வந்தது என்பதை நீங்கள் புரிந்துகொண்டால் கூட அது எந்த வித மாறுதலையும் கொடுக்கப் போவதில்லை. பிறகு நீங்கள் அதை எப்படி கீழே போட வேண்டுமென்பதைத் தெரிந்து கொள்ள வேண்டும். பிறகு மனதிலிருந்து வெளியே வருவதற்கு ஏராளமான பிரச்னைகளை நீங்கள் - ஒவ்வொரு பிரச்னையாக தனித்தனியாக கீழே போட்டுக்கொண்டு போக உங்களுக்குப் பல லட்சம் ஆயுள் வேண்டும் நீங்கள் ஒரு பிரச்னையைக் காணும்போது, இன்னொரு பிரச்னை வளர்கிறது. இன்னும் அதிக சக்தியை, அதிக வீர்யத்தை, அதிக ஆற்றலைச் சேர்த்துக்கொள்கிறது. அது ஒரு முட்டாள்தனமான விளையாட்டு.

கிழக்கில், கடந்த காலத்தில் ஒரே ஒரு நபர் கூட - சீனாவில், இந்தியா வில், ஜப்பானில், அரேபியாவில் - இதைப் பற்றிக் கவலைப்பட்ட தேயில்லை. அது ஒரு நிழல் யுத்தம். அவர்கள் வேறு ஒரு வித்யாசமான கோணத்தில் வேலை செய்தார்கள்; அது உடனடி வெற்றியைத் தந்தது. அவர்கள் எளிமையாக தங்கள் விழிப்புணர்வை மனதிலிருந்து எடுத்தார்கள். அவர்கள் மனதிற்கு வெளியே ஒரு சாட்சியாக இருந்தார்கள் அங்கு ஓர் அற்புதம் நடப்பதைக் கண்டார்கள், அவர்கள் ஒரு பார்வையாளனாக ஆனார்கள். மனம் வீரியத்தை இழக்கிறது. அது அவர்கள் மீதான எல்லா சக்தியையும் இழக்கிறது. பிறகு எதையும் புரிந்து கொள்ள வேண்டிய அவசியமேயில்லை.

விழிப்புணர்வு மேலே வளரும்போது, மனம் கீழே சிறியதாகிக் கொண்டு போகிறது. அதே விகிதாசாரத்தில், விழிப்புணர்வு ஐம்பது சதவிகிதம் என்றால் மனமும் ஐம்பது சதவிகிதம் துண்டிக்கப்படும். விழிப்புணர்வு எழுபது சதவிகிதம் என்றால், இப்போது முப்பது சதவிகித மனம்தான் இருக்கிறது. விழிப்புணர்வு நூறு சதவிகிதம் என்கிற நிலை வரும்போது, அங்கே மனத்தைக் கண்டுபிடிக்க வேண்டிய அவசியமே இல்லை.

அதனால், கிழக்கு முழுவதிலும் மனமற்ற நிலையைக் கண்டுபிடிக் கிற அணுகுமுறையாகவே இருந்தது. அதாவது அந்த மௌனத்தை, அந்தத் தூய்மையை, அந்தத் தெளிவை. பிறகு மனத்திற்கு வேறு எந்தப் பிரச்னையும் இல்லை. அதன் வேர்கள், அது அப்படியே ஆவியாகி விட்டன. இலைகள் மீதிருக்கும் பனித்துளியை காலை சூரியன் எடுத்துக் கொள்வதைப் போலத்தான் இதுவும். எந்தவிதத் தடையமும் இருக்காது. அதனால் நான் உங்களுக்கு சொல்கிறேன், விழிப்புணர்வு என்பது போதுமென்ற அளவுக்கு அதிகமாக உங்களுக்குத் தேவை. உங்களுக்கு இதைத்தவிர வேறு எதுவுமே தேவையில்லை.

மேற்கத்திய மனோதத்துவத்தில் இதுவரையில் தியானத்திற்கு இடமேயில்லை. அதனால் தான் சுற்றி சுற்றி வந்து கொண்டேயிருக்கிறது, எந்த தீர்வும் காணாமல். மனோ ஆராய்ச்சி துறையில் பதினைந்து வருடங்களாக இருக்கிற மக்கள் இருக்கிறார்கள். அவர்கள் தங்கள் எதிர்காலத்தை அதில் வீணடித்திருக்கிறார்கள். காரணம் மனோ ஆராய்ச்சி தான் அதிக பணம் கொட்டும் தொழில். மனோ ஆராய்ச்சியில் பதினைந்து வருடங்கள், அதனால் வந்த பயன் என்னவென்றால் அவர்கள் மனோ ஆராய்ச்சிக்கு அடிமையாகிவிட்டார்கள். அது இல்லாமல் அவர்களால் இருக்கவே முடியாது. பிரச்னைகளைத் தீர்ப்பதற்குப் பதிலாக, ஒரு புதிய பிரச்னை உருவாகிவிட்டது. அது இப்போது ஒரு போதைப் பழக்கத்தைப் போல ஆகிவிட்டது. அதனால் அவர்கள் மனோ ஆராய்ச்சியாளரிடம் வெறுத்துப்போனால், அவர்கள் இன்னொன்றைத் துவக்குகிறார்கள். அவர்கள் மனோ ஆராய்ச்சி செய்ய வில்லையென்றால், ஏதோ ஒன்று குறைவதைப் போல உணருகிறார்கள்.

ஆனால் அது யாருக்கும் உதவவில்லை. முழுமையில் ஒரு மனிதன் கூட இல்லை என்பதை அவர்களே ஒப்புக்கொள்கிறார்கள். மேற்கு முழுவதுமாக அலசியாயிற்று. ஆனால் அவர்கள் அப்படி குருடாகி யிருக்கிறார்கள். அவர்களால் ஒரே ஒரு சாதாரண விஷயத்தைப் பார்க்க முடியவில்லை. ஆயிரக்கணக்கான மனோ ஆராய்ச்சியாளர்கள் மக்களை அலசிக்கொண்டிருக்கிறார்கள். ஆனாலும் ஏன் ஒருவர் கூட இல்லை. அவர்களெல்லாம் ஒழுங்காக அலசப்பட்டவர்கள், அவர்கள் மனதிற்கு அப்பாலும் சென்றுவிட்டார்கள்.

அலசல் என்பது அப்பால் போகவே முடியாது. அப்பாலின் வழியே விழிப்புணர்வுதான். மனதிற்கு அப்பால் என்பது தியானம்தான். அது ஓர் எளிமையான வழி. ஆனால் அது ஆயிரக்கணக்கான விழிப்படைந்த மக்களை கிழக்கில் உருவாக்கியிருக்கிறது. ஆனால் அவர்கள் மனத்தை வைத்துக்கொண்டு எதுவுமே செய்யவில்லை. அவர்கள் வேறு எதையோ செய்து கொண்டிருக்கிறார்கள். அவர்கள் சாதாரணமாக விழிப்படை கிறார்கள். எச்சரிக்கையோடு, உள்ளுணர்வோடு. அவர்கள் மனத்தையும் ஒரு பொருளாகவே பயன்படுத்தினார்கள்.

நீங்கள் ஒரு மரத்தைப் பார்ப்பதைப் போல, நீங்கள் ஒரு தூணைப் பார்ப்பதைப் போல, நீங்கள் மற்றவர்களைப் பார்ப்பதைப் போல, அவர்கள் மனதை ஒரு தனியானதாக, அவர்கள் வெற்றி பெற்றார்கள். மனத்தைத் தனியாகப் பார்த்து அவர்கள் வெற்றியடைந்த அந்தத் தருணத்தில், அதுதான் மனத்தின் மரணம். அது இடத்தில் வளர்கிற ஒரு தெளிவு, அறிவுஜீவித்தனம் மறைகிறது. புத்திசாலித்தனம் எழுகிறது. இனிமேல் ஒருவர் எதிர்செயல் காட்ட மாட்டார். ஆனால் பதிலளிப்பார்.

இணங்குவார். எதிர் செயல் என்பது உங்களின் கடந்த கால அனுபவங்கள். பதில் என்பது ஒரு கண்ணாடியைப் போல, நீங்கள் அதன் முன்னால் நின்றீர்கள். அது பதிலளித்தது. அது உங்கள் முகத்தை காட்டுகிறது. அது எந்த நினைவுகளையும் சுமப்பதில்லை. நீங்கள் அங்கிருந்த நகர்ந்த அந்தத் தருணத்தில், அது மறுபடியும், தெளிவாக இருக்கிறது. எந்தப் பிம்பமும் இல்லை.

தியானிப்பவர் இறுதியில் ஒரு கண்ணாடி ஆகிறார். எந்த சூழல் அவர் மீது பிரதிபலிக்கிறதோ அது அந்தத் தருணத்தில் பதிலளிக்கிறது. இல்லாமலேயே. அதனால் அவருடைய புதிய பதிலளிப்பதில் ஒரு புதிய, புத்துணர்ச்சி பெற்ற, ஒரு தெளிவு, ஓர் அழகு, பொலிவு. அந்தப் பழைய சிந்தனைகளை அவர் திரும்ப சொல்வதில்லை. இது புரிந்து கொள்ள வேண்டிய ஏதோவொன்று. எந்தச் சூழ்நிலையும், முன்பு பார்த்த எந்தச் சூழ்நிலையைப் போல அதே மாதிரி இருப்பதில்லை. அதனால் நீங்கள் கடந்த காலத்தை வைத்துச் செயல்படும்போது, உங்களால் சூழலைச் சமாளிக்க முடியவில்லை. நீங்கள் மிகவும் பின் தங்கி விட்டீர்கள்.

அதுதான் உங்கள் தோல்விக்குக் காரணம். நீங்கள் சூழலைப் பார்ப்பதில்லை. நீங்கள் பதிலளிப்பதிலேயே கவனமாக இருக்கிறீர்கள். நீங்கள் சூழலைப் பார்க்காத குருடராக இருக்கிறீர்கள். தியானம் செய்கிற மனிதன் மிக சாதாரணமாக வெளிப்படையாக இருக்கிறான். அவன் கண்கள் சூழலைப் பார்க்கின்றன. அந்தச் சூழல் ஒரு பதிலை அவனுக்குள் கொடுக்கிறது. அவன் தயார் செய்யப்பட்ட எந்தப் பதிலையும் சுமப்ப தில்லை.

கௌதம புத்தரைப் பற்றி ஓர் அழகான கதை. ஒரு நாள் காலை ஒரு மனிதன் கேட்டான், ''கடவுளைப்பற்றி என்ன நினைக்கிறீர்கள்? கடவுள் இருக்கிறாரா?'' அவர் மறுபடியும் அந்த மனிதனைப் பார்த்தார், அவன் கண்களைப் பார்த்தப்படி சொன்னார், ''இல்லை கடவுள் இல்லை.''

அந்த நாளின் மதியத்தில் இன்னொரு மனிதன் ''கடவுளைப் பற்றி என்ன நினைக்கிறீர்கள். கடவுள் இருக்கிறாரா?'' எனக் கேட்டான். அவர் அந்த மனிதனை பார்த்து அவன் கண்களைப் பார்த்து ''ஆம் கடவுள் இருக்கிறார்'' எனக் கூறினார்.

ஆனந்தா அவருடன் இருந்தார். மிகவும் குழம்பிப் போனார், ஆனால் அவர் எப்போதுமே எச்சரிக்கையாக இருப்பார். எதிலும் தலையிட மாட்டார். எல்லோரும் போன பிறகு இரவில் அவருக்கு நேரம் இருந்தது. புத்தர் தூங்கப்போகிற நேரம். அவர் ஏதாவது கேட்கவேண்டுமானால் அப்போதுதான் கேட்பார்.

ஆனால் அந்த மாலை, சூரியன் அஸ்தமனம் ஆகிற நேரத்தில், ஒரு மூன்றாவது மனிதன் வந்தான் அதே போன்ற ஒரு கேள்வியுடன். ஆனால்

அது வித்யாசமான முறையில் அமைக்கப்பட்டிருந்தது. அவன் சொன்னான், ''கடவுளை நம்புகிற மக்கள் இருக்கிறார்கள். கடவுளை நம்பாத மக்களும் இருக்கிறார்கள். நான் யார் பக்கம் நிற்பது என்று எனக்குத் தெரியவில்லை. எனக்கு உதவுங்கள்.''

புத்தர் என்ன சொல்லப்போகிறார் என்பதை ஆனந்தா ஆர்வத்தோடு பார்த்துக்கொண்டிருந்தார். அவர் முற்றிலும் முரண்பட்ட இரண்டு பதில்களைச் சொல்லியிருந்தார். அதுவும் ஒரே நாளில். ஆனால் இப்போது மூன்றாவதாக ஒரு சந்தர்ப்பம் வந்திருக்கிறது. ஆனால் மூன்றாவது பதிலில்லை. ஆனால் புத்தர் மூன்றாவது பதிலையும் சொன்னார். அவர் பேசவில்லை. கண்களை மூடிக்கொண்டார். அது ஓர் அற்புதமான மாலை. பறவைகள் அதன் கூட்டுக்குள் வந்துவிட்டது. புத்தர் ஒரு மாந்தோப்பிலிருந்தார். சூரியன் அஸ்தமனமாகிவிட்டான். குளிர்ந்த காற்று வீசத்துவங்கிவிட்டது. புத்தர், கண்களை மூடியபடி இருந்ததை அந்த மனிதன் பார்த்தான். அனேகமாக அதுதான் பதில். அதனால் அவனும் கண்களை மூடியபடி அவர் அருகே அமர்ந்தான்.

ஒரு மணி நேரம் கழித்து, அந்த மனிதன் கண்களைத் திறந்தான், புத்தரின் கால்களைத் தொட்டுவிட்டுச் சொன்னான், ''உங்கள் பரிவு என்பது மிகச் சிறந்தது. நீங்கள் எனக்குப் பதிலைச் சொல்லிவிட்டீர்கள். நான் எப்போதும் உங்களுக்கு நன்றி உள்ளவனாக இருப்பேன்.''

ஆனாந்தாவினால் இதை நம்பவே முடியவில்லை. காரணம் புத்தர் ஒரு வார்த்தை கூட பேசவில்லை. ஆனால் அந்த மனிதன் சென்றுவிட்டான், முற்றிலும் திருப்தியோடு, நிறைவோடு. ஆனந்தா புத்தரிடம் கேட்டார். இது மிகவும் அதிகம், நீங்கள் என்னைப் பற்றி நினைத்துப் பார்க்க வேண்டும். நீங்கள் என்னைப் பைத்தியமாக்கி விடுவீர்கள். எனக்கு நரம்புக் கோளாறே வந்துவிடும் போல் இருக்கிறது. ஒருவரிடம் நீங்கள் கடவுளே இல்லை என்று சொன்னீர்கள். அடுத்தவரிடம் கடவுள் இருக்கிறார் என்றீர்கள். மூன்றாவதற்கு நீங்கள் பதிலே சொல்லவில்லை. ஆனால் அந்த வினோத மனிதன் பதிலைப் பெற்று விட்டதாகவும், அவன் திருப்தியடைந்த, நன்றியோடு இருப்பேன்.

புத்தர் சொன்னார், ''ஆனந்தா, முதலில் ஒரு விஷயத்தைத் தெரிந்து கொள்ள வேண்டும். அவை உன்னுடைய கேள்விகள் அல்ல. அதனால் அந்தப் பதில்கள் உனக்குக் கொடுக்கப்பட்டவையல்ல. நீ ஏன் தேவை யில்லாமல் அடுத்தவர் பிரச்னைகளைப் பற்றிக் கவலைப்படுகிறாய்? முதலில் உன் பிரச்னைகளைத் தீர்த்துக் கொள்.''

ஆனந்தா சொன்னார், ''அது உண்மைதான், அவை என்னுடைய கேள்விகளும் அல்ல; அந்தப் பதில்களும் எனக்குக் கொடுக்கப்பட

வில்லை. ஆனால் நான் என்ன செய்வது? எனக்குக் காதுகளும் கண்களும் இருக்கின்றனவே. நான் கேட்டேன், நான் பார்த்தேன், இப்போது நான் முழுவதும் குழம்பியிருக்கிறேன். எது சரி?''

புத்தர் சொன்னார், ''சரி? சரி என்பது விழிப்புணர்வு. முதலில் வந்தவன் ஓர் ஆஸ்திகன். அவனுக்கு என்னுடைய ஆதரவு தேவை. அவனுக்கு ஏற்கெனவே கடவுள் நம்பிக்கை உண்டு. அவன் ஒரு பதிலோடு வந்திருக்கிறான். தயார் நிலையில். என் ஆதரவை நாடி. அதன் மூலம் வெளியே போய், ''நான் சரிதான், புத்தர் கூட அப்படித்தான் நினைக்கிறார். அவனுக்கு நான் இல்லை என்று சொல்ல வேண்டிய தாயிற்று. அவனுடைய நம்பிக்கையைக் குலைப்பதற்காக, காரணம் நம்பிக்கை என்பது தெரியாதது. இரண்டாவது மனிதன் ஒரு நாத்திகவாதி. அவனும் ஒரு தயார் செய்யப்பட்ட பதிலோடு வந்திருந்தான். கடவுள் இல்லை. அவனுக்கு அவனது நம்பிக்கையின்மைக்கு என் ஆதரவு தேவை. அதனால் அவன் வெளியே போய் நான் அவனுடன் ஒத்துப் போகிறேன் என்பான். அதனால் அவனிடம் நான் ''ஆமாம், கடவுள் இருக்கிறார்'' என்றேன். ஆனால் என் நோக்கம் அதே தான்.

நீ என் நோக்கத்தைப் பார்த்தால் அதில் எந்த முரண்பாடுமில்லை. நான் அந்த முதல் மனிதனின் முன்பே தீர்மானிக்கப்பட்ட நம்பிக்கையைக் கலைத்தேன். நான் அந்த இரண்டாவது மனிதனின் முன் தீர்மானிக்கப் பட்ட நம்பிக்கையைக் கலைத்தேன். நம்பிக்கை என்பது நேரானது, அவநம்பிக்கை என்பது எதிரானது. ஆனால் இரண்டும் ஒன்றேதான். இருவருக்குமே எதுவுமே தெரியாது. இருவருமே பணிவாகத் தெரிந்து கொள்ள விருப்பமில்லாதவர்கள்; ஏற்கெனவே தவறான எண்ணத்தை சுமந்து கொண்டிருக்கிறார்கள்.

மூன்றாவது மனிதன்தான் தேடுகிறான். அவனுக்கு எந்தத் தவறான எண்ணமுமில்லை. அவனுக்கு ஒரு திறந்த மனம் இருந்தது. எனக்கே கடவுள் இருக்கிறாரா இல்லையா என்பது தெரியாது. நான் அவனுக்கு செய்ய முடிந்த ஒரே உதவி என்பது மௌன விழிப்பை போதிக்க முடிந்ததுதான். வார்த்தைகள் அங்கு பயனற்றவை. நான் என் கண்களை மூடிக்கொண்டேன் அவன் அந்தக் குறிப்பைப் புரிந்து கொண்டான். அவன் ஒரு குறிப்பிட்ட புத்திசாலித்தனத்தோடு இருந்தான். வெளிப் படை, வளையக்கூடியவன். அவனும் கண்களை மூடினான்.

''நான் ஆழ்ந்த மௌனத்திற்கு நகர்ந்தபோது, அவன் என் களத்தின் ஒரு பகுதியான என் மௌனத்திலும், என் முன்பும் இருந்தான். அவனும் மௌனத்தை நோக்கி நகர்ந்தான். விழிப்பை நோக்கி நகர்ந்தான். ஒரு மணி நேரம் கழிந்ததும், ஏதோ ஒரு சில நிமிடங்கள்தான் கழிந்ததைப் போல.

அவன் வார்த்தைகளில் எந்தப் பதிலையும் பெறவில்லை. ஆனால் மௌனத்தில் அவன் ஓர் ஆதாரபூர்வமான ஒரு பதிலைப் பெற்றான். கடவுளைப் பற்றிக் கவலைப்படாதே, கடவுள் இருக்கிறாரா இல்லையா என்பது ஒரு பிரச்னையேயில்லை. மௌனம், விழிப்புணர்வு இருக்கிறதா என்பதுதான் பிரச்னை. நீ மௌனமாக இருந்து, விழிப்போடு இருந்தால், நீங்களே ஒரு கடவுள்தான். கடவுள் என்பது உங்களைவிட்டு எங்கோ தொலைதூரத்தில் இல்லை. நீங்கள் மனம் அல்லது கடவுள். மௌனத்திலும், விழிப்புணர்விலும் மனம் கரைந்து காணாமல் போகிறது. உங்களிடமுள்ள தெய்வீகத்தன்மையை உனக்கு வெளிக் காட்டுகிறது. நான் அவனிடம் எதுவும் சொல்லாதபோதும், அவன் பதிலைப் பெற்றுவிட்டான். அது சரியான வழியில் பெற்றுவிட்டான்.

விழிப்புணர்வு உங்களை ஒரு மையத்திற்குக் கொண்டுவந்து அங்கிருந்து உங்கள் கண்களாலேயே நீங்கள் உங்களுடைய உச்ச கட்ட யதார்த்தத்தையும் பிரபஞ்சத்தையும் பார்க்கிறீர்கள். நீங்களும் பிரபஞ்சமும் வேறல்ல என்பது ஓர் அற்புதமான அனுபவம். அந்த முழுமையில் நீங்கள் ஒரு பகுதி. எனக்கு இதுதான் புனிதத்தின் அர்த்தம்.

புரிந்து கொள்ளவும், அறிவுஜீவி விளையாட்டிற்கும் அலசிப் பார்ப்பதற்கும் உங்களுக்குப் பயிற்சி அளிக்கப்பட்டுள்ளது. அவை யாருக்கும் உதவப்போவதில்லை. அது யாருக்கு உதவியும் புரிந்ததில்லை. அதனால்தான் மேற்கு அந்த விலைமதிப்பற்ற பரிமாணம் இல்லாமல் இருக்கிறது. அந்தப் புத்துணர்ச்சி, விழிப்புணர்வு. அதனுடைய வளமை எதுவுமே அந்தப் புத்துணர்ச்சிக்கு, மனமற்ற நிலைக்கு ஒப்பிட்டால் ஒன்றுமேயில்லை.

அதனால் மனதோடு இணைந்து கொள்ளாதீர்கள். அதைவிட, அதனால் சாலையில் ஒரு புறத்தில் இருந்து கவனியுங்கள். மனம் அந்தச் சாலையைக் கடக்கட்டும். விரைவில் சாலை வெறுமையாகிவிடும். மனம் ஒரு புல்லுருவியாக வாழ்கிறது. நீங்கள் அதனுடன் அடையாளம் காணப்படுகிறீர்கள். அதுதான் அதன் வாழ்க்கை. உங்கள் விழிப்புணர்வு அந்தத் தொடர்பைத் துண்டிக்கிறது. அதுதான் அதன் மரணம்.

கிழக்கிலுள்ள பண்டைய சுவடிகள் மரணம்தான் குரு என்கின்றன. இது ஒரு வினோதமான விளக்கம். ஆனால் அதில் ஆழ்ந்த அர்த்தமிருக்கிறது. குரு என்பது மரணம். காரணம் தியானம்தான் மனத்தின் மரணம், தியானம் தான் அகந்தையின் மரணம். தியானம்தான் உங்கள் தனித்தன்மையின் மரணம். அது தான் உங்கள் அவசியமான இருத்தலின் பிறப்பு, மீட்சி. அந்த அவசியமான இருத்தலைத் தெரிந்து கொள்வதுதான் எல்லாம் தெரிந்தது.

பெக்கி கோல்ட்பெர்க் ஓட்டல் மானேஜருக்கு ஃபோன் செய்தான் ''நான் இங்கு ஐநூற்றுப் பத்தாவது அறையில் இருக்கிறேன்.'' அவள் கோபமாக கத்தினாள். ''எதிர் அறையில் ஒருவன் நிர்வாணமாக நடந்து கொண்டிருக்கிறான். அவன் இடுப்புக்குக் கீழே ஆபாசமாக இருக்கிறது.''

''நான் இப்போதே போய்ப் பார்க்கிறேன்'' மானேஜர் சொன்னார் அவர் பெர்க்கின் அறைக்குள் நுழைந்தார், ஜன்னல் வழியாகப் பார்த்தார் ''நீங்கள் சொன்னது சரிதான், அந்த மனிதன் நிர்வாணமாகத்தான் இருக்கிறான். ஆனால் அவனுடைய ஜன்னல் இடுப்பு வரையில் மறைந்திருக்கிறதே, அவன் அறையில் எப்படி இருந்தால் நமக்கு என்ன?''

''ஆமாம்.'' கத்தினாள் பெர்க்லி,'' ''இந்த படுக்கையில் ஏறி நின்று பார், படுக்கையின் மீது ஏறு.''

மனம் ஒரு வினோதமான நபர். எந்தப் பிரச்னையுமில்லாவிட்டால் அது பிரச்னையைக் கிளப்பும். நீ ஏன் படுக்கையில் நிற்க வேண்டும்? யாரோ அவரது அறையில் நிர்வாணமாக இருப்பதைப் பார்ப்பதற்கு? மனதின் முட்டாள்தனங்களை ஒருவர் தெரிந்து பார்ப்பதற்கு? மனதின் முட்டாள்தனங்களை ஒருவர் தெரிந்து கொள்ள வேண்டும். நான் சார்லஸ் டார்வினின் பரிணாம தத்துவத்தை ஏற்றுக்கொள்ளவில்லை. ஆனால் அந்தத் தத்துவத்தின் மீது எனக்கு மரியாதை இருக்கிறது. காரணம் குரங்கிலிருந்து வந்தவன் மனிதன் என்பதற்கு சரித்திரபூர்வமான ஆதாரங்கள் இல்லை, ஆனால் மனோதத்துவ ரீதியில் அது நிச்சயமாக அது உண்மை. காரணம் மனிதன் மனம் என்பது ஒரு குரங்கு. எல்லா வகையிலும் அது முட்டாள்தனமானது.

மனத்தின் குப்பைகளைக் கிளறிக்கொண்டிருப்பதில் எந்தப் பயனு மில்லை. அது உங்கள் இருத்தலில்லை. அது நீங்கள் அல்ல. உங்களைச் சுற்றியுள்ள பலப் பல உயிரினங்களிடமிருந்து நீங்கள் சேர்த்துக்கொண்ட தூசி.

ஓர் இளம்பெண் மருத்துவரிடம் சென்றாள், அவளது இரண்டு தொடைகளிலும் ஒரு சின்ன புள்ளிகள் இருப்பதால் அவை மரத்துப்போவதாக பயந்தாள். மருத்துவர் அவரை நன்கு பரிசோதித்தார், பிறகு சொன்னார். அது மரத்துப்போகவில்லை அதனால் அதைப் பற்றிக் கவலைப்பட வேண்டாமென்றார். ''ஆனால் ஒன்று'' அந்தப் பெண் கிளம்புவதற்கு முன் கேட்டார் ''உன் ஆண் நண்பன் ஒரு நாடோடியா?''

''ஆமாம்'' என்றாள் அந்தப் பெண், ''உண்மையில் அவர் அப்படித்தான்.''

''சரி'' மருத்துவர் சொன்னார் ''அவனிடம் சொல்லு. அவன் காது தோடுகள் தங்கமில்லை'' இவையெல்லாம் மனதின் செயல்பாடுகள் - அது ஒரு பெரிய கண்டுபிடிப்பாளர்.

ஒரு மனோதத்துவ நிபுணரின் ஒரு பழைய விளக்கம் உள்ளது. அவர் ஒரு குருட்டு மனிதர், விளக்கில்லாத ஓர் இருண்ட வீட்டில், அவர் ஒரு கறுப்புப் பூனையைத் தேடிக்கொண்டிருக்கிறார். ஆனால் அது அங்கு இல்லை. ஆனால் எல்லாம் முடியவில்லை. அவர் அதைக் கண்டுபிடித்தார். அதை வைத்துப் பெரிய கட்டுரைகள், ஆராய்ச்சிகள், அதன் வழிமுறைகள், எழுதி, அந்தக் கறுப்புப் பூனை அங்கிருந்ததாக நிரூபித்தார்.

மனத்திடம் எச்சரிக்கையாக இருங்கள். அது குருடு. அதற்கு எதுவுமே தெரியாது. ஆனால் அது ஒரு மிகச் சிறந்த பாவனையாளர். அது எல்லாம் தெரிந்ததைப் போல பாவனை காட்டும்.

சாக்ரடீஸ் மனித இனத்தை இரண்டாகப்பிரித்தார். ஒரு வகையை அவர் தெரிந்து தெரியாதவர்கள். மக்கள் தங்களுக்கு தெரியும் என்று நினைக்கிறார்கள். ஆனால் அடிப்படையில் அவர்கள் தெரியாதவர்கள். அதுதான் மனதின் வேலை. இரண்டாவது வகை தெரியாமல் தெரிந்தவர்கள். இந்த மக்கள் நினைக்கிறார்கள். ''எங்களுக்குத் தெரியாது'' அவர்களுடைய வெகுளித்தனத்தில் ஒரு ஞானம் இருக்கிறது. அதுதான் தியானத்தில் விழிப்புணர்வின் வேலை.

?

நாள் இறுதியில் எனக்கு ஏதாவது சன்மானம் தேவை என்று நான் எப்போதுமே உணர்ந்திருக்கிறேன். கொஞ்சம் பீர், சிகரெட் அல்லது போதை மருந்து. ஆனால் இவை எதுவுமே திருப்தி அளிக்கவில்லை. ஆனாலும் ஏதோ ஒன்றுக்காக ஆனால் ஏதோ ஒரு வெகுமானத்திற்காக மனம் அலைகிறது. இது தொடர்கிறது. எந்த ஏக்கம் அதைத் திருப்திப் படுத்தும்?

அதை எதுவுமே திருப்திப்படுத்தாது. ஆசையின் ஒரு நுண்ணிய இயந்திரத்தனத்தைப் புரிந்துகொள்ள வேண்டும். ஆசை இந்த வழியில் தான் செயல்படுகிறது. உங்களுடைய சந்தோஷத்தில் ஆசை ஒரு நிபந்தனை போடுகிறது. ''இந்த கார் கிடைத்தால் நான் சந்தோஷமாக இருப்பேன், இந்த பெண், இந்த வீடு,'' ஆசையின் நிறைவு உங்கள் சந்தோஷத்தின் நிலையை எடுத்துவிடுகிறது. நிவாரணம் நீங்கள் நன்றாக இருக்கிறீர்கள். உண்மையில் நீங்கள் செய்ததெல்லாம் உங்கள் சந்தோஷத்திற்குத் தடையாக இருப்பதை அகற்றிவிடுங்கள். ஆனால் நீங்கள் யோசிக்கிறீர்கள் என்பதை தெரிந்து கொள்வதற்கு முன்பல்ல. ''மறுபடியும் நான் ஒரு தடையை ஏற்படுத்த முடியுமென்றால், பிறகு அதை முற்றிலுமாக எடுத்து விடுங்கள். அதை அகற்றுவதனால்

கிடைக்கிற நிவாரணம் முன்பிருந்ததைப் போலவே நன்றாக இருக்கும்.'' அதனால் அந்த ஆசைகள்தான், நாமதை நிறைவேற்றினாலும் கூட, மறுபடியும் புதிய புதிய ஆசைகளுக்கு இழுத்துச் செல்கிறது.

இதை நீங்கள் புரிந்து கொண்டீர்களா? முதலில் நீங்கள் ஒரு நிபந்தனை ஏற்படுத்துகிறீர்கள்? பிறகு சொல்கிறீர்கள், ''இந்தப் பெண் கிடைக்கா விட்டால் நான் மகிழ்ச்சியாக இருக்கப்போவதில்லை. நான் இந்தப் பெண்ணுடன்தான் மகிழ்ச்சியாக இருக்க முடியம்.'' இப்போது நீங்கள் அந்தப் பெண்ணை அடைவதற்காக முயலுகிறீர்கள். அது மிகவும் கடினம். நீங்கள் இன்னும் அதிக உற்சாகத்தோடு, காய்ச்சலாகிறீர்கள். அது அதிகமாக கடினமாகும் போது நீங்கள் இன்னும் அதிகமாக சவாலுக்குத் தயாராகி விட்டீர்கள். இன்னும் அதிக சிக்கல் என்கிறபோது உங்களிடமிருப்பதை யெல்லாம் களத்தில் இறக்குங்கள். நீங்கள் சூதாடத் தயாராகிவிட்டீர்கள். உங்கள் நம்பிக்கை அதிகமாகும்போது, அந்தப் பெண்ணை அடைய இன்னும் ஆசை பிறக்கிறது. அது மிகவும் கடினம், கஷ்டமானது. அது ஏதோ மகத்தானதாக இருக்க வேண்டும். அதனால்தான் அது கடினமானதாக, கஷ்டமானதாக இருக்கிறது. நீங்கள் துரத்துகிறீர்கள், துரத்துகிறீர்கள், துரத்துகிறீர்கள், ஒரு நாள் உங்களுக்கு அந்தப் பெண் கிடைத்துவிடுகிறாள். உங்களுக்கு அந்தப் பெண் கிடைத்தவுடன் அந்த நிபந்தனை அகற்றப்படுகிறது. ''அந்தப் பெண் கிடைத்தால் நான் மகிழ்ச்சியாக இருப்பேன்'' நீங்கள் முதலில் அந்த நிபந்தனையைப் போட்டு விட்டீர்கள். இப்போது அந்தப் பெண் கிடைத்துவிட்டாள். உங்களுக்கு ஒரு நிவாரணம். நீங்கள் நன்றாக இருக்கிறீர்கள். நன்றாக இருப்பதற்குக் காரணம் அந்த நிவாரணம்.

ஒரு நாள் முல்லா நஸ்ருதீன் பெரும் வலியில் துடித்தபடி நடந்து கொண்டிருந்தார். நான் அவரிடம் ''என்ன விஷயம்? உங்களுக்கு வயிற்று வலியா? அல்லது உங்களுக்குத் தலைவலி இருக்கிறதா? அல்லது வேறு ஏதாவதா? என்ன விஷயம்? நீங்கள் வேதனையில் இருப்பதாகத் தெரிகிறதே.''

அவர் சொன்னார், ''ஒன்றுமில்லை. நான் அணிந்திருக்கும் காலணி மிகவும் சிறியதாக இருக்கிறது.''

''சரி எதற்காக அதை அணிந்து கொண்டிருக்கிறீர்கள்?'' அவர் சொன்னார், ''நாள் முடிவில் இந்த ஒரு நிவாரணம் ஒன்றுதான் எனக்குக் கிடைக்கிறது. அதுவும் என் காலணிகளைக் கழற்றும்போது. இது ஒன்றுதான் எனக்கு சந்தோஷம். நான் இந்தக் காலணிகளை விடவே முடியாது. அது ஓரளவு சிறியது. அது உண்மையிலே நரக வேதனை தான். ஆனால் மாலையில் அது சொர்க்கமாக இருக்கிறது. நான்

வீட்டிற்குப் போய் என் காலணிகளைக் கழற்றி வைத்துவிட்டு, என் வீட்டு சோபாவில் அமரும்போது, ஆகா வந்துவிட்டேன் என்கிறேன். அது மிகவும் அழகானது.

அதைத்தான் நீங்கள் செய்கிறீர்கள். நீங்களே வலியை உருவாக்கு கிறீர்கள், நீங்களே வேதனையை உருவாக்குகிறீர்கள். துரத்துக்கிறீர்கள், காய்ச்சல், பிறகு ஒரு நாள் வீட்டிற்கு வருகிறீர்கள், காலணியைக் கழற்றுகிறீர்கள், பிறகு சொல்கிறீர்கள், ''பிரமாதம், இதுதான் மிகச் சிறந்தது. நான் வந்துவிட்டேன்'' ஆனால் எவ்வளவு நாளைக்கு இது நீடிக்கும்? அந்த நிவாரணம் சில தருணங்கள்தான். பிறகு மறுபடியும் தொங்குகிறீர்கள்.

இப்போது இந்தப் பெண் உங்களுக்குப் பயனற்றவள். காரணம் அவள் உங்களுக்குக் கிடைத்துவிட்டாள். நீங்கள் மறுபடியும் ஒரு நிபந்தனை யைப் போட்டுக்கொள்ள முடியாது. நீங்கள் மறுபடியும் சொல்ல முடியாது, ''இந்தப் பெண் கிடைத்தால் நான் மகிழ்ச்சியாக இருப்பேன்.'' காரணம் ஏற்கெனவே அவள் உங்களுடன் இருக்கிறாள். இப்போது நீங்கள் வேறு யாருடைய பெண்ணையாவது பார்க்கத் துவங்குகிறீர்கள். ''இந்தப் பெண் கிடைத்தாள்...'' இப்போது உங்களுக்கு ஒரு தந்திரம் தெரியும். முதலில் உங்கள் சந்தோஷத்தின் மீது நீங்கள் ஒரு நிபந்தனையைப் போட்டுக் கொள்ள வேண்டும். பிறகு வெறித்தனமாக அந்த நிபந்தனையைத் துரத்த வேண்டும். பிறகு ஒரு நாள் நிவாரணம் வருகிறது. இப்போது இது வீண்.

ஒரு புரிந்து கொண்ட மனிதன் நிபந்தனைகள் போட்டுக் கொள்ள வேண்டிய அவசியமில்லை என்பதைப் புரிந்து கொள்வான். நிபந்தனை யற்றே நீங்கள் சந்தோஷமாக இருக்கலாம். ஏன் சின்ன காலணிகளில் நடக்க வேண்டும், அவதிப்பட்டு இறுதியின் ஏன் நிவாரணம் தேட வேண்டும்? ஏன் அந்த நிவாரணத்தை எல்லா நேரமும் வைத்திருக்க கூடாது? ஆனால் அப்போது நீங்கள் அதை உணர மாட்டீர்கள். அதை உணர, எதிர்மறையாக ஒன்று தேவைப்படுகிறது. நீங்கள் சந்தோஷமாக இருப்பீர்கள், ஆனால் அதை உணர மாட்டீர்கள்.

அதுதான் உண்மையான சந்தோஷ மனிதனின் விளக்கம். உண்மை யான சந்தோஷ மனிதனுக்கு சந்தோஷம் என்றால் என்னவென்றே தெரியாது. அவன் அதைப் பற்றிக் கேட்டிருக்கவே மாட்டான். யார் அதிக மகிழ்ச்சியில் இருக்கிறார்கள்? நிபந்தனையற்ற மகிழ்ச்சி, எப்படி அவன் மகிழ்ச்சியாக இருக்கிறான் என்பதை தெரிந்து கொள்வது? மகிழ்ச்சியற்ற மனிதர்கள்தான் சொல்வார்கள், ''நான் சந்தோஷமாக இருக்கிறேன், எல்லாம் சிறப்பாக போய்க் கொண்டிருக்கிறது.'' இவர்கள் மகிழ்ச்சியற்ற

மனிதர்கள். ஒரு மகிழ்ச்சியான மனிதனுக்கு சந்தோஷம் என்றால் என்ன வென்றே தெரியாது. அது இருக்கிறது. அது எப்போதும் இருக்கும்.... அது சுவாசத்தைப் போல.

நீங்கள் சுவாசிப்பதற்காக நீங்கள் சந்தோஷப்படமாட்டீர்கள். பிறகு ஒன்று செய்யுங்கள். உங்கள் மூக்கை மூடிக்கொள்ளுங்கள். ஏதாவது யோகா பயிற்சி செய்து, உங்கள் மூச்சை உள்ளே அடக்குங்கள். இப்படியே அடக்கிக்கொண்டே, அடக்கிக்கொண்டே இருங்கள். இப்போது உங்கள் வேதனை அதிகமாகும். மறுபடியும் அடக்குங்கள். ஓர் உண்மையான யோகா சீடராக இருங்கள். மறுபடியும் அடக்குங்கள். பிறகு அது வெடிக் கும். அங்கே ஒரு பெரிய சந்தோஷமிருக்கும். ஆனால் இது முட்டாள் தனம். ஆனால் அதைத்தான் எல்லோரும் செய்து கொண்டிருக்கிறார்கள். அதனால்தான் மாலையில் முடிவிற்காக காத்துக்கொண்டிருக்கிறீர்கள்.

சந்தோஷம் என்பது இங்கிருக்கிறது. அதற்கு எந்த நிபந்தனையும் தேவையில்லை. சந்தோஷம் என்பது இயற்கையானது. அதை அப்படியே பாருங்கள். உங்கள் சந்தோஷத்தின் மீது எந்த நிபந்தனையும் விதிக் காதீர்கள். எந்தக் காரணமுமின்றி சந்தோஷமாக இருங்கள். சந்தோஷமாக இருக்க காரணங்களைக் கண்டுபிடிக்க வேண்டிய அவசியமேயில்லை. வெறுமே சந்தோஷமாக இருங்கள்.

உங்களால் சந்தோஷமாக இருக்க முடியாது என்றால், அப்படி ஒரு சாத்தியமற்ற நிபந்தனைகளைக் கஷ்டமானதைப் போட்டுக் கொள்ளா தீர்கள். பிறகு முல்லா சொன்னது சரி. அது ஒரு சின்ன விஷயம். எனக்குப் புரிகிறது. நீங்கள் அவரைத் தெரிந்து கொண்டதை விட அவர் அதிக புத்திசாலி. ஒரு சாதாரண கருவி. ஒரு அளவு சின்ன காலணி - அத்தனை சின்ன கருவி, அவர் அப்படி செய்வதை யாருமே தடுக்க முடியாது. மாலையில் நீங்கள் சந்தோஷமாக இருக்கிறீர்கள். எல்லாம் சாதாரண கருவிகள், சின்ன கருவிகளை உருவாக்குங்கள், எவ்வளவு சந்தோஷமாக இருக்க முடியுமோ அவ்வளவு சந்தோஷமாக இருங்கள்.

ஆனால் நீங்கள் சொல்கிறீர்கள், ''இந்தப் பெரிய வீடு என்னுடையதாக இருந்தால் நான் சந்தோஷமாக இருப்பேன்.'' இப்போது நீங்கள் ஒரு பெரிய நிபந்தனையை விதிக்கிறீர்கள். அது வருடங்களாகலாம். நீங்கள் களைப்பாகி அசந்து போவீர்கள். நீங்கள் ஆசைப்பட்ட அந்த மாளிகைக் குப் போவதற்கு முன் நீங்கள் மரணத்தை நெருங்கலாம். அதுதான் நடக்கிறது. உங்கள் முழு வாழ்க்கையையும் நீங்கள் வீணடித்து விட்டீர்கள், இப்போது அந்தப் பெரிய வீடு உங்கள் கல்லறையாகப் போகிறது. நீங்கள் சொல்கிறீர்கள், ''எனக்குப் பல கோடி ரூபாய்கள் இருந்தால் மட்டுமே நான் மகிழ்ச்சியாக இருக்க முடியும்.'' பிறகு

அதற்காக நீங்கள் வேலை செய்ய வேண்டும். உங்கள் முழு வாழ்க்கை யையுமே வீணடிக்க வேண்டும். முல்லா நஸ்ரூதீன் எவ்வளவோ பெரிய புத்திசாலி. சின்ன நிபந்தனைகளைப்போட்டு, எவ்வளவு சந்தோஷத்தை அனுபவிக்க முடியுமோ அவ்வளவு அனுபவியுங்கள்.

நீங்கள் புரிந்து கொண்டால், பிறகு நீங்கள் எந்த நிபந்தனையும் போட வேண்டியதில்லை. அதன் மையத்தைப் பாருங்கள். அந்த நிபந்தனைகள் எந்த சந்தோஷத்தையும் கொடுக்காது. அது நிவாரணம்தான் தரும். ஆனால் அந்த நிவாரணம் நிரந்தரமாக இருக்க முடியாது. எந்த நிவாரணமும் நிரந்தரமில்லை. அது சில தருணங்கள் மட்டுமே இருக்கும்.

நீங்கள் இதை மறுபடியும் மறுபடியும் கவனித்ததில்லையா? நீங்கள் ஒரு கார் வாங்க வேண்டும். கார் உங்கள் வீட்டிற்குள் இருக்கிறது. நீங்கள் அங்கே நிற்கிறீர்கள். உங்களுக்கு மிக மிக சந்தோஷம். அது எவ்வளவு நேரம் நீடிக்கும்? நாளை அது பழைய கார், ஒரு நாள் பழையது. இரண்டு நாள் கழித்து, அது இரண்டு நாள் பழையது. உங்கள் அக்கம்பக்கத்தி லிருப்பவர்கள் எல்லோரும் பார்த்ததாயிற்று, எல்லோருமே பாராட்டி விட்டார்கள். முடிந்தது. இப்போது யாரும் அதைப் பற்றிப் பேசப் போவதில்லை. அதனால் தான் கார் கம்பெனிகள், ஒவ்வொரு வருடமும் புதிய மாடல்களைத் தயாரித்துக் கொண்டேயிருக்கிறார்கள். அதனால் நீங்கள் புதிய நிபந்தனைகளை விதித்துக் கொள்ளலாம்.

மக்கள் நிவாரணம் கிடைக்க வேண்டுமென்பதற்காக எதையாவது பிடித்துத் தொங்கிக்கொண்டிருக்கிறார்கள். நிவாரணம் இருக்கிறது. நீங்கள் இந்தக் கதையைக் கேள்விப்பட்டிருக்கிறீர்களா?

ஒரு பிச்சைக்காரன் ஒரு மரத்தடியில் உட்கார்ந்து கொண்டிருந்தான், ஒரு பணக்காரரின் கார் நின்று விட்டது. டிரைவர் அதை சரி செய்து கொண்டிருந்தார், பணக்காரர் சற்றுத் தள்ளி வந்தார். பிச்சைக்காரன் மரத்தடியில் நன்கு தூங்கிக்கொண்டிருந்தான். நல்ல காற்று, சூரிய வெளிச்சம், அழகாக இருக்கிறது. அந்தப் பணக்காரன் வந்து அந்த பிச்சைக்காரன் அருகில் வந்து உட்கார்ந்தபடி சொன்னான், "நீங்கள் ஏன் வேலை செய்யக்கூடாது?"

பிச்சைக்காரன் கேட்டான், "எதற்கு?" அந்தப் பணக்காரனுக்குச் சற்றுக் கோபம் வந்தது, சொன்னான்," உன்னிடம் பணமிருந்தால் உன் வங்கியில் எவ்வளவு பாக்கியிருக்கும் தெரியுமா?"

மறுபடியும் அந்தப் பிச்சைக்காரன் கேட்டான், "எதற்கு?"

அந்தப் பணக்காரனுக்கு இன்னும் அதிகமாகக் கோபம் வந்தது. அவன் சொன்னான், "எதற்கு? உன்னுடைய வயதான காலத்தில் பணி ஓய்வு பெற்றுக்கொண்டு, ஓய்வாக இருக்கலாம்."

"ஆனால்" அந்தப் பிச்சைக்காரன் சொன்னான், "நான் இப்போதே ஓய்வெடுத்துக் கொண்டுதானே இருக்கிறேன். ஏன் வயதான காலம் வரை காத்திருக்க வேண்டும்? இந்த எல்லா முட்டாள்தனங்களையும் செய்ய வேண்டும். பணம் சம்பாதிப்பது, வங்கியில் பாக்கி பணம், பிறகு இறுதியில் ஓய்வு. நீ பார்க்கவில்லை. நான் இப்போதே ஓய்வில்தான் இருக்கிறேன். ஏன் காத்திருக்க வேண்டும்?"

ஏன் மாலைக்குக் காத்திருக்க வேண்டும்? ஏன் பீருக்காகக் காத்திருக்க வேண்டும்? ஏன் தண்ணீரைக் குடித்துவிட்டு அதைக் குடிக்கும்போது ஏன் அதை ரசிக்கக்கூடாது?

நீங்கள் கேட்டிருப்பீர்கள் - தண்ணீரை மதுபானமாக இயேசுநாதர் மாற்றிய கதையைக் கேட்டிருப்பீர்கள். கிறித்துவர்கள் அதைத் தவற விட்டு விட்டார்கள். அவர்கள் உண்மையிலேயே அதை மதுவாக மாற்றினார் என்று நினைத்துக்கொண்டிருக்கிறார்கள். அது உண்மையில்லை. அவர் அவருடைய சீடர்களுக்கு ஒரு ரகசியத்தை கற்றுக்கொடுத்திருக்கிறார். அதை நான் உங்களுக்கு கற்றுக் கொடுக்கிறேன். "நீங்கள் சந்தோஷமாக குடித்தால் தண்ணீர் கூட மதுவாகும்.

நீங்கள் தண்ணீரை சந்தோஷமாக குடித்தால் அந்த தண்ணீர் கூட உங்களை போதைக்குள்ளாக்கும். முயற்சி செய்யுங்கள். தண்ணீர் உங்களை போதை படுத்தலாம். அது உங்களைப் பொருத்தது. அது நீங்கள் குடிக்கிற பீரிலோ, அல்லது வைனிலோ இல்லை. அது உங்களுக்குப் புரியவில்லை என்றால் ஏதாவது ஒரு வசியக்காரரைக் கேளுங்கள். அவருக்குத் தெரியும். வசியப்பட்ட யாராவது ஒருவருக்குத் தண்ணீரை கொடுத்தால், அந்த வசியத்திலேயே இதுதான் வைன் என்று சொன்னால், அவருக்குத் தண்ணீராலேயே போதை வரும்.

மருத்துவர்களுக்கு இந்த அந்திக்கால மருந்தைப் பற்றித் தெரியும். சில சமயம் முடிவுகள் குழப்பமாக இருக்கும். ஒரு மருத்துவமனையில் ஏதோ ஒரு சோதனை நடத்திக்கொண்டிருந்தார்கள். இருபது நோயாளிகள் கொண்ட ஒரு குழு. எல்லோருக்கும் ஒரே மாதிரியான நோய்க்கான மருந்து கொடுக்கப்பட்டது. இன்னொரு இருபது பேருக்கு அதே நோய்க்குத் தண்ணீரைக் கொடுத்தார்கள். தண்ணீர் வேலை செய்கிறதா என்பதைப் பார்ப்பதற்காக. மருத்துவர்களுக்கோ, அல்லது நோயாளி களுக்கோ எது தண்ணீர், எது மருந்து என்பது தெரியாது. காரணம் மருத்துவர்களுக்குத் தெரிந்தால் அவருடைய நடத்தையும் மாறும். தண்ணீர் கொடுத்தால் அதை அத்தனை சிரத்தையோடு கொடுக்க மாட்டார். அதனால் நோயாளிக்கு சந்தேகம் வரும். அதனால் மருத்துவர்களுக்கோ நோயாளிகளுக்கோ இது தெரியாது. யாருக்குமே தெரியாது. இந்த விஷயத்தை ஒரு பாதுகாப்புப் பெட்டகத்தில் வைத்துப் பூட்டினார்கள்.

அற்புதம் நிகழ்ந்தது மருந்தினால் உதவி பெற்ற அதே அளவு நோயாளிகள் தண்ணீராலும் உதவி பெற்றார்கள். அந்த இருபதில், எழுபது சதவிகிதம் பேர் ஆரோக்யமாக இருந்தார்கள், இரண்டாவது வாரத்தி லேயே. இரண்டு குழுக்களிலுமே. இன்னொரு அதிக அற்புதமான விஷய மென்னவென்றால் தண்ணீர் கொடுக்கப்பட்டவர்கள் அதிக நாட்கள் ஆரோக்யமாக இருந்தார்கள் மருந்து கொடுக்கப்பட்டவர்களை விட. உண்மையான மருந்து கொடுக்கப்பட்டவர்கள் சீக்கிரமே வரத் துவங்கினார்கள். சில வாரங்களுக்குப் பின்.

என்ன நடந்தது? ஏன் தண்ணீர் அந்த அளவு உதவி செய்தது? அங்கே மருந்து என்கிற யோசனை உதவி செய்தது, மருந்தல்ல. காரணம் தண்ணீர் சுத்தமான தண்ணீராக இருந்ததால், அது கெடுதல் கொடுக்காது; ஆனால் மருந்து கெடுதலைக்கொடுக்கும். அதனால்தான் உண்மையான மருந்து கொடுக்கப்பட்டவர்கள் திரும்பவும் வரத் துவங்கினார்கள். அவர்கள் புதிய ஆசையை உருவாக்கத் துவங்கினார்கள். சில புதிய நோய்களை, சில புதிய பிரச்னைகளை. காரணம் எந்த மருந்துமே உங்கள் உடல் அமைப்பை ஏதாவது வழியில் பாதிக்காமல் இருக்காது. அதனுடைய எதிர்விளைவுகள் இருக்கவே செய்யும். தண்ணீரால் எந்த எதிர் விளைவுகளும் இருக்காது. இதுதான் சுத்தமான மனோவசியம்.

நீங்கள் தண்ணீரை அதே ஆர்வத்துடன் குடிக்கலாம், அதே பிரார்த்தனையுடன், அது வைனாக மாறும். சென் மக்களைப் பாருங்கள் ஒரு தேநீரை கூட அதே கொண்டாட்டத்தோடு, சம்பிரதாயமாக குடிப்பார்கள். ஒரு விழிப்புணர்வோடு. அந்த சாதாரண தேநீர் கூட ஏதோ ஒரு நிகழ்வாக மாறும். சாதாரண தேநீர் கூட மாறிவிடும். சாதாரண விஷயங்களைக் கூட மாற்றிவிடும். சாதாரண செயல்கள் மாறிவிடும். ஒரு காலை நேர நடை பயிற்சி கூட போதையைக் கொடுக்கும். அந்தக் காலை நடை பயிற்சி உங்களுக்கு போதையைக் கொடுக்காவிட்டால் உங்களிடம் தான் ஏதோ ஒரு கோளாறு. ஒரு ரோஜா மலரைப் பார்த்துக்கொண்டிருந்தால் கூட போதைதான். அது உங்களுக்கு போதை கொடுக்காவிட்டால், வேறு எதுவுமே உங்களுக்கு போதை கொடுக்க முடியாது. ஒரு குழந்தையின் கண்களைப் பார்த்துக்கொண்டிருந்தால் போதை வரும்.

இந்தத் தருணத்தில் எப்படி சந்தோஷமாக இருப்பது என்பதைச் கற்றுக்கொள்ளுங்கள். முடிவுகளுக்காகக் காத்திருக்காதீர்கள். அப்படி எதுவுமேயில்லை. வாழ்க்கை எங்குமே போவதில்லை. அதற்கு முடிவே கிடையாது. எந்த முடிவுக்கான வழியுமில்லை வாழ்க்கை. வாழ்க்கை இப்போது இங்கேயிருக்கிறது. வாழுங்கள். மொத்தமாக வாழுங்கள். உள்ளுணர்வோடு வாழுங்கள், மகிழ்ச்சியாக வாழுங்கள், உங்களுக்குள் ஒரு நிறைவு வரும்.

அந்த நிறைவை ஒத்திப்போடக்கூடாது. இல்லையென்றால் உங்களுக்கு நிறைவே வராது. நிறைவு என்பது இப்போது, இப்போது இல்லையென்றால் எப்போதுமில்லை.

? **சங்கிலித் தொடராய் புகை பிடிப்பவர் தியான நிலைக்கு வரமுடியுமா? நான் இருபத்தைந்து வருடங்களாகப் புகை பிடித்திருக்கிறேன், புகை பிடிக்கும்போது தியானத்திற்குள் ஆழமாகப் போவது தடை படுவதாக உணர்கிறேன். இருந்தும், என்னால் புகை பிடிப்பதை நிறுத்த முடியவில்லை. இதைப் பற்றி நீங்கள் ஏதாவது சொல்ல முடியுமா?**

தியானம் செய்கிறவர் புகை பிடிக்கமுடியாது. காரணம் சாதாரண மானது. அவருக்கு நரம்பு தளர்ச்சி, எதிர்பார்ப்பு, பதற்றம் இருக்காது.

புகை பிடித்தல் உதவும் - தற்காலிகமாக, உங்களுடைய மனக்கவலை உங்களுடைய பதற்றம், உங்களுடைய நரம்புத் தளர்ச்சியை மறக்க உதவும். மற்றவையும் அதையே செய்யா முடியும், சூயிங்கம் அதையே செய்ய முடியும். ஆனால் புகைபிடித்தல்தான் இதில் சிறந்தது.

உங்களுடைய ஆழ்ந்த உள்ளுணர்வில், புகை பிடித்தல் என்பது தாயிடம் முலைப்பால் குடிப்பதற்குத் தொடர்புடையது. நாகரீகம் வளர்ந்தபோது தாய், குழந்தைகள் தாய்ப்பால் குடித்து வளர்வதை விரும்பவில்லை. நியாயம்தானே! அதனால் மார்பகங்கள் உருக்குலைந்து விடுமே. மார்பகங்கள் அதன் வட்ட அமைப்பை, அழகை இழந்துவிடும். குழந்தைக்கு வெவ்வேறு தேவையில்லை, காரணம் மார்பகங்கள் வட்டமாக இருந்தால் குழந்தை இறந்துவிடும். மார்பகங்கள் வட்டமாக இருந்தால் பால் குடிக்கும்போது குழந்தையால் சுவாசிக்க முடியாது. குழந்தையின் மூக்கை மார்பகங்கள் தடுக்கும். அதற்கு மூச்சுமுட்டல் வரும்.

ஓர் ஓவியனின் தேவையை விட, ஒரு கவிஞனின் தேவையைவிட, ஒரு மனிதனின் கலை உணர்வின் தேவையைவிட ஒரு குழந்தையின் தேவை வித்யாசமானது. ஒரு குழந்தைக்கு நீண்ட மார்பகங்கள் தேவை அதனால் அதன் மூக்கு சுதந்திரமாக இருக்கும். அதன் மூலம் அது உண்ணவும் முடியும், அதை அதனால் உணரவும் முடியும். அதனால் ஒவ்வொரு குழந்தையும் தன் தேவைக்கேற்ப அந்த மார்பகங்களைப் பயன்படுத்திக்கொள்ளும். எந்தப் பெண்ணுக்கும் தன் மார்பகங்கள்

சீரழிந்து போவது பிடிக்காது. அது அவள் அழகின் ஒரு பகுதி, உடலின், அதன் அமைப்பின் ஒரு பகுதி.

நாகரீகம் வளர்ந்தபோது, குழந்தையைத் தாயின் மார்பகத்திலிருந்து விரைவாக, சீக்கிரமாகத் தள்ளி எடுத்துக்கொண்டு போனார்கள். மார்பகத்தி லிருந்து குடிக்க வேண்டுமென்கிற ஏக்கம் மனதிற்குள் ஓடிக்கொண்டே இருக்கும். எப்போதெல்லாம் மக்கள் ஒரு வித நரம்பு தளர்ச்சியில் இருக்கும்போதும், ஒரு பதற்றத்தில், ஒரு மனக்கவலையில், இருக்கும் போது சிகரெட் உதவுகிறது. அது அவர்கள் மீண்டும் ஒரு தாயின் மடியில் ஓய்வெடுத்துக்கொள்ளும் குழந்தையாக்க உதவுகிறது. அதன் அடையாளம்தான் சிகரெட். அது ஒரு தாயின் முலைக்காம்பைப் போல, உள்ளே போகிற புகையும் கதகதப்பாக இருக்கிறது. பாலைப் போல. இரண்டிற்கும் ஒரு குறிப்பிட்ட ஒத்திசைவு இருக்கிறது. அதனால் நீங்கள் அதில் ஈடுபடுகிறீர்கள். அந்தத் தருணத்தில் மனக்கவலையில்லாத, பிரச்னைகள், பொறுப்பில்லாத குழந்தையாகிறீர்கள்.

நீங்கள் சொல்கிறீர்கள் கடந்த முப்பது வருடங்களாக புகை பிடித்து வருவதாக, ஒரு சங்கிலித் தொடர் புகை பிடிப்பாளர், நீங்கள் அதை நிறுத்த வேண்டும். ஆனால் உங்களால் நிறுத்த முடியவில்லை. உங்களால் முடியாது - காரணம் அதை உருவாக்கும் காரணத்தை நீங்கள் மாற்றியாக வேண்டும்.

என்னுடைய பல சந்நியாசிகளிடம் நான் வெற்றி கண்டிருக்கிறேன். முதலில் இந்த யோசனையை சொன்னபோது அவர்கள் சிரித்தார்கள். ஒரு சாதாரண தீர்வு அவர்களுக்கு உதவ முடியும் என்பதை அவர்களால் நம்ப முடியவில்லை. நான் சொன்னேன், ''புகை பிடிப்பதை நிறுத்த முயலாதீர்கள், ஆனால் குழந்தைகளுக்குப் பால் கொடுக்கிற சின்ன பாட்டிலைக் கொண்டு வாருங்கள். இரவில் யாரும் உங்களைப் பார்க்காத போது உங்கள் போர்வைக்கு அடியில் அந்தப் பாலை வைத்துக் கொண்டு ரசித்துக் குடியுங்கள். சூடான பால். குறைந்த பட்சம் அது எந்தத் தீங்கையும் விளைவிக்கப் போவதில்லை.

அவர்கள் சொன்னார்கள், ''ஆனால் அது எப்படி உதவப்போகிறது?''

நான் சொன்னேன், ''எப்படி,ஏன் என்பதையெல்லாம் மறந்து விடுங்கள் - நீங்கள் செய்யுங்கள். அது தூங்கப்போவதற்கு முன்பு உங்களுக்கு சிறந்த உணவாக இருக்கும். அதில் எந்தத் தவறுமில்லை. என்னுடைய எண்ணமெல்லாம் அடுத்த நாள் உங்களுக்கு சிகரெட் அவ்வளவு தேவையாக இருக்காது. அதனால் எண்ணிப்பாருங்கள்.'' அவர்கள் வியந்து போனார்கள். மெதுவாக, மெதுவாக, சிகரெட் காணாமல் போய்க் கொண்டிருந்தது. காரணம் நடுவில் தொங்கிக்

கொண்டிருந்த அவர்களது அடிப்படைத் தேவைகள் நிறைவேறிவிட்டன. அவர்கள் இனி குழந்தைகளில்லை. அவர்கள் வளருகிறார்கள், சிகரெட் காணாமல் போகிறது. அதை உங்களால் நிறுத்த முடியாது. தீங்கில்லாத ஏதாவது ஒன்றை நீங்கள் செய்தாக வேண்டும். அது ஆரோக்யமானதாக, இப்போதைக்கு ஒரு மாற்றாகவும் இருக்கும். சிகரெட் தானாகவே நின்று விடும்.

சின்னக் குழந்தைகளுக்கு இது தெரியும். நான் இந்த ரகசியத்தை அவர்களிடம்தான் கற்றுக்கொண்டேன். ஒரு குழந்தை அழுதாலோ, கண்ணீர் விட்டாலோ, பசியிலிருந்தாலோ - தாய் எங்கோ இருக்கிறாள், உடனே அது கட்டை விரலை வாயில் போட்டுக்கொள்ளும்; அதை உறிஞ்ச ஆரம்பிக்கும். அதற்குப் பசியும், அழுகையும், கண்ணீரும் மறந்து போகும். அப்படியே அயர்ந்து தூங்கிவிடும். அது ஒரு மாற்றைக் கண்டுபிடித்துவிட்டது. அந்த மாற்று அதற்கு உணவை கொடுக்கப் போவதில்லை. குறைந்த பட்சம் அதற்கு இணையாக ஒன்று நடக்கிறதே என்கிற உணர்வில் அது ஓய்வெடுக்கிறது. இதை நான் என்னுடைய சில சந்நியாசிகளுக்குத் தெரிவித்தேன். விரலைக் கூட சூப்பச் சொன்னேன். ஒரு பாட்டிலைக் கொண்டு வந்து அதில் பாலை நிரப்ப பயமாக இருந்தால், உங்கள் மனைவி பார்ததுவிடலாம். குழந்தைகள் பார்த்து விடலாம், அப்படியானால் வாயில் விரலைப் போட்டுக்கொண்டு தூங்குவதுதான் சிறந்த வழி. உறிஞ்சுகள், அதை ரசியுங்கள்.

இதைக் கேட்டுச் சிரித்திருக்கிறார்கள், ஆனால் எப்போதுமே திரும்பி வந்து சொல்வார்கள், ''அது உதவுகிறது, அடுத்த நாள் சிகரெட்டின் எண்ணிக்கை குறைந்துவிட்டது, அது இன்னும் குறையப்போகிறது.'' சில வாரங்களெடுக்கலாம். பிறகு சிகரெட் காணாமல் போகும். ஒரு முறை அது காணாமல் போனால் அதை நிறுத்தாமல் பிறகு.... நீங்கள் நிறுத்துவது என்பது ஒடுக்குவது, எதுவெல்லாம் ஒடுக்கப்படுகிறதோ அது மறுபடியும் வரத் துவங்கும் ஒரு பெரும் வேகத்தோடு, ஒரு வஞ்சத்தோடு.

எதையும் நிறுத்தாதீர்கள். அதனுடைய அடிப்படைக் காரணத்தைக் கண்டுபிடியுங்கள். அதற்கு மாற்றாக, தீங்கில்லாத ஒன்றை ஏற்படுத்த முயலுங்கள். இப்போது அதனுடைய அடிப்படைக் காரணம் மறைந்து போகிறது. சிகரெட் என்பது ஓர் அடையாளம்தான். அதனால் முதல் விஷயமாக, நிறுத்துவதை நிறுத்துங்கள். இரண்டாவதாக, ஒரு நல்ல பாட்டிலைக் கொண்டு வாருங்கள், அதனால் தர்மசங்கடப்படாதீர்கள். உங்களுக்கு தர்மசங்கடமாக இருந்தால் உங்கள் பெருவிரலைப் பயன்படுத்துங்கள். உங்கள் பெருவிரல் பெரிய விஷயமில்லை. ஆனால் அது உதவும். நான் சொன்னதைக் கேட்டு யாரும் தோற்றதாக எனக்குத் தெரியவில்லை. ஒரு நாள் திடீரென்று அவராலேயே நம்ப முடியாது.

தேவையில்லாமல் உடல் ஆரோக்யத்தைக் கெடுத்துக் கொண்டிருக்கிறோம், சுத்தமான, களங்கமில்லாத காற்றுக்குப் பதிலாக அசுத்த புகையைப் புகைத்துக்கொண்டு நுரையீரலைக் கெடுத்துக் கொண்டிருக்கிறோம் என்பதை அவராலேயே நம்ப முடியாது.

இது இன்னும் அதிகம், அதிகம் பிரச்னையாகப் போகிறது. காரணம் பெண்களின் விடுதலை இயக்கம் வளரும்போது குழந்தைகளுக்கு மார்பக உணவு கிடைக்கப்போவதில்லை. அவர்களுக்குத் தாய்ப் பால் கட்டாயம் வேண்டும் என்று நான் சொல்லவில்லை. ஆனால் அந்த மார்புக்கு இணையாக ஒரு மாற்று கொடுக்கவேண்டும் - சூயிங் கம், சிகரெட், சுருட்டு... இவையெல்லாம் அடையாளங்கள். வெவ்வேறு நாடுகளில் அது வேறுவேறானவை. இந்தியாவில் அவர்கள் வெற்றிலை போடுகிறார்கள். அல்லது நிறைய மக்கள் பொடி போடுகிறார்கள். எல்லாமே ஒன்றுதான். பொடி தூரத்தில் இருப்பதாகத் தெரியலாம் ஆனால் அது அதிக தூரமில்லை. நரம்புத் தளர்ச்சி, பதற்றம், மனக்கவலையால் மக்கள் ஒரு சிட்டிகை பொடி போடுவார்கள். அது ஒரு நல்ல தும்மலைத் தரும், அவர்கள் மனத்தைச் சுத்தப்படுத்தும், அவர்களது முழு இருத்தலை அசைக்கும், அது நன்றாக இருக்கும். ஆனால் அவர்களது மனக்கவலை திரும்ப வரும். பொடி அவர்களை அழிக்காது. அவர்களின் அடிப்படையான நரம்புத் தளர்ச்சியை நீங்கள் அழிக்க வேண்டும். ஏன் அவர்கள் நரம்பு தளர்ச்சியோடு இருக்க வேண்டும்?

பல பத்திரிகையாளர்கள் என்னிடம் சொல்லியிருக்கிறார்கள் ''உங்களிடம் எங்களுக்கும் உள்ள பெரிய கஷ்டமே உங்களைப் பார்த்தால் எங்களுக்கு நடுக்கமாக இருக்கிறது.'' அவர்கள் சொன்னார்கள் ''இது வினோதமானது, காரணம் நாங்கள் அரசியல்வாதிகளைப் பேட்டி காணுகிறோம். அவர்கள் நடுங்குகிறார்கள். நாங்கள் நடுங்க வைக்கிறோம். நீங்கள் எங்களை நடுங்க வைக்கிறீர்கள். உடனே சிகரெட் பிடிக்க வேண்டும் என்கிற ஆசை எழுகிறது. நீங்கள் புகை பிடிக்கக் கூடாது என்கிறீர்கள்.''

''நீங்கள் பெரிய தந்திரம் வைத்திருக்கிறீர்கள்'' நாங்கள் புகை பிடிக்கக்கூடாது, அதனால் நீங்கள் எங்களை நடுங்க வைக்கிறீர்கள், பதற்றமாக்குகிறீர்கள். இந்த பயமுறுத்தல் எங்களைப் புகை பிடிக்க விடாமல் தடுக்கிறது. இதிலிருந்து வர உங்களிடம் வழியில்லை.'' ஆனால் என் எதிரே ஏன் நடுங்க வேண்டும்? அந்த அரசியல்வாதிகள் மிகவும் பலமானவர்கள். அவர்கள் உங்கள் எதிரே நடுங்குகிறார்கள் என்றால் புரிந்து கொள்ள முடியும். ஆனால் யதார்த்தம் என்னவென்றால் பலமுள்ள மக்கள் உள்ளே பொய்யானவர்கள். அந்த அதிகாரம் கூட மற்றவர்களிடமிருந்து இரவல் வாங்கியது, அவர்களுடைய மரியாதை

குறித்து அவர்களுக்கு பயம் வருகிறது. அவர்கள் ஒரு வார்த்தை பேசுவதற்கு, இரண்டு முறை யோசிக்க வேண்டும். அவர்கள் மக்களிடம் தங்களுக்குள்ள செல்வாக்கு அழிந்து விடுமோவென்று பத்திரிகையாளர் களைக் கண்டு நடுங்குகிறார்கள். அவர்கள் ஏற்படுத்தி வைத்திருக்கும் பிம்பம் இன்னும் அதிகமாகி, அதிகமாகிக்கொண்டிருக்க வேண்டும். அதுதான் அவர்களது பயம். அந்த பயத்தினால், பத்திரிகையாளர்கள், எந்த பத்திரிகையாளர்களானாலும், அதிகாரமில்லாதவர்கள் கூட அவர்களை நடுங்க வைக்க முடியும்.

எனக்கு எந்தப் பிரச்னையுமில்லை. எனக்கு மரியாதை குறித்து எந்த ஆசையுமில்லை. எனக்கு இருக்கிற கெட்ட பெயர் போதும் எனக்கு இன்னும் கெட்ட பெயர் ஏற்படுத்த முடியாது. என்னை நடுங்கச் செய்கிற எல்லாவற்றையும் நான் செய்து விட்டேன். நான் எல்லாவற்றையும் சமாளித்து விட்டேன். அவர்களால் என்னை என்ன செய்ய முடியும்? இழப்பதற்கு என்னிடம் எந்த அதிகாரமும் இல்லை. நான் என்ன வேண்டுமானாலும் சொல்லலாம். காரணம் நான் ஸ்திரமில்லாமலே முரண்படுகிறேன், ஸ்திரமாக இல்லாதது குறித்து நான் கவலைப்பட வில்லை. அதற்கு மாறாக, நான் முரண்படுவது, ஸ்திரமில்லாமல் இருப்பது குறித்து நான் சந்தோஷப்படுகிறேன். அதனால் அவர்கள் நடுங்குகிறார்கள். அந்த நடுக்கம் உடனடியாக ஏதாவது செய்ய வேண்டுமென்கிற எண்ணத்தைக் கொண்டு வருகிறது. எதிலாவது ஈடுபட வேண்டும். அவர்கள் நடுக்கமாக இருப்பது யாருக்கும் தெரியக் கூடாது. கவனியுங்கள். உங்களுக்கு சிகரெட் வேண்டுமென்று தோன்றுகிறபோது கவனியுங்கள் அது ஏன் உங்களுக்குத் தேவையென்று. ஏதோவொன்று உங்களை நடுங்க வைக்கிறது. நீங்கள் பிடிபட விரும்பவில்லை, எனக்கு நினைவுக்கு வருகிறது.

ஒரு நாள் ஒரு நியூயார்க் தேவாலயத்தில், பாதிரியார் உள்ளே நுழையும்போது ஒரு வினோதமான நபரைக் கண்டார். அவன் நீண்ட தலைமுடியுடன் ஒரு ஹிப்பியைப் போல இருந்தான். ஆனால் அவன் பாதிரியாரை நடுங்கச் செய்தான். காரணம் அவன் பாதிரியாரின் கண்களைப் பார்த்துப் பேசினான். சொன்னான், "நான் யாரென்று உனக்குத் தெரியுமா? நான் தான் இயேசு கிறிஸ்து!"

உடனே பாதிரியார் ரோம் நாட்டிற்கு ஃபோன் செய்தார் "இப்போது நான் என்ன செய்வது?" அவர் போப்பைக் கேட்டார்; "ஹிப்பி மாதிரி ஒரு மனிதன் இருக்கிறான். ஆனால் அவன் இயேசு கிறிஸ்துவைப் போலவும் இருக்கிறான். நான் இங்கே தனியாக இருக்கிறேன். அதிகாலையிலேயே அவன் இங்கு வந்து விட்டான். இயேசு கிறிஸ்து வந்தால் என்ன செய்வது

என்று யாரும் எனக்கு சொல்லவில்லை. அதனால் உங்கள் உத்தரவு, தெளிவாக வேண்டும். அதனால் நான் தவறு செய்யாமல் இருப்பேன்.''

இப்போது போப்பிற்கே நடுக்கம் வந்துவிட்டது. அவர் சொன்னார், ''ஒன்றை மட்டும் செய். வேலையில் மும்முரமாக இருப்பதைப் போல் காட்டிக்கொள்ள வேறென்ன செய்ய முடியும்? இதற்கிடையில் காவல் நிலையத்திற்கு ஃபோன் செய். பரபரப்பாக இரு. நீ நடுங்குவதை அந்த ஆள் கவனிக்காமல் பார்த்துக்கொள்.

சிகரெட் நீங்கள் பரபரப்பாக இருப்பதைப் போல காட்டும், உங்கள் நடுக்கம் அதில் மறைக்கப்படுகிறது. அதனால் அதை நிறுத்த முயலாதீர்கள். இல்லையென்றால் நீங்கள் நடுங்குவதைப்போல உணர்வீர்கள். பிறகு நீங்கள் உங்கள் பழைய பாணியிலே இருப்பீர்கள். அந்த ஆசை உங்களிடமிருக்கிறது. காரணம் ஏதோ ஒன்று உங்களுக்குள் முழுமை பெறாமல் இருக்கிறது. அதை முடித்துவிடுங்கள். அதை முடிக்க எளிய வழிகள் உள்ளன. ஒரு சின்ன குழந்தைகளின் பால் புட்டி போதும். அது உங்களுக்கு நல்ல உணவைக் கொடுக்கும். அது உங்களுக்கு ஆரோக்யத்தைக் கொடுக்கும் அது நீங்கள் மும்முரமாக இருக்க வேண்டுமென்கிற உங்கள் எல்லா ஆசைகளையும் எடுத்து விடும்.

ஒரு மனிதர் என்னிடம் வந்தார். அவர் முப்பது வருடங்களாக சிகரெட் பிடிப்பதில் அவதிப் பட்டுக்கொண்டிருந்தார். அவருக்கு உடல் நலம் சரியில்லை. மருத்துவர் சொன்னார், ''நீ புகை பிடிப்பதை நிறுத்தா விட்டால் நீ ஆரோக்யமாக இருக்கப்போவதில்லை.'' ஆனால் அவர் ஒரு தீவிர புகை பிடிப்பாளர், அதை அவரால் நிறுத்த முடியவில்லை. அவர் முயற்சி செய்தார் - அவர் முயற்சி செய்யாமல் இல்லை. அவர் கடுமையாக முயன்றார். அந்த முயற்சியிலே அவர் கடுமையாகப் பாதிக்கப்பட்டார். ஒரு நாளோ அல்லது இரண்டு நாளோ தான். பிறகு அந்த உந்துதல் கடுமையாக இருக்கும். அது அவரை இழுத்துக்கொண்டு போய்விடும். மறுபடியும் தன் பழைய பாணிக்கே போய்விடுவார். காரணம் இந்த புகை பிடிப்பதினால் அவுர் தன்னம்பிக்கை இழந்துவிட்டார். அவரால் ஒரு சிறு விஷயத்தைக் கூட செய்ய முடியாது என்பது அவருக்குத் தெரியும் அவரால் சிகரெட் குடிப்பதை நிறுத்த முடியவில்லை. அவர் கண்களுக்கு அவரே தகுதியற்றவராக தெரிந்தார். உலகத்திலேயே தான் எதற்கும் லாயக்கற்றவன் என்று தன்னையே நொந்து கொண்டார். அவருக்கு அவர் மீதே மரியாதை இல்லை. என்னிடம் வந்தார் அவர் சொன்னார், ''நான் என்ன செய்யட்டும்? நான் புகைப்பதை எப்படி நிறுத்துவது?''

நான் சொன்னேன், ''யாருமே புகைப்பதை நிறுத்த முடியாது. நீங்கள் அதைப் புரிந்து கொள்ளவேண்டும். புகைப்பது என்பது உங்கள் முடிவு

என்பது மட்டுமல்ல, இப்போது அது உங்கள் பழக்க உலகத்திற்குச் சென்றுவிட்டது. அது வேர் பிடிக்க துவங்கிவிட்டது. முப்பது வருடம் என்பது ஒரு நீண்ட காலம். அது உங்கள் உடலில் வேர் பிடித்துவிட்டது. அது உங்கள் ரசாயனத்தில் இருக்கிறது. அது எங்கும் பரவிவிட்டது. அது ஏதோ உங்கள் தலை எடுத்த முடிவு மட்டுமல்ல. உங்கள் தலை எதையுமே செய்ய முடியாது. தலை என்பது வீரியமற்றது. அதனால் எதையுமே ஆரம்பிக்க முடியாது. ஆனால் அதனால் சுலபமாக எதையுமே நிறுத்த முடியாது. நீங்கள் ஒரு முறை துவக்கி, அதை நீங்கள் நீண்ட நாட்களாகத் தொடர்ந்து வந்திருக்கீறீர்கள் - இப்போது நீங்கள் அதில் ஒரு பெரிய யோகி. முப்பது வருடங்கள் புகை பிடித்தலை பயிற்சி செய்திருக்கிறீர்கள். அது தனித்து இயங்கத் துவங்கிவிட்டது. அதன் தனி இயக்கத்தை மாற்ற வேண்டும்.

அவர் சொன்னார், ''தனி இயக்கத்தை மாற்றுவது என்றால் என்ன?''

தியானம் என்பது எல்லாம் அதுதான். தனி இயக்கத்தை மாற்றுவது.

நான் சொன்னேன். ''நீங்கள் ஒன்று செய்யுங்கள். நிறுத்துவதை என்பதை மறந்து விடுங்கள். அதற்கு அவசியமில்லை. நீங்கள் முப்பது வருடங்களாக புகை பிடித்திருக்கிறீர்கள், வாழ்ந்திருக்கிறீர்கள். உண்மை யில் அது அவஸ்தைதான். ஆனால் நீங்கள் அதற்குப் பழகிவிட்டீர்கள். புகை நிறுத்தி நீங்கள் இறக்கிற தருணத்தை விட சில மணி நேரங்கள் முன்பே இறப்பதனால் என்ன ஆகப்போகிறது? இங்கே நீங்கள் என்ன செய்யப்போகிறீர்கள்? நீங்கள் என்ன செய்தீர்கள்? அதனால் திங்கள், அல்லது செவ்வாய், அல்லது ஞாயிறு இந்த வருடம் அந்த வருடம் இதனால் என்ன ஆகப்போகிறது''

அவர் சொன்னார், ''உண்மைதான் அதனால் ஒன்றும் ஆகப் போவதில்லை.''

பிறகு நான் சொன்னேன், ''அதை மறந்து விடுங்கள். நாம் அதை நிறுத்தப் போவதேயில்லை. அதற்குப் பதிலாக அதைப் புரிந்து கொள்ளப் போகிறோம். அதனால் அடுத்த முறை அதை ஒரு தியானமாக மாற்றுங்கள்''

அவர் கேட்டார், ''புகை பிடித்தலிலிருந்து தியானமா?''

நான் சொன்னேன், ''சென் மக்கள் ஒரு தேநீர் குடிப்பதையே தியானமாக மாற்றி அதை விழாவாக்கும்போது, ஏன் கூடாது? புகை பிடித்தல் கூட ஓர் அழகான தியானமாக முடியும்.''

அவர் சிலிர்த்துப் போனார், அவர் சொன்னார், "நீங்கள் என்ன சொல்கிறீர்கள்?" அவர் உயிர் பெற்றார். அவர் சொன்னார், "தியானம்? சொல்லுங்கள். நான் காத்திருக்க முடியாது."

நான் அவருக்கு தியானத்தைக் கொடுத்தேன். நான் சொன்னேன், "ஒன்று செய்யுங்கள். நீங்கள் உங்கள் பையிலிருந்து சிகரெட் பெட்டியை எடுக்கும்போது மெதுவாக எடுங்கள், மெதுவாக நகர்த்துங்கள். அதை ரசியுங்கள். அவசரமே இல்லை. உணர்வோடு இருங்கள், எச்சரிக்கையாக இருங்கள். விழிப்போடு, மெதுவாக அதை வெளியே எடுங்கள். முழு விழிப்போடு. பிறகு சிகரெட்டை பையிலிருந்து முழு விழிப்போடு எடுங்கள், மெதுவாக, பழைய மாதிரி அவசரமாக, ஒரு மயக்கமான, இயந்திரமான நிலையில் அல்ல. பிறகு அந்த சிகரெட்டை அந்தப் பெட்டியில் தட்டுங்கள். ஆனால் எச்சரிக்கையோடு, அதன் சத்தத்தைக் கேளுங்கள். எப்படி சென் மக்கள் அவர்களின் பிரார்த்தனையைத் துவங்குமுன், தேநீர் கொதிக்கத் துவங்கும்போது செய்கிற மாதிரி. அந்த நறுமணத்தில். பிறகு சிகரெட்டின் வாசனை அதன் அழகை...."

அவர் சொன்னார், "என்ன சொல்கிறீர்கள்? அழகு..."

"ஆமாம், அது அழகாகத்தான் இருக்கிறது. எல்லாவற்றையும் போல புகையிலையும் தெய்வீகத்தன்மை கொண்டதுதான். நுகர்ந்து பாருங்கள். அது கடவுளின் வாசனை."

அவர் சற்று வியப்புடன் பார்த்தார், அவர் சொன்னார், "என்ன? கிண்டல் செய்கிறீர்களா?"

"இல்லை. கிண்டல் செய்யவில்லை." நான் கிண்டல் செய்கிறபோது, நான் கேலி செய்வதில்லை. நான் படு அக்கறையோடுதான் இருக்கிறேன். "பிறகு அதை உங்கள் வாயில் வைத்துக் கொள்ளுங்கள். ஒரு முழு விழிப்போடு, அதை முழு விழிப்போடு பற்ற வையுங்கள். அதன் ஒவ்வொரு செயலையும் அனுபவியுங்கள். ஒவ்வொரு சின்ன செயலையும், பிறகு அதை சாத்தியப்படுகிற வரையில் அதை பல சின்ன செயல்களாக மாற்றுங்கள். அதனால் நீங்கள் இன்னும், இன்னும் விழிப்போடு இருப்பீர்கள்."

"பிறகு முதல் முறை ஊதுங்கள். புகை வடிவத்தில் கடவுள். இந்துக்கள் சொல்வார்கள், "அன்னம் பிரம்மா" உணவுதான் கடவுள். ஏன் புகை இருக்கக்கூடாது? எல்லாமே கடவுள். உங்கள் ஈரலை ஆழமாக நிரப்புங்கள். அது பிராணாயாமம். நான் புது யுகத்திற்கான புதிய யோகா சொல்லித் தருகிறேன். பிறகு புகையை வெளியே விடுங்கள். ஓய்வாக, பிறகு இன்னொரு உறிஞ்சல், மெதுவாக செல்லுங்கள்.

இதை நீங்கள் செய்ய முடிந்தால் நீங்கள் வியந்து போவீர்கள். விரைவில் அப்படி செய்வதன் முட்டாள்தனத்தை நீங்கள் உணர்வீர்கள். மற்றவர்கள் அதை முட்டாள்தனம் என்று சொன்னதனால் அல்ல. மற்றவர்கள் அது தீயது என்று சொன்னதனால் அல்ல. நீங்களே பார்ப்பீர்கள், அப்படி பார்ப்பது அறிவுஜீவித்தனமாக இருக்காது. அது உங்கள் மொத்த இருத்தலிலிருந்து இருக்கும். அது உங்கள் மொத்தத்தின் பார்வையாக இருக்கும். பிறகு ஒரு நாள், அது நின்றால், நிற்கும்; தொடர்ந்தால், தொடரும், அதைப் பற்றி நீங்கள் கவலைப்பட வேண்டியதில்லை.''

பிறகு மூன்று மாதங்கள் கழித்து வந்தார். அவர் சொன்னார்: ''ஆனால் அது நின்றுவிட்டது.''

''இப்போது'' நான் சொன்னேன், ''இதை மற்ற விஷயங்களிலும் முயற்சி செய்யுங்கள்.''

இதுதான் தானியங்கி மாற்று ரகசியம். நடங்கள், மெதுவாக நடங்கள், கவனிப்போடு, பார்ப்பது, கவனத்தோடு பார்ப்பது, நீங்கள் மரங்கள் எப்போதுமில்லாத புது பசுமையோடு இருப்பதைக் காண்பீர்கள். ரோஜாக்கள் இன்னும் எப்போதுமில்லாததை விட. கவனியுங்கள். யாரோ பேசுகிறார்கள். கிசுகிசுக்கிறார்கள். கவனியுங்கள், கவனியுங்கள். கவனமாக. நீங்கள் பேசும்போது, கவனமாக பேசுங்கள். உங்கள் முழு விழிப்பும் பிறகு அது தன்னியக்கத்திலிருந்து மாறிவிடும்.

? இந்த போதை விவகாரத்தைப் பற்றி என்ன சொல்ல விரும்புகிறீர்கள்?

அது ஒன்றும் புதிதல்ல. மனிதனைப் போலவே புராதனமானது. தப்புவதற்கு மனிதன் தேடாத காலம் என்பது எந்தக் காலத்திலும் இருந்ததில்லை. உலகத்திலேயே மிகவும் புராதன நூல் என்பது ரிக் வேதம்தான். அது முழுவதுமே போதை பயன்பாடுபற்றியதுதான். அந்த போதை வஸ்துவின் பெயர் சோமா. பண்டை காலத்திலிருந்து எல்லா மதங்களுமே மனிதர்கள் போதைப் பொருட்களைப் பயன்படுத்தக் கூடாது என்றுதான் முயன்று கொண்டிருந்தன. எல்லா அரசாங்கங்களுமே போதைப் பொருட்களுக்கு எதிராகத்தான் இருந்திருக்கின்றன. இருந்தும் எல்லா அரசாங்கங்களைவிட, மதங்களைவிட போதை அதிக சக்தி வாய்ந்ததாகவே இருக்கிறது. காரணம் யாருமே அந்த போதைப் பயன்பாட்டாளரின் அடிப்படை மனோதத்துவத்தைப் புரிந்து

கொள்ளவேயில்லை. மனிதன் எப்போதுமே துயரத்தில்தானிருக்கிறான். அவன் எப்போதுமே வேதனையில், மனக்கவலையில், சலிப்பில் தானிருக்கிறான். இதிலிருந்து வெளியே வர போதைப் பொருட்களைத் தவிர அவனுக்கு வேறு வழி தெரியவில்லை. மனிதனை மகிழ்ச்சியாக, சந்தோஷமான பேரின்பத்தில் வைத்திருந்தால் மட்டுமே அவன் போதைப் பொருட்களைப் பயன்படுத்தாமல் தடுக்க முடியும்.

நானும் போதைப் பொருட்களுக்கு எதிரானவன் தான். இதன் காரணம் சாதாரணமானது. அது உங்கள் கவலைகளை ஒரு கால அளவுக்குத்தான் மறக்க வைக்கிறது. உங்கள் வேதனை, அவஸ்தைக்கு எதிராக சண்டை போட உங்களை அது தயார் செய்யவில்லை, மாறாக அது பலவீனப் படுத்துகிறது.

ஆனால் மதங்களும், அரசாங்கங்களும் போதை பொருட்களுக்கு எதிராக இருப்பதற்கும், நான் போதைப் பொருட்களுக்கு எதிராக இருப்பதற்கும் காரணங்கள் வெவ்வேறு. அவர்களுக்கு மனிதன் வேதனையில், சலிப்பிலேயே இருக்க வேண்டும். காரணம் மனிதனுடைய வேதனை எப்போதுமே புரட்சிகரமாக இருந்ததில்லை. அவனுடைய இருத்தலிலேயே அவனுக்கு சித்ரவதை. அவன் தனித்தனியாக கிடக்கிறான். அவனால் ஒரு நல்ல கலாசாரத்தோடு கூடிய சமூகத்தை நினைத்துப் பார்க்க முடியாது. அவனுடைய வேதனைகளால் பூசாரிகளுக்கு சுலபமாக பலியாகிறான். காரணம் அவர்கள் தான் ஆறுதல் சொல்கிறார்கள், அவர்கள் சொல்கிறார்கள், ''ஏழைகள், கீழ்ப் படிந்தவர்கள், வேதனைப்படுபவர்கள்தான் ஆசீவதிக்கப்பட்டவர்கள், காரணம் அவர்கள்தான் கடவுளின் ராஜ்யத்தின் வாரிசுகள்.''

அவதிப்படுகிற மனித இனம் கூட அரசியல்வாதிகள் கையில்தான் இருக்கிறது. காரணம் வேதனைப்படும் மனித இனத்திற்கு ஒரு நம்பிக்கை தேவைப்படுகிறது. எதிர்காலத்தில் ஒரு பேதமற்ற சமூகம் அமையும் என்கிற நம்பிக்கையில், வறுமையற்ற ஒரு சமூகம் அமையும் என்கிற நம்பிக்கை, பசியில்லை, வேதனையில்லை... சுருக்கமாக, அவர்கள் பொறுமையாக இருந்து சமாளிக்கலாம். வரும் வேதனைகளில் கூட பொறுமையாக இருக்காது. அவர்களுடைய நிறைவேறப் போகிற கற்பனையுலகம் அவர்கள் எட்டும் தூரத்தில் இருந்தால். நீங்கள் இந்தக் கற்பனையுலகம் என்கிற வார்த்தையின் அர்த்தத்தைக் குறித்துக் கொள்ள வேண்டும். அதன் அர்த்தமே அது நடக்கப்போவதில்லை. அது தொலைவானத்தைப் போலத்தான், ஓடிப்போய் வானமும், பூமியும் தொடுகிற அந்த இடத்தை எட்டிப் பிடிக்கலாம் என்ற உங்கள்

நினைப்பைப் போல. ஆனால் நீங்கள் வாழ்க்கை முழுவதும் ஓடிக் கொண்டேயிருக்க வேண்டியதுதான், அந்த இடத்தை அடையப் போவதேயில்லை. அது ஒரு போலித் தோற்றம்.

அரசியல்வாதிகள் வாக்குறுதிகளில் வாழ்கிறார்கள். பூசாரிகள் ஆருடங்கள் மூலமாக வாழ்கிறார்கள். கடந்த பத்தாயிரம் வருடங்களில் யார் சொன்னதும் நிறைவேறியதில்லை. அவர்கள் போதைப் பொருட் களுக்கு எதிராக இருப்பதற்குக் காரணம் அது அவர்களின் வியாபாரத் தைக் கெடுக்கிறது. மக்கள் ஒபியம், கஞ்சா, எல்.எஸ்.டி. பயன்படுத்த ஆரம்பித்தால் அவர்கள் கம்யூனிஸத்தைப் பற்றிக் கவைலப்படப் போவதில்லை. அவர்கள் நாளை என்ன நடக்கப்போகிறது என்பதைப் பற்றிக் கவலைப்படப் போவதில்லை. அவர்கள் கடவுளை, சொர்க்கத் தைப் பற்றிக் கவலைப்படப்போவதில்லை. அவர்கள் இந்தத் தருணத்தில் நிறைவாக இருக்கிறார்கள்.

இங்கே என்னுடைய காரணங்கள் வேறு. நானும் இந்த போதைப் பொருட்களுக்கு எதிரானவன்தான். அவர்கள் மதத்தின், அரசியல்வாதி களின் வேர்களை அறுப்பார்கள் என்பதற்காக அல்ல. ஆனால் அது ஆன்மிகம் குறித்த அவர்களின் உள் வளர்ச்சியை அழிக்கும். வாக்குறுதி அளிக்கப்பட்ட நிலத்தை அடையாமல் அவர்களைத் தடுக்கும். நீங்கள் அந்த மாயையிலேயே இருப்பீர்கள். நீங்கள் அந்த உண்மையை அடைய திறனிருக்கும்போது, அவர்கள் உங்களுக்கு ஒரு பொம்மையைக் கொடுக்கிறார்கள்.

ஆனால் இந்த போதைப் பொருட்கள் அழியப்போவதில்லை என்பதால், அரசாங்கமும், விஞ்ஞானக் கூடங்களும், இந்த போதைப் பொருட்களைச் சுத்தப்படுத்தி, அதை ஆரோக்யமானதாக, பக்க விளைவுகள் இல்லாததாக - அது இப்போது சாத்தியம் - அதை செய்ய வேண்டுமென்று விரும்புகிறேன். ஆல்டஸ் ஹக்ஸிலி உருவாக்கிய போதைப் பொருட்களைப்போல, ரிக் வேதத்தில் சோமா என்றழைத்ததன் நினைவாக ஆக்க வேண்டும். அதனால் ஒரு பக்க விளைவோ, பழக்கப் படுத்தாத, சந்தோஷத்தைத் தருகிற, ஒரு மகிழ்ச்சியை, ஒரு நடனத்தை, ஒரு பாடலைத் தரக்கூடியதை உருவாக்க வேண்டும். ஒவ்வொருவரும் ஒரு கௌதம புத்தராகக்கூடிய வாய்ப்பை நம்மால் ஏற்படுத்த முடியாத போது, கௌதம புத்தரைப் போல ஓர் அழகியல் நிலை போன்ற ஒரு மாயத் தோற்றத்தை அவர்கள் ஏற்படுத்திக் கொள்வதைத் தடுக்கிற உரிமை நமக்கில்லை. இந்த சின்ன அனுபவங்கள்தான் அந்த மனிதர்கள் இன்னும் அதிகமாக ஆராய்வதற்கு அழைத்துச் செல்லும். இப்போதோ, அல்லது பிறகோ அவன் இந்த போதைப் பொருட்கள் மீது வெறுப்படையப்

போகிறான். காரணம் அவன் அதையேதான் மீண்டும் மீண்டும் செய்யப்போகிறான். ஒரு காட்சி என்னதான் அழகாக இருந்தாலும் காட்டியதையே காட்டிக் கொண்டிருந்தால், அலுப்பு வந்துவிடும்.

அதனால் எல்லா போதைப்பொருட்களையும் பக்க விளைவுகள் இல்லாமல் சுத்தப்படுத்துங்கள். இரண்டாவதாக, அதை ரசிக்கக்கூடிய மக்கள் ரசிக்கட்டும். அவர்களுக்கு அதில் அலுப்பு வந்துவிடும். பிறகு உச்ச கட்ட பேரின்பத்திற்கு ஏதாவது ஒரு வகை தியானத்தைத் தேடுவதைத் தவிர அவர்களுக்கு வேறு வழியிருக்காது.

உங்கள் கேள்வியே இந்தப் புதிய தலைமுறை மக்களைப் பற்றியது. தலைமுறை இடைவெளி என்பது சமீபத்திய நிகழ்வு. அது முன்பு இல்லாமலிருந்தது. கடந்த காலத்தில் ஆறு அல்லது ஏழு வயது குழந்தைகள் தங்கள் கைகளைப் பயன்படுத்தி அவர்கள் மனதை, அவர்கள் தந்தைமார்களோடு பாரம்பரியத் தொழில்களில் ஈடுபட்டார்கள். அவர்களுக்குப் பதினான்கு வயதாகும்போது அவர்கள் அதில் கைதேர்ந்தவர்களாக, சிறந்த வேலைக்காரர்களாக, அவர்களுக்குத் திருமணமாகி பொறுப்போடு இருந்தார்கள். இருபது அல்லது இருபத்து நான்கு வயதாகும்போது அவர்களுக்கே குழந்தைகள் இருந்தன. அதனால் தலைமுறைகளுக்குள் ஓர் இடைவெளி இருந்ததில்லை. ஒரு தலைமுறை இன்னொரு தலைமுறை மேல் சாய்ந்திருந்தது.

மனித குல சரித்திரத்தில் முதல் முறையாக, தலைமுறை இடைவெளி ஏற்பட்டிருக்கிறது. அது மிகப்பெரிய முக்கியத்துவம் வாய்ந்தது. இப்போது முதல் முறையாக, ஒரு இருபத்து ஐந்து அல்லது இருபத்து ஆறு வயதாகும்போது பல்கலைக்கழகத்திலிருந்து வெளியே வரும்போது உங்களுக்கு எந்தப் பொறுப்பும் இல்லை. குழந்தைகளில்லை. கவலை களில்லை. உங்கள் கண் முன்னே கனவு காண இந்த முழு உலகமும் இருக்கிறது. அதை எப்படி மேம்படுத்துவது, இல்லை யென்றால் அதை இன்னும் எப்படி வளமாக்குவது, எப்படி ஒரு சூப்பர் மனித இனத்தை உருவாக்குவது என்று நினைக்கிறீர்கள். இந்தப் பதினான்கு வயதிலிருந்து, இருபத்து நான்கு வயது வரைதான் மனிதன் கனவு காணுகிற நாட்கள். அப்போதுதான் பாலியல் ரீதியாக அவன் முதிர்ச்சியடைகிறான். அவனுடைய பாலியல் கனவுகளும் முதிர்கின்றன. அவனுடைய இச்சைகளைப் பள்ளிகளும் கல்லூரிகளும் ஒடுக்குகின்றன. அதனால் அவன் முழு சக்தியும் கனவு காணத் தயாராக இருக்கிறது. அவன் கம்யூனிஸ்ட் ஆகிறான், அவன் ஒரு சோஷலிஸவாதியாகிறான், புரட்சி யாளனாகிறான், எல்லாவிதமான விஷயங்களிலும். இந்த நேரத்தில்தான் அவனுக்கு விரக்தி வருகிறது. காரணம் உலகம் வேலை செய்கிற

வகையில், அதிகார வர்க்கம், அரசாங்கம், அரசியல்வாதிகள், சமூகம், மதம், அவன் கனவுகளை நினைவாக்க முடியும் என்பது சாத்தியமில்லை.

அவன் பல்கலைக்கழகத்திலிருந்து ஏராளமான சிந்தனைகளோடு வருகிறான். ஒவ்வோர் எண்ணமும் சமூகத்தால் நசுக்கப்படுகிறது. விரைவில் அவன் புதிய மனிதனையும், புதிய காலத்தையும் மறக்கிறான். அவனுக்கு வேலை கிடைக்கவில்லை. அவனால் பசியைப் போக்கிக் கொள்ள முடியவில்லை. அவனால் எப்படி ஏழை பணக்காரனில்லாத பேதமற்ற சமூகத்தைப் பற்றி யோசிக்க முடியும். இந்தத் தருணத்தில்தான் அவன் போதைப் பொருட்கள் பக்கம் கவனத்தைத் திருப்புகிறான். அது அவனுக்கு ஒரு தற்காலிக நிவாரணத்தைத் தருகிறது. ஆனால் எல்லா போதைப் பொருட்களும் இப்போது அடிமைப்படுத்துகின்றன. அதனால் எடுக்கிற அளவை அதிகரிக்க வேண்டியுள்ளது. அவை உடலை, மூளையை அழிக்கக்கூடியவை, விரைவில் நீங்கள் முழுமையாகப் பயனற்றுப் போகிறீர்கள். உங்களால் அந்த போதைப் பொருட்கள் இல்லாமல் வாழ முடியாது. அந்த போதைப் பொருட்களோடு உங்களுக்கு வாழ்க்கையில் இடமில்லை. ஆனால் அதற்கு இந்த இளைய தலைமுறைதான் பொறுப்பு என்று நான் சொல்ல முடியாது. அதற்காக அவர்களைத் தண்டித்துச் சிறையில் போடுவது என்பது முற்றிலும் முட்டாள்தனம். அவர்கள் குற்றவாளிகள் அல்லர்; பாதிக்கப்பட்டவர்கள்.

அதிகாரத்தில் உள்ளவர்கள் தொடர்ந்து முட்டாள்தனங்களையே செய்து கொண்டிருக்கிறார்கள். தடை, தண்டனை. அவர்களுக்கே தெரியும் கடந்த பத்தாயிரம் ஆண்டுகளாக நாம் தடை போட்டுக் கொண்டேயிருக்கிறோம், ஆனால் நாம் வெற்றியடையவில்லை. நீங்கள் மதுவிலக்கு கொண்டுவந்தால் மக்கள் இன்னும் அதிகமாக மதுவிற்கு அடிமையாகிறார்கள். ஒரு விஷம் கலந்த ஆபத்தான மதுதான் அவர்களுக்குக் கிடைக்கிறது. அந்த விஷத்தினால் ஆயிரக்கணக்கான வர்கள் சாகிறார்கள். இதற்கு யார் பொறுப்பு? இப்போது இளைஞர்களை வருடக்கணக்கில் சிறையில் போடுகிறார்கள், அவர்களைப் புரிந்து கொள்ளாமலேயே. ஒரு நபர் போதைப் பொருட்களை எடுத்திருந்தால் அல்லது அவன் அதற்கு அடிமையாகியிருந்தால் அவனுக்குத் தேவை சிகிச்சை; தண்டனையல்ல. அவனை ஒரு மனநல விடுதிக்குத் தன் அனுப்பவேண்டும், அங்குதான் அவனைப் பார்த்துக்கொள்வார்கள், அங்கே அவனுக்கு தியானத்தைக் கற்றுக்கொடுக்கலாம். மெள்ள, மெள்ள போதைப் பொருட்களிலிருந்து அவனை வேறு நல்ல திசைக்குத் திருப்பலாம்.

அதற்குப் பதிலாக அவர்களை சிறையில் போடுகிறார்கள். பத்து வருடம் ஜெயில்... அவர்கள் மனித வாழ்க்கையை மதிப்பதே இல்லை. ஒரு இருபது வயது இளைஞனுக்குப் பத்தாண்டுகள் சிறைத் தண்டனை கொடுத்தால், நீங்கள் அவனுடைய பொன்னான நேரத்தை வீணடிக் கிறீர்கள். அதனால் எந்தப் பயனுமில்லை. காரணம் மற்ற இடங்களை விட சிறையில்தான் போதைப் பொருட்கள் சுலபமாகக் கிடைக்கும். உள்ளே இருப்பவர்கள் போதைப் பொருட்களைப் பயன்படுத்துவதில் விற்பன்னர்கள். அவர்கள் கத்துக்குட்டிகளுக்கெல்லாம் குருவாகி விடுவார்கள். பத்து வருடத்தில் அந்த நபர் இந்த விஷயத்தில் நல்ல தேர்ச்சி பெற்றிருப்பார். சிறைகள் ஒரு விஷயத்தை மட்டும்தான் போதிக்கிறது. பிடிபடாதவரையில் நீ செய்வது எல்லாமே சரிதான். பிடிபடாமல் இருங்கள். நீ பிடிபடாமல் இருப்பது எப்படி என்பதைச் சொல்லிக்கொடுக்கவும் குருமார்கள் இருக்கிறார்கள்.

அதனால் இந்த மொத்த விஷயமும் அபத்தம். நானும் போதைப் பொருட்களுக்கு எதிரானவன்தான். ஆனால் முற்றிலும் வேறு வகையில். உங்களுக்கு நான் சொன்னது புரிந்தது என்று நினைக்கிறேன்.

? தியானத்திற்கு எல்.எஸ்.டி. உதவுமா?

எல்.எஸ்.டி.யை ஓர் உதவியாகப் பயன்படுத்தலாம். ஆனால் அந்த உதவி ஆபத்தானது. அது அவ்வளவு சுலபமல்ல. நீங்கள் ஒரு மந்திரத்தைப் பயன்படுத்தினால் அதை கூட சொல்லமுடியாது. நீங்கள் ஓர் அமிலத்தைப் பயன்படுத்தினால் அதைத் தூக்கி ஏறிய இன்னும் கடினமாக இருக்கும்.

எல்.எல்.எஸ்.டியில் இருக்கிற அந்தத் தருணம் நீங்கள் உங்கள் கட்டுப்பாட்டில் இல்லை. ரசாயனம் அந்தக் கட்டுப்பட்டை எடுத்துக் கொள்கிறது. நீங்கள் எஜமானர் அல்லர். நீங்கள் எஜமானராக இல்லாத போது அந்த இடத்தை மறுபடியும் கட்டுப்பாட்டில் கொண்டு வருவது கடினம். அந்த ரசாயனம் இப்போது அடிமையில்லை. நீங்கள்தான் அதன் அடிமை. இப்போது நீங்கள் அதைக் கட்டுப்பாட்டில் கொண்டு வரவேண்டும். அந்த உரிமை உங்களுக்கில்லை. ஒரு முறை நீங்கள் எல்.எஸ்.டி.யின் உதவியை நாடினால் நீங்கள் எஜமானரை அடிமையாக்கு கிறீர்கள். உங்கள் உடல் ரசாயனமே அதனால் பாதிக்கப்படும். உங்கள் உடல் எல்.எஸ்.டி.க்காக ஏங்கும். அந்த ஏக்கம் என்பது உங்கள் மனம் மந்திரத்திற்கு ஏங்குவது போலிருக்காது. நீங்கள் அமிலத்தின் உதவியை

நாடினால், அந்த ஏக்கம் என்பது உடலின் ஒரு பகுதியாகிறது. எல்.எஸ்.டி. உடலின் அணுக்களுக்குள் செல்கிறது. அது அதனை மாற்றும். உங்கள் உள் ரசாயன அடிப்படையே மாறுகிறது. பிறகு உங்கள் உடலின் அணுக்கள் அந்த அமிலத்திற்காக ஏங்குகின்றன. அதை பிறகு விடுவது கடினம்.

உங்களை தியானத்தில் கொண்டு வர எல்.எஸ்.டி.யைப் பயன் படுத்தலாம். உங்கள் உடல் அதற்குத் தயாராக இருந்தால் மட்டுமே. நீங்கள் கேட்டீர்களேயானால், அதை மேற்கில் பயன்படுத்தலாம். ஆனால் அது மேற்கிற்கானது அல்ல என்பேன். அது கிழக்கில்தான் பயன்படுத்த லாம். உடல் அதற்குத் தயாராகும்போது. யோகா அதைப் பயன்படுத்தி யிருக்கிறது. தந்திரா அதைப் பயன்படுத்தியிருக்கிறது. தந்திரா, யோகா பள்ளிகள் எல்.எஸ்.டி.யை ஒரு உதவியாகப் பயன்படுத்தியிருக்கிறது. ஆனால் முதலில் உங்கள் உடலை அதற்குத் தயார் படுத்துகிறார்கள். உடலை தூய்மைப் படுத்த ஒரு நீண்ட நடவடிக்கை. உங்கள் உடல் சுத்தமாகிறது. நீங்கள் அதன் மிகப்பெரிய எஜமானராகிறீர்கள். இனி ரசாயனம் கூட உங்கள் எஜமானராக முடியாது. அதனால் யோகா அனுமதிக்கிறது. ஆனால் ஒரு குறிப்பிட்ட வழியில்.

முதலில் உங்கள் உடல் ரசாயன முறையில் சுத்தப்படுத்தப்பட வேண்டும். பிறகு நீங்கள் உங்கள் உடலை அப்படி ஒரு கட்டுப்பாட்டில் வைத்திருப்பீர்கள். உங்கள் உடலின் ரசாயனத்தைக் கூடக் கட்டுப்படுத்த முடியும். உதாரணமாக, சில குறிப்பிட்ட யோகப் பயிற்சி முறைகள் உள்ளன. நீங்கள் விஷத்தை எடுத்துக்கொண்டால், ஒரு குறிப்பிட்ட யோக பயிற்சியின் மூலம் நீங்கள் உங்கள் ரத்தத்திற்கு அதைக் கலக்காதே என்று உத்தரவிட முடியும். அந்த விஷம் உடல் வழியாக சென்று ரத்தத்தில் கலக்காமல் சிறுநீராக வெளியேறிவிடும் இதை உங்களால் செய்ய முடிந்தால், உங்களால் உங்கள் உடல் ரசாயனத்தைக் கட்டுப்படுத்த முடிந்தால், பிறகு நீங்கள் எதை வேண்டுமானாலும் பயன்படுத்தலாம். காரணம் நீங்கள் எஜமானராகவே இருக்கிறீர்கள்.

தந்திராவில், அதுவும் இடது சாரி தந்திராவில், அவர்கள் தியானத்திற்கு மதுவைப் பயன்படுத்துகிறார்கள். அது பார்க்க அபத்தமாக இருக்கும். ஆனால் அப்படியல்ல. தேடுபவர் அந்த மதுவை ஒரு குறிப்பிட்ட அளவு எடுத்துக்கொள்வார். பிறகு அவர்கள் எச்சரிக்கையாக இருக்க முயல் வார்கள். தன்னுணர்வை இழுக்கக்கூடாது. கொஞ்சம், கொஞ்சமாக அந்த மதுவின் அளவை அதிகரிப்பார்கள். ஆனால் தன்னுணர்வு மட்டும் எச்சரிக்கையாகவே இருக்கும். அந்த நபர் மதுவைக் குடித்திருக்கிறார், அதை உடல் ஏற்றுக்கொண்டுவிட்டது. ஆனால் மனம் அதற்கு அப்பாற்பட்டதாக இருக்கிறது. தன்னுணர்வு மட்டும் போகவில்லை.

பிறகு மதுவின் அளவை இன்னும் மேலே மேலே கொண்டு போவார்கள். இதன்மூலமாக ஒரு கட்டம் வரும் எந்த அளவு மதுவைக் கொடுத்தாலும் மனம் எச்சரிக்கையாகவே இருக்கும். பிறகுதான் எல்.எஸ்.டி. உதவும்.

மேற்கில் உடலைத் தூய்மைப்படுத்தும் பயிற்சியோ அல்லது தன்னுணர்வை அதிகரிப்பதோ உடல் ரசாயனத்தை மாற்றி அமைப்பதின் மூலம் செய்வதில்லை. அமிலத்தை எந்தத் தயாரிப்பும் இல்லாமல் மேற்கில் எடுத்துக்கொள்ளப்படுகிறது. அது உதவப்போவதில்லை. அதற்குப் பதிலாக அது முழு மனத்தையும் அழித்து விடும்.

அதில் பல பிரச்னைகள் உள்ளன. ஒருமுறை நீங்கள் எல்.எஸ்.டி.யில் நுழைந்தால் இதுவரையில் நீங்கள் பார்க்காத ஒன்றை, உணராத ஒன்றைப் பார்ப்பீர்கள். நீங்கள் நீண்ட காலத்திற்கு தியானத்திற்குள் போகப் போகிறீர்கள் என்றால், அதற்கு எல்.எஸ்.டி. வழியல்ல. நீங்கள் எடுத்துக் கொள்ளுங்கள், அதோடு அந்த நடவடிக்கை முடிவடைகிறது. அதற்கு பிறகு உடல் வேலை செய்யத் துவங்குகிறது. தியானம் என்பது ஒரு நீண்ட நடவடிக்கை. அது நீங்கள் நிறைய வருடங்கள் செய்ய வேண்டும். பிறகு தான் முடிவுகள் தெரியவரும். நீங்கள் ஒரு சுலப வழியை மேற்கொண்டால் பிறகு நீண்ட முறையை கடைப் பிடிக்க கஷ்டமாகும். மனது அந்த போதைப் பொருளையே திரும்ப தேடும். ரசாயனத்தின் மூலம் அதை எட்டிப்பார்த்தால் தியானம் செய்வது கடினமாகும். ஒரு நீண்ட நடவடிக்கை கொண்டதை எடுத்துக்கொள்வது மிகவும் கடினம். தியானத்திற்கு அதிக தெம்பு வேண்டும், அதிக நம்பிக்கை, அதிக காத்திருத்தல், அது கடினம். காரணம் இப்போது நீங்கள் ஒப்பிட முடியும்.

இரண்டாவதாக, எல்லா நேரங்களிலும் உங்கள் கட்டுப்பாட்டில் இல்லாத எந்த முறையும் கெடுதல்தான். நீங்கள் தியானத்திலிருக்கும் போது அதை எந்தத் தருணத்திலும் நிறுத்தலாம். நீங்கள் நிறுத்த வேண்டுமானால், உடனடியாக நிறுத்தி விடலாம். நீங்கள் அதிலிருந்து வெளியே வரலாம். நீங்கள் எல்.எஸ்.டி.யில் இருந்தால் நீங்கள் நிறுத்த முடியாது. நீங்கள் ஒரு முறை எல்.எஸ்.டி.யை எடுத்துக்கொண்டால் நீங்கள் அந்தச் சுற்றை முழுமையாக முடிக்க வேண்டியிருக்கும். இப்போது நீங்கள் அதன் எஜமானரல்லர்.

எதுவுமே உங்களை அடிமையாக்கினால் இறுதியில் உங்கள் ஆன்மிகத்திற்கு உதவப்போவதில்லை. காரணம் ஆன்மிகம் என்பது ஒருவர் தனக்கே எஜமானராக இருப்பதுதான். அதனால் குறுக்கு வழிகளை நான் எப்போது சிபாரிசு செய்யவே மாட்டேன். நான் எல்.எஸ்.டி.க்கு எதிரானவன் அல்லன், சில சமயம் அதற்கு ஆதரவாக கூட இருப்பேன், ஆனால் அதற்கு முன்னால் சில தயாரிப்புகள் அவசியம்.

பிறகு நீங்கள்தான் எஜமானர். ஆனால் எல்.எஸ்.டி. என்பது குறுக்கு வழியல்ல. அது தியானத்தை விட நீண்டது. ஹத யோகா ஓர் உடலை தயாரிக்க வருடங்கள் எடுக்கும். இருபது வருடங்கள், இருபத்தைந்து வருடங்கள். பிறகு உடல் தயாராக இருக்கும். இப்போது நீங்கள் எந்த ரசாயன உதவியையும் நாடலாம். அது உங்கள் இருத்தலுக்கு அழிவு தராது. ஆனால் அந்த முறை என்பது மிகவும் நீண்டது. பிறகு எல்.எஸ்.டி.யைப் பயன்படுத்தலாம். பிறகு நான் அதற்கு ஆதரவானவன். எல்.எஸ்.டி.யைப் பயன்படுத்த நீங்கள் உடலை இருபது வருடங்கள் தயார் செய்வதாக இருந்தால் அது அழிவைத் தராது. ஆனால் அதையே தியானத்தின் மூலமாக நீங்கள் இரண்டு வருடங்களில் செய்யலாம். காரணம் உடல் என்பது கொழுத்தது. அதை ஆளுவது என்பது மிகவும் கடினம். மனம் என்பது நுண்ணியது அதை ஆளுமை கொள்வது மிகவும் சுலபம். உங்கள் இருத்தலிலிருந்து தள்ளியிருக்கிறது உங்கள் உடல். அதனால் அதிக இடைவெளி உள்ளது. மனதோடு இடைவெளி குறைவு.

இந்தியாவில், உடலை தியானத்திற்குத் தயார் செய்யும் புராதன முறை என்பது ஹத யோகம் மூலமாகத்தான். உடலைத் தயார் செய்ய நீண்ட நேரம் எடுக்க வேண்டியிருந்தது. அதனால் சில சமயம் ஹத யோகம் புதிய முறைகளைக் கண்டுபிடித்து வாழ்க்கையை நீட்டித்து ஹத யோகத்தைத் தொடர வேண்டியிருந்தது. அது மிக நீண்ட வழிமுறை சில சமயங்கள் அறுபது வருடங்கள் கூட போதாது. எழுபது வருடங்கள் கூட போதாது. அங்கு ஒரு பிரச்னை இருக்கிறது. அந்த ஆளுமை என்பது இந்த வாழ்க்கையில் முடிக்காமல் போனால், அடுத்த வாழ்க்கையில் அனா, ஆவன்னாவிலிருந்து துவங்க வேண்டும் காரணம் அப்போது உங்களுக்குப் புதிய உடல். முழு முயற்சியும் தொலைந்து போகிறது. உங்களுக்குப் புதிய வாழ்க்கையில் புதிய மனம் கிடையாது. மனதினால் அடைந்தவை அப்படியேயிருக்கும். ஆனால் உடலினால் அடைந்த எல்லாமே போய்விடும் உங்கள் மரணத்தினால். அதனால் ஹத யோகம் புதிய முறைகளைக் கண்டுபிடித்து உங்கள் வாழ்க்கையை நீட்டிக்க வேண்டி யிருந்தது. அதாவது இருநூறு, அல்லது முந்நூறு வருடங்கள் வரை அதன் மூலமாக அந்த ஆளுமை அடைய முடிந்தது.

ஆளுமை என்பது மனத்தினால் என்றால், நீங்கள் உடலை மாற்றலாம். ஆனால் தயார்படுத்துவது உடலினால் என்றால் அது உடலுக்கு மட்டுமே சொந்தம். ஹத யோகம் பல வழிகளைக் கண்டுபிடித்தது. அதன் மூலம் இந்த நடவடிக்கைகள் முடிவடைந்தன. ஆனால் பெரிய முறைகள் கண்டுபிடிக்கப்பட்டன. எப்படி மனத்தை நேரடியாகக் கட்டுப்படுத்து வது? ராஜ யோகம். இந்த முறைகளினால் உடல் என்பது கொஞ்சம் உதவும். ஆனால் அதைப் பற்றிக் கவலைப் படவேண்டியதில்லை.

அதனால் ஹத யோகத்தைக் கடைபிடிப்பவர்கள் எல்.எஸ்.டி.யைப் பயன்படுத்தச் சொன்னார்கள். ஆனால் ராஜ யோகம் எல்.எஸ்.டி.யைப் பயன்படுத்த சொல்ல முடியாது. காரணம் ராஜயோகத்தில் உடலைத் தயார்படுத்துகிற வழிமுறைகள் கிடையாது. நேரடி தியானம்தான் பயன்படுத்தப்பட்டது.

சில சமயம் அது ஏற்படும். சில சமயங்களில்தான். அபூர்வமாக நீங்கள் எல்.எஸ்.டி.யைக் கண்டுவிட்டால், அதில் அடிமையாகாமல் இருந்தால், அந்த அறிமுகமே உங்களை மேலும் தேடச் சொல்லும். அதனால் ஒரு முறை முயல்வது நல்லது. ஆனால் எப்போது நிறுத்துவது, எப்படி நிறுத்துவது என்பதைத் தெரிந்து கொள்வது மிகவும் கடினம். முதல் முறை என்பது நல்லது, ஒரு முறை அதிலிருப்பது நல்லது. உங்களுக்கு ஒரு புதிய உலகம் தெரிய வரும். பிறகு நீங்கள் நாடத் துவங்குவீர்கள், அதனால், நீங்கள் நிறுத்துவது கடினமாகயிருக்கும். அதுதான் பிரச்னை. உங்களால் நிறுத்த முடிந்தால், ஒரு முறை எல்.எஸ்.டி எடுத்துக்கொள்வது நல்லது. ஆனால் அது மிகச் சிறந்த ஒன்று.

முல்லா நஸ்ருதீன் எப்போதுமே ஒரு கோப்பைக்கு மேல் மது அருந்தியதே இல்லை என்பார். அவருடைய நண்பர்கள் இதை ஆட்சேபித்தே வந்தார்கள். காரணம் அவர் கோப்பைக்கு மேல் கோப்பையாகக் குடித்ததைக் கண்டிருக்கிறார்கள். அவர் சொல்வார், "இரண்டாவது கோப்பையை முதல் கோப்பை எடுத்துக்கொண்டுவிட்டது. நான் ஒன்றைத்தான் எடுத்தேன். இரண்டாவதை முதலாவது எடுத்துக் கொண்டது. மூன்றாவதை இரண்டாவது. பிறகு நான் அதன் எஜமானனில்லை. நான் முதலாவதற்கு மட்டும்தான் எஜமானன். அதனால் நான் எப்படி ஒன்றுக்கு மேல் எடுத்துக்கொள்ள முடியும்? நான் ஒன்றை மட்டும்தான் எடுத்துக்கொள்ள முடியும். எப்போதுமே ஒன்றுதான்."

முதலாவதில் நீங்கள்தான் எஜமானர், இரண்டாவதில் நீங்களில்லை. முதலாவது இரண்டாவதை எடுத்துக்கொள்ளும். பிறகு அதுவே தொடரும். அதற்கு மேல் அது உங்கள் கைகளிலில்லை. எதையும் ஆரம்பிப்பது சுலபம். காரணம் நீங்கள்தான் அதன் எஜமானர், ஆனால் எதையும் முடிப்பது கடினம். காரணம் நீங்கள் அதன் எஜமானரில்லை. ஆனால் அதை எதிர்த்தால் ஒரு நிபந்தனையோடு, அந்த நிபந்தனை இதுதான். நீங்கள் எஜமானராக இருக்க முடிந்தால், பரவாயில்லை. எதையும் பயன்படுத்துங்கள், ஆனால் நீங்கள் எஜமானராக இருங்கள், ஆனால் உங்களால் எஜமானராக இருக்க முடியாவிட்டால், அந்த ஆபத்தான சாலையில் இறங்காதீர்கள். அதில் நுழையவே செய்யாதீர்கள். அதுதான் நல்லது.

அத்தியாயம் - 9

உணவு

✳

? ***உடலுக்கும், உணவிற்குமுள்ள தொடர்பைப் பற்றிப் பேச முடியுமா?***

கிழக்கின் இறை சார்ந்த பாரம்பரியத்தில் நீங்கள் நினைப்பது எல்லாமே உணவைத்தவிர வேறு இல்லை. உங்கள் உடல் ஓர் உணவு, உங்கள் மனம் என்பது உணவு. உங்கள் ஆன்மா என்பது உணவு. உங்கள் ஆன்மாவிற்கு அப்பால் குறிப்பிட்ட ஏதோ உணவில்லை. அந்த ஏதோ வொன்றுதான் அனத்தா. சுயம் இல்லாதது. அது முற்றிலும் வெறுமை யானது. புத்தர் அதை சூன்யம் என்பார். அந்த வெறுமை. அது தூய்மையான இடைவெளி. அதில் அது மட்டுமே இருக்கும். விஷயமற்ற உணர்வு.

அங்கே ஏதாவது விஷயமிருக்கும்போது, உணவும் இருக்கும். உணவு என்றால் வெளியே இருந்து உள்ளே திணிக்கப்படுவது. உடலுக்கு உணவு தேவை. அது இல்லையென்றால், அது உதிர்ந்து விடும். அப்படித்தான் அது வாழ்கிறது. அதில் உணவைத் தவிர வேறு எதுவுமில்லை.

உங்கள் மனத்தில் நினைவுகள், எண்ணங்கள், ஆசைகள், பொறாமைகள், அதிகார சிந்தனை. பிறகு ஆயிரத்தியோரு விஷயங்கள். அவை எல்லாமே உணவுதான், ஒரு நுண்ணிய நிலையில் உள்ள கொஞ்சம் அதிகமாக உணவு. எண்ணம் என்பது உணவு. நீங்கள் எண்ணங்களை போஷாக்கிட்டு வளர்க்கும்போது உங்கள் மார்பு விரிகிறது. உங்களிடம் சிந்தனைகள் இருக்கும்போது அது உங்களுக்கு ஒரு பலத்தைக் கொடுக்கும்போது நீங்கள் நன்றாக இருப்பதாக

உணர்கிறீர்கள். யாரோ ஏதோ நல்லதாக உங்களைப் பற்றிச் சொல்கிறார்கள், ஒரு பாராட்டு, உங்களுக்குள் என்ன ஆகிறது என்று பாருங்கள். உங்களுக்கு ஒரு தெம்பு வரும். யாரோ உங்களைப் பற்றித் தவறாக சொல்கிறார்கள். அதைக் கவனியுங்கள். யாரோ உங்களிடமிருந்து எதையோ பிடுங்கிக் கொண்டு போனதைப் போல, முன்பை விட இப்போது நீங்கள் பலவீனமாக இருக்கிறீர்கள்.

மனம் என்பது நுண்ணிய நிலையில் உள்ள உணவு. உடலின் உள் பகுதிதான் மனம். அதனால் நீங்கள் என்ன சாப்பிடுகீறீர்களோ அது மனத்தைப் பாதிக்கிறது. நீங்கள் அசைவ உணவு உண்டால் அதற்கு ஒரு வகையான மனமிருக்கும். நீங்கள் சைவம் சாப்பிட்டால், நிச்சயமாக உங்களுக்கும் வேறு மாதிரியான மனமிருக்கும்.

இந்திய சரித்திரத்தைப் பற்றி மிகவும் முக்கியமான உண்மை தெரியுமா? கடந்த பத்தாயிரம் வருடங்களில் இந்திய எந்த நாட்டையும் தாக்கியதேயில்லை. கிடையவே கிடையாது. ஆக்ரமிப்பான செயல் எதுவுமே கிடையாது. இது எப்படி சாத்தியம்? ஏன்? எங்கும் இருப்பதைப் போலத்தான் இங்கும் மனித இனம் இருக்கிறது. ஆனால் வேறு விதமான உடல் வேறு மாதிரியான மனத்தை உருவாக்கியிருக்கிறது.

நீங்களே அதைக் கவனிக்கலாம். எதையாவது சாப்பிட்டுவிட்டு அதைக் கவனியுங்கள். வேறு ஏதாவது சாப்பிட்டுவிட்டுக் கவனியுங்கள். ஒரு குறிப்பு வைத்துக்கொள்ளுங்கள், நீங்கள் வியப்போடு கவனிப்பீர்கள், நீங்கள் ஜீரணிப்பது உடல் ரீதியாக மட்டுமில்லை. அதில் ஒரு மனோதத்துவப் பகுதியும் இருக்கிறது. அது உங்கள் மனதை சில எண்ணங்களுக்கு வளைந்து கொடுக்கச் சொல்லும் சில ஆசைகளுக்கு. அதனால்தான் காலங்காலமாக ஒரு வகையான உணவைத் தேடுகிறார்கள். அது உங்கள் மனதை வலுப்படுத்தாது, ஆனால் இறுதியாக கரைய உதவும். ஒரு வகையான உணவு, மனத்தைப் பலப்படுத்துவதற்குப் பதிலாக அது தியானத்தைப் பலப்படுத்தும். மனமற்றது. எந்த குறிப்பிட்ட, நிரந்தரமான விதிகளைக் கொடுக்க முடியாது. காரணம் மக்கள் வேறு வகையானவர்கள், ஒவ்வொருவரும்தான் முடிவு செய்ய வேண்டும்.

உங்கள் மனதிற்கு எதை அனுமதிக்கிறீர்கள் என்பதைக் கவனியுங்கள். மக்களுக்கு முழுமையாக விழிப்பில்லை. அவர்கள் எதையாவது, எதையும் படித்துக்கொண்டேயிருக்கிறார்கள். அவர்கள் தொலைக் காட்சியைப் பார்க்கிறார்கள். எதையாவது, முட்டாள்தனத்தை. அவர்கள் வானொலி கேட்கிறார்கள், அவர்கள் அரட்டை அடிக்கிறார்கள். மக்களோடு வம்பு பேசுகிறார்கள். அவர்கள் ஒருவருக்கொருவர் ஏதாவது குப்பைகளைப் பரஸ்பரம் தலையில் திணித்துக்கொள்கிறார்கள். அவர்களிடம் குப்பைகள்தானிருக்கின்றன.

உங்கள் மீது தேவையில்லாது குப்பைகளைப் போட்டு உங்களை பாரப்படுத்துகிற சந்தர்ப்பங்களைத் தவிர்த்துவிடுங்கள். ஏற்கெனவே உங்களிடம் அது அளவிற்கு அதிகமாகவே இருக்கிறது. நீங்கள் அது ஏதோ விலை மதிப்பற்றதைப் போல சேர்த்துக்கொண்டே போகிறீர்கள். ''குறைவாகப் பேசுங்கள், அவசியமானதை மட்டும் கேளுங்கள். பேசுவது, கவனிப்பது இரண்டிலும் தந்தி பாணியில் வைத்துக் கொள்ளுங்கள், நீங்கள் குறைவாகப் பேசினால், நீங்கள் குறைவாகக் கேட்டால், மெள்ள, மெள்ள நீங்கள் ஒரு சுத்தத்தை, ஒரு தூய்மையை, ஏதோ நீங்கள் குளித்துவிட்டு வந்ததைப் போல, உங்களுக்குள் ஒன்று எழும். அதுதான் தியானம் எழுவதற்கான தேவையான உரம். கண்ட குப்பைகளையும் படித்துக்கொண்டே போகாதீர்கள்.

ஒரு முறை நான் வாழ்ந்த வீட்டிற்குப் பக்கத்து வீட்டுக்காரன் ஒரு பைத்தியம், அவனுக்கு எப்போதும் செய்தித்தாள்கள் மீது அபார மோகம். அவன் தினமும் எல்லா வித செய்தித்தாள்களையும் என்னிடமிருந்து சேகரிக்க வருவான். சில சமயங்கள் அவனுக்கு உடல்நலக்குறைவு ஏற்பட்டாலோ அல்லது நான் வீட்டில் இல்லாவிட்டால், அவன் பிறகு வருவான். ஒரு முறை இப்படி நடந்தது. நான் பத்து நாட்கள் ஊரிலில்லை. நான் திரும்பி வந்ததும், அவனும் செய்தித்தாள்கள் சேகரிக்க வந்தான். ''ஆனால் இவையெல்லாம் பழையவை. பத்து நாட்கள் பழையவை'' என்றேன்.

அவன் சொன்னான், ''அதனால் என்ன? அதே குப்பைதான், தேதி மட்டும்தானே மாறுகிறது?''

அது அந்த கிறுக்குமனிதனின் வாழ்க்கையின் அபூர்வமானதருணமாக இருந்திருக்க வேண்டும். ஆமாம். ஸ்திர மனிதர்கள் என்றழைக்கப்படுகிற மனிதர்களிடம் கூட கிறுக்குத்தனமான தருணங்கள் வருவது உண்டு. மாறியும் நடப்பது உண்டு. அவன் உண்மையைச் சொன்னான், ''அதே பழைய பொருளற்றதுதான். அதனால் என்ன? எனக்கு நேரமிருக்கிறது. அதனால் என்னை எதிலாவது ஈடுபடுத்தியாக வேண்டும்.

நான் கேட்டேன், ''இந்த பத்து நாட்கள் என்ன செய்தீர்கள்?'' அவன் சொன்னான், ''நான் பழைய செய்தித்தாள்களைப் படித்துக் கொண்டிருந் தேன், மறுபடியும், மறுபடியும் அதையே படித்துக்கொண்டிருந்தேன்.''

மனதில் ஆக்ரமிக்காத சில இடைவெளிகளை மனத்தில் விடுங்கள். இந்த ஆக்ரமிக்கப்படாத உணர்வு தருண மக்கள்தான் தியானத்தின் முதல் பார்வை, அப்பாற்பட்டதன், முதல் ஊடுருவல், மனமற்ற நிலையின் முதல் வெளிச்சம். இதை உங்களால் சமாளிக்க முடிந்தால், அடுத்தது

நீங்கள் தேர்ந்தெடுக்கும் உணவு, அது ஆக்ரமிப்பைக் கொடுக்காத, வன்முறையைத் தூண்டாத, விஷமற்றதாக இருக்க வேண்டும்.

இப்போது விஞ்ஞானிகள் கூட இதை ஒப்புக்கொள்கிறார்கள். நீங்கள் ஒரு மிருகத்தைக் கொல்லும்போது, பயத்தில் அது எல்லாவிதமான விஷத்தையும் வெளியேற்றுகிறது. மரணம் என்பது சுலபமல்ல. நீங்கள் ஒரு மிருகத்தைக் கொல்லும்போது, பயத்தில் எல்லா விதமான பெரிய நடுக்மும் உள்ளே எழுகிறது. அந்த மிருகம் வாழ நினைக்கிறது. எல்லா விதமான விஷங்களும் வெளியேறுகிறது.

நீங்கள் பயத்திலிருக்கும்போது கூட, நீங்களும் எல்லா விதமான விஷங்களையும் உடலிலிருந்து வெளியேற்றுகிறீர்கள். இந்த விஷங்கள் உதவுகின்றன. ஒன்று நீங்கள் சண்டைபோட அல்லது மண்டையைப் போட உதவுகின்றன. சில சமயங்களில் இது நடக்கும். நீங்கள் கோபத்தில் ஒரு காரியத்தை செய்வீர்கள், அதை நீங்கள் செய்ய முடியும் என்று உங்களால் கூட கற்பனை செய்திருக்க முடியாது. நீங்கள் ஒரு பாறையைக் கூட நகர்த்தியிருக்கலாம். அதை மற்ற நேரத்தில் உங்களால் அசைத் திருக்கக் கூட முடியாது. ஆனால் கோபம் இருந்திருக்கிறது, அதனால் அந்த விஷம் வெளியேறுகிறது. பயத்தில், மக்கள் வேகமாக ஓடுவார்கள். அவர்களை ஒலிம்பிக்ஸ் ஓட்டப் பந்தயக்காரர்களால் கூட முந்த முடியாது. நீங்கள் யோசித்துப் பாருங்கள், உங்கள் பின்னால் ஒருவர் கத்தியோடு உங்களை குத்த வருகிறார். உங்களால் சிறப்பாக எதைச் செய்ய முடியுமோ அதைத் தான் செய்வீர்கள். உங்கள் முழு உடலுமே அதிக அளவில் செயல்பட முடுக்கிவிடப்படும்.

நீங்கள் ஒரு மிருகத்தைக்கொல்லும்போது அதில் ஒரு கோபமிருக் கிறது. ஒரு ஆவலிருக்கிறது. அங்கே ஒரு பயமிருக்கிறது. அது மரணத்தைச் சந்தித்துக்கொண்டிருக்கிறது. அந்த மிருகத்தின் எல்லா நாளங்களும் பல விதமான விஷத்தை வெளியேற்றுகின்றன. அதனால் நவீன சிந்தனை என்னவென்றால் கொல்வதற்கு முன்பு அந்த மிருகத்தை மயக்கமடையச் செய், ஒரு மயக்க மருந்து கூட, நவீன கசாப்புக் கடைகளில் கூட பயன்படுத்தப்படுகிறது. ஆனால் அது ஒரு பெரிய மாறுதலைத் தரப்போவதில்லை. அது ஒரு மேலோட்டமான மாற்றம்தான். காரணம் ஆழ்ந்த மையத்தில் எந்த மயக்க மருந்தும் எட்ட முடியாது, மரணத்தைச் சந்தித்துதான் ஆகவேண்டும். அது உணர்வோடு இருக்காது, என்ன நடக்கிறது என்பது அந்த மிருகத்திற்குத் தெரியாது. ஆனால் ஏதோ நடக்கிறது கனவில். அது ஒரு கொடுங்கனவைக் கழித்துக் கொண்டிருக்கிறது. அந்த மாமிசத்தை சாப்பிடுவதுகூட விஷமான உணவைத்தான்.

உடல் ரீதியாக விஷம் தோய்ந்த எல்லாவற்றையும் தவிர்த்து விடுங்கள். மூளை ரீதியாகவும் விஷம் தோய்ந்ததையும் தவிர்த்து விடுங்கள். ஆனால் மன ரீதியில் விஷயங்கள் மிகவும் சிக்கலானவை. நீங்கள் ஓர் இந்து என்று நினைத்தால் உங்களுக்கு விஷம் கொடுக்கப்பட்டிருக்கிறது. நீங்கள் ஒரு முஸ்லீம் என்று நினைத்தால் உங்களுக்கு விஷம் கொடுக்கப்பட்டிருக்கிறது. நீங்கள் ஒரு கிறித்துவர் என்று நினைத்தால், ஒரு ஜெயின், நீங்கள் ஒரு புத்த பிட்சு - நீங்கள் விஷம் கொடுக்கப்பட்டிருக்கீறீர்கள். உங்களுக்கு மெதுவாக விஷம் கொடுக்கப்படுகிறது. அது அவ்வளவு மெதுவாக நீங்கள் அதற்கு இசைந்துவிட்டீர்கள். நீங்கள் அதற்கு அடிமையாகிவிட்டீர்கள். முதல் நாளிலிருந்து உங்களுக்குக் கரண்டியில் ஊட்டப் பட்டுவிடுகிறது. உங்கள் தாயின் மூலையிலிருந்து, உங்களுக்கு விஷம் கொடுக்கப்படுகிறது. எல்லா வித நிலைகளும் விஷம்தான். ஒருவர் இந்து என்று நினைத்தால் அவர் மனித இனத்திற்கு எதிரானவர் என்று நினைத்துக்கொள்ளலாம். ஒருவரை ஜெர்மானியர், அல்லது சீனாக்காரர் என்று நினைத்துக்கொள்வது மனித இனத்திற்கு அவர்கள் எதிரானவர்கள் என்று கொள்ளலாம். பகை என்கிற பாணியிலே நினைப்பு. அங்கே நட்பு இல்லை.

உங்கள் ஒரு மனித ஜீவனாக நினையுங்கள். உங்களுக்கு ஏதாவது புத்திசாலித்தனம் இருந்தால், உங்களை ஒரு சாதாரண மனித ஜாதியாகவே நினையுங்கள். உங்களுடைய அந்த புத்தி வளரும்போது, நீங்கள் அந்த ‘மனித’ என்கிற பெயரெச்சத்தைக் கூட விட்டுவிடுவீர்கள். நீங்கள் உங்களை ஓர் இருத்தலாகவே நினைப்பீர்கள். இருத்தல் என்பது எல்லாம் சேர்ந்தது. மரங்கள், மலைகள், ஆறுகள் நட்சத்திரங்கள், பறவைகள் மிருகங்கள்.

அது பெரிதாகிறது, பிரம்மாண்டமாகிறது. நீங்கள் ஏன் குழாய்களில் வாழ்கிறீர்கள்? ஏன் நீங்கள் ஒரு சின்ன கறுப்புப் பள்ளத்தில் பதுங்கி யிருக்கிறீர்கள்? ஆனால் நீங்கள் ஒரு கொள்கை அமைப்பில் இருப்பதாக நினைத்துக்கொண்டிருக்கிறீர்கள். நீங்கள் எந்த சிறந்த கொள்கை அமைப்பிலும் வாழ்வில்லை. காரணம் சிறந்த கொள்கை அமைப்பு எதுவுமே இல்லை. எந்தக் கொள்கையும் மனித இனத்தைக் கட்டுப்படுத்து கிற அளவு போதுமான அளவில் இல்லை. இருத்தல் தன்மையை எந்தக் கருத்தும் கட்டுப்படுத்தாது. எல்லாக் கருத்துக்களும் முடமாக்குகின்றன. செயலிழக்கச் செய்கின்றன.

நீங்கள் ஒரு கத்தோலிக்கராக, ஒரு கம்யூனிஸ்டாக இருக்காதீர்கள். ஒரு மனித ஜீவனாக இருங்கள். இவையெல்லாமே விஷங்கள். அவை எல்லாமே பாரபட்சமானவை. காலங்காலமாக நீங்கள் பாரபட்சத்தினால் மனோவசியம் செய்யப்பட்டிருக்கிறீர்கள். அது உங்களது ரத்தத்தில் ஒரு

பகுதியாகிவிட்டது. உங்கள் எலும்பின், எலும்பினுள், நீங்கள் இந்த விஷங்களை வெளியேற்ற மிகவும் எச்சரிக்கையாக இருக்க வேண்டும்.

உங்கள் மனதை விட உடல் அதிகம் விஷமாகவில்லை. உடல் என்பது ஒரு சாதாரண நிகழ்வு. அது சுலபமாக சுத்தப்படுத்திவிடலாம். நீங்கள் அசை உணவைச் சாப்பிடுகிறீர்கள் என்றால் அதை நிறுத்தலாம். அது ஒரு பெரிய விஷயமேயல்ல. நீங்கள் மூன்று மாதங்கள் மாமிசம் சாப்பிடாமல் இருந்தால், உங்கள் உடல் இந்த அசைவ உணவினால் ஏற்பட்ட எல்லா வித விஷங்களிலிருந்து விடுபட்டுவிடும். அது மிகவும் எளிது. உடல் கூறு என்பது அத்தனை சிக்கலானதல்ல. ஆனால் பிரச்னை எழுவது மனோ ரீதியில்தான். ஒரு ஜெயின் துறவி எந்த விஷ உணவுகளையும் உண்பதில்லை. எந்த அசைவ உணவையும் உட்கொள்ளுவதில்லை. ஆனால் அவர் மனம் களங்கப்பட்டிருக்கிறது. ஜெயினிஸத்தினால விஷம் கொடுக்கப்பட்டிருக்கிறது.

எல்லாக் கொள்கைகளிலிருந்தும் விடுதலை பெறுவதுதான் உண்மையான விடுதலை. எந்தக் கொள்கையுமில்லாமல் நீங்கள் சும்மா இருக்க முடியாதா? கொள்கைகள் தேவையா? ஏன் கொள்கைகள் அப்படி தேவைப்படுகின்றன? அது தேவைப்படுவதற்குக் காரணம் அது உங்களை முட்டாளாகவே வைத்திருக்கிறது. அது தேவைப்படுகிறது-காரணம் அது உங்களைப் புத்தியற்று இருக்க உதவுகிறது. அது தேவைப் படுகிறது காரணம் அது உங்களுக்குத் தயார் செய்யப்பட்ட பதில்களைத் தருகிறது. அதை நீங்களாக சொந்தமாகக் கண்டுபிடிக்க வேண்டியதில்லை.

ஒரு புத்திசாலியான உண்மை மனிதன் எந்தக் கொள்கையிலும் தன்னைக் கட்டிப்போட்டுக் கொள்ளமாட்டான். எதற்கு? அவன் ஒரு மூட்டை தயார் செய்யப்பட்ட பதில்களை வைத்துக் கொண்டிருக்க மாட்டான். அவனுக்குப் போதிய புத்திசாலித்தனம் இருக்கிறது என்பது அவனுக்குத் தெரியுமே. எந்த மாதிரி சூழ்நிலை வந்தாலும். அவன் அதற்கு பதில் சொல்வான். ஏன் கடந்த காலத்திலிருந்து ஏற்றிய மூட்டைகளைச் சுமக்க வேண்டும்? இவர் சுமப்பதினால் என்ன பயன்?

நீங்கள் உங்கள் விஷ உணவுகளை மாற்றினால் நீங்கள் வியந்து போவீர்கள். ஒரு புதுவித புத்திசாலித்தனம் உங்களிடமிருந்து வெளியேறும். இந்த புது புத்திசாலித்தனம். நீங்கள் அர்த்தமற்றதைத் திணிக்க உங்களை அனுமதிக்காது. அந்தப் புது புத்திசாலித்தனம் நீங்கள் கடந்த காலத்தையும் அதன் நினைவுகளையும் தூக்கிப்போட உதவும். தேவையில்லாத ஆசைகள், கனவுகளைத் தூக்கிப்போடும். உங்கள் பொறாமைகளை, கோபத்தை, குழப்பங்களை, மனோதத்துவ ரீதியான காயங்களைத் தூக்கிப்போடும்.

நீங்கள் உங்கள் மனோதத்துவ ரீதியான காயங்களைத் தூக்கிப்போட முடியாததால், நீங்கள் மனோ மோசடிக்கு ஆளாகிறீர்கள். உலகம் முழுவதிலும் மனோ ஆராய்ச்சியாளர்கள் பல விதங்களில் இருக்கிறார்கள். அவர்கள் எல்லா அளவுகளிலும், வடிவங்களிலும், இருக்கிறார்கள். உலகம் முழுவதும் எல்லாவிதமான மனோ சிகிச்சைகள் நடைபெறுகின்றன. ஆனால் ஏன் இத்தனை மனோ சிகிச்சையாளர்கள் தேவைப்படுகிறார்கள்? அவர்கள் தேவைப்படுகிறார்கள். காரணம் நீங்கள் போதிய அளவு புத்திசாலியாக இல்லாமல் இருந்தது; உங்கள் காயங்களைக் குணப்படுத்திக்கொள்ளவில்லை. அதைக் குணப்படுத்து வதற்குப் பதிலாக, அதைக் காற்றுக்கும், சூரியனுக்கும் திறந்துவிடுவதற்குப் பதிலாக நீங்கள் அதை ஒளித்து வைக்கிறீர்கள். உங்களுக்கு உங்கள் காயங்களை சூரியனுக்குக் காட்டிக் குணப்படுத்த ஒரு மனோ சிகிச்சையாளர் தேவைப் படுகிறார். அதன் மூலமாக அது ஆறுவதற்கு நீங்கள் அனுமதிக்கிறீர்கள். ஆனால் ஒரு உண்மையான மனோ சிகிச்சை யாளரைக் கண்டுபிடிப்பது மிகவும் கடினம். நூறு மனோ சிகிச்சை யாளர்களில், தொண்ணூத்து ஒன்பது பேர் மனோ மோசடிக்காரர்கள், அவர்கள் மனோ சிகிச்சையாளர்களில்லை.

மற்ற எல்லாத் துறைகளையும் விட இந்த மனோ சிகிச்சையாளர்கள், மனோ ஆராய்ச்சியாளர்கள்தான் அதிக அளவில் தற்கொலை செய்து கொள்கிறார்கள் என்பது தெரிந்தால் வியந்து போவீர்கள். அந்த எண்ணிக்கை இருட்டிப்பு ஆகிறது. இப்போது இவர்கள் என்ன மாதிரி மக்கள்? அவர்கள் எப்படி அடுத்தவர்களுக்கு உதவப்போகிறார்கள்? அவர்கள் வாழ்க்கை முழுவதும் மக்களுக்கு உதவி என்ன செய்தார்கள்? பல மனோ ஆராய்ச்சியாளர்கள் பைத்தியங்கள் ஆகிறார்கள். புத்தி பேதலித்திருக்கிறார்கள். உலகத்தில் வேறு எந்தத் தொழிலையும் விட இங்குதான் அதிகம். எண்ணிக்கை ஏறக்குறைய இரண்டு மடங்கு. ஏன்? இவர்கள்தான் அடுத்தவர்கள் ஸ்திரமாக இருக்க உதவியவர்கள். ஆனால் அவர்கள் புத்தி பேதலித்து இருந்திருக்கிறார்கள். அவர்கள் புத்தி பேதலித்துப் போனதனால்தான் அவர்கள் மனோ சிகிச்சையில் ஆர்வம் காட்டியதற்கான சாத்தியக்கூறுகளாக இருந்திருக்கலாம். அவர்களைக் குணப்படுத்துக்கொள்ளும் முயற்சியாக இருந்திருக்கலாம். ஒரு விதமான மனோசிகிச்சைக்காரர்கள் மனோ சிகிச்சைக்காக, வேறு விதமான மனோ சிகிச்சைக்காரர்களிடம், வேறு மாதிரி மனோ சிகிச்சைக்குப் போவது தெரிந்தால் வியந்து போவீர்கள். ப்ராய்டியன், ஜங்கியனிடம் போவார்கள். ஜங்கியன் ப்ராய்டியனிடம் போவார்கள். இங்கும் அங்குமாக. இது ஒரு வினோதமான சூழல்.

உங்களிடமிருந்து ஒரு புத்திசாலித்தனம் வெளியேறினால் உங்களுக்குத் தேவையானவற்றை நீங்கள் செய்யப் போகிறீர்கள். உங்களாலே உங்கள் காயங்களைக் குணப்படுத்திக்கொள்ள முடியும். நீங்களே உங்கள் குழப்பங்களைப் பார்க்க முடியும். நீங்கள் ஓர் அடிப்படை சிகிச்சையாளரிடம் போக வேண்டியதில்லை.

இந்த ஆசிரமத்தில் நான் எல்லாவிதமான சிகிச்சைகளையும் அனுமதிக்கிறேன். உண்மையில், உலகத்தில் எந்த இடத்திலும் இதைப் போல பல மனோ சிகிச்சையாளர்களை நீங்கள் பார்க்க முடியாது. மொத்தம் அறுபது பேர். ஏன் நான் இந்த சிகிச்சையை அனுமதிக்கிறேன்? காரணம் நீங்கள்தான், நீங்கள் உங்கள் புத்திசாலித்தனத்தை வெளியேற்ற தயாராக இல்லை. ஆசிரமம் ஆழம் ஆழமாக உள் புரிந்துகொள்ளுதலில் போகும்போது இந்த சிகிச்சைகளை போட்டுவிடலாம். பிறகு அன்பு தான் சிகிச்சை. புத்திசாலித்தனம்தான் சிகிச்சை. பிறகு நாளுக்கு நாள் வாழ்வது, தருணத்திற்கு தருணம் விழிப்பாக எச்சரிக்கையாக அதுதான் சிகிச்சை. பிறகு பகலில் நீங்கள் என்னவெல்லாம் செய்கிறீர்களோ, சுத்தப் படுத்துதல், சமைப்பது, அலம்புவது, அவை எல்லாமே சிகிச்சைதான்.

சிகிச்சை இங்கே இருப்பது தற்காலிகமானதுதான். ஒரு நாள் எனக்கே திருப்தி ஏற்படும்போது, பெரும்பான்மையானவர்கள் சிகிச்சைக்கு அப்பால் சென்றுவிட்டார்கள் என்று நம்பும்போது இந்த சிகிச்சைகள் காணாமல் போகும். காரணம் இந்த பெரும்பான்மை அந்த சிறுபான்மையினரை புத்திசாலித்தனத்திற்கு இழுத்துக்கொண்டு விடும்.

நாங்கள் ஒரு புத்திசாலித்தனமான வாழ்க்கையை உருவாக்கி வருகிறோம். நான் அப்படி பெரிய மத ரீதியான மனிதன் கிடையாது. நான் ஒரு துறவியல்ல. எனக்கும் ஆன்மிகத்திற்கும் எந்தத் தொடர்புமில்லை. இந்த வகையெல்லாம் எனக்குத் தேவையற்றது. என்னை நீங்கள் வகைப் படுத்த முடியாது, என்னை ஒரு புறாக்கூண்டில் அடைக்க முடியாது. ஆனால் ஒன்று மட்டும் சொல்ல முடியும். என் முழு முயற்சியுமே நீங்கள் உங்கள் சக்தியை வெளியேற்ற உதவுவதுதான். அதை அன்பு, புத்திசாலித்தனம் என்று சொல்லலாம். உங்கள் அன்பு, புத்திசாலித்தனம் வெளியேறினால் நீங்கள் குணமடைந்துவிட்டீர்கள்.

மூன்றாவது வகையான விஷ உணவுதான் ஆன்மிகம். அதுதான் இந்த சுயம் என்பது. இந்த சுயத்திற்குத் தொடர்கவனம் தேவைப்படுகிறது. அது கவனத்தில்தான் உட்கொள்ளுகிறது. கவனம்தான் அதன் உணவு. அரசியல்வாதிகள் மட்டும் கவனத்திற்கு ஏங்கவில்லை. அதிகம் அதிகமாக கவனம் அதிகம் அதிகமான மக்களிடமிருந்து வருகிறது. உங்கள் சாமியார்கள் என்றழைக்கப்படுபவர்கள் இதைத்தான்

செய்கிறார்கள். இந்த சாமியார்கள், அரசியல்வாதிகள், நடிகர்களுக்குள் வேறுபாடே கிடையாது. வித்யாசமேயில்லை. அவர்களின் அடிப்படைத் தேவை ஒன்றுதான் கவனம். "அதிக மக்கள் என் மீது கவனம் செலுத்த வேண்டும், இன்னும் அதிகம் மக்கள் என்னைப் பார்க்க வேண்டும்" அது அவர்களின் அகந்தைக்கு உணவாகிறது. அதுதான் மிக நுண்ணிய வகை விஷ உணவு.

உடல் ரீதியான, மனோதத்துவ, ஆன்மிகம், உங்கள் உடற்கூறு உடல் எல்லாவிதமான விஷங்கள் போதை வஸ்துக்களிடமிருந்து விடுபட்டு சுத்தமாக இருக்கட்டும். உங்கள் மனம் கூட எல்லாவிதமான குப்பைகள், கூளங்களிலிருந்து விடுபடட்டும். உங்கள் ஆன்மா என்பது 'நான்' என்பது இல்லாமல் இருக்கட்டும். ஆன்மா 'நான்' என்கிற எண்ணத்திலிருந்து விடுபட்டால், நீங்கள் உள் வெளிக்கு வந்து விட்டீர்கள். அதுதான் சுயமற்றது. அனத்தா. அதுதான் விடுதலை. நிர்வாணம், அதுதான் புத்துணர்வு. நீங்கள் வீட்டிற்கு வந்துவிட்டீர்கள். இப்போது நீங்கள் போவதற்கு இடமேயில்லை. இப்போது நீங்கள் தங்கிவிடலாம். ஓய்வெடுத்து நிம்மதியாக இருங்கள். இப்போது இருத்தல் உங்கள் மீது பொழியப்போகும் பல லட்சக்கணக்கான சந்தோஷத்தை நீங்கள் அனுபவியுங்கள்.

இந்த மூன்று விஷங்களை நீங்கள் போட்டுவிட்டால், நீங்கள் வெறுமையாகிறீர்கள். ஆனால் அந்த வெறுமை எதிர்மறையான வெறுமையல்ல. வெறுமை என்பதற்கு அர்த்தம் எல்லா விஷங்கள், எல்லாவிதமான விஷங்கள், எல்லாம் போய்விட்டன. ஆனால் நீங்கள் நிறைவாக இருக்கிறீர்கள். ஏதோ ஒரு நிறைவு. ஆனால் அதற்குப் பெயர் கிடையாது. நிறைவாக ஏதோ ஒன்று. பக்தர்கள் அதைக் கடவுள் என்கிறார்கள்.

இரண்டு வகையான உணவுகள் இருக்கின்றன. ஒன்று உங்களுக்குப் பிடித்தது. உங்களுக்கு ஈடுபாடு கொண்டது. அதைப் பற்றி நீங்கள் கற்பனை செய்வது. அதில் எந்தத் தவறுமில்லை. ஆனால் அதைப் பற்றி நீங்கள் ஒரு சின்ன வித்தையைத் தெரிந்துகொள்ள வேண்டும். சில உணவுகள் உள்ளன. அவற்றுக்கு அபரிமிதமான ஈர்ப்பு உண்டு. அந்த ஈர்ப்பு என்பது அது கிடைக்கிறது என்பதினால் அல்ல. நீங்கள் ஓர் ஓட்டலுக்கு, அல்லது உணவு விடுதிக்குச் செல்கிறீர்கள். நீங்கள் சில வகை உணவைப் பார்க்கிறீர்கள். பின் அறையிலிருந்து வாசனை வரும், அதன் நிறம், அதன் மணம். நீங்கள் அந்த உணவைப் பற்றி நினைக்கவில்லை. திடீரென்று உங்களுக்கு ஓர் ஆர்வம் வருகிறது. அது உதவப்போவதில்லை. அது உங்களுடைய உண்மையான ஆசையல்ல. இதை நீங்கள் சாப்பிடலாம் ஆனால் அது உங்களைத் திருப்திப் படுத்தாது.

நீங்கள் சாப்பிடுவீர்கள், ஆனால் அதனால் எதுவுமே வரப்போவதில்லை. அதனால் எந்தத் திருப்தியும் வராது. திருப்திதான் முக்கியமான விஷயம். திருப்தியின்மைதான் ஆட்டிப் படைக்கும்.

தினமும் சாப்பிடுவதற்கு முன் தியானம் செய்யுங்கள். கண்களை மூடி உங்கள் உடலுக்கு என்ன தேவை என்பதை உணருங்கள். அது எதுவாக வேண்டுமானாலுமிருக்கலாம். நீங்கள் எந்த உணவையும் பார்க்க வில்லை. எந்த உணவும் கிடைக்கவில்லை. நீங்கள் வெறுமே உங்களுக்குள் உணருகிறீர்கள். உங்கள் உடலுக்கு என்ன தேவை. நீங்கள் என்ன மாதிரி உணர்கிறீர்கள், நீங்கள் எதை நாடுகிறீர்கள்.

டாக்டர் லியானார்ட் பியர்ஸன் இதை ''முணுமுணுக்கும் உணவு'' என்பார். உணவு உங்களுக்குள் முணுமுணுக்கும். உங்களுக்குத் தேவையான அளவிற்கு போய் சாப்பிடுங்கள், ஆனால் அதிலேயே இருங்கள். இன்னொரு வகை உணவு என்பது 'சைகை காட்டும் உணவு'' அது உங்களுக்குக் கிடைக்கும்போது, உங்களுக்கு அதில் ஓர் ஆர்வம் வரும். பிறகு அது உங்கள் மன விஷயம். அது உங்கள் தேவையல்ல. நீங்கள் உங்கள் முணுமுணுக்கிற உணவைக் கவனித்தால், உங்களுக்குத் தேவையான அளவுக்கு சாப்பிடலாம். நீங்கள் அவதிப்படமாட்டீர்கள். காரணம் அது உங்களைத் திருப்திபடுத்தும். உடல் அதற்குத் தேவையான வற்றின் மீது ஆசைப்படுகிறது. அது வேறு எதிலும் நாட்டம் கொள்ளாது. அது திருப்திகரமாக இருக்கும், ஒரு முறை திருப்தி ஏற்பட்டுவிட்டால், ஒருவர் அதிகம் சாப்பிடமாட்டார்கள். பிரச்னை எப்போது எழும் என்றால், நீங்கள் சைகை காட்டுகிற உணவை உட்கொள்ளும்போதுதான். அது கிடைக்கிறது என்பது தெரிகிறது. உங்களுக்கு ஆர்வம் வருகிறது; நீங்கள் சாப்பிடுகிறீர்கள். அது உங்களைத் திருப்திப்படுத்தாது. காரணம் உடலில் அதற்கான தேவைகளில்லை. அது உங்களைத் திருப்திபடுத்த வில்லையென்றால், நீங்கள் திருப்தியடையாதத்தை உணர்கிறீர்கள். நீங்கள் அதிகம் சாப்பிடுகிறீர்கள். ஆனால் எவ்வளவுதான் நீங்கள் சாப்பிட்டாலும், அது உங்களுக்குத் திருப்தியைத் தரப்போவதில்லை. அது உங்களைத் திருப்திப்படுத்தப் போவதில்லை. காரணம் அதற்கான தேவையே அங்கில்லை. முதல் வகையான ஆசையை நிறைவேற்ற வேண்டும். பிறகு இரண்டாவது காணாமல் போய்விடும். மக்கள் என்ன செய்கிறார்கள் என்றால் அவர்கள் முதலாவதைக் கவனிப்பதில்லை. அதனால் இரண்டாவது பிரச்னையாகிறது. நீங்கள் உங்கள் முணுமுணுக்கு உணவை, கேட்டால், அந்த சைகை காட்டும் உணவு மறைந்துவிடும். அந்த இரண்டாவது பிரச்னைதான் காரணம், நீங்கள் உங்கள் உள் ஆசைகளைக் கவனிக்க வேண்டுமென்பதை முழுமையாக மறந்து விட்டீர்கள். அதைக் கவனிக்கக் கூடாது என்று மக்களுக்குப் போதிக்கப்

பட்டுள்ளது. அவர்களுக்குப் போதிக்கப்பட்டிருக்கிறது: "இதை சாப்பிடு, அதை சாப்பிடாதே." நிர்ணயிக்கப்பட்ட விதிகள். உடலுக்கு எந்த நிர்ணயிக்கப்பட்ட விதிகளும் தெரியாது.

சின்ன குழந்தைகளை உணவோடு தனியாக இருக்க விட்டால் அவர்கள் உடலுக்குத் தேவையானவற்றைத்தான் சாப்பிடுவார்கள் என்பதை அவர்கள் தெரிந்து வைத்திருக்கிறார்கள். அவர்களுக்கே வியப்பாகிவிட்டது. இப்போது பல மனோதத்துவ கண்டுபிடிப்புகள் உள்ளன. அவர்கள் அப்படியே வியந்து போனார்கள். இப்போது குழந்தை ஏதோ நோயினால் அவதிப்பட்டால், ஆப்பிள்தான் அந்த நோய்க்கு நல்லது என்றால், குழந்தை ஆப்பிளைத்தான் தேர்ந்தெடுக்கும். எல்லா வகையான உணவுகள் இருக்கின்றன. ஆனால் குழந்தை ஆப்பிளைத்தான் நாடும்.

அதைத்தான் எல்லா மிருகங்களும் செய்கின்றன. மனிதன்தான் அந்த மொழியை மறந்துவிட்டான். நீங்கள் ஓர் எருமை மாட்டைக் கொண்டு வந்து தோட்டத்தில் விடுங்கள். முழு தோட்டமும் இருக்கும். எல்லாவிதமான பசுமையும் இருக்கிறது. அது கவலைப்படாது. பூக்களும், மரங்களும் சைகை காட்டும். ஆனால் அது கவலையே படாது. அது தன் காதில் முணுமுணுக்கும் புற்களிடம்தான் போகும். அதுவும் ஒரு குறிப்பிட்ட புல்லை தனது தேவைக்குத் தேர்ந்தெடுக்கும். நீங்கள் ஓர் எருமையை ஏமாற்றவே முடியாது. நீங்கள் மனிதனைத்தான் ஏமாற்ற முடியும்.

மனிதன் எருமையை விட கீழே வந்துவிட்டான். நீங்கள் ஒரு கழுதையை முட்டாளாக்க முடியாது. அது தன் உணவை சாப்பிடும். மனிதன் முட்டாளாக்கப்படுகிறான். எல்லா இடங்களிலும் விளம்பரங்கள் மூலமாக, வண்ணப்படங்கள், தொலைக்காட்சி, சினிமா, நீங்கள் ஈர்க்கப்பட்டு, உங்கள் முணுமுணுக்கும் உடலிலிருந்து திசை திருப்பப் படுகிறீர்கள். ஏதோ ஒரு நிறுவனம் உங்களிடம் எதையோ விற்க விரும்புகிறது. அது அந்த நிறுவனத்திற்கு சாதகமானது, அது நிறுவனத்திற்கு லாபகரமானது. உங்களுக்கல்ல.

ஏதோ ஒரு கோலா நிறுவனம் தன்னுடைய கோலாவை உங்களுக்கு விற்க நினைக்கிறது. அதற்கும் உங்கள் உடலுக்கும் எந்தத் தொடர்பும் இல்லை. அது உங்களை இழுக்கிறது. நீங்கள் எங்கே போனாலும், அங்கே கோலாதான். கோலாதான் பிரபஞ்சத்தின் முக்கால்வாசி விஷயமாகிறது. சோவியத் ரஷ்யாவில் கூட, வேறு எதிலும் அமெரிக்கர்களுக்கு அனுமதியில்லை. ஆனால் கோலா இருக்கிறது. எல்லா இடங்களிலிருந்து அந்தப் புட்டி உங்களை அழைக்கிறது. சைகை காட்டுகிறது "இங்கே வா"

உடனே உங்களுக்குத் தாகம் எடுக்கும். அந்தத் தாகம் போலியானது. நான் கோலா குடிக்காதே என்று சொல்லவில்லை. ஆனால் அது முணு முணுக்கட்டும். அதைப் புரிந்து கொள்ளுங்கள்.

அது சில நாட்கள் பிடிக்கும், சில வாரங்கள் கூட பிடிக்கும் எது உங்களை ஈர்க்கிறது என்கிற முடிவிற்கு வர. எது உங்களை ஈர்க்கிறதோ அதை எவ்வளவு வேண்டுமோ அவ்வளவு சாப்பிடுங்கள். அடுத்தவர் என்ன சொல்கிறார் என்பதைப் பற்றிக் கவலைப்படவேண்டாம். ஐஸ்கிரீம் உங்களை ஈர்க்கிறது, ஐஸ்கிரீம் சாப்பிடுங்கள். உங்கள் திருப்திக்கேற்ப சாப்பிடுங்கள். உங்கள் இதயத்தின் ஆசைகளுக்காக. பிறகு உங்களுக்கு ஒரு திருப்தி உணர்வு வரும். நீங்கள் திருப்தியடைந்து உணர்வைப் பெற்றால், அதன் மீதான ஆசை மறைந்துவிடும். இந்த திருப்தி தராத நிலைதான் உங்களை மேலும் மேலும் எந்தக் காரணமும் இல்லாமல் திணிக்க வைக்கிறது. உங்களுக்கு நிறைவாக இருக்கும். ஆனால் திருப்தியாக இருக்காது. அதனால் பிரச்னைகள் எழுகின்றன. உங்களுக்கு நிறைவாக இருக்கும். ஆனால் திருப்தியாக இருக்காது. அதனால் பிரச்னைகள் எழுகின்றன.

அதனால் முதலில் இயற்கையாக இருப்பதைக் கற்கப் பழகுங்கள். அது வரும். காரணம் நாம் அதை மறந்துதான் போயிருக்கிறோம். அது உடலில்தான் இருக்கிறது. நீங்கள் உங்கள் காலை உணவை சாப்பிடும்போது, உங்கள் கண்களை மூடிக்கொள்ளுங்கள், உங்களுக்குள் என்ன வேண்டுமென்பதைப் பாருங்கள். நீங்கள் எதன் மீது உண்மை யிலேயே ஆசைப்படுகிறீர்கள்? என்ன இருக்கிறது என்பதைப் பார்க்காதீர்கள். உங்களுக்கு எதில் ஆசை என்பதை மட்டும் பாருங்கள். பிறகு போய், அதைக் கண்டுபிடித்து, சாப்பிடுங்கள். உங்களுக்கு எவ்வளவு வேண்டுமோ அவ்வளவு சாப்பிடுங்கள். சில நாட்கள் இப்படியே போகட்டும். கொஞ்சம் கொஞ்சமாக எந்த உணவும் உங்களுக்கு சைகை காட்டாமல் இருப்பது உங்களுக்குப் புரிய வரும்.

இரண்டாவதாக நீங்கள் சாப்பிடும்போது, அதை நீங்கள் சுவையுங்கள். அவசரத்தில் முழுங்காதீர்கள். அது வாய் வழியாக என்றால், அதை உங்கள் வாயிலேயே ரசியுங்கள், ஏன் அதை இன்னும் அதிகமாக சுவைக்க கூடாது? நீங்கள் பத்து வாய் போட்டுக்கொண்டால், ஒரு வாயைத்தான் நீங்கள் ரசிக்க முடியும். அதை பத்து முறை அதிகமாக சுவையுங்கள். அது பத்து வாய் எடுத்துக்கொள்வதைப் போல் உங்கள் ரசிப்பு என்பது அதன் சுவையில்தான்.

ஒரு முறை நடந்தது. ஜப்பானின் யாரோ ஒரு மனிதன் சூடான காஃபியைக் குடித்திருக்கிறான். தொண்டை எரிந்து போனது. சில

சிக்கல்கள் வந்தன, அவனுடைய தொண்டை கிழிந்து போனது. உள்ளிருந்து, அந்த வழியை மூடாவிட்டால் அந்த மனிதன் இறந்து விடுவான். மருத்துவர்கள் அவன் வயிற்றுக்குள் ஒரு குழாயைப் பொருத்தினார்கள். அதன் மூலமாக அவன் உணவை அசை போட்டு, அதை அந்தக் குழாய்க்குள் தள்ளினான், அந்தக் குழாய் உணவை வயிற்றுக்குக் கொண்டு சென்றது.

அந்த மனிதன் வியந்து போனான். காரணம் முன்பைப் போலவே அவன் தொடர்ந்து உணவை ரசிக்கத்துவங்கினான். மருத்துவர்கள் கூட வியந்து போனார்கள். முதலில் அவர்கள் அந்த மனிதனுக்காக இரக்கப்பட்டார்கள். காரணம் அந்த அப்பாவி மனிதன் இனி உணவை ரசிக்க முடியாதே. ஆனால் அந்த மனிதன் தொடர்ந்து தன் உணவை ரசித்தான். உண்மையில் அவன் இன்னும் அதிகமாக ரசித்தான். காரணம் இப்போது அவன் உணவை சுவைக்கிறான். அவனுக்கு வயிற்றுக்குள் கொண்டு போக வேண்டாமென்று நினைத்தால் அதை வெளியே துப்பிவிடலாம், இப்போது அவனால் வேண்டுமென்பது வரை சாப்பிட்டான். அதை வயிற்றுக்குள் கொண்டு போக வேண்டிய அவசியமேயில்லை. வாயும், வயிறும் தனித்தனியானவை.

அதனால், எப்போது சாப்பிட்டாலும் அதிகமாக சுவையுங்கள், காரணம் அந்த சந்தோஷம் என்பது தொண்டைக்கு மேலேதான். தொண்டைக்குக் கீழே ருசியே கிடையாது. அது மாதிரி எதுவுமேயில்லை. பிறகு என்ன அவசரம்? அதை இன்னும் அதிகமாக சுவையுங்கள். அதிகமாக ருசியுங்கள். அந்தச் சுவையை இன்னும் தீவிரப்படுத்துங்கள். என்னவெல்லாம் செய்ய முடியுமோ அதைச் செய்யுங்கள். எதையாவது சாப்பிடுவதற்கு முன், முதலில் அதை நுகருங்கள். அந்த வாசனையை ரசியுங்கள். காரணம் பாதி ருசி வருவதே வாசனையில்தான்.

பல சோதனைகள் நடந்துவிட்டன. உங்கள் மூக்கு முழுமையாக அடைப்பட்டிருந்தால், உங்களுக்கு ஏதாவது கொடுத்தால், உங்களுக்கு ருசி தெரியாது. பிறகு உங்களுக்குப் புரியும் உணவு என்பது ருசியை விட வாசனைதான் அதிகம் என்பது. உங்கள் கண்கள் மூடியிருந்தால், அந்த அளவிற்கு உங்களால் ருசிக்க முடியாது. காரணம் அதன் வண்ணம், அது கண்களுக்கு ஓர் ஈர்ப்பு, அது இல்லாமல் போய்விடுகிறது. பல அழகான சோதனைகளைச் செய்திருக்கிறார்கள். கண்களை மூடி, மூக்கை முற்றிலுமாக மூடி, பிறகு உங்களுக்கு எதையோ கொடுக்கிறார்கள். உங்களால் அது என்னவென்று கூட சொல்ல முடியாது. அவர்கள் உங்களுக்கு வெங்காயம் கொடுக்கலாம். அது வெங்காயம் என்று உங்களால் சொல்ல முடியாது. காரணம் அதிகம் தெரிவது வாசனை யினால்தான். அதனால்தான் உங்களுக்கு ஜலதோஷம் இருக்கும்போது

உங்களால் உணவை ரசிக்க முடியாது. காரணம் அப்போது வாசனை யில்லை. ருசி இல்லை. மக்கள் ஜலதோஷத்தில் அவதிப்படும்போது அவர்கள் காரமான உணவை சாப்பிடுவார்கள். காரணம் அப்போதுதான் உணவு கொஞ்சமாவது உரைக்கும்.

அதனால் உணவை நுகருங்கள், உணவைப் பாருங்கள், அவசரமே யில்லை. நேரம் எடுத்துக்கொள்ளுங்கள். அதைத் தியானமாக எடுத்துக் கொள்ளுங்கள். உங்களுக்குக் கிறுக்குப் பிடித்திருக்கிறது என்று மக்கள் நினைத்தால் கவலைப்படாதீர்கள். அதை எல்லாப் பக்கங்களிலிருந்தும் பாருங்கள். கண்களை மூடியபடி அதை தொடுங்கள். அதை உங்கள் கன்னங்களால் தொடுங்கள். அதை ஒவ்வொருவழியிலும் உணருங்கள், அதை மறுபடியும், மறுபடியும் நுகருங்கள். பிறகு ஒரு சிறு விள்ளலை எடுத்து சுவையுங்கள், ரசியுங்கள், அது ஒரு தியானமாக இருக்கட்டும். ஒரு சிறு அளவு உணவே போதுமானது அதுவே உங்களுக்கு அதிக திருப்தியைக் கொடுக்கும்.

? உடல் நலத்திற்கு உண்ணாவிரதம் எந்த அளவிற்கு உதவி செய்கிறது?

எப்போதெல்லாம் நீங்கள் விரதத்திலிருக்கிறீர்களோ, உடலுக்கு ஜீரணிக்க வேண்டிய வேலை இல்லை. அந்தக் காலத்தில் உடல் இறந்த அனுக்களை வெளியேற்றக்கூடிய வேலையை செய்யலாம். கழிவுகள். ஒரு நாள், ஞாயிறோ, அல்லது சனியோ, நீங்கள் ஓய்வு நாளில் இருக்கிறீர்கள். நீங்கள் வீட்டுக்கு வருகிறீர்கள், உங்கள் முழு உடலையும் சுத்தப்படுத்துகிறீர்கள். முழு வாரமும் உங்கள் ஓய்ச்சல் இல்லாத வேலை நீங்கள் மும்முரமாக இருந்ததால் உங்களால் வீட்டைச் சுத்தப்படுத்த முடியவில்லையா? உடலுக்கு ஜீரணம் செய்ய எதுவுமே இல்லாதபோது, நீங்கள் எதையும் சாப்பிட்டிருக்கவில்லை. உடல் தானே சுத்தம் செய்யத்துவங்குகிறது. தன்னிச்சையாக தொடங்குகிறது, உடல் உடனே தேவையற்றதையெல்லாம் வெளியே தூக்கிப் போடுகிறது. அது ஒரு சுமையைப் போல, விரதம் என்பது ஒரு வகை தூய்மைப் படுத்துதல். எப்போதாவது ஒரு முறை விரதம் என்பது அழகானது. எதையும் செய்வதில்லை. சாப்பிடுவதில்லை. அப்படியே ஓய்வாக இருக்கிறீர்கள். எவ்வளவு திரவங்கள் எடுத்துக்கொள்ள முடியுமோ எடுத்துக்கொண்டு ஓய்வாக இருங்கள். உடல் சுத்தமாகி விடும்.

சில சமயங்கள் இன்னும் அதிக விரதம் தேவைப்பட்டால், நீங்கள் நீண்ட விரதம் இருக்கலாம். ஆனால் உடலின் மீது ஓர் ஆழ்ந்த காதலோடு.

அந்த விரதம் உங்கள் உடலுக்குத் தீங்கு விளைவிக்கும் என்று எப்போதாவது தோன்றினால், உடனே அதை நிறுத்திவிடுங்கள். அந்த விரதம் உங்கள் உடலுக்கு உதவினால், நீங்கள் அதிக பலத்தோடு இருப்பதாக உணர்வீர்கள். உங்களுக்கு இன்னும் அதிக சுறுசுறுப்பாக இருக்கும். உங்களுக்கு அதிக புத்துணர்ச்சி வரும். வீர்யமாக இருக்கும். உங்களுக்குள் ஒரு நுண்ணிய அதிர்வு வருவதாக உணர்ந்தால், பிறகு எச்சரிக்கையாக இருங்கள் இப்போது அந்த விஷயம் இனியும் தூய்மைப்படுத்துதலில்லை. அது அழிவு. அதை நிறுத்துங்கள்.

ஆனால் ஒருவர் அதன் முழு விஞ்ஞானத்தையும் தெரிந்து கொள்ள வேண்டும். உண்மையில் ஒருவர் விரதமிருக்கும்போது வெகுநாட்கள் விரதம் இருந்த யாரோ ஒருவரோடு விரதமிருக்க வேண்டும் அவருக்கு அந்த முழு பாதை நன்கு தெரியும், அதன் அறிகுறிகள் தெரியும். அது அழிவாக போனால் என்ன நடக்கும் அழிவில்லை என்றால் என்ன நடக்கும்; உண்மையான, தூய்மைப்படுத்தும் விரதத்திற்குப் பிறகு நீங்கள் புதிதாக, இளமையாக, சுத்தமாக, எடை குறைந்த, சந்தோஷமாக இருப்பதாக உணர்வீர்கள். உடல் இப்போது நன்றாகவே செயல்படும். காரணம் இப்போது சுமை இறங்கிவிட்டது. ஆனால் விரதம் எப்போது வருமென்றால் நீங்கள் தவறாக சாப்பிட்டுக்கொண்டிருந்தால், நீங்கள் தவறாக சாப்பிடவில்லையென்றால், உங்களுக்கு விரதம் தேவையில்லை. விரதம் எப்போது தேவைப்படுமென்றால் நீங்கள் உடலுக்குத் தவறு செய்திருக்கும்போதுதான். நாம் எல்லோருமே தவறாகவே சாப்பிட்டுக்கொண்டிருக்கிறோம்.

? ***நீங்கள் ஏதாவது குறிப்பிட்ட வகையான உணவை சிபாரிசு செய்கிறீர்களா அல்லது சாப்பிடும் காலத்தை சிபாரிசு செய்கிறீர்களா?***

முதல் விஷயம். நான் விரதத்தில் நம்பிக்கை இல்லாதவன். நான் நல்ல விருந்தை விரும்புகிறவன். என் முழு அணுகுமுறையே கொண்டாட்டம் தான். நான் உங்கள் சந்தோஷங்களுக்கு எதிரானவன் அல்லன். அது மட்டுமே போதாது. ஒருவர் அதற்கு அப்பாலும் போக வேண்டும். ஆனால் அதனுள்ளே அது அழகானது. ஒரு மனிதன் எதையும் மறுக்கக்கூடாது. காரணம் மறுக்கப்பட்ட பகுதி பழி வாங்கும். நீங்கள் மறுக்கத் துவங்கும் நேரம் நீங்கள் தாவோவிற்கு எதிரானவர். தாவோ என்பது இயற்கையாக இருப்பது. ஒரு விருந்து விரதமல்ல. ஒரு விரதம் என்பது இயற்கையாக வரும்போதுதான்.

சில சமயங்கள் மிருகங்கள் கூட விரதமிருக்கின்றன. சில சமயங்கள் உங்கள் நாய் விரதமிருப்பதைக் கண்டிருப்பீர்கள். நீங்கள் உணவைப் போடுவீர்கள்; அது சாப்பிடாது. ஆனால் அது ஒரு ஜெயினர் அல்ல. அதற்கு விரதத்தில் நம்பிக்கை கிடையாது. அதற்கு சாப்பிடப் பிடிக்கவில்லை. அதற்கு எந்தக் கொள்கையும் கிடையாது. அதற்கு அது ஒரு தத்துவமல்ல. அதற்கு உடல் நலம் சரியில்லை. அதனுடைய மொத்த இருத்தலுமே சாப்பிடுவதற்கு எதிராக இருக்கிறது. சாப்பிடுவதற்குப் பதிலாக அது வாந்தி எடுக்க நினைக்கிறது. அது போய் ஒரு புல்லைத் தின்றுவிட்டு வாந்தி எடுக்கும். அது தன்னை விடுவித்துக்கொள்ள நினைக்கிறது. அதன் வயிறு இனி எதையும் ஜீரணிக்கிற நிலையில் இல்லை. ஆனால் அது விரதமிருப்பவர் அல்ல. அது இயற்கையானது.

அதனால், சில சமயங்களில் நீங்கள் விரதம் இயற்கையாக வருவதாக நினைத்தால், ஒரு விதியாக அல்ல, ஒரு கொள்கையாக அல்ல, பின்பற்ற வேண்டிய ஒரு தத்துவமல்ல, விதித்துக்கொள்ள வேண்டிய ஒரு கட்டுப்பாடாக இல்லை. ஆனால் ஓர் இயற்கையான உணர்வு அது குறித்து நல்லது. அதன் பிறகும் கூட, நினைவில் கொள்ளுங்கள். உங்கள் விரதம் விருந்துக்கு சேவையாக, பிறகு நீங்கள் நன்றாக சாப்பிடலாம். விரதத்தில் நோக்கமே ஒரு வழியாக, முடிவாக அல்ல. இது அபூர்வமாக, எப்போதாவது ஒரு முறை நிகழும். நீங்கள் சாப்பிடும்போது முழு விழிப்போடு இருந்தால், அதை ரசித்தால், நீங்கள் அதிகம் சாப்பிட மாட்டீர்கள்.

நான் பத்தியத்தை சிபாரிசு செய்ய மாட்டேன். வலியுறுத்த மாட்டேன். ஆனால் விழிப்பை. நன்றாக சாப்பிடுங்கள். அதை நன்றாக ரசியுங்கள். நினைவில் கொள்ளுங்கள், அதன் விதி என்பது. நீங்கள் உங்கள் உணவை ரசிக்காவிட்டால் அதற்கு ஈடுகட்ட நீங்கள் அதிகம் சாப்பிடவேண்டும். நீங்கள் உங்கள் உணவை ரசித்தால் நீங்கள் குறைவாக சாப்பிடுவீர்கள். அதற்கு ஈடு கட்டத்தேவையில்லை. நீங்கள் மெதுவாக சாப்பிட்டால், ஒவ்வொரு துளியையும் ருசித்தால், நன்றாக சுவைத்தால், நீங்கள் அதில் முழு ஈடுபாட்டோடு இருக்கிறீர்கள். சாப்பிடுவது என்பது தியானத்தைப் போல இருக்க வேண்டும்.

ருசிக்கு எதிரானவன் அல்ல நான், நான் உணர்வுகளுக்கு எதிரானவன் அல்ல. உணர்வோடு இருப்பது என்பது புத்திசாலித்தனம், உணர்வோடு இருப்பது என்பது சுறுசுறுப்பு. மதம் என்றழைக்கப்படுகிற ஒன்று உங்களை உணர்வற்று செய்ய முயல்கிறது. உங்களை மந்தமாக்கப் பார்க்கிறது. அவர்கள் ருசிக்கு எதிரானவர்கள், அவர்கள் உங்கள் நாக்கை முழுவதுமாக மந்தமாக்குவதை விரும்புகிறார்கள் அதனால் நீங்கள் எதையுமே ருசிக்க மாட்டீர்கள். ஆனால் அது ஆரோக்யமான நிலை

அல்ல. உடல்நலம் சரியில்லாதபோதுதான் நாக்கு மந்தமாகிறது. உங்களுக்குக் காய்ச்சல் இருந்தால், உங்கள் நாக்கு மந்தமாகும். நீங்கள் ஆரோக்யமாக இருந்தால் உங்கள் நாக்கிற்கு உணர்விருக்கும். சுறுசுறுப்பாக, துழாவியபடி, துடிப்போடு, சக்தியோடு இருக்கும். நான் ருசிக்கு எதிரானவன் அல்லன். நான் ருசிக்கானவன். நன்றாக சாப்பிடுங்கள். நன்றாக ருசியுங்கள், அந்த ருசி தெய்வீகமானது.

ருசியைப் போலவே, நீங்கள் அதன் அழகைப் பார்த்து ரசிக்க வேண்டும். நீங்கள் சங்கீதத்தைப் பார்த்து, ரசிக்க வேண்டும். நீங்கள் பாறைகளை, இலைகளை, மனித ஜீவன்களைத் தொட்டு அதன் இளம் சூட்டை, அதன் தன்மையை ரசிக்க வேண்டும். உங்கள் உணர்வுகளைப் பயன்படுத்துங்கள். அதை அதிகமாகப் பயன்படுத்துங்கள், பிறகு நீங்கள் உண்மையாக வாழ்வீர்கள், உங்கள் வாழ்க்கை முழுவதுமே ஒரு ஜீவாலையாக இருக்கும். அது மந்தமாக இருக்காது, அது ஒரு ஜீவாலையாக ஒரு சக்தியோடு வீர்யத்தோடு இருக்கும். உங்கள் உணர்வுகளைக் கொல்லுங்கள் என்று போதிப்பவர்களோடு நான் இல்லை. அவர்கள் உடலுக்கு எதிரானவர்கள்.

நினைவில் கொள்ளுங்கள். உங்கள் உடல்தான் கோயில். உடல் என்பது ஒரு தெய்வீகப் பரிசு. அது மிகவும் மென்மையானது, அழகானது, அது அற்புதமானது. அதைக் கொல்வது என்பது கடவுளுக்கு நன்றி கெட்டவராக இருப்பதுதான். கடவுள்தான் உங்களுக்கு ருசியைக் கொடுத்திருக்கிறார். நீங்கள் அதை உருவாக்கவில்லை. அது உங்களோடு தொடர்புடையது அல்ல. கடவுள் உங்களுக்குக் கண்களைக் கொடுத்திருக் கிறார். கடவுள் இந்த வர்ணஜால உலகை வண்ணமயமாக்கி வைத்திருக் கிறார். அவர் உங்களுக்குக் கண்களைக் கொடுத்திருக்கிறார். உலகில் வண்ணத்திற்கும் உங்கள் கண்களுக்கும் ஒரு பெரிய கூட்டணி இருக்கட்டும். எல்லாமே ஒரு பிரம்மாண்டமான ஒற்றுமை. அந்த ஒற்றுமையைக் குலைக்காதீர்கள்.

இந்த மகாத்மாக்கள் என்றழைக்கப்படுபவர்கள் எல்லோருமே தங்கள் அகந்தைப் பயணத்தில் இருக்கிறார்கள். நீங்கள் சிறந்தவர் என்பதை உணர்வதற்கான நல்ல வழி என்பது உங்கள் உடலுக்கு எதிராக இருப்பதுதான். குழந்தை அதைச் செய்யும். குழந்தைக்கு மலம் வருகிறது. அது அடக்குகிறது, தன் இஷ்டப்படி செய்வதால் தனக்குப் பலம் இருப்பதாக நினைக்கிறது. அது உடலுக்கு விட்டுக்கொடுக்காது. அதனுடைய மலப்பை முழுமையாக இருக்கிறது. ஆனால் அது அடக்கு கிறது. அது உடலுக்குக் காட்ட வேண்டும் ''நான் உன் வேலைக்காரன் அல்ல. நான் தான் உன் எஜமானன்'' ஆனால் இவையெல்லாம் அழிவான பழக்கங்கள்.

உங்கள் உடலை உற்றுக் கேளுங்கள். உங்கள் உடல் உங்கள் எதிரி அல்ல. உங்கள் உடல் ஏதாவது சொல்லும்போது, அதன்படி செய்யுங்கள். காரணம் உடலுக்கென்று ஒரு விவேகம் இருக்கிறது. அதைத் தொந்தரவு செய்யாதீர்கள். உங்கள் மூளை பயணத்தில் செல்லாதீர்கள். அதனால் தான் நான் உங்களுக்குப் பத்தியத்தைப் போதிக்கவே மாட்டேன். நான் உங்களுக்கு விழிப்பை மட்டுமே போதிப்பேன். முழு விழிப்போடு சாப்பிடுங்கள். தியானத்தோடு சாப்பிடுங்கள். பிறகு நீங்கள் அதிகம் சாப்பிடமாட்டீர்கள். நீங்கள் குறைவாக சாப்பிடுவீர்கள். குறைவைப் போலவே அதிகமும் கெடுதல். அதிகம் சாப்பிடுவது கெடுதல். அதிக விதத்தைப்போலவே, அவையெல்லாம் தீவிரமானது.

தீவிரத்திற்குப் போவது என்பது ஒரு மன நோய். அதனால் உணவைப் பொருத்தவரையில் இரண்டு வகையான மன நோய்கள் உள்ளன. ஒருவர் சாப்பிட்டுக்கொண்டே இருப்பது, உடலைக் கவனிக்காமலேயே - உடல் அழுகிறது, கூச்சல் போடுகிறது ''நிறுத்து'' அது தொடர்கிறது. இவர்கள் மன நோயாளிகள். பிறகு அதில் இன்னொரு வகை. உடல் கத்திக் கொண்டேயிருக்கிறது. ''எனக்குப் பசிக்கிறது'' ஆனால் அவர்கள் விரதமிருக்கிறார்கள். இரண்டுமே நோயானவை. அவற்றுக்கு சிகிச்சை தேவை. அவர்களுக்குத் தேவை மருத்துவமனைதான். ஒரு மத ரீதியானவர் சமநிலை கொண்டவர். அவர் என்ன செய்தாலும். அவர் நடுவில் இருப்பார். அவர் தீவிரத்திற்குப் போகவே மாட்டார். காரணம் எல்லா தீவிரங்களும் பதற்றத்தை, மனக்கவலையை உருவாக்கும். நீங்கள் அதிகம் சாப்பிட்டால் ஒரு கவலை வரும், காரணம் உடலுக்கு அதிக பாரம். நீங்கள் தேவையான அளவு சாப்பிடாவிட்டடால் அப்போது ஒரு கவலை. காரணம், உடலுக்குப் பசி. ஒரு மத ரீதியான மனிதனுக்கு எங்கே நிறுத்துவது என்பது தெரியும். அது விழிப்பினால் வரவேண்டும். சில போதனைகளினால் அல்ல.

நீங்கள் எவ்வளவு சாப்பிடவேண்டும் என்று நான் சொன்னால் அது ஆபத்தானது. காரணம் அது ஒரு சராசரியாக இருக்கும். சிலர் ஒல்லியாக இருப்பார்கள். சிலர் குண்டாக இருப்பார்கள். இப்போது நீங்கள் எவ்வளவு சாப்பிடவேண்டுமென்று நான் சொன்னால், ''மூன்று சப்பாத்திகள்.'' சிலருக்கு அது அதிகமாக இருக்கும் சிலருக்கு அது ஒன்றுமேயில்லாமல் இருக்கும். அதனால் கடுமையான விதிகளைப் போதிக்காதீர்கள், நான் ஒரு விதமான விழிப்புணர்வைக் கொடுக்கிறேன். உங்கள் உடலைக் கேளுங்கள். உங்கள் வேறு மாதிரியான உடல். பிறகு வெவ்வேறு விதமான சக்திகள், வெவ்வேறு விதமான ஈடுபாடுகள். யாரோ ஒருவர் பல்கலைக்கழகத்தில் பேராசிரியர்; அவர் உடலைப் பொருத்தவரையில் அவர் அதிக சக்தியை செலவழிக்க மாட்டார்.

அவருக்கு அதிக உணவு தேவையில்லை. அவருக்கு வேறுவிதமான உணவு தேவை. ஒருவர் கூலித்தொழிலாளி. அவருக்கு அதிக உணவு தேவை. அவருக்கு வேறு மாதிரியான உணவு தேவை. இப்போது கடுமையான கொள்கைகள் ஆபத்தானவை. அந்த விதியே பிரபஞ்ச விதியாக முடியாது.

ஒரே ஒரு பொன்னான விதி இருப்பதாக ஜார்ஜ் பெர்னாட்ஷா சொன்னார். அது பொன்னான விதி என்பதே இல்லை என்பதுதான். நினைவில் கொள்ளுங்கள், பொன்னான விதி என்பதே கிடையாது. அப்படி இருக்கவும் முடியாது. காரணம் ஒவ்வொரு தனி நபரும் தனித்தன்மை பெற்றவர். அதை யாரும் சிபாரிசு செய்ய முடியாது. அதனால் நான் உங்களுக்கு ஓர் உணர்வைக் கொடுக்கிறேன். என்னுடைய உணர்வு என்பது எந்தக் கொள்கையுமில்லை. எந்த விதியுமில்லை. என் அணுகுமுறை என்பது விழிப்புணர்வு. காரணம் இன்று உங்களுக்கு அதிக உணவு தேவைப்படும். நாளைக்கு உங்களுக்கு அந்த அளவு உணவு தேவைப்படாது. நீங்கள் மற்றவர்களை விட வித்யாசமானவர் என்பது கேள்வி அல்ல. உங்களின் ஒவ்வொரு நாள் வாழ்க்கையுமே மற்ற நாளை விட வித்யாசமானது. நாள் முழுவதும் நீங்கள் ஓய்வெடுத்து விட்டீர்கள். உங்களுக்கு அதிக ஓய்வு தேவையில்லை. நாள் முழுவதும் தோட்டத்தில் நீங்கள் பள்ளம் தோண்டிக் கொண்டிருந்தீர்கள். உங்களுக்கு அதிக உணவு தேவைப்படும். ஒருவர் எப்போதும் எச்சரிக்கையாக இருக்க வேண்டும் உடல் சொல்வதைக் கேட்கக்கூடிய திராணி ஒருவருக்கு இருக்க வேண்டும். உடலுக்கேற்ற மாதிரி செல்லுங்கள்.

உடல் என்பது எஜமானருமல்ல, அடிமையும் அல்ல. உடல் என்பது உங்கள் நண்பன், உடலின் நட்பை நாடுங்கள். ஒருவர் சாப்பிட்டுக் கொண்டேயிருக்கிறார். ஒருவர் பத்தியம் இருந்து கொண்டேயிருக்கிறார். இருவருமே ஒரே வலையில்தான். அவர்கள் இருவருமே செவிடர்கள். அவர்கள் உடல் சொல்வதைக் கேட்பதேயில்லை.

அந்த சந்தோஷத்திற்காக சாப்பிடுங்கள். பிறகு நீங்கள் மனிதன், மானிடன், ஓர் உயர்ந்த இருப்பாளர், அன்பை அனுபவிக்க வேண்டு மென்பதற்காக அன்பு காட்டுங்கள். பிறகு நீங்கள் ஓர் மனிதன், ஒரு உயர்ந்த இருப்பாளர், கேட்டு அனுபவிக்க வேண்டுமென்பதற்காகக் கேளுங்கள். நீங்கள் உள்ளுணர்வின் சிறையிலிருந்து வெளியே வருவீர்கள்.

நான் சந்தோஷத்திற்கு எதிரானவன் அல்லன். நான் முழுவதுமே அதற்காகவே. நான் இன்பத்துக்குரியவன். அதுதான் என்னுடைய புரிந்து கொள்ளுதல். உலகத்திலிருந்து எல்லா ஆன்மிக மக்களும் இன்பத்துக்

குரியவர்கள்தான். யாராவது இன்பத்துக்குரியவராக இல்லாமல், தன்னை ஓர் ஆன்மிகவாதியாகப் பாவித்துக்கொண்டால், அவர் அப்படியில்லை.

பிறகு அவர் ஒரு மன நோயாளி. காரணம் சந்தோஷம்தான் எல்லை. அடிப்படை ஆதாரம், எல்லாவற்றின் முடிவும். கடவுள் உங்கள் மூலமாக சந்தோஷத்தைத் தேடுகிறார். பல லட்சம் வடிவங்களில். எல்லாவிதமான சந்தோஷங்களையும் அவருக்கு அனுமதியுங்கள் அவர் சந்தோஷத்தின் உயர்ந்த பீடத்திற்குப் போக உயர்ந்த இடத்தை, அடைய உதவுங்கள். பிறகு நீங்கள் மதவாதி, பிறகு உங்கள் கோயில்கள், ஒரு கொண்டாட்டத் திற்கான இடமாக இருக்கும், பிறகு உங்கள் தேவாலயங்கள் அருவருப்பாக, சோகமாக இருக்காது, ஒரு சோம்பலாக, ஒரு மரண சாயலில், ஒரு கல்லறையைப் போல இருக்காது. பிறகு அங்கு சிரிப்பு இருக்கும், அங்கு பாடல் இருக்கும், அங்கே நடனம் இருக்கும், அங்கே ஒரு புத்தணர்ச்சி இருக்கும்.

சுய சித்ரவதையைப் போதித்தவர்களால் மதம் அதிகமாக பாதிக்கப் பட்டுவிட்டது. இந்த முட்டாள்தனத்திலிருந்துதெல்லாம் மதத்தை விடுவிக்க வேண்டும். சிறந்த குப்பைகள் மதத்தோடு போய் ஒட்டிக் கொண்டுவிட்டது. மதத்திற்கு அவசியமானதே சந்தோஷத்தைத் தவிர வேறெதுவுமில்லை. உங்களுக்கு எதுவெல்லாம் சந்தோஷத்தைக் கொடுக் கிறதோ அதெல்லாம் வரம். உங்களுக்கு சோகத்தை, மகிழ்ச்சியற்றதை, துயரத்தைத் தருவது பாவம். அதுதான் ஓர் அளவு கோலாக இருக்கட்டும்.

அதனால் கடுமையான விதிகள் எதுவுமே தரமாட்டேன். காரணம் மனித மனம் எப்படி வேலை செய்யும் என்பது எனக்குத் தெரியும். ஒரு முறை ஒரு கடுமையான விதி கொடுக்கப்பட்டால், நீங்கள் விழிப்புணர்வை மறந்து போவீர்கள், நீங்கள் கடுமையான விதிகளைத் தொடரத்துவங்குவீர்கள். கடுமையான விதிகள் என்பது முக்கியமில்லை. நீங்கள் அந்த விதியைப் பின்பற்றலாம். நீங்கள் வளரமாட்டீர்கள். சில உதாரணங்களைக் கேளுங்கள்.

பென்னி வீட்டிற்கு வந்தான், சமையலறை முழுவதும் உடைந்த சமையல் பீங்கான்கள்.

"என்ன ஆயிற்று?" மனைவியிடம் கேட்டான்.

"இந்த சமையல் குறிப்புப் புத்தகத்தில் ஏதோ ஒரு தவறிருக்கிறது." அவள் விளக்கினாள், பிடியில்லாத ஒரு கோப்பை அளப்பதற்குப் போதுமானது என்று சொல்கிறது. கோப்பை உடையாமல் கைப்பிடியை எடுக்க பதினொரு முறை தேவைப்பட்டது.

இப்போது அந்த சமையல் புத்தகம் சொன்னதால், அப்படி செய்தாக வேண்டும். மனித மனம் முட்டாள்தனமானது. அதை நினைவில் கொள்ளுங்கள். ஒரு முறை உங்களுக்குக் கடுமையான விதி இருந்தால், நீங்கள் அதையே பின்பற்றுவீர்கள்.

மாப் வீட்டு முதலாளியைப் பார்த்தான். முதலாளி ஏதோ சொன்னார், சென்றார். வீட்டு அழைப்பு மணி அடித்தது. வேலைக்காரன் போய் கதவை திறந்தான். கதவிடுக்கில் பார்த்துவிட்டு வந்த விருந்தினர் யார் என்று தெரிந்ததும் தாழ்ப்பாளைத் திறந்து அவரை அனுமதித்தான்.

''உங்கள் குடையை வாசலிலேயே வையுங்கள்'' வேலைக்காரன் வந்தவரிடம் சொன்னான்.

''என்னிடம் குடையில்லை'' வந்தவர் சொன்னார்.

''அப்படியென்றால் வீட்டிற்குப் போய் ஒன்றை எடுத்து வாருங்கள். எல்லோரும் குடையை வாசலிலேயே வைக்க வேண்டுமென்பது முதலாளி உத்தரவு. இல்லையென்றால் நான் உங்களை உள்ளே அனுமதிக்கப் போவதில்லை.''

விதி என்றால் விதிதான்.

வங்கித் திருடர்களைத் துரத்திக்கொண்டு போனது அந்த போலீஸ் கார். திடீரென்று ஒரு பெட்ரோல் பங்கில் கார் நுழைந்தது. அங்கிருந்து போலீஸ்காரர் தன் தலைமை அதிகாரிக்கு ஃபோன் செய்தார்.

''அவர்களைப் பிடித்து விட்டீர்களா?'' அதிகாரி கேட்டார்.

''அவர்கள் அதிர்ஷ்டசாலிகள்'' பதில் சொன்னார் போலீஸ்காரர். ''நாங்கள் அவர்களை நெருங்கிக் கொண்டிருந்தோம். இன்னும் அரை கிலோ மீட்டர் இடைவெளிதான். அப்போதுதான் கவனித்தேன். ஐந்நூறு மைல் தாண்டிவிட்டது. நாங்கள் நிறுத்தி பெட்ரோல் போட வேண்டுமே.''

ஒவ்வொரு ஐநூறு மைலும் கழித்து எண்ணெய் மாற்ற வேண்டு மானால் என்ன செய்ய முடியும்? முதலில் நீங்கள் எண்ணெயைத்தான் மாற்ற வேண்டும்.

நான் எந்தக் கடுமையான விதிகளையும் விதிக்க மாட்டேன். காரணம் எனக்கு மனித மனம் எத்தனை முட்டாள்தனமானது என்பது தெரியும். அது அப்படித்தான் இருக்கும். நான் ஓர் உணர்வை, ஒரு வழியைக் கொடுக்கிறேன். நீங்கள் விழிப்பாக இருங்கள். அந்த விழிப்பிலேயே வாழுங்கள்.

சாதாரணமாக நீங்கள் ஒரு மயக்க வாழ்க்கை வாழ்ந்து கொண்டிருக்கிறீர்கள். நீங்கள் மயக்க நிலையில் இருப்பதால் அதிகம் சாப்பிடுகிறீர்கள். நீங்கள் என்ன செய்கிறீர்கள் என்பதே உங்களுக்குத் தெரியவில்லை. உங்களுக்குப் பொறாமை வருகிறது. நீங்கள் ஆளுமை கொண்ட வராகிறீர்கள், நீங்கள் மயக்க நிலையிலிருப்பதால், நீங்கள் என்ன செய்கிறீர்கள் என்பதே உங்களுக்குத் தெரியவில்லை. கோபத்தில் உங்களுக்குப் பைத்தியம் பிடிக்கிறது. உங்களை சாத்தான் ஆட்கொள்கிறது. உங்கள் ஆவேசத்தினால். உங்களுக்குத் தெரியாத செயலைச் செய்கிறீர்கள் உங்களுக்கே தெரியாமல்.

சிலுவையில் இயேசு சொன்னார் - அதுதான் கடைசி வார்த்தை, ஆனால் மிகப்பெரிய வார்த்தை பிரயோகம். அவர் சொன்னார், "தந்தையே இவர்களை மன்னித்து விடுங்கள். அவர்கள் என்ன செய்கிறார்கள் எனப்து அவர்களுக்கே தெரியாது.'' இப்போது கிறித்துவம் இந்த அற்புதமான வார்த்தைகளுக்கு சரியான விளக்கம் கொடுக்கவேயில்லை. இயேசுவின் விளக்கம் எளிமையானது. அவர் சொன்னார், ''இந்த மக்கள் மயக்க நிலையிலிருக்கும் மக்கள். அவர்களுக்கு விழிப்புணர்வு என்பதே கிடையாது. அதனால் இதற்கு அவர்கள் பொறுப்பில்லை. அவர்கள் என்ன செய்கிறார்களோ அதை அவர்கள் தூக்கத்தில் செய்கிறார்கள். அவர்கள் தூக்கத்தில் நடக்கிறார்கள். அவர்கள் தூக்க நடையாளர்கள். அவர்களை மன்னித்துவிடுங்கள். அவர்கள் இதற்குப் பொறுப்பாக முடியாது.

நான் கேட்டிருக்கிறேன். மைக், பாட்டிடம் சொன்னான். நான் என் நண்பனைப் பார்க்கப் போகிறேன். தானும் வருவதாக பாட் சொன்னான். வழியில் வா குடிக்கலாம் என்றான். இருவருக்குமே போதை. அதன் விளைவாக மைக்கிற்கு நண்பன் வீட்டு விலாசம் மறந்து போனது. "உன் நண்பனின் வீடு எங்கிருக்கிறது?'' கேட்டான் பாட்.

''வீட்டு எண் மறந்துவிட்டது. ஆனால் இந்தத் தெருதான் என்பது உறுதியாகத் தெரியும்.''

சில நிமிடங்கள் நடந்தார்கள். மைக் ஒரு வீட்டு முன் நின்றான், அதுதான் வீடு என்று நினைத்தான். உள்ளே தடுமாறி நுழைந்தார்கள். ஆனால் உள்ளே கூடம் இருட்டாக இருந்தது. அவர்கள் கதவைத் திறந்தார்கள். அங்கே ஒரு வரவேற்பறையைக் கண்டார்கள். அங்கிருந்த பியானோ வாத்தியம் மீது இருந்த சில மெழுகுவர்த்திகளைத் தவிர அந்த இடம் முழுவதும் இருட்டாக இருந்தது. அவர்கள் அந்த பியானோ முன்பு போய் மண்டியிட்டுப் பிரார்த்தனை செய்தார்கள். பாட் அந்த பியானோவைக் கண்டான். ''மைக்'' அவன் சொன்னான். ''எனக்கு உன் நண்பனைத் தெரியாது. ஆனால் உன் நண்பனுக்கு அழகான பல் வரிசை.''

இதுதான் நிலைமை. இப்படித்தான் மனிதன் இருக்கிறான். நான் உங்களுக்குக் கொடுக்க விரும்புவதெல்லாம் விழிப்பின் சுவையைத்தான். அது உன் முழு வாழ்க்கையையுமே மாற்றும். அது கட்டுப்படுத்துகிற விஷயமே அல்ல. உன்னை உள்ளுக்குள்ளிருந்து ஒளிமயமாக்குவதுதான்.

? உணவிற்கும், உணர்ச்சிகளுக்கும் உள்ள உறவு என்ன?

நீங்கள் கவனித்திருக்கலாம். உங்களிடம் ஓர் அன்பாக, சீறிப்பாயும் நட்பு இருந்தால், நீங்கள் அதிகம் சாப்பிட மாட்டீர்கள். நீங்கள் பத்தியம் இருக்கவும் வேண்டியதில்லை. அன்பு உங்களை நிரப்பும். அதனால் உள்ளே எல்லா விதமான குப்பைகளையும் திணிக்க வேண்டியதில்லை. அன்பு இல்லையென்றால் நீங்கள் வெறுமையாக உணர்வீர்கள். அந்த வெறுமை காயப்படுத்துகிறது. அதில் எதையோ வைத்து நிரப்ப நினைக்கிறீர்கள். பிறகு ஏன் உணவைத் தேர்ந்தெடுக்கிறீர்கள்? காரணம் அன்பும், உணவும் மனோதத்துவ ரீதியில் இணைந்தது.

குழந்தைக்கு அன்பும், உணவும் ஒரே சமயத்தில் தாயின் முலையிலிருந்து கிடைக்கிறது. எப்போதெல்லாம் தாய் அன்பாக இருக்கிறாளோ அப்போதெல்லாம் குழந்தைக்குத் தன் மார்பைக் கொடுக்கிறாள். அவளிடம் எப்போதெல்லாம் அன்பு இல்லையோ, கோபமாக இருக்கிறாளோ, அப்போதெல்லாம் மார்பை அதனிடமிருந்து பிடுங்கிக் கொள்கிறாள். தாயின் முலைதான் இன்னொரு உடலோடு ஏற்படுகிற முதல் தொடர்பு.

ஓவியர்கள், சிற்பிகள், கவிஞர்களை இந்தப் பெண்ணின் மார்புகள் ஆட்டிப்படைப்பதில் எந்த வினோதமுமில்லை. பல லட்சம் வருடங்களாக ஓவியர்கள் பெண்களின் மார்புகளை வரைந்து கொண்டேயிருக்கிறார்கள் என்பதை முழுமையாக நம்பமுடியாது, சிற்பிகள் தங்கள் முழு வாழ்க்கையுமே வீணடித்துக்கொண்டிருக்கிறார்கள். கற்களையும் பளிங்குகளையும் வெட்டிக்கொண்டு இந்தியக் கோயில்கள் குறிப்பாக கஜுரோஹோவில் உங்களால் நம்பவே முடியாது.

இன்னும் முப்பது கோயில்கள் இன்னும் இருக்கின்றன. இன்னும் நூறு அதிகமாக இருக்கும். காரணம் அவை இடிபாடுகளில் இருக்கின்றன. ஆனால் இந்த முப்பது கோயில்களும்... ஒரு கோயில் இருந்தாலே நம்ப முடியாது. முப்பதை நினைத்தால் உங்களுக்கு மயக்கமே வரும். ஒரே ஒரு கோயில், எத்தனை நிர்வாணப் பெண்களை சிற்பம் வடித்திருக்கிறார்கள் என்பதை எண்ணிப் பாருங்கள். உங்களால்

முடியாது. நீங்கள் மறுபடியும் மறுபடியும் துவங்கவேண்டியிருக்கும். காரணம் ஒவ்வொரு தூணிலும் ஆயிரக்கணக்கில் இருக்கும்., ஒவ்வொரு சுவரிலும் ஒன்று. எல்லா இடங்களிலும், ஒரு இஞ்ச் இடம் கூட சிற்பமில்லாமல் இருக்காது. எத்தனை பெரிய மூலைகள். அவையெல்லாம் வெறும் கற்பனைகள், அவ்வளவு பெரிய முலைகள் இருக்காது, இருக்கவும் முடியாது. ஒரு பெண்ணால் அத்தனை எடையைத் தூக்கிக்கொண்டு நிற்க முடியாது. கஜரோஹோ ஒரே இடமில்லை. இந்தியாவெங்கும் ஆயிரக்கணக்கான கோயில்கள் இருக்கின்றன. பூரி, கோனாராக், எல்லோரா - அருமையான சிற்பங்கள், ஆனால் ஒரு குறுகிய மனத்தோடு.

ஏன் இந்த ஓவியர்கள், உலகத்திலுள்ள பெரிய ஓவியர்கள், முலைகளை வரைகிறார்கள்? அவர்கள் எங்கேயோ எதையோ இழந்திருக்கிறார்கள், எங்கோ அவர்களின் தாய் அன்பாக இல்லை. ஏறக்குறைய ஒவ்வொரு குழந்தையும் குறிப்பிட்ட காலத்திற்கு முன்னால் முலையிலிருந்து பிடுங்கப்பட்டிருக்கிறார்கள். பூர்வஜென்ம குடிகள் மட்டும்தான் குழந்தைகளுக்குத் தேவைப்படுகிற அளவிற்கு முலைப்பால் கொடுத்தார்கள். அந்தச் சமூகத்தில்தான் முலைகள் மனிதர்களை வாட்டவில்லை. அவர்களிடம் முலைகள் குறித்த எந்த ஓவியங்களும் இல்லை. அவர்களிடம் முலைகள் குறித்து சிற்பங்கள் எதுவுமில்லை. அவர்களிடம் கவிதைகளில்லை, பாடல்கள் இல்லை. எதுவுமில்லை. முலைகள் எந்த கற்பனைக்குள்ளும் எட்டவில்லை.

முலையின் காரணமாக, அன்பும், உணவும் ஆழ் மனதிற்குள் இணைந்துவிட்டது. அதனால் எப்போதெல்லாம் நீங்கள் நேசிக்கப்படவில்லையோ அப்போதெல்லாம் நீங்கள் சாப்பிடத் துவங்குகிறீர்கள். எதையோ திணித்துக்கொள்கிறீர்கள். நீங்கள் நேகிக்கப்படும்போது, அந்த திணிப்பு தானாகவே போய்விடுகிறது. அதற்கு அவசியமில்லை. அன்பு என்பது அத்தனை போஷாக்கானது. மிக நுண்ணியது. கண்ணுக்குப் புலப்படாத போஷாக்கு. அவர்கள் தான் சூயிங் கம்மைப் பற்றிக் கவலைப்படுகிறார்கள்.

மனித இனத்தை நான் சூயிங் கம்மாக நான் பார்க்கவில்லை. இந்த முழு பூமியும் பைத்தியமாகிவிட்டதா? சூயிங் கம் உங்களுக்கு எந்த போஷாக்கையும் கொடுக்க முடியாது. ஆனால் அது வேறு எதையோ செய்கிறது. ஏதோ மனோதத்துவ ரீதியாக. அனேகமாக அந்த முலையின் மாற்று. அதனால் நீங்கள் வாயைப் பயன்படுத்திக்கொண்டே யிருக்கலாம்.

மனிதனைப் போல எந்த மிருகமும் சாப்பிடுவதில்லை. ஒவ்வொரு மிருகத்திற்கும் அதுவாக தேர்ந்தெடுத்த உணவிருக்கும். நீங்கள் எருமை மாட்டைப் பிடித்துத் தோட்டத்தில் விட்டால், அது ஒரு குறிப்பிட்ட

புல்லைத்தான் தின்னும். அவை எதையும் எல்லாவற்றையும் தின்று கொண்டே இருக்காது. அவை தேர்ந்தெடுக்கும். அவர்களுக்கு அவர்கள் உணவைப் பற்றி சில குறிப்பிட்ட உணர்வுகள் இருக்கும். மனிதன் முழுமையாகத் தொலைந்துவிட்டான். அவனுக்கு உணவைப் பற்றி உணர்வே கிடையாது. அவன் எதையும், எப்போதும் தின்று கொண்டே இருப்பான். உண்மையில் நீங்கள் எங்காவது, எதையாவது மனிதன் சாப்பிடாததைக் கண்டு பிடிக்கவே முடியாது. சில இடங்களில் அவர்கள் எறும்பை சாப்பிடுகிறார்கள். சில இடங்களில், பாம்புகளை சாப்பிடு கிறார்கள். சில இடங்களில் நாய்களை சாப்பிடுகிறார்கள். மனிதன் எல்லாவற்றையும் சாப்பிடுகிறான். மனிதனுக்குப் பைத்தியம். அவன் உடலோடு என்ன எதிரொலிக்கிறது என்பது தெரியாது. இல்லாதது தெரியும். அவன் முற்றிலுமாகக் குழம்பிப் போயிருக்கிறான். மனிதன், இயற்கையிலேயே. ஒரு சைவமாகத்தான் இருக்க வேண்டும். காரணம் முழு உடலுமே சைவத்திற்காக உருவாக்கப்பட்டதுதான். ஒவ்வொரு விஞ்ஞானியும் ஒரு விஷயத்தை ஒப்புக்கொள்கிறார்கள் மனித உடலின் முழு அமைப்புமே அவன் அசைவமாக இருக்கக்கூடாது என்பதைத் தான் காட்டுகிறது. மனிதன் குரங்கிலிருந்து வந்தவன். குரங்குகள் சைவம். சுத்த சைவம். டார்வின் உண்மையென்றால் மனிதன் சுத்த சைவமாகத்தான் இருக்க வேண்டும். இப்போது சில மிருகங்கள் சைவமா அசைவமா என்பதைப் பார்க்க வழிகள் இருக்கின்றன. அது குடலைப் பொருத்தது. குடலின் நீளத்தைப் பொருத்தது. அசைவ மிருகங்களுக்கு சின்ன குடல் இருக்கும். புலிகள், சிங்கம் இவற்றிற்கு சின்ன குடல்தான். காரணம் மாமிசம் என்பது ஏற்கெனவே ஜீரணிக்கப்பட்ட உணவுதான். அதற்கு ஜீரணத்திற்கு நீண்ட குடல் தேவையில்லை. ஜீரண வேலையை அந்த மிருகமே செய்துவிடும். இப்போது நீங்கள் மிருகத்தின் மாமிசத்தை சாப்பிடப்போகிறீர்கள். அது ஏற்கெனவே ஜீரணம் ஆனது. பெரிய குடல் தேவையில்லை. மனிதனுக்குத்தான் மிக நீளமான குடல்கள். அதாவது மனிதன் சைவம். ஒரு நீண்ட ஜீரணம் தேவை, அதில் தேவையற்றது நிறைய இருக்கும். அவற்றைத் தூக்கியெறிய வேண்டும்.

மனிதன் அசைவமில்லை ஆனாலும் அவன் மாமிசத்தைத் தின்று கொண்டேயிருக்கிறான். உடலுக்கு சுமை ஏற்றப்படுகிறது. கிழக்கில், பெரிய தியானிகள் - புத்தர், மகாவீரர் - அவர்கள் இந்த உண்மையை வலியுறுத்தியிருக்கிறார்கள். அகிம்சை என்ற கொள்கையினால் அல்ல. அது இரண்டாம் பட்சம். ஆனால் நீ உண்மையிலேயே ஆழ்ந்த தியானத்திற்கு நகர வேண்டுமானால், உங்கள் உடல் எடையற்று இருக்க வேண்டும். இயற்கையாக நகர வேண்டும். உங்கள் உடலிலிருந்து பாரம் இறங்க வேண்டும். அசைவ உணவில் உடலுக்கு அதிக பாரம்.

நீங்கள் மாமிசம் சாப்பிடும்போது என்னவாகிறது என்பதைக் கவனித்துப் பாருங்கள். நீங்கள் ஒரு மிருகத்தைக் கொல்கிறீர்கள். அந்த மிருகத்திற்கு என்னவாகிறது அது கொல்லப்படும்போது? யாருமே கொல்லப்படுவதை விரும்பமாட்டார்கள். வாழ்க்கை அதுவாகவே நீளத்தான் ஆசைப்படுகிறது. விரும்பி தானாக எந்த மிருகமும் சாவதில்லை. உங்களை யாராவது கொன்றால், நீங்கள் விரும்பி சாகமாட்டீர்கள். ஒரு சிங்கம் உங்கள் மீது பாய்ந்து உங்களைக்கொல்கிறது. உங்கள் மனத்திற்கு என்ன ஆகும்? நீங்கள் ஒரு சிங்கத்தைக் கொன்றாலும் அதே தான் ஆகும். வேதனை, பயம், மரணம், வருத்தம், கவலை, கோபம், வன்முறை, சோகம், எல்லாமே அந்த மிருகத்திற்கும் ஏற்படும். அதன் உடல் முழுவதும் வன்முறை, வேதனை, மரண ஓலம் பரவும். அந்த உடல் முழுவதுமே கழிவுகள், விஷம். உடலின் சுரப்பிகள் விஷத்தை வெளியேற்றுகிறது. காரணம், அந்த மிருகம் விருப்பமில்லாமல் சாகிறது. பிறகு நீங்கள் அதன் மாமிசத்தை சாப்பிடுகிறீர்கள். அந்த மாமிசத்தில் அந்த மிருகம் வெளியேற்றிய அத்தனை விஷமும் இருக்கிறது. அந்த முழு சக்தியுமே விஷம்தான். பிறகு அந்த விஷம் உங்கள் உடலுக்கு ஏற்றப்படுகிறது.

நீங்கள் சாப்பிடும் அந்த மாமிசம் ஒரு மிருக உடலுக்குச் சொந்தமானது. அதற்கு அதில் ஒரு குறிப்பிட்ட காரணம் உண்டு. ஒரு குறிப்பிட்ட விதமான உணர்வு அந்த மிருக உடலில் இருந்தது. நீங்கள் அந்த மிருக உணர்விலிருந்து சற்று உயர்ந்த தளத்தில் இருக்கிறீர்கள். நீங்கள் அந்த மிருகத்தின் மாமிசத்தை சாப்பிடும்போது நீங்கள் தாழ்ந்த தளத்திற்கு வருகிறீர்கள். பிறகு உங்கள் உடலுக்கும், உங்கள் உணர்விற்கும் ஓர் இடைவெளி இருக்கிறது. ஒரு பதற்றம் எழுகிறது. ஒரு மன வேதனை எழுகிறது.

எது இயற்கையானதோ அதைத்தான் ஒருவர் உண்ண வேண்டும். உங்களுக்கு எது இயற்கையோ அதை. பழங்கள், பருப்புகள், காய்கறிகள், எவ்வளவு முடியுமோ அவ்வளவு சாப்பிடுங்கள். அதில் அழகு என்னவென்றால் இவற்றைத் தேவைக்கு மேல் நீங்கள் சாப்பிடவே முடியாது. எது இயற்கையானதோ அது உங்களுக்கு ஒரு திருப்தியைக் கொடுக்கும். அது உடலுக்கு ஒரு நிறைவைக் கொடுக்கும், அது உங்களுக்கு ஒரு செறிவைக் கொடுக்கும். நீங்கள் நிறைந்ததாக உணர்வீர்கள். ஏதாவது இயற்கையற்று இருந்தால், அது உங்களுக்கு ஒரு நிறைவைக்கொடுக்காது. ஐஸ்க்ரீம் சாப்பிட்டுக்கொண்டேயிருங்கள். உங்களுக்கு நிறைவு வந்த உணர்வே இருக்காது. உண்மையில் நீங்கள் அதிகம் சாப்பிட்டால், இன்னும் அதிகமாக சாப்பிடவேண்டுமென்கிற உணர்வு இருக்கும். அது உணவில்லை. உங்கள் மனதிற்கு அது தந்திரம்

செய்கிறது. இப்போது நீங்கள் உடலின் தேவைக்காக சாப்பிடுவதில்லை. அதன் ருசிக்காக சாப்பிடுகிறீர்கள். நாக்குதான் அதன் கட்டுப்பாட்டாளர் ஆகிறார்.

நாக்கு அதன் கட்டுப்பாட்டாளர் ஆகக்கூடாது. அதற்கு வயிற்றைப் பற்றி எதுவுமே தெரியாது. அதற்கு உடலைப் பற்றி எதுவுமே தெரியாது. நிறைவேற்றுவதற்கு நாக்கிற்கு ஒரு குறிப்பிட்ட நோக்கம் இருக்கிறது. உணவை ருசிக்க. இயற்கைதானே, நாக்குதானே அதைத் தீர்மானிக்க வேண்டும். அதுதான் அதன் ஒரே வேலை. எந்த உணவு எந்த உடலுக்கு, எந்த உணவு என் உடலுக்கு இல்லை என்பதைத் தீர்மானிக்கிறது. அது ஒரு வாயில் காப்போனைப் போல, அது எஜமானனல்ல. வாசலில் இருக்கிற காப்போன் எஜமானன் ஆனால், பிறகு எல்லாமே குழப்பம்தான்.

இப்போது விளம்பரதாரர்களுக்குத் தெரியும். நாக்கை ஏமாற்ற முடியும், மூக்கை ஏமாற்றிவிடலாம் என்பதே தெரியும். ஆனால் அவர்கள் எஜமானர்கள் அல்லர். உங்களுக்குத் தெரிந்திருக்காது. உணவு ஆராய்ச்சி உலகத்தில் போய்க் கொண்டிருக்கிறது. அவர்கள் சொல்கிறார்கள், உங்கள் மூக்கை முழுமையாக மூடிவிட்டு, உங்கள் கண்களை மூடி விட்டால் பிறகு சாப்பிட உங்களுக்கு ஒரு வெங்காயத்தைக் கொடுத்தால் நீங்கள் என்ன சாப்பிடுகிறீர்கள் என்பதை உங்களால் சொல்லவே முடியாது. ஆப்பிளா, வெங்காயமா என்று சொல்லவே முடியாது. உங்கள் மூக்கும் முழுமையாக மூடப்பட்டிருந்தால். காரணம் பாதி ருசி வருவதே வாசனையினால், அது மூக்கினால் தீர்மானிக்கப்படுகிறது. பாதியை நாக்கு முடிவு செய்கிறது. இப்போது இந்த இரண்டும் கட்டுப் பாட்டாளர்கள் ஆகிவிட்டால். இப்போது அவர்களுக்குத் தெரியும் ஐஸ்கிரீம் சத்தானதா இல்லையா என்பதல்ல முக்கியம். அது ஒரு வாசனையைத் தாங்கி வரும் அது ஒரு ரசாயனத்தைக் கொண்டுவரும். அது நாக்கை நிறைவு செய்யும். ஆனால் அது உடலுக்குத் தேவையில்லை.

மனிதன் குழம்பிப் போயிருக்கிறான். எருமைகளைவிட அதிகம் குழம்பிப் போயிருக்கிறான். நீங்கள் ஒரு எருமை மாட்டை வற்புறுத்தி ஐஸ்க்ரீம் சாப்பிட வைக்க முடியாது. முயன்று பாருங்கள்.

இயற்கை உணவு. நான் 'இயற்கை' என்று சொல்லும்போது, அது உங்கள் உடலுக்குத் தேவையானது. ஒரு புலியின் தேவை இயற்கை உணவு. நான் 'இயற்கை' என்று சொல்லும்போது, அது உங்கள் உடலுக்குத் தேவையானது. ஒரு புலியின் தேவை வேறானது. அது பலாத்காரமாகத் தான் இருக்க வேண்டும் நீங்கள் ஒரு புலியின் மாமிசத்தை உண்டால் நீங்கள் வன்முறையாளனாகத்தான் இருப்பீர்கள். ஆனால் உங்கள் பலாத்காரத்தை எங்கே காட்டுவீர்கள்? பிறகு

ஒழுக்கமற்ற ஒரு வட்டம் துவங்கும். நீங்கள் வன்முறையை அடக்க முயலும்போது, என்ன நடக்கிறது? உங்களுக்குக் கோபம், வன்முறை வரும்போது ஒரு வித விஷ வாயு வெளியேறுகிறது, காரணம் அந்த விஷம் ஒரு சூழலை உருவாக்கும். அப்போது நீங்கள் உண்மையில் வன்முறையாக மாறி யாரையாவது கொல்லலாம். அந்த சக்தி உங்கள் கைகளை நோக்கி நகருகிறது. அந்த சக்தி உங்கள் பற்களை நோக்கி நகருகிறது. இந்த இரண்டு இடங்களிலும் தான் மிருகங்கள் ஆக்ரோஷமாகின்றன. மனிதன் அந்த மிருக ஆட்சியின் ஒரு பகுதி.

நீங்கள் கோபமாக இருக்கும்போது ஒரு சக்தி வெளியேறுகிறது. அது உங்கள் கைகளுக்கும் உங்கள் பற்களுக்கும் வருகிறது. தாடைகளுக்கு வருகிறது. ஆனால் நீங்கள் ஒரு மனித சமூகத்தில் வாழ்கிறீர்கள். கோபமாக இருப்பது உங்களுக்கு லாபகரமானதாக இருக்காது. நீங்கள் ஒரு நாகரீக உலகில் வாழ்கிறீர்கள். நீங்கள் ஒரு மிருகத்தைப் போல நடந்து கொள்ள முடியாது. நீங்கள் ஒரு மிருகத்தைப் போல் நடந்து கொண்டால் அதற்காக நீங்கள் கொடுக்க வேண்டிய விலை அதிகமிருக்கும். உங்களால் அவ்வளவு கொடுக்க முடியாது. பிறகு நீங்கள் என்ன செய்வீர்கள்? நீங்கள் உங்கள் கோபத்தை உங்கள் கைகளில் கட்டுப்படுத்துவீர்கள். உங்கள் கோபத்தை உங்கள் பற்களில் கட்டுப்படுத்துவீர்கள். நீங்கள் ஒரு போலி புன்னகை பூத்துக்கொண்டேயிருப்பீர்கள். உங்கள் பற்கள் கோபத்தைச் சேர்த்துக்கொண்டே போகும்.

இயற்கையான தாடை கொண்ட மக்களை நான் அபூர்வமாகத்தான் பார்க்கிறேன். அது இயற்கையானதல்ல. அடைக்கப்பட்டிருக்கிறது. இறுக்கமாக, காரணம் அங்கே அதிக கோபம் இருக்கிறது. நீங்கள் ஒருவரின் தாடையை அழுத்திப் பார்த்தால், அந்த கோபத்தை வெளியேற்றலாம். கைகள் அருவருப்பாக இருக்கும். அவர்கள் அழகை இழக்கிறார்கள். அவர்கள் வளைவுதன்மையை இழக்கிறார்கள். காரணம் அதிகமாக கோபம் அங்கே சேர்த்து வைக்கப்பட்டிருந்தது. ஆழ்ந்த மசாஜில் வேலை பார்த்த மக்கள் அவர்களுக்கு தெரிய வந்திருக்கிறது. கைகளை ஆழமாகத் தொடும்போது, கைகளுக்கு மசாஜ் கொடுக்கும் போது, அந்த நபருக்குக் கோபம் வருகிறது. அதற்குக் காரணம் எதுவுமே யில்லை. நீங்கள் அந்த மனிதருக்கு மசாஜ் செய்கிறீர்கள். திடீரென்று அவருக்குக் கோபம் வருகிறது. நீங்கள் தாடையைத் தொட்டால் அந்த நபருக்குக் கோபம் வருகிறது. மறுபடியும். அவர்கள் சேர்த்து வைத்த கோபத்தை சுமந்து கொண்டிருக்கிறார்கள்.

இவையெல்லாம் உடலில் உள்ள அசுத்தங்கள். அவற்றை வெளியேற்ற வேண்டும். அதை நீங்கள் வெளியேற்றாவிட்டால், உங்கள் உடல் கனமாகவே இருக்கும். உடலிலுள்ள சேர்த்துவைக்கப்பட்டுள்ள

விஷத்தை வெளியேற்ற யோகா பயிற்சிகள் உள்ளன. யோகா அசைவுகள் அதை வெளியேற்றுகின்றன. ஒரு யோகியின் உடல் தானாகவே வளையும். யோகா பயிற்சிகள் மற்ற பயிற்சிகளை விட மாறுபட்டவை. அவை உடலை வலுவானதாக ஆக்காது. அது உங்கள் உடலை வளைந்து கொடுக்க வைக்கும். உங்கள் உடல் அதிகம் வளையும்போது, நீங்கள் வேறு வகையில் வலுவானவர். நீங்கள் இளமையாகிறீர்கள். அவை உங்கள் உடலை அதிக திரவத்தன்மை கொண்டதாக செய்யும். அதிகம் பாயும். உடலில் எந்த அடைப்பும் இல்லை. முழு உடலுமே ஒரு முழு உடற் கூறாக இருக்கும். அதற்கென்று ஓர் ஆழ்ந்த இசைவு. எந்த அடைப்பும் இல்லை. பிறகு உங்கள் உடல் சுத்தமாகிறது. யோகப் பயிற்சிகள் அபரிமிதமாக உதவக்கூடியவை.

எல்லோருமே ஏராளமான குப்பைகளை வயிற்றில் சுமந்து கொண்டிருக்கிறார்கள். காரணம் அது ஒன்றுதான் உடலில் உள்ள ஒரே இடம் நீங்கள் எதை வேண்டுமானாலும் அமுக்கி வைக்கலாம். வேறு எங்கும் இடமில்லை. நீங்கள் எதையாவது அடக்கி வைக்க வேண்டுமானால் வயிற்றில் அடைத்து வைக்கலாம். உங்களுக்கு அழ வேண்டும். உங்கள் மனைவி இறந்துவிட்டாள்., உங்கள் நண்பர் இறந்துவிட்டார். ஆனால் அது பார்க்க நன்றாக இருக்காது, நீங்கள் பலவீனமாக இருப்பதாக காட்டும், ஒரு பெண்ணுக்காக அழுவது. நீங்கள் அதை அடக்குகிறீர்கள். அந்த அழுகையே எங்கே கொண்டு போய் போடுவீர்கள்? இயற்கையாக நீங்கள் வயிற்றில் தான் அடக்க வேண்டும். அது ஒன்றுதான் உடலிலேயே உள்ள இடம், ஒரே ஒரு பள்ளம், அங்கேதான் அதைத் திணிக்க முடியும்.

நீங்கள் வயிற்றில் அடக்கினால், எல்லோரும் பல விஷயங்களை அடக்கியிருக்கிறார்கள். அவர்களின் உணர்ச்சிகள், அன்பு, காமம், கோபம், சோகம், அழுகை ஏன் சிரிப்பைக் கூட நீங்கள் வயிறு குலுங்க சிரிக்க முடியாது. அது மூர்க்கமாக, வக்ரமாக இருக்கும். நீங்கள் பக்குவப் பட்டவராக இல்லை. நீங்கள் எல்லாவற்றையும் அடக்கி விட்டீர்கள். இந்த அடக்குதல் காரணமாக, உங்களால் ஆழமாக மூச்சு விட முடியாது. நீங்கள் மேலெழுந்தவாரியாகத்தான் மூச்சு விட முடியும். ஆழமாக மூச்சுவிட்டால் இந்த அடக்குதலின் காயங்கள் அவர்கள் சக்தியை வெளியேற்றும். நீங்கள் பயன்படுகிறீர்கள். எல்லோருமே வயிற்றை நகர்த்த பயப்படுகிறார்கள்.

ஒவ்வொரு குழந்தையும் பிறந்தவுடன், வயிற்றினால்தான் மூச்சு விடுகிறது. ஒரு குழந்தை தூங்கும்போது பாருங்கள் வயிறு மேலும் கீழுமாக போய் வரும். மார்பில் அல்ல. எந்தக் குழந்தையும் மார்பில் மூச்சு விடுவதில்லை. அவர்கள் வயிற்றிலிருந்துதான் மூச்சு விடுகிறார்கள்.

அவர்கள் இப்போது முழுமையாக சுதந்திரமாக இருக்கிறார்கள். எதுவுமே அங்கே அடைக்கப்படவில்லை. அவர்கள் வயிறு காலியாக இருக்கிறது. அந்த வெறுமைக்கு உடலில் ஓர் அழகு இருக்கிறது. ஒரு முறை வயிற்றில் நிறைய அடைக்கப்பட்டிருந்தால், உடல் இரண்டு பகுதிகளாகப் பிரிகிறது. கீழே மேலே. பிறகு நீங்கள் ஒன்றல்ல இரண்டு. கீழ்ப்பகுதி என்பது கழற்றி விடப்பட்ட பகுதி. அதன் ஒற்றுமை குலைந்துவிட்டது. ஒரு இரட்டைத் தன்மை உங்கள் இருத்தலில் வந்துவிட்டது. இப்போது நீங்கள் அழகாக இருக்க முடியாது. நீங்கள் கவர்ச்சியாக இருக்க முடியாது. நீங்கள் ஒன்றுக்குப் பதிலாக இரண்டு உடல்களை சுமக்கிறீர்கள். அந்த இரண்டிற்கும் ஓர் இடைவெளி இருந்து கொண்டே இருக்கும். நீங்கள் அழகாக நடக்க முடியாது. எப்படியோ நீங்கள் உங்கள் கால்களை சுமந்துதான் செல்ல வேண்டும். உண்மையில், உங்கள் உடல் ஒன்றாக இருந்தால், உங்கள் கால்கள் உங்களை சுமந்து செல்லும். உங்கள் உடல் இரண்டாக இருந்தால், பிறகு நீங்கள்தான் கால்களை சுமந்து செல்ல வேண்டும்.

நீங்கள் உடலை இழுத்துச் செல்ல வேண்டும். அது ஒரு பாரத்தைப் போல நீங்கள் அதை ரசிக்க முடியாது. நீங்கள் உடலை இழுத்துச் செல்ல வேண்டும். அது ஒரு பாரத்தைப் போல. நீங்கள் அதை ரசிக்க முடியாது. நீங்கள் ஒரு நல்ல நடையை ரசிக்க முடியாது. ஒரு நல்ல நீச்சலை நீங்கள் ரசிக்க முடியாது. ஒரு வேகமான ஓட்டத்தை நீங்கள் ரசிக்க முடியாது. காரணம் உடல் என்பது ஒன்றல்ல. இந்த எல்லா அசைவுகளும், அதை ரசிக்க வேண்டுமானால், உடலை மீண்டும் இணைக்க வேண்டும். ஓர் இணைப்பை மறுபடியும் நடத்தியாக வேண்டும், வயிற்றை முழுமையாக சுத்தப்படுத்த வேண்டும்.

வயிற்றை சுத்தப்படுத்த ஓர் ஆழ்ந்த சுவாசம் தேவை. காரணம் நீங்கள் ஆழமாக மூச்சை உள்ளே இழுக்கும்போது, ஆழமாக மூச்சை வெளியே விடும்போதும் வயிறு அது சுமக்கும் எல்லாவற்றையும் எறிந்து விடும். மூச்சை விடும்போது. வயிறு தன்னை விடுவித்துக்கொள்கிறது. அதுதான் ப்ராணாயாமத்தின் முக்கியத்துவம். ஆழ்ந்த இசைவான சுவாசம். அழுத்தம் மூச்சை வெளியே விடுவதில் இருக்க வேண்டும் பிறகுதான் உள்ளே இருக்கும் வயிறு சுமந்து கொண்டிருக்கும் எல்லாவற்றையும் வெளியேற்றும். பிறகு வயிறு உள்ளே உணர்ச்சிகளை தேக்கி வைக்காத போது, உங்களுக்கு மலச்சிக்கல் இருந்தால் அது காணாமல் போகும். நீங்கள் உங்கள் உணர்ச்சிகளை வயிற்றில் அடக்கி வைக்கும்போது மலச்சிக்கல் இருக்கும். காரணம் வயிறு சுதந்திரமாக நகர முடிவதில்லை. அதை ஆழமாகக் கட்டுப்படுத்துகிறீர்கள். அதற்கு நீங்கள் சுதந்திரத்தை அனுமதிக்க வேண்டும். உங்கள் உணர்ச்சிகள் கட்டுப்படுத்தப்பட்டால்

அப்போது மலச்சிக்கல் இருக்கும். மலச்சிக்கல் என்பது உடலை விட மன நோய். அது உடலுக்கு என்பதை விட மனத்துக்கு சொந்தமானது.

ஆனால் அவற்றை நினைவில் கொள்ளுங்கள், நான் உடலையும், மனதையும் இரண்டாகப் பிரிக்கவில்லை. அவை இரண்டு அம்சங்கள்; ஆனால் ஒரே நிகழ்வு. உடலும், மனமும் இரண்டு விஷயங்கள் அல்ல. உண்மையில் உடலும், மனமும் என்று சொல்வது சரியல்ல. மன உடல் என்பதுதான் சரியான வெளிப்பாடு. உங்கள் உடல் என்பது உள உடல் நிகழ்வு. மனம் என்பது உடலின் நுண்ணிய பகுதி. உடல் என்பது மனதின் மொத்த பகுதி. அவை இரண்டுமே ஒன்றுக்கொன்று பாதிக்கும். அவர்கள் இணையாக ஓடுகிறார்கள். நீங்கள் மனதில் எதையாவது அடக்குகிறீர்கள் என்றால், உடல் பயணத்தை அடக்கத் துவங்கிவிடும். மனம் எல்லா வற்றையும் வெளியேற்றிவிட்டால், உடலும் எல்லாவற்யையும் வெளி யேற்றிவிடும். அதனால்தான் தூக்கியெறிதலை நான் வற்புறுத்துகிறேன். தூக்கியெறிதல் என்பது ஒரு சுத்திகரிக்கும் வேலை.

சில எளிமையான வழக்கங்கள் உள்ளன. விரதம், இயற்கையான உணவு. ஆழ்ந்த, இசைந்த, சுவாசம், யோகப் பயிற்சிகள், அதிகம் அதிகமாக இயற்கையாக வாழ்தல், வளைந்து கொடுத்தல், வளைந்து வாழ்க்கை. அடக்கிவைக்கிற எண்ணத்தைக் குறைத்துக்கொண்டே வருவது. உடல் அது சொல்ல வேண்டியதை அனுமதிப்பது. உடலின் விவேகத்தைப் பின்பற்றுவது.

உடல் தூய்மையாக இருக்கும்போது, ஓர் அபரிமிதமான புதிய சக்திகள் எழுவதைப் பார்க்கலாம், புதிய பரிமாணங்கள் உங்கள் முன் திறக்கும். புதிய கதவுகள் திடீரென்று திறக்கும். புதிய சாத்தியங்கள். உடலுக்கு பதுங்கிய சக்திகள் நிறைய உண்டு. அது ஒரு முறை வெளியேறிவிட்டால், உங்களாலேயே நம்ப முடியாது, உடல் பல விஷய்ங்களை சுமந்து கொண்டிருந்ததை அதுவும் மிக நெருக்கத்தில்.

? நான் கட்டாயமாக அளவுக்கு அதிகமாக சாப்பிடுபவன். எனக்கு உதவ ஏதாவது யோசனைகள் உண்டா?

பசியோடிருக்கும்போது, கொஞ்சம் தியானம் செய்தால் என்ன? அவசரமேயில்லை. பசியோடிருக்கும்போது கண்களை மூடிக் கொள்ளுங்கள், அந்தப் பசியோடு தியானம் செய்யுங்கள், உடல் உங்களை எப்படி உணர்கிறது? உங்களுக்குத் தொடர்பு விட்டுப்போகும். காரணம் நமது என்பது உடலோடு என்பது மிகவும் குறைவு. அதிகம்

மனதோடுதான். நீங்கள் தினமும் ஒரு மணிக்கு சாப்பிடுகிறீர்கள். நீங்கள் கடிகாரத்தைப் பாருங்கள். இப்போது ஒன்று - அதனால் உங்களுக்குப் பசிக்கிறது. அந்த கடிகாரம் சரியான நேரத்தைக் கூடக் காட்டாமல் இருக்கலாம். இப்போது யாராவது சொல்கிறார்கள், ‘‘கடிகாரம் நள்ளிரவோடு நின்று போய்விட்டது - அது செயல்படவில்லை. இப்போது பதினொரு மணிதான் ஆகிறது.’’ பசி மறைந்து போகிறது. இந்தப் பசி என்பது பொய். பசி என்பது பழக்கம். காரணம் அதை மனம் உருவாக்குகிறது. உடல் அல்ல. மனம் சொல்கிறது, ‘‘ஒரு மணி உனக்குப் பசி’’ நீங்கள் பசியோடுதான் இருந்தாக வேண்டும். நீங்கள் எப்போதுமே பசியோடு இருந்திருக்கிறீர்கள் ஒரு மணிக்கு, அதனால் உங்களுக்குப் பசி.

நம் பசி என்பது தொண்ணூத்து ஒன்பது சதவிகிதம் பழக்கம். சில நாட்கள் உண்ணா நோன்பு இருந்து பாருங்கள் உண்மையான பசியை உணர. பிறகு நீங்கள் வியந்து போவீர்கள். முதல் மூன்று நாட்களுக்கு உங்களுக்கு மிகவும் பசிக்கும். நான்காவது அல்லது ஐந்தாவது நாட்கள் உங்களுக்கு அவ்வளவு பசிக்காது. இது தர்க்கமற்றது. உண்ணாமல் இருக்கிற நாட்கள் அதிகமாகும்போது உங்களுக்கு இன்னும் இன்னும் அதிகமாக பசிக்க வேண்டும். ஆனால் மூன்றாவது நாளுக்குப் பிறகு உங்களுக்குக் குறைவாகப் பசிக்கிறது. பிறகு ஏழாவது நாளுக்குப் பிறகு உங்களுக்குப் பசியே சுத்தமாக மறந்து போகும். பிறகு பதினோராவது நாளுக்குப் பிறகு எல்லோருமே அனேகமாகப் பசியை முழுமையாக மறந்துவிட்டீர்கள். உடம்பும் சரியாகவே இருக்கிறது. ஏன்? நீங்கள் சாப்பிடாமல் இருப்பதைத் தொடர்ந்தால்... விரதத்தில் அதிக வேலை செய்திருக்கிறவர்கள் சொல்வார்கள் - இருபத்து ஒன்றாம் நாள் உண்மையான பசி மறுபடியும் ஏற்படும்.

அதாவது மூன்று நாட்கள் உங்கள் மனம் உங்களுக்குப் பசிக்கிறது என்று உங்களை வற்புறுத்திக்கொண்டேயிருந்திருக்கிறது. காரணம் நீங்கள் உணவு எடுத்துக்கொள்ளவில்லை. ஆனால் அது பசியல்ல. மூன்று நாட்களுக்குள் மனம் உங்களிடம் சொல்லி சொல்லி வெறுத்துப் போகிறது, நீங்கள் கேட்க மறுக்கிறீர்கள், நீங்கள் மிகவும் மாறுபட்டிருக்கிறீர்கள். நான்காவது நாள் மனம் எதையும் சொல்வதில்லை. உடலுக்குப் பசியின் உணர்வு இல்லை. மூன்று வாரங்களுக்கு உங்களின் பசியின் உணர்வே வராது. காரணம் நீங்கள் அதிக கொழுப்பைச் சேர்த்து வைத்திருக்கிறீர்கள் - அந்தக் கொழுப்பு போதும். உங்களுக்கு மூன்றாவது வாரம்தான் பசிக்கும். இது ஒரு சாதாரண உடம்புக்கு.

உங்களிடம் அதிக அளவு கொழுப்பு சேர்ந்திருந்தால், மூன்றாவது வாரம் கழித்து கூட நீங்கள் பசியை உணர மாட்டீர்கள். மூன்று மாதங்கள்

- அதாவது தொண்ணூறு நாட்கள் வரை வாழ்வதற்கான கொழுப்புகளைச் சேர்க்க சாத்தியக்கூறுகள் உள்ளன. உடல் அது சேர்த்து வைத்த கொழுப்பு முடிந்தவுடன், பிறகு முதல் முறையாக உண்மையான பசி தோன்றும். ஆனால் அது கஷ்டம். நீங்கள் தாகத்தோடு முயற்சி செய்யலாம், அது சுலபம். ஒரு நாள் தண்ணீர் குடிக்காதீர்கள், காத்திருங்கள், பழக்கத்தினால் குடிக்காதீர்கள், தாகம் என்றால் என்னவென்று காத்திருந்து பாருங்கள். நீங்கள் ஒரு பாலைவனத்தில் இருந்தால் தாகம் என்றால் உங்களுக்கு என்ன அர்த்தம்...

உங்களுக்கு உங்கள் நாக்கு வழியாகத்தான் தெரியும், அந்த நாக்கு உங்களை ஏமாற்றும். அந்த நாக்கு வெகுநாட்களாக இந்த மனத்திற்குத் தான் வேலை செய்து கொண்டிருந்தது; உடலுக்கு வேலை செய்யவே யில்லை. அந்த நாக்கு உங்களை ஏமாற்றலாம். அது மனத்தின் அடிமை யாகி விட்டது. அது சொல்லிக்கொண்டே போகிறது, 'சாப்பிட்டுக் கொண்டேயிரு - அது மிகவும் அழகானது' அது உடலுக்கு இனியும் வேலை செய்யவில்லை. இல்லையென்றால் நாக்கு சொல்லியிருக்குமே, ''நிறுத்து'' நாக்கு சொல்லியிருக்கும், ''நீங்கள் சாப்பிடுவதெல்லாம் பயனற்றது. அதனால் சாப்பிடாதே.'' மாடுகள் - எருமைகள் நாக்குகள் கூட உடலின் விசுவாசிகள் உங்களுடையதை விட. ஒரு குறிப்பிட்ட வகையான புல்லைத் தின்னும்படி நீங்கள் ஓர் எருமையைக் கட்டுப் படுத்த முடியாது. அது தேர்ந்தெடுக்கும். அதற்கு உடல்நலம் சரியில்லாத போது நீங்கள் ஒரு நாயை சாப்பிடக் கட்டுப்படுத்த முடியாது. அது உடனே வெளியே போய்விடும். புல்லைத் தின்னும், வாந்தி எடுக்கும். அதற்கு உடலுடன்தான் அதிக தொடர்பு.

முதலில், உடல் பற்றிய நிகழ்வின் ஆழ்ந்த விழிப்பு ஒவ்வொரு வருக்கும் வேண்டும். ஒரு புதுப்பித்தல், ஒரு மீட்சி உடலுக்குத் தேவை - நீங்கள் ஒரு இறந்த உடலை சுமந்து கொண்டிருக்கிறீர்கள். பிறகுதான் நீங்கள் உணர்வீர்கள், மெள்ள மெள்ள முழு உடலையும் அதன் ஆசைகளோடு, தாகத்தோடு, பசியோடு அது இதயத்தைச் சுற்றி நடக்கிற புதுப்பித்தல். பிறகு அந்த இதயத் துடிப்பு என்பது இயந்திரத்தனமல்ல. அது வாழ்க்கைத் துடிப்பு, அது வாழ்க்கையின் நாடி அதிர்வு. அந்த நாடித்துடிப்பு போதுமென்ற மனத்தையும் பேரின்பத்தையும் கொடுக்கும்.

? ***பரந்த உயிரியல் விஞ்ஞானத்தை நீங்கள் அங்கீகரிக்க மாட்டீர்கள் என்று பல சந்நியாசிகள் என்னிடம் சொல்லியிருக்கிறார்கள். அது உண்மையா? பரந்த உயிரியலைப் பார்க்காமல், பத்தியத்தில் கட்டுண்டு***

கிடப்பவர்கள் எண்ணத்தை நோக்கித்தான் உங்கள் விமர்சனங்களோ என்று நான் வியக்கிறேன்?

பரந்த உயிரியல் என்பது தாவோயிஸம். அங்கு விதிகளோ, தடைகளோ இல்லை. அது வலியுறுத்துவதே விழிப்பு, சுதந்திரம், உணர்வு, வளைந்து கொடுத்தல், அதற்கும் உணவு பித்து, கடுமையான பத்தியம், கட்டுண்டு கிடக்கிற மனோபாவம். தவறுதலாக புழுங்கலரிசியை பரந்த உயிரியல் அடிப்படையாகக் கொண்டுள்ளது. ஆனால் அது ஒரு வஸ்துதான். அதை வேண்டுமானால் பயன்படுத்தலாம், தூக்கிப் போடலாம், அங்கீகரிக்கலாம் அல்லது புறக்கணிக்கலாம். இது பற்றி ஏதாவது சொல்ல முடியுமா?

முதல் விஷயமாக நான் எல்லா விதமான பித்துக்களுக்கும் எதிரானவன். அது எதன் மேல் பித்து என்பதெல்லாம் முக்கியமில்லை. நான் எல்லா வகையான பித்துக்களுக்கும் எதிரானவன். காரணம் பித்து ஆட்டிப்படைக்கப்படுகின்ற மக்களைத்தான் இழுக்கிறது. மன நோயாளிகளின் தலைமறைவுக் குகைதான் பித்து. அசாதாரணமாக இருக்கிற மக்கள், அவர்கள் தங்களை இந்தப் பித்து என்கிற ஆசையில் தங்களை ஒளித்துக்கொள்வார்கள். அவர்கள் புது வழிமுறைகளை, சித்தாந்தங்களை, கோட்பாடுகளை உருவாக்குவார்கள். காரணம் அதைப் பகுத்தாய்ந்து பார்ப்பதற்காக.

நான் ஒரு பெண்ணோடு வாழ்ந்தேன். அவள் மிகவும் அழகான பெண். ஆனால் சுத்தத்தில் அவளுக்கு அப்படி ஒரு கிறுக்கு. நாள் முழுவதும் வீட்டைச் சுத்தப்படுத்திக்கொண்டேயிருப்பாள், காரணமேயில்லாமல். காரணம் அவள் வீட்டில் யாருயுமே அனுமதித்ததில்லை. வீட்டிற்கு யாராவது விருந்தினர் வந்தால் அவர்களை வீட்டுத்தோட்டத்தில்தான் சந்திப்பாள்.

நான் அவளிடம் கேட்டேன், ''நீ தொடர்ந்து உன் வீட்டை அலங்கரித்துக்கொண்டும், சுத்தப்படுத்திக்கொண்டும் இருக்கிறாய், ஆனால் வீட்டில் யாரையும் நீ அனுமதித்து நான் பார்த்ததேயில்லையே?'

அவள் சொன்னாள், ''அந்த வருபவர்கள், அவர்கள் எல்லாவற்றையும் அசுத்தப்படுத்திவிடுவார்கள்.''

''பிறகு நீ செய்வதன் நோக்கமென்ன?''

அவள் சொன்னாள், ''சுத்தம் என்பது கடவுளுக்கு அடுத்தபடியானது.''

இப்போது, இந்தப் பெண் பைத்தியம், சுத்தம் என்பது ஒளிவதற்கான ஓர் இடமாகிவிட்டது. அது ஒரு சடங்காகிவிட்டது. இப்போது, நாள் முழுவதும், அவள் வேலையிலேயே இருக்கிறாள். நாள் முழுவதும் சுத்தப்படுத்துவதே அவளது முழு வாழ்க்கையாகிவிட்டது. அது முற்றிலும் வீண். ஆனால் சுத்தம் கெடுதி என்று நீங்கள் சொல்லமுடியாது. அவளுக்கு ஒரு காரணம் இருக்கிறது. அவளுக்கு சரியான பகுத்தறிவுடன் கூடிய பைத்தியம். அவளுடைய கணவனைக் கூட வரவேற்பறைக்கு வர அனுமதிக்க மாட்டாள். அவளையும் குழந்தைப் பெற்றுக் கொள்ள அவள் அனுமதித்ததில்லை, காரணம் குழந்தைகள் என்பது அசுத்தம். அவர்கள் தொந்தரவு கொடுப்பார்கள், வீட்டிலிருப்பதைக் கலைத்துப் போடுவார்கள். அவளது முழு வாழ்க்கையுமே சுத்தத்தின் சந்நிதானத்தில் தியாகம் செய்யப்பட்டுவிட்டது.

நான் சொன்னேன், ''சரி, சுத்தம் என்பது கடவுளுக்கு அடுத்த படியானது என்பது நீங்கள் நிரூபித்துவிட்டீர்கள். அதை ஒரு கடவுளின் சந்நிதானமாக்கிவிட்டீர்கள். நீங்கள் உங்கள் முழு வாழ்க்கையையும் இதற்காக தியாகம் செய்துவீட்டீர்களே.''

ஆனால் அவள் சொல்வாள், ''நான் செய்தது தவறா?''

நீங்கள் அவள் தவறு என்று சொல்லமுடியாது, சுத்தம் என்பது கடவுள், சுகாதாரமானது-ஆனால் அதற்கும் ஓர் எல்லை உண்டு. பித்து என்பது எல்லை தாண்டிப் போகும். அவள் உள்ளுக்குள் குழப்பத்தி லிருக்கிறாள். நான் அந்தப் பெண்ணிடம் சொன்னேன், ''நீங்கள் ஒன்றை செய்யுங்கள். மூன்று நாட்களுக்கு வீட்டைச் சுத்தம் செய்யாதீர்கள். நீங்கள் வீட்டைச் சுத்தம் செய்ய முடியாமல் மூன்று நாட்கள் சாதாரணமாக இருக்க முடியுமானால், நானும் உங்களோடு சேர்ந்து கொள்கிறேன்; நானும் உங்கள் வீட்டை நாள் முழுவதும் சுத்தம் செய்கிறேன்.''

அவள் சொன்னாள், ''மூன்று நாட்கள் சுத்தம் செய்யாமலா? அது சாத்தியமேயில்லை - எனக்குப் பைத்தியம் பிடித்துவிடும்/ அவள் ஏற்கெனவே பைத்தியம்!''

அதனால் எப்போதெல்லாம் ஒருவர் தன்னுடைய பித்திற்குப் பின்னால் தன்னை ஒளித்துக்கொள்கிறாரோ, எந்த மாதிரி பித்தாக வேண்டு மானாலும் இருக்கட்டும் அது பரந்த உயரியலோ வேறேதுவோ நான் அதற்கு எதிரானவன். ஆட்டிப்படைக்கவைக்கும் அந்த எண்ணத்திற்கு நான் எதிரானவன்.

ஒரு சம்பவம் சொல்கிறேன். ஒரு விளையாட்டுப் போட்டியிலிருந்து ஒருவன் வீட்டிற்கு வந்தான். அவன் மனைவி செய்தித்தாளைப் பார்த்தபடி

சொன்னாள், ''இங்கே பாருங்கள், செய்தித்தாளில் ஒரு செய்தி வந்திருக்கிறது. ஒரு கால்பந்தாட்ட சீசன் டிக்கெட்டிற்காக ஒருவன் தன் மனைவியை நண்பனுக்குக் கொடுத்துவிட்டான். நீங்கள் தீவிர கால் பந்தாட்ட ரசிகர். ஆனால் நீங்கள் அப்படி செய்ய மாட்டீர்கள், சரிதானே?''

அவன் சொன்னான், ''நிச்சயமாக செய்ய மாட்டேன், அது கேலிக்குரியது, குற்றம் - கால்பந்தாட்ட பந்தயம் பாதி முடிந்து விட்டது.'

இதுதான் ஒரு விசிறியின் மனம், ஒரு பித்து பிடித்தவனின், ஆனால் இந்த மக்கள் தங்களை ஒரு சரியான காரணத்தின் பின்னால் ஒளித்துக் கொள்கிறார்கள்.

மகாத்மா காந்திக்கு எப்போதுமே தன் குடல் அசைவுகளில் அதிக ஈடுபாடு உண்டு. அவரை அது ஆட்டிப்படைத்துக்கொண்டிருந்தது. சில சமயங்களில் உங்கள் வயிறு உங்களுக்குத் தொந்தரவு கொடுத்தால், நீங்கள் அதைப் பற்றி யோசிக்கலாம். ஆனால் தொடர்ந்து அதையே யோசித்து, அதிலே தியானித்து, அதையே அசை போட்டுக் கொண்டி ருந்தால் அது அர்த்தமற்றது. ஆனால் தொடர்ந்து அதையே யோசித்துக் கொண்டிருந்தார். அதுதான் உலகத்திலேயே யோசிப்பதற்கு பெரிய விஷயம் என்பதைப் போல. அவர் தன் பிரார்த்தனையை செய்வார், அல்லது அந்நிய அரசுப் பிரதிநிதியைப் பார்க்கப் போவார் அல்லது இந்தியாவின் தலையெழுத்தை, சுதந்திரத்தை நிர்ணயிக்கும் வட்ட மேஜை மாநாட்டில் கலந்து கொள்ளப் போவார், ஆனால் அதற்கு முன் பேதி மருந்தை உட்கொள்ளுவார். உங்களுக்கு வியப்பாக இருக்கும். அவருடைய டைரியில், அந்த பேதி மருந்து ஏதோ கடவுளைப் போல குறிப்பிட்டிருப்பார். அவருக்கு பேதி மருந்துதான் இரண்டாவது கடவுள்.

ஆனால் நீங்கள் அவருடன் விவாதம் செய்தால் அதைப் பற்றி முற்றிலும் தெளிவாக இருப்பார். வயிறு எப்போதும் முழுமையாக சுத்தமாக இருக்க வேண்டும், காரணம் வயிறு சுத்தமாக இல்லாவிட்டால் முழு உடலில் கழிவுகள் வந்துவிடும், இது அதுவென்று. சுத்தமான வயிற்றின் மூலமாகத்தான் மனம் சுத்தமாக இருக்கும். ஆரோக்யமான உடலில்லாவிட்டால் எப்படி மனம் ஆரோக்யமாக இருக்கும்? பிறகு அவர் சொல்லிக்கொண்டேயிருப்பார். அதைப் பற்றியே விவாதம் செய்வார்... யோசித்துக்கொண்டேயிருப்பார். ஆனால் உண்மையில் அது ஒரு பித்து, அது ஒரு நோய். அது ஓர் ஆரோக்யமான மனத்தைக் காட்ட வில்லை, அது ஒரு ஆரோக்யமற்ற மனத்தையே காட்டுகிறது.

இந்த மாதிரி எண்ணங்களுக்கு நான் எதிரானவன். நான் என் சந்நியாசி களுக்குச் சொல்லியிருக்கிறேன். காரணம் அவர்கள் தங்கள் பித்தோடு என்னிடம் வருகிறார்கள். ஓர் இளைஞன் என்னிடம் வந்தான். என்னிடம்

வந்ததற்குக் காரணம் அவன் நீரிலே எப்படி வாழ்வது என்பதைக் கற்றுக்கொள்ள வேண்டுமாம். நான் சொன்னேன், "அவன் மெலிசாக, ஒல்லியாக இருந்தான், உடைகிற மாதிரி இருந்தான். ஆனால் அவனுக்கு ஒரு பித்து. தூய்மை என்பது நீரிலிருந்தால் மட்டுமே சாத்தியம். நீர் மட்டும்தான் சுத்தம், மற்றவையெல்லாம் அசுத்தம். அவன் கண்கள் மஞ்சளாகிக்கொண்டிருந்தன, உடல் நலக்குறைவு. அவன் சரியாக சாப்பிடுவதில்லை... அவன் உடல் பட்டினி கிடந்திருக்கிறது. அப்போதைக்கு அப்போது அவன் மூளைக்குக் காய்ச்சல் வரும். அவனுக்கு அதிக காய்ச்சல் வரும்போது, அவன் இன்னும் அதிகமாக தன்னைத் தூய்மைப் படுத்திக்கொள்ள முயல்வான். அந்த மாதிரி மக்களிடம் நான் சொல்ல வேண்டியிருக்கிறது - நீங்கள் மிக, மிக, ஆபத்தான திசையில் சென்று கொண்டிருக்கிறீர்கள்.

பரந்த உயிரியலுக்கு அடிமையானவர்கள் என்னிடம் வருவார்கள். நான் குறிப்பாக எதற்கும் எதிரானவன் அல்லன். காரணம் குறிப்பாக எதையும் ஆதரிப்பவன் கிடையாது. நான் வாழ்க்கைக்கு ஆதரவானவன். வாழ்க்கை என்பது அபரிமிதமான வளம் கொண்டது.

நீங்கள் சொல்கிறீர்கள் "பரந்த உயிரியல் என்பது சுத்தமான தாவோயிஸம். எந்தக் கோட்பாடுகளோ, எந்தச் சிந்தாந்தங்களோ சுத்தமான தாவோயிஸமாக இருக்க முடியாது. தாவோயிஸமோ தூய்மையான தாவோயிஸமல்ல. லா ட்ஸு தன் வாழ்க்கை முழுவதிலும் எதிர்த்துக் கொண்டிருந்தார்... அவர் தன் சீடர்களை மறுத்தார், அவருடைய முழு கோட்பாடுகளையும் ஒரு சிந்தாந்தமாக்குவதற்கு பல வேண்டுகோள்கள். அவர் எல்லாவற்றையும் நிராகரித்தார். காரணம் அவர் சொன்னார், "ஒரு முறை தாவோவை சொல்லிவிட்டால், அதற்குப் பிறகு அது தாவோ இல்லை. உண்மையை சொல்லிவிட முடியாது. அதை சித்தாந்தமாக்க முடியாது." இறுதியில்தான் அவர் எதையோ எழுதினார். அதுவும் நிர்பந்தம் காரணமாக, அவர் சீனாவிலிருந்து கிளம்பிக்கொண்டிருந்தார். அவர் இந்தியாவிற்கு வந்து கொண்டிருந்தார் என்று நினைக்கிறேன். எல்லோருமே இறுதியில் இந்தியாவிற்குத்தான் வரவேண்டும். இந்தியா ஒரு பூகோள மையமல்ல. ஆனால் மனித உணர்வுகளின் ஆதார மையம். மறுசாயம் பூசப்படவேண்டுமென்றால் சாயத்திற்குத்தான் வந்தாக வேண்டும். சாயம் என்பது மறு சாயம்தான்.

லா ட்ஸு, சீன அறிஞர்கள் அவர் இந்தியா போகப் போகிறார் என்று சொல்லவில்லை. அது அவர்களின் அகந்தையைப் புண்படுத்தும். அவர் தெற்கே போய்க்கொண்டிருந்தார், ஆனால் இந்தியாவைத் தான் தெற்கே போய்க்கொண்டிருந்ததாகச் சொன்னார்கள். அவர்கள் அவர் தெற்கு நோக்கி நகர்ந்து கொண்டிருந்தார் என்று சொன்னார்கள். ஆனால்

சீனாவிற்குத் தெற்கிலிருப்பது இந்தியாதான். ஆனால் அது அர்த்த முள்ளதாகத்தான் இருந்தது லா ட்ஸூ இந்தியாவிற்குத்தான் வர வேண்டும் அது முழுமையாக தொடர்புடையது. எல்லோரும் வந்தாக வேண்டும், இந்தியாதான் உலகத்தின் இல்லம்.

அவரை சீன எல்லையில் அந்த நாட்டு அரசாங்க அதிகாரிகள் பிடித்துக்கொண்டார்கள். அவர்கள் சொன்னார்கள், ''உங்களிடமுள்ள புதையலுடன் நீங்கள் இந்த நாட்டை விட்டு வெளியே போக நாங்கள் அனுமதிக்க மாட்டோம். நீங்கள் உங்கள் புதையலை விட்டுச் செல்ல வேண்டும்.''

அவர் கேட்டார், ''என்ன சொல்கிறீர்கள்?''

அவர்கள் சொன்னார்கள், ''நீங்கள் இந்த நாட்டை விட்டுப்போவதற்கு முன் ஒரு புத்தகம் எழுத வேண்டும். உங்களுக்கு ஏதோ தெரியும். நீங்கள் எழுதி அரசாங்கத்திடம் கொடுத்துவிட்டுப் போக வேண்டும். பிறகு நீங்கள் போகலாம்.''

அதனால் எல்லையில் இந்த அதிகாரிகளால் அவர் வற்புறுத்தப் பட்டார். மூன்று நாட்கள் அவர் சென்று முழுமையாக எழுதினார். அதுதான் தாவோ தேசிங். ஆனால் முதல் வரியில் அவர் சொல்கிறார், ''அதனால் தாவோயிஸம் கூட தூய்மையானது அல்ல. தாவோவில் அந்த 'இஸம்' என்பது தூய்மையற்றது. அதனால் பரந்த உயிரியலை மறந்து விடுங்கள். அது தூய்மையான தாவொயிஸம் என்பதை. அது ஒரு சித்தாந்தம், அனுமானம்.

அதில் விதிகளும் கிடையாது, தடைகளும் கிடையாது. அதில் விதிகளும், தடைகளும் கிடையாது என்கிற போது ஏன் பரந்த உயிரியலைப் பற்றிக் கவலைப்பட வேண்டும்? பிறகு உங்களைப் பரந்த உயிரியலைப் பின்பற்றுபவர் என்று சொல்வதில் என்ன பயன் அங்கே விதிகளும் தடைகளும் இல்லாதபோது. அங்கே இருக்கிறது...

''பரந்த உயிரியலுக்கும் நெல் அரிசிக்கும் எந்தத் தொடர்பும் கிடையாது.'' அவர்கள் நெல் அரிசி மீது பித்து பிடித்து இருந்தார்கள். அவர்கள் நெல் அரிசி கடவுள் என்று நினைத்தார்கள். நீங்கள் நெல் அரிசியில் வாழாவிட்டால் நீங்கள் எதையோ இழுக்கிறீர்கள். ஆனால் நீங்கள் சொல்கிறீர்கள். நெல் அரிசி தவறுதலாக, பரந்த உயிரியலின் அடிப்படையாக சிலர் நினைத்துவிட்டார்கள். ஆனால் அது ஓர் அம்சம்தான் அதை தூக்கிப்போடலாம், அங்கீகரிக்கலாம், புறக்கணிக் கலாம். பிறகு என்ன மிச்சமிருக்கும்? சரி, நெல் அரிசியைத் தூக்கிப் போட்டு, புறக்கணித்தால், பிறகு அங்கே எந்தக் கோட்பாடுகளோ, விதிகளோ இல்லை. பிறகு அது தூய்மையான தாவோயிஸம் தானே!

பிறகு என்ன மிச்சம்? எதுவுமே மிச்சமிருக்காது. பிறகு நான் சந்தோஷமாக சொல்லலாம். "ஆமாம், ஒரு பரந்த உயிரியலின் சீடராக இருங்கள் - எந்தப் பிரச்னையுமில்லை."

இந்தப் பித்துகளுக்கெல்லாம் நான் எதிரானவன். நான் ஒழுங்குமுறை வாழ்க்கைக்கு எதிரானவன். ஒழுக்கத்திற்கு எதிரானவனல்லன் நான். நான் ஒழுங்குமுறை வாழ்க்கைக்கு எதிரானவன். ஒழுக்கம் என்பது தருணத்திற்குத் தருணம் உங்கள் உள்ளிருப்பிலிருந்து வரவேண்டும். அது ஓர் உள் ஒளி. அதை வெளியிலிருந்து திணிக்க முடியாது. வாழ்க்கைக்கு ஆழமாகப் பதில் சொல்ல நீங்கள் தயாராக வேண்டும். எந்தக் கோட்பாட்டையும் யாரும் பின்பற்றக் கூடாது. காரணம் நீங்கள் ஒரு கோட்பாட்டைப் பின்பற்றினால் நீங்கள் ஏற்கெனவே ஒரு முடிவுக்கு வந்துவிட்டவர்கள் ஆகிவிடுவீர்கள். நீங்கள் அந்த முடிவுகளோடு இருப்பீர்கள். பாதிக்கப்பட்ட ஒரு மையத்திலிருந்து நீங்கள் வாழ்வீர்கள். பிறகு நீங்கள் சுதந்திரமாக இல்லை. நீங்கள் வளையமாட்டீர்கள், உங்கள் கொள்கைகள், உங்கள் எண்ணங்கள், உங்கள் மையம், உங்கள் முடிவுகள் உங்களை வளைய விடாது. நீங்கள் உங்கள் முடிவுகளுக்கேற்பத்தான் செயல் படுவீர்கள். ஆனால் நீங்கள் சுதந்திரமாக இருந்தால் ஒவ்வொரு தருணமும் உங்கள் முடிவுகளைத் தீர்மானிக்கும். அது கடந்த காலத்தில் சுமந்து வரப்பட்டது அல்ல. பிறகு அதில் எல்லாமே சரி. பிறகு உங்களுக்கு ஓர் ஒழுக்கம் இருக்கும். உண்மையான ஒழுக்கம். ஆனால் உங்களுக்கு ஒழுங்குமுறை வாழ்க்கை இல்லை.

உண்மையாக வாழ்கிற எந்த ஒரு மனிதனுக்கும் நடத்தை இருக்காது. நடத்தை இருக்க முடியாது. நடத்தை என்பது எப்போதும் இறந்தது. உங்களைச் சுற்றியிருக்கிற ஓர் இறந்த அமைப்பு. அது பழங்காலத்தில் சுமந்து வரப்பட்டது. அது கடந்த கால அனுபவம். நீங்கள் உங்கள் நடத்தையினால் செயல்பட்டால், நீங்கள் செயல்படவேயில்லை. உங்களுடையது சாதாரண எதிர்ச்செயல். நீங்கள் பதில் சொல்வதில்லை. பதில் என்பது உடனடி. வாழ்க்கை ஒரு சூழலை உருவாக்கும், ஒரு சவால், உடனே நீங்கள் பதிலளிக்கிறீர்கள். நீங்கள் உங்கள் இருத்தலிலிருந்து பதிலளிக்கிறீர்கள், அதற்கு மையமில்லை, அதற்கு ஒரு முடிவு இல்லை. அது கடந்த காலத்திலிருந்து அல்ல, இங்கே இப்போதே பதில் வருகிறது. தூய்மையான, நிர்மலமான அந்த ஒழுக்கத்தை நான் மதிக்கிறேன். அந்த ஒழுக்கத்தை நான் நேசிக்கிறேன். ஆனால் மற்ற ஒழுக்கங்கள் நீங்கள் உங்களுக்குள் வலிய திணித்துக்கொள்வதை, நீங்கள் பயிற்சி பெறுவதை, அது ஆபத்தானது. அது உங்களைக் கொன்று விடும். அப்படித்தான் பலர் கடந்த காலத்தில் இறந்திருக்கிறார்கள். அவர்களுடைய ஒழுக்கமே அவர்களைக் கொன்று விடும்.

? எனக்கு உடலில் எடை அதிகம். அப்படியிருப்பதை நான் வெறுக்கிறேன். எத்தனையோ வித பத்தியங்கள் இருந்து முயன்று பார்த்தும் என்னால் எடையை குறைக்க முடிய வில்லை?

இப்படித்தான் உங்கள் உடல் இருக்கவேண்டுமென்று பிழையற்ற ஒரு சிந்தனையை நீங்கள் வைத்திருக்கிறீர்கள். நீங்கள் எப்படியிருக்க வேண்டும்? உங்களுக்கு ஒரு தெளிவான இலக்கு இருக்கிறது. அந்த தெளிவான இலக்கினால் நீங்கள் குறைவாகத் தெரிகிறீர்கள். உங்களால் உங்களை ஏற்றுக்கொள்ள முடிய்வில்லை. நீங்கள் நிராகரித்துக் கொண்டே போகிறீர்கள். அந்த நிராகரிப்பினால் நீங்கள் வேதனைப் படுகிறீர்கள்.

இந்த இலக்கையும் எண்ணங்களையும் அழித்துவிடுங்கள். இந்த எண்ணங்களும், இலக்குகளும் நீங்கள் மனதில் வைத்திருப்பது விஷயங்கள் எப்படி இருக்க வேண்டும், நீங்கள் எப்படி இருக்க வேண்டுமென்பதுதான். அதைக் கீழே போடுங்கள். நீங்கள் எதையும் இழக்கவில்லை. எதுவும் குறையவில்லை. உங்கள் சக்தி ஊற்றெடுக்கும். ஒரு முறை நீங்கள் அந்தத் தருணத்திற்கு வந்துவிட்டால், உங்கள் உடல் எடையை இழக்கத்துவங்கிவிடும். உடலோடு இருக்கிற தொடர் எதிர்ப்புதான் அதைக் கொழுப்பாக்குகிறது. காரணம் நீங்கள் எப்போதும் உடலுக்கு எதிராக இருக்கும்போது உடலுக்குப் பாதுகாப்பற்ற உணர்வு வரும். அந்தப் பாதுகாப்பின்மையால் நீங்கள் சாப்பிட்டுக் கொண்டே யிருக்கிறீர்கள்.

அது ஒரு தாயை நம்ப முடியாத குழந்தையைப் போல உள்ளது. ஒரு குழந்தையை நம்பாதபோது, அதற்குத் தாயின் முலை கிடைத்தால் விடாது. காரணம் அந்தக் குழந்தைக்கு நம்பிக்கையில்லை. எப்போது மறுபடியும் அந்த முலை கிடைக்கும் என்பது அதற்குத் தெரியாது. அதற்கு நிச்சயமில்லை, அதை வைத்து அது பாதுகாப்பாக இருக்க முடியாது, அதனால் அது கெட்டியாகப் பிடித்துக்கொள்ளும். எவ்வளவு முடியுமோ அவ்வளவு குடித்துக்கொண்டேயிருக்கும். அது தன்னைத் திணித்துக் கொள்ளும். காரணம் அதற்கு எதிர்காலம் என்பது உறுதியில்லை. அந்தக் குழந்தைக்குத் தாய் தன்னை நேசிப்பது தெரிந்தால், தாய் கிடைப்பாள் என்று தெரிந்தால் எப்போது அவள் தேவைப்பட்டாலும் அவள் கிடைப்பாள். அது தன்னைத் திணித்துக் கொள்வதைப் பற்றிக் கவலைப்

படாது. அது ஓய்வெடுக்கும், அதற்கு எவ்வளவு தேவையோ அதைத்தான் அந்தத் தருணத்தில் குடிக்கும். குவித்துக்கொள்ள வேண்டிய தேவையில்லை.

உண்மையில் கொழுப்பு என்பது குவித்துக்கொள்வது. நிச்சயமற்ற எதிர்காலத்தினால் ஒருவர் குவித்துக்கொள்கிறார். ஒரு மனிதன் மூன்று மாதங்கள் உணவில்லாமல் இருக்கலாம். ஒருவர் அந்த அளவுக்குக் கொழுப்பை சேர்த்துக்கொள்ளலாம். அது ஒரு பழைய புராதன பழக்கம், உடல்ரீதியானது. ஒரு காலம் இருந்தது, ஒரு ஆயிரம் வருடங்களுக்கு முன்பு, மனிதன் ஒரு வேட்டைக்காரனாக இருந்து, உணவு நிச்சயமில்லாமல் இருந்தது. ஒரு நாள் உணவிருக்கும். அளவுக்கதிகமாக, பல நாட்கள் அது இருக்கவே இருக்காது. மனிதன் உடல்ரீதியான அந்தப் பழக்கத்தைச் சுமந்து கொண்டிருக்கிறான். அது பாதுக்காப்பின்மையோடு கலந்தது. இப்போது அந்தப் பிரச்னையில்லை. குறைந்த பட்சம் அமெரிக்காவில் இல்லை. உங்களுக்குப் போதிய உணவு இருக்கிறது. முதல் முறையாக சமூகத்தில் போதிய உணவிருக்கிறது. அமெரிக்கர்கள் பருமனாகவே இருக்கக்கூடாது. இந்தியர்கள் பருமனாக அனுமதிக்கலாம். காரணம் உணவு என்பது நிச்சயமல்ல.

நான் என்ன சொல்கிறேன் என்றால் இப்போது உணவு கிடைக்கிறது. நல்ல உணவு, நல்ல போஷாக்கு, அதனால் உடல் ரீதியாக அதிகம் சாப்பிட வேண்டிய தேவையில்லை. ஆனால் இப்போது மனோதத்துவ பாதுகாப்பின்மை உடலில் இயந்திரத்தின் பொத்தானை அழுத்துகிறது. உடல் பாதுகாப்பாற்று உணர்கிறது. அதற்குப் பாதுகாப்பின்மையை எப்படி களைவது என்கிற ஒரே வழிதான் தெரியும். அது அதிகம் சாப்பிடுவது. சாப்பிட்டுக்கொண்டேயிருப்பது. திணித்துக்கொள்வது. அதுவே ஒரு தொழிலாகிவிட்டது.

அந்த எண்ணத்தை விடுங்கள். நீங்கள் முன்னேற்ற வேண்டியது எதுவுமில்லை. நீங்கள் பிழையில்லாத அழகோடு நீங்களாக இருக்கிறீர்கள். வாழத் துவங்குங்கள். அதைவிடுத்து, நீங்கள் எதிர்காலத்தில் நீங்கள் பிழையின்றி வாழ்வேன் என்கிற நினைப்போடு இருப்பதை விட, நீங்கள் இப்படியிருக்கும்போது, இதே மாதிரி, நீங்கள் வாழ்வீர்கள். நீங்கள் ஒரு குறிப்பிட்ட அளவுகோலை அடைந்தவுடன் உங்கள் மனத்திற்கேற்ற மாதிரி... ஆனால் வாழ்க்கை என்பது இங்கே இப்போது ஆனால் அது உங்கள் கைகளை விட்டு நழுவிக்கொண்டிருக்கிறது. நாளைக்கு மரணம் இருக்கிறது. இன்றைக்கு மட்டும்தான் வாழ்க்கை. எப்போதும் அது இன்றுதான்.

வாழத் துவங்குங்கள்; ரசிக்கத் துவங்குங்கள். நீங்கள் அதிகம் அனுபவிக்கும்போது, நீங்கள் குறைவாக சாப்பிடுவீர்கள். உண்மையான

சந்தோஷமான மனிதன் அதிகம் சாப்பிடமாட்டான். உங்கள் வேதனை யில், உங்கள் வலியில், உங்கள் வெறுமையில், உங்கள் அர்த்தமற்றதில் ஒருவருக்கு எதையாவது பிடித்துக்கொள்ள வேண்டும். குறைந்த பட்சம் உணவு ஏதாவது.

உடல் அதிகமான விவேகத்தைச் சேர்த்து வைத்துள்ளது. உடல் மிகவும் புத்திசாலித்தனமானது. நீங்கள் அதிகம் சாப்பிடும்போது உடல் சொல்லும், "நிறுத்து". மனம் என்பது புத்திசாலியல்ல. உடனே மனம் சொல்லும், "ருசி மிகவும் நன்றாக இருக்கிறது இன்னும் கொஞ்சம்." நீங்கள் மனத்தைக்கேட்டால், பிறகு மனம் என்பது உடலுக்கு அழிவாக மாறும். இந்த வழியில் அல்லது அந்த வழியில். நீங்கள் உங்கள் மனத்தைக் கேட்டால், முதல் அது சொல்லும், "சாப்பிட்டுக் கொண்டே யிருங்கள்." காரணம் மனம் என்பது முட்டாள்தனம், ஒரு குழந்தை. அது என்ன சொல்கிறது என்பது அதற்கே தெரியாது. அது ஒரு புது வரவு. அதற்கு போதனை கிடையாது. அது புத்திசாலியில்லை. அது இன்னும் ஒரு முட்டாள். உடலைக் கேளுங்கள். உடல் சொல்லும்போது, "பசி" சாப்பிடு. உடல் சொல்லும்போது, "நிறுத்து" நிறுத்து.

நீங்கள் மனத்தைக் கேட்டால், அது ஒரு சிறு குழந்தை ஒரு வயோதிகரை வழிநடத்திச் செல்வதைப் போல, இருவருமே பள்ளத்தில் விழுவார்கள். நீங்கள் உங்கள் மனதைக்கேட்டால், முதலில் நீங்கள் உணர்வில் அதிகமிருப்பீர்கள், பிறகு உங்களுக்கே அலுத்து விடும். பிறகு ஒவ்வோர் உணர்வும் உங்களுக்கே வேதனையைக் கொண்டு வரும், ஒவ்வோர் உணர்வும் உங்களுக்கு ஒரு மனக்கவலையை, மோதலை, வலியைக் கொண்டு வரும். நீங்கள் அதிகம் சாப்பிட்டால் அங்கே வலி இருக்கும். பிறகு வாந்தி வரும். முழு உடலுமே தொந்தரவு செய்யப்படும். பிறகு மனம் சொல்லும், "சாப்பிடுவது கெடுதல், அதனால் விரதம் இரு" பிறகு அந்த விரதம் கூட ஆபத்தானது. நீங்கள் உங்கள் உடலைக் கேட்டால் அது அதிகமாக சாப்பிடாது, அது குறைவாகவும் சாப்பிடாது. அது சாதாரணமாக தாவோவைப் பின்பற்றும்.

சில விஞ்ஞானிகள் இந்தப் பிரச்னையில் வேலை செய்தார்கள். அவர்கள் கண்டுபிடித்திருக்கிறார்கள், அது ஓர் அழகான நிகழ்வு. குழந்தைகள் எப்போதெல்லாம் பசிக்கிறதோ அப்போதெல்லாம் சாப்பிடும். தூக்கம் வரும்போதுதான் அவை தூங்கப்போகும். அவர்கள் தங்கள் உடல் சொல்வதைக் கேட்பார்கள். ஆனால் பெற்றோர்கள் அவர்களைத் தொந்தரவு செய்வார்கள். அவர்கள் வற்புறுத்திக் கொண்டே யிருப்பார்கள். "இது இரவு உணவு நேரம், அல்லது மதிய உணவு நேரம், இது அல்லது அது. அல்லது தூங்குகிற நேரம். போ." அவர்கள் உடலை அனுமதிப்பதில்லை. அதனால் ஒரு சோதனையாளர் முயன்று ஒரு

குழந்தையை அதன் இஷ்டத்திற்கு அனுமதித்தார். அவர் இருபத்தைந்து குழந்தைகளுடன் வேலை பார்த்தார். அந்தக் குழந்தைகளைத் தூங்கு வதற்கு வற்புறுத்தவில்லை. அவர்களை எழுந்திருக்கவும் வற்புறுத்த வில்லை. ஆறு மாதம் அவர்களை வற்புறுத்தவேயில்லை. ஓர் ஆழ்ந்து புரிந்து கொள்ளுதல் வந்தது.

அவர்கள் நன்றாகத் தூங்கினார்கள். அவர்களுக்குக் கனவுகள் குறைவாக இருந்தன. கெட்ட கனவுகள் இல்லை. காரணம் கெட்ட கனவுகள் அவர்களை வற்புறுத்தும் பெற்றோர்களால் வந்தது... அவர்கள் நன்றாக சாப்பிட்டார்கள், ஆனால் அதிகமில்லை. தேவைக்குக் குறைவாக வுமில்லை. தேவைக்கு அதிகமாகவும் இல்லை. அவர்கள் சாப்பிடுவதை ரசித்தார்கள். சில சமயங்களில் அவர்கள் சாப்பிடவே மாட்டார்கள். உடல் சரியில்லாதபோது அவர்கள் சாப்பிடமாட்டார்கள். சாப்பிட்டு அவர்கள் நோய்வாய்ப்படவில்லை. இன்னொரு விஷயம் இதை யாருமே புரிந்துகொள்ளமுடியும் என்று சந்தேகிக்கவில்லை, அது அற்புதம். சோசன் மட்டுமே புரிந்து கொள்ள முடியும் அல்லது லா ட்ஸூ, அல்லது சியாங் ட்ஸூ. காரணம் அவர்கள் தாவோவின் குருக்கள். இது ஒரு கண்டுபிடிப்பு மாதிரி, ஒரு குழந்தைக்கு உடல்நலக்குறைவு ஏற்பட்டால் அவர்களுக்குப் புரிய வந்தது. அவர்கள் ஒரு குறிப்பிட்ட உணவை சாப்பிடமாட்டார்கள். அவர்கள் ஏன் அந்த உணவைச் சாப்பிடுவதில்லை என்பதைப் புரிந்துகொள்ள முயன்றார்கள். உணவைப் பரிசோதித்தார்கள். அந்த நோய்க்கு, அந்த உணவுகள் ஆபத்தானவை என்பதைக் கண்டு பிடித்தார்கள். அதைக் குழந்தை எப்படி தீர்மானித்தது? உடல்தான்.

குழந்தை வளரும்போது அது அதிகம் சாப்பிடும் அதன் வளர்ச்சிக்கு எதுவெல்லாம் தேவையோ அதை. பிறகு அவர்கள் ஆராய்ந்தார்கள், அதிலுள்ள கலவைகள் பயனுள்ளவை. ஆனால் உணவை மாற்ற வேண்டுமென்று கண்டுபிடித்தார்கள். காரணம் தேவை மாறிவிட்டது. ஒரு நாள் குழந்தை ஒன்றை சாப்பிடும். மறுநாள் அதே குழந்தை அதைச் சாப்பிடாது. விஞ்ஞானிகள் உடல் விவேகம் இருப்பதை உணர்ந்தார்கள்.

உடலைப் பேச அனுமதித்தால், நீங்கள் சரியான பாதையில் போகிறீர்கள், சிறந்த வழி. இது உணவிற்கு மட்டுமில்லை முழு வாழ்க்கைக்கும்தான். உங்கள் காமம் கூட தவறாகப் போவதற்கு உங்கள் மனம்தான் காரணம். உங்கள் வயிறு தவறாக போவதற்குக் காரணம் உங்கள் மனம். நீங்கள் உடலோடு தலையிடுகிறீர்கள். தலையிடாதீர்கள். நீங்கள் மூன்று மாதங்கள் செய்ய முடிந்தால் கூட தலையிடாதீர்கள். திடீரென்று நீங்கள் ஆரோக்யமாக ஆவீர்கள். ஒரு நல்ல இருத்தல் உங்களுக்கு வந்திறங்கும்.''

அத்தியாயம் - 10

மனோதத்துவம்

✳

?

நீங்கள் எப்போது மனோஆராய்ச்சி அதன் தொடர்பான சிகிச்சைகளைப் பற்றிப் பேசியிருக்கிறீர்கள். சமீபத்திய முன்னேற்ற மான பிரிட்ஸ் பெர்ல்ஸ் கெஸ்டால்ட் சிகிச்சையைப் பற்றி நீங்கள் பேச முடியுமா - சமீபத்திய பாணி-குரல் பேச்சுவார்த்தை? இந்த சிகிச்சைகள் ஏற்கெனவே தியானம் செய்து தன்னையும் தன் விளையாட்டுகளையும் தெளிவாகப் பார்க்கிற நபருக்கு உதவுமா?

முதல் இடமாக, மனோ சிகிச்சைகளான பிரிட்ஸ் பெர்ல்ஸ் கெஸ்டால்ட் சிகிச்சைகள், மற்றவை எல்லாமே பழையன எதுவுமே புதியது அல்ல. ஒரே புதிய விஷயம் குரல் பேச்சுவார்த்தையின் சமீபத்திய பாணி. ஆனால் அவை எல்லாமே மன விளையாட்டுகள்.

அவை ஏற்கெனவே தியானம் செய்கிற மனிதனுக்கு எந்த உதவியும் செய்யப்போவதில்லை. எந்த மனோசிசிக்சைக்கும் தியானத்தின் தன்மைகள் கிடையாது, காரணம் எந்த மனோசிகிச்சையும் இதுவரையில் ஒரு ஞானோதயம் பெற்ற இருத்தலையும் தயாரித்தது கிடையாது. அதைக் கண்டுபிடித்தவர்களுக்கும் ஞானோதயம் வந்தது கிடையாது. கிழக்கில் ஞானோதயம் பெற்றவர்கள் யாருமே மனோசிகிச்சையாளர்களைப் பற்றிக் கவலைப்பட்டதும் கிடையாது. அவர்கள் மனோதத்துவத்தையும் மனத்தையும் பற்றிக் கூட கவலைப்பட்டதில்லை. காரணம் அவர்களுக்கு மனதில் பிரச்னையை எப்படி தீர்ப்பது என்பது பிரச்னையேயல்ல. அவர்களுடைய கேள்வியெல்லாம் எப்படி மனதிலிருந்து வெளியேறு வது, எது சுலபம். பிறகு பிரச்னை எல்லாமே முடிந்தது. காரணம் நீங்கள் உங்கள் மனத்திலிருந்து வெளியே வந்துவிட்டால், பிரச்னைகளைக்

கிளப்ப மனத்திற்குப் போதிய போஷாக்கு இல்லை. இல்லையென்றால் அது முடிவில்லாத நிகழ்வு. நீங்கள் மனோ ஆராய்ச்சி செய்து கொள்ளுங்கள், பழைய அல்லது புதிய பாணியில் அது முக்கியமல்ல; அவை எல்லாமே கரு ஒன்று, பாணிகள் வேறு; அவ்வளவுதான். உங்கள் மனம் லேசாக புதிதாகும். ஒரு மனோதத்தவ சந்திப்பு தொடருக்குப்பின் நன்றாகவே இருக்கும். காரணம் நீங்கள் பாரத்தை இறக்கி வைத்து விட்டீர்கள். மனம் பற்றிய ஒரு லேசான புரிதல் வந்திருக்கும். அது உங்களை சாதாரணமாக வைத்திருக்கும்.

உண்மையில், எல்லா மனோசிகிச்சைகளும் ஒரு நிறுவனத்தின் சேவையில் இருக்கின்றன. அதன் செயல்பாடே மக்கள் அசாதாரணமாகி விடக்கூடாது என்பதுதான். யாரோ மந்தையை விட்டு, அதன் விதிமுறைகளை விட்டு வெளியே போகிறார்கள். நீங்கள் வழக்கமாக செய்யக்கூடாததை செய்கிறீர்கள். அதை நீங்கள் செய்திருக்க வேண்டும். அது கெடுதலற்றது. ஆனால் சமூகம் அத்தகைய மக்களை சகித்துக் கொள்ளாது. அவரை சாதாரணத்திற்கு, சராசரி அளவிற்குக் கொண்டுவர வேண்டும்.

மனோசிகிச்சையாளர்களின் வேலையே உங்கள் மனத்தை சுத்தப் படுத்துவதுதான். உங்கள் இயந்திரம் உரசிக்கொள்ளாமல் இருக்க போடும் எண்ணெயைப் போல. அது கொஞ்சம் நன்றாக செயல்படும் மனத்தின் செயல்பாடுகளை நீங்கள் இன்னும் கொஞ்சம் அதிகம் புரிந்துகொள்வீர்கள். ஒரே ஒரு பிரச்னையை நீங்கள் தீர்க்க அது உதவும், ஆனால் அதன் காரணத்தை அல்ல. மனமே ஒரு பிரச்னை. அதனால் நீங்கள் ஒரு பிரச்னையை நீக்கிவிடலாம். ஆனால் மனம் இன்னொரு பிரச்னையைக் கிளப்பும். அது மரங்களைக் குறைத்துச் செப்பனிடுவது மாதிரிதான், நீங்கள் ஓர் இலையை வெட்டலாம், பிறகு தன் சுயமரியாதை, கௌரவத்தால் அந்த மரம் இலை இருந்த இடத்தில் மூன்று இலைகளை வளர்த்துக்கொள்ளும். ஏன் தோட்டக்காரர்கள் வெட்டிக் கொண்டே யிருக்கிறார்கள், அவை மரங்களுக்கு அதிக சருகுகளையும் இலை களையும் கொடுக்கும்.

அதுதான் மனத்தின் நிலையும். நீங்கள் ஒரு பிரச்னையை அதைப் புரிந்துகொண்டு நீக்கலாம். ஆனால் விலை அதிகம் - ஆனால் பிரச்னைகளைக் கிளப்பிய மனம் இன்னும் அங்கேயே இருக்கிறது. ஆனால் மனோ ஆராய்ச்சிகள் மனதின் எல்லைகளுக்கு அப்பாற்பட்டுப் போகாது. மனம் புதிய பிரச்னைகளைக் கிளப்பும், நீங்கள் தீர்த்ததைவிட அதிக சிக்கல் கொண்டதாக இயற்கையிலேயே, நீங்கள் அந்த மாதிரி பிரச்னைகளைத் தீர்த்துவிடுவீர்கள் என்பதை மனம் புரிந்துகொண்டு

விடும். அது புது மாதிரியாக ஒன்றை உருவாக்கும், அதிக சிக்கலோடு, அதிக சருகுகளோடு.

மனோ ஆராய்ச்சியும், அல்லது எந்த சிகிச்சையும் அவை மனத்தோடு மட்டுமே நிற்கக்கூடியவை, அதனால் தியானம் என்பது முற்றிலும் வேறானது. அது இயல்பாக, மனத்தைவிட்டு வெளியே குதிக்கும் வழி. ''உங்களுக்கு உங்கள் பிரச்னை, நான் வீட்டுக்குப் போகிறேன்'' காரணம் மனம் ஒரு புல்லுருவி. அதற்குத் தனியாக ஓர் இருத்தல் கிடையாது. அது சார்ந்திருக்கும் உள்ளே நீங்கள் தேவை... அதன் மூலம் அது உங்களை சாப்பிட்டுக் கொண்டேயிருக்கலாம் உங்கள் தலையை. ஒரு முறை அதிலிருந்து நீங்கள் வெளியே குதித்துவிட்டால், மனம் என்பது வெறும் கல்லறைதான். இந்த எல்லாப் பிரச்னைகளும் எவையெல்லாம் பெரிதாக இருந்ததோ அதையெல்லாம் தூக்கிப் போடுங்கள். அது அப்படியே இறந்து விடும்.

தியானம் என்பது முற்றிலும் வேறு பரிமாணம். நீங்கள் எளிமையாக மனத்தைக் கவனியுங்கள், அப்படிக் கவனிக்கும்போது நீங்கள் வெளியே வருவீர்கள். பிறகு மெள்ள, மனம் இந்த எல்லாப் பிரச்னைகளோடும் மறைந்துவிடும். இல்லையென்றால் மனம் விநோதமான பிரச்னைகளை உருவாக்கும்.

மனம்தான் உங்களின் ஒரே பிரச்னை. மற்ற எல்லாப் பிரச்னைகளும் மனத்திலிருந்து கிளம்பியவைதான். தியானம் மனத்தை அதன் வேரோடு அறுத்து விடும். பிறகு இந்த சிகிச்சைகள் ஜெஸ்டால்ட் குரல் பேச்சு வார்த்தை, பிரிட்ஸ் பெர்லஸ்-அதை நாம் தியானத்தில் நுழைந்த வர்களுக்குப் பயன்படுத்தலாம் கொஞ்சம் மனத்தை லேசாகப் புரிந்து கொள்வதற்காக. அதன் மூலம் நீங்கள் வெளியே போவதற்கு ஒரு வழியைக் கண்டுபிடிக்கலாம். நாம் எல்லாவிதமான சிகிச்சைகளையும் பயன்படுத்துகிறோம். அவை உதவிகரமானவை. ஆனால் தியானம் செய்பவர்களுக்கல்ல. அவை ஆரம்பத்தில் உதவிகரமான இருக்கும் நீங்கள் தியானத்தில் பழக்கப்படாதபோது. ஒரு முறை நீங்கள் தியானத்தில் இறங்கிவிட்டால் உங்களுக்கு எந்த சிகிச்சையும் தேவைப் படாது. எந்த சிகிச்சையும் பிறகு பயன் தராது. ஆனால் ஆரம்பத்தில், அது உதவும், குறிப்பாக மேற்கத்திய சந்நியாசிகளுக்கு....

சிக்மண்ட் ப்ராய்ட் மேற்கத்திய மனங்களுக்கும் அதன் பாரம்பரியத் திற்கும் சரி. அங்கே ஒவ்வொரு பெண்ணும் தாயை வெறுக்கிறார்கள். காரணம் அவர்கள் தந்தையை நேசிக்கிறார்கள். இந்த முழு விஷயமுமே காமத்தைப் புரிந்துகொள்வதின் அடிப்படையில் உள்ளது. அதாவது எதிர்பாலைச் சேர்ந்தவரை நேசிப்பது. அதனால் பெண் தந்தையையும்,

மகன் தாயையும் நேசிப்பான். ஆனால் பெண் தன் நேசத்தை வெளிப்படுத்த முடியாது, குறிப்பாக, காம ரீதியாக அவர்கள் தந்தையோடு உறவு கொள்ள முடியாது. தாய் காம ரீதியாகத்தான் உறவு. அதனால் அவர்களுக்குத் தாயின் மீது ஒரு பொறாமை. தாய்தான் அவர்களின் எதிரி. மகன் தந்தையின் எதிரியாகிறான். காரணம் அவன் தாயோடு உடல் உறவு கொள்ள முடியாது. ஜப்பானியர்களால் இதை யோசித்துக்கூட பார்க்க முடியாது. இந்தியர்கள் கூட இதை யோசிக்கவே முடியாது. முற்றிலும் வித்தியாசமான வளர்ப்பு. சிக்மண்ட் ப்ராய்டு, அல்லது ஜங், அல்லது ஆட்லர் அல்லது அஸேகோலி அல்லது பிரிட்ஸ் பெர்ல்ஸ் விற்கு இதைப் பற்றிய எண்ணமே கிடையாது. அவர்கள் கனவில் கூட நினைத்திருக்க மாட்டார்கள் - மக்கள் மேற்கத்திய மக்களிலிருந்து வேறுபட்டு இருப்பார்கள் என்பதை.

கிழக்கில் மனோ ஆராய்ச்சியாளர்கள் அதிகம் உதவ மாட்டார்கள். ஆனால் மேற்கத்தியர்களுக்கு, நான் அவர்கள் இந்தக் குழுக்களிடம் போய் மனத்தைச் சுத்தப்படுத்திக்கொண்டு வர வேண்டுமென்று நினைக்கிறேன். சுத்தமான மனதுடன், தியானத்திற்குள் நுழைவது சுலபம். ஆனால் நீங்கள் தியானத்தில் இறங்காமல், வெறுமே மனத்தை மட்டும் சுத்தப்படுத்திக் கொண்டிருந்தால் உங்கள் வாழ்க்கை முழுவதுமே நீங்கள் மனத்தை சுத்தப்படுத்திக்கொண்டேயிருப்பீர்கள். நீங்கள் எங்கும் போக மாட் டீர்கள். காரணம் அவர்களுக்கு இருந்த வித்தியாசமான போதனைகள். கிழக்கு பல்கலைக்கழகங்களில் தியான வகுப்பைத்தான் தேர்ந்தெடுக்க வேண்டும், மனோ ஆராய்ச்சியை அல்ல.

கிழக்கில் நூற்றாண்டுகளாக, எப்படி மனத்திற்கு அப்பால் போவது என்பதுதான் ஒரே பிரச்னை, தனி பிரச்னை. ஆனால் மேற்கத்திய மனம், அது வேறு வழியில் வளர்ந்திருக்கிற காரணத்தால் அது கடக்கிற மனத்தைப் பற்றி யோசிக்கவில்லை. நான் யூத ஆதாரங்களை, கிறித்துவ ஆதாரங்களைப் பார்த்துவிட்டேன். மேற்கின் முழு சரித்திரத்தில் ஒரு வரி கூட யாராவது மனத்தைத் தாண்டிப் போக முயற்சி எடுத்தாகவே இல்லை. அவர்கள் பிரார்த்தனை செய்யவும், கடவுளை நம்பவுமே மனத்தைப் பயன்படுத்தியிருக்கிறார்கள். அவர்கள் மனம் மத ரீதியாகவும், புண்ணிய மாகவும் ஆகவே பயன்படுத்தியிருக்கிறார்கள். ஆனால் அவர்கள் மனத்தைத் தாண்டிப் போக முடிகிற சாத்தியங்களைப் பற்றி யோசிக்கவே யில்லை.

கிழக்கில் எப்போதுமே ஒரே தேடுதல்தான். கிழக்கில் பேராற்றல் முழுவதுமே ஒரே விஷயத்திற்காகவே வேலை செய்தது. வேறு எந்தப் பிரச்னையுமில்லை. எப்படி மனத்தைத் தாண்டிப் போவது, காரணம் மனத்தைத் தாண்டிப் போய் மனத்தின் பிரச்னைகளையும் மொத்தமாக

தீர்க்க முடிந்தால், பிறகு மனிதன் பிரச்னைகளை சில்லரையாக தீர்த்துக் கொள்ள வேண்டும்? மனம் உருவாக்கிக்கொண்டே போகும். அது ஒரு படைப்பாற்றல் கொண்ட சக்தி. நீங்கள் ஒரு பிரச்னையைத் தீர்த்தால், இன்னொரு பிரச்னை எழும். நீங்கள் அந்தப் பிரச்னையைத் தீருங்கள். இன்னொன்று கிளம்பும். அது மனோ ஆராய்ச்சியாளர்களுக்கு நல்ல வியாபாரம், காரணம் அவருக்குத் தெரியும் உங்களுக்கு குணமாகப் போவதில்லை என்பது. மனத்தால் உங்களுக்கு குணமாகப் போவதில்லை. அவர் உங்களுடைய குறிப்பிட்ட பிரச்னையை மட்டுமே தீர்ப்பார். உங்கள் மனம் அங்கு இருக்கிறது, அதுதான் ஆதாரம். அது வேர்களை அறுக்காது, அது இலைகளை மட்டும்தான் வெட்டும், அதிக பட்சம் கிளைகளை, ஆனால் அவை வளர்ந்துகொண்டே போகும் - வேர்கள் அப்படியே இருக்கும்.

தியானம் என்பது பிரச்னைகளின் வேர்களையே அறுக்கும். நான் மறுபடியும் சொல்கிறேன். மனம்தான் ஒரே பிரச்னை. நீங்கள் மனத்தைத் தாண்டி போகாவிட்டால், நீங்கள் பிரச்னைக்கு அப்பால் போக மாட்டீர்கள். இன்றைக்கு மிக வினோதமானது, மேற்கத்திய மனோ தத்துவ அறிஞர்கள் பலருக்கு ஞானோதயம் பெற்றுத் தந்திருக்கிறது என்கிற உண்மையை யோசிக்க கூட இல்லை. யாருமே மனத்தை ஆராய்ச்சி செய்யவேண்டுமென்பது பற்றிக் கவலைப் படவேயில்லை. நீங்கள் மனத்தைக் கடக்க நூற்றுக்கணக்கான வழிகளைக் கண்டுபிடித் திருக்கிறார்கள். நீங்கள் ஒருமுறை மனத்தைத் தாண்டிவிட்டால் அதன் பிரச்னைகள் எல்லாமே வேறு யாருடைய பிரச்னைகளைப் போலவோ தெரியும். மலையிலிருந்து கவனிப்பவரின் நிலையை அடைந்து விடுவீர்கள். எல்லாப் பிரச்னைகளும் கீழே பள்ளத்தாக்கில்தான். அதன் மூலம் உங்களுக்கு எந்தத் தாக்கமும் இல்லை. நீங்கள் அதைக் கடந்து விட்டீர்கள்.

மேற்கு முற்றிலுமாக மன மையமாகப்போய்விட்டது. மேற்கில் அவர்கள் யோசித்த ஒரே விஷயம் ஒரு பொருள், மனம். பொருள் என்பது யதார்த்தம், மனம் என்பது அதன் உப பொருள், மனத்திற்கு அப்பால் எதுவுமே இல்லை. கிழக்கில் பொருள் என்பது மாயை. மனம் என்பது உன் மாயையின் உப பொருட்கள், வீசுவது, கனவுகள். உங்கள் யதார்த்தம் என்பது பொருள், மனம் இரண்டுக்கு அப்பாற்பட்டது. கிழக்கில் அதனால் யதார்த்தத்தை மூன்று விதங்களாகப் பிரித்தார்கள். பொருள் - வெளியே இருப்பது. ஆன்மா உள்ளே இருப்பது. மனம் இரண்டுக்கும் நடுவே. பொருள் என்பது ஒப்பிடும் யதார்த்தம். அது உண்மையானது அல்ல. ஒப்பிடுகையில் உண்மை... மனம் என்பது முற்றிலும் உண்மையில்லாதது. ஆன்மாதான் முழுமையான உண்மை.

ஒரு மனித இனம் குறித்த முற்றிலுமான வித்யாசமான வகைப் படுத்துதல். மேற்கு வகை என்பது மிகவும் எளிமையானது.

பொருள் என்பது உண்மை. மனம் என்பது அதன் உப-பொருள், மனத்தைத் தாண்டி எதுவுமில்லை. அதனால் நினைவில் கொள்ளுங்கள், நீங்கள் தியானம் செய்தால் வேறு எதுவும் தேவையில்லை. நீங்கள் தியானம் செய்யாவிட்டால், பிறகு இந்த மனோ சிகிச்சையாளர்கள் தியானத்திற்கு ஒரு படிக்கல்லாக உதவ முடியும்... எல்லாவிதமான மோசடி பேர்வழிகளும் மேற்கை ஏமாற்றிக்கொண்டேயிருக்கிறார்கள். அதற்கு எளிமையான காரணம் மேற்கு தியானம் என்கிற விஷயத்திற்குள் போகவேயில்லை. அதனால் எந்த முட்டாள் போய் எதைச் சொன்னாலும், அதற்கு ஆதரவாளர்கள் கூடுவார்கள். காரணம் அவர்களுக்கு தியானம் என்பது என்னவென்றே தெரியாது. ஒரு மந்திரத்தை உச்சரித்தோ, மெதுவாக சென்றோ, ஒரு யோக நிலையிலேயோ... இவை எதற்கும் தியானத்திற்கும் எந்தத் தொடர்புமில்லை. தியானத்திற்கு ஒரே ஒரு அர்த்தம்தான், அது மனத்திற்கு அப்பால் போவது அங்கே ஒரு பார்வையாளனாக இருப்பது. நீங்கள் ஓர் அற்புதத்தைப் பார்க்கும்போது - வாழ்க்கையின் முழு மர்மங்களையும்!

? ஆன்மீகக் கேள்வியான 'நான் யார்?' என்பதற்கும், மனோதத்துவ குழப்பமான 'நான் யார்?' என்பதற்கு உள்ள வேறுபாட்டைப் பற்றி தயவு செய்து நீங்கள் சொல்ல முடியுமா?

அது அகந்தைக்கும் சுயத்திற்கும் உள்ள வேறுபாடு.

அகந்தை என்பது நீங்கள் யார் என்பது குறித்து ஒரு போலியான எண்ணம். அது மனத்தினால் புனையப்பட்டது. அது உங்கள் வீட்டில் செய்யப்பட்ட மனம் தயாரித்த சிந்தனை. ஆனால் அது யதார்த்தத்தோடு தொடர்பில்லாதது. உலகத்தைப் பொருத்தவரையில் அது முற்றிலும் நல்லது. காரணம் அது உங்கள் அகந்தையோடு தொடர்பு வைத்துக் கொண்டிருக்கிறது. நீங்கள் மனத்திற்கு அப்பால் போய்விட்ட அந்தத் தருணத்தில், நீங்களும் உங்கள் அகந்தைக்கு அப்பால் போகிறீர்கள். நீங்கள் எப்போதும் நீங்கள் யார் என்று நினைத்தீர்களோ அது இல்லை என்பது. உங்கள் யதார்த்தம் என்பது திடீரென்று நீங்கள் உணர்வீர்கள். முற்றிலும் வேறானது. அதில் உங்கள் உடலோ, மனமோ இல்லை., உண்மையில் அதை வெளிப்படுத்த உங்களிடம் வார்த்தைகள் இல்லை.. ஆனால் அது உச்சகட்ட உண்மையில்லை. அது உச்சகட்ட யதார்த்தத்

திற்கும், உச்ச கட்ட போலிக்கு இடையிலானது. அது போலியை விட பரவாயில்லை. உண்மையான உண்மைக்கு சற்று கீழே.

இருத்தலிலிருந்து பிரியவேண்டுமென்று இன்னும் உங்களுக்கு ஒரு குறிப்பிட்ட எண்ணம் இருக்கிறது. அந்தப் பிரிவு என்பது உங்கள் பிறப்புரிமையான சில ஆசிகள் உங்களுக்குக் கிடைக்காமல் செய்கிறது. நீங்கள் அந்தச் சுவரைக் கீழே போட்டு உங்களை அந்த அளவில்லாத யதார்த்தற்கு நீங்கள் திறந்தால், நீங்கள் ஒரு தனி அடையாளமாக காணாமல் போவீர்கள். ஆனால் இது ஒரு பக்கம்தான். இன்னொரு பக்கம் நீங்கள் சாசுவதமான, நிலையற்ற, பரந்த, யதார்த்தமாக, ஒரு சமுத்திர அனுபவத்தோடு நீங்கள் தோன்றுவீர்கள், அதுதான் ஞானோதயத்தின், விடுதலையின் அனுபவம்.

முதலில் நீங்கள் உங்கள் அகந்தையைத் தொலைக்கவேண்டும். அதுதான் உங்களின் மனோதத்துவ குழப்பம். அல்லது கூடுதலான மனோ தத்துவ நாடகம். போலி அகந்தையை எல்லாவற்றிற்கும் முடிவானதாக சில மதங்கள் ஏற்றுக்கொண்டிருக்கின்றன. அதற்கு மேல் ஒன்றுமில்லை. அதுதான் வெவ்வேறு பாணி நாத்திகம், ஒரு கம்யூனிஸ்ட். அல்லது நாத்திகவாதி கம்யூனிஸ்டாக இருக்க வேண்டியதில்லை. ஆனால் எந்த வடிவ நாத்திகவாதியாக இருந்தாலும், அகந்தையில்தான் நிற்கிறார். அதுதான் உச்சகட்ட உண்மை. அவர்தான் உலகத்திலேயே மிகவும் ஏழை. நாத்திகத்தைத் தவிர எல்லா மதங்களும் - காரணம் நான் நாத்திகத்தையும் ஒரு மாதிரியான மதமாகவே எடுத்துக்கொள்கிறேன், மற்ற எல்லா மதங்களையும் விட சற்று கீழான வடிவம். கிறித்துவ, யூத, இஸ்லாமிய, இன்னும் ஒரு படி மேலே போங்கள். அவை 'எல்லாமே அகந்தையை ஒழியுங்கள். உங்கள் ஆதாரபூர்வமான யதார்த்தத்தைத் தெரிந்து கொள்ளுங்கள்' என்று வலியுறுத்தி வந்திருக்கின்றன. ஆனால் சென் போன்ற மதங்கள் இந்தச் சாலையின் முடிவுக்கே சென்றன. அவர்கள் அகந்தையைத் தூக்கிப்போடுங்கள் என்பதோடு திருப்தியடையவில்லை. போடுவதற்கு எதுவுமே இல்லை என்பதில்தான் அவர்களுக்குத் திருப்தி. அந்த சுயமும் போக வேண்டும். வீடு முழுமையாக காலியாக இருக்க வேண்டும். அப்போது நீங்கள் சொல்லலாம் "நான் இல்லை" இந்த ஒன்றுமில்லாததுதான் அந்த உச்சம் மலர்வதற்கான இடத்தை உருவாக்குகிறது. அது வேறு எங்கிருந்தும் வரவில்லை. அது எப்போதும் அங்கேயே இருக்கிறது. நாறிப்போன மரச்சாமான்களினால் அடைக்கப் பட்டிருக்கிறது. தேவையில்லாத பொருட்களோடு.

நீங்கள் இவற்றையெல்லாம் எடுத்துவிட்டால், உங்கள் அகம் வெறுமையாகிறது. ஓர் அறையிலிருப்பதை எடுத்துவிட்டால் அது காலியாவதைப் போல, உங்கள் அகம் வெறுமையாகும்போது, உச்சகட்ட

அனுபவம் என்கிற பூ மலர்கிறது. நீங்கள் இனி இல்லை. உங்கள் பழைய துயரங்கள், உங்கள் பழைய குழப்பங்கள், நாடகங்கள் இல்லாமலிருப்பது இயற்கைதானே. உங்கள் கடந்த காலத்தோடு நீங்கள் எந்தத் தொடர்பும் வைத்துக்கொள்ள முடியாது. நீங்கள் உங்களிடமிருந்த எல்லாவற்றிலு மிருந்து நீங்களே துண்டித்துவிட்டீர்கள். திடீரென்று ஒரு புதிய, மொத்தமான ஒரு புதிய திறப்பு. ஒரு வகையில், நீங்கள் காணாமல் போகிறீர்கள். ஒரு வகையில் உங்களுடைய ஆதாரபூர்வமான சான்றுக்கு ஒரு புதிய கீர்த்தி கிடைக்கும். ஒரு முதல் வாய்ப்பு கிடைக்கிறது, அதனுடைய முழுமையான பிரகாசத்திற்குள் போகிறது.

இதுதான் ஞானோதயம் என்பது. அது ஓர் எதிர்மறை நிகழ்வு. அகந்தையை செல்லுபடியற்றதாக்கு. மனோதத்துவத்தை, அந்த சுயத்தை செல்லுபடியற்றதாக்கு, அந்த ஆன்மிகத்தை. செல்லுபடியற்றதாக்கிக் கொண்டே போங்கள். எதுவும் மிச்சமில்லாதவரையில் செல்லுபடியற்ற தாக்கு, பிறகு வெடிக்கும். திடீரென்று நீங்கள் வீட்டுக்கு வந்துவிட்டீர்கள். வீட்டை விட்டு வெளியே போகவேயில்லை என்கிற வெளிப்பாட்டோடு. நீங்கள் எப்போதும் அங்கேயே இருக்கிறீர்கள், உங்கள் கண்கள் பொருட்கள் மீது பதிந்திருந்ததைப்போல. இப்போது அந்தப் பொருட்கள் மறைந்துவிட்டன உங்கள் தூய்மையான விழிப்பைப் பார்த்துக் கொண்டிருப்பது மட்டுமே இருக்கும். இப்படிப் பார்ப்பதுதான் உங்கள் துயரங்கள், நரகத்தின் முடிவு. அதுதான் பொன்வாயிலின் துவக்கம். முதல் முறையாக கதவுகள் திறக்கின்றன...

மக்கள் வாழ மறந்துவிட்டார்கள். யாருக்கு நேரமிருக்கிறது? எல்லோருமே எல்லோரையும் எப்படி இருக்கவேண்டுமென்று பயிற்சி கொடுக்கிறார்கள். ஆனால் யாருக்குமே திருப்தியில்லை. இல்லவே இல்லை. ஒருவருக்கு வாழ வேண்டுமானால், முதலில் ஒருவர் ஒன்றைத் தெரிந்து கொள்ள வேண்டும். இருப்பதை அப்படியே ஏற்றுக்கொள்ள வேண்டும். உங்களை நீங்கள் இருப்பதைப் போலவே ஏற்றுக்கொள்ள வேண்டும். வாழத் துவங்குங்கள். ஏதோ ஒரு சமயத்தில் எதிர்காலத்தில் வாழப் பயிற்சி எடுக்கத் துவங்காதீர்கள். உலகத்திலுள்ள எல்லா துயரங்களும் உருவானதற்குக் காரணம் நீங்கள் முழுமையாக வாழ மறந்துவிட்டதுதான். வாழ்க்கைக்கு சம்மந்தமே இல்லாத ஒரு செயலில் நீங்கள் மும்முரமாக இருந்துவிட்டீர்கள்.

ஒரு மனிதனோடு உங்களுக்குத் திருமணமான தருணத்தில், அவன் விசுவாசமாக இருக்க, நீங்கள் அவனுக்கு நீங்கள் பயிற்சி கொடுக்கிறீர்கள். அவன் விசுவாசமாக இருக்கும்போது வாழுங்கள். அது இரண்டு வாரங்களுக்கு மேல் இருக்காது, இரண்டு வாரங்கள்தான் மனித எல்லை. எவ்வளவு ஆழ்ந்து வாழமுடியுமோ வாழுங்கள். ஒரு வேளை நீங்கள்

வாழ்ந்து அவனை ஆழமாகக் காதலிக்கும்போது அவன் மூன்றாவது வாரமும் விசுவாசமாக இருக்க அவனுக்கு உதவலாம். அதிகமாகவும் காட்டாதீர்கள். மூன்று வாரங்கள் போதுமானவை. என்னுடைய சொந்த அனுபவம் நீங்கள் மூன்று வாரங்கள் காதலோடு வாழ்ந்தால், நான்காவது வாரமும் தொடரும், ஆனால் நீங்கள் முதல் தருணத்திலிருந்து தொந்தரவு செய்யத் துவங்கிவிட்டீர்கள். நீங்கள் வாழத் துவங்குமுன், பயிற்சி தேவை. நீங்கள் அந்த நேரத்தைப் பயிற்சிக்காகக் கெடுத்துவிட்டீர்கள். மேலும் ஒரு மனிதன் உங்களை இரண்டு வாரங்கள் காதலித்திருக்க வேண்டிய வனுக்கு, இரண்டு நாட்களில் சலித்துவிட்டது.

ஒரு பெண் திருமணமே செய்துகொள்ளவில்லை. அவள் இறக்கிற நேரத்தில் ஒரு நண்பர் கேட்டார், ''நீங்கள் மிகவும் அழகாக இருக்கிறீர்கள், நீங்கள் ஏன் திருமணமே செய்துகொள்ளவில்லை?'' அவள் சொன்னாள், ''அதற்கு என்ன தேவை? பயிற்சியைப் பொருத்தவரையில் நான் என் நாய்க்குப் பயிற்சி கொடுத்தேன், அது கற்றுக் கொள்ளவேயில்லை. ஒவ்வொரு நாளும் நான் பயிற்சி கொடுக்கிறேன், இருந்தும் இரவில் நேரம் கழித்துத்தான் வீட்டிற்கு வருகிறது. என்னிடம் ஒரு கிளி இருக்கிறது. ஒரு கணவன் என்னவெல்லாம் சொல்ல வேண்டுமோ அத்தனையும் சொல்கிறது. காலையில் அது 'ஹலோ கண்ணே! என்னிடம் இருந்த வேலைக்காரன் திருடுகிறான், தொடர்ந்து பொய் சொல்கிறான்.' ஒரு கணவனைப் பெற எனக்கு என்ன தேவை? எல்லாமே நிறைவேறி விட்டது. இந்த விஷயங்களுக்குத்தான் ஒரு கணவன் தேவை?

ஒரு மனைவி தேவை, நெருக்கத்திற்கும், காதலுக்குமான அனுபவத் திற்கு இல்லை. அவளை வைத்து எப்படி ஒரு பொருட்காட்சி நடத்துவது. அக்கம்பக்கத்தில் காட்டி, எவ்வளவு அழகான பெண் இவனுக்கு என்று அடுத்தவர்களுக்குப் பொறாமையை ஏற்படுத்த. அவள் மீது ஆபரணங் களை ஏற்றி உங்கள் வளமையினால் எல்லோரையும் பொறாமையில் ஏற்ற, இல்லையென்றால், உங்கள் வளமையை எப்படிக் காட்டப் போகிறீர்கள்? மனைவி என்பவள் ஒரு காட்சி பெட்டி. அவள் உங்கள் சாதனைகளைக் காட்டுகிறாள், உங்கள் அதிகாரத்தை! நீங்கள் அவள் சகஜமாக இருக்க பயிற்சி கொடுப்பது இயற்கைதானே எப்படி உங்கள் தொழிலுக்கு அவள் உதவ முடியும். இந்தப் பழமொழி சரியாக இருப்பதாக தோன்றுகிறது. ஒவ்வொரு சிறந்த மனிதனுக்குப் பின்னாலும் ஒரு பெண் இருக்கிறாள். பல்வேறு அர்த்தங்களில். சில சமயங்களில் அவளிடமிருந்து தப்புவதற்காக ஒருவன் வெறி பிடித்துப் பணம் தேட ஓடுகிறான்.

ஹென்றி ஃபோர்டிடம் கேட்டார்கள் ''ஏன் நீங்கள் சம்பாதித்துக் கொண்டே போகிறீர்கள்? நீங்கள்தான் இவ்வளவு சம்பாதித்து

விட்டீர்களே? இப்போது நீங்கள் சந்தோஷமாக ஓய்வெடுக்கலாமே'' அவர் சொன்னார் ''சம்பாதித்ததற்கு அது காரணமல்ல. சம்பாதிக்க முதலில் நான் ஓடியது முதலில் என் மனைவியிடமிருந்து தப்பிக்க. இரண்டாவது, நான் அதிகம் சம்பாதிக்க முடியுமா, அவள் அதிகம் செலவழிக்க முடியுமா என்பதில் எனக்கு ஆர்வம் வந்துவிட்டது.'' ஒரு போட்டி, ஒரு வாழ்நாள் போட்டி. மக்கள் வினோதமான போட்டிகளில் ஈடுபடுகிறார்கள். வெகு சில மக்கள்தான் ஆதாரபூர்வமாக வாழ்கிறார்கள். மற்றவர்கள் நடிக்கிறார்கள்.

ஒரு மனிதன் சினிமா கொட்டகையில் இருந்தான். மனைவி தொடர்ந்து நினைவுபடுத்திக்கொண்டே இருந்தாள். அந்தக் கதாநாயகன் அவன் மனைவியை எப்படி ஆழமாக காதலிக்கிறான் என்றாள். இறுதியாக, கணவன் சொன்னான், ''நிறுத்து அர்த்தமற்ற பேச்சை! அதற்காக அவனுக்கு எவ்வளவு பணம் கொடுக்கிறார்கள் என்பது தெரியுமா? மேலும் அது வெறும் நடிப்பு. அது உண்மையில்லை. அவன் நிச்சமயமாக நல்ல நடிகன் என்று நான் சொல்வேன்.''

மனைவி சொன்னாள், ''உங்களுக்குத் தெரியாது - உண்மையான வாழ்க்கையிலும் அவர்கள் கணவன் மனைவிதான்.''

அவன் சொன்னான், ''அடக் கடவுளே, அது உண்மையாக இருந்தால், அவன் இதுவரையில் நான் பார்த்திராத மிகச் சிறந்த நடிகன். இல்லையென்றால், இந்த நிலையிலும், உங்கள் மனைவி மீது இவ்வளவு அன்பைக் காட்ட முடியுமென்றால் அது மனித திறனுக்கு அப்பாற் பட்டது. நடிப்பைப் பொருத்தவரையில் அவன் பெரும் கலைஞன்.

நீங்கள் இங்கே வாழ்வதற்காக இருக்கிறீர்கள். நீங்கள் ஆடுவதற்காக இருக்கிறீர்கள். நீங்கள் இங்கே வாழ்க்கையை அனுபவிப்பதற்காக இருக்கிறீர்கள். மற்றவர்கள் உங்களுக்காக செய்து கொண்டிருக்கிறார்கள். உங்களுக்காக மக்கள் காதலிக்கிறார்கள். மக்கள் விளையாடுகிறார்கள். மக்கள் எல்லாவிதமான காரியங்களையும் செய்கிறார்கள். உங்களுக்கு என்ன மிச்சமிருக்கிறது? நீங்கள் கவனிக்க வேண்டியதுதான். மரணம் உங்களிடமிருந்து அதிகம் எடுத்துக்கொள்ள முடியாது. உங்கள் தொலைக்காட்சி, காரணம் உங்களிடம் அதிகம் இல்லை. இந்த போலியான அகந்தை ஒரு பொய்யான வாழ்க்கை முறையையும், வாழ்க்கை பாணியையும் ஏற்படுத்திவிட்டது.

போலியாக இருக்கிற எல்லாவற்றையும் தூக்கிப் போடுங்கள். ஆதாரபூர்வமாகவும், உண்மையாகவும் இருங்கள். அதுதான் முதல் படி. ஒரு முறை நீங்கள் ஆதாரபூர்வமாகவும் உண்மையாகவும் இருந்து விட்டால், அது எவ்வளவு அழகாக இருக்கிறது என்பதைப் பார்ப்பீர்கள்.

இது அப்பால் போகக்கூடிய ஏக்கத்தைக் கொடுக்கும், ஓர் இறுதியான உண்மையைத் தேடி, இறுதி விளக்கம், இறுதி அனுபவம். அப்பால் எதுவுமே இல்லை.

மக்கள் ஏறக்குறைய கிறுக்காக இருக்கிறார்கள். ஒரு மிகப்பெரிய சுத்தப்படுத்துதல் தேவை. அவர்களுடைய இந்தப் பித்துக்குக் காரணம் அவர்களின் போலி வாழ்க்கைதான். அது திருப்தி தருவதாக இல்லை. போலி உணவு போஷாக்கைத் தராது. போலி நீர் உங்களின் தாகத்தைத் தணிக்காது. உங்கள் போலி அகந்தை உங்களுக்கு உண்மையான வாழ்க்கையைத் தராது. அது வெறும் கணக்கு.

?

நியூஸ்வீக் பத்திரிகையில் வந்த ஒரு கட்டுரையில் ஒரு நகைச்சுவையைப் படித்தேன். அந்தக் கட்டுரை துரித பொருத்தி சிகிச்சை. ஒரு நடுத்தர வயது மனிதனால் அவன் குடும்பத்திற்குப் பெருங்கவலை. காரணம் அந்த மனிதருக்கு ஒரு பழக்கம் இருந்தது. தாளைக் கிழித்து வீட்டில் போகிற இடத்திலெல்லாம் போட்டுக்கொண்டே போவார். அவர் குடும்பத்தினர், அவரை ப்ராய்டியன், ஜங்கியன், ஆட்லேரியன் சிகிச்சைக்காக அழைத்துச் சென்று நிறைய செலவழித்தார்கள். சலிப்புதான் முடிவும். அவருடைய மயக்கத்தில் ஆழமான துக்கத்தை வெளிச்சம் போட்டுப் பார்க்க நினைத்தார்கள். அந்தப் பழக்கத்திற்கு ஓர் ஆதார வீடு இருந்திருக்க வேண்டும். அங்கே எதுவோ தோற்றுப் போயிருக்கிறது.

இறுதியில் அவரது உறவினர்கள் தெளிவற்ற, ஆனால் புதியவற்றைச் செய்யும் ஒரு மனோ சிகிச்சையாளரிடம் அழைத்துச் சென்றார்கள். அந்த மந்திரவாதி தன் புதிய நோயாளியுடன் தன் அலுவலகத்தில் மேலும் கீழுமாக நடந்தார். அவர் காதுகளில் ஏதோ சொன்னார்... பிறகு வியந்து போயிருந்த அவர் குடும்பத்தினரிடம் சொன்னார், ''நீங்கள் இவரை வீட்டிற்கு அழைத்துக்கொண்டு போகலாம், அவருக்கு குணமாகி விட்டது.''

ஒரு வருடமாகியும் அவருக்கு அந்தப் பழக்கம் திரும்ப வரவில்லை. நன்றியுள்ள அந்தக் குடும்பத்தினர் மருத்துவரிடம் கேட்டார்கள். ''அந்த நோயாளியிடம் என்ன சொன்னீர்கள்?'' தோளைக் குலுக்கியபடி அவர் சொன்னார். ''பேப்பரைக் கிழிக்காதே'' இது பற்றி நீங்கள் விளக்கம் சொல்வீர்களா?

வாழ்க்கையின் ரகசியம், மிகவும் எளிமையானது. ஆனால் மனம் அதை சிக்கலாக்குகிறது. மனம் சிக்கலை நேசிக்கிறது, அதற்கு சாதாரண காரணம் ஏதாவது சிக்கல் இருந்தால்தான் மனம் தேவைப்படுகிறது. ஒன்றுமே சிக்கல் இல்லையென்றால், மனம் இருக்கவேண்டியதற்கான அவசியம் காணாமல் போகிறது. உங்கள் மீதான ஆளுமையை இழக்க மனம் தயாராக இல்லை. அது ஒரு வேலைக்காரன்தான். ஆனால் எப்படியோ சமாளித்து அது எஜமானன் ஆகிவிட்டது. அதனால் உங்கள் வாழ்க்கையில் எல்லாமே தலை கீழ்.

அந்த நகைச்சுவை ஒரு தெளிவான உண்மையைக் காட்டியிருக்கிறது. அந்த மனிதன் தாள்களைச் சுக்குநூறாகக் கிழித்து எல்லா இடங்களிலும் எறிந்து கொண்டிருந்தான். அதனால் எல்லோருமே ஏதோ தவறு நடந்திருக்கிறது என்று நினைத்தார்கள். அவருக்கு மனோ ஆராய்ச்சி தேவை. அதனால் மனதின் வழிகள் தெரிந்த ஒரு சிறந்த மனிதன் தேவை. அதன் மூலம் அவரை சரி செய்யலாம். யாருமே அவரிடம் சொல்ல கவலைப்படவில்லை, ''இப்படி செய்யாதே.''

அதனால் அந்த மனிதன் மனநோயானது தெளிவு. அதனால் அவர்கள் ப்ராய்டியன், ஜங்கியன், ஆட்லேரியன், சிறந்த மனோ ஆராய்ச்சியாளர்களிடம் சென்றார்கள். இந்த மனோ ஆராய்ச்சியாளர்களும் கடுமையாக வேலை செய்திருக்க வேண்டும். பல மணி நேரங்கள், வருடங்கள், அந்த மனிதனின் கனவுகளை ஆராய்ந்து ஏன் அவன் இப்படி தாள்களைக் கிழித்து எல்லா இடங்களிலும் எறிகிறான். ஆனால் யாரும் வெற்றி காணவில்லை. கடைசி முயற்சியாக அவனை ஒரு மந்திரவாதியிடம் அழைத்துச் சென்றார்கள். அவன் குணப்படுத்தி விட்டான்.

ஆனால் நியூஸ்வீக் ஒரு பாசாங்கு பத்திரிகை. அதனால் அந்த நகைச்சுவை முழுமையடையவில்லை. அதனால் தான் அந்த நகைச்சுவை பெரிய விசேஷமென்று நீங்கள் நினைக்கவில்லை.

மந்திரவாதி படிக்கட்டில் மேலும் கீழுமாக நடந்தான். பிறகு அந்த மனிதனின் காதில் சொன்னான். ''நீ பேப்பரைக் கிழிப்பதை நிறுத்து. இல்லையென்றால் மேலிருந்து உன்னை எட்டி உதைப்பேன்'' அவன் பலமான மனிதன். அதனால் கவனித்துக்கொள், காரணம் எனக்கு மனோ ஆராய்ச்சியில் நம்பிக்கையில்லை அல்லது எதிலுமே நான் உதைப்பதை மட்டுமே நம்புகிறேன். நான் இந்த இடத்திலிருந்து மக்களை உதைப்பேன். பிறகு அவர்கள் படியில் உருண்டபடியே சாலையில் போய் விழுவார்கள். இப்போது நீ வீட்டிற்குப் போகலாம். ஆனால் என்னிடம் ஒரே ஒரு வித்தைதான் உண்டு என்பதை மறந்துவிடாதே. மன நோயினால்

என்னிடம் வருகிற நபர்களை நான் குணப்படுத்துகிறேன். அதனால்தான் நான் உன்னுடன் மேலும் கீழுமாக நான் உதைத்தால் உனக்கு என்ன ஆகும் என்பதை விளக்கவே இந்தப் படிக்கட்டில் நடந்தேன். அதனால் இப்போது வீட்டிற்குப் போ. நான் சொன்னதை நினைவில் வைத்துக் கொள். அடுத்த முறை நான் எதுவும் சொல்ல மாட்டேன். செய்து காட்டுவேன்.'' அந்த மனிதன் அதைப் புரிந்து கொண்டான், யாராக இருந்தாலும் புரிந்து கொண்டிருப்பார்கள்.

அவர்கள் நகைச்சுவையில் அந்தப் பகுதியை விட்டுவிட்டு அதன் அழகை அழித்து விட்டார்கள். அந்த மனிதன் ஒரு குழந்தைத்தனமான விஷயத்தை ரசித்திருக்க வேண்டும். தாள்களைத் துண்டு துண்டாகக் கிழித்து அதை எல்லா இடத்திலும் எறிவது. அது ரசிக்கும்படியாக ஆகிவிட்டது. காரணம் எல்லோருமே குழம்பிப்போனார்கள். அது எளிமையான குழந்தை நிகழ்வு. அந்த மனிதன் அடங்கியிருந்தான். அவனுக்கு மனோ ஆராய்ச்சி தேவைப்படவில்லை. அவனுக்கு ஒரு நல்ல உதை தேவைப் பட்டது. அதுதான் மொழி. அவன் உடனடியாகப் புரிந்து கொண்டான்.

பல வழிகளில் நாம் சாதாரண விஷயங்களை சிக்கலான வழிகளில் யோசிக்கிறோம். நம்முடைய பிரச்னைகள் பெரும்பாலும் எளிமை யானவை. ஆனால் மனம் உன்னைக் குழப்புகிறது. உன்னை ஏமாற்று வதற்கும் மக்கள் இருக்கிறார்கள். அவர்கள் உங்கள் பிரச்னைகளை இன்னும் சிக்கலாக்குகிறார்கள்.

ஒரு பையனை என்னிடம் அழைத்து வந்தார்கள். அவனுக்குப் பதினாறு அல்லது பதினேழு வயதிருக்கும். அவன் குடும்பத்தினர் குழம்பிப் போயிருந்தார்கள். பெரும் உபத்திரவத்தில் இருந்தார்கள். யாருமே அப்படி ஒரு தொந்தரவுக்கு ஆளாகியிருக்க வேண்டியதில்லை. அந்தப் பையன் சொல்லிக்கொண்டே போனான். அவன் வயிற்றுக்குள் இரண்டு பூச்சிகள் நுழைந்துவிட்டனவாம். அவை உடம்புக்குள் சுற்றிச் சுற்றி வருகின்றனவாம். இப்போது அவை தலையில் இருக்கின்றன; இப்போது அவை தலைக்குள் வந்துவிட்டனவாம்.

அவனை மருத்துவர்கள், சிகிச்சையாளர்களிடம் அழைத்துச் சென்றார்கள். அவர்கள் சொன்னார்கள், ''அது ஒரு நோயல்ல.'' அவனுக்கு எக்ஸ்ரே எடுத்தார்கள். அதில் எந்தப் பூச்சியோ, வேறெதுவுமோ இல்லை. அவர்கள் சொல்ல முயன்றார்கள், ''உன்னிடம் எந்தப் பூச்சியும் இல்லை.''

ஆனால் அவன் சொன்னான், ''நான் உங்களை எப்படி நம்புவது? அவை என் உடம்பு முழுவதும் சுற்றி வந்து கொண்டிருக்கின்றன. நான் என் அனுபவத்தை நம்பவேண்டுமா அல்லது உங்கள் விளக்கத்தையா?''

ஏதோ ஒரு சந்தர்ப்பத்தில் யாரோ அவனது பெற்றோர்களிடம் என் பெயரைச் சொல்லியிருக்கிறார்கள். அதனால் என்னிடம் கொண்டு வந்தார். நான் முழுக்கதையையும் கேட்டேன். அந்தப் பையன் விருப்பமில்லாமல், உறுதியாகக் காணப்பட்டான். காரணம் அவன் இந்த மருத்துவர்களால் சோர்ந்து போயிருந்தான். அவர்கள் எல்லோரும் சொன்னார்கள், ''எந்தப் பூச்சியும் இல்லை.''

நான் சொன்னேன், ''நீங்கள் சரியான நபரிடம்தான் அழைத்து வந்திருக்கிறீர்கள். என்னால் அந்தப் பூச்சிகளைப் பார்க்க முடிகிறது. இந்த அப்பாவி பையன் கஷ்டப்படுகிறான். நீங்கள் அவனை முட்டாள் என்று சொல்லிக்கொண்டிருக்கிறீர்கள்.'' அந்தப் பையன் கொஞ்சம் ஓய்வானான். நான் முதல் முறையாக அவனுக்கு ஆதரவாக இருந்தேன். அந்தப் பூச்சி என்கிற எண்ணத்தை ஏற்றுக்கொண்ட ஒரு மனிதன்.

நான் சொன்னேன், ''எனக்குத் தெரியும் அவை நுழைந்துவிட்டன. அவன் வாயைத் திறந்து வைத்துத் தூங்கியிருக்க வேண்டும்.

அந்த பையன் சொன்னான், ''ஆமாம்.''

நான் சொன்னேன், ''அது ஒரு சாதாரண விஷயம். நீ வாயைத் திறந்து வைத்துத் தூங்கினால், எது வேண்டுமானாலும் உள்ளே நுழையலாம். உனக்கு அதிர்ஷ்டம் பூச்சிகள்தான் நுழைந்திருக்கின்றன். எனக்கு சில மக்களைத் தெரியும்... எலிகள் நுழைந்திருக்கின்றன.''

அவன் சொன்னான், ''கடவுளே, எலிகளா?''

நான் சொன்னேன், ''எலிகள் மட்டுமல்ல, ஆனால், எலிகளுக்குப் பின்னால் பூனைகள் கூட.''

அவன் சொன்னான், ''ஒரு அப்பாவிப் பையனை புரிந்து கொண்ட முதல் மனிதர் நீங்கள்தான். யாருமே நான் சொன்னதைக் கேட்கவில்லை. நான் வலியுறுத்திச் சொல்லிக்கொண்டேயிருக்கிறேன் அவை இருப்பதாக. நான் இடத்தையும் காட்டிவிட்டேன். அவை இங்கே இருக்கின்றன, இப்போது அவை இங்கே நகர்ந்திருக்கின்றன. அவர்கள் சிரிக்கிறார்கள். அவர்கள் என்னை முட்டாளாக்கினார்கள்.''

நான் சொன்னேன், ''அவர்கள் முட்டாள்கள். அவர்கள் இப்படி ஒரு விஷயத்தைச் சந்தித்ததே கிடையாது. ஆனால் நான் இதில் தான் திறமை பெற்றவன். நான் வாயைத் திறந்து தூங்கும் மனிதர்களை மட்டுமே கையாளுகிறேன்''

அவன் சொன்னான், ''நீங்கள் புரிந்து கொண்டீர்கள் என்பது எனக்குத் தெரியும். காரணம் நீங்கள் உடனடியாக அவை எங்கே இருக்கும் என்பதை சரியாகப் புரிந்து கொண்டீர்கள்.''

நான் அவன் பெற்றோர்களிடம் வெளியே இருக்கச் சொன்னேன். அவனை பதினைந்து நிமிடங்கள் என்னிடம் விடச்சொன்னேன். அவனைப் படுக்கச் சொன்னேன். அவன் கண்களைக் கட்டினேன். அவன் வாயைத் திறந்து வைக்கச் சொன்னேன்.

ஆனால் அவன் கேட்டான், "இன்னும் நிறைய பூச்சிகள் உள்ளே நுழைந்துவிட்டால்...?"

நான் சொன்னேன், "நீ கவலைப்படாதே. இது குளிர் சாதனம் பொருத்தப்பட்ட அறை. உள்ளே பூச்சிகள் இல்லை. நீ வாயைத் திறந்து வைத்து படுத்துக்கொள். நான் முயற்சி செய்து அவற்றை வெளியே வரச் சொல்லுகிறேன்."

அவனை அங்கேயே விட்டுவிட்டு அந்த அறைக்கு வெளியே வந்த இரண்டு பூச்சிகளை எப்படியோ பிடித்தேன். முதல் முறையாக, அதற்கு முன் நான் அப்படி செய்ததில்லை. ஆனாலும் எப்படியோ, சமாளித்தேன், இரண்டு பூச்சிகளை ஒரு புட்டியில் அடைத்துக் கொண்டு வந்தேன். அந்தப் புட்டியைத் திறந்திருந்த அவன் வாயருகே கொண்டு போனபோது அவன் கண்களைத் திறந்து விட்டு, "பார்"

அவன் சொன்னான், "இந்த இரண்டு சின்ன பூச்சிகள்தான்... ஆனால் அவை எவ்வளவு தொந்தரவைக் கொடுத்துவிட்டன! என் முழு வாழ்க்கையுமே கெட்டுப்போனது. இப்போது நீங்கள் இந்தப் பூச்சிகளை என்னிடம் கொடுக்க முடியுமா?"

நான் சொன்னேன், "ஆம், முடியும்." நான் புட்டியை மூடி அவனிடம் கொடுத்தேன்.

நான் கேட்டேன், "இதை வைத்து என்ன செய்யப் போகிறாய்?"

அவன் சொன்னான், "இதை எடுத்துக்கொண்டு எல்லா மருத்துவர் களிடமும் போகப்போகிறேன். என்னிடம் பணமும் வாங்கிக்கொண்டு எதுவுமே செய்யவில்லை. அவர்கள் சொல்கிறார்கள் 'பூச்சிகளே இல்லை.' யாரெல்லாம் என்னிடம் அப்படிச் சொன்னார்களோ அவர்களிடமெல்லாம் இவைதான் அந்தப் பூச்சிகள் என்று நான் சொல்லப் போகிறேன்"

அவனுக்குக் குணமாகிவிட்டது. அவன் மனம் ஓர் எண்ணத்தில் விழுந்துவிட்டது. ஆனால் நீங்கள் ஒரு மனோ ஆராய்ச்சியாளரிடம் போனால், ஒரு முனையை வைத்து அவர் அதை மலையாக்கிவிடுவார்... பல விதமான கோட்பாடுகள், விளக்கங்கள்... அது வருடங்கள் ஆகும், ஆனால் பிரச்னை இருந்து கொண்டேயிருக்கும். காரணம் அவர்கள் அந்தப் பிரச்னையைத் தொடவேயில்லை. அதை வைத்துத் தத்துவ

மாக்கிக் கொண்டிருப்பார், அவருடைய தத்துவத்தை - பாவம்.. அந்த ஏழை நோயாளி மீது முயன்றுகொண்டிருக்கிறார்.

ஆனால் பெரும்பாலான நோய்களுக்குக் காரணம் மனம்தான் - எழுபது சதவிகித நோய்கள் மனதினாலானவை. அதை சுலபமாக குணப்படுத்தி விட முடியும். அதன் முக்கியமான அடிப்படை என்பது அதை ஏற்றுக்கொள். அதை மறுக்காதே, காரணம் உங்கள் மறுப்பு அந்த மனிதனின் பெருமைக்கு எதிரானது. நீங்கள் அதிகமாக மறுக்கும்போது, அவன் இன்னும் அதிகமாக வற்புறுத்துவான். அது ஓர் எளிமையான வாதம். அவனுடைய புரிதலை நீங்கள் மறுக்கிறீர்கள். அவனுடைய உணர்வுகளை மறுக்கிறீர்கள். அவனுடைய மனிதத்தை நீங்கள் மறுக்கிறீர்கள். அவனுடைய பெருமையை நீங்கள் சொல்கிறீர்கள், ''உனக்கு ஒன்றும் தெரியாது''.... அதாவது அவனுடைய உடலைப் பற்றியே.

முதல் படி என்பது ஏற்றுக்கொள்வது. ''நீ சொல்வது சரி. உன்னை மறுத்தவர்கள் மீதுதான் தவறு.'' உடனடியாகப் பாதிப் பிரச்னையை மூடியாகிவிட்டது. இப்போது அந்த நபரோடு ஓர் அனுதாப உறவு ஏற்படுகிறது. மன நோயால் பாதிக்கப்பட்டவர்களுக்குத் தேவை அனுதாபம். அங்கீகாரம் தேவை; மறுப்பு அல்ல. நீங்கள் அவர்களை ஒரு பைத்தியமாக, ஒரு மன நோயாளியாகக் கீழே இறக்குவது அவர்களுக்கு வேண்டாம். அவர்களுக்கு அனுதாபத்தைக் கொடுங்கள். அவர்களுக்குப் புரிதலைக் கொடுங்கள். அன்பாக இருங்கள்.

அவர்கள் உங்களிடம் நெருக்கமாக வரட்டும். பிறகு ஓர் எளிய வழியைக் கண்டுபிடியுங்கள். இந்த ப்ராய்டியின் எழுத்துகளை வைத்துக்கொண்டு சுற்றி வளைக்காதீர்கள்.அவை எல்லாமே புனித நூல்கள், மனோ ஆராய்ச்சியில் இலக்கியங்கள் வளர்ந்து கொண்டே போகின்றன. அது இன்னும் பெரிதாக, பெரிதாக. அந்தச் சிந்தனைகளையெல்லாம் அந்த அப்பாவி மனிதன் மீது முயல்கிறீர்கள், அவனிடம் அதிகமில்லை.

என்னுடைய சொந்த புரிதல் என்பது ஒவ்வொரு மனிதனுக்கும் அன்பு தேவை, ஒவ்வொரு மனிதன் மீது அன்பு செலுத்த வேண்டியதும் அவசியம். ஒவ்வொரு மனிதனுக்கும் நட்பு தேவைப்படுகிறது. ஒரு சினேக பாவம், அனுதாபம்... ஒவ்வொரு மனிதனும் அதைக் கொடுக்கவும் நினைக்கிறான்.

எனக்கு நினைவுக்கு வருகிறது. அப்போது பெர்னார்ட் ஷாவுக்கு எண்பது வயதிருக்கும். அவருடைய மருத்துவருக்குத் தொண்ணூறு வயது. அவருடைய குடும்ப மருத்துவர். அவர்கள் இருவரும் சிறந்த நண்பர்கள்.

ஒரு நாள் நடு இரவில் பெர்னார்ட் ஷாவுக்கு இருதயத்தில் வலி ஏற்பட்டது. உடனே அவருக்கு பயம் வந்துவிட்டது, அனேகமாக அது இதய வலியாக அல்லது மாரடைப்பாக இருக்கலாம். அவர் உடனே அவரது மருத்துவருக்கு ஃபோன் செய்தார். சொன்னார், ''உடனே வாருங்கள்; இல்லையென்றால் காலை சூரிய உதயத்தில் நீங்கள் என்னைப் பார்க்க முடியாது.''

மருத்துவர் சொன்னார், ''பொறுங்கள், நான் வருகிறேன், கவலைப்படாதீர்கள்.'' மருத்துவர் வந்தார். அவர் மூன்று மாடி ஏறி வரவேண்டியிருந்தது. - ஒரு தொண்ணூறு வயது மனிதன் தன் பையைத் தானே சுமந்தபடி மூச்சிறைக்க வந்தார்.

அவர் வந்தார். பையைத் தரையில் வைத்தார், நாற்காலியில் அமர்ந்தார் கண்களை மூடிக்கொண்டார். பெர்னாட் ஷா கேட்டார், ''என்ன விஷயம்?'' மருத்துவர் தன் கைகளை எடுத்து இதயத்தில் வைத்துக் கொண்டார். பிறகு பெர்னாட் ஷா சொன்னார், ''அடக் கடவுளே! உங்களை இருதய நோய் தாக்கியிருக்கிறது.'' அவரால் பார்க்க முடிந்தது. ஒரு தொண்ணூறு வயது மனிதன், மூன்று மாடிகள் ஏறி வந்து, அதுவும் நடு இரவில், அவருக்கு மூச்சிறைத்துக் கொண்டிருந்தது.

பெர்னாட் ஷா எழுந்தார், மின்விசிறியைப் போட்டார், அவருடைய முகத்தைக் குளிர்ந்த நீரில் கழுவினார், இரவு மிகவும் குளிராக இருந்ததால், அவருக்குக் கொஞ்சம் பிராந்தி கொடுத்தார். எல்லா வழிகளிலும் முயன்றார். அவர் உடலைப் போர்வையால் போர்த்தினார், தன் இருதய வலிக்காக மருத்துவரை அழைத்தது அவருக்கு முற்றிலும் மறந்து போனது.

அரைமணி நேரம் கழித்து மருத்துவருக்குக் கொஞ்சம் பரவாயில்லை அவர் சொன்னார், ''எனக்கு இப்போது சரியாகிவிட்டது. இது பெரிய மாரடைப்பு. இது மூன்றாவது முறையாக ஏற்படுகிறது. இதுதான் கடைசி என்று நினைத்தேன், ஆனால் எனக்கு மிகவும் உதவினீர்கள். இப்போது என் மருத்துவக் கட்டணத்தைக் கொடுங்கள்.''

பெர்னாட் ஷா சொன்னார், ''உங்கள் கட்டணமா? - நான் ஓடி எல்லாம் கொண்டுவந்து உங்களுக்கு சேவை செய்திருக்கிறேன். நீங்கள்தான் எனக்குக் கட்டணம் தரவேண்டும்''

மருத்துவர் சொன்னார், ''பிதற்றாதீர்கள். இதெல்லாமே நடிப்பு. இதை ஒவ்வொரு இருதய நோயாளியிடமும் நான் செய்கிறேன். அது எப்போதுமே வேலை செய்கிறது. அவர்களுக்கு அவர்களின் இருதய நோய் மறந்து விடுகிறது. என்னை, ஒரு தொண்ணூறு வயதானவனை

பார்த்துக் கொள்கிறார்கள். நீங்கள் என் கட்டணத்தைக் கொடுங்கள். பாதி இரவு போய்விட்டது, நான் வீட்டிற்குப் போகவேண்டும்.'' அவர் கட்டணத்தை வாங்கிகொண்டார்.

மேலும் பெர்னாட் ஷா சொன்னார், ''இதைப் பற்றி யோசிக்கும்போது நான் ஒரு கோமாளி என்று நினைப்பேன், ஆனால் மருத்துவர்தான் இயல்பான கோமாளி. அவர் உண்மையிலேயே எனக்கு சிகிச்சை அளித்தார்'' அவன் தன் இதயத்தைக் கவனித்தார். எல்லாமே சரியாகியிருந்தது. அவர் அதை முழுவதுமாக மறந்துவிட்டார். அது ஒரு சின்ன வலி; அவரது மனம் அதைப் பெருக்கிவிட்டது... இருதய நோய் தாக்குதல் என்கிற பயம். இருதய நோய் என்கிற எண்ணம், மரணம் என்கிற சிந்தனை அதை மிகைப்படுத்திவிட்டது.

ஆனால் அந்த மருத்துவர் உண்மையிலேயே சிறந்தவர். அவர் பெர்னாட் ஷாவை எழ வைத்தார். எல்லா சேவைகளையும் வாங்கிக் கொண்டார். இறுதியில் தன் கட்டணத்தை வாங்கிக்கொண்டார். மாடியிறங்கிப் போனார். பெர்னாட் ஷா உண்மையிலேய முற்றிலுமாக மிரண்டுவிட்டார். ''அந்த மனிதர் சொல்கிறார் இப்படித்தான் ஒவ்வொரு இருதய நோயாளிக்கும் செய்வதாகச் சொல்கிறார், அவர் எப்போதுமே வெற்றி கண்டிருக்கிறார். அவருடைய வயதினால் இதை அழகாக சமாளிக்கிறார். எல்லோருமே மறந்து போவார்கள்.... வேறு எந்த மருத்துவராக இருந்தாலும் இதை சிக்கலான நிகழ்வாக்கியிருப்பார்கள், ஊசி, மருந்து மற்றவை அல்லது சீதோஷ்ணத்திற்கேற்ப ஓர் இட மாறுதல், அல்லது இருபத்தி நாலு மணி நேர தாதி. ஆனால் இந்த மனிதன் இதை துரிதமாக செய்தார், வேகமாக, எந்த வித சிக்கலுமில்லாமல்...

மனம் தொடர்பான பல வழக்குகளை நான் பார்த்திருக்கிறேன். அவர்களுக்குத் தேவையெல்லாம் அனுதாபமான, நட்பான, அன்பான அணுகுமுறை, ஒவ்வொரு நோயாளிக்கும் ஒரு தனித்தன்மை வாய்ந்த சிகிச்சை - காரணம் அவர் இந்த மனிதனுக்கு செய்ததெல்லாம் சாதாரணமானது, பொதுவானது. மெள்ள, மெள்ள நோயாளிக்கு தான் நான், அலோபதி, ஹோமியோபதி, இயற்கை வைத்தியம், அயூர்வேதம், அக்குபஞ்சர், அக்கு பிரஷர் போன்ற எல்லாவிதமான மருத்துவர்களையும் தோற்கடித்து வெற்றி கண்ட நினைப்பு வரும், காரணம் இவர்கள் யாருமே குணப்படுத்தவில்லை. இதனால் அவருக்கு ஒருவிதமான அகந்தை வரும். இந்த நோய் முற்றிலும் விசேஷமானது. அவரை நீங்கள் விசேஷமாக ஏற்றுக்கொள்ள வேண்டும். அது ஒரு மாற்று.

இதைப் புரிந்துகொள்ள வேண்டும். எல்லோருக்குமே விசேஷமாக இருக்க வேண்டும். மிகவும் விசேஷமாக. ஒரு சிறந்த இசைக்கலைஞன்,

ஒரு சிறந்த நாட்டிய கலைஞர், ஒரு சிறந்த கவிஞன், ஆனால் எல்லோராலும் சமாளிக்க முடியாது. அதற்கு ஒரு நீண்ட, கடுமையான கட்டுப்பாடு இருந்தால் மட்டுமே சிறந்த இசைக்கலைஞனாக முடியும்.

எல்லோருக்குமே மூடப்பட்டிருக்கிறது. யாருடைய இருதயமும் திறந்த ஜன்னலைப் போல இல்லை. யாருடைய கதவுகளுமே விருந்தினரை வரவேற்க திறந்து இல்லை. இந்த முழு சூழலுமே ஒரு வினோதமான நிகழ்வை உருவாக்குகிறது. மனித மனத்தின் உண்மை யான தேவைகள் நிறைவேற்றப்படவில்லை. அதனால் அது வினோதமாக நடந்துகொள்கிறது.

அனேகமாக அது அந்த மனிதன் தாள்களைத் துண்டு துண்டாகக் கிழித்து இங்கேயும் அங்கேயுமாக எறிய காரணமாக இருந்தது. எல்லோருக்கும் தெரியப்படுத்த, ''நான் இங்கிருக்கிறேன். ஆனால் எல்லோரையும் விட மாறுபட்டவன். யாரும் செய்யாததை நான் செய்கிறேன். காரணம் அவரை யாரும் ஏற்றுக்கொள்ளவில்லை. வரவேற்கவில்லை. அன்பு காட்ட வில்லை. அவருக்குக் கிடைத்த குணம் என்பது நோயை விட கொடுமையானது. அதுதான் உண்மையான நோய் - யாருமே அவரை நேசிப்பதில்லை. இப்போது அந்த மந்திரவாதி குணப்படுத்துகிறான். ''நீ மறுபடியும் செய்தால் உனக்கு ஓர் உதை கொடுப்பேன். நீ இந்த நூறு படிகளையும் தாண்டி உருண்டு போய் விழுவாய். முடிவில் சாலையில் போய்த் துண்டுதுண்டாக விழுவாய்'' ஆனால் அவர் செய்வதை நிறுத்தினார். அவருக்கு அன்பு கிடைப்பதற்குப் பதிலாக இன்னும் அதிக பயம் கிடைத்தது என்பதைத்தான் இது காட்டுகிறது. பயம் உங்கள் நடத்தையையே மாற்றலாம். ஆனால் அது ஒரு நல்லதுக்கான மாறுதல் இல்லை. அது மோசத்திற்கான மாறுதல். ஆனால் அன்பு கிடைக்கும்போது - அதற்கு எந்தச் செலவும் இல்லை. ஏன் அதைப் பயன்படுத்திக்கூடாது?

அன்பைவிட வேறு மனோசிகிச்சை எனக்குத் தெரியவில்லை. அந்த மனோசிகிச்சையாளர் தன் அன்பைக் காட்ட முடிந்தால், எந்த ஆராய்ச்சியுமில்லாமல் அந்த நோய் மறைந்துவிடும்.

எல்லா ஆராய்ச்சிகளுமே ஏமாற்று. தன்னை நேசிப்பதையே அந்த மனோசிகிச்சையாளர்தவிர்க்கிறார். அவர் நோயாளியை முகத்திற்கு முகம் பார்ப்பதைத் தவிர்க்கிறார். அவர் யதார்த்தத்தைப் புரிந்து கொள்ள பயப்படுகிறார். ப்ராய்டியன் கூடாரத்திலுள்ள அனைத்து மனோ சிகிச்சையாளர்களும், அதுதான் பெரிய கூடாரம், மிகவும் முக்கியத்துவம் வாய்ந்தது. நோயாளியின் முன்னே உட்காராதே. நோயாளி ஒரு படுக்கையில் படுத்திருப்பார், அதற்குப் பின்னால் உட்காருவார் மனோ

சிகிச்சையாளர். நோயாளி பேசுவார், படுக்கையில் படுத்தபடி யாருடனும் இல்லாமல், மனோ ஆராய்ச்சியாளர் அங்கே உட்கார்ந்திருக்கிறார். எந்த மனித தொடுதலும் இல்லை. அவரால் நோயாளியிடம் கையைக் கூட தொட முடியாது. அவரால் நோயாளியின் கண்களைப் பார்க்கவே முடியாது.

கிழக்கில் மனோஆராய்ச்சியாளர் போல எதுவுமே நடந்ததில்லை. காரணம் மிகவும் எளிதானது. அங்கு ஆயிரக்கணக்கான குருக்கள், ஆழ்ந்த தியானத்தில், யார் அவர்களிடத்தில் வந்தாலும், அவர்களுடைய அன்பு, அனுதாபம், அவர்கள் நோயாளியில் கண்களைப் பார்க்கிற விதமே போதுமானது. மக்களுக்குக் குணமாயிற்று. அது மனோ ஆராய்ச்சியாளர் களிடம் இல்லை... கிழக்கில் மூளை நோயாளிகளுக்கும், மனநோயாளி களுக்கு என்ன ஆயிற்று? அவர்களுக்கு உடனடியான மாற்றம் நிகழ்ந்ததா? அவர்களுக்குத் தேவைப்பட்டதெல்லாம் ஆழ்ந்த அன்பு. அது எதையுமே கேட்கவில்லை. அமைதியும், மௌனமும் கொண்ட ஒரு மனிதன், அவர் இருப்பதே ஒரு சிறந்த மருந்து. நீண்ட நாள் தியானத்திலிருந்த ஒரு மனிதன் தான் ஆழ்ந்த ஆதாரம். அவரிடமிருந்து ஊடுருவிப் பாய்கிற ஒன்று கண்களுக்குப் புலப்படாது. ஆனால் இதயம் அதைப் பற்றிக் கொள்கிறது. ஏதோ ஒன்று உங்கள் உள்ளார்ந்த இருத்தலை அடைகிறது. அது உங்களை மாற்றுகிறது.

பிரச்னைகள் சாதாரணமானவை. தீர்வுகளும் சாதாரணமானவை. அவற்றின் எளிமையைப் பார்க்க ஒருவன் மனத்தை விட்டு வெளியே வரவேண்டும். அதன் பிறகு ஒரு மனிதன் எதைச் செய்தாலும் அது மௌனம், அமைதியாக, சந்தோஷமாக, அந்த மருந்து சார்ந்ததாக இருக்கும். அது உடல் ஆரோக்யத்தைத் தொந்தரவு செய்யும். அது ஒரு குணப்படுத்தும் சக்தியாக இருக்கும்.

? புத்த மனோதத்துவம் என்பது என்ன? சரியான தருணத்தில் சீடர்களை அள்ளி, இழுத்து, அணைத்து, உதைத்து, முத்தம் கொடுத்து ஞானோதயம் பெற்றவர்களுக்காக நடத்தப்படும் விஞ்ஞானமாகக் கருதுகிறேன். அதனால் அவர்கள் நடுங்க மாட்டார்கள், சிக்குவார்கள் அல்லது அந்த வரையில் விழுவார்கள். கடந்த முப்பது வருடங்களாக நீங்கள் கண்டு பிடித்ததை வெளிக்கொண்டு வருவீர்களா?

நீங்கள் கேட்கும் கேள்விகள் அடிப்படையில் பதில் சொல்ல முடியாதவை. ஆனால் சில குறிப்புகள், ஜாடைகள் உங்களுக்குக்

கிடைக்க செய்யலாம். அதுவும் உங்களால் அதை சரியாகப் புரிந்து கொள்ளவே முடியாது என்கிற உறுதியோடு. ஆனால் அது என் பிரச்னையல்ல. நான் என்னுடைய அத்தனை திறமையையும் காட்ட முயல்கிறேன். உங்கள் பக்கத்தில், நீங்கள் சாத்வீகமாக, மௌன மனத்தோடு, சாதாரணமாக கேட்டு, ஏதோ பறவைகளின் சத்தத்தைக் கேட்பது போல் கேட்டு, அதற்கு விளக்கமளிக்காமல் இருந்தால் அனேகமாக உங்களுக்கு சில கதவுகள் திறக்கலாம். அது எல்லாமே உங்களைச் சார்ந்தது. அந்த நிகழ்வு ஒன்றும் கடினமானதல்ல. அது ஒரு பழைய போதை. நாம் இசையைக் கேட்கிற மாதிரி அதைக் கேட்க முடியாது. உடனே அந்த ஒரு எதிர்ச்செயல், ஓர் விளக்கம், அதில் ஏதோ ஓர் அர்த்தத்தைக் காண முயல்வது. நாம் நம் மனதில் தொலைந்து போகிறோம், இசை கடந்து போகிறது.

முதல் விஷயமாக, நான் ஒரு பதத்தைப் பயன்படுத்தியிருக்கிறேன். 'புத்த மனோதத்துவம்' அது என்ன அர்த்தத்தைக் கொடுக்குமோ அந்த அர்த்தத்திலல்ல. ஞானோதயம் பெற்ற ஒரு மனிதன் மனத்தைத் தாண்டி போகிறான். உண்மையில், கனவுகள் கலைந்து போவதைப் போல மனமும் கலைந்து போய்விட்டது. மேற்கிலுள்ள எல்லா மனோதத்துவ வாதிகளும் மனத்தின் செயல்பாடுகளைக் கண்டுபிடிப்பதிலேயே ஆர்வமாக இருக்கிறார்கள். அது எப்படி வேலை செய்கிறது, ஏன் சில சமயங்களில் அது சரியாகவும், சில சமயங்களில் தவறாகவும் வேலை செய்கிறது. அவர்கள் அடிப்படையில் ஓர் அனுமானத்திற்கு வந்திருக் கிறார்கள். அந்த அனுமானம் என்பது மனதிற்கு அப்பால் நீங்கள் எதுவுமேயில்லை. நீங்கள் உடலும், மனமும் கொண்ட ஓர் அமைப்பு. இயற்கைதான், உடல் மருத்துவன் என்பது உங்களுடைய உடலையும் அதன் செயல்பாடு களையும், மனோதத்துவம் என்பது உங்கள் மனத்தையும் அதன் செயல்பாடுகளையும் தான் பார்க்கிறது.

இதில் கவனிக்கப்பட வேண்டிய முதல் விஷயம், தங்களுக்குள்ளே ஒரு வித்யாசமான இடத்தைத் தெரிந்து கொண்டவர்களை மனத்திலேயே அதன் செயல்பாடுகளுக்குள்ளேயே அடக்கிவிட முடியாது. எந்த எண்ணங்களுமில்லாத ஒரு மௌன இடம், சலசலப்பு இல்லை, அது புத்த மனோதத்துவத்தின் துவக்கம்.

உலகம் முழுவதிலும் இந்த வார்த்தை 'மனோதத்துவம்' என்பது தவறாகப் பயன்படுத்தப்பட்டு வருகிறது. ஆனால் ஒன்று நடைமுறையில் வந்துவிட்டால் அதை நாம் மறந்துவிடுகிறோம். ஆனால் இந்த வார்த்தை 'மனோதத்துவம்' என்பதே அது மனம் சம்பந்தப்பட்ட ஏதோ ஒன்றல்ல ஆனால் அது ஆன்மா சம்பந்தப்பட்டது. மனோதத்துவம் என்கிற வார்த்தையில் வேர் அர்த்தமே ஆன்மாவின் விஞ்ஞானம் என்பதுதான்.

அது மனத்தின் விஞ்ஞானமல்ல. ஆனால் மக்கள் நேர்மையாக இருந்தால் அந்தப் பெயரை மாற்ற வேண்டும். காரணம் அது ஒரு தவறான பெயர் அது தவறான பாதைக்குத்தான் அழைத்துச் செல்லும். உலகத்தில் எந்த மனோதத்துவமும் ஆன்மாவின் விஞ்ஞானம் என்கிற அர்த்தத்தில் இல்லை.

நீங்கள், நம்முடைய மனப்போக்கான காரணங்களுக்காக, நீங்கள் புரிந்து கொள்வதற்காக - மூன்றாக பிரிக்கப்பட்டிருக்கிறீர்கள். ஆனால் நினைவில் கொள்ளுங்கள், இந்தப் பிரிவு என்பது மனம்போக்கானது தான். நீங்கள் பிரிக்க முடியா ஒரே பகுதி.

உடல் என்பது வெளிப்புறப் பகுதி. அதுதான் இருத்தல் உங்களுக்குக் கொடுத்திருக்கும் மிக உயர்ந்த கருவி. உங்கள் உடம்பிற்காக நீங்கள் உங்கள் இருத்தலுக்கு நன்றி சொன்னதே இல்லை. அது உங்களுக்கு என்ன செய்கிறது என்பதைப் பற்றிக் கூட உங்களுக்குத் தெரியாது. எழுபது அல்லது எண்பது வருடங்கள், சில இடங்களில் அது நூற்று ஐம்பது வயது, சோவியத் யூனியனின் தொலைதூர பகுதிகள் அது நூற்று எண்பது வருடங்கள். இது அறிக்கையைக் கொடுக்க என்னைக் கொண்டு செல்கிறது. ஓர் உடல் எழுபது வருடங்களில் இறக்கிறது என்கிற சாதாரண எண்ணம் உண்மையல்ல. ஆனால் ஒரு புனைக் கதை பரவலாகிவிட்டது. அதை உடல் சாதாரணமாகத் தொடர்கிறது.

இது நடந்தது. ஜார்ஜ் பெர்னாட் ஷா தொண்ணூறு வயதை அடைந்தார். அவருடைய நண்பர்களுக்கு ஒரே குழப்பம். அவர் லண்டனுக்கு வெளியே ஓர் இடத்தைத் தேடிக்கொண்டிருந்தார், இத்தனைக்கும் அந்த இடத்தில் அவர் ஒரு முழு வாழ்க்கை வாழ்ந்துவிட்டார். அவர்கள் கேட்டார்கள், "என்ன அர்த்தம்? நீங்கள் ஓர் அழகான வீட்டில் இருக்கிறீர்கள், எல்லா வசதிகளோடு, எதற்காக வாழ ஒரு புதிய இடத்தைப் பார்க்கிறீர்கள்? அது ஒரு வினோத வழியில், உங்களுக்கு வயோதிகத்தால் தளர்ச்சி வந்துவிட்டது என்று சிலர் நினைக்கலாம்" காரணம் அவர் கிராமத்தைச் சுற்றி வருவார், நகரத்திலல்ல, கல்லறைகளில், அந்த கல்லறை கற்களில் என்ன எழுதியிருக்கிறது என்பதைப் பார்ப்பார். கடைசியாக ஒரு கிராமத்தில் தங்க முடிவு செய்தார், அங்குதான் ஒரு கல்லறையில் எழுதியிருப்பதைக் கண்டார், "இந்த மனிதன் தவறான தருணத்தில் மரணத்தை அடைந்தார். அவருக்கு நூற்றுப் பன்னிரண்டு வயதுதான் ஆகிறது.''

அவர் தன் நண்பர்களிடம் சொன்னார், "என்னைப் பொருத்த வரையில், அது உலகளாவிய மனோவசியம் காரணமாக எழுபது வயது என்பது பல ஆயிரம் வருடங்களாக வலியுறுத்தப்பட்ட விஷயம். மனிதன்

உடல் அதை அப்படியே தொடர்கிறது. ஒரு கிராமத்தில் ஒருவர் நூற்றுப் பன்னிரண்டு வயதில் இறந்து, அவர் அகால மரணமடைந்தார் - அதாவது இந்த மனிதன் இறப்பதற்கு இது வயதல்ல என்று அந்தக் கிராமத்து மக்கள் நினைத்தார்கள்'' ஜார்ஜ் பெர்னாட் ஷா அந்தக் கிராமத்தில்தான் தன்னுடைய கடைசி வருடங்கள் வாழ்ந்தார், அவர் நூறாண்டுகளை முடித்தார்.

காஷ்மீரில், பாகிஸ்தான் ஆக்ரமித்துள்ள ஒரு பகுதியில், மக்கள் நூற்றுஐம்பது வயதுவரை எந்தப் பிரச்னையுமில்லாமல் வாழ்கிறார்கள். இந்த எழுபது வயது என்கிற சிந்தனை அவர்களின் மனத்தில் விஷத்தைப் பாய்ச்சவில்லை. அஜர்பெய்ஜான், உஸ்பெகிஸ்தான், இவை சோவியத் யூனியிலிருந்து தொலைதூரத்தில் இருக்கிறது, மக்கள் குறைந்த பட்சம் நூற்றி எண்பது வயதுவரை வாழ்கிறார்கள். வெகு சில மக்களல்ல. ஆயிரகணக்கான மக்கள் இந்த வயதை அடைந்து இளமையோடு வாழ்கிறார்கள். அவர்கள் இன்னும் ஓய்வு பெறவில்லை, அவர்கள் தோட்டத்தில், வயல்களில் வேலை செய்கிறார்கள்.

இதை நான் என்னுடைய பேராசிரியர் ஒருவரிடம் சொல்லியிருக்கிறேன். அவரால் என்னை நம்ப முடியவில்லை. அவர் சொன்னார், ''நான் ஒரு தத்துவ, மனோதத்துவப் பேராசிரியன். மனோதத்துவ ரீதியான ஒரு நிலைப்பாட்டில் முழு மனித இனமே இறந்து போகிறது என்கிற உன் சிந்தனையோடு நான் ஒத்துப்போகவில்லை.''

நான் சொன்னேன், ''நான் காட்டுகிறேன்.''

அவர் சொன்னார், ''என்ன சொல்கிறாய்?''

நான் சொன்னேன், ''ஒரு சில நாட்கள் காத்திருங்கள். காரணம் எந்த விவாதமும் இதை நிரூபிக்காது. அதற்கு ஆதாரம் தேவை.''

அவர் அந்தப் பல்கலைக்கழக வளாகத்திலேயே தத்துவ இலாகாவிலிருந்து ஏறக்குறைய ஒரு கிலோமீட்டர் தொலைவில் இருந்தார். அவருக்கு நல்ல ஆரோக்யம். தினமும் தன் இலாகாவிற்கு நடந்தே போய்விட்டு வீடு திரும்புவார். ஒரு நாள் அவர் மனைவியிடம் சொன்னேன், ''நீங்கள் எனக்கு ஓர் உதவி செய்ய வேண்டும். நாளை காலை பேராசிரியர் எஸ்.எஸ். ராய் எழுந்திருக்கும்போது, 'என்ன நடந்தது? உங்களால் நிம்மதியாக தூங்க முடியவில்லையா? நீங்கள் வெளிறிப் போயிருக்கிறீர்கள். உங்களுக்குக் காய்ச்சல் இருக்கிறது' என்று சொல்ல வேண்டும்'' என்றேன்.

அவர் கேட்க மறுத்துவிட்டார் ''நீ என்ன பிதற்றுகிறாய்? உனக்கு என்ன ஆயிற்று? உனக்குதான் உடல்நலக் குறைவு போலிருக்கிறது. எனக்கு எல்லாம் சரியாகவே இருக்கிறது. எனக்குக் காய்ச்சல் இல்லை.

நான் நன்றாகவே தூங்கினேன். எனக்கு எல்லாம் சரியாக இருக்கிறது.'' நான் அவர் மனைவியிடம், அவர் என்ன சொன்னாரோ அதை அப்படியே எழுதி வைக்கச் சொன்னேன். பிறகு வந்து அதை எடுத்துப்போவதாக சொன்னேன்.

அவருடைய தோட்டக்காரனிடம் சொன்னேன், ''அவர் வெளியே வரும்போது சொல். உங்களுக்கு என்ன ஆயிற்று? உங்களுக்கு உடல் நலக் குறைவா?'' அவர் சொல்வதை எழுதி வைத்துக்கொள். ஆனால் தோட்டக்காரனிடம் அவர் சொன்னார் ''இரவு நான் சரியாக தூங்கவில்லை போல் தோன்றுகிறது.''

அவர் வீட்டருக்கே ஒரு தபால் நிலையம் இருக்கிறது. அதன் வழியாகத்தான் அவர் போக வேண்டும். அந்தத் தபால் நிலைய அதிகாரி பேராசிரியரின் நண்பர். நான் அவரிடம் சொன்னேன்,'' நீங்கள் இப்படி செய்ய வேண்டும்...''

அவர் கேட்டார், ''ஆனால் நீ என்ன செய்ய முயற்சி செய்கிறாய்?''

நான் சொன்னேன், ''எனக்கும் பேராசிரியருக்கும் ஒரு விவாதம். நான் அவருக்கு ஏதோ ஒன்றை நிரூபிக்கப் போகிறேன். அந்த முழுக் கதையையும் உங்களுக்குப் பின்னால் சொல்கிறேன். நீங்கள் ஒன்றை மட்டும் செய்யுங்கள். பேராசிரியர் ராய் இந்த வழியாகப் போகும்போது, நீங்கள் வெளியே வாருங்கள். அவர் கையைப் பிடித்துக்கொண்டு சொல்லுங்கள், 'நீங்கள் தள்ளாடுகிறீர்கள், இன்றைக்குப் பல்கலைக் கழகத்துக்குப் போகாதீர்கள். நான் துணைவேந்தரிடம் உங்களுக்கு உடல் நலம் சரியில்லை என்று சொல்லிவிடுகிறேன்.''

பேராசிரியர் சொன்னார், ''நானும் போக வேண்டாம் என்று தான் நினைத்திருந்தேன். ஏதோ ஒன்று நிச்சயமாக என் உடலில் தவறாக இருக்கிறது.''

இறுதியாக நான் அந்தத் தத்துவ இலாகாவின் கடை நிலை ஊழியரை சமாதானப்படுத்த வேண்டியிருந்தது. காரணம் அவர்தான் அந்த இலாகாவின் முன்னால் உட்கார்ந்திருப்பார். அவரை சமாதானப் படுத்துவது மிகவும் கடினமாக இருந்தது. ஆனால் அவருக்குத் தெரியும், பேராசிரியர் ராய் என்னை மிகவும் நேசிக்கிறார் என்பது. நான் அவருக்கு எந்தக் கெடுதலும் செய்யமாட்டேன். நான் சொன்னேன், ''அவர் வந்தவுடன், நீங்கள் உடனே துள்ளி எழுந்திருங்கள்... அவர் கையைப் பிடித்துக்கொள்ளுங்கள். அவர் தடுத்தாலும் கவலைப்படாதீர்கள், அவரை அந்த பெஞ்சில் படுக்க வையுங்கள், பிறகு சொல்லுங்கள், 'உங்களுக்கு முழுமையாக உடல்நலம் சரியில்லை. இந்தச் சமயத்தில் நீங்கள் ஒரு மைல் நடப்பது சரியல்ல' என்று சொல்லுங்கள்.''

அவர் சொன்னார், "நான் ஒரு சாதாரண கடைநிலை ஊழியன்; ஏழை."

நான் சொன்னேன், "நீங்கள் கவலைப்படாதீர்கள். உங்களுக்கு எந்தத் தொந்தரவும் வராது என்பதற்கு நான் உத்தரவாதம் தருகிறேன். ஆனால் அவர் சொல்வதை எழுதி வைத்துக்கொள்ளவேண்டும் என்பதை மட்டும் நினைவில் வைத்துக்கொள்ளுங்கள். அவர் தடுக்கிறாரா இல்லையா என்பதையும் நினைவில் வைத்துக்கொள்ளுங்கள்."

அவர் தடுக்கவில்லை. அவர் அப்படியே அந்த ஊழியர் சொன்னதை செய்தார். பெஞ்சில் படுத்துக்கொண்டார். அந்த ஊழியரிடம் சொன்னார், "நீ போய் நம் இலாகாவின் காரைக் கொண்டு வந்து அந்த ஓட்டுநரிடம் என்னை என் வீட்டில் கொண்டு போய் விடச் சொல்... என்னால் இந்த ஒரு மைல் போக முடியும் என்று தெரியவில்லை. எனக்கு முழுமையாக உடல்நலம் சரியில்லை."

பிறகு இந்தக் குறிப்புக்களையெல்லாம் சேகரித்தேன். எஸ்.எஸ். ராய் இந்த மனோஆராய்ச்சியாளர்களின் நோயாளிகள் ஒரு படுக்கையில் படுத்திருப்பதைப் போல ஒரு கட்டிலில் படுத்திருந்தார். ஏதோ பல மாதங்கள் நோயில் இருந்ததைப் போல. முணுமுணுக்க கூடிய குரலில் இருந்தார், நான் சொன்னேன் "உங்களுக்கு நிச்சயமாக உடல் நலம் சரியில்லை. ஆனால் ஒரு நாள் இரவு உடல் நலம் சரியில்லாததற்கு ஏதோ ஒரு மாதம் நோயில் படுத்திருப்பதைப் போல இருக்கிறீர்களே, அது எப்படி? நேற்று மாலை உங்களை நான் சந்தித்து விட்டுப் போனபோது நீங்கள் சரியாகத்தானே இருந்தீர்கள்."

அவர் சொன்னார், "நான் கூட குழம்பிப் போயிருக்கிறேன்."

நான் சொன்னேன், "நீங்கள் குழம்ப வேண்டிய அவசியமேயில்லை... இந்தக் குறிப்புகளைப் படியுங்கள்."

மனைவியிலிருந்து கடை நிலை ஊழியர் வரை கொடுத்த குறிப்புகளைப் படித்ததும் அவர் உடனடியாக சரியாகிவிட்டார். "நீ எப்படிப்பட்ட ஆள். இனி உன்னுடன் எந்த விவாதமும் வைத்துக் கொள்ளக்கூடாது. நீ என்னைக் கொன்றிருப்பாய். நான் என் உயிலை எழுதி வைக்கக் கூட நினைத்திருந்தேன்."

நான் சொன்னேன், "சில நாட்களுக்கு முன் உங்களுடன் பேசிக் கொண்டிருந்தேனே அதற்கு இதுதான் பதில். மனத்திற்குக் கிடைக்கிற எண்ணங்களை உடல் தொடர்கிறது."

எழுபது வருடங்கள் என்பது நிலைத்துவிட்ட விஷயமாகிவிட்டது. இதுதான் ஏறக்குறைய உலக முழுவதும். ஆனால் அது உடலில் உண்மை

கிடையாது. உடலில் மனம் ஏற்படுத்திய ஊழல் அது. ஆனால் வினோதமாக எல்லா மதங்களுமே உடலுக்கு எதிரானது. ஆனால் அந்த உடல்தான் உங்கள் வாழ்க்கை. இருத்தலோடு உங்களுக்கு உள்ள தொடர்பே உடல்தான்.

இந்த உடல்தான் சுவாசிக்கிறது. இந்த உடல்தான் உங்களை உயிரோடு வைத்திருக்கிறது. இந்த உடல்தான் எல்லா அற்புதங்களையும் செய்கிறது. ஒரு ரொட்டித் துண்டை ரத்தமாக்கி அதைப் பல்வேறு கூறுகளாகப் பிரித்து, இந்தக் கூறுகள் எந்தப் பகுதிக்குத் தேவை என்று அறிந்து அனுப்புவது எப்படி என்று உங்களுக்குத் தெரியுமா? உங்கள் மூளைக்கு எவ்வளவு பிராண வாயு தேவை - இது பற்றி உங்களுக்கு ஏதாவது தெரியுமா? ஒரு ஆறு நிமிடத்திற்கு, உங்கள் மூளைக்கு பிராண வாயு கிடைக்கவில்லை யென்றால், நீங்கள் கோமாவில் விழுவீர்கள். அவ்வளவு நீண்ட காலம் உடல் தொடர்ந்து மூளைக்கு தொடர்ந்து பிராண வாயுவை அனுப்பிக் கொண்டேயிருக்கிறது.

சுவாசம் என்கிற நிகழ்வை நீங்கள் எப்படி விளக்குவீர்கள்? நிச்சயமாக நீங்கள் சுவாசிப்பதில்லை. உங்கள் உடல்தான் சுவாசிக்கிறது. உடல்தான் சுவாசித்தே கொண்டேயிருக்கிறது. நீங்கள் சுவாசிப்பதாக இருந்தால், நீங்கள் இங்கேயே இருக்கமாட்டீர்கள். எவ்வளவோ கவலைகள் இருக்கின்றன, நீங்கள் சுவாசிக்க மறந்து போவீர்கள். அதுவும் குறிப்பாக இரவில், ஒன்று நீங்கள் தூங்கலாம் அல்லது சுவாசிக்கலாம். அது ஒரு சாதாரண காரியமல்ல, காரணம் உடல் எடுத்துக்கொள்ளும் காற்றில் பல பொருட்கள் இருக்கின்றன. அது உங்களுக்கு மிகவும் ஆபத்தானது. அது உங்களுக்கு போஷாக்கைக் கொடுக்கக்கூடியதை மட்டும் பிரித்தெடுத்து, உங்களுக்கு ஆபத்தானதை வெளியே சுவாசித்து அனுப்புகிறது, குறிப்பாக கார்பன் டை ஆக்ஸைட்.

உடலின் இந்த விவேகத்தை உலகில் எந்த மதமும் பாராட்டியதே இல்லை. உங்கள் புத்திசாலியான மனிதர்களில் உங்கள் உடலை விட புத்திசாலி கிடையாது. அதன் செயல்பாடுகள் நேர்த்தியாக இருக்கும். அதனைப் புரிந்து கொள்ளுதல் என்பது உங்களுடைய கட்டுப்பாட்டை விட்டு முழுமையாக வெளியே இருக்கிறது. காரணம் உங்கள் கட்டுப்பாட்டில் அது இருந்தால் அது அழிவானது.

அதனால் உங்கள் வாழ்க்கை - இருத்தல் முதல் பகுதி என்பது உங்கள் உடல்தான். உடல் தான் உண்மை, ஆதாரபூர்வமானது, நாணயமானது. எல்லா மதங்களும் அதைக் களங்கப்படுத்த முயன்றாலும், அதைக் களங்கப் படுத்தவே முடியாது. அவர்கள் உங்களை உண்ணா விரதமிருக்கச் சொல்வார்கள். அது இயற்கைக்கும் உங்களின் உடல்

தேவைக்கும் எதிரானது. மேலும் ஒரு மனிதன் அதிகமாக உண்ணா விரதமிருந்தால் அவன் துறவி. நான் அவனை கூட்டத்தினால் ஆளப்பட்ட ஒரு மிகச்சிறந்த முட்டாள் என்று அழைப்பேன். மதம் உங்களை பிரம்மசாரியாகவே இருக்க போதிக்கும், உடலில் இயக்கத்தன்மையைப் புரிந்து கெள்ளாமலேயே. நீங்கள் உணவு சாப்பிடுகிறீர்கள், நீங்கள் தண்ணீர் குடிக்கிறீர்கள், நீங்கள் பிராணவாயுவை சுவாசிக்கிறீர்கள். உங்களுக்குள் ரத்தத்தை உருவாக்கியிருப்பதைப் போல, உங்களுக்குள் காமமும் உருவாக்கப்பட்டுள்ளது. அது உங்களுக்கு அப்பாற்பட்டது. உலகத்தில் ஒரே ஒரு மணமாகாதவர் என்பது கூட கிடையாது. எல்லா மதங்களும் அவர்களுடைய துறவிகள் பிரம்மசாரிகள் என்று பாசாங்கு செய்கின்றன. நான் அவர்களுக்கு சவால் விடுகிறேன். அவர்களை விஞ்ஞானிகளைக் கொண்டு சோதியுங்கள். அவர்களுக்கு அதே சுரப்பிகள், எல்லோருக்கும் இருப்பதைப் போல அதே சக்திதான் இருக்கும்.

காமத்தை அடக்குதல் என்பது குற்றம். அதுதான் எல்லா வக்ரங்களையும் உருவாக்குகிறது. உண்ணாவிரதம் ஒரு குற்றம் என்பதைப்போல. அதிகமாக சாப்பிடுவதும் குற்றம், சாப்பிடாமல் இருப்பதும் குற்றம். உங்கள் உடலைக் கேட்டு, அதன்படி நடந்தால், உங்களுக்குப் போதிக்க ஒரு கௌதம புத்தர் தேவையே இல்லை. அல்லது ஒரு மகாவீரர், ஒரு இயேசு கிறிஸ்துவோ நீங்கள் உங்கள் உடலை என்ன செய்ய வேண்டுமென்பதைப் போதிக்க வேண்டிய அவசியமே இல்லை. உடலுக்குள் உள்ளேயே தயாரிக்கப்பட்ட திட்டமிடல் உண்டு. அந்தத் திட்டமிடலை நீங்கள் மாற்ற முடியாது. நீங்கள் அதை வக்ரப் படுத்தலாம்....

அதனால் நான் உங்களுக்கு போதிக்கிறேன், முதலாவது, ஆழ்ந்த மரியாதை, அன்பு, நன்றியை உங்கள் உடலுக்குக் கொடுங்கள். அதுதான் புத்த மனோதத்துவத்தின் அடிப்படை. அதுதான் விழிப்படைந்தவர்களின் மனோதத்துவம்.

இரண்டாவது உங்கள் உடலுக்கு அடுத்தபடியாக மனம். மனம் என்பது ஒரு சாதாரண கற்பனை. அது பயன்படுத்தப்பட்டிருக்கிறது, உண்மையில் அதிகமாக பயன்படுத்தப்பட்டிருக்கிறது. எல்லாவிதமான புல்லுருவிகளாலும். இந்த மாதிரி மக்கள்தான் உங்களுக்கு உடலுக்கும், மனதிற்கும் எதிராக போதிக்கிறார்கள். அங்கே ஒரு இயந்திரத்தனம் இருக்கிறது அதை மூளை என்றழைப்பார்கள். மூளை என்பது உடலின் ஒரு பகுதி. ஆனால் மூளைக்கு உள்ளேயே தயாரிக்கப்பட்ட திட்டமிடல் கிடையாது. இயற்கை என்பது மிகவும் பாசமானது. உள்ளேயே தயாரிக்கப்பட்ட திட்டமிடல் இல்லையென்பது இருத்தல் உங்களுக்கு

ஒரு சுதந்திரத்தைக் கொடுக்கிறது என்றுதான் அர்த்தம். உங்கள் மூளை மூலமாக நீங்கள் என்ன செய்ய நினைக்கிறீர்களோ அதை செய்து கொள்ளலாம், நீங்கள் செய்யலாம். ஆனால் இயற்கையின் பங்கில் எது பாசமாகப் பொழியப்பட்டதோ, அதை இந்தப் பூசாரிகள், அரசியல்வாதிகள், உங்களால் பெரிய மனிதர்கள் என்றழைக்கப்படுகிறவர்கள் ஏமாற்றுகிறார்கள். அவர்கள் ஒரு பெரிய சந்தர்ப்பத்தைக் கண்டுபிடித்து உங்கள் மனத்தில் எல்லாவிதமான குப்பைகளையும் திணிக்கிறார்கள்.

மனம் ஒரு சுத்தமான பலகை. அதில் நீங்கள் என்னவெல்லாம் எழுதுகிறீர்களோ அதுவே உங்கள் மறைநூலாகிறது, உங்கள் மதம், உங்கள் அரசியல் கொள்கைகள். ஒவ்வொரு பெற்றோரும், ஒவ்வொரு சமூகமும் உங்கள் மூளையை உங்கள் கையில் விடக்கூடாது என்பதில் எச்சரிக்கையாக இருக்கிறது. உடனே அவர்கள் ஒரு புனித குரானை, ஒரு புனித பைபிள், பகவத்கீதையை எழுதத் துவங்குகிறார்கள். அவர்கள் உங்களை வயதுக்கு வந்தவன் என்றழைக்கும்போது, அதாவது நீங்கள் உலக நிகழ்வுகளில் கலந்து கொள்ளலாம். அதற்குப் பிறகு நீங்கள் நீங்களாகவே இல்லை.

இது சூழ்ச்சியானது, குற்றமானது. யாருமே இதைக் குறிப்பிடாதது எனக்கு வியப்பை அளிக்கிறது. தன் குழந்தையை ஒரு கத்தோலிக்கனாக, ஓர் இந்துவாக, ஒரு ஜெயினனாக இருக்க எந்தப் பெற்றோருக்கும் வற்புறுத்த உரிமை கிடையாது. குழந்தைகள் உங்கள் மூலமாகப் பிறக்கிறார்கள், ஆனால் அவர்கள் உங்களுடையவர்கள் இல்லை. எல்லா உயிரினங்களையும் நீங்கள் பிடித்து வைத்துக்கொள்ள முடியாது. நீங்கள் அவர்களை நேசிக்கலாம். மேலும் நீங்கள் உண்மையிலேயே அவர்களை நேசித்தால் அவர்களுடைய இயற்கையின் படி வளர நீங்கள் சுதந்திரம் கொடுப்பீர்கள். எந்த வற்புறுத்தலுமில்லாமல், எந்தத் தண்டனையுமில்லாமல், யாரிடமிருந்தும் எந்த முயற்சியுமில்லாமல், மூளை என்பது மிகவும் சரி. அது இயற்கை உங்களுக்குக் கொடுத்திருக்கும் சுதந்திரம். ஆனால் இந்த சமூகம், நீங்கள் அந்த இடத்தில் வளர்வதற்கு முன்பாக, எல்லாவிதமான குப்பைகளையும் திணிக்கிறது.

எனக்கு ஒரு மனிதரைக் தெரியும், பேராசிரியர் ருங்கர் - அவர் மகாத்மா காந்தியின் ஆசிரமத்தில் வாழ்ந்தார். அது உண்மையில் ஓர் ஆசிரமம் இல்லை. அதில் சில விதவைகள், சில வழிப்போக்கர்கள், இருபது பேருக்கு மேலிருக்காது. ஆனால் இலவச உணவு, இலவச உடை, இலவச தங்குமிடம், அவர்கள் செய்ய வேண்டியதெல்லாம் சில முட்டாள் விஷயங்கள். அவர்கள் அதை வழிபாடு, பிரார்த்தனை என்று அழைக்கிறார்கள்.

பேராசிரியர் ருங்கர் ஒரு படித்த மனிதர், ஆனால் அது ஒரு பெரிய விஷயமல்ல, நீங்கள் படிப்பதற்கு முன்பே களங்கப்பட்டு, மாசுப்பட்டு விட்டீர்கள். அவர் பசுமாட்டு சாணத்தைத்தான் ஆறுமாதங்கள் உணவாகக்கொண்டார். அதன் சிறுநீரைத்தான் குடித்தார். அதுதான் அவரது முழு உணவு, இதுவே அவரை பெரிய மகானாக்கியது. மகாத்மா காந்தி கூட அவருக்கு ஞானோதயம் வந்துவிட்டதாக அறிவித்தார். பசுமாட்டுச் சாணத்தை சாப்பிடுவதால் ஞானோதயம் வருமென்றால், எருது மலம் சாப்பிட்டால் இன்னும் அதிகமாக ஞானோதயம் வருமே நிச்சயமாக! அதுவும் மகாத்மா காந்தி அவரைப் பற்றி சொல்லும்போது அவருக்கு ஞானோதயம் வந்துவிட்டது என்றால் இந்த தேசம் முழுவதுமே அதை அப்படியே நம்புகிறது. ஒரு தனி மனிதன் கூட அவரை விமர்சித்து நான் பார்க்கவில்லை.

நான் பேராசிரியர் ருங்கரிடம் சொன்னேன், "என்னைப் பொருத்த வரையில், இந்த தேசத்திலேயே முட்டாள் மனிதன் நீங்கள்தான்." அது ஒரு கடுமையான போட்டி, ஆனால் உங்கள் மதங்களைப் பாருங்கள், அவை எதை உங்கள் மனதில் திணித்திருக்கிறது என்பதை...

ஒவ்வோர் இந்துவும், சிறுநீர் கழிக்கப்போகும்போது... அவர்கள் உடலில் ஒரு வெள்ளை நூல் இருக்கும். அந்த நூல் அணிவிக்கும் வைபவம் என்பது யூதர்கள் தங்கள் குழந்தைகளுக்கு உறுப்பில் தோலை அகற்றுகிற சுன்னத் வைபவத்தைப் போல. நீங்கள் நம்புவீர்களா நான் ஒரு யூதகுரு சொல்ல கேட்டிருக்கிறேன் யூதர்கள் புத்திசாலிகளாக இருப்பதற்கு காரணமே இந்த சுன்னத் தானாம். இஸ்லாமியர்கள் இதை செய்கிறார்கள் ஆனால் பின் வயதில்.

யூதர்களுக்கு என்று தனியாக ஞானஸ்நானம் உண்டு. இந்துக்களுக்கும் தங்கள் குழந்தைகள் தங்கள் இந்து சமூகத்திற்கும் அறிமுகம் செய்ய இந்தப் பூணூல் திருமணத்தை வைத்திருக்கிறார்கள். ஒரு வெள்ளை நூல் ஒருவருடைய கழுத்தில் அணிவிக்கப்படும், அவரைச் சுற்றி மக்கள் சூழ்ந்து கொண்டு புனித வேதங்களைச் சொல்வார்கள். அதனால் ஒவ்வோர் இந்துவும் சிறுநீர் கழிக்கப்போகும்போது, அந்த நூலை சட்டைக்கு வெளியே எடுத்து, அதை தன் காதில் சுற்றிக்கொள்ள வேண்டும். இந்த முட்டாள் செயலை பேராசிரியர்கள், துணைவேந்தர்கள் செய்வதை நான் பார்த்திருக்கிறேன்.

ஒரு துணை வேந்தர் டாக்டர் திரிபாதி - அவரை நான் கையும் களவுமாகப் பிடித்தேன். நான் அவரை மிரட்டினேன், "ஒன்று உங்கள் காதிலிருந்து இந்த நூலை எடுங்கள், இல்லையென்றால் நான் உங்களை சிறுநீர் கழிக்க விடமாட்டேன்."

''ஆனால்'', அவர் சொன்னார், ''இதுதான் என் மதம்'' இத்தனைக்கும் அவர் நல்ல படித்த மனிதர்.

நான் சொன்னேன், ''இதற்குப் பகுத்தறிவான ஒரு காரணத்தைச் சொல்ல முடியுமா?''

அவர் சொன்னார், ''நிச்சயமாக, இந்த நூலைக் காதில் போட்டுக் கொண்டால், அது உங்களைக் காம சிந்தனையிலிருந்து தள்ளி வைக்கிறது. காம கனவுகள். அது உங்கள் கற்பைக் காக்கிறது.''

நான் சொன்னேன், ''நீங்கள் ஒரு மனிதன். மேற்கில் நன்றாகப் படித்தவர்''- அவர் மேற்கில் ஆசிரியராக இருந்தார் ''நீங்கள் என்னுடன் ஒரு மருத்துவ மையத்திற்கு வரவேண்டும்.''

அவர் சொன்னார், ''என்ன சொல்கிறீர்கள்?''

நான் சொன்னேன், ''ஒரு மருத்துவ விஞ்ஞானி மூலமாக இப்படி நூலில் காதில் போட்டுக்கொள்வதால் அது ஒரு நபரை காம இச்சை களிலிருந்து காப்பாற்றுகிறது என்பதைத் தெரிந்து கொள்ள வேண்டும்.''

அவர் சொன்னார், ''நீங்கள் எப்போதும் வினோதமான சிந்தனை களோடு வருகிறீர்கள்.''

அதற்கு ஓர் எளிமையான உதாரணம். அவருக்குப் பதின்மூன்று குழந்தைகள். நான் சொன்னேன், ''இந்த நூலுடன், நீங்கள் பதின்மூன்று குழந்தைகளைப் பெற்றிருக்கிறீர்கள், இந்த நூல் மட்டும் இல்லா விட்டால் இந்த மனித இனத்திற்கே நீங்கள் ஓர் அச்சுறுத்தலாக இருந்திருப்பீர்கள். அப்படியிருந்தும் உங்களுக்கு அது உங்கள் கற்பை எப்படிக் காப்பாற்றுகிறது என்று சொல்லுகிற துணிச்சல் வந்தது?''

ஆனால் இதே மாதிரி எண்ணங்கள் எங்கும் உங்கள் மூளையில் திணிக்கப்படுவதைப் பார்க்கலாம். இதை நீங்கள் தெளிவாகப் புரிந்து கொள்ள வேண்டுமென்று விரும்புகிறேன். மூளை என்பது இயற்கை யானது. மனம் என்பது அந்த மனத்தில் என்ன திணிக்கப்படுகிறது என்பதைப் பொருத்தது. அதனால் அந்த மூளை என்பது கிறித்துவனல்ல. ஆனால் மனம் அப்படி இருக்கலாம். மூளை என்பது இந்துவல்ல. ஆனால் மனம் இருக்கலாம். மனம் என்பது சமூகம் உருவாக்கியது. அது இயற்கை தந்த பரிசு அல்ல. புத்தர்களின் மனோதத்துவம் என்பது முதல் கட்டமாக நீங்கள் மனம் என்று சொல்கிற அந்த முழுகுப்பைகளையும் எடுத்து, உங்கள் மூளையை மௌனமாக, தூய்மையாக, வெகுளியாக, நீங்கள் எப்படி பிறந்தீர்களோ அப்படியிருக்க வைக்கும்.

நவீன மனோதத்துவம் உலகம் முழுவதிலும் ஏதோ முட்டாள்தனமாக செய்து கொண்டிருக்கிறது. மூளையை ஆராய்ந்து, உங்கள் மனிதன் ஒரு

பகுதியான உங்கள் எண்ணங்களை ஆராய்கிறது. கிழக்கில் நாம் மனித இனத்தில் உள்பகுதிகளைப் பார்த்து, அதன் மூலமாக நாம் புரிந்து கொண்டது, மனத்திற்கு எந்த ஆராய்ச்சியும் தேவையில்லை. அது குப்பைகளை ஆராய்கிறது. அது அப்படியே அழிக்க வேண்டும். மனம் அழிக்கப்பட்ட அந்தத் தருணத்தில் அந்த முறைதான் தியானம். அதற்குப் பிறகு விடப்படுகிற உங்கள் உடல்தான் முழுமையான அழகுடையது. சத்தமில்லாத ஒரு மௌன மூளையோடு நீங்கள் விடப்படுவீர்கள். மனத்திலிருந்து மூளைக்கு விடுதலை கிடைத்த அந்தத் தருணத்தில், மூளையின் வெகுளித்தனத்திற்கு ஒரு புதிய இடத்தைப் பற்றிய விழிப்பு வரும். அதைத்தான் நாம் ஆன்மா என்றழைக்கிறோம்.

ஒரு முறை நீங்கள் உங்கள் ஆன்மாவைக் கண்டுவிட்டால், நீங்கள் உங்கள் வீட்டைக் கண்டுபிடித்துவிட்டீர்கள். நீங்கள் அன்பைக் கண்டு பிடித்துவிட்டீர்கள், நீங்கள் உங்கள் அழிக்க முடியாத பரவசத்தைக் கண்டுபிடித்துவிட்டீர்கள். இப்போது முழு இருத்தலுமே உங்களுக்காக நடனமாட, கூத்தாட, பாட, ஆழ்ந்து வாழ்ந்து பேரின்பத்தில் இறக்கத் தயாராக இருப்பதைக் காண்பீர்கள். அது அதனுடைய விருப்பத்திலேயே நடக்கும்.

அத்தியாயம் - 11

உடல் சார்ந்த வேலை

✳

? ***மஸாஜ் என்கிற கலையைப் பற்றிப் பேசுவீர்களா?***

மஸாஜ் என்பது ஏதோ ஒன்று நீங்கள் கற்கத் துவங்கலாம். ஆனால் அதை நீங்கள் முடிக்கவே முடியாது. அது போய்க்கொண்டேயிருக்கும். மஸாஜ் என்பது ஒரு நுண்ணிய கலை. அதில் நிபுணத்துவம் என்கிற கேள்விக்கே இடமில்லை. அது அன்பு சம்பந்தப்பட்ட கேள்வி.

அந்த நுட்பத்தைக் கற்றுக்கொள்ளுங்கள். பிறகு மறந்து விடுங்கள். பிறகு அப்படியே உணருங்கள், அந்த உணர்வோடு நகருங்கள். நீங்கள் அதை ஆழ்ந்து படிக்கும்போது, அதில் தொண்ணூறு சதவிகித வேலை அன்பினாலேயே நடக்கும். பத்து சதவிகிதம்தான் நுட்பம். அது வெறும் தொடுவதன் மூலமாக, ஓர் அன்பான தொடுதல், உடலை ஏதோ ஒன்று தளரச் செய்கிறது.

நீங்கள் ஒருவரை நேசித்து, அந்த நபருக்காக ஒரு பரிவை உணர்ந்து, அவருடைய உச்சகட்ட மதிப்பை உணர்ந்தால்; சரிபடுத்த வேண்டிய இயந்திரம் என்று அவரை அணுகாமல், ஆனால் அவர் ஓர் அசாத்திய மதிப்புள்ள சக்தி என்று நினைத்தால், அவர் உங்கள் மீது நம்பிக்கை வைத்து அவருடைய சக்தியோடு விளையாட உங்களை அனுமதிக்கிறார் என்கிற நன்றியோடு இருந்தால், பிறகு மெள்ள மெள்ள நீங்கள் ஓர் இசைக் கருவியோடு விளையாடுகிறீர்கள் என்பதை உணர்வீர்கள். முழு உடலுமே அந்த இசைக் கருவியின் சாவியாகிவிடும், உடலுக்குள் ஓர் ஒத்திசைவு உருவாவதை நீங்கள் உணர்வீர்கள். அந்த நபருக்கு மட்டும் கிடைக்கும் உதவி அல்ல. ஆனால் உங்களுக்கும்.

இந்த உலகத்தில் மஸாஜ் தேவை. காரணம் அன்பு காணாமல் போய்விட்டது. முன்பு காதலர்கள் தொட்டாலே போதுமென்றிருந்தது.

தாய் குழந்தையைத் தொட்டாள், அவன் உடலோடு விளையாடினாள், அதுதான் மஸாஜ். ஒரு கணவன் தன் மனைவியின் உடலோடு விளையாடினான். அதுதான் மஸாஜ். அது போதும், தேவைக்கு அதிகமாக போதும். அது ஆழ்ந்த ஒய்வு நேசத்தின் ஒரு பகுதி. ஆனால் அது உலகத்திலிருந்து மறைந்துவிட்டது. மெள்ள மெள்ள நாம் எங்கு தொடுவது என்பதையே மறந்துவிட்டோம். எப்படி தொடுவது, எவ்வளவு ஆழமாக தொடுவது. உண்மையில் தொடுதல்தான் அதிகமாக மறக்கப்பட்ட மொழி. நாம் எங்கு தொடுவது என்பதையே மறந்து விட்டோம். எப்படி தொடுவது, எவ்வளவு ஆழமாகத் தொடுவது. உண்மையில் தொடுதல்தான் அதிகமாக மறக்கப்பட்ட மொழி. நாம் தொடுதலில் ஏறக்குறைய ஓர் அருவருப்பான நிலைக்கு வந்து விட்டோம். காரணம் அந்த வார்த்தையே மதவாதிகள் என்றழைக்கப் படுபவர்களால் களங்கப்படுத்தப்பட்டுவிட்டது. அதற்கு ஒரு காம வர்ணத்தைப் பூசிவிட்டார்கள். அந்த வார்த்தையே காமமாகி விட்டதால் மக்கள் பயந்துவிட்டார்கள். அனுமதித்தாலொழிய தொட்டுவிடக்கூடாது என்கிற பாதுகாப்பு உணர்வோடு இருக்கிறார்கள். இப்போது மேற்கில் இதன் இன்னோர் எல்லை வந்துவிட்டது. தொடுதல், மஸாஜ் என்பது காமமாகிவிட்டது. இப்போது மஸாஜ் என்பது ஒரு மூடி, ஒரு போர்வை, காமத்திற்கு. உண்மையில் தொடுதலோ, மஸாஜோ காமம் சார்ந்தது அல்ல. அது அன்பின் செயல்பாடுகள். அன்பு அதன் உயரத்திலிருந்து விழும்போது அது காமமாகிறது. அதற்கு பிறகு அது அசிங்கமாகிறது.

அதனால் பிரார்த்தனை பூர்வமாக இருங்கள். நீங்கள் ஒரு மனிதரைத் தொடும்போது வழிபாட்டுடன் இருங்கள் - கடவுளே அங்கிருப்பதைப் போல, நீங்கள் அவருக்கு சேவை செய்கிறீர்கள். முழு சக்தியும் பாயட்டும். உடல் பாய்வதைப்பார்க்கும்போது அந்த சக்தி ஒரு புதிய பாணி ஒத்திசைவை உருவாக்கும், இதற்கு முன்பு எப்போதும் பார்த்திராத ஓர் உவகை வரும். நீங்கள் ஆழ்ந்த தியானத்தில் விழுவீர்கள்.

மஸாஜ் செய்யும்போது, அப்படி மஸாஜ் செய்யுங்கள். வேறு எதைப் பற்றியும் நினைக்காதீர்கள். காரணம் அவை எல்லாம் திசைத்திருப்பிகள். உங்கள் விரல்கள், கைகளில் இருங்கள் ஏதோ உங்கள் முழு இருத்தலும் இருப்பதைப்போல, உங்கள் முழு ஆன்மாவும் அங்கிருக்கிறது. அது உடலின் தொடுதலாக இருக்க வேண்டாம். உங்கள் முழு ஆன்மாவும் இன்னொருவருடையதில் நுழைகிறது. அதில் ஊடுருவுகிறது, அது ஆழ்ந்த சிக்கல்களை விடுவிக்கிறது. அதை ஒரு விளையாட்டாக்குங்கள். அதை ஒரு வேலையாக செய்யாதீர்கள். அதை ஒரு விளையாட்டாக ஆக்கி, அதை ஒரு வேடிக்கையாக எடுத்துக் கொள்ளுங்கள். சிரியுங்கள், அடுத்தவர்களையும் சிரிக்க வையுங்கள்.

மஸாஜ் என்பது யாரோ ஒருவருடைய உடல் சக்தியோடு தொடர்பு ஏற்படுத்திக்கொண்டு, அங்கு எது இல்லை என்பதை உணர்வது, எங்கு அந்த உடல் துண்டாக இருக்கிறது என்பதை உணர்ந்து அதை முழுமையாக்குவது - இனியும் உடலின் சக்தி துண்டாக இல்லாமல் இருக்க உதவுவது, இனியும் முரண்பாடில்லை. உடலின் சக்திகள் ஒரே கோட்டில் விழும்போது, ஒரு வாத்யக்குழுவாக ஆகிறதோ, பிறகு நீங்கள் வென்றுவிட்டீர்கள்.

அதனால் மனித உடலோடு மரியாதையோடு இருங்கள். அதுதான் கடவுளின் சன்னிதானம், கடவுளின் கோயில். அதனால் மிகுந்த பவ்யத்தோடு, வழிபாட்டோடு உங்கள் கலையைக் கற்றுக்கொள்ளுங்கள். அது கற்றுக்கொள்ளவேண்டிய மிகப்பெரிய விஷயம்.

? குணமாக்கும் தொடுதல் என்றால் என்ன?

ஒரு மனிதனுக்குத் தேவைப்பட்ட பகுதியில் உங்கள் கைகளை வையுங்கள். ஒரு நபருக்குத் தலைவலி இருந்தால், தலையில் கையை வையுங்கள், உங்கள் கண்களை மூடுங்கள், சக்திகள் வழிவதைப் பாருங்கள், உங்கள் கையில் ஒரு கூச்ச உணர்வு வரும், பிறகு அது மின்சாரமயமாகும். அல்லது ஒருவருக்கு வயிற்றில் ஏதோ கோளாறு என்றால், உங்கள் கைகளை வயிற்றில் வையுங்கள். தேவைப்பட்ட பகுதியைத் தொடவேண்டும். அந்த இடத்தில் துணியில்லாமல், வெற்றுடம்பில் தொட்டால் நல்லது, அது இன்னும் பயனுள்ளதாக இருக்கும். ஆனால் தேவைப்பட்ட பகுதியை ஒரு நிமிடத்திற்கு மேல் தொடாதீர்கள். நீங்கள் தேவைப்பட்ட பகுதியை ஒரு நிமிடத்திற்கு மேல் தொட்டால், அந்த நோய் உங்கள் மீது பாயத் துவங்கும்.

சக்தி என்பது ஒரு சந்தம். ஒரு நிமிடம் அது வெளியே போகும், அடுத்த நிமிடம் அது உள்ளே வரும். அதனால் யாருடைய உடலிலோ உங்கள் கையை வைக்கும்போது மூச்சை வெளியே விட வேண்டுமென்பதை நினைவில் கொள்ளுங்கள். அது உள்ளிழுப்பு, வெளி அனுப்புவதோடு ஒத்துப்போகும். உங்கள் கைகளை அவர்கள் மீது வைக்கும்போது மூச்சை வெளி அனுப்புங்கள். அனுப்பிக்கொண்டேயிருங்கள். இனி மேலும் வெளிஅனுப்ப முடியாது என்கிறபோது, கைகளை அவர் மீதிருந்து எடுத்து விட்டு உள்ளிழுங்கள். உங்கள் கைகள் அவர் மீதிருக்கும்போது உள்ளிழுத்தால், நீங்களும் அந்த நோயினால் பாதிக்கப்படுவீர்கள். அந்த நபருக்குக் குணமாகும். ஆனால் நீங்கள் அவதிப்படுவீர்கள். அது

அர்த்தமற்றது. வெளியே அனுப்பி கையை வையுங்கள், உள்ளிழுப்பு துவங்கும்போது, கையை எடுத்துவிடுங்கள்.

? தொடுவதற்கே பயப்படுகிற ஒரு நபரை எப்படிக் குணப் படுத்துவது?

நீங்கள் ஒரு நபரைக் குணமாக்கும்போது உங்கள் தொடுதலினால் நிறைய சக்தி வழிகிறது. அது ஏதோ நீங்கள் அவரை ஒரு ஒயரைக் கொண்டு, ஓர் உயிருள்ள ஒரு மின்சார வயரைத் தொடுவதைப் போல. அவர் பயந்துபோவார். கதவுகள் மூடிக்கொள்ளும். கதவுகள் மூடப்பட்டு விட்டால், நீங்கள் பொழிய முடியாது, எதுவுமே நடக்காது. சக்தியினால் மட்டுமே குணப்படுத்துவது சாத்தியமில்லை. உங்கள் சக்தி இன்னொரு வருடையதில் நுழையும்போது ஏற்படுகிறது. அது அவருடைய சக்தியாகிறது. அவர் கதவுவரை வந்து திரும்பிவிட்டால் எதுவுமே நடக்காது.

அதனால்தான் ஒரு நபர் உங்களை நம்பாவிட்டால், குணப்படுத்த முயலாதீர்கள். முயற்சியே செய்யாதீர்கள். காரணம் அது சாத்தியமே யில்லை. ஒரு நபருக்கு உங்கள் மீது சந்தேகமிருந்தால், அவரை மறந்துவிடுங்கள். அது ஆழ்ந்த நம்பிக்கையில்தான் சாத்தியம். உங்களை நம்பாத நபர் மீது நீங்கள் முயன்றால் உங்கள் சக்தி மீது உங்களுக்கு நம்பிக்கை போய்விடும். நீங்கள் பல முறை தோற்றால், பிறகு மெள்ள மெள்ள நீங்கள் நினைப்பீர்கள் "எதுவும் நடப்பதில்லை. என்னிடம் சக்தியில்லை." உண்மையில் ஒவ்வொரு மனிதனிடமும் குணப்படுத்தும் சக்தியிருக்கிறது. அது ஒரு விதமான இயற்கையானது. அது ஏதோ ஒரு சிலர் தான் குணப்படுத்துபவர்கள் மற்றவர்கள் இல்லை என்பதில்லை. இல்லை. ஒவ்வொரு நபரும் பிறக்கும்போதே குணப்படுத்துபவர்தான். ஆனால் அந்தத் திறனை மறந்துவிட்டார்கள். அல்லது அவர் அதைப் பயன்படுத்தியதே கிடையாது. அல்லது தவறான தொடர்புகளுக்காகப் பயன்பட்டிருக்கலாம். அதனால் அது வேலை செய்யவில்லை என்று நினைத்திருப்பார்.

அதனால் உங்களை சவாலாக நினைப்பவர் மீது முயற்சியே செய்யாதீர்கள். அது ஒரு சவாலே அல்ல. யாராவது கலந்துகொள்ள தயாராக இருந்தால், உங்களுடன் வரத் தயாராக இருந்தால், அது ஓர் அழகான அனுபவம். அதனால் துவக்கத்தில் தொடாதீர்கள். அந்த நபர் அதிகமாக, இன்னும் அதிகமாகத் தளர்கிறார் என்று உணர்ந்தால்... நான்

சொல்கிறேன் உணர்ந்தால்... நீங்கள் நினைத்தால் அல்ல. உங்களுக்குள் அந்த நபரைத் தொடவேண்டுமென்கிற ஓர் உந்துதலை உணர்ந்தால்... உதாரணமாக அவருக்கு ஒரு வயிற்றுவலி அல்லது ஒரு தலைவலி அல்லது வேறு ஏதாவது, நீங்கள் அவரை தலையைத் தொட்டால் உதவிகரமாக இருக்கும். அப்போது தொடுங்கள், ஆனால் முதலில் அவர் உங்களோடு ஒத்து வரட்டும். முதலில் அவருக்குத் தெம்பு வருகிற மஸாஜைக் கொடுங்கள், உடலைத் தொடாமல்.

இரண்டு விரற்கடை தூரத்தில் இருங்கள். காரணம் அந்த நபரிட மிருந்து வெளிப்படும் மின்னோட்டம் அவரது உடலிலிருந்து ஆறு விரற்கடை தூரத்தில் உள்ளது. அதனால் இரண்டு, அல்லது மூன்று விரற்கடை தள்ளி, அதனால் நீங்கள் அவரது சக்தி மின்னோட்டத்தைத் தொடுகிறீர்கள், ஆனால் நீங்கள் அவரது நுண்ணிய உடலைத் தொடுகிறீர்கள், ஆனால் அது போதும். அந்த சக்தி ஊடுருவ, அது போதும். நீங்கள் உண்மையிலேயே அவரைத் தொட்டுவிட்டீர்கள். ஆனால் அவர் அதைப் பற்றி பயப்படமாட்டார். நீங்கள் அந்த நபர் அதீதமாகக் கலந்து கொள்கிறார் என்பதை உணர்ந்தால், அவருடைய நம்பிக்கை ஆழமாக இருந்தால், பிறகு அவர் உங்களோடு பாய்கிறார் என்பதைப் பார்க்கலாம் அப்போது நீங்கள் ஈர்க்கப்படுவதை நீங்கள் உணரலாம். அது நிராகரிக்கப்படவில்லை. ஒரு பஞ்சைப்போல ஆகி உறிஞ்சுகிறார். பிறகு அதுவே ஓர் ஊசி முனையாகிவிடும். அந்த முனையில் முழு சக்தியும் பொழிந்து ஆழமாக உள்ளே நுழைகிறது.

ஒவ்வொரு முறை குணப்படுத்தும்போதும், ஒரு குளியல் போடுவது நல்லது. அப்படிச் செய்யுங்கள். அது சாத்தியமில்லாத போது, குறைந்த பட்சம் உங்கள் கைகளை கழுவிவிட்டு அவரோடு கைகுலுக்குங்கள். நீங்கள் எப்போது உங்கள் சக்தியை இன்னொரு நபருக்குக் கொடுக்கிறீர்களோ, அவர் அல்லது அவளது சக்தியும் சில சமயங்களில் உங்கள் மீது பாய்கிறது என்பது எப்போதுமே நடந்திருக்கிறது, அது ஒன்றின்மேல் ஒன்று கவிழும். சில சமயங்களில் அந்த நபர் பலசாலியாக இருக்கலாம், உங்களை விட பலசாலியாக இருக்கலாம். சில சமயங்களில் அந்த நபர் பலசாலியாக இல்லாமல் இருக்கலாம், ஆனால் அவரது நோய் பலமாக இருக்கலாம், அந்த நோயின் அதிர்வுகள் உங்களுக்குள் நுழையலாம், அது அழிவானது. அது உங்களை நோய்வாய்ப்படச் செய்யலாம். பதற்றம். குணப்படுத்துதல் நல்லது, ஆனால் அதற்கு விலை நீங்களல்ல, காரணம் அது முட்டாள் தனம், உங்களால் அதிகம் குணப்படுத்த முடியாது. இப்போதோ, பின்னரோ நீங்கள் நோய்வாய்ப் படலாம். கடுமையான நோய், உங்கள் உடல் அதிகமாக குழம்பிப் போகும்.

மஸாஜ் என்பது வெறும் மஸாஜ் அல்ல. நீங்கள் உங்கள் சக்தியைப் பகிர்ந்துக்கொள்கிறீர்கள், உங்களுக்கு அந்த சக்தி பாயாவிட்டால், நீங்கள் சோர்ந்து போவீர்கள். பிறகு அது பலப்பரீட்சைதான். அது உடலில் வருகிற சோர்வு அல்ல. அது முக்கியமல்ல, நீங்கள் தூங்குவீர்கள், நீங்கள் சாப்பிடுவீர்கள், அது போய்விடும். ஆனால் மஸாஜ் என்பது ஆழ்ந்த சக்தி பகிர்தல். நீங்கள் யாருடைய உடலையோ மஸாஜ் செய்யும்போது, உங்கள் உடல் மட்டும் அதில் ஈடுபடுதில்லை. உங்கள் நுண்ணிய உடல்கள், இரண்டு உடலின் சக்திகள், இரண்டு உயிர்கள் ஈடுபடுகின்றன.

நுண்ணிழைகள். மஸாஜ் எடுத்துக்கொள்ளுகிற நபரும் உங்கள் உயிர் நுண்ணிழைகளை எடுத்துக் கொள்ளலாம், உங்களுக்குள் தொடர் உள் வினியோகம் இல்லாவிட்டால், நீங்கள் உங்கள் ஆதாரத்துடன் இணையா விட்டால், நீங்கள் அதிகமாக சிதறிவிடுவீர்கள். அது உடனடியாக உங்களைத் தாக்காது. காரணம் நீங்கள் இளைஞர். மாதங்கள், வருடங்கள் கூட அதை நீங்கள் உணரமாட்டீர்கள், ஆனால் ஒரு நாள் நீங்கள் குலைந்திருப்பதை நீங்கள் உணர்வீர்கள்.

என்னுடைய புரிதல் என்னவென்றால் முதலில் ஒருவர் தன்மீதே வேலை செய்யவேண்டும். ஒருவர் தன்னை மையப்படுத்திக்கொள்ள வேண்டும். நீங்கள் மையத்தில் என்றால் நீங்கள் இல்லை. நீங்கள் மையத்தில் இருந்தால் ஆதாரங்கள் செயல்படத்துவங்கும். பிறகு நீங்கள் ஒரு பாதை. அண்டமே உங்கள் வழியாக பாயும் - பிறகு எந்தப் பிரச்னையுமில்லை. நீங்கள் எவ்வளவு சக்தியைப் பகிர முடியுமோ அவ்வளவு பகிரலாம். உங்களுக்கு தொடர்ந்து புதிய சக்தி கிடைக்கும். பிறகு நீங்கள் ஊற்றில்லாத நீர்த்தேக்கமாக இருக்க மாட்டீர்கள். பல ஊற்றுகள் இருக்கிற கிணறாக இருப்பீர்கள். நீங்கள் தண்ணீரை எடுத்துக்கொண்டே இருப்பீர்கள், ஆனால் தண்ணீர் சுரந்துகொண்டே இருக்கும். நீங்கள் அதை காலி செய்யவே முடியாது. உண்மையில், நீங்கள் பழைய, நாறிப்போன, தேங்கிய தண்ணீரை வெளியே எடுத்து, புதிதான தண்ணீர் உள்ளே வரும். அதனால் கிணற்றுக்கு ஒரு சந்தோஷம் - அதன் கடந்த காலத்திலிருந்து, பழைய தேக்கத்திலிருந்து விடுவிக்கிறீர்கள். நீங்கள் பாய்ந்து கொண்டிருந்தால், உங்கள் சக்தி பூத்துக்கொண்டிருந்தால் பிறகு எந்தப் பிரச்னையுமில்லை.

அதனால் மஸாஜ், குணப்படுத்துதல் இரண்டு நிகழ்வுகளுமே மிக நுண்ணியமானவை. அது ஒரு நுட்பத்தைத் தெரிந்து கொள்ளுகிற விஷயமல்ல, பெரிய கேள்வியே எப்படி அதன் ஆதாரத்தில் இருப்பது - பிறகு எந்தப் பிரச்னையுமில்லை. பிறகு நான் அந்த நுட்பம் உங்களுக்குத் தெரிந்திருக்கிறதா இல்லையா என்பதைப் பற்றிக் கூட நான் கவலைப்படமாட்டேன். நீங்கள் சாதாரணமாக மற்றவர்கள் உடலோடு

விளையாடலாம், சக்தி பாய்ந்து கொண்டேயிருக்கும். அதனால் பெரிய பலன்கள் இருக்கும். ஆனால் உண்மையான பலன் என்பது மஸாஜ் செய்கிற நபருக்கும் அதனால் பலன் இருக்க வேண்டும் - அப்போதுதான் அது உண்மையான பலன். பிறகு குணப்படுத்துபவரும் பலனடைகிறார், செய்து கொள்பவரும் பலனடைகிறார். இருவருக்கும் பலன். யாருக்குமே இழப்பில்லை.

? உடல், மனப்பதற்றத்தைப் போக்கும் ரால்பிங் முறை உதவிகரமாக இருக்குமா?

உடலும் மனமும் ஒன்றாக நகரும்., ஆனால் சில சமயங்கள் மனம் முன்னால் போய்விடும், உடலை விட முன்னால். சில சமயங்களில் இன்னொருவிதமாக - மனம் உடலை விட பின் தங்கியிருக்கும். உடலுக்கும், மனத்திற்குமான இந்த ஒழுங்கு குலைந்தால், அப்போது வலி வரும்.

மக்கள் என்னிடம் வரும்போது, அவர்களுடைய உடலும் மனமும் ஒன்றாகச் செயல்படும், அவர்கள் நிலை எப்படியிருந்தாலும், அவர்கள் துயரத்திலிருந்தால், உடல் அந்தத் துயரத்திற்குத் தன்னை சரிசெய்து கொள்ளும். அவர்கள் சந்தோஷமாக இருந்தால், உடல் அந்த சந்தோஷத்திற்குந் தன்னைத் தயார் செய்து கொள்ளும். அவர்கள் தியானம் செய்யத்துவங்கினால், இந்த சரிசெய்தல், தளரும், காரணம் மனம் வளரத் துவங்குகிறது. ஆனால் உடல் பழைய மனத்திற்குத் தன்னைத் தயார் செய்து கொள்ளும். மேலும் அந்த மனம் போய்க்கொண்டிருக்கும், ஏறக்குறைய போய்விட்டது. அதனால் உடலுக்குத்தான் இழப்பு. மேலும் உடலுக்கு அத்தனை புத்திசாலித்தனம் ஆனால் மெள்ள மெள்ள அது தொடரும். ரால்பிங் முறை இந்தத் தருணத்தில் உதவும்.

உடலின் திசுக்களைத் தளர்த்துவதுதான் ரால்பிங். உடலின் சில பகுதிகளில் தசைகள் ஒரு குறிப்பிட்ட வடிவமெடுக்கும். யாராவது தொடர்ந்து கவலைப்பட்டுக்கொண்டிருந்தால், உடல் ஒரு குறிப்பிட்ட தசைமண்டலத்தை எடுத்து அது அந்தக் கவலைக்குத் தன்னைத் தயார் செய்துகொள்ளும். பிறகு கவலைகள் மறையும். ஆனால் அந்தத் தசைமண்டலம் அப்படியே இருக்கும். அது கனமாக உணரும், வலியாக இருக்கும். அதன் செயல்பாடுகள் இனி இருக்காது, உடலுக்கு அதை எப்படி கரைப்பது என்பது தெரியாது. நீங்கள் அதற்காக ஒன்றும் செய்யாவிட்டால், அதுவே மெள்ள மெள்ளக் கரைந்து போகும். ஆனால் அதற்கு அதிக நேரம் பிடிக்கும். ஆனால் எதற்கு காத்திருப்பது?

இந்த ரால்பிங் முறைப்படி அதை அழுத்தம் கொடுத்துக் கரைக்க முடியும். அந்தத் தசை மண்டலம் மறையும். உங்கள் மனத்தில் உணர்வதைப் போல உடலிலும் புதிதாக உணர்வீர்கள். பிறகு ஒரு புதிய சரிசெய்தல் எழும், ஓர் உயர்ந்த நிலையில்.

அது வலியாக இருக்குமென்பது நிச்சயம். அது உண்மையிலேயே வலியாக இருக்கும், காரணம் அந்த முழு கடந்த காலமும் உடலில் சேர்ந்திருக்கிறது. அந்த தசைமண்டலத்தை உருக்க வேண்டும். அதை மறுபடியும் உடல் ஈர்த்துக்கொள்ள வேண்டும். அந்த மறுஈர்ப்பு வலியானது, ஆனால் அது பலன் தரும்.

? என் உடலைக் கவனித்துக்கொள்ள உயிர்மரபு முறை சரியான துவக்கம் என்று நீங்கள் நினைக்கிறீர்களா?

உயிர்மரபு முறைதான் வேலை செய்யும் சரியான வழி. அது முழுமையானதல்ல, அது இன்னும் முழுமையான வாழ்க்கை தத்துவமல்ல. ஆனால் அது சரியான பாதையில் போய்க்கொண்டிருக்கிறது. உடல்தான் அடிப்படை. நீங்கள் மனத்தில் வேலையைத் துவக்குமுன், உடலில் நிறைய வேலைகள் செய்ய வேண்டியிருக்கிறது. பிறகு மனத்தில் நிறைய வேலைகள் செய்ய வேண்டியிருக்கிறது நீங்கள் ஆன்மாவில் உங்கள் வேலையைத் துவக்குவதற்குமுன். அதனால் இதுதான் சரியான தளம். உயிர் மரபோடு துவக்குவது சரியானது. துவக்கம் சரியாக இருந்தால் பாதி வேலை முடிந்துவிடும். அது மிகவும் அவசியமானது, முக்கியமானது, ஆனால் நினைவில் கொள்ளுங்கள் அது முழுமையானதல்ல. அதில் நீங்கள் துவங்குங்கள். ஆனால் அதில் முடித்துவிடாதீர்கள். அதை நினைவில் கொள்ளவேண்டும். இல்லையென்றால் நீங்கள் ஒரு வட்டத்திற்குள்ளேயே சுழன்று கொண்டிருப்பீர்கள்.

எல்லாமே உடல் அல்ல. மனித மனம் தீவிரவாதத்திற்குப் போக நினைக்கும். கிறித்துவம் மதம் என்பது உடலுக்கு எதிரானது, அது வாழ்க்கைக்கு எதிரான பல எண்ணங்களை உருவாக்கும். பிறகு ஆடும் வில்லை இன்னொரு இறுதிக்குப்போகும், முழு வட்டம். பிராய்டும் வில்ஹெம் ரெய்ச்சும் மறுக்கப்பட்ட பகுதிக்குப் போனார்கள். அதனால் மேற்கில் உடல் என்பது மறுக்கப்பட்ட பகுதி. கிறித்துவமதம் உடலை ஏற்றுக்கொள்ளவேயில்லை. அதுதான் சாபம். ஆனால் இப்போது, அதன் எதிர்ச்செயலாக, ஒருவர் உடல் மீது அதீத ஆர்வமுடையவராக இருப்பார். உடலுக்கு மேலே உள்ளதை மறுப்பார், அது உன் உடலுக்குள்ளேயே

குடிகொண்டுருக்கிறது. வீட்டை மறக்கக்கூடாது, அதைப் புறக்கணிக்கக் கூடாது எல்லா விதமான அக்கறையும் எடுத்துக்கொள்ள வேண்டும். ஆனால் வீடு என்பது வீடுதான். ஆனால் வீட்டின் எஜமானரை மறக்கக்கூடாது. அதனால் உயிர்மரபு என்பது ஒரு நல்ல துவக்கம். ஆனால் அதுவே முடிவல்ல.

? என் உடல் தியானத்திற்குப் பிறகு அதிக உயிரோட்டமாக உள்ளது. இந்தப் புதிய சக்தியை நான் எப்படிப் பயன்படுத்துவது?

தியானம் சரியாக இருந்தால், அது எப்போதுமே உங்களை அதிக உயிரோட்டமாக வைத்திருக்கும். அதிக நேசத்தோடு இருக்கும். அது உங்களுக்கு சக்தி, பாசம், வாழ்க்கை எல்லாம் கொடுக்கும். அதைக் தடுக்காதீர்கள். ஒரு முறை நீங்கள் உங்கள் சக்தியைத் தடுக்க ஆரம்பித்தால், தடைகள் உருவாகும். இப்போது அந்த சக்தி ஓடிக் கொண்டிருக்கிறது, அதை அனுமதியுங்கள், அதனுடன் நகருங்கள், அது எங்கு கொணடு செல்கிறதோ அதை நம்புங்கள். அதுதான் நம்பிக்கை. அர்த்தம். உங்கள் சக்தியை நம்புங்கள். அன்பின் மீதான தாகம் அதிகரிக்கும்போது, பிறகு அன்பை நோக்கி நகருங்கள், அதைக் கண்டு பயப்படாதீர்கள். பயம் வரும், காரணம் அன்புக்குத் துணிச்சல் தேவை. அது ஈடுபாட்டிற்கு அழைத்துச் செல்லும், உறுதிப்படுத்தும், தெரியாத பாதையை நோக்கி. அது எப்போதுமே ஓர் ஆபத்தான வாழ்க்கைக்கான துவக்கம்.

அதனால் பயம் இருக்கும். அது இயற்கைதானே, ஆனால் அந்த பயத்தைக் கண்டுகொள்ளாதீர்கள். அது இருந்தும், அன்பிற்குள் செல்லுங்கள். அதற்கு என்ன விலை இருந்தாலும். அன்பு உங்கள் மீது எழும்போது, அது சக்தியை விடுவிக்கும், அந்தத் தருணம்தான் துணிச்சலாக இருக்க வேண்டும். சவால் விடு. அந்த ஆபத்தை எதிர்கொள், அதற்குப் பிறகுதான் இன்னும் அதிகம் அதிகமாக வாழ்க்கை உங்களுக்குள் ஏற்படும். நீங்கள் பின்வாங்கினால், உங்கள் சக்தியைத் தடுக்கிறீர்கள், அதே சக்தி உறைந்து போக ஆரம்பிக்கும்.

அதைத்தான் உயிர்மரபு ஆட்கள் அழித்துக்கொண்டேயிருக்கிறார்கள். உன்னைச் சுற்றிப் பாறை போன்ற கவசம். நீங்கள் நேசிக்க விரும்பு கிறீர்கள். ஆனால் எப்படியோ அதை நீங்கள் தடுத்துக் கொண்டிருக் கிறீர்கள். வெளியே போகும் சக்தி, மறுபடியும் அதன் ஆதாரத்திற்குப்

போக முடியாது. திரும்பிப்போக வழியேயில்லை. நீங்கள் கோபப்பட்டால், அந்த சக்தி உங்கள் கைகளுக்குப் போய் அந்த நபரைத் தாக்கத் தயாராகும். அந்த நபரை அறையத் துவங்கும், ஆனால் நீங்கள் திருப்பி அறைவதில்லை. புன்னகைத்துக் கொண்டேயிருக்கிறீர்கள், அந்த சக்தி கைகளிலேயே தங்கும். அது கைகளின் அழகையும் மெருகையும் குலைக்கும். அது உங்கள் கைகளை செயலிழக்கச் செய்யும்.

அதனால் எப்போதெல்லாம் ஒரு சக்தி எழுகிறதோ, அது யாருக்காவது ஆபத்தாக இருக்குமேயானால், உதாரணமாக, அது கோபமாக இருந்தால், நேராக உங்கள் அறைக்குச் செல்லுங்கள், ஒரு தலையணையை உதையுங்கள், ஆனால் ஏதாவது செய்யுங்கள். யாருக்கும் அழிவைத் தரவேண்டாம், யாரிடமும் வன்முறையாக இருக்க வேண்டாம், ஆனால் உங்கள் தலையணை மீது வன்முறையைக் காட்டலாம். உங்கள் சக்தி வெளிப்படும் பிறகு புதிய சக்தி பாய்வதை உணர்வீர்கள். சக்தியைப் பிடித்து வைத்துக்கொள்ளாதீர்கள்.

நீங்கள் வாழ்க்கைக்கு சக்தியைக் கொடுக்கும்போது, வாழ்க்கை உங்களுக்கு சக்தியைக் கொடுத்துக்கொண்டேயிருக்கும். அதுதான் சூழல், உள் சூழல். சக்தி ஒரு வட்டமாக நகர்கிறது. வாழ்க்கை உங்களுக்கு கொடுக்கிறது, அதைத் திருப்பிக் கொடுக்கிறீர்கள். வாழ்க்கை உங்களுக்கு அதிகம் தருகிறது. நீங்கள் அதிகமாக கொடுங்கள். வட்டம் தொடர்கிறது. ஒரு நதி கடலுக்குள் பாய்வதைப் போல, பிறகு அது மேகத்திற்கு நகரும், பிறகு அது மலைகளில் எழும் மறுபடியும் நதியில் பாய்ந்து கடலில் கலக்கும். வட்டம் தொடரும். எங்கும் எந்தத் தடையுமில்லை.

? புதிதாக கண்டுபிடிக்கப்பட்ட சிகிச்சைதான் இந்த வண்ணத் துளை. அதன் மதிப்பு பற்றி உங்கள் புரிந்துகொள்ளுதல் என்ன?

இந்த வண்ணத்துளை முறை முற்றிலும் சரியானதே. வண்ணம் உடலைப் பாதிக்கிறது. அதைப் புரிந்துகொள்வது சரியானது.

பீட்டர் மண்டேல் (இதன் கண்டுபிடிப்பாளர்) மிகச் சிறந்த வேலை களைச் செய்திருக்கிறார். இந்த வேலையினால் உங்கள் இருத்தலை மாற்ற முடியாது. ஆனால் மனத்தை. உணர்ச்சிகளை. பிறகு உங்கள் உடலை. ஒருவரை இப்படி சுத்தப்படுத்தினால் நல்லதுதானே, பிறகு தியானம் என்பது மிகவும் எளிது. இந்தப் பிரச்னைகள்தான் தியானத்தைத் தடுக்கின்றன.

? ***தா ய் சீ எப்படி வேலை செய்கிறது?***

சீ என்றால் சக்தி... கெட்டியானது என்கிற முழு எண்ணமே போலியானது. நவீன பௌதிகவியலைப்போல. சுவர்கள் என்பது உண்மையானதல்ல. அது தூய்மையான சக்தி. ஆனால் மின் அசைகள் வேகமாக நகருகின்றன. அது அத்தனை வேகமாக நகருவதால் அதன் தகடுகளை கூட நீங்கள் பார்க்கமுடியாது. அதனால் அது கெட்டியாக இருக்கிற உணர்வைக் கொடுக்கிறது. அதே உண்மைதான் உங்கள் உடலுக்கும். இப்போது எப்படி நவீன பௌதிகவியலுக்கு தெரிய வந்திருக்கிறதோ, தாவோயிஸ்ட்களுக்கு பல ஆயிரம் ஆண்டுகளுக்கு முன்பே தெரிந்திருக்கிறது. அந்த மனிதன் தான் சக்தி.

ஒரு தா ய் சீ குருவைப் பற்றிக் கேள்விப்பட்டிருக்கிறேன். அவர் தன் சீடர்களிடம் தன்னைத் தாக்கச் சொல்லுவாராம். அவர் நடுவில் உட்கார்ந்து கொள்வார். ஐந்து அல்லது பத்து சீடர்கள் அறையின் ஒவ்வொரு மூலையிலிருந்து வேகமாக அவரைத் தாக்க வருவார்கள். ஆனால் அவர் அருகே வந்தவுடன், அவர்கள் அங்கே ஒரே மேகமாக இருப்பதைப்போல உணர்வார்கள். அங்கு கெட்டியாக எதுவுமே இருக்காது. ஏதோ நீங்கள் அவரைக் கடந்து போகலாம் என்பதைப்போல. அதனால் தடுக்கப்பட மாட்டீர்கள்.

நீங்கள் ஒரு சக்தி என்கிற எண்ணத்தை தொடர்ந்தால், எல்லைகளற்ற மேகமாக, உருகி இருத்தலில் கலந்துவிடுவது என்பது சாத்தியமே. இந்த உதாரணம் வெறும் உதாரணமல்ல. ஒரு மனிதன் தா ய் சீயில் ஆழ்ந்து போனால், அது சுலபமான சாத்தியம். நீங்கள் அவரை எதிர்கொண்டால், உங்களுக்கு எந்த தடையும் இருக்காது, நீங்கள் அவரை கடந்து செல்லலாம். நீங்களே அவரை காயப்படுத்த முடியாது, காரணம் நீங்கள் காயப்படுத்த அவர் அங்கில்லை.''

? ***நான் சந்தித்த ஒரு குழுவில், ஒரு குறிப்பிட்ட உணர்ச்சிகள் கோபத்தை உண்டாக்கின. அன்பிற்கு எப்படி தா ய் சீயைப் பயன்படுத்துவது என்பதையும் தெரிந்து கொண்டேன். ஆனால் வலி, பயம் போன்ற விஷயங்களோடு என்னால் தொடர்பு ஏற்படுத்துக்கொள்ள முடியவில்லை.***

தா ய் சீ பல, பல விஷயங்களுக்கு பயன்படும், இதற்கும் கூட, காரணம் உடலில் ஒவ்வொரு அசைவும் உணர்ச்சிகளோடு தொடர்புடையது. அதனால் அதை உணர்ச்சிகள் என்கிறோம். காரணம் அந்த உடல்

அசைவுகளோடு தொடர்புடையது. ஒவ்வோர் உணர்ச்சிக்கும், அதன் தொடர்புடைய, தொடர்ச்சியான ஒவ்வோர் உடல் சைகை உண்டு.

உங்களுக்கு கோபம் வரும்போது உங்கள் கண்களுக்கு ஒரு குறிப்பிட்ட சைகை உண்டு. உங்கள் கைகளுக்கு ஒரு குறிப்பிட்ட சைகை உண்டு. உங்கள் பற்களுக்கு ஒரு குறிப்பிட்ட சக்தி உண்டு. உங்கள் தாடை அதிக ஆக்ரோஷமாக இருக்கும். நீங்கள் அழிக்க தாயார். ஆக்ரோஷமாக. சக்தி கைகளில் சேர்கிறது. பிறகு பற்களில், காரணம் மனிதன் மிருமாக இருந்தபோது கோபப்பட அதுதான் வழி. இன்னமும் மிருகங்கள் பற்களில் நகங்களில்தான் கோபப்படுகின்றன. அந்த இயந்திரத்தனத்தை இன்னமும் நாம் சுமக்கிறோம்.

உங்கள் கைகள், பற்கள், கண்கள் இல்லாமல் கோபத்தோடு இருந்தால், அது முற்றிலும் முடியாத சூழல். உங்களால் கோபப்பட முடியாது. உடலில் ஒரு குறிப்பிட்ட சைகை மிகவும் அவசியம். அதற்கு முன்பு என்ன என்று சொல்லமுடியாது? உண்மையில் இப்படி சொல்வது மாதிரி, ''எது முதலில் வருகிறது? கோழியா அல்லது முட்டையா?'' முதலில் பயம் வருகிறதா? பிறகு பயப்படுகிற சைகை வருகிறதா? அல்லது சைகை முதலில் வந்து பிறகு பயம்? அவை இரண்டுமே ஒன்றாக வருகின்றன ஒரே சமயத்தில்.

நீங்கள் அதை வேலை செய்து பார்க்கலாம்... ஆனால் தாய் சீ குருக்கள் அதிகமாக பயன்படமாட்டார்கள். காரணம் அவர்கள் தா-ய் சீ யை அந்த வகையில் பயன்படுத்தியதில்லை. தா-ய் சீக்குப் பல திறன்கள் உண்டு. கடந்த காலத்தில் அதைப் பயன்படுத்தியதே இல்லை. உண்மையில், தாய் ஒடுக்குவதற்கு மட்டும்தான் பயன்பட்டிருக்கிறதே தவிர, வெளிப்படுத்த அல்ல.

கிழக்கத்திய நுட்பங்கள் எல்லாமே ஒடுக்குவதுதான். உங்கள் கோபத்தை, சோகத்தை, அல்லது உங்கள் எதிர் தன்மையை வெளிப் படுத்திவிடாமல், அந்த நுட்பங்கள் எல்லாமே ஒரு வழியில் நீங்கள் மெதுவாக சமாதானப்படுத்தி அதை ஒரு மயக்க நிலைக்குத் தள்ளுவ தாகவே அமைக்கப்பட்டிருக்கிறது. அதன் அடித்தளத்திற்குத் தள்ளும். அதனால் தா ய் சீ குருமார்கள் உதவிகரமாக இருக்கமாட்டார்கள். ஆனால் நீங்களாகவே வேலை செய்து கொள்ளலாம். அவர்களிடமிருந்து தா ய் சீயை கற்றுக்கொள்ளுங்கள் ஆனால் நீங்கள் அதை துடைத்துபோகிற வழியில் வேலை செய்யவேண்டும் எதிர்மறையான உணர்ச்சிகளை தா ய் சீ இயக்கம் மூலமாக தூக்கிப்போடலாம், அவற்றைத் தூக்கி எறியலாம். நீங்கள் அந்த விஷயத்தை வளர்த்துக்கொண்டால் அது மற்றவர்களுக்கு உதவிகரமாக இருக்கும். அது தா ய் சீயின் புதிய பரிமாணமாக இருக்கும்.

நான் எப்போதுமே யோசிப்பதுண்டு, எப்போதாவது ஒரு முறை அந்த மாதிரி பரிமாணத்தை தா ய் சீயில் வளர்க்க வேண்டும். இப்போதைக்கு அப்படி எதுவும் அங்கில்லை.

அதனால் அதைப் பற்றிப் பேசவேண்டாம். இல்லையென்றால் அவர்கள் மறுத்துவிடுவார்கள். கிழக்கு மிகவும் பழமையான சம்பிரதாயங்களில் ஊறிப்போனவர்கள். அவர்களுக்கு ஒரு குறிப்பிட்ட பயன் இருக்கிறது. அதை அவர்கள் காலங்காலமாகப் பயன்படுத்தி அதிலேயே நிலைத்துவிட்டார்கள். புதிய சாத்தியங்களைக் கண்டுபிடிக்க மறுக்கிறார்கள். அதே நிலைதான் இந்தியாவில் யோகாவிற்கும். அது ஓர் உறைந்த விஞ்ஞானமாக இருக்கிறது. மூவாயிரம் வருடங்களாக ஒரு முன்னேற்றம் கூட இல்லை. அதே நிலைதான தா ய் சீக்கும். மூவாயிரம் வருடங்களாக ஒரு முன்னேற்றம் இல்லை. மூவாயிரம் வருடங்களுக்கு முன் எங்கிருந்ததோ அங்கேயேதான் இருக்கிறது.

கிழக்கு மிகவும் புராதனமானது. ஒரு குறிப்பிட்ட விஷயம் வேலை செய்கிறது என்றால் அந்த வழியைத்தான் பின்பற்றுவார்கள். மேற்கு மிக மிக ஆராய்வு பூர்வமாக இருக்கிறது. இருந்தும் மேற்கில் மாட்டு வண்டியிலிருந்து ஆகாய விமானத்தை அடைந்துவிட்டார்கள். கிழக்கினால் முடியவில்லை, கிழக்கு இன்னும் மாட்டு வண்டியிலேயே இருக்கிறது. அதே மாட்டுவண்டியில்தான் புத்தரும் நகர்ந்து கொண்டிருந்தார். அதே மாட்டுவண்டியில்தான் பதஞ்சலியும் நகர்ந்து கொண்டிருந்தார். அதே மாட்டுவண்டியில்தான் லா ட்ஸுவும் நகர்ந்தார். அதே மாட்டு வண்டியில்தான் கிழக்கு நகர்ந்து கொண்டிருக்கிறது.

? துடைத்தெறிய அசைவுகளை எப்படிப் பயன்படுத்துவது?

எழுந்து நில்லுங்கள், உங்கள் சக்தியை ஓர் ஒளியில் பிடித்து வையுங்கள், அந்தப் பொட்டில் கவனத்தைச் செலுத்துங்கள். பிறகு நீங்கள் என்ன நினைக்கிறீர்களோ, உதாரணமாக அது கோபம் என்றால், நீங்கள் அந்த சக்தி அந்த ஒளியிலிருந்து ஒரு கோபமாக ஒரு நெருப்பு ஜ்வாலையைப்போல், உடலெங்கும் பரவும், பிறகு ஓய்வெடுங்கள். உடல் அந்த ஜ்வாலையோடு நகரட்டும். அந்த சைகை துவங்குவது தெரியும் அவை லத்திஹன்... அது அனேகமாக ... அசைவுகளைப்போல இருக்கும். ஒரு ஜ்வாலையைப்போல், நீங்கள் கோபத்தை நினைத்தால், உடனே ஜ்வாலையை நினையுங்கள்.

? **பிறகு அசைவுகளைக் கவனித்து அதைப் பின்னோக்கிப் பார்க்க வேண்டும்?**

ஆமாம், பின்னோக்கிப் பாருங்கள்.

? **அந்த சக்தியைப் பின்னோக்கித் தொடர வேண்டுமா?**

அந்த சக்தியைப் பின் தொடருங்கள், அந்த சக்தியோடு செல்லுங்கள். அந்த சக்தி அதற்கேற்ற வடிவத்தை எடுக்க அனுமதியுங்கள். பிறகு நகருங்கள்.

மெள்ள, மெள்ள அனுபவத்தின் மூலமாக, அதன் அசைவுகளைக் குறிக்க முடியும். பிறகு நீங்கள் எப்போதெல்லாம் கோபத்தை நினைக்கிறீர்களோ அப்போதெல்லாம் அதுதான் அசைவு. எப்போதெல்லாம் உங்களுக்கு ஒரு ஜ்வாலை கிளம்பி ஒரு வடிவம் எடுப்பதாக நினைத்தால், அப்போதெல்லாம் இது நடக்கும். ஆனால் நீங்கள் கோபத்தை வைத்து முயன்றால் சில நாட்களில் நீங்கள் ஒரு சரியான வடிவமைப்பிற்குள் கொண்டு வருவீர்கள். பிறகு வேறு எதையாவது வைத்து முயலுங்கள். சோகம், வெறுப்பு, பொறாமை - ஆனால் நினைவில் கொள்ளுங்கள் குழம்பக்கூடாது. நீங்கள் கோபத்தை வைத்து முயன்றால் ஒரு மூன்று வாரங்களுக்கு மட்டும் முயலுங்கள், அது தங்கிவிடும். நீங்கள் யாரிடமாவது அந்த அசைவுகளை செய்யச் சொல்லலாம், அவர் அந்த அசைவுகளை செய்தால், திடீரென்று கோபம் அவரிடமிருந்து எழும். அந்தக் கோபத்தைத் தூக்கி வெளியே எறிந்து விட்டேன் என்பார். உங்களுக்குப் புரிகிறதா?

கோபத்தைக் குறித்து ஒரு நிலைத்த பாணிக்கு வந்தவுடன் பிறகு நீங்கள் வேறு எதையாவது முயலுங்கள். உங்களுடைய எதிர்மறைகள் என்ன என்பதை நீங்கள் தேடலாம்...

? **தாய் சீயில் சில வடிவங்கள் எடுக்க ஒரு மணி நேரம் ஆகிறது. ஆனால் பல, பலப்பல அசைவுகள் இருக்கின்றன. நீங்கள் பகுதிகளைப் பிரிக்கும்போது, அதை ஒன்றாக இணைக்கும் போது, நீங்கள் ஒவ்வொன்றையும் வெளியே போக வைத்தால் அது வெளியே போய்விடுகிறது.**

அதை அப்படியே போக விடுங்கள், அது அண்டத்தில் கரையட்டும். ஒரு வட்டத்தை ஏற்படுத்தாதீர்கள், அதை உள்ளே இழக்காதீர்கள். அது அப்படியே வெளியே போகட்டும். அது இருத்தலுக்குள் நகர்ந்து, அப்படியே காணாமல் போகிறது. நீங்கள் இருத்தலில் கொட்டி விட்டீர்கள்.

? இதை மௌனமாகவும் செய்யலாமா?

ஆமாம், நீங்கள் மௌனமாக செய்யலாம். நீங்களே உங்கள் வழிகளைக் காணலாம்.

இந்த விஞ்ஞானங்கள்... தா ய் சீ, யோகா, அது மாதிரியான விஷயங்கள், எல்லாம் கலைகள், அவை உண்மையில் விஞ்ஞானமல்ல. யார் வேண்டுமானாலும் விளையாடலாம். அவர்களாக வழிகள் காணலாம். ஒருவர் அதில் முழுமையாக சுதந்திரமாக இருக்கலாம். அவை நிலை பெற்ற விஷயங்களல்ல. அவற்றுக்குள் ஒரு பெரிய சுதந்திரம் உண்டு.

அதனால் அந்தக் கலையைக் கற்றுக்கொண்டு, அதை உங்கள் தனிப்பட்ட வழியில் பயன்படுத்துங்கள். அதில் உங்கள் மனத்தைக் கொடுங்கள். இதில் ஒரு சம்பிரதாயச் சீடராகாதீர்கள். இல்லையென்றால் அது உங்களுக்கு உதவுவதற்குப் பதிலாக, உங்களைக் கட்டுப்படுத்தும். அவை ஒரு குறிப்பிட்ட வழியில்தான் உதவும். ஆனால் அதில் நீங்கள் முன்னேற்றம் செய்ய முடியுமென்றால், கண்டுபிடியுங்கள். பிறகு அதனால் உங்களுக்குப் பெரிய அளவில் ஆதாயம்.

அத்தியாயம் - 12
வலி

? வலி அதனுடன் நம்மை எப்படி அடையாளம் காணுவது என்பது பற்றி பேச முடியுமா?

நம்மை நாமே பார்த்துக் கொள்வதை நாம் உணரவேயில்லை. நாம் எப்போதோ ஏதோ ஓர் அடையாளத்தை உணருகிறோம். நாம் எப்போதும் ஏதோவோர் அடையாளம் காணுதலை உணருகிறேம். உணர்வுகளைப் பார்ப்பதுதான் யதார்த்தம். அது எதனால் ஏற்படுகிறது? அது எப்படி நடக்கிறது?

உங்களுக்கு வலி இருக்கிறது. உள்ளே உண்மையில் என்னதான் நடக்கிறது? அந்த முழு நிகழ்வையும் ஆராயுங்கள். வலி அங்கிருக்கிறது. வலி அங்கிருக்கிறது என்கிற உணர்வும் இருக்கிறது. அது இரண்டு விஷயங்கள், வலி இருக்கிறது. வலி இருக்கிறது என்கிற உணர்வும் இருக்கிறது. ஆனால் இடைவெளி இல்லை. எப்படியோ "எனக்கு வலி இருக்கிறது" அந்த உணர்வு நடக்கிறது. "எனக்கு வலி இருக்கிறது" இது மட்டுமல்ல, இப்போதோ, விரைவிலோ "எனக்கு வலி இருக்கிறது." துவங்குகிறது, நடக்கிறது, அந்த உணர்வாக இருக்கத் துவங்குகிறது.

"எனக்கு வலி இருக்கிறது" "எனக்கு வலி இருக்கிறது" "வலி இருப்பது எனக்குத் தெரியும்" இந்த மூன்று வித்யாசமான, மிக வித்யாசமான நிலைகள். ஒரு ரிஷி சொன்னார்: "வலி இருப்பது எனக்குத் தெரியும்" இதுவரைக்கும்தான் அமைதி. அதன் பிறகு நீங்கள் வலியைக் கடந்து விடுகிறீர்கள். அந்த விழிப்பும் கடக்கிறது. நீங்கள் வலியிலிருந்து வேறுபடுகிறீர்கள். பிறகு ஓர் ஆழ்ந்த பிரிவு இருக்கிறது. உண்மையில் அதில் எந்த உறவுமில்லை. அந்த உறவு தோன்றத் துவங்கியதே அதன்

அருகாமையில்தான். காரணம் உங்கள் உணர்வுகளின் நெருக்கமான அருகாமையினால் சுற்றிலும் எல்லாம் நடக்கிறது.

நீங்கள் வலியிலிருக்கும் போது உங்கள் உணர்வுகள் அருகில் இருக்கிறது. அது பக்கத்திலேயே இருக்கிறது. மிக அருகில், அது இருந்துதான் ஆக வேண்டும். இல்லையென்றால் வலி குணமாகாது. அதை உணருவதற்கு அருகில் இருக்க வேண்டும். தெரிந்துகொள்ள வேண்டும். அதைப் பற்றித் தெரிந்து கொள்ள வேண்டும். ஆனால் அந்த அருகாமை காரணமாக, நீங்கள் அடையாளம் காணப்படுகிறீர்கள். ஒன்றாகாதீர்கள். இது மறுபடியும் ஒரு பாதுகாப்பு நடவடிக்கை. ஓர் இயற்கையான பாதுகாப்பு. வலி இருக்கும்போது நீங்கள் அதன் அருகில் இருக்க வேண்டும். வலி இருக்கும்போது, உங்கள் உணர்வுகள் அந்த வலியை நோக்கி விரைந்து போக வேண்டும். அதை உணர்வதற்காக, அதுபற்றி ஏதாவது செய்வதற்காக.

நீங்கள் தெருவில் இருக்கிறீர்கள். திடீரென்று ஒரு பாம்பு இருப்பதை உணர்கிறீர்கள். பிறகு உங்கள் முழு உணர்வும் ஒரு துள்ளலாகும். ஒரு தருணம் கூட இழக்க முடியாது. என்ன செய்வது என்று கூட யோசிக்க முடியாது. தெரிந்து கொள்வதற்கும் செயலுக்கும் ஒரு சிறு இடைவெளி கூட இருக்காது. நீங்கள் வெகு அருகில் இருகக வேண்டும். அப்போது தான் இது நடக்கும். உங்கள் உடல் வலியால் அவதிப்படும்போது, ஒரு நோய், உடல் நலக்குறைவு, நீங்கள் அருகில் இருக்க வேண்டும். இல்லையென்றால் வாழ்க்கை நீடிக்காது. நீங்கள் வெகு தொலைவில் இருந்தால் அந்த வலியை உணர முடியாது. பிறகு நீங்கள் இறந்து போவீர்கள். வலியை உடனடியாக உணர வேண்டும். ஓர் இடை வெளியே இருக்கக் கூடாது. அந்தத் தகவலை உடனடியாகப் பெற்றாக வேண்டும். உங்கள் உணர்வு உடனடியாக அந்த இடத்திற்குப் போய் ஏதாவது செய்தாக வேண்டும். இந்த வகையில் அருகாமை என்பது மிகவும் அவசியம். ஆனால் இந்த அவசியம் காரணமாக, மற்ற நிகழ்வுகள் நடக்கின்றன. மிக அருகில் நீங்கள் ஒன்றாகிறீர்கள். மிக அருகில், நீங்கள் உணரத் துவங்குகிறீர்கள். ''இதுதான் நான் - இந்த வலி, இந்த ஆனந்தம்'' அருகாமை காரணமாக அடையாளம் காணப்படுகிறீர்கள். நீங்கள் கோபமாகிறீர்கள். நீங்கள் அன்பாகிறீர்கள். நீங்கள் சந்தோஷமாகிறீர்கள்.

ரிஷி சொல்கிறார். இந்த போலி அடையாளம் காணுதலிலிருந்து, உங்களை விலக்கிக் கொள்ள இரண்டு வழிகள் உண்டு. நீங்கள் யோசிக்கிற மாதிரி, உணருகிற மாதிரி, கற்பனை செய்கிற, வெளிப்படுகிற மாதிரி நீங்களில்லை. நீங்கள் தெரிந்து கொள்கிறீர்கள் என்பதுதான் நீங்கள். எது நடந்தாலும், நீங்கள் தெரிந்தவராக இருக்கிறீர்கள். நீங்கள் விழிப்பு - அந்த அடையாளத்தை நீங்கள் உடைக்கவே முடியாது. அந்த

அடையாளத்தை நீங்கள் தள்ளவே முடியாது. மற்ற எல்லாவற்றையும் நீங்கள் ஒதுக்கித் தூக்கி எறியலாம். விழிப்பு என்பதுதான் உச்ச பின்னணியில், அடித்தளத்தில் இருக்கிறது. அதை நீங்கள் மறுக்க முடியாது. நீங்கள் அதை ஒதுக்க முடியாது, நீங்கள் அதிலிருந்து விலகிக் கொள்ள முடியாது.

அதனால் இதுதான் நடக்கிறது. எதைத் தூக்கி எறிய முடிகிறதோ, எதை, உங்களிடமிருந்து பிரிக்க முடிகிறதோ, அதுதான் நீங்கள். எதைப் பிரிக்க முடிந்ததோ, அது நீங்கள் இல்லை. வலி இருக்கிறது. ஒரு தருணம் கழித்து அது அங்கிருக்காது. ஆனால், நீங்கள் இருப்பீர்கள். சந்தோஷம் வந்துவிடுகிறது. அது போய்விடும். அது இருந்திருக்கிறது. பிறகு இருக்காது. ஆனால் நீங்கள் இருப்பீர்கள். உடல் இளமையானது. பிறகு உடலுக்கு வயோதிகம் வந்து விடும். மற்ற எல்லாமுமே வரும் போகும், விருந்தாளிகள் வருவார்கள், போவார்கள். ஆனால் வீட்டுக்காரர் அங்கேயேதான் இருப்பார். சென் துறவிகள் சொல்வார்கள்: விருந்தினர் கூட்டத்தில் தொலைந்து போகாதீர்கள். நீங்கள் விருந்தோம்பல் செய்கிறவர் என்பதை நினைவில் கொள்ளுங்கள். அந்த விருந்தோம்பல் தான் விழிப்பு. அந்த விருந்தோம்பல் செய்கிற காரியம்தான் உணர்வைப் பார்ப்பது. எப்போதுமே உங்களிடமே தங்கும் அந்த அடிப்படைக் கூறு எது? அதன் மூலமாகத்தான், நீங்கள் உங்களை இந்த வந்து போகிற அடையாளத்திலிருந்து விலக்கிக் கொள்ள முடியும். ஆனால் விருந்தினரோடு அடையாளம் காணப்படுகிறோம். உண்மையில் விருந்து கொடுப்பவர், விருந்தினரோடு மும்முரமாக இருக்கிறார், அவர் மறக்கிறார்.

முல்லா நஸ்ருதின் தன் நண்பர்களுக்கும் சில புதியவர்களுக்கும் ஒரு விருந்து கொடுத்தார். அந்த விருந்து மிகவும் சலிப்பாக இருந்தது. பாதி இரவு முடிந்து விட்டது. விருந்து தொடர்ந்து கொண்டேயிருந்தது. ஒரு புதியவர், அவருக்கு முல்லாதான் விருந்து கொடுக்கிறார் என்பது தெரியாது. அவரிடம் போய் சொன்னார். ''இதுபோன்ற ஒரு விருந்தை நான் பார்த்ததேயில்லை. எத்தனை அபத்தம். இது முடியாது போலிருக்கிறது. எனக்கு மிகவும் சலிப்பாக இருக்கிறது. நான் போக வேண்டும்.''

முல்லா சொன்னார், ''நான் என்ன சொல்ல நினைத்தேனோ அதையேதான் நீங்கள் சொல்கிறீர்கள். நானே இதுவரையில் இத்தனை சலிப்பான அபத்தமான விருந்தைப் பார்த்ததேயில்லை. ஆனால் உங்களைப் போல எனக்குத் துணிச்சல் இல்லை. நானும் கிளம்பலாம் என்று யோசித்துக் கொண்டிருந்தேன்; அப்படியே ஓடிப் போகலா மென்றிருந்தேன்''. இருவரும் ஓடிப் போனார்கள். பிறகு, தெருவுக்குப்

போனதும், முல்லாவுக்கு நினைவுக்கு வந்தது. சொன்னார், "ஏதோ தவறு நடந்திருக்கிறது. காரணம் இப்போது எனக்கு நினைவுக்கு வருகிறது. நான் தான் விருந்தளிப்பவன். அதனால் தயவு செய்து மன்னித்துக் கொள்ளுங்கள். நான் திரும்பி போக வேண்டும்."

இதுதான் நம் எல்லோருக்கும் நடக்கிறது. விருந்தளிப்பவர் தொலைந்து போகிறார். விருந்தளிப்பவர் ஒவ்வொரு தருணமும் மறக்கப் படுகிறார். விருந்தளிப்பவர் தன்னைப் பார்த்துக் கொண்டிருக்கிறார். வலி வருகிறது, சந்தோஷம் தொடர்கிறது. அங்கு சந்தோஷமிருக்கிறது. பிறகு அங்கு துயரமிருக்கிறது. ஒவ்வொரு தருணமும், எதுவெல்லாம் வருகிறதோ அதோடு நீங்கள் அடையாளம் காணப்படுகிறீர்கள். நீங்கள் விருந்தாளி ஆகிறீர்கள்.

விருந்தளிப்பவரை நினைவில் கொள்ளுங்கள். விருந்தாளியாக இருக்கும் போது, விருந்தளிப்பவரை நினைவில் கொள்ளுங்கள். பிறகு அங்கு பல்வேறுவிதமான விருந்தாளிகள் இருக்கிறார்கள். சந்தோஷ மான, வலியான, நீங்கள் விரும்புகிற விருந்தாளிகள் உண்டு. விருந்தாளிகள் நீங்கள் விருந்தாளியாக இருக்க விரும்பாதவர்கள், நீங்கள் இருக்க விரும்புகிற விருந்தாளிகள். நீங்கள் தவிர்க்க விரும்பும் விருந்தாளிகள். ஆனால் எல்லோரும் விருந்தாளிகள். விருந்தளிப்பவரை நினைவில் கொள்ளுங்கள். தொடர்ந்து அந்த விருந்தளிப்பவரை நினைவில் கொள்ளுங்கள். விருந்தளிப்பவரை மையப்படுத்தி இருங்கள். விருந்தளிப்பதில் நீங்கள் இருங்கள், பிறகு அங்கு ஒரு பிரிவு இருக்கும். பிறகு அங்கு ஓர் இடைவெளி இருக்கும். ஓர் இடைவேளை - பாலம் உடைகிறது. பாலம் உடைந்த அந்தத் தருணத்தில் துறப்பு என்கிற நிகழ்வு நடக்கிறது. பிறகு நீங்கள் அதில் இருக்கிறீர்கள். அதற்காகவே இல்லை. பிறகு நீங்கள் அந்த விருந்தாளிகளோடு இருக்கிறீர்கள், ஆனால் இன்னமும் விருந்தளிப்பவராக, நீங்கள் விருந்தாளியிடமிருந்து தப்பிக்க வேண்டாம் - அதற்கு அவசியமுமில்லை.

? உடல் வலி, என்னுடைய ஆன்மீக வளர்ச்சியின்போது உணருகிற வலி இவற்றை நான் எப்படிக் கையாளுவது?

வளர்ச்சி என்பது வலியானது. காரணம் நீங்கள் உங்கள் வாழ்க்கையில் ஆயிரத்தொரு வலியைப் புறக்கணித்து வந்திருக்கிறீர்கள். அதைத் தவிர்ப்பதன் மூலம் நீங்கள் அதை அழிக்க முடியாது. அவை

சேர்ந்து கொண்டேயிருக்கும். உங்கள் வலிகளை நீங்கள் முழங்கிக் கொண்டேயிருக்கிறீர்கள். அவை உங்கள் அமைப்பில் இருந்து கொண்டே இருக்கும். அதனால்தான் வளர்ச்சி என்பது வலியானது. நீங்கள் வளரத் துவங்குவதற்கு முன், நீங்கள் வளர முடிவு செய்யும்போது, நீங்கள் எல்லாவிதமான வலிகளையும் சந்தித்தே ஆக வேண்டும். நீங்கள் அழுத்தி வைத்த வலிகளை, நீங்கள் அப்படியே அதைக் கடந்து போக முடியாது.

நீங்கள் ஒரு தவறான வழியில் வளர்க்கப்பட்டிருக்கிறீர்கள். துரதிருஷ்டவசமாக, இதுவரையில், பூமியில் எந்த ஒரு சமுதாயமும் வலியை அமுக்காமல் இருந்ததில்லை. எல்லா சமூகங்களுமே அழுத்துவதை நம்பியே இருக்கின்றன. இரண்டு விஷயங்களை அவர்கள் அமுக்குகிறார்கள். ஒன்று வலி, இன்னொன்று சந்தோஷம். அவர்கள் சந்தோஷத்தை அமுக்குவதும், வலியினால்தான். அவர்கள் சொல்லுகிற காரணம் என்பது நீங்கள் அதிக சந்தோஷமாக இல்லாமலிருந்தால், நீங்கள் அதிக துக்கத்துக்கு ஆளாக மாட்டீர்கள். உங்கள் உற்சாகத்தை அழித்துவிட்டால், நீங்கள் ஆழ்ந்த வலியில் இருக்க மாட்டீர்கள். வலியைத் தவிர்க்க அவர்கள் சந்தோஷத்தைத் தவிர்க்கிறார்கள். மரணத்தைத் தவிர்க்க, அவர்கள் வாழ்க்கையைத் தவிர்க்கிறார்கள்.

அதில் ஒரு பொருத்தமான வாதம் இருக்கிறது. இரண்டும் ஒன்றாக வளர்கிறது - உங்களுக்கு ஒரு பரவசமான வாழ்க்கை வேண்டுமென்றால், நீங்கள் பல வேதனைகளையும் ஏற்றுக் கொள்ள வேண்டும். உங்களுக்கு இமாலய மலை உச்சி வேண்டுமென்றால், நீங்கள் பல வேதனை களையும் ஏற்றுக் கொள்ள வேண்டும். உங்களுக்கு இமய மலை உச்சி வேண்டுமென்றால், பிறகு உங்களுக்குப் பள்ளத்தாக்கும் இருக்கும். ஆனால் பள்ளத்தாக்கு இருப்பதில் ஒன்றும் தவறில்லை. உங்கள் அணுகுமுறை கொஞ்சம் மாறியிருக்க வேண்டும். நீங்கள் இரண்டையும் ரசிக்கிறீர்கள் - மலை உச்சி அழகாக இருக்கிறது. அதேபோலத்தான் பள்ளத்தாக்கும். அப்படி ஒரு தருணத்தில் ஒருவர் மலை உச்சியையும் ரசிக்க வேண்டும், சில தருணங்களில் ஒருவர் பள்ளத்தாக்கிலும் ஓய்வெடுக்க வேண்டும்.

உச்சி சூரிய ஒளியோடு இருக்கிறது. அது மேகத்தோடு பேசிக் கொண்டிருக்கிறது. பள்ளத்தாக்கு இருண்டு இருக்கிறது. ஆனால் எப்போதெல்லாம் நீங்கள் ஓய்வெடுக்க வேண்டுமோ நீங்கள் பள்ளத் தாக்கின் இருளுக்குத்தான் போக வேண்டும். உங்களுக்கு உச்சிகள் வேண்டுமென்றால் நீங்கள் பள்ளத்தாக்கில்தான் அதன் வேர்களை வளர்க்க வேண்டும். வேர்கள் ஆழமாகப் போகும்போது, உங்கள் மரம் இன்னும் உயரமாக வளரும். வேர்கள் இல்லாமல் மரங்கள் வளர முடியாது. வேர்கள் மண்ணுக்குள் ஆழமாகப் போக வேண்டும்.

வலியும், சந்தோஷமும் வாழ்க்கையின் உள்ளார்ந்த பகுதிகள். மக்களுக்கு வலி மீது பயம். அதனால் வலியை அழுத்துகிறார்கள். அவர்கள் வலியைக் கொண்டு வருகிற சந்தர்ப்பங்களைத் தவிர்க்கிறார்கள். அவர்கள் வலியை ஏமாற்றிக் கொண்டே இருக்கிறார்கள். இறுதியாக அவர்கள் நீங்கள் வலியைத் தவிர்க்க வேண்டுமானால், நீங்கள் சந்தோஷத்தைத் தவிர்க்க வேண்டுமென்கிற உண்மையில் தடுக்கி விழுகிறார்கள். அதனால்தான் உங்கள் துறவிகள் சந்தோஷங்களைத் தவிர்க்கிறார்கள். அவர்கள் சந்தோஷத்தைக் கண்டு பயப்படுகிறார்கள். உண்மையில் அவர்கள் வலிக்கான எல்லா சாத்தியங்களையும் தவிர்க்கிறார்கள். அவர்களுக்குத் தெரியும்; நீங்கள் சந்தோஷத்தைத் தவிர்த்தால், இயற்கையாகவே எல்லா சிறந்த வலிகளும் சாத்தியமில்லை. அது சந்தோஷத்தில் நிழலாகவே வருகிறது. பிறகு நீங்கள் காலி மைதானத்தில் நடக்கிறீர்கள். நீங்கள் உச்சி நோக்கியும் நகர்வதில்லை. பள்ளத்தாக்கிலும் நீங்கள் விழுவதில்லை. ஆனால் இப்போது நீங்கள் நடைபிணமாக வாழ்கிறீர்கள். பிறகு நீங்கள் உயிரோடு இல்லை.

வாழ்க்கை என்பது இரு துருவங்களுக்கிடையேதான் இருக்கிறது. வலிக்கும், சந்தோஷத்திற்கும் இடையே இருக்கும் பதற்றம்தான், உங்களை மிகச் சிறந்த இசையை உருவாக்க வைக்கிறது. அந்தப் பதற்றத்தில்தான் இசையே இருக்கிறது. இரு துருவங்களை அழியுங்கள். நீங்கள் ஒளியற்று, தேங்கி, தூசியோடு, உங்களிடம் எந்த அர்த்தமும் இருக்காது. உங்களுக்கு அலங்காரம் என்பது என்னவென்றே தெரியாது. நீங்கள் வாழ்க்கையை இழந்திருப்பீர்கள்.

ஒரு மனிதன் வாழ்க்கையைத் தெரிந்து, வாழ்க்கையை வாழ நினைத்தால், மரணத்தை ஏற்றுக் கொண்டு அணைத்துக் கொள்ள வேண்டும். அது ஒன்றாக வருகிறது. ஒரு நிகழ்வுகளின் இரண்டு மாதிரிகள், அதனால்தான் வளர்ச்சி வலியாக இருக்கிறது. நீங்கள் தவிர்க்கிற எல்லா விதமான வலிகளுக்குள்ளும் நீங்கள் போக வேண்டும். அது காயப்படுத்தும், நீங்கள் இந்தக் காயங்களுக்குள் போக வேண்டும். எப்படியோ அதைப் பார்க்காமலேயே சமாளித்து விட்டீர்கள். ஆனால் வலிக்குள் நீங்கள் ஆழமாகப் போகும்போது, சந்தோஷத்திற்குள் ஆழமாகப் போகிற திறன் வரும். வலியின் அதிகபட்ச எல்லைக்குப் போகும்போது, நீங்கள் சொர்க்கத்தைத் தொடுவீர்கள்.

நான் கேட்டிருக்கிறேன். ஒரு மனிதன் சென் குருவிடம் வந்து கேட்டான், "நாம் சூட்டையும், குளிர்ச்சியையும் எப்படி தவிர்ப்பது?"

உருவகமாக அவர் கேட்கிறார், "நாம் சூட்டையும், குளிர்ச்சியையும் எப்படி தவிர்ப்பது?" அப்படித்தான் வலியையும், சந்தோஷத்தையும்

எப்படி தவிர்ப்பது?'' அப்படித்தான் வலியையும், சந்தோஷத்தையும் குறித்து சென் வழியில் பேசுவார்கள், சூடு, குளிர்ச்சி. ''நாம் எப்படி சூட்டையும், குளிர்ச்சியையும் எப்படி தவிர்ப்பது?''

குரு சொன்னார், ''சூடாக இரு, குளிர்ச்சியாக இரு.''

வலியிலிருந்து விடுபட வேண்டுமென்றால், வலியைத் தவிர்க்க முடியாமல், இயற்கையாக ஏற்றுக் கொள்ள வேண்டும். வலி என்பது வலி. ஓர் எளிமையான வலியான உண்மை. ஆனால் அனுபவிப்பது மட்டுமே, எப்போதுமே வலியை மறுக்கும். வாழ்க்கை என்பது வலியாக இருக்கக் கூடாது என்று கோருவது அது ஓர் உண்மையை புறக்கணிப்பது, வாழ்க்கையை மறுப்பது, இயற்கையான விஷயங்களை. மரணம் என்பது மனம். அந்த மனம் இறக்கிறது. மரணத்தைப் பற்றிய பயம் இல்லாத போது, சாவதற்கு யார் இருக்கிறார்கள்?

மரணம், சிரிப்பு பற்றிய அறிவில் உயிரினங்களிலேயே மனிதனுக்குத் தனிச் சிறப்பு உண்டு. பிறகு அற்புதமான, மரணத்தைக் கூட ஒரு புதிய விஷயமாக்க முடியும். அவன் சிரித்துக் கொண்டே சாகலாம். மனிதனுக்கு மட்டுமே சிரிக்கத் தெரியும். வேறு எந்த மிருகமும் சிரிப்பதில்லை. மனிதனுக்கு மட்டும்தான் மரணம் தெரியும். வேறு எந்த மிருகத்திற்கும் மரணம் தெரியாது. மிருகங்கள் அப்படியே இறந்து போகின்றன. மரணம் என்கிற நிகழ்வைப் பற்றிய உணர்வே இருக்காது.

வேறு எந்த மிருகத்திற்கும் தெரியாத இரண்டு விஷயங்கள் மனிதனுக்குத் தெரியும். ஒன்று சிரிப்பு, மற்றொன்று மரணம். பிறகு ஒரு புதிய இணைப்பு சாத்தியம். மனிதனால் மட்டுமே சிரித்துக் கொண்டே சாகத்தெரியும். அவனால் மரணத்தின் உணர்வோடு கலக்க முடியும் சிரிக்கவும் முடியும். நீங்கள் சிரித்துக்கொண்டே செத்தால்தான், நீங்கள் சிரித்துக்கொண்டே வாழ்ந்திருக்கிறீர்கள் என்பதற்குத் தகுதியான ஆதாரத்தைத் தரமுடியும். உங்கள் வாழ்க்கையின் கடைசி விளக்கம்தான் மரணம். முடிவு. முடிவுரை. நீங்கள் எப்படி வாழ்ந்தீர்கள் என்பதை மரணத்தின் மூலமாகக் காட்டலாம், நீங்கள் எப்படி இறக்கிறீர்கள். நீங்கள் சிரித்துக்கொண்டே சாக முடியுமா? அப்படியானால் நீங்கள் ஒரு வளர்ந்த மனிதன். நீங்கள் அழுதுகொண்டு, கண்ணீர் வடித்துக் கொண்டு, பற்றிக்கொண்டு, வாழ்க்கையை இறுகப் பற்றிக்கொண்டு இறந்தால், நீங்கள் தவிர்க்கிறீர்கள் என்பதைக் காட்டும். நீங்கள் எல்லா வலிகளை யும், எல்லா விதமான வலிகளையும் தவிர்த்து வந்திருக்கிறீர்கள்.

வளர்ச்சி என்பது யதார்த்ததைச் சந்திக்கிறது. உண்மையை எதிர் கொள்ளுகிறது. அது எதுவாக இருந்தாலும். நான் மறுபடியும் சொல்கிறேன். வலி என்பது சாதாரண வலி. அதில் அனுபவிக்க

ஒன்றுமில்லை. அனுபவிப்பது என்பது வலியே இருக்கக்கூடாது என்கிற உங்கள் ஆசையினால் வருவது. வலியில் ஏதோ தவறிருக்கிறது. கவனியுங்கள், பாருங்கள், பிறகு உங்களுக்கே வியப்பாக இருக்கும். உங்களுக்கு ஒருதலைவலி இருக்கிறது. வலி இருக்கிறது, ஆனால் அனுபவிக்கவில்லை. அனுபவிப்பது என்பது இரண்டாவது நிகழ்வு. வலிதான் முதல். தலைவலி இருக்கிறது. வலியும் இருக்கிறது, அதுதான் எளிமையான உண்மை. அதைப் பற்றி எந்த முடிவுமில்லை. நீங்கள் அதை நல்லது, கெட்டது என்றழைப்பதில்லை. அதற்கு நீங்கள் எந்த மதிப்பும் கொடுப்பதில்லை. அது அப்படியே உண்மை. ரோஜா என்பது உண்மை, அதேபோல்தான் முள்ளும். பகல் என்பது உண்மை, அதேதான் இரவுக்கும். தலை என்பது உண்மை, அதேதான் தலைவலிக்கும். இதை அப்படியே குறித்துக்கொள்ளுங்கள்.

புத்தர் தன் சீடர்களுக்குக் கற்றுக்கொடுத்தார், உங்களுக்குத் தலைவலி இருந்தால் அப்படியே இரண்டு முறை ''தலைவலி, தலைவலி'' என்று சொல்லுங்கள். குறித்துக் கொள்ளுங்கள். ஆனால் அதை எடை போடாதீர்கள். சொல்லாதீர்கள், ''ஏன்? இந்தத் தலைவலி ஏன் எனக்கு ஏற்பட்டிருக்கிறது? இது எனக்கு நடந்திருக்கக்கூடாது.'' நீங்கள் சொல்லுகிற அந்தத் தருணம் ''அது கூடாது'' நீங்கள் அனுபவிப்பதைக் கொண்டு வருகிறீர்கள். இப்போது அனுபவிப்பதை உருவாக்கியது நீங்கள், தலைவலி அல்ல. அனுபவிப்பது என்பது உங்கள் விரோதமான விளக்கம், அனுபவிப்பது என்பது நீங்கள் உண்மையை மறுப்பது.

''அது இருக்கக்கூடாது'' என்று நீங்கள் சொல்லுகிறது அந்த தருணத்தில், நீங்கள் அதைத் தவிர்க்கத் துவங்குகிறீர்கள். நீங்கள் அதிலிருந்து விலகத் துவங்கிவிட்டீர்கள். நீங்கள் எதிலாவது ஈடுபட்டு அதை மறக்க நினைக்கிறீர்கள். நீங்கள் வானொலியை அல்லது தொலைக்காட்சியை அல்லது உங்கள் சங்கத்துக்குப் போகிறீர்கள், நீங்கள் படிக்க துவங்குகிறீர்கள், தோட்டத்தில் வேலை செய்யத்துவங்குகிறீர்கள். உங்களைத் திசைதிருப்பிக் கொள்கிறீர்கள். உங்களைக் கலைத்துக் கொள்கிறீர்கள். இப்போது அந்த வலி பார்க்கப்படவேயில்லை. நீங்கள் அப்படியே கலைத்துக்கொண்டீர்கள். அந்த வலியை உங்கள் உடல் அமைப்பு அப்படியே ஈர்த்துக்கொள்ளும்.

இந்தச் சாவியை ஆழமாகப் புரிந்து கொள்ளுங்கள். நீங்கள் தலைவலியை எந்த விரோதமான மனப்பான்மையும் இல்லாமல் பார்க்க முடிந்தால், அதைத் தவிர்க்காமல், அதிலிருந்து தப்பிக்காமல், நீங்கள் அப்படியே அங்கே இருக்க முடிந்தால், தியானத்தோடு அங்கேயே ''தலைவலி, தலைவலி'' அதை அப்படியே பார்க்க முடிந்தால், அது வந்த நேரத்திலேயே தலைவலி போய்விடும். அது அதிசயமாக மறைந்துவிடும்

என்று நான் சொல்லவில்லை. அப்படி பார்த்துக்கொண்டிருக்கும்போதே அது போய்விடும். அதனுடைய நேரத்தில் அது போய்விடும். ஆனால் அதை உங்கள் உடல் அமைப்பு இழுத்துக்கொள்ளாது, அது உங்கள் உடல் அமைப்பில் நஞ்சைக் கலக்காது. அது அங்கேயே இருக்கும். நீங்கள் அதைக் கவனிப்பீர்கள். அது போய்விடும். அது வெளியாகும்.

ஒரு குறிப்பிட்ட விஷயத்தை உங்களிடத்திலேயே நீங்கள் பார்த்தால், அது உங்கள் அமைப்பிற்குள் நுழைய முடியாது. நீங்கள் தவிர்த்தால் அது நுழைந்து விடும். நீங்கள் அதிலிருந்து தப்பினால், நீங்கள் அங்கில்லாமல் போனால்! அது உங்கள் அமைப்பிற்குள் நுழைந்துவிடும். நீங்கள் இல்லாதபோதுதான் வலி உங்கள் இருத்தலின் ஒரு பகுதியாகிறது. நீங்கள் இருந்தால் உங்கள் இருத்தலே அது உங்கள் பகுதியாவதைத் தடுக்கிறது.

நீங்கள் வலிகளைப் பார்த்துக்கொண்டேயிருந்தால் நீங்கள் சேர்த்து வைத்துக் கொள்ள மாட்டீர்கள். சரியான துப்பு உங்களுக்குச் சொல்லிக் கொடுக்கப்படவில்லை. அதனால் நீங்கள் தவிர்த்துக்கொண்டே போகிறீர்கள். பிறகு நீங்கள் வலியைச் சேர்த்துக்கொண்டே போகிறீர்கள். அதற்குக் காரணம் தவறான இயல்பு. இல்லையென்றால் வளர்ச்சி என்பது வலியானது அல்ல, வளர்ச்சி என்பது முற்றிலும் இன்பமானது.

மரம் வளரும்போது அது பெரிதாகும்போது நீங்கள் வலி இருப்பதாக நினைக்கிறீர்களா? அங்கு வலியில்லை. ஒரு குழந்தை பிறக்கும்போது கூட, தாய் ஏற்றுக்கொண்டால் வலியே இல்லை. ஆனால் தாய் அதை மறுக்கிறாள், தாய் பயப்படுகிறாள். அவள் பதற்றமாகிறாள், குழந்தையை உள்ளேயே பிடித்து வைத்துக்கொள்ள நினைக்கிறாள். அது சாத்தியமே யில்லை. குழந்தை உலகத்திற்குள் போகத் தயாராக இருக்கிறது. குழந்தை தாயை விட்டுப் போக தயாராக இருக்கிறது. அது பழுத்து விட்டது. கருப்பை இனியும் அவனை கட்டுப்படுத்தி வைக்க முடியாது. இனியும் கருப்பை அவனை கட்டுப்படுத்தினால் தாய் இறந்து விடுவாள் குழந்தையும் இறந்துவிடும். ஆனால் தாய்க்கு பயம். குழந்தை பெற்றெடுப்பதில் வலி இருக்கும் என்பதை அவள் கேட்டிருக்கிறாள். பிரசவம் மிக கடுமையான வலி. பிரசவ வலி. அதனால் அவள் பயப்படுகிறாள், அந்த பயத்தினால் அவள் பதற்றமாகிறாள், மூடிக் கொள்கிறாள்.

இல்லையென்றால், கற்கால சமூகத்தில் அந்த மக்கள் இப்போதும் இருக்கிறார்கள். குழந்தை பிறப்பு என்பது சாதாரணம், அங்கு வலியே இல்லை. அதற்கு மாறாக, உங்களுக்கு வியப்பாக இருக்கும், குழந்தை பிறக்கும்போதுதான், பெண்ணுக்கு மிகச் சிறந்த பரவசம் ஏற்படுகிறது. வலியில்லை. வேதனை இல்லை. ஆனால் மிகச் சிறந்த பரவசம். ஒரு

பெண், குழந்தை பிறப்பை இயற்கையாக பிறக்கவைக்கும்போது ஏற்படுகிற புணர்ச்சிப் பரவசம் பெண்ணுக்கு வேறு எந்தக் காமப் புணர்ச்சிப் பரவசமும் கொடுக்காது. பெண்ணின் முழு காம இயந்திரமும் துடிக்கும். எந்தப் புணர்ச்சியிலும் அப்படி ஒரு துடிப்பு இருக்காது. குழந்தை பெண்ணின் ஆழமாக உச்சத்திலிருந்து வருகிறது. அந்த ஆழத்திற்கு ஒரு பெண்ணுக்குள் எந்த ஆணாலும் ஊடுருவ முடியாது. அந்தத் துடிப்பு உள்ளிருந்து வருகிறது. அந்தத் துடிப்பு அவசியம், அந்தத் துடிப்பு அலையாக, அது மிகச் சிறந்த சந்தோஷ பேரலை. அதுதான் குழந்தை வெளியே வர உதவும், அதுதான் குழந்தை வெளிவருவதற்கான பாதையைத் திறக்க உதவும். அதனால் அங்கு மிகச் சிறந்த துடிப்பு இருக்கும், பெண்ணின் முழு காம இருத்தலுமே மிகப்பெரிய சந்தோஷத்தில் இருக்கும். ஆனால் மனித குலத்திற்கு உண்மையில் நடந்ததெல்லாமே அதற்கு எதிரானது. பெண் அதுதான் வாழ்க்கையின் மிகப் பெரிய வேதனை என்று நினைக்கத் துவங்கினாள். இது மனம் உருவாக்கியது. இது ஒரு தவறான வளர்ப்பு முறை. நீங்கள் ஏற்றுக்கொண்டால் பிரசவம் என்பது இயற்கையாக இருக்கும்.

அதுதான் உங்கள் பிறப்பிற்கும். வளர்ச்சி என்றால் ஒவ்வொரு நாளும் நீங்கள் பிறக்கிறீர்கள். நீங்கள் பிறந்தவுடன் பிறப்பு முடிந்துவிடவில்லை. அன்று அது அப்படி துவங்குகிறது. அது ஓர் ஆரம்பம்தான். நீங்கள் உங்கள் தாயின் கருப்பையிலிருந்து வெளியே வந்த நாள் நீங்கள் பிறக்கவில்லை. நீங்கள் பிறக்கத் துவங்கியிருக்கிறீர்கள். அதுதான் ஆரம்பம். ஒரு மனிதன் அவன் சாகிறவரையில் பிறந்து கொண்டே யிருக்கிறான். நீங்கள் ஒரு தருணத்தில் பிறந்ததாக இல்லை. உங்கள் பிறப்பு நிகழ்வு, எழுபது, எண்பது, தொண்ணூறு என்று தொடர்ந்து கொண்டேயிருக்கிறது. நீங்கள் எவ்வளவு நீண்ட காலம் வாழ்கிறீர்களோ. அது தொடர்கிறது. ஒவ்வொரு நாளும் நீங்கள் சந்தோஷத்தை உணர்வீர்கள். புதிய இலைகள் வளர்கின்றன, புதிய சருகுகள், புதிய மலர்கள், புதிய கிளைகள், மேலே மேலே எழுந்து புதிய மட்டத்தைத் தொடுகிறீர்கள். நீங்கள் ஆழமாக, உயரமாக, நீங்கள் சிகரத்தைத் தொடுவீர்கள். வளர்ச்சி என்பது வலியாக இருக்காது. ஆனால் வளர்ச்சி வலியானதுதான். அது உங்களால், உங்கள் தவறான இயல்பினால். உங்களுக்கு வளர சொல்லிக் கொடுக்கப் பட்டிருக்கிறது. நீங்கள் அப்படியே தேங்கிக்கிடக்க சொல்லிக்கொடுக்கப் பட்டிருக்கிறீர்கள். தெரிந்த பழக்கப்பட்டதோடு தொங்கிக்கொண்டிருக்க உங்களுக்குச் சொல்லிக் கொடுக்கப்பட்டிருக்கிறது. அதனால்தான் ஒவ்வொரு முறையும் உங்களுக்குத் தெரிந்தது உங்கள் கைகளை விட்டுப் போகும்போது நீங்கள் அழுகிறீர்கள். ஒரு பொம்மை உடைந்து விட்டது. ஒரு சமாதானப்படுத்துபவரை எடுத்துக்கொண்டுவிட்டார்கள்.

நினைவில் கொள்ளுங்கள், ஒரே ஒரு விஷயம்தான் உங்களுக்கு உதவப் போகிறது. வேறு எதுவுமில்லை. நீங்கள் வாழ்க்கையின் மேடு, பள்ளங்களை ஏற்றுக்கொள்ளாவிட்டால், வளர்ச்சி என்பது வலியாகவே இருக்கும். கோடைக்காலத்தை ஏற்றுக்கொள்ள வேண்டும். குளிர்காலத்தையும் கூட. அதைத்தான் நான் தியானம் என்கிறேன். தியானம் என்பது பழையதும், சொன்னதையும் காலி செய்துவிட்டு, சாகடிப்பதுதான். பிறகு பாருங்கள். அல்லது பார்ப்பது அங்கிருந்தால், ஒரு புதியது பிறக்கும்.

? எனக்குக் கடினமான, கோரமான நோய் என் சின்ன வயதிலிருந்து இருந்தது. இயற்கையின் இந்தத் தவறு என்னை எப்போதும் கஷ்டப்பட வைக்கிறது. இந்த அனுபவிப்பைப் பற்றி தயவுசெய்து நீங்கள் பேச முடியுமா?

இந்த அனுபவிப்பு என்பது உங்களின் விளக்கம். நீங்கள் அதனுடன் அதிகமாக அடையாளம் கண்டுவிட்டீர்கள். அது உங்கள் முடிவு. நீங்கள் அடையாளமிழக்கலாம். பிறகு உங்கள் அனுபவிப்பு மறைந்துபோகும். உங்கள் வேதனை என்பது ஒரு கெட்ட கனவு. உங்கள் கனவில் ஒருபெரிய பாறை உங்கள் இதயத்தில் விழுந்து, அது உங்களை சாகடிக்க நசுக்குவதாக நீங்கள் நினைக்கிறீர்கள். ஆனால் உங்கள் கைகளின் பளு உங்களுக்குள்ள இந்தக் கற்பனையைத் தட்டிவிட்டது. அது ஒரு பாறையாகிவிட்டது. உடனே நீங்கள் மிகவும், மிகவும் பயந்து போகிறீர்கள். உங்கள் பயத்தினால் நீங்கள் விழித்துக் கொண்டீர்கள். இப்போது நீங்கள் சிரிக்கிறீர்கள். புத்தர்களை கேளுங்கள், விழித்துக் கொண்டவர்களைக் கேளுங்கள், அவர்கள் இந்த உலகத்தில் வேதனையே இல்லை என்பார்கள், மக்கள் ஆழ்ந்த தூக்கத்திலிருக்கிறார்கள். எல்லா விதமான வேதனைகளையும் கனவு காண்கிறார்கள்.

எனக்கு உங்கள் கஷ்டம் தெரியும். உங்கள் உடலில் ஒரு பிரச்னை இருந்தால், உங்களுக்குக் குருடு, இதை எப்படி நீங்கள் ஒரு கனவாக நினைக்க முடியும்? உங்களுக்கு ஊனம், நீங்கள் அதை ஒரு கனவாக எப்படி நம்ப முடியும்? ஆனால் நீங்கள் கவனித்திருக்கிறீர்களா? ஒவ்வோர் இரவும் நீங்கள் கனவு காண்கிறீர்கள், ஒவ்வொரு நாள் காலையும் உங்களுக்கு தெரியும் அது கனவுதான், எல்லாமே அபத்தம். மறுபடியும் காண்பீர்கள். அந்தக் கனவில் மறுபடியும் இவையெல்லாம் உண்மை என்று நினைப்பீர்கள். எத்தனை கனவுகள் நீங்கள் வாழ்க்கையில் கண்டிருப்பீர்கள்? பல லட்சம் கனவுகள்! ஒவ்வோர்

இரவும் நிறுத்தாமலே நீங்கள் கனவு காண்கிறீர்கள். சில நிமிடங்கள் தான் கனவு நிற்கிறது. பிறகு இன்னொரு தொடர் கனவு துவங்குகிறது.

பல லட்சம் கனவுகளை நீங்கள் கனவாகக் கண்டிருக்கிறீர்கள். ஒவ்வொரு நாள் காலையும் நீங்கள் சிரித்திருக்கிறீர்கள், அது உண்மை யல்ல என்று சொல்லியிருக்கிறீர்கள். ஆனால் அதிலிருந்து நீங்கள் அதிகம் கற்றுக்கொள்ளவில்லை. இன்றிரவும் நீங்கள் கனவு காண்பீர்கள். இந்த போலி தர்க்கம் தொடரும். இதுதான் உண்மை என்று உங்களுக்குத் தெரியும், கனவில் இவையெல்லாம் உண்மை என்பது உங்களுக்கு தெரியும். ஒரு நாள் உங்கள் கனவில் இது கனவுதான் என்று நினைவில் கொண்டால் உடனடியாக அந்தக் கனவு மறைந்துபோகும். காரணம் உங்கள் வாழ்க்கையில் நீங்கள் ஒரு விழிப்பைக் கொண்டுவந்து விட்டீர்கள்.

நம்புவதற்குக் கஷ்டமாக இருக்கிறது உங்கள் வேதனைகள் வெறும் கனவுகளால் நீங்கள் உருவாக்கியவை என்பதைப் பார்க்கும்போது. ஆனால் அது அப்படித்தான், காரணம் விழித்துக்கொண்டவர்கள் அப்படித்தான் சொல்கிறார்கள். ஒரே ஒரு விழித்துக்கொண்ட நபர் கூட வேறு மாதிரி சொல்லவில்லை. உங்களுடைய களங்கமற்ற விழித்துக் கொண்ட தருணத்தில் நீங்களும் அப்படித்தான் உணர்வீர்கள். இது உங்களுக்கு என்னுடைய யோசனை. உங்களுடைய பிரச்னைகள் அறிவு ஜீவித்தனமான விவாதத்தால் முடிவடையாது. உங்கள் பிரச்சனைகளைக் கரைக்கலாம். தீர்க்க முடியாது. இன்னும் அதிக விழிப்பு வரும்போது உங்கள் பிரச்னைகளைக் கரைக்கலாம்.

என்னுடைய நண்பர்களில் ஒருவர், ஒரு பழைய நண்பர், படிக்கட்டில் விழுந்து தன் இரண்டு கால்களையும் உடைத்துக் கொண்டார். நான் அவரைப் பார்க்கப் போயிருந்தேன், அவர் கடுமையான வலியில் இருந்தார். அவர் வயதாகி, எழுபத்தைந்து வயதுக்கு மேல், ஆனால் துடிப்பாக, சுறுசுறுப்பாக இருந்தார். ஏறக்குறைய இளைஞர் மாதிரி. இங்கும் அங்குமாக ஓடிக் கொண்டேயிருப்பார். இது அது என்று ஏதாவது செய்து கொண்டேயிருப்பார். அவரால் படுக்கையில் படுத்து ஓய்வெடுக்கவே முடியாது. மருத்துவர்கள் அவர் மூன்று மாதம் படுக்கையில் இருக்க வேண்டுமென்று சொல்லி விட்டார்கள். உடைந்த இரண்டு கால்களையும் விட இதுதான் பெரிய விபரீதம்.

நான் அவரைப் பார்த்தபோது, அவர் அழத் துவங்கி விட்டார். நான் அந்த மனிதர் அழுது பார்த்ததேயில்லை. அவர் பலமான மனிதர், மிகவும் பலசாலியான மனிதர். ஏறக்குறைய இரும்பு மனிதர் என்று சொல்லலாம். அவர் வாழ்க்கையில் எல்லாவற்றையும் பார்த்து விட்டார். மிகவும் பக்குவப்பட்ட மனிதர். அவரிடம் நான் கேட்டேன், "நீங்கள் அழுகிறீர்களா, உங்களுக்கு என்ன ஆயிற்று?"

அவர் சொன்னார், "நான் இறக்க வேண்டும் என்று என்னை ஆசீர்வதியுங்கள். இனி நான் வாழ விரும்பவில்லை. மூன்று மாதங்கள் படுக்கையிலேயே! உங்களால் கற்பனை செய்ய முடிகிறதா? இது சித்ரவதை. மூன்று நாட்கள் ஆகி விட்டது. இதுவே மூன்று வருடங்கள் படுக்கையில் இருந்த மாதிரி இருக்கிறது. உங்களுக்கு என்னைத் தெரியும்" அவர் சொன்னார், "என்னால் ஓய்வெடுக்க முடியாது. என்னை ஆசீர்வதியுங்கள். நான் சீக்கிரம் செத்துப் போகிறேன். இனிமேலும் நான் வாழ விரும்பவில்லை. இந்த மூன்று மாதங்கள், பிறகு மருத்துவர்கள் என் முழு வாழ்க்கையையுமே முடக்கி விடுவார்கள். அதனால் என்ன பயன்?"

நான் சொன்னேன், "நீங்கள் தியானம் செய்யுங்கள். நான் உங்கள் பக்கத்திலேயே உட்கார்ந்திருக்கிறேன். நீங்கள் ஓர் எளிமையான தியானத்தை செய்யுங்கள். அதாவது நீங்கள் உங்கள் உடலல்ல."

அவர் சந்தேகத்தில் இருந்தார். அவர் சொன்னார், "அது எனக்கு என்ன செய்யப் போகிறது? நீங்கள் தியானத்தைப் பற்றிச் சொன்னதையெல்லாம் நான் கேட்டிருக்கிறேன். ஆனால் என்னால் தியானம் செய்ய முடியாது. காரணம் என்னால் மௌனமாக உட்கார்ந்திருக்க முடியாது."

நான் சொன்னேன், "நீங்கள் மௌனமாக உட்கார்ந்திருக்க வேண்டும் என்பது கேள்வியே இல்லை. நீங்கள் ஏற்கெனவே படுக்கையில்தான் இருக்கிறீர்கள். இதுவே ஓர் ஆசீர்வாதம். அப்படியே கண்களை மூடிக் கொள்ளுங்கள், நான் உங்களுக்கு தியானத்தைக் கற்றுத் தருகிறேன். நான் நீங்கள் இறக்க ஆசீர்வதிக்கிறேன். காரணம் நீங்கள் நன்றாக இருக்க வேண்டும். ஆனால் என் ஆசீர்வாதம் வேலை செய்யலாம். செய்யாமல் போகலாம், அந்த நேரத்தில் நீங்கள் தியானம் செய்யுங்கள்."

அவர் நான் சொன்னதைப் புரிந்து கொண்டார். "வேறு ஒன்றும் செய்வதற்கில்லை. அதனால் தியானம் செய்தாலென்ன?" ஓர் எளிமையான தியானத்தை அவரிடம் சொன்னேன். "நீங்கள் அப்படியே உள்ளே செல்லுங்கள், உடலை உள்ளிருந்து பாருங்கள், சொல்லுங்கள்" அது நானில்லை - உடல் எங்கோ தூரத்திலிருக்கிறது, வெகு தூரத்திலிருக்கிறது. தள்ளி, இன்னும் அதிக தூரம், இன்னும் தூரம், நான் ஒரு மலையிலிருந்து கவனிக்கிறேன். உடல் கீழே இருண்ட பள்ளத்தில் இருக்கிறது. தூரமோ மிக மிக அதிகம்."

அரை மணி நேரம் சென்றது. நான் கிளம்ப வேண்டியிருந்தது. அவர் அப்படி ஒரு தியானத்திலிருந்தார். நான் அவரைத் தொந்தரவு செய்ய விரும்பவில்லை. ஆனால் நான் அவரை விடவும் நினைக்கவில்லை. காரணம் என்ன நடக்கிறது என்று தெரிந்துகொள்ள விருப்பம். அவர்

என்ன சொல்வார், அதனால் நான் அவ்ரை உலுக்கினேன். அவர் சொன்னார், ''என்னைத் தொந்தரவு செய்யாதீர்கள்.''

நான் சொன்னேன், ''ஆனால் நான் கிளம்ப வேண்டும்..''

அவர் சொன்னார், ''நீங்கள் போகலாம், ஆனால் என்னைத் தொந்தரவு செய்யாதீர்கள் - இது மிகவும் அழகாக இருக்கிறது. உடல் உண்மை யிலேயே எங்கேயோ தூரத்தில் இருக்கிறது. மைல்கள், மைல்களுக்கு அப்பால், நான் பள்ளத்தாக்கை விட்டு வந்துவிட்டேன். இப்போது ஒரு மலை மேல் உட்கார்ந்திருக்கிறேன். சூரிய ஒளி கொண்ட மலை உச்சி. அது அழகாக இருக்கிறது. நான் எந்த வலியையும் உணரவில்லை.'' பிறகு அந்த மூன்று மாத காலம் அவரது வாழ்க்கையில் விலைமதிப்பற்றதாக இருந்தது. அந்த மூன்று மாதங்கள் அவரை முற்றிலும் வேறு மனிதனாக்கின. அவர் இன்னும் முடங்கியிருக்கிறார். அவரால் நடக்க முடியாது. அனேகமாக படுக்கையில்தான் இருப்பார். ஆனால் அவரை விட பேரின்ப நபரைப் பார்க்க முடியாது. அவர் பேரின்பத்தைப் பாய்ச்சுகிறார். இப்போது அது ஒரு சாபமல்ல. ஆசீர்வாதமென்கிறார்.

வேதனையைக் கூட ஆசீர்வாதமாக மாற்ற முடியும். யாருக்குத் தெரியும்? நீங்கள் உங்கள் ஆசீர்வாதத்தை வேதனையாக மாற்றிக் கொண்டிருக்கிறீர்கள்?

அத்தியாயம் - 13
உடலின் செயல்பாடுகள்

✶

? மனிதன் எந்த மட்டத்திற்கு வந்துவிட்டான் என்றால், இனி அவனால் ஒழுங்காக கூட சுவாசிக்க முடியாது. இதன் முக்கியத்துவத்தைப் பற்றி நீங்கள் பேச முடியுமா?

பார்த்துக் கொள்ள வேண்டிய ஒரு விஷயம் சுவாசம்தான். காரணம் அதுதான் மிக முக்கியமான விஷயம். நீங்கள் முழுமையாக சுவாசிக்கா விட்டால், முழுமையாக வாழ முடியாது. பிறகு எல்லா இடத்திலேயும் நீங்கள் எதையோ பிடித்து வைத்துக் கொள்வீர்கள். அன்பில் கூட, பேசுவதில், அதையும் பிடித்து வைப்பீர்கள். நீங்கள் முழுமையாக தொடர்புகொள்ள மாட்டீர்கள். எதுவோ ஒன்று எப்போதும் முடிவடையாமல் இருக்கும்.

ஒரு முறை சுவாசம் சரியாக அமைந்து விட்டால், பிறகு எல்லாமே வரிசையில் வந்து நிற்கும். சுவாசம்தான் வாழ்க்கை. ஆனால் மக்கள் அதைப் புறக்கணிக்கிறார்கள். அவர்கள் அதைப் பற்றிக் கவலைப்படு வதில்லை. அவர்கள் அதன் மீது எந்த கவனமும் செலுத்துவதில்லை. ஆனால் நடக்கப் போகிற எந்த மாற்றமும் அது நடக்கப் போவதில்லை உன் சுவாசத்திலுள்ள மாற்றத்தினால்தான். பல வருடங்களாக அவர்கள் தவறாகவே சுவாசித்துக் கொண்டிருக்கிறார்கள். ஆழமற்ற சுவாசம். பிறகு உங்கள் தசை மண்டலங்கள் அப்படியே பதிந்து விடுகின்றன. பிறகு அதில் உங்கள் விருப்பம் என்கிற கேள்விக்கே இடமில்லை. யாரோ பல

வருடங்களாக நகராமல் இருப்பதைப் போல, கால்கள் செத்துப் போய்விட்டன. தசைகள் சுருங்கி விட்டன. ரத்தம் ஓட்டம் இனியில்லை. திடீரென்று அந்த நபர் நீண்ட நடைக்கு தயாராகிறார். அது அழகாக இருக்கிறது. சூரியன் ஓய்ந்து விட்டான். ஆனால் அவரால் நகர முடியவில்லை. அது நடக்கப் போவதில்லை என்கிற நினைப்பினால். இப்போது அதிக முயற்சி தேவை. இறந்துபோன அந்தக் கால்களுக்கு உயிர் கொடுக்க.

சுவாசிக்கிற பாதையில் ஒரு குறிப்பிட்ட தசை மண்டலம் அதைச் சுற்றியிருக்கிறது. நீங்கள் தவறாக சுவாசித்துக் கொண்டிருந்தால் ஏறக்குறைய எல்லோருமே அப்படித்தான். பிறகு அந்த தசை மண்டலம் அப்படியே பதிந்துவிடும். பிறகு உங்கள் சொந்த முயற்சியில் பல வருடங்கள் ஆகும். அது முற்றிலுமான கால விரயம். ஆழ்ந்த மசாஜ் மூலமாக, குறிப்பாக ரோல்பிங் முறை மூலமாக அந்தத் தசைகள் தளர்கின்றன. பிறகு நீங்கள் மறுபடியும் துவக்குகிறீர்கள். ஆனால் ரோல்பிங்கிற்கு பிறகு, நீங்கள் மறுபடியும் நன்றாக சுவாசிக்கத் துவங்கினால், மறுபடியும் அந்த பழைய பழக்கத்தில் விழாதீர்கள்.

எல்லோருமே தவறாக சுவாசிக்கிறார்கள் காரணம் முழு சமூகமே ஒரு அடிப்படையில் தவறான இயல்பில். சிந்தனையில், எண்ணத்தில் இருக்கிறது. உதாரணமாக, ஒரு குழந்தை அழுகிறது, உடனே தாய் அதை அழாதே என்கிறாள். அந்த குழந்தை என்ன செய்யும்? அழுகை வருவதால், தாய் அழாதே என்கிறாள். அந்தக் குழந்தை தன் சுவாசத்தை நிறுத்தும், காரணம் அது ஒன்றுதான் அழுகையை நிறுத்தும் வழி. நீங்கள் உங்கள் சுவாசத்தை நிறுத்தினால் எல்லாமே நிற்கிறது. அழுகை, கண்ணீர், எல்லாமே. பிறகு மெல்ல, மெல்ல அதுவே ஒரு பதிந்த விஷயமாகி விடுகிறது. கோபப்படாதே, அழாதே, இதை செய்யாதே, அதைச் செய்யாதே.

குழந்தை ஆழமில்லாமல் சுவாசிக்க கற்றுக் கொள்கிறது. பிறகு அது ஒரு கட்டுப்பாட்டில் இருக்கிறது. அது சீராக, மொத்தமாக, எல்லாக் குழந்தைகளையும் போல் சுவாசித்தால் அது மூர்க்கமாகிறது. அதனால் அது தன்னை கட்டுப்படுத்திக் கொள்கிறது. ஒவ்வொரு குழந்தையும், ஆணோ, அல்லது பெண்ணோ, தன் பிறப்புடன் விளையாடுகிறது. காரணம் அந்த உணர்வு இன்பமாக இருக்கிறது. அந்த குழந்தைக்கு உங்கள் சமூக தடைகள் அந்த அபத்தங்கள் எல்லாம் தெரியாது. ஆனால் தாயோ அல்லது தகப்பனோ அல்லது யாரோ நீங்கள் உங்கள் பிறப்புடன் விளையாடுவதைக் கண்டால், உடனே நிறுத்தும்படி சொல்கிறார்கள். அவர்கள் கண்களில் தெரியும் அந்தக் கண்டனமே உங்களுக்கு அதிர்ச்சியாக இருக்கிறது. அதனால் நீங்கள் ஆழமாக சுவாசிக்கப் பயப்படுகிறீர்கள்.

காரணம் உங்களின் ஆழ்ந்த சுவாசம், உங்கள் பிறப்புறுப்பை உள்ளிருந்து தடவிக் கொடுக்கும். இது பிரச்சனையாகிறது. அதனால் நீங்கள் ஆழமாக சுவாசிப்பதில்லை. ஒரு ஆழமில்லாத சுவாசம் அதன் மூலமாக, நீங்கள் உங்கள் பிறப்புறுப்பிலிருந்து துண்டிக்கப்படுகிறீர்கள்.

காமத்தை அடக்கும் எல்லா சமூகங்களுமே, ஆழமற்று சுவாசிக்கும் சமூகங்களே, காமத்தை அடக்குகிற எண்ணமற்ற கற்கால மக்கள் மட்டுமே சீராக சுவாசிக்கிறார்கள். அவர்கள் சுவாசமே அழகானது, அது முடிவுற்றது. முழுமையானது. அவர்கள் மிருகங்களைப் போல சுவாசிக்கிறார்கள். அவர்கள் குழந்தைகளைப் போல சுவாசிக்கிறார்கள்.

உங்கள் உணர்ச்சிகளுக்கேற்ப உங்கள் சுவாசம் மாறுபடுகிறது. நீங்கள் கோபப்படும்போது, நீங்கள் தாள லயத்தோடு, ஒத்திசைவோடு சுவாசிக்கிறீர்கள். உங்களுக்கு காம இச்சை இருக்கும்போது, உங்கள் சுவாசத்திற்கு பித்துப் பிடிக்கிறது. நீங்கள் அமைதியாக, மௌனமாக, சந்தோஷமாக இருக்கும்போது, உங்கள் சுவாசத்திற்கு இசைத் தன்மை வந்து விடுகிறது. உங்கள் சுவாசமே பாடலாகிறது. நீங்கள் இருத்தலில் வீட்டில் இருக்கிற உணர்வு ஏற்படும்போது, உங்களுக்கு ஆசை இல்லாதபோது, நீங்கள் திருப்திகரமாக இருக்கும்போது, திடீரென்று ஏறக்குறைய சுவாசம் நின்று விடுகிறது. நீங்கள் ஒரு அச்ச நிலையில் இருக்கும்போது, அதிசயத்தில், இருக்கும்போது சுவாசம் ஏறக்குறைய நிற்கிறது. அதுதான் வாழ்க்கையின் மிகச் சிறந்த தருணங்கள், காரணம் அந்த தருணத்தில்தான், உங்கள் சுவாசம் ஏறக்குறைய நிற்கிறது. நீங்கள் இருத்தலோடு முற்றிலுமாக இசைந்து இருக்கிறீர்கள். நீங்கள் கடவுளுக்குள், கடவுள் உங்களுக்குள் இருக்கிறார்.

சுவாசத்தோடு உங்கள் அனுபவம் மிகுந்த ஆற்றலோடு, ஆராய்ந்து, கவனித்து, பார்த்து, பகுப்பாய்ந்து இருக்க வேண்டும். உங்கள் உணர்ச்சிகளோடு சுவாசம் மாறுவதையும், சுவாசத்தோடு உங்கள் உணர்ச்சிகள் மாறுவதையும் கவனியுங்கள். எப்படி உங்கள் உணர்ச்சிகள் சுவாசத்தை மாற்றுகிறது என்பதை கவனியுங்கள். உதாரணமாக நீங்கள் பயப்படும்போது, உங்கள் சுவாசத்தில் ஏற்படுகிற மாற்றத்தை கவனியுங்கள். பிறகு ஒரு நாள், நீங்கள் பயப்படுகிறபோது சுவாசிக்கிற அந்த பாணிக்கு உங்கள் சுவாசத்தை மாற்றி பாருங்கள். நீங்கள் பயப்படுகிற நிலைக்கு உங்கள் சுவாசத்தை மாற்றும்போது, உங்களுக்கே வியப்பாக இருக்கும். ஒரு பயம் உங்களுக்குள் எழும் - உடனடியாக. யாருடனாவது ஆழ்ந்த காதலில் இருக்கும்போது, உங்கள் சுவாசத்தைக் கவனியுங்கள், அவர்களுடைய கையைப் பிடித்து, நீங்கள் காதலிப்பவரை ஆரத் தழுவிக் கொண்டிருக்கும்போது உங்கள் சுவாசத்தை கவனியுங்கள். பிறகு ஒரு நாள், ஒரு மரத்தின் அடியில் மௌனமாக உட்கார்ந்திருக்கும்

போது, அதே பாணியில் சுவாசித்து அதைக் கவனியுங்கள். உங்கள் பாணி, அதே தொகுதியில் விழுமாறு பார்த்துக் கொள்ளுங்கள். நீங்கள் யாரையோ ஆரத் தழுவிக் கொண்டிருப்பதைப் போலவே சுவாசியுங்கள். உங்களுக்கே வியப்பாக இருக்கும். முழு இருத்தலுமே உங்கள் நேசத்துக்குரியதாக ஆகிவிடும். மறுபடியும் ஒரு சிறந்த காதல் உங்களுக்குள் எழும். அவை இணைந்து போகும். அதே மாதிரிதான், யோகாவில், தந்த்ரா, தாவோ - இந்த மூன்று சிறந்த அமைப்புகளிலும் மனித உணர்வு விஞ்ஞானத்திலும், மனித உணர்வுகளை விரிவு படுத்துதலிலும் - சுவாசம்தான் பிரதான நிகழ்வு. அவர்கள் எல்லோருமே சுவாசத்தில்தான் வேலை செய்திருக்கிறார்கள்.

புத்தரின் முழு தியான முறையுமே, சுவாசத்தின் தரத்தின் அடிப்படையில்தான். அவர் சொல்வார், "உங்கள் சுவாசத்தை அப்படியே கவனியுங்கள். அதை மாற்றாமல், எந்த வகையிலும் அதை மாற்றாமல் அதை அப்படியே கவனியுங்கள்." ஆனால் உங்களுக்கே வியப்பாக இருக்கும், நீங்கள் கவனிக்கத் துவங்கிய தருணத்தில், அது மாறும், காரணம் கவனிப்பதில் கூட ஒரு தாள லயம் இருக்கிறது. அதனால்தான் புத்தர் சொன்னார், "நீங்கள் அதை மாற்ற வேண்டாம். அப்படியே கவனியுங்கள்." கவனிப்பு தன்னுடைய சுவாசத்தைக் கொண்டு வரும். அதுவாகவே வரும். மெள்ள, மெள்ள, நீங்களே வியந்து போவீர்கள். நீங்கள் அதிகமாக கவனிக்கும்போது, நீங்கள் குறைவாக சுவாசிப்பீர்கள். அந்த சுவாசம், நீண்டதாக, ஆழமானதாக இருக்கும்.

உதாரணமாக, ஒரு நிமிடத்திற்கு நீங்கள் பதினாறு முறை சுவாசிக்கிறீர்கள். இப்போது நீங்கள் ஆறு, அல்லது நான்கு, அல்லது மூன்று முறைதான் சுவாசிப்பீர்கள். நீங்கள் கவனிப்பவராக ஆகும்போது, சுவாசம் ஆழமாகும். அது நீளும். அதே காலகட்டத்தில் நீங்கள் குறைவாக குறைவாக சுவாசிப்பீர்கள். பிறகு நீங்கள் அந்தப் பக்கத்தி லிருந்து கூட வரலாம். மெள்ள, மௌனமாக, ஆழமாக, நீண்டு சுவாசிக்கலாம். திடீரென்று ஒரு கவனிப்புத் தன்மை உங்களுக்குள் எழுவதைப் பார்க்கலாம். ஒவ்வோர் உணர்ச்சிக்கும் உங்கள் சுவாச அமைப்போடு ஓர் ஒற்றுமை இருப்பதைக் காணலாம். அதை சுவாசத்தின் மூலமாகத்தான் தூண்ட முடியும்.

ஆனால் காதலிக்கும்போது கவனிப்பதுதான் சிறந்த வழி. நீங்கள் உங்கள் நண்பரோடு உட்கார்ந்திருக்கும்போது, உங்கள் சுவாசத்தைக் கவனியுங்கள். காரணம் சுவாசத்தின் அந்தக் காதல் தாளலயம்தான் மிகவும் முக்கியமானது. அது உங்கள் முழு இருத்தலையும் மாற்றும். காதலில்தான் நீங்கள் உங்கள் அபத்தங்களை, போலித்தனத்தை நீங்கள் தனியாக இருத்தல் என்பது அதிக கூர்மையான உணர்வீர்கள். இந்தப்

பிரிவில்தான், இந்த அபத்தத்தில்தான், நீங்கள் மற்ற நேரத்தில் வெளிப்படுத்த முடியாததையெல்லாம் வெளிப்படுத்துவீர்கள். உங்களின் அந்தப் பக்கத்தின் மூலமாகவே உங்கள் அடையாளத்தை நீங்கள் கொண்டாட முடியும். அதுதான் காதலின் முரண்பாடு. நீங்கள் இருவர் ஆனாலும் ஒருவராக உணர்கிறீர்கள். நீங்கள் ஒருவர், இருந்தும் உங்களுக்குத் தெரியும் நீங்கள் இருவர் என்பது. ஒருமைதான் இருமை. அதுதான் காதலின் முரண்பாடு. அதுதான் பிரார்த்தனையின் முரண்பாடாகவும் இருக்க வேண்டும். தியானமும் கூட. உச்சமாக நீங்கள் உங்கள் நேசத்திற்குரியவை ஒன்றாக நினைப்பதுபோல்தான் இருத்தலிலும் ஒன்றாக வேண்டும். உங்கள் காதலர், உங்கள் நண்பர், உங்கள் தாய், உங்கள் குழந்தை, ஓர் அபூர்வமான மதிப்புள்ள தருணங்களில் நினைக்க வேண்டும். உங்களுடைய அந்தப் புறத்தின் மூலமாக நீங்கள் உங்கள் அடையாளத்தைக் கொண்டாடுகிறீர்கள்.

உங்கள் காதல் தருணங்களை அதிகம் அதிகமாக கவனியுங்கள். எச்சரிக்கையாக இருங்கள். எப்படி உங்கள் சுவாசம் மாறுகிறது என்பதைப் பாருங்கள். உங்கள் உடல் அதிர்வுகளைக் கவனியுங்கள். உங்கள் பெண்ணையோ, அல்லது ஆணையோ அணைத்துக் கொள்ளும்போது, அதை ஒரு பரிசோதனையாக்குங்கள், உங்களுக்கே வியப்பாக இருக்கும். ஒருநாள், அணைத்துக் கொள்ளும்போது, ஒருவர் மீது ஒருவர் உருகி கலக்கும்போது, குறைந்தபட்சம் ஒரு மணி நேரம், உங்களுக்கே வியப்பாக இருக்கும். அது ஒரு மிக முக்கியமான வண்ண ஒளி அனுபவமாக இருக்கும். ஒரு மணி நேரம் எதுவுமே செய்யாமல், ஒருவரை ஒருவர் கட்டி அணைத்தபடி, ஒருவர் மீது ஒருவர் விழுந்து, கலந்து, ஒருவர் மீது ஒருவர் உருகி, மெள்ள, மெள்ள, அந்த சுவாசம் ஒன்றாகும். நீங்கள் இரு உடல்கள் ஒரு இதயத்தைப் போல சுவாசிப்பீர்கள். நீங்கள் ஒன்றாக சுவாசிப்பீர்கள். நீங்கள் ஒன்றாக சுவாசிக்கும் போது, உங்கள் சொந்த முயற்சி எதுவுமில்லாமல், ஆனால் நீங்கள் அப்படி ஒரு காதலை உணர்வதால், சுவாசம் அதைத் தொடர்கிறது. அதுதான் மிகச் சிறந்த தருணங்களாக இருக்கும், மிக விலை உயர்ந்ததாக, இந்த உலகத்தை சாராததாக, ஆனால் அதற்கும் அப்பால், தொலைதூர வெளியே. அந்தத் தருணத்தில் தியான சக்தியின் முதல் சாயலைக் காண்பீர்கள்.

நீங்கள் மௌனமாக சுவாசிக்கக் கற்றுக் கொள்ள வேண்டும். சுவாசிக்க எந்த அவசரமுமில்லாததைப் போல. ஏதோ அதிலிருந்து நீங்கள் வேறுபட்டவரைப் போல. ஏதோ நீங்கள் தனிமையில் தொலைதூரத்தில். நீங்கள் தனியாக இருந்தால், வெகு தொலைவில் உங்கள் சுவாசத்திலிருந்து தூரத்தில், நீங்கள் நடுவில் இருக்கிற நிலைக்கு வர

முடியும். அந்தச் சமயத்தில் நீங்கள் ஆணாகவோ, அல்லது பெண்ணாகவோ இருக்க மாட்டீர்கள். நீங்கள் இரண்டுமே, ஆனால் இரண்டுமில்லை. நீங்கள் கடந்த நிலையில் இருப்பீர்கள்.

நீங்கள் தடுமாற்றத்தில் இருந்தால், கவனியுங்கள், உங்கள் சுவாசமும் தடுமாறும். நீங்கள் தடுமாறாதபோது, நீங்கள் மௌனமாக உட்கார்ந் திருக்கும்போது, எந்தத் தடுமாற்றமுமில்லாமல், உங்கள் சுவாசம் குளிர்ச்சியாக, மௌனமாக, தாள லயத்தோடு, அதற்கு ஒரு மெல்லிய இசையின் தன்மை இருக்கும். அந்த தன்மைதான் சரியான மையம். காரணம் நீங்கள் எதுவும் செய்யவில்லை. ஆனாலும் நீங்கள் ஆழ்ந்த உறக்கத்திலில்லை. நீங்கள் செயல்படவுமில்லை. செயல்படாமலு மில்லை. நீங்கள் சமநிலையில் இருக்கிறீர்கள். அந்தத் தருணத்தில் உங்கள் சமநிலை யதார்த்தத்திற்கு அருகில் இருக்கிறது. கடவுளுக்கு, சொர்க்கத்திற்கு அருகில்.

நினைவில் கொள்ளுங்கள். உங்கள் சுவாசம் என்பது வெறும் சுவாசமல்ல. அது ஒரு சிந்தனையும் கூட. அது ஓர் உணர்ச்சியும் கூட. அது ஒரு கற்பனையும் கூட. ஆனால் இதை நீங்கள் உங்கள் சுவாசத்தை சில நாட்கள் கவனிப்பதன் மூலமே புரிந்து கொள்ள முடியும். நீங்கள் காதல் வயப்படும்போது, உங்கள் சுவாசத்தைக் கவனியுங்கள். உங்களுக்கே வியப்பாக இருக்கும். உங்கள் சுவாசம் தாறுமாறாக இருக்கும். காரணம் காம சக்தி என்பது கரடுமுரடானது. பச்சையான சக்தி. காம கற்பனைகள் எப்போது கடினமானதாக, பதட்டப்படாத, மிருகத்தனமாக இருக்கும். காம உணர்ச்சியைப் பற்றி எதுவும் விசேஷமாக இல்லை. எல்லா மிருகங்களுக்கும் அது இருக்கிறது. உங்களுக்குக் காம உணர்ச்சி எழும்போது, உலகத்திலுள்ள எல்லாம் மிருகங்களும் நடந்து கொள்வதைப் போலத்தான் நடந்து கொள்கிறீர்கள். மிருகமாக இருப்பது தவறு என்று நான் சொல்ல வரவில்லை. நான் உண்மையை சொல்லுகிறேன். நான் ஓர் உண்மையை அப்படியே சொல்கிறேன். எப்போதெல்லாம் உங்களுக்குக் காம காதல் ஏற்படுகிறதோ, உங்கள் சுவாசத்தைக் கவனியுங்கள். அது தன் சமநிலையை இழக்கும்.

அதனால்தான், தந்த்ராவில், உங்களுக்கு எப்படி காமக் காதல் செய்வது தெரிந்தால் மட்டுமே நீங்கள் அந்தக் காமக் காதலில் ஈடுபடுவதற்கு அனுமதிக்கப்படுவீர்கள். இருந்தும் உங்கள் சுவாசம் குளிர்ச்சியாக இருக்கும். தாள லயத்தோடு பிறகு ஒரு முற்றிலும் வேறு தரமான காமக் காதலிருக்கும். அது பிரார்த்தனைக்கும் அப்பாற்பட்டது. அது புனிதமானது. இப்போது வெளியாளுக்கு எந்த வேறுபாடும் தெரியாது. காரணம் அவர் நீங்கள் ஒரு பெண்ணுடனோ, அல்லது ஓர் ஆணுடனோ காமத்தில் ஈடுபட்டால் அது வெளியாளுக்கு ஒரே மாதிரியாகத்தான்

தெரியும். ஆனால் உள்ளே இருப்பவருக்கு, யாருக்குத் தெரியுமோ, அவர்களுக்கு அது சிறந்த வேறுபாடாக இருக்கும். பழைய தந்த்ரா பள்ளிகளில் அங்குதான் இந்த ரகசியம் வளர்க்கப்பட்டது, சோதிக்கப் பட்டது, கவனிக்கப்பட்டது, இதுதான் அவர்களின் சோதனையின் மைய கவனமாக இருந்தது. ஒரு மனிதன் சுவாசிக்காமல் காமத்தில் ஈடுபட்டால், அதனால் பாதிக்கப்படாமல் இருந்ததால், அங்கு காமம் இல்லை. பிறகு அது புனிதம். பிறகு அது உங்கள் இருத்தலில் சிறந்த ஆழத்திற்கு உங்களை அழைத்துச் செல்லும். அது வாழ்க்கையின் கதவுகளையும் மர்மங்களையும் திறக்கும். உங்கள் சுவாசம் என்பது வெறும் சுவாசமல்ல. காரணம் சுவாசம்தான் உங்கள் வாழ்க்கை, வாழ்க்கையில் உள்ள அனைத்தும் அதிலுமுள்ளது.

? மேற்கத்திய நாடுகளில் மக்கள் தூக்கமில்லாமல் அவதிப் படுவதால் தூக்க மாத்திரையின் தேவை அதிகரித்து விட்டது. தியானம் மனிதர்கள் தூங்குகிற திறனை மீண்டும் பெற உதவி செய்யுமா? தூக்கத்திற்கும், தியானத்திற்கும் உள்ள உறவு என்ன?

தியானத்தில் செய்வதைப் போல தூக்கத்திலும் நாம் அதே இடத்தை அடைகிறோம். ஒரே வித்தியாசம் தூக்கத்தில் நாம் மயக்கத்திலிருக் கிறோம். ஆனால் தியானத்தில் நாம் முழு உணர்வோடு இருக்கிறோம். யாராவது முழு விழிப்பு அடைந்தால், தூக்கத்திலும், அவருக்கு தியானத்திலிருக்கிற அனுபவம் கிடைக்கும்.

உதாரணமாக, ஒரு நபருக்கு மயக்க மருந்து கொடுத்து, அவருடைய மயக்க நிலையில் அவரை ஒரு தூக்குக் கட்டிலில் கிடத்தி மலர்கள் முழுமையாகப் பூத்துக் குலுங்குகிற ஒரு தோட்டத்திற்குக் கொண்டு சென்றால், அதன் மணம் காற்றில் இருக்கும். எங்கு சூரியன் பளிச்சிடுகிறானோ, எங்கு பறவைகள் கூவுகின்றனவோ, அந்த மனிதனுக்கு இது எதுவுமே தெரியாது.

அவரைத் திரும்ப கொண்டு வந்து அவர் மயக்கத்திலிருந்து விடுபட்டு நாம் அவரிடம் அந்தத் தோட்டம் எப்படியிருந்தது என்று கேட்டால் அவரால் எதுவுமே சொல்ல முடியாது. பிறகு, அவரை அதே தோட்டத் திற்கு அவரது முழு நினைவோடு கொண்டு சென்றால் அவர் அங்கிருக்கும் எல்லாவற்றையும் அனுபவிப்பார், அவரை முன்பு கொண்டு வந்த அதே இடத்தில், இரண்டு சமயத்திலும், மனிதனை ஒரே

இடத்திற்குக் கொண்டு வந்த போதிலும்.. முதல் சமயத்தில் அவருக்கு அந்த அழகான சூழல் பற்றி எதுவுமே தெரியாது. இரண்டாவது சமயத்தில் அவர் அந்த மலர்கள், அந்த மணம், பறவைகளின் கானம், எழும் சூரியன் எல்லாவற்றையும் தெரிந்து வைத்திருப்பார். அதனால், சந்தேகத்திற்கு இடமின்றி நீங்கள் அந்த தூரத்தை மயக்க நிலையில் அடைந்தாலும், அதே இடத்தை மயக்க நிலையை அடைந்திருந்தாலும் அந்த இடத்தை அடையாமல் இருந்ததைப் போலத்தான்.

தூக்கத்தில், நாம் தியானத்தில் அடைகிற அதே சொர்க்கத்தைத்தான் அடைகிறோம். ஆனால் நமக்கு அது தெரியாது. ஒவ்வோர் இரவும் நாம் சொர்க்கத்திற்குப் பயணிக்கிறோம். பிறகு திரும்பி வருகிறோம். எதுவுமே தெரியாமல், அந்த புதிய தென்றல், அந்த இடத்தின் அழகான மணம் நம்மைத் தொட்டாலும், பறவைகளின் கானம் நம் காதுகளை நிரப்பினாலும், நமக்கு எதுவுமே தெரியாது. இருந்தாலும் அந்த சொர்க்கத்திலிருந்து திரும்பி வந்தாலும் முழுமையாக நமக்கு எதுவுமே தெரியாது. ஒருவர் சொல்லலாம், ''இன்று காலை நன்றாக இருப்பதாக உணர்கிறேன், நேற்று இரவு நன்றாகத் தூங்கினேன்.''

அதிலென்ன நன்றாக இருப்பதாக உணர்வது? நன்றாகத் தூங்கியதால் என்ன நல்லது நடந்தது? நீங்கள் தூங்கியதால் மட்டும் அப்படி இருந்திருக்க முடியாது. நீங்கள் எங்கோ சென்றிருக்க வேண்டும், ஏதோ உங்களுக்கு நடந்திருக்க வேண்டும். ஆனால் காலையில் உங்களுக்கு அதைப் பற்றி எதுவுமே தெரியாது. ஏதோ நல்லது நடந்ததைப் போல் ஒரு தெளிவற்ற சிந்தனை மட்டுமே இருக்கும். ராத்திரியில் நன்கு ஆழ்ந்து தூங்கிய ஒருவர் காலையில் புத்துணர்ச்சியோடு எழுந்திருக்கிறார். அதாவது அந்த நபர் தூக்கத்தில் ஒரு புத்துணர்வு தருகிற ஓர் ஆதாரத்தை அடைந்திருக்கிறார். ஆனால் ஒரு மயக்க நிலையில், ஒருவர் இரவில் நன்றாக தூங்க முடியாவிட்டால், முந்தைய நாள் மாலையைவிட இப்போது காலையில் சோர்வாக இருப்பதாக உணர்கிறார். அந்த நபர் இதே மாதிரி சில நாட்கள் தூங்காமல் இருந்தால் அவர் வாழவே சிரமப்படுவார். காரணம் வாழ்க்கை ஆதாரத்துடன் அவருக்கு இருந்த தொடர்பு துண்டித்து விட்டது. அவர் சென்றடைய வேண்டிய அவசியமான இடத்தை அடைய முடியவில்லை.

நியூயார்க் நகரத்தில் முப்பது சதவிகித மக்களுக்குத் தூக்க மாத்திரை இல்லாமல் தூங்க முடியாது. இந்த நிலை அடுத்த நூறு ஆண்டுகள் நீடித்தால், ஒரு நபர் கூட மருத்துவ உதவி இல்லாமல் தூங்க முடியாது என்கிறார்கள் மனோதத்துவ நிபுணர்கள். மக்கள் சுத்தமாக தூக்கத்தைத் தொலைத்து விட்டார்கள். தூக்கத்தைத் தொலைத்த மனிதன் உங்களிடம் நீங்கள் எப்படி தூங்குவீர்கள் என்று கேட்டால், உங்கள் பதில், ''நான்

செய்வதெல்லாம் என் தலையைத் தலையணையில் வைத்துத் தூங்கி விடுவேன்." அவர் உங்களை நம்ப மாட்டார். அது சாத்தியமற்றது என்று நினைப்பார். வேறு ஏதோ ஒரு தந்திரம் அவருக்குத் தெரியாமல் இருக்கிறது என்று சந்தேகப்படுவார். காரணம் அவரும் தலையைத் தலையணையில் வைக்கிறார். எதுவுமே நடப்பதில்லை.

கடவுளைத் தவிர்த்து, ஆனால் ஒரு காலம் வரும். ஓராயிரம் அல்லது இரண்டாயிரம் வருடங்களுக்குப் பிறகு, எல்லோரும் இயற்கையான தூக்கத்தைத் தொலைத்த பிறகு, மக்கள் இதை நம்ப மறுப்பார்கள். ஒரு ஓராயிரம் அல்லது இரண்டாயிரம் வருடங்களுக்கு முன்பு, மக்கள் தலையைத் தலையணையில் கிடத்தி அப்படியே தூங்கி விடுவார்கள். இதை ஒரு கற்பனையாக எடுத்துக் கொள்வார்கள். புராணத்திலிருந்து எடுக்கப்பட்ட ஓர் இதிகாசக் கதையாக நினைப்பார்கள். இது உண்மை என்று நம்ப மாட்டார்கள். அவர்கள் சொல்வார்கள், "இது சாத்தியமே யில்லை. காரணம் அது எங்களைப் பற்றிய உண்மையில்லை. வேறு யாருக்கோ அது எப்படி உண்மையாக இருக்க முடியும்?

நான் உங்கள் கவனத்திற்குக் கொண்டு வருகிறேன். இதையெல்லாம் ஏன் கொண்டு வருகிறேன் என்றால், மூன்று அல்லது நான்காயிரம் ஆண்டுகளுக்கு முன்பு மக்கள் தங்கள் கண்களை மூடி சுலபமாக தியானத்திற்குள் போவார்கள். இப்போது நீங்கள் தூங்கிப் போவதைப் போல.. இப்போதிலிருந்து இரண்டாயிரம் வருடங்கள் நியூயார்க்கில் தூங்குவதே கடினமாக இருக்கும். இன்றைக்கே அது கடினம்தான். மும்பையில் தூங்குவது கடினமாகிக் கொண்டு வருகிறது. காலம் என்கிற விஷயம் மட்டம்தான். இன்றைக்கு நம்புவதற்கு கடினமாக இருக்கிறது. ஒரு மனிதன் கண்களை மூடி தியானத்திற்குப் போனான் என்பதே. காரணம் இப்போது, நீங்கள் கண்களை மூடிக் கொண்டு அமர்ந்தால், நீங்கள் எங்கும் போவதில்லை. உள்ளே, சிந்தனைகள் சிறகடிக்கின்றன. நீங்கள் எங்கே இருக்கிறீர்களோ அங்கேயே இருக்கிறீர்கள்.

கடந்த காலத்தில், இயற்கைக்கு அருகே இருந்தவர்களுக்கு தியானம் சுலபமாக இருந்தது. இயற்கைக்கு அருகில் வாழ்பவர்களின் தூக்கத்தைப் போல, முதலில் தியானம் மறைந்தது. இப்போது தூக்கமும் வெளியே போய்க் கொண்டிருக்கிறது. உணர்வோடு இருக்கும்போது அவைதான் முதலில் தொலையும். அதன் பிறகு, மயக்க நிலையில் இருப்பதும் தொலைந்து போகும். தியானம் மறைந்த பிறகு உலகம் மதமற்றுப் போய்விட்டது. பிறகு தூக்கமும் தொலைந்த பிறகு உலகம் முழுமையாக மதமற்றுப் போய்விடும்.

நீங்கள் நம்ப மாட்டீர்கள். எவ்வளவு நெருக்கமாக, எவ்வளவு ஆழமாக, நாம் தூக்கத்தோடு இணைக்கப்பட்டிருக்கிறோம் என்பது. ஒரு மனிதன் எப்படி வாழ்கிறான் என்பது முற்றிலும் அவன் எப்படி தூங்குகிறான் என்பதைப் பொருத்தே உள்ளது. அவன் சரியாக தூங்காவிட்டால், அவன் முழு வாழ்க்கையுமே தாறுமாறாகத்தான் இருக்கும். அவன் உறவுகள் எல்லாம் அதில் இணைக்கப்பட்டு, எல்லாமே நஞ்சாகும். அதில் கோபம் நிறைந்திருக்கும். அதற்கு மாறாக, ஒரு மனிதன் ஆழமாகத் தூங்கினால், அவனுடைய வாழ்க்கையில் ஒரு புத்துணர்ச்சி இருக்கும். அமைதியும், சந்தோஷமும் அவன் வாழ்க்கையில் தொடர்ந்து பாய்ந்துக் கொண்டிருக்கும். அதற்கு கீழே அவனது உறவுகள், அவனது காதல், மற்ற எல்லாமே, அங்கும் சாந்தமிருக்கும். ஆனால் அவன் தூக்கத்தைத் தொலைத்தால், அவன் உறவுகள் எல்லாமே தடுமாறி விடும். குடும்ப உறவுகளில் குழப்பம், அவன் மனைவி, அவன் பிள்ளை, அவன் தாய், அவன் தகப்பன், அவன் ஆசிரியர், அவன் மாணவர்கள் எல்லாருமே நமது மயக்க நிலையில் தூக்கம் நம்மை ஒரு புள்ளிக்கு அழைத்துப் போகும். அங்கு நாம் கடவுளுடன் கலக்கிறோம் - அதிக நேரம் இல்லாவிட்டாலும், ஆரோக்கிய மான நபர் கூட அவருடைய ஆழ்ந்த அளவிற்கு இரவின் எட்டு மணி நேர தூக்கத்தில் பத்து நிமிடங்கள்தான் அடைகிறார். இந்தப் பத்து நிமிடங்கள் அவர் முழுமையாக தன்னை இழக்கிறார். தூக்கத்தில் மூழ்கிப் போகிறார். கனவுகள் கூட அங்கு இருப்பதில்லை.

ஒருவர் கனவு காண்கிற வரைக்கும் தூக்கம் முழுமையானதாக இல்லை. ஒருவர் தூக்க நிலையிலிருந்து விழிக்கிற நிலைக்கு நகருகிறார். கனவு என்பது பாதி தூக்கம், பாதி விழிப்பு நிலை, கனவில் இருக்கிறீர்கள் என்றால், உங்கள் கண்கள் மூடியிருந்தாலும், நீங்கள் அசந்த தூக்கத்தில் இல்லை. வெளி விஷயங்கள் உங்களைப் பாதித்துக் கொண்டே யிருக்கின்றன. பகலில் பார்க்கும் மக்களோடு, நீங்கள் இன்னமும் இரவில் உங்கள் கனவில் இருக்கிறீர்கள். கனவுகள் தூக்கத்திற்கும், விழிப்புக்கு மான நிலையை அடைந்திருக்கிறது. இரவில் நீங்கள் கண்ட கனவை காலையில் நீங்கள் நினைவில் வைத்துக் கொள்வதில்லை என்பது வேறு விஷயம். அமெரிக்காவில் தூக்கத்தைப் பற்றி அதிக ஆராய்ச்சிகள் நடக்கின்றன. சில பத்து பெரிய பரிசோதனைக் கூடங்கள் ஆயிரக் கணக்கான மக்கள் மீது எட்டு அல்லது பத்து வருடங்களாக சோதனை நடத்திக் கொண்டிருக்கின்றன.

அமெரிக்கர்கள் தியானத்தில் அதிக ஈடுபாடு காட்டுவதன் காரணம் அவர்கள் தூக்கத்தை இழந்து விட்டார்கள். அனேகமாக தியானம் இழந்த அவர்களின் தூக்கத்தை மீட்டுத் தரும் என்று அவர்கள் நினைத்திருக்க

லாம். அது அவர்களின் வாழ்க்கையில் அமைதியைக் கொண்டு வரும் என்று நினைத்திருக்கலாம். அதனால்தான் அவர்கள் தியானத்தை மயக்க மருந்திற்கு மேலாக நினைக்கவில்லை. விவேகானந்தர் முதன் முதலாக அமெரிக்காவில் தியானத்தை அறிமுகப்படுத்தியபோது, ஒரு மருத்துவர் அவரிடம் வந்து சொன்னார், "நான் உங்கள் தியானத்தை உடனே ரசித்தேன். அது முழுமையான மருந்தற்ற ஒரு தூக்க மாத்திரை. அது ஒரு மருந்தில்லை. ஆனாலும் அது என்னைத் தூங்க வைக்கிறது. அது மிகச் சிறந்தது" அமெரிக்காவில் யோகிகள் செல்வாக்கு கூடுவதற்கு அவர்கள் காரணமில்லை, தூக்கமின்மைதான் காரணம். மக்கள் குழம்பித் தூங்குகிறார்கள். அதன் விளைவாக அமெரிக்காவில் வாழ்க்கை என்பது கனமாக, மனச்சோர்வுடன், பதற்றம் நிறைந்திருக்கிறது. அதனால் அமெரிக்காவில் தூக்க மாத்திரையின் தேவை அதிகரித்திருக்கிறது. எப்படியோ மக்களுக்குத் தூக்கத்தைக் கொண்டுவரவேண்டும்.

ஒவ்வொரு வருடமும், அமெரிக்காவில் பல லட்சங்கள் தூக்க மாத்திரைகளுக்காக செலவாகின்றன. பத்து பெரிய பரிசோதனைக் கூடங்கள் ஆயிரக்கணக்கான மக்கள் மீது ஆராய்ச்சிகள் செய்து கொண்டிருக்கின்றன. அவர்களுக்கு பணம் கொடுத்து ஒவ்வோர் இரவும், சங்கடமான, வலியான தூக்கத்தை மேற்கொள்ளச் சொல்லுகிறார்கள். எல்லாவிதமான மின் கருவிகளும் கம்பிகளும் மக்களின் உடலில் பொருத்தப்படுகின்றன. அவர்களை எல்லாக் கோணங்களிலும் சோதித்து, அவர்களுக்குள் என்ன நடக்கிறது என்பதை சோதிக்கிறார்கள். ஓர் அபாரமான கண்டுபிடிப்பு, இந்தச் சோதனைகள் மூலமாக வெளியானது. மனிதன் ஏறக்குறைய இரவு முழுவதும் கனவு காணவில்லை, இன்னும் சிலர் தாங்கள் கண்டதாகச் சொன்னார்கள். ஆனால் உண்மையில் அவர்கள் எல்லோருமே கனவு கண்டார்கள். ஒரே வித்தியாசம் கொஞ்சம் அதிக ஞாபக சக்தி உள்ளவர்கள் கனவு கண்டதை நினைவில் வைத்துக் கொண்டார்கள். சுமாரான ஞாபக சக்தி கொண்டவர்கள் கனவு கண்டதை நினைவுபடுத்திக் கொள்ள முடியவில்லை. ஆனால் முற்றிலுமாக கண்டுபிடிக்கப்பட்ட விஷயம் ஓர் ஆரோக்யமான மனிதன், ஆழ்ந்து, கனவுகளற்று பத்து நிமிடங்கள்தான் தூங்குகிறான்.

இயந்திரங்கள் மூலமாக கனவுகளை நுண்ணியமாக ஆராய்ந்து பார்க்கலாம். உங்கள் கனவு நிலையில் மூளையிலுள்ள நரம்புகள் செயல்பாட்டோடு உள்ளன. ஆனால் கனவுகள் நின்றவுடன், நரம்புகள் செயல்படுவதை நிறுத்திக் கொள்கின்றன. இயந்திரம் ஓர் இடைவெளி இருந்திருக்கலாம் என்கிறது. அந்த இடைவெளி சொல்கிறது, அந்த நேரத்தில், மனிதன் அவன் கனவும் காண்பதில்லை, யோசிக்கவுமில்லை. அவன் எங்கோ தொலைந்திருக்கிறான்.

இதில் சுவாரஸ்யம் இந்த இயந்திரங்கள் மனிதனுக்குள் நடப்பதை பதிவு செய்து வைத்திருக்கின்றன. அவன் மயக்க நிலையிலிருக்கும் போது, ஆனால் அவன் கனவுகளற்ற தூக்கத்திற்குப் போகும்போது, அந்த இயந்திரத்தில் ஓர் இடைவெளி தெரிகிறது. அந்த இடைவெளியில் மனிதன் எங்கு மறைந்தான் என்பது அவர்களுக்குத் தெரியவில்லை. அந்த இடைவெளியில்தான் மனிதன் தெய்வீகத்தில் நுழைகிறான். அந்த இயந்திரத்தால், அந்த இடைவெளிக்கு இடையிலான இந்த இடத்தைக் கண்டுபிடிக்க முடியவில்லை. இயந்திரத்தால் மனிதனுக்குள் நடக்கும் உள் நடவடிக்கைகளை அவன் கனவு காண்கிற வரையில் பதிவு செய்ய முடிந்தது. பிறகு ஓர் இடைவெளி வருகிறது. மனிதன் எங்கோ காணாமல் போய்விட்டான். பிறகு, பத்து நிமிடங்கள் கழித்து, இயந்திரம் மறுபடியும் பதிவு செய்யத் துவங்குகின்றன. அந்தப் பத்து நிமிட இடைவெளியில் மனிதன் எங்கே இருந்தான் என்பது சொல்வது கடினமாக இருக்கிறது. அமெரிக்க மனோதத்துவ நிபுணர்களால் இந்த இடைவெளி ரகசியத்தைக் கண்டு மிரண்டிருக்கிறார்கள். அதனால் அவர்கள் தூக்கம்தான் மிகப் பெரிய மர்மம் என்று சொல்லியிருக்கிறார்கள்.

நீங்கள் ஒவ்வொரு நாளும் தூங்குகிறீர்கள். இருந்தும் தூக்கம் என்றால் என்னவென்ற சிந்தனையே இல்லை. மனிதன் தன் வாழ்க்கை முழுவதுமே தூங்குகிறான். இருந்தும் எதுவும் மாறுவதில்லை. அவனுக்குத் தூக்கத்தைப் பற்றி எதுவுமே தெரியாது. அது தெரியாததற்குக் காரணம், தூக்கம் இருக்கும்போது, நீங்கள் அங்கில்லை. நினைவில் வைத்துக் கொள்ளுங்கள். தூக்கம் இல்லாதவரையில்தான் நீங்கள் அங்கிருக்கிறீர்கள். அதனால் இயந்திரத்திற்கு என்ன தெரியுமோ அந்த அளவுக்குத்தான் உங்களுக்குத் தெரியும். அந்த இடைவெளியின் முனையில் இயந்திரம் நிற்கிறது. அதன் பிறகு மனிதன் எங்கு கொண்டு போகப்பட்டானோ அந்த இடத்தை அடைய முடியவில்லை. நீங்களும் அந்த இடத்தை அடைய முடியாது - காரணம் நீங்கள் அந்த இயந்திரத்திற்கு மேலில்லை.

நீங்கள் அந்த இடைவெளிக்கு எதிரே வராததால், தூக்கம் ஒரு மர்மமாகவே இருக்கிறது. அது நீங்கள் அடைய முடியாத இடத்தில் இருக்கிறது. இதற்குக் காரணம் மனிதன் விழிப்பில்லாத தூக்கத்தில் எப்போது விழுகிறான் என்றால், அவன் அந்த 'நான்' தனத்தினில் இருந்து விடுபடும்போதுதான். அதனால், இந்த அகந்தை வளரும்போது, தூக்கம் குறைந்து போகிறது. அந்த அகந்தையினால் இந்த மனிதன் தன் தூங்கும் திறனை இழக்கிறான். காரணம், அந்த 'நான்' தான் எழுகிறது. அந்த 'நான்' தான் தெருவில் நடக்கிறது. அந்த 'நான்' தான் முழு இருபத்துநாலு மணி நேரமும் இருந்து அது அந்தத் தூங்கும் தருணத்தில், அந்த 'நான்'ஐ

இழக்கிற தருணத்தில், ஒருவரால் அதிலிருந்து வரமுடியவில்லை. அதனால், அதனால் ஆழ்ந்து தூங்க முடியவில்லை என்பது நடப்பதுதானே. அந்த 'நான்' இருக்கிற வரையில் தூக்கம் சாத்தியமில்லை. அந்த 'நான்' இருக்கிற வரையில், இருத்தலுக்குள் நுழைவது சாத்திய மில்லை.

தூக்கத்தில் நுழைவதும், இருத்தலுக்குள் நுழைவதும் இரண்டு ஒரே ஒரு மாதிரியான விஷயம்தான். ஒரே ஒரு வித்யாசம் தூக்கத்தில் மனிதன் இருத்தலில் ஒரு மயக்க நிலையில் நுழைகிறான். தியானத்தின் போது ஒரு மனிதன் இருத்தலுக்குள் உணர்ந்த நிலையில் நுழைகிறான். ஆனால் இது பெரிய வேறுபாடு. நீங்கள் தூக்கத்தில் உங்கள் இருத்தலில் ஆயிரம் ஜென்மங்கள் நுழையலாம். ஆனால் நீங்கள் இருத்தலைத் தெரிந்து கொள்ளவே முடியாது. ஆனால், ஒரு தருணம், நீங்கள் தியானத்தில் நுழைந்தால், ஆயிரம் ஜென்மங்கள் தூக்கத்தில் அடைந்த அதே இடத்தை அடையலாம் - மயக்க நிலையில் அடைந்திருந்தாலும் - இப்போது அடைவது உங்கள் வாழ்க்கை முழுவதையும் அப்படியே மாற்றி விடும்.

இதில் சுவாரஸ்யமான விஷயம், என்னவென்றால், ஒருமுறை ஒருவர் தியானத்திற்குள் நுழைந்தால், தூக்கம் அழைத்துச் சென்ற அந்த வெற்றிடத்தில் நுழைந்தால், அவர் எப்போதுமே மயக்க நிலைக்கு போகமாட்டார், அவர் தூங்கும்போது கூட.

ஆனந்தா புத்தருடன் பல வருடங்கள் வாழ்ந்தார். பல வருடங்கள் அவர் புத்தருக்கு அருகில் படுத்தார். ஒரு நாள் காலையில் புத்தரைக் கேட்டார். ''பல வருடங்களாக நான் உங்கள் தூக்கத்தைக் கவனித்து வருகிறேன். ஒரு முறை கூட நீங்கள் திரும்பிப் படுக்கவில்லை. ஒரே மாதிரி இரவு முழுவதும் படுத்திருக்கிறீர்கள். உங்கள் உறுப்புகள் ராத்திரி எங்கிருந்ததோ அப்படியே இருக்கிறது. ஒரு சின்ன அசைவு கூட இல்லை. பல முறை இரவில் நீங்கள் அசைந்திருக்கிறீர்களா என்று பார்க்கவே நான் விழித்திருக்கிறேன். இரவு முழுவதும் கூட கவனித்திருக்கிறேன். உங்கள் கைகள், பாதங்கள். அதே இடத்தில்தான் இருக்கின்றன. நீங்கள் திரும்பிக் கூட படுப்பதில்லை. நீங்கள் இரவு முழுவதும் தூங்குவதற்கு ஏதாவது பதிவு செய்து வைக்கிறீர்களா?''

''நான் எந்தப் பதிவும் வைத்திருக்க வேண்டிய அவசியமில்லை.'' புத்தர் சொன்னார், ''நான் உணர்வு நிலையில் தூங்குகிறேன். அதனால் திரும்பிப் படுக்க வேண்டிய அவசியமேயில்லை. எனக்கு வேண்டு மென்றால் அதை செய்யலாம். ஒரு பக்கத்திலிருந்து மறுபக்கத்திற்குத் திரும்பிப் படுக்க வேண்டியது தூக்கத்திற்கு அவசியமில்லை. அது உனது ஓய்வற்ற மனத்தின் தேவை.'' ஓர் ஓய்வற்ற மனம் ஓர் இரவு கூட ஒரே

இடத்தில் ஓய்வெடுக்க முடியாது. பகலை விடுங்கள். இரவில் தூங்கும்போது கூட, முழு நேரமும் உடல் அதன் ஓய்வற்ற தன்மையே காட்டும்.

ஒருவர் இரவில் தூங்குவதைப் பார்த்தால் அவர் தொடர்ந்து ஓய்வற்று இருப்பதை முழு இரவும் பார்க்கலாம். அவன் விழித்துக் கொண்டிருக்கும் போது கைகளை எப்படி அசைப்பாரோ அப்படியே தூங்கும்போது செய்வதையும் பார்க்கலாம். அவர் மூச்சிறைந்து, சோர்வாக இருப்பார். இரவில், கனவில், அவன் பகலில் சண்டை போடுவதைப் போலவே இரவிலும் சண்டை போடுவார். அவர் இரவில் பகல் இரண்டு நேரத்திலும் அதே ஆர்வத்துடன் இருப்பார். அந்த மனிதனுக்கு இரவு பகல் என்கிற அடிப்படை வேறுபாடே கிடையாது. இரவில் அவர் சோர்ந்து படுக்கிறார். மயக்க நிலையில், மற்ற எல்லாமே எப்போதும் போல் தொடர்கிறது. அதனால் புத்தர் சொன்னார், ''எனக்கு வேண்டுமானால் நான் திரும்பிப் படுக்கலாம், ஆனால் அதற்குத் தேவையில்லை.''

ஆனால் நாம் அதை உணர்வதில்லை. ஒரு மனிதன் நாற்காலியில் உட்கார்ந்திருந்தாலும் கால்களை ஆட்டிக் கொண்டேயிருப்பான். அவனிடம் கேளுங்கள், ''ஏன் உங்கள் கால்கள் இப்படி ஆடுகின்றன? நீங்கள் நடக்கும்போது கால்கள் நகர்ந்தால் புரிந்து கொள்ள முடியும். ஆனால் நீங்கள் நாற்காலியில் உட்கார்ந்திருக்கும்போது உங்கள் கால்கள் ஆடுகின்றனவே?'' நீங்கள் இப்படி சொன்னதும் அந்த மனிதர் அப்படி செய்வதை நிறுத்தி விடுவார். பிறகு அவர் ஒரு வினாடி கூட அசைக்க மாட்டார். ஆனால் அவர் அப்படி செய்ததற்கு அவரிடம் எந்த விளக்கமும் இருக்காது. அது அவருக்குள் இருக்கும் ஓய்வற்ற தன்மை உடல் முழுவதிலும் போராடுகிறது. உள்ளே அந்த ஓய்வற்ற மனம் இருக்கிறது. அது அப்படியே இருக்காது. ஒரே நிலையில், ஒரு தருணம் கூட இருக்காது. அது உடலை ஆட்டிக் கொண்டேயிருக்கும். கால்கள் அசையும், தலை ஆடும், உட்காரும்போது கூட, மாறி மாறி உட்காருவார்.

அதனால்தான், பத்து நிமிடங்கள் கூட உங்களால் தியானத்தின் போது அப்படியே அசையாமல் உட்கார முடியவில்லை. பல ஆயிரம் வேறுபட்ட புள்ளிகளிலிருந்து உங்கள் உடல் உங்களை அசைய மீண்டும் மீண்டும் தூண்டிக் கொண்டேயிருக்கும். நாம் தியானத்தில் நாம் விழிப்போடு உட்காருகிற வரையில் நாம் இதைக் கவனிப்பதில்லை. பிறகு நாம் உணருகிறோம். இது என்ன மாதிரி உடம்பு இது. அது ஒரு வினாடி கூட ஒரே மாதிரி இடத்தில் இருக்க முடிவதில்லையே. மனத்திலுள்ள குழப்பம், பதற்றம், கிளர்ச்சி முழு உடலையும் கிளறுகிறது.

அந்த விழிப்பற்ற தூக்கத்தில் ஒரு பத்து நிமிடங்கள் எல்லாமே மறைகின்றன - இந்தப் பத்து நிமிடங்கள் கூட முழுமையாக ஆரோக்கிய மாக இருப்பவர்களுக்குத்தான், அந்த அமைதியும் எல்லோருக்குமில்லை. மற்றவர்களுக்கு இதுபோன்ற தூக்கம் எங்கேயாவது ஒன்றிலிருந்து ஐந்து நிமிடங்கள் வரை கிடைக்கும். பலருக்கு இரண்டு தான், அல்லது ஒரு நிமிடம் ஆழ்ந்த தூக்கத்தில். அந்த ஒரு நிமிடத்தில் நமக்குக் கிடைக்கும் அந்தச் சின்ன சாற்றை வைத்துக் கொண்டு அடுத்த இருபத்து நாலு மணி நேரத்தைத் தயார் செய்ய செலவு செய்கிறோம். அந்தக் குறுகிய நேரத்தில் விளக்கிற்குக் கிடைக்கும் அந்த சின்ன அளவு எண்ணெய், நாம் அடுத்த இருபத்து நாலு மணி நேரம் வாழப் பயன்படுத்துகிறோம். ஒருவர் வாழ்க்கையின் விளக்கு அப்போது கிடைக்கும் அந்த எண்ணெய்யை வைத்துக் கொண்டு எரிகிறது. அதுதான் அந்த விளக்கு மெள்ள எரிவதற்கான காரணம் - அந்த விளக்கு பிரகாசமாக எரிவதற்குப் போதுமான எண்ணெய் சேகரிக்கப்படவில்லை. இருந்தால் அது பிரகாசிக்கும் தொடர் ஓட்ட ஜ்வாலை விளக்காக இருந்திருக்கும்.

தியானம் மெள்ள வாழ்க்கையின் ஆதாரத்திற்குக் கொண்டு வருகிறது. பிறகு அது ஏதோ அதிலிருந்து ஒரு கையளவு போஷாக்கை எடுப்பதாக இருக்காது. நீங்கள் அந்த ஆதாரத்திலேயே இருக்கிறீர்கள். பிறகு நீங்கள் விளக்கில் இன்னும் அதிக எண்ணெய் ஊற்றுவதாக இருக்காது- பிறகு ஒரு சமுத்திர அளவு எண்ணெய் உங்களுக்காகத் தயாராக இருக்கும். பிறகு நீங்கள் அந்தச் சமுத்திரத்திலேயே வாழத் துவங்குவீர்கள். அந்த மாதிரியான வாழ்க்கையில் தூக்கம் காணாமல் போகும் - அதனால் ஒருவர் தூங்குவதே இல்லை என்று அர்த்தமில்லை. ஆனால் அந்தத் தூக்கத்திலும் அவர் பரந்து விழித்திருப்பார் என்று பொருள். பிறகு கனவுகள் இருக்கவே இருக்காது. ஒரு யோகி விழித்திருந்து இருக்கிறார், அவர் தூங்குகிறார். ஆனால் அவர் கனவு காண்பதில்லை. அவருடைய கனவுகள் முழுமை யாக மறைகின்றன. அந்தக் கனவுகள் மறையும்போது, சிந்தனைகள் மறைகின்றன. நமக்குத் தெரிந்ததெல்லாம் விழித்திருக்கும் நிலையின் இருக்கும் சிந்தனைகளைத்தான் நாம் தூக்க நிலையின் கனவுகள் என்கிறோம். சிந்தனைக்கும் கனவுக்கும் ஒரு சின்ன வித்யாசம்தான். சிந்தனைகள் சற்று பண்பட்ட கனவுகள், கனவுகள் கொஞ்சம் சுபாவத்தில் கொஞ்சம் பழையவை இந்த இரண்டில், ஒன்று சுயமான சிந்தனை.

உண்மையில், குழந்தைகள், அல்லது பூர்வகுடி மலைஜாதியினர், படங்களாகத்தான் யோசிப்பார்கள். வார்த்தைகளில் அல்ல. மனிதனின் முதல் சிந்தனை என்பது படங்கள்தான். உதாரணமாக, ஒரு குழந்தைக்குப் பசிக்கும்போது அது வார்த்தைகளால் சிந்திப்பதில்லை. "எனக்குப் பசிக்கிறது." ஒரு குழந்தை தன் தாயின் முலையை நினைத்துப்

பார்க்கிறது. தான் அதை உறிஞ்சுவதைப் போல் கற்பனை செய்கிறது. அந்த முலைக்குப் போகும் ஆசையினால் அதை நிரப்பி விடலாம். வார்த்தைகள் அமைவது பின்னால், படம்தான் முதலில் அமைகிறது.

வார்த்தைகளின் மொழி காலையில்தான் கைக்கு அடக்கமாக இருக்கும். ஆனால் அது இரவில் உதவாது. இரவில் நாம் புராதனமாகி விடுகிறோம். நாம் இருப்பதைப் போலவே இரவில் காணாமல் போய்விடுகிறோம். நாம் நமது பட்டங்களை இழக்கிறோம். பல்கலைக் கழகப் படிப்புகளை, எல்லாவற்றையும் ஆரம்ப மனிதன் எங்கிருந் தானோ, அந்த இடத்திற்கு நாம் கொண்டு செல்லப்படுகிறோம். அதனால்தான் இரவில் தூக்கத்தில் படங்கள் எழுகின்றன. வார்த்தைகள் காலையில்தான் வருகின்றன. காலையில் நாம் காதல் உறவு வைத்துக் கொள்ள வேண்டுமானால் நமக்கு வார்த்தைகள் தேவை. ஆனால் இரவில் படங்களைத் தவிர காதலை வெளிப்படுத்த வேறு வழியே இல்லை.

கனவுகளைப் போல சிந்தனைகள் உயிரோட்டமாக இருக்காது. கனவுகளின் அந்தப் பிம்பங்கள் அப்படியே உங்கள் முன் தோன்றும். அதனால்தான் ஒரு நாவலைப் படமாக நீங்கள் ரசிக்கிறீர்கள். அந்த நாவலையே படிப்பதற்குப் பதிலாக. அதற்கு ஒரே காரணம் நாவல் வார்த்தை என்கிற மொழியில் உள்ளது. ஆனால் திரைப்படம் பிம்பம் என்கிற மொழியில் உள்ளது. அதே மாதிரிதான், இங்கே இருப்பதில் உங்களுக்கும் சிறந்த மகிழ்ச்சி; என்னை நேரடியாகக் கேட்டுக் கொண்டிருக்கிறீர்கள். இதே மாதிரி இந்தப் பேச்சை ஒலிநாடாவில் கேட்கும்போது உணர மாட்டீர்கள். ஒலி நாடாவில் வெறும் வார்த்தைதான் இருக்கிறது. பிம்பங்களின் மொழி நமக்கு அருகில் இருக்கிறது. அதிக இயற்கையாக, இரவில் வார்த்தைகள் படங்களாக மாறுகின்றன. அங்கு அதுதான் வித்தியாசம்.

பகலில் கனவுகள் மறைந்து விடுகின்றன. சிந்தனைகளும் கூட மறைந்து விடுகின்றன. பகலில் சிந்தனை மறைகின்றன. கனவுகளும் கூட மறைந்து விடுகின்றன. பகல் சிந்தனைகள் இல்லாமல் வெறுமையாக இருக்கும் போது, இரவில் கனவுகள் இல்லாமல் வெறுமையாக இருக்கும். நினைவில் கொள்ளுங்கள். கனவுகள் உங்களைத் தூங்க விடாது. சிந்தனைகள் உங்களைத் தூங்க விடாது. சிந்தனைகள் உங்களை விழித்திருக்கவும் விடாது. நீங்கள் இரண்டையும் புரிந்து கொள்ள உறுதி செய்து கொள்ளுங்கள். கனவுகள் உங்களைத் தூங்க விடாது. சிந்தனைகள் உங்களை விழித்திருக்க விடாது. கனவுகள் மறைந்தால், தூக்கம் முழுமையாக இருக்கும். பிறகு இந்த இரண்டிற்கும் அதிக வித்தியாசம் இருக்காது. ஒரே வித்தியாசம் கண்களை மூடுகிறோமோ, திறந்து வைத்திருக்கிறோமோ என்பதுதான். உடல் வேலையில் இருக்கிறதா

ஓய்வில் இருக்கிறதா என்பதுதான். ஒருவர் முழுமையாக விழித்திருந்தால், முழுமையாக தூங்குகிறார். ஆனால் இரண்டு நிலைகளிலும் உணர்வுகள் அப்படியே ஒன்றாகவே இருக்கின்றன. உணர்வு என்பது ஒன்றுதான், மாற்ற முடியாதது. உடல் மட்டும்தான் மாறுகிறது. விழிப்பு, உடல் வேலையில் இருக்கிறது. நன்றாகத் தூங்கு, உடல் ஓய்வில் இருக்கிறது.

ஒரு நண்பர் கேட்டார், "ஏன் கடவுளுக்கு தூக்கமே வருவதில்லை?" என்னுடைய பதில் "அவருக்குத் தூக்கம் வரும் - நீங்கள் தூக்கத்திலும் விழித்திருந்தால்." என்னுடைய தியான முறை என்பது தூங்கும் முறைதான். விழிப்பில் தூங்குவது, விழிப்புடன் தூக்கத்தில் நுழைவது. அதனால்தான் நாம் உங்கள் உடல் ஓய்வெடுக்க வேண்டுமென்கிறோம். உங்கள் சுவாசம் ஓய்வெடுக்க வேண்டும். உங்கள் சிந்தனைகள் சாந்தமாக வேண்டும். இவையெல்லாமே தூக்கத்திற்கான தயாரிப்புகள். அதனால்தான், அடிக்கடி சில நண்பர்கள் தியானத்தின்போது தூங்கப் போகிறார்கள். இயற்கைதானே. அது தூக்கத்திற்கான ஒரு தயாரிப்பு. அதற்குத் தயாராகும்போது அவர்கள் எப்போது தூங்கப் போகிறார்கள் என்பது அவர்களுக்கே தெரியாது. அதனால்தான் நான் மூன்றாவது யோசனையை வற்புறுத்துகிறேன். உள்ளே விழித்திரு, உள்ளே உணர்வோடு இரு. உடல் முழுமையாக ஓய்வெடுக்கட்டும். உங்கள் சுவாசம் முற்றிலுமாக ஓய்வெடுக்கட்டும். தூங்கும்போது, இருப்பதை விட அதிகமாக, ஆனால் உள்ளே விழித்திருங்கள். உள்ளே, உங்கள் விழிப்பு என்கிற விளக்கு எரிந்து கொண்டேயிருக்கட்டும், அதனால் நீங்கள் தூங்க மாட்டீர்கள்.

தூக்கத்திற்கும் தியானத்திற்குமான ஆதார நிபந்தனைகள் ஒன்றுதான். இறுதி நிலையில் வித்தியாசங்கள் இருக்கிறது. முதல் நிபந்தனை உடல் ஓய்வெடுக்க வேண்டும். நீங்கள் தூக்கமில்லாமல் தவித்தால், முதல் விஷயமாக மருத்துவர்கள் சொல்வது, 'ஓய்வெடுங்கள்'. நான் என்ன சொல்கிறேனோ அதைத்தான் அவரும் சொல்வார். உடலுக்கு ஓய்வு கொடுங்கள். உடலில் எந்தப் பதற்றமும் இருக்க வேண்டாம். உடல் முற்றிலும் தளர்ந்து இருக்கட்டும். பஞ்சு மாதிரி இருக்கட்டும். ஒரு நாயோ, பூனையோ எப்படி தூங்குகிறது என்பதைப் பார்த்திருக்கிறீர்களா? அவை இல்லாதது மாதிரி தூங்கும். நீங்கள் ஒரு குழந்தை தூங்குவதைப் பார்த்திருக்கிறீர்களா? எங்குமே எந்தப் பதற்றமும் இல்லை. அதன் கைகளும் கால்களும் நம்ப முடியாத அளவுக்குத் தளர்ந்திருக்கும். ஒரு இளைஞனையும் ஓர் வயோதிகரையும் பாருங்கள் - அவர்களுக்குள் எல்லாமே பதற்றமாக இருக்கும். அதனால் மருத்துவர் அவர்களை ஓய்வெடுக்கச் சொல்வார்.

அதே நிலைதான் தூக்கத்திற்கும் பொருந்தும். சுவாசம் ஓய்வெடுக்க வேண்டும். ஆழமாக, மெதுவாக நீங்கள் கவனித்திருப்பீர்கள். நீங்கள் மெள்ள ஓடும்போது உங்கள் சுவாசம் வேகமாக இருக்கும். அதே மாதிரி உங்கள் உடல் வேலையில் ஈடுபடும்போது, உங்கள் சுவாசம் வேகமாக இருக்கும். ரத்த ஓட்டமும் அதிகரிக்கும். தூக்கத்தில், ரத்த ஓட்டம் மெதுவாகும் சூழ்நிலை மெள்ள ஓட்டத்திற்கு எதிராக இருக்கும். பிறகு சுவாசம் ஓய்வெடுக்கும். அதனால் இரண்டாவது நிபந்தனை - உங்கள் சுவாசத்திற்கு ஓய்வு கொடுங்கள்.

அதனால் தியானத்திற்கான நிபந்தனை தூக்கத்திற்கு இருப்பது மாதிரியே பொருந்தும். உடலுக்கு ஓய்வு கொடுங்கள். உங்கள் சுவாசத்திற்கு ஓய்வு கொடுங்கள். சிந்தனைகள் போகட்டும். அவைதான் தூக்கத்திற்கும் தியானத்திற்கும் ஆரம்ப நிபந்தனைகள். சரியான உண்மை. வித்தியாசம் என்பது இறுதி நிலையில்தான். முதலாவதில் நீங்கள் முற்றிலும் தூங்குகிறீர்கள். தியானத்தில் நீங்கள் முழுவதும் விழித்திருக் கிறீர்கள். அவ்வளவுதான்.

அதனால் நீங்கள் இந்தக் கேள்வி கேட்பது சரிதான். தூக்கத்திற்கும், தியானத்திற்கும் ஆழமான உறவு இருக்கிறது. இருந்தாலும், அவர் களுக்கு ஒரு முக்கியமான வித்தியாசம் இருக்கிறது. உணர்வுக்கும், மயக்க நிலைக்குமுள்ள வேறுபாடு. தூக்கம் என்பது விழிப்பில்லாதது. தியானம் என்பது விழிப்பானது.

? தூக்கமில்லாமல் தவிப்பவருக்கு ஏதேனும் யோசனை உண்டா?

நீங்கள் இரவில் தூங்கப் போகும்போது, தூங்குவதற்குத் தயாராகுங்கள். அன்றைய முழு நாளின் நினைவுகளுக்குள் செல்லுங்கள். பின்னோக்கி, காலையில் இருந்து துவங்காதீர்கள். நீங்கள் எங்கிருக்கிறீர்களோ அங்கிருந்து, படுக்கையில் இருந்தபடி கடைசி விஷயம், பிறகு பின்னால் செல்லுங்கள். பிறகு பின்னோக்கி மெள்ள, மெள்ள, படிப்படியாக, பிறகு உங்கள் முதல் அனுபவத்திற்கு, காலையில் நீங்கள் எழுந்தவுடன் நடந்தது, பின்னால் செல்லுங்கள். நீங்கள் அதில் ஈடுபடவில்லை என்பதைத் தொடர்ந்து நினைவில் கொள்ளுங்கள்.

உதாரணமாக, மதியம் யாரோ உங்களை அவமானப்படுத்தி விட்டார். உங்களையே பார்த்துக் கொள்ளுங்கள். உங்கள் வடிவத்தை, யாரோ அவமானப்படுத்திவிட்டார். ஆனால் நீங்கள் ஒரு பார்வையாளராக

மட்டும் இருக்கிறீர்கள். அதில் ஈடுபடாதீர்கள். மறுபடியும் கோபப் படாதீர்கள். நீங்கள் மறுபடியும் கோபப்பட்டால், பிறகு நீங்கள் அடையாளம் காணப்படுவீர்கள். பிறகு நீங்கள் தியானம் என்கிற விஷயத்தை இழக்கிறீர்கள். அதனால் கோபப்படாதீர்கள். அவர் உங்களை அவமானப்படுத்தவில்லை. நீங்கள் இருந்த வடிவத்தை மதியம் அவமானப்படுத்தியிருக்கிறார். அந்த வடிவம் இப்போது போய்விட்டது.'

நீங்கள் ஓடுகின்ற ஒரு நதி. அந்த வடிவம் ஓடுகிறது. குழந்தைப் பருவத்தில் உங்களுக்கு எந்த வடிவமும் இல்லை. இப்போது உங்களுக்கு அந்த வடிவம் இல்லை. அந்த வடிவம் போய்விட்டது. நதியைப் போல, நீங்கள் தொடர்ந்து மாறிக் கொண்டேயிருக்கிறீர்கள். அதனால் இரவில் நீங்கள் பின்னோக்கி தியானிக்கும்போது பகலில் நடந்தவற்றை, நீங்கள் ஒரு பார்வையாளர் என்பதை மறந்துவிடாதீர்கள். அதனால் கோபப் படாதீர்கள். யாரோ உங்களைப் பாராட்டியிருக்கிறார். அதனால் உயர்ந்து விடாதீர்கள். அந்த முழு விஷயத்தையும் ஏதோ ஒரு சினிமாவைப் பார்ப்பது போல், பின்னோக்கிப் போவது உதவிகரமாக இருக்கும் - குறிப்பாக, தூக்கத்தில் பிரச்னை இருப்பவர்களுக்கும்.

உங்களுக்குத் தூங்குவதற்கு பிரச்னை, தூங்க முடியவில்லை. தூக்கமில்லை. தூங்குவதற்குப் பிரச்னை இருந்தால் இது உங்களுக்கு உதவும். ஏன்? காரணம் இதுதான். மனத்தில் சுருண்டதை நீக்குகிறது. நீங்கள் பின்னோக்கிப் போகும்போது மனச் சுருளை நீட்டுகிறீர்கள். காலையில் மறுபடியும் சுருட்டுகிறீர்கள். மனம் பல விஷயங்களில் சிக்குகிறது. பல இடங்களில், முடியாமல், முழுமையடையாமல், பல விஷயங்கள் மனதில் இருக்கும். அது நடக்கும்போது, அதை அங்கேயே தங்க வைக்க நேரமில்லை.

அதனால் இரவில் பின்னோக்கிச் செல்லுங்கள். இதுதான் சுருளை நீக்கும் முறை. மறுபடியும் நீங்கள் காலைக்குத் திரும்பும்போது நீங்கள் இப்போதுதான் படுக்கையில் இருக்கிறீர்கள். காலையில் இருந்ததைப் போல புத்துணர்ச்சி கொண்ட மனம் காலையில் இருந்ததைப் போல இருக்கும். இப்போது நீங்கள் ஒரு குழந்தையைப் போல் தூங்கிவிடலாம்.

பல மனிதர்களுக்கு ஒரு குறிப்பிட்ட நோயிருக்கிறது. அது உடல் ரீதியானதல்ல. மருத்துவம் உதவாது. நோய் தொடரும். அந்த நோய் மனோதத்துவம் சார்ந்தது. அதற்கு என்ன செய்வது? இந்த நோய் மனோதத்துவ ரீதியானது என்று அவரிடம் சொன்னால் அது உதவப் போவதில்லை. அதைவிட, அது தீங்கைக் கொடுக்கும். காரணம், அந்த நோய் மனோதத்துவ ரீதியானது என்று சொன்னால் யாருக்கும் அது ஒரு நல்ல உணர்வைக் கொடுக்காது. பிறகு என்ன செய்யலாம்? அவர் ஒன்றும் செய்ய முடியாமல் இருக்கிறார்.

இப்படி பின்னோக்கிப் போவது ஓர் அதிசயமான முறை. நீங்கள் பின்னோக்கி மெள்ள, மெள்ள, மனச் சுருளை நீக்கிக் கொண்டே அந்த முதல் தருணம் அந்த நோய் ஏற்பட்ட சமயத்திற்கு, இப்படி மெள்ள, மெள்ள, நீங்கள் முதல் முறையாக அந்த நோய் தாக்கிய சமயத்திற்குச் சென்றால், அந்தத் தருணத்திற்கு உங்களை நீட்ட முடிந்தால், உங்களுக்குத் தெரிய வரும். இந்த நோய் அடிப்படையில் வேறு சில விஷயங்களில் சிக்கல்தான் என்பது, சில குறிப்பிட்ட மனோதத்துவ விஷயங்கள். பின்னால் போகும் போது அவை பொங்கும்.

நோய் உங்களைத் தாக்கிய அந்தத் தருணத்தை நீங்கள் கடந்தால், திடீரென்று உங்களுக்கே புரியும். சில மனோதத்துவ காரணங்கள்தான் அதற்குக் கொடுத்திருக்கின்றன என்பது புரியும். நீங்கள் அதற்கு ஒன்றும் செய்ய வேண்டாம். நீங்கள் இந்த மனோதத்துவ காரணங்களைப் பற்றித் தெரிந்து கொண்டு, பின்னோக்கிச் செல்லுங்கள். பல நோய்கள் உங்களிட மிருந்து போய்விடும். காரணம் பல சிக்கல்கள் உடைந்து விட்டன. நீங்கள் சிக்கல்களைப் புரிந்து கொண்டால், பிறகு அது தேவைப்படாது. நீங்கள் தூய்மைப்படுத்தப்பட்டு விட்டீர்கள். அதை வெளியே தள்ளியாகி விட்டது.

? மூளையில் இரண்டு அரைக் கோளங்கள் ஒரு மனிதனின் சுபாவத்தில் என்ன விளையாடுகின்றன என்பது பற்றிப் பேச முடியுமா?

நவீன ஆராய்ச்சி ஒரு முக்கியமான உண்மைக்கு வந்திருக்கிறது. அதுதான் இந்த நூற்றாண்டின் மிக முக்கியமான சாதனை. அதாவது உங்களுக்கு ஒரு மனமில்லை. உங்களுக்கு இரண்டு மனங்கள். உங்கள் மூளை இரண்டு அரைக் கோளங்களாகப் பிரிக்கப்பட்டிருக்கிறது. வல அரைக்கோளம், இட அரைக்கோளம். வல அரை கோளம் இட பக்கத் தோடு இணைந்திருக்கிறது. இட அரைக் கோளம் வலப் புறமாக இணைந்திருக்கிறது. எதிர்ப்புறமாக, வலது அரை கோளம் தனக்காக தோன்றுவது, தர்க்கமற்றது, பகுத்தறிவற்றது. கவிதைத்தனமானது. கற்பனையானது. படைப்பாற்றலானது, காதலானது, கதையானது, மதமானது, இட அரைக் கோளம்தான், தர்க்கமானது, பகுத்தறிவானது, கணிதத்தனமானது, அரிஸ்டாட்டிலானது, விஞ்ஞானப்பூர்வமானது. கூட்டிப் பார்ப்பது, இந்த இரண்டு அரைக் கோளங்களுக்கும் எப்போதும் மோதல் - உலகத்தில் அடிப்படை அரசியல் உங்களுக்குள் இருக்கிறது. உலகத்தில் சிறந்த அரசியல் உங்கள் மூளைக்குள்தான் இருக்கிறது.

உங்களுக்கு அதைப் பற்றித் தெரியாது. ஆனால் ஒரு முறை உங்களுக்குத் தெரிந்து விட்டால், உண்மையான விஷயமாக செய்ய வேண்டியது உங்கள் இரு மனங்களில்தான்.

இடக் கை வல அரைக் கோளம் சம்பந்தப்பட்டது. உள்ளுணர்வார்ந்த, கற்பனையான, கதையான, கவிதையான, மதமான அதனால்தான் இடக் கை கண்டனத்திற்குரியது. சமூகம் முழுவதுமே வலக் கைக்காரர்கள்தான். வலக் கை என்றால், இட அரைக்கோளம், பத்து சதவிகிதக் குழந்தைகள் பிறக்கும்போது இடக் கைக்காரர்கள்தான், ஆனால் அவர்களை வலக் கைக்காரர்களாக வற்புறுத்தப்படுகிறார்கள். இடக் கைக்காரர்களாக பிறக்கிற குழந்தைகள், பகுத்தறிவற்ற உள்ளுணர்வு சார்ந்த, கணித ரீதியாக அல்லாதவர்களாக இருப்பார்கள். அவர்களால் சமூகத்திற்கு ஆபத்து. அதனால் அவர்களை எல்லாவிதங்களிலும் கட்டாயப்படுத்தி வலக் கைக்காரர்களாக்குகிறார்கள். அதில் கைகள் என்கிற கேள்விக்கே இடமில்லை. அது உள் அரசியல் என்பதுதான் விஷயம். இடக் கைக் குழந்தை வல அரைக் கோளமாக செயல்படுகிறது. அதை, சமூகம் அனுமதிக்காது. அது ஆபத்தானது, விஷயங்கள் வெகு தூரம் போவதற்கு முன்னால் அவனைத் தடுத்தாக வேண்டும்.

முதலில் இது ஐம்பது - ஐம்பது சதவிகிதம் என்று சந்தேகப்பட்டார்கள். அதாவது வலக் கைக் குழந்தைகள் ஐம்பது, இடக் கைக் குழந்தைகள் ஐம்பது. ஆனால் வலக் கைக் கட்சிகள் அதிக நாட்கள் ஆண்டு விட்டார்கள். அதனால் சதவிகிதம் பத்து சதவிகிதமாக வீழ்ந்து விட்டது. உங்களில் கூட யாராவது இடக் கைக்காரர்கள் இருக்கலாம். நமக்குத் தெரியாது. நீங்கள் உங்கள் வலக் கையால் எழுதலாம். உங்கள் வேலைகளை வலக் கையால் எழுதலாம். ஆனால் உங்கள் குழந்தைப் பருவத்தில் நீங்கள் வலக் கைக்காரர்களாக வற்புறுத்தப்பட்டிருப்பீர்கள். இது ஒரு தந்திரம். காரணம் நீங்கள் வலக் கைக்காரர்களாக இருந்தால் உங்கள் இட அரைக் கோளம் வேலை செய்யத் துவங்கும்.

உலகத்தில் இடக் கை சிறுபான்மை ஒடுக்கப்பட்ட சிறுபான்மை கறுப்பர்களை விட, ஏழை மக்களை விட... இந்தப் பிரிவை நீங்கள் புரிந்து கொண்டால், உங்களுக்குப் பல விஷயங்கள் புரியும். பணக்காரர்கள், ஏழைகள் இரு தரப்பில், ஏழைகள் எப்போதுமே வல அரைக் கோளமாக செயல்படுபவர்கள். அவர்களுக்கு உள்ளுணர்வு அதிகம். மிகவும் ஏழை மனிதன், குறைவான அறிவு கொண்டவன், அதுதான் அவன் ஏழையாக இருக்கக் காரணம். அவன் குறைவான புத்தியோடு இருப்பதால் அவனால் உலகத்தில் காரணங்களோடு போட்டி போட முடியாது. மொழி, காரணங்களில் இரண்டிலும் அவன் குறைவாகவே செயல்படுவான். பணக்காரன் இட அரைக்கோளத்தின் மூலமாக செயல்படுவான். அவன்

எல்லாவற்றையும் கூட்டிப் பார்ப்பான். எல்லாவற்றிலும் ஒரு கணக்கு, சூழ்ச்சி, புத்தி தர்க்கம், அவனுக்குத் திட்டமிருக்கும். அதுதான் அவன் பணக்காரனாக இருப்பதற்கு காரணம்...

இது ஆணுக்கும், பெண்ணுக்கும் பொருந்தும். பெண்கள் வல அரைக்கோள மக்கள், ஆண் இட அரைக் கோளம். நூற்றாண்டுகளாக ஆண்தான் பெண்ணை ஆண்டிருக்கிறான். இப்போது சில பெண்கள் எதிராகக் கிளம்பியிருக்கிறார்கள். ஆனால் இது வியப்பான விஷயமென்ன வென்றால், அவர்கள் இதே மாதிரியான பெண்கள்தான். உண்மையில் அவர்கள் ஆண்களைப் போல, பகுத்தறிவோடு, விவாதத்தோடு, அரிஸ்டாட்டிலைப் போல, ஒரு நாள் இது சாத்தியம், புரட்சி ரஷ்யாவிலும், சீனாவிலும் வெற்றி கண்டதைப் போல, எங்காவது, அமெரிக்காவில் கூட நடக்கலாம், பெண்கள் வென்று, ஆண்களைத் தூக்கி அடிக்கலாம்.

மேலோட்டமான விஷயங்கள் மாறும். ஆழமாக உள்ளே மோதல் இருந்து கொண்டுதானிருக்கும். மோதல் என்பது மனிதன். அங்கு அது தீர்க்கப்படவில்லையென்றால், அது எங்குமே தீர்க்கப்படாது. அரசியல் என்பது உங்களுக்குள் இருக்கிறது. அது இரு மனங்களுக்குண்டானது. ஒரு சின்ன பாலம்தான் இருக்கிறது. ஏதோ ஒரு விபத்தினால் அந்தப் பாலம் உடைந்தால், ஏதாவது உடல் ரீதியான கோளாறினால், அல்லது வேறு ஏதாவது, அந்த நபர் பிரிந்தால், அந்த நபரே இருவரானால், அல்லது இரு தரப்பு அல்லது குணாதிசய பிரிவு நடந்தால், அந்தப் பாலம் உடைந்தால் - அந்தப் பாலம் மென்மையாக இருந்தால், பிறகு நீங்கள் இரண்டாகிறீர்கள். நீங்கள் இரு மனிதர்கள் மாதிரி நடந்து கொள்வீர்கள். காலையில் நீங்கள் மிகவும் நேசிக்கிறவராக, அழகாக, மாலையில் நீங்கள் மிகவும் கோபமாக, முற்றிலும் வேறாக, உங்களுக்கு உங்கள் காலை நினைவில் இல்லை. எப்படி நீங்கள் நினைவில் வைத்துக் கொள்ள முடியும்? இன்னொரு மனமல்லவா வேலை செய்தது. அந்த நபர் இரண்டு நபராகிறார். அந்தப் பாலம் பலப்பட்டால், இரண்டு மனங்கள் காணாமல் இரண்டாக காணாமல் போய், அது ஒன்றாகிறது. பிறகு இணைப்பு, ஒருமைப்படுத்துதல் எழுகிறது. ஜார்ஜ் குர்ட்ஜிப் சொல்வார் இருத்தலின் கெட்டித்தனம் என்பது ஒன்றுமில்லை. ஆனால் அது இரு மனங்கள் ஒன்றாவது, உள்ளுக்குள்ளேயே இருக்கும் ஆணும், பெண்ணும் சந்தித்து கொள்வது, பின்னும் எங்கும், சந்திப்பு, இட, வலச் சந்திப்பு, தர்க்கம், தர்க்கமற்றதன் சந்திப்பு, ப்ளாட்டோவும், அரிஸ்டாட்டிலும் சந்திப்பு, உங்கள் வாழ்க்கை என்கிற மரத்தில் இந்த அடிப்படைப் பிரிவை நீங்கள் புரிந்து கொண்டால், பிறகு உங்களைச் சுற்றியும், உங்களுக்குள்ளும் இருக்கிற மோதலை நீங்கள் புரிந்து கொள்ளலாம்.

பெண்ணின் மனத்தில் அழகிருக்கும். ஆணின் மனத்தில் திறமை யிருக்கும். ஆனால், நீண்ட நாட்களாக தொடர்ந்து சண்டை இருந்தால், அழகு தோற்றுப் போக வாய்ப்புண்டு. திறமையான மனம் வெற்றி பெறும். காரணம் உலகம் கணித மொழியைத்தான் புரிந்து கொள்ளும். அன்பை அல்ல. ஆனால் உங்கள் திறமை அழகை வென்றால், நீங்கள் அசாத்திய மதிப்புள்ள எதையோ இழக்கிறீர்கள். நீங்கள் உங்கள் இருத்தலோடு இருந்த தொடர்பைத் துண்டித்து விட்டீர்கள். நீங்கள் மிகப் பெரிய திறமைசாலியாக இருக்கலாம். ஆனால், அதற்குப் பிறகு நீங்கள் உண்மையான மனிதனாகவே இருக்க மாட்டீர்கள். நீங்கள் ஓர் இயந்திரமாகி விடுவீர்கள். மனித இயந்திரமான ரோபோவைப் போல்.

ஆணுக்கும், பெண்ணுக்கும் தொடர்ந்த ஒரு மோதல் இருந்து வருகிற காரணத்தினால், அவர்கள் தனித்தனியாக இருக்க முடியாது. அவர்கள் மறுபடியும், மறுபடியும் ஏதாவதொரு உறவுக்குள் வரவேண்டும். ஆனால் அவர்களால் ஒன்றாகவும் இருக்க முடியாது. சண்டை என்பது வெளியே அல்ல. சண்டை என்பது உங்களுக்குள்ளேயே. இதுதான் என்னுடைய புரிதல். நீங்கள் உள் சண்டையைத் தீர்க்கா விட்டால் வல அரைக் கோளத்திற்கும், இட அரைக் கோளத்திற்குமான சண்டையைத் தீர்க்காவிட்டால், நீங்கள் அமைதியாக அன்பில் இருக்கவே முடியாது. நீங்கள் இடக் கோளத்தோடு அடையாளம் காணப்பட்டு விட்டீர்கள். காரணம் கோளம். நீங்கள் தொடர்ந்து வலக் கோளத்தைத் தூக்கி எறிய நினைப்பீர்கள். அதையேதான் நீங்கள் காதலில் வீழ்ந்துள்ள பெண்ணிடமும் செய்ய நினைப்பீர்கள். அந்தப் பெண் தனக்குள்ளிருக்கும் அந்தக் காரணத்தோடு சண்டை போட்டுக் கொண்டிருந்தால், நிச்சயம் தான் காதலித்த ஆணுடனும் சண்டை போட்டுக் கொண்டிருப்பாள்.

எல்லா உறவுகளும் - ஏறக்குறைய எல்லாமே, விதிவிலக்குகள் புறக்கணிக்கக் கூடியவை, கணக்கிலிருந்து எடுத்து விடலாம். அவை அசிங்கமானவை. ஆரம்பத்தில் அவை அழகாகவே இருக்கும். ஆரம்பத்தில் நீங்கள் யதார்த்தத்தைக் காட்ட மாட்டீர்கள். ஆரம்பத்தில் நீங்கள் பாசாங்கு செய்கிறீர்கள். ஒரு முறை அந்த உறவு அமைந்து விட்டால், நீங்கள் ஓய்வெடுக்கிறீர்கள். உள் மோதல் பொங்கத் துவங்கும். அது உங்கள் உறவில் பிரதிபலிக்கும். பிறகு சண்டை வரும். பிறகு ஒருவரை ஒருவர் ஆயிரத்தொரு வழிகளில் குறை கண்டுபிடிப்பீர்கள். ஒருவர் ஒருவரை அழித்துக் கொள்வீர்கள். அதனால் ஓரினச் சேர்க்கை மீது ஈடுபாடு. எப்போதெல்லாம் ஒரு சமூகம் - ஆண் - பெண் என்று அதிகமாகப் பிரிக்கப்பட்டு விட்டதோ, உடனடியாக ஓரினச் சேர்க்கை கிளம்பும். காரணம் குறைந்தபட்சம் ஓர் ஆண் இன்னோர் ஆணுடன் காதல் கொண்டால், அதிக மோதலில்லை. அந்தக் காதல் உறவு அத்தனை

திருப்திகரமாக இருக்காது. அது ஒரு பிரமாதமான பேரின்பத்தையோ, உச்சகட்ட பரவச தருணங்களையோ தராது. ஆனால் குறைந்தபட்சம் ஆண் - பெண் உறவைப் போல அருவருப்பாக இருக்காது. பெண்கள் ஓரினச் சேர்க்கையாளராக மாறுவார்கள். மோதல்கள் அதிகரிக்கும்போது காரணம் இரண்டு பெண்களுக்குள் உண்டான காதல் உறவு அத்தனை மோதலில் இருக்காது. அதே மாதிரி உள்ளது, அதே மாதிரி உள்ளதைச் சந்திக்கிறது. அவர்கள் பரஸ்பரம் புரிந்துகொள்ள முடியும்.

ஆமாம், புரிந்து கொள்ளுதல் சாத்தியம். ஆனால் அந்த ஈர்ப்பு தொலைந்து விடும். அந்த இரு தரப்பு தொலைந்து விடும். அது மிகப் பெரிய விலை. புரிந்து கொள்ளுதல் சாத்தியம், ஆனால் முழு பதற்றம், சவால், தொலைந்து போகும். நீங்கள் சவாலைத் தேர்ந்தெடுத்தால், பிறகு மோதல் வரும். காரணம் உண்மையான பிரச்னை என்பது எங்கேயோ உங்களுக்குள், நீங்கள் பொருந்தாவிட்டால், ஆண் மனம், பெண் மனம், இரண்டிற்கும் ஓர் ஒத்திசைவு வராவிட்டால், உங்களால் காதலிக்கவே முடியாது.

உறவில் எப்படி ஆழமாகப் போவது என்று மக்கள் என்னிடம் வந்து கேட்கிறார்கள். நான் சொல்வேன்: "முதலில் ஆழமான தியானத்தில் செல்லுங்கள். நீங்களாகவே தீர்த்துக் கொள்ளாவிட்டால் உங்களுக்குள் இருப்பதை விட அதிகமான பிரச்னைகளை நீங்களே உருவாக்கு வீர்கள். நீங்கள் ஓர் உறவுக்குள் நகர்ந்தால், உங்கள் பிரச்னைகள் பெருகும். கவனியுங்கள், உலகத்திலேயே சிறந்த, மிகவும் அழகான விஷயம் காதல். ஆனால் நீங்கள் இன்னும் அதிக அருவருப்பான, அதிகமான நரகம் உருவாவதைக் காண்பீர்கள்."

முல்லா நஸ்ருதின் ஒரு முறை என்னிடம் சொன்னார், "நான் என்னுடைய தீமையான நாளைத் தள்ளிப் போட்டுக் கொண்டே வந்தேன். ஆனால் இந்த முறை போயாக வேண்டும்."

நான் கேட்டேன், "பல் வைத்தியரிடமா? அல்லது மருத்துவரிடமா?"

"இரண்டுமில்லை" அவர் சொன்னார், "எனக்குத் திருமணமாகப் போகிறது."

...நீங்கள் அதற்கு வெளியே இருந்தால், அது ஓர் அழகான பாலைவனச் சோலையாக இருக்கும். ஆனால், நீங்கள் அதன் அருகில் வந்தால், அந்தச் சோலை வறண்டு, காணாமல் போகும். ஒருமுறை அதில் நீங்கள் சிக்கி விட்டால், அது ஒரு சிறை. ஆனால் நினைவில் கொள்ளுங்கள். அந்தச் சிறைத் தண்டனை உங்களுக்கு அடுத்தவரால் தரப்படுவதில்லை. அது உங்களுக்குள்ளிருந்து வருகிறது.

அந்த இடக் கோள மூளை உங்களை ஆளுமைப்படுத்திக் கொண்டே யிருந்தால், நீங்கள் ஒரு வெற்றிகரமான வாழ்க்கை வாழ்வீர்கள். அந்த அளவு வெற்றி. நாற்பது வயதில் உங்களுக்கு வயிற்று வலி வரும், நாற்பத்து ஐந்தில் உங்களுக்கு குறைந்தது இரண்டு மாரடைப்புகள் வந்திருக்கும். நீங்கள் ஐம்பதாகும்போது ஏறக்குறைய நீங்கள் இறந்து விட்டீர்கள். ஆனால் வெற்றிகரமாக இருக்கிறீர்கள். நீங்கள் ஒரு பெரிய விஞ்ஞானியாகலாம். ஆனால் நீங்கள் ஒரு சிறந்த இருத்தலாக இருக்கவே முடியாது. நீங்கள் தேவையான சொத்துகளைக் குவிக்கலாம். ஆனால் தரமானதை யெல்லாம் நீங்கள் இழந்துவிடுவீர்கள். நீங்கள் அலெக் ஸாண்டரைப் போல இந்த உலகம் முழுவதையும் கைப்பற்றலாம். ஆனால் உங்கள் உள் எல்லைகள் கைப்பற்றப்படாமலே இருக்கும்.

இடப் பக்க மூளையைக் கவர பல விஷயங்கள் உள்ளன. அதுதான் உலக மூளை. அது அதிகமாக பொருட்கள் மீது கவனம் செலுத்தும். கார்கள், பணம், வீடு, அதிகாரம், கௌரவம்.

வலப் பக்க மூளைதான் சந்நியாசிகளுக்கு உரியது. அது உள் இருப்பைப் பற்றித்தான் அதிகக் கவலைப்படும். அதுதான் பேரின்பம், அது பொருட்கள் மீது குறைவாகவே வேலை செய்யும். அது சுலபமாக வந்தால் சரி, அது வராவிட்டாலும் நல்லதுதான். அவர் அந்த தருணத்திற்காக அக்கறை படுவார். எதிர்காலம் குறித்து குறைவாகக் கவலைப்படுவார், வாழ்க்கையின் கவிதைகளைப் பற்றிக் கவலைப் படுவார். அதன் கணக்குகளைப் பற்றிக் குறைவாகக் கவலைப்படுவார்.

ஒரு சம்பவம் கேள்விப்பட்டிருக்கிறேன்.

பிங்கில்ஸ்டயின் குதிரைப் பந்தயத்தில் ஏராளமாக ஜெயித்தார். மஸ்கோவிட்ஸிற்கு இதனால் பொறாமை. ''எப்படி இதை உங்களால் செய்ய முடிந்தது?'' பிங்கில்ஸ்டயினிடம் கேட்டார்.

''சுலபம்'' சொன்னார் பிங்கிஸ்டயின், ''அது ஒரு கனவு.''

''ஒரு கனவா?''

''ஆமாம், ஒரு மூன்று குதிரைகளை மனத்தில் வைத்திருந்தேன். ஆனால் மூன்றாவது குதிரையைப் பற்றி நான் அத்தனை உறுதியாக இல்லை. முதல் நாள் இரவு. ஒரு தேவதை என் கனவில் வந்த என் தலைமாட்டில் நின்றபடி, ''உனக்கு என் ஆசீர்வாதங்கள், பிங்கில்ஸ்ட யின், ஏழு முறை ஏழு ஆசீர்வாதங்கள்.'' நான் எழுந்ததும் நான் புரிந்து கொண்டேன்.

ஏழு முறை ஏழு என்று பெருக்கினால் நாற்பத்து எட்டு. அந்தக் குதிரையின் எண்ணும் நாற்பத்து எட்டு. சொர்க்கத்தின் கனவுகள்,

அதனால் சொர்க்கத்தின் கனவுகளை என் மூன்றாவது குதிரையாகத் தேர்ந்தெடுத்தேன். அதனால் வென்றேன், எளிமையாக வென்றேன்.''

மஸ்கோவிட்ஸ் சொன்னான், ''ஆனால் பிங்கில்ஸ்டயின், ஏழு ஏழும் நாற்பத்து ஒன்பது.''

பிங்கில்ஸ்டயின் சொன்னான், ''நீ கணக்குப் பார்த்துக் கொண்டேயிரு.''

வாழ்க்கையைக் கணக்கு வழியாகப் பார்ப்பது ஒரு வழி. வாழ்க்கையைக் கனவுகள் வழியாக அறிவாற்றலோடு பார்ப்பது ஒரு வழி. அவை இரண்டும் வேறானவை.

அன்றொரு நாள் யாரோ சொன்னார்கள், ''பேய்கள், தேவதைகள், இதுபோன்று உள்ளதா?'' ஆமாம் இருக்கிறது - நீங்கள் வல அரைக் கோளத்திலிருந்து பார்த்தால் அது இருக்கிறது. நீங்கள் இட அரைக் கோளத்திலிருந்து பார்த்தால் அவை இல்லை. எல்லாக் குழந்தைகளுக்கும் வல அரைக் கோளம். அவர்கள் எங்கும் பேய்களையும், தேவதை களையும் பார்க்கிறார்கள். ஆனால், நீங்கள் அவர்களோடு பேசிக் கொண்டே இருக்கிறீர்கள். அவர்களை அதட்டிச் சொல்கிறீர்கள். ''இதெல்லாம் அபத்தம்'' நீங்கள் முட்டாள்கள். எங்கே இருக்கிறது தேவதை? எதுவுமில்லை எல்லாம் வெறும் நிழல். நீங்கள் அந்தக் குழந்தையைத் திருப்திப்படுத்துவதற்குள். பாவம் உதவியற்ற குழந்தை... மெள்ள மெள்ள நீங்கள் அதைத் திருத்துகிறீர்கள் அவன் வல அரைக் கோளத்திலிருந்து பயிற்சியிலிருந்து, இட அரைக் கோளப் பயிற்சிக்கு நகருகிறான் - அவன் போயாக வேண்டும். அவன் உங்கள் உலகத்தில் வாழ வேண்டும். அவளாக இருந்தால் கனவுகளை மறக்க வேணடும். எல்லாக் கற்பனைகளையும் மறக்க வேண்டும். அவன் எல்லாக் கவிதை களையும் மறக்க வேண்டும். அவன் கணக்கு படிக்க வேண்டும். ஆனால் அவன் கணிதத்தில் திறமை பெற்றவனாகி விடுகிறான். அப்படியே வாழ்க்கையில் முடமாகி, வாதப்பட்டு போகிறான். இருத்தல் அவனை மேலும், மேலும் இழுத்துச் செல்கிறது. அவன் ஒரு சந்தைப் பொருளாகிறான். அவன் முழு வாழ்க்கையுமே குப்பையாகிறது. ஆனால், உலகத்தின் பார்வையில் அவன் விலை மதிப்பற்றவன்.

ஒரு சந்நியாசி கற்பனையில் வாழ்பவன். மனதின் கனவு திறத்தோடு வாழ்பவன். அவன் கவிதையாக வாழ்பவன், வாழ்க்கையையே கவிதை யாக்குபவன். அவன் அறிவாற்றலோடு பார்க்கிறான். உங்களுக்குத் தெரிவதைவிட அதிக பசுமையாக மரங்கள் அவனுக்குத் தெரிகின்றன. பறவைகள் அவனுக்கு அழகாக இருக்கின்றன. பிறகு எல்லாமே அவனுக்கு ஓர் ஒளியான தரமாக இருக்கிறது. சாதாரண கூழாங்கற்கள் கூட

அவனுக்கு வைரங்கள், சாதாரண பாறைகள் இனி அவனுக்கு சாதாரணமில்லை. எதுவுமே சாதாரணமல்ல. நீங்கள் வல அரைக் கோளத்திலிருந்து பார்த்தால், எல்லாமே தெய்விகம். புனிதம், மதம் என்பது வல அரைக் கோளத்திலிருந்து வருகிறது.

? உடல் ரீதியான உணர்வுகளைப் பற்றி பேசுங்கள்?

ஒரு தருணம் கூட உன்னுடைய உடல் ரீதியான உணர்வுகள் அது இருக்கிற படி இருப்பதாக நினைக்காதீர்கள் - அவை அப்படி இல்லை. அது பயிற்சி கொடுக்கப்பட்டது. சமூகம் உங்களை எப்படிப் பார்க்க அனுமதிக்கிறதோ அப்படித்தான் நீங்கள் விஷயத்தைப் பார்க்கிறீர்கள். சமூகம் எதை நீங்கள் கேட்க வேண்டும் என்று அனுமதிக்கிறதோ அதைத்தான் நீங்கள் பார்க்கிறீர்கள். சமூகம் நீங்கள் எதைத் தொட வேண்டுமென்று அனுமதிக்கிறதோ அதைத்தான் நீங்கள் தொடுகிறீர்கள்.

மனிதன் அவனுடைய பல உணர்வுகளை இழந்துவிட்டான். உதாரணமாக நுகருதல், மனிதன் ஏறக்குறைய நுகரும் தன்மையை இழந்து விட்டான். ஒரு நாயை பாருங்கள். அதன் நுகரும் திறனை. அதன் மூக்கிற்குத்தான் எத்தனை நுண்ணிய உணர்வு. மனிதன் இதில் ஏழையாகி விட்டான். மனிதனின் மூக்கிற்கு என்ன ஆயிற்று? ஒரு நாயைப் போலவோ, ஒரு குதிரையைப் போலவோ ஏன் மனிதன் ஆழமாக நுகர்வதில்லை. ஒரு குதிரையால் பல மைல்கள் தூரம் உணர முடியும். நாய்களுக்கு நுகருதல் குறித்து அபாரமான ஞாபக சக்தி உண்டு. மனிதனுக்கு நினைவாற்றலே இல்லை. ஏதோ ஒன்று அவன் மூக்கை அடைக்கிறது.

இந்தப் படிவங்களில் ஆழமாக வேலை செய்பவர்கள் சொல்கிறார்கள். இதற்குக் காரணம் அடக்கப்பட்ட காமத்தினால் நுகருதல் தொலைந்து போயிற்று. உடல் ரீதியாக மற்ற மிருகங்களைப் போலவே மனிதனும் நுண்ணிய உணர்வைப் பெற்றவன். ஆனால், மனோதத்துவ ரீதியில் அவனது மூக்கு களங்கப்பட்டு விட்டது. நுகருதல் உங்கள் உடலின் காம ரீதியான கதவு. நுகருதல் மூலமாகவே மிருகங்கள் ஓர் ஆண் தயாரா அல்லது ஒரு பெண் தயாரா என்பதை யோசிக்கத் துவங்குகின்றன. நுகருதல் என்பது ஒரு நுண்ணிய சைகை. அந்த நுகருதல் மூலமாகத்தான் ஆண் தான் ஏற்றுக் கொள்ளப்படுவோம் என்பதை அறிகிறான். பெண்ணின் காம பரவசத்திலிருந்து அந்த வாசனை வராவிட்டால், ஆண் நகர்ந்து விடும். நம்மை ஏற்றுக் கொள்ளவில்லை.

மனிதன் வாசனையை அழித்தான். காரணம் நுகருதல் இயற்கையாக இருந்தால் உங்களால் அழைக்கப்படுகிற ஒரு கலாச்சார சமூகத்தை உருவாக்குவது கடினம். நீங்கள் சாலையில் தனியாகப் போய்க் கொண்டிருக்கிறீர்கள். ஒரு பெண் நுகரத் துவங்குகிறாள், ஏற்றுக் கொள்வதாக உங்களுக்கு சைகை காட்டுகிறாள். அவள் யாருடைய மனைவியோ, அவளது கணவனும் அருகிலிருக்கிறான். உங்களை ஏற்றுக் கொள்வதாக சைகை இருக்கிறது. நீங்கள் என்ன செய்வீர்கள்? அசிங்கம், தர்மசங்கடம்.

நீங்கள் மக்களைக் கண்ணுக்குக் கண் பார்ப்பதில்லை. அப்படி நீங்கள் பார்த்தால், அது சில வினாடிகள்தான். நீங்கள் உண்மையில் மக்களைப் பார்ப்பதில்லை. நீங்கள் தவிர்த்துக் கொண்டே இருக்கிறீர்கள். நீங்கள் பார்த்தால், அது ஒரு தாக்குதலாக கருதப்படும். நினைவில் கொள்ளுங்கள், நீங்கள் உண்மையில் மக்களைப் பார்க்கிறீர்களா? அல்லது நீங்கள் அவர்களின் கண்களைத் தவிர்த்துக் கொண்டேயிருக்கிறீர்களா? காரணம் நீங்கள் அவர்களைத் தவிர்க்காமல் இருந்தால், அந்த நபர் காட்ட விரும்பாத சிலவற்றை நீங்கள் பார்க்க முடியும். அவர் காட்ட விரும்பாததை நீங்கள் பார்த்தால் அது ஒரு நன்னடத்தையாக இருக்குமா? அதனால் தவிர்ப்பது நல்லது. நாம் வார்த்தைகளைக் கேட்கிறோம். நாம் முகத்தைப் பார்ப்பதில்லை. காரணம் பல சமயங்களில் வார்த்தைகளும், முகமும் முரண்பட்டே இருக்கும். ஒரு மனிதன் ஒன்றைச் சொல்கிறான், ஆனால் இன்னொன்றைக் காட்டுகிறான். மெதுவாக நாம் முகத்தைப் பார்க்கும் அந்த உணர்வையே மறந்து விட்டோம். கண்களை, சைகைகளை, நாம் வார்த்தைகளை மட்டுமே கேட்கிறோம். இதைக் கவனியுங்கள். பிறகு நீங்களே வியந்து போவீர்கள். எப்படி மக்கள் ஒன்றைச் சொல்கிறார்கள், மற்றொன்றைக் காட்டுகிறார்கள். இதை யாரும் கண்டுபிடிப்பதில்லை. காரணம் நேரடியாக முகத்தைப் பார்க்கக் கூடாது என்று உங்களுக்குப் பயிற்சி அளிக்கப்பட்டிருக்கிறது. அல்லது, அப்படி நீங்கள் பார்த்தால் கூட, அந்தப் பார்வை விழிப்பானதாக இருக்காது. கவனத்தோடு இருக்காது. அது வெறுமை, அது ஏறக்குறைய நீங்கள் பார்க்காததைப் போலத்தான்.

சத்தங்களை கூட நாம் தேர்ந்தெடுத்துக் கேட்கிறோம். நாம் எல்லா விதமான சத்தங்களையும் கேட்பதில்லை. நாம் தேர்ந்தெடுக்கிறோம். நமக்கு எது உதவிகரமோ அதை மட்டுமே கேட்கிறோம். வெவ்வேறு சமூகங்களுக்கு, வெவ்வேறு நாடுகளுக்கு, வெவ்வேறு விஷயங்கள் மதிப்பானவை. புராதன உலகில் வாழ்கிற மனிதனுக்கு, அதுவும் காட்டில், ஒரு கானகத்தில், வெவ்வேறு விதமான சத்தம் வாங்கும் விருப்பம் உண்டு. அவன் தொடர்ந்து எச்சரிக்கையாக இருந்து மிருகங்கள் குறித்து விழிப்பாக இருக்க வேண்டும். அவன் வாழ்க்கையில்

ஆபத்திலிருக்கிறது. நீங்கள் எச்சரிக்கையாக இருக்க வேண்டியதில்லை. நீங்கள் ஒரு கலாசார உலகில் இருக்கிறீர்கள். அங்கு இனி மிருகங்கள் இல்லை. அதனால் பயமில்லை. உங்கள் உயிர் கழுமரத்திலில்லை. உங்கள் காதுகள் சரியாகச் செயல்படவில்லை. காரணம் அதற்கு அவசியமில்லை...

மனிதர்கள் ஒருவருக்கு ஒருவர் தொடுவதில்லை. அவர்கள் கைகளைக் கோத்துக் கொள்வதில்லை. அவர்கள் ஒருவரை ஒருவர் அணைத்துக் கொள்வதில்லை. நீங்கள் யாருடைய கையையாவது பிடித்தால், ஏதோ தவறு நடப்பதாக உணர்கிறீர்கள். அடுத்தவர் உடலிலிருந்து உடனே வெளியேற அவசரப்படுகிறீர்கள். காரணம் அந்த வேறு உடல் உங்களைத் திறந்து விடலாம். குழந்தைகள் கூட பெற்றோர்களை அணைத்துக் கொள்ள அனுமதியில்லை. இது ஒரு பெரிய பயம். எல்லா பயங்களுமே ஆழமாக கீழே, காமத்தில் வேரூன்றி இருக்கின்றன. காமம் குறித்த கட்டுப்பாடு இருக்கிறது. ஒரு தாய் தன் மகனை அணைத்துக் கொள்ள முடியாது. காரணம், அந்த மகனுக்குக் காம உணர்ச்சி எழுந்து விடுமாம். அதுதான் பயம். ஒரு தந்தை தன் மகளைக் கட்டித் தழுவ முடியாது. அவர் உடல் ரீதியாக கிளர்ச்சி ஏற்பட்டு விடுமோ என்று பயப்படுகிறார். வெப்பம் வேலை செய்ய தனி வழி இருக்கிறது. உடல் ரீதியாகவோ அல்லது காம ரீதியாக கிளர்ச்சி ஏற்பட்டால் அதில் தவறு ஒன்றுமில்லை. ஒருவர் உயிரோடு இருக்கிறார் என்பதற்கான அறிகுறி அது. அதாவது அவர் மிகவும் உயிரோட்டமாக இருக்கிறார். ஆனால் அந்த பயம், காமம் குறித்த தடை, தள்ளி இரு என்று சொல்கிறது. ஒரு தூரம் வைத்துக் கொள்...

அதுதான் யோகாவின் முழு முயற்சியும். உங்கள் உடலை உயிரோட்டமாக வைத்திருப்பது, நுண்ணிய உணர்வோடு, மறுபடியும் இளமையாக, உங்கள் உணர்வுகளுக்கு அதிகமாக செயல்பாட்டைத் தருவது. பிறகு ஒருவர் அவரைச் சுற்றி எந்தத் தடைகளோடும் செயல்பட மாட்டார். பிறகு களங்கமில்லை. ஓர் அழகு பாய்கிறது. ஒரு வெப்பம் மறுபடியும் எழுகிறது. ஒரு வெளிப்படை பிறகு வளர்ச்சி நடக்கிறது. ஒருவர் தொடர்ந்து புதிதாக இருக்கிறார். இளமையோடு, எப்போதுமே ஒரு சாகசம். உடல் உணர்ச்சி துடிப்பாகிறது. சந்தோஷம் உங்களைச் சூழ்கிறது. உங்களது சந்தோஷத்தில் முதல் ஊழல் மறைகிறது. அதை ஏற்றுக் கொள்வது மட்டுமல்ல, ஆனால் ஒரு நன்றி உணர்ச்சி கடவுள் நமக்கு இப்படி ஓர் அழகான உடலைக் கொடுத்திருக்கிறாரே என்று உணர்வீர்கள். எப்படி ஒரு நுண்ணிய உணர்வு கொண்ட உடல், யதார்த்தத்தோடு தொடர்பு கொண்ட எத்தனை கதவுகள், கண்கள், காதுகள், தொடல், எல்லா ஜன்னல்களையும் திறந்து விடுங்கள். வாழ்க்கையின் தென்றல் உள்ளே பாயட்டும். வாழ்க்கையின் சூரிய ஒளி

உள்ளே வரட்டும். அதிக நுண்ணுணர்வோடு இருக்கக் கற்றுக் கொள்ளுங்கள். நுண்ணிய உணர்வோடு இருக்க எல்லா சந்தர்ப்பங் களையும் பயன்படுத்தி அதன் மூலமாக முதல் வடிகட்டுதல் தொலையட்டும்...

நீங்கள் ஒரு புல் தரையில் உட்கார்ந்திருக்கும்போது, உங்கள் கண் களை மூடுங்கள். அந்தப் புல்லாக மாறுங்கள்.... நீங்கள் புல்லாகுங்கள், நீங்கள்தான் அந்தப் புல் என்று உணருங்கள், அந்தப் புல்லின் பசுமையை உணருங்கள், அந்தப் புல்லின் ஈரத்தை உணருங்கள். அது வெளிப் படுத்திக் கொண்டேயிருக்கும் நுண்ணிய மணத்தை உணருங்கள். அதன் மேலுள்ள பனித் துளியை உணருங்கள்... அது உங்கள் மேல் இருப்பதைப் போல. புற்களின் மீது விளையாடும் சூரிய ஒளியை உணருங்கள். ஒரு தருணம் அதில் தொலைந்து போங்கள். உங்கள் உடலுக்குள் ஒரு புதிய உணர்வு கிடைக்கும். இதை எல்லாவிதமான சந்தர்ப்பங்களிலும் செய்யுங்கள். ஒரு நதியில், ஒரு நீச்சல் குளத்தில், கடற்கரையில் சூரிய ஒளியில் படுத்திருக்கும்போது, இரவில் நிலவைப் பார்க்கும்போது, மணலில் கண்களை மூடியபடி படுத்திருக்கும்போது, அந்த மணலை உணரும் போது, உங்கள் உடலை உயிரோட்டமாக வைத்திருக்க பல லட்சம் வாய்ப்புகள் உள்ளன. நீங்கள் மட்டும்தான் செய்ய முடியும். சமூகம் அதன் களங்கப்படுத்துகிற வேலையை செய்து விட்டது. நீங்கள் அந்தக் களங்கத்தைத் துடைக்க வேண்டும். ஒருமுறை நீங்கள் கேட்க, பார்க்க, தொட சந்தோஷத்தின் மூலம் நுகர, பிறகு நீங்கள் யதார்த்தத்தைக் கேட்கிறீர்கள். பிறகு நீங்கள் யதார்த்தத்தை பார்க்கிறீர்கள். பிறகு அந்த யதார்த்தத்தை நீங்கள் நுகருகிறீர்கள்.

? நான் தோற்றுக் கொண்டேயிருக்கிறேன் என்று உணரும் காலத்தை நான் அனுபவித்திருக்கிறேன். அந்த நிலைக்கு வரும்போது நமக்கு என்ன நடக்கிறது?

மனித இருத்தலில் மூன்று வட்டங்கள் உள்ளன. முதல் வட்டம் என்பது உடல். அது முழுமையடைய இருபத்து மூன்று நாட்கள் ஆகின்றன. அது ஒரு பரந்த பரப்பில் உடலின் குணாம்சங்களைப் பாதிக்கிறது. நோய் எதிர்ப்பு, பலம், ஒருங்கிணைப்பு மற்ற அடிப்படை உடல் செயல்பாடுகள் உடல் நலம் என்கிற உணர்வு உட்பட.

இரண்டாவது வட்டம் உணர்ச்சிகள். அது முழுமையடைய இருபத்து எட்டு நாட்கள் ஆகின்றன. பெண்ணின் உடலில் மாத விலக்கு ஆக

இருபத்து எட்டு நாட்கள் ஆவதைப் போல. இப்போது விஞ்ஞானமும் எச்சரிக்கையாகி விட்டது. ஆணுக்கு கூட இப்போது மாதவிலக்கு, அது இருபத்து எட்டு நாட்களுக்குப் பிறகு நடக்கிறது. பெண்ணின் மாதவிலக்கைப் பார்க்க முடியும். அது உடல் ரீதியானது. மனிதன் மாதவிலக்கைப் பார்க்க முடியாது. அது உடல் ரீதியானதல்ல. அதிக மனோதத்துவம் சார்ந்தது, அதிக உணர்ச்சிகரமானது, ஆனால் அது நடக்கிறது. அந்த உணர்ச்சி வட்டம்தான் படைப்பாற்றலை, நுண்ணிய உணர்வுகளை, மன ஆரோக்கியத்தை, மனோபாவத்தை, மனநிலையைப் புரிந்து கொள்ளுதலை, உலகத்தை, நம்மை ஆள்கிறது.

ஒரு பெண்ணுக்கு மாதவிலக்கு வந்தவுடன், மூன்று அல்லது நான்கு அல்லது ஐந்து நாட்கள் அவள் வேதனையில் இருக்கிறாள். சோகத்தில், எதிர்மறையாக, சோர்ந்து, சவமாக, மிகவும் தாழ்ந்த உணர்வோடு, ஒரு நடுக்கத்தோடு ஆடிப் போயிருக்கிறாள். ஆனால் பெண்கள் இதற்குப் பழகிக் கொண்டு விட்டார்கள். காரணம் அது தெரிகின்றது. மெள்ள, மெள்ள இது இப்படித்தான் என்பதை கற்றுக் கொள்கிறார்கள். பிறகு மெள்ள, மெள்ள அவர்கள் அந்த வேதனையிலிருந்து விடுபடுகிறார்கள். இது ஒவ்வொரு மாத செயல்பாடு, அது கண்களுக்குத் தெரியும். அதனால் விஷங்கள் தங்கி விடுகிறது. ஆனால், ஆணின் பிரச்னை அதிக சிக்கலானது. மாதவிலக்கு இருக்கிறது - ஆண் மாத விலக்கு - ஆனால் அது கண்களுக்குத் தெரிவதில்லை. அது எங்கிருந்து வருகிறது என்று உங்களுக்குத் தெரிவதில்லை. எப்போது போகிறது என்பதும் தெரிவதில்லை. உடலில் ஓர் இருபத்து எட்டு நாள் வட்டம் இருக்கிறது. அது நிலவைத் தொடர்கிறது. அதனால் எப்போதெல்லாம் நிலவு இருக்கிறதோ அப்போதெல்லாம் நீங்கள் சந்தோஷமாக இருக்கிறீர்கள். நிலவு இல்லாதபோது நீங்கள் குறைந்த சந்தோஷத்தில் இருப்பீர்கள்.

பிறகு, இறுதியாக, மூன்றாவது வட்டம். அந்த மூன்றாவது வட்டம்தான் அறிவுஜீவி வட்டம். அது ஒரு முப்பத்து மூன்று நாள் காலம். அது நினைவாற்றலை, எச்சரிக்கை உணர்வை, அறிவை வாங்கிக் கொள்ளும் திறனை, தர்க்கத்தை, ஆராயக் கூடிய செயல்பாடுகளைச் சீர்படுத்துகிறது. ஒவ்வொரு காலத்தின் முதல் பாதி ஆக்க பூர்வமானது. இரண்டாவது பாதி எதிர்மறையானது. சில சமயங்களில் உங்கள் மாதவிலக்கு காலம் எதிர்மறை சமயத்தில், மற்றவை நேரானதில். முன்னும் பின்னுமாக. இந்த மூன்று வட்டங்களும் நேராக இருக்கும் போது, சந்தோஷத்தின், பரவசத்தின் உச்சம் நடக்கிறது. இந்த மூன்றும் எதிர்மறையாக இருக்கும்போது, ஒருவர் நரகத்தில் வாழ்கிறார். சொர்க்கம் என்றால் மூன்று வட்டங்களும் நேரானது, நரகம் என்றால் மூன்று எதிர்மறையானது. இரண்டிலிருந்து விடுபடுவதுதான் நிர்வாணம், மோட்சம், முழு விடுதலை...

நீங்கள் உங்கள் கால கட்டங்களைப் புரிந்து கொள்ள வேண்டும். நீங்கள் இன்னும் கொஞ்சம் கவனத்தோடு இருக்க வேண்டும். இந்த எதிர்மறைக் கட்டங்களை ஒரு குறிப்பேட்டில் குறித்துக் கொள்ளுங்கள். மூன்று அல்லது நான்கு மாதங்களில் நீங்கள் ஒரு பட்டியலைத் தயார் செய்வீர்கள். பிறகு நீங்கள் அடுத்த திங்கட்கிழமை நீங்கள் மோசமான மன நிலையில் இருப்பீர்கள் என்பதை யூகிக்கலாம்.

முந்தைய நாட்களில் யோகிகள் ஒரு வரைபடமே தயாரிப்பார்கள். உயிரியல் தாளலய விஞ்ஞானம் நன்கு தெரிந்து, யோகாவிலும் சூபி பள்ளிகளிலும் பயிற்சி செய்யப்பட்டது. இந்த வரைபடங்கள் மிகவும் பயனுள்ளதாக இருக்கும். காரணம் ஒவ்வொரு மாதத்தின் முதல் வாரத்தின் நீங்கள் மிக, மிக எதிர்மறையாக இருப்பீர்கள் என்று தெரிந்தால் சில விஷயங்களைத் தவிர்க்கலாம். முதல் வாரத்தில் ஏதாவது செய்து விட்டு, பிறகு நீங்கள் அதற்காக வருத்தப்படாமல் இருக்கலாம். சண்டை போடாதீர்கள். கோபப்படாதீர்கள். இந்த வரைபடத்தைப் பயன்படுத் துகிற மக்கள் தங்கள் அறையை விட்டு வெளியே வந்துவிடுவார்கள். அந்த ஏழோ அல்லது நான்கோ, அல்லது மூன்று நாட்கள் எதையுமே செய்ய மாட்டார்கள். காரணம் அவர்கள் என்ன செய்தாலும் அது தவறாகப் போகும்.

பிறகு எப்போது உங்களுக்கு நேரான மனோபாவம் வரும் என்பது தெரியும். அதுதான் உறவு ஏற்படுத்திக் கொள்கிற காலம், மக்களிடம் போக வேண்டிய நேரம், சந்திப்பு, எதுவுமே தவறாகப் போகாது. நீங்கள் முற்றிலும் வேறு நிலையில் இருப்பீர்கள். இந்த வழியில் கவனித்தால் ஆறு, அல்லது எட்டு மாதங்களில் நீங்கள் ஒரு பார்வையாளராக வாய்ப்பு உண்டு. பிறகு எந்தத் தொந்தரவும் இருக்காது. பிறகு அது இயற்கையின் ஒரு பகுதி என்பது தெரியும். உங்கள் சம்பந்தப்பட்டதில்லை. பார்த்தாலே, நீங்கள் அதைக் கடப்பீர்கள்.

? எனக்கு மாதவிலக்கு ஏற்படும்போதெல்லாம் அழிந்து போகிற உணர்வு ஏற்படுகிறது ஏன்?

பல பெண்களுக்கு இந்த மாத விலக்கு நாட்கள் கொஞ்சம் அழிவானதாகவே இருக்கும். அதன் காரணம், உடல் ரீதியானது. நீங்கள் அதைப் புரிந்துகொள்ள வேண்டும். கொஞ்சம் எச்சரிக்கையாக இருக்க வேண்டும். விழிப்போடு அதனால் நீங்கள் உங்கள் உடல் கூற்றிலிருந்து கொஞ்சம் மேலே செல்லலாம். இல்லையென்றால் நீங்கள் அதன் பிடியில் இருப்பீர்கள்.

நீங்கள் கர்ப்பமாக இருந்தால், மாத விலக்கு நின்று விடும். காரணம் வெளியான அதே சக்திதான் இப்போது படைக்கத் துவங்கி விட்டது. அது குழந்தை படைக்கிறது. ஒவ்வொரு மாதமும் அந்த சக்தி சேர்கிறது, அதற்குப் படைக்கும் திறனில்லாவிட்டால் அதுவே அழிவாகிறது. அதனால் ஒரு பெண்ணுக்கு மாத விலக்கு வரும்போது, அந்த நான்கு அல்லது ஐந்து நாட்கள் அவளுக்கு அழிவான எண்ணங்கள் வருகின்றன. காரணம் அவளுக்கு அந்த சக்தியை வைத்து என்ன செய்வதென்று தெரியவில்லை. அந்த சக்தி அதிர்கிறது. அது இருத்தலின் உள்ளார்ந்த மையத்தைச் சுற்றிக் கொண்டேயிருக்கும். நீங்கள் எந்தப் படைப்பையும் கொடுக்க முடியாது.

எல்லா படைக்கும் சக்தியும் அழிவை கொடுக்க முடியும். எல்லா அழிக்கும் சக்திகளும் படைக்கக் கூடியதாக ஆக முடியும். உதாரணமாக, ஹிட்லர். முதலில் அவர் ஓர் ஓவியராகத்தான் இருந்தார். ஆனால் அவரை சூழல் அனுமதிக்கவில்லை. அவரால் தேர்வில் தேறி அந்தக் கலைப் பள்ளிக்குள் நுழைய முடியவில்லை. ஓர் ஓவியனாக இருந்திருக்க வேண்டிய மனிதன் உலகத்திலே மிகவும் அழிவான மனிதனாக உருவானான். அதே சக்தியோடு அவன் ஒரு பிகாஸோ ஆகியிருக்க முடியும். ஆனால் ஒன்று மட்டும் நிச்சயம். அவனிடம் சக்தி இருந்தது. அதே சக்தி நிச்சயமாக முடிவற்ற படைப்பாக இருந்திருக்க முடியும்.

சாதாரணமாக, பெண்கள் அழிக்கக் கூடியவர்கள் அல்லர். கடந்த காலத்தில் அவர்கள் அழிக்கக் கூடியவர்களாக இல்லை. காரணம் அவர்கள் தொடர்ந்து கர்ப்பமாகவே இருந்தார்கள். ஒரு குழந்தை பிறக்கும், உடனே அவர்கள் மீண்டும் கர்ப்பமாவார்கள். அவர்கள் வாழ்க்கை முழுவதும் அவர்கள் சக்தியைப் பயன்படுத்தினார்கள். இப்போது முதல் முறையாக உலகத்தில் ஒரு புதிய அபாயம் முளைத் திருக்கிறது. அதுதான் பெண்களின் அழிக்கும் திறன். காரணம் இப்போது அவர்கள் தொடர்ந்து கர்ப்பமாக வேண்டிய தேவையில்லை. இப்போது கர்ப்பம் என்பது காலாவதியே ஆகிவிட்டது. ஆனால் அந்த சக்தி இருக்கிறது.

கருத்தடை முறைகளுக்கும், பெண் விடுதலை இயக்கத்திற்கும் ஓர் ஆழ்ந்த தொடர்பிருப்பதாகவே நான் நினைக்கிறேன். பெண்கள் அழிவானதாகி வருகிறார்கள். அவர்கள் குடும்ப வாழ்வை அதன் உறவை அழிக்கிறார்கள். பல வழிகளிலும் எல்லாவற்றையும் பகுத்தறிகிறார்கள். ஆனால் அவர்கள் அடிமைத்தனத்திலிருந்து விடுதலை பெற நினைக் கிறார்கள். உண்மையில், இது ஓர் அழிவான கட்டம். அவர்களிடம் சக்தி இருக்கிறது. ஆனால், அதை வைத்து என்ன செய்வது என்று தெரிய வில்லை. இந்தக் கருத்தடை முறைகள் அவர்களின் படைப்பாற்றலை

ஒருமுகப்படுத்திக் கொள்வதைத் தடுத்து விட்டன. இப்போது சில வழிகள் திறக்காவிட்டால், அவர்கள் அழிவானதாக ஆகிவிடுவார்கள்.

மேற்கில் குடும்ப வாழ்க்கை என்பது ஏறக்குறைய போய்விட்டது. அங்கு தொடர் மோதலிருக்கிறது. தொடர் போராட்டங்கள், சண்டைகள், காரணம் என்ன - காரணம் என்னவென்று யாருமே புரிந்து கொள்ள வில்லை. அது உடல் ரீதியான பிரச்னை.

அதனால் மாத விலக்கு வருகிற உணர்வு வரும்போது அப்போதெல்லாம் எச்சரிக்கையாக இருங்கள். அது துவங்குவதற்கு முன், மூர்க்கத்தனமாக ஆடுங்கள். இயற்கைக்கு அப்பாலும் போகலாம். உங்களுக்குள் ஓர் உயர்ந்த இயற்கை இருக்கிறது. ஒருவர் தன் உடல் அளவைக் கடந்து போகலாம். ஒருவர் போக வேண்டும். இல்லை யென்றால், நீங்கள் சுரப்பு நீர்களின் அடிமைகளாகவே இருப்பீர்கள். அதனால் உங்களுக்கு அழிப்பு உணர்வு வரும்போது அப்போதெல்லாம் நடனமாடுங்கள். நான் என்ன சொல்கிறேன் என்றால் அந்த நடனம் உங்கள் சக்தியை உறிஞ்சிக் கொள்ளும். நீங்கள் எதிராக செய்கிறீர்கள். நீங்கள் சொல்கிறீர்கள் எனக்கு ஓய்வெடுக்கத் தோன்றுகிறது. இந்த நாட்களில் எதுவும் செய்யத் தோன்றவில்லை. ஆனால் ஏதாவது செய்யுங்கள் - ஏதாவது, நீண்ட நடை செல்லுங்கள். காரணம் அந்த சக்தி வெளிவந்தாக வேண்டும். ஒரு முறை நீங்கள் விஷயத்தைப் பிடித்துக் கொண்டால், ஒரு முறை நடனம் உங்களுக்கு முழுமையான ஓய்வு கொடுக்கும் என்பதைத் தெரிந்து கொண்டால், உங்கள் மாத விலக்கின் அந்த நான்கு நாட்கள் மிகவும் அழகானதாகி விடும். காரணம் அந்தச் சமயத்தில் உங்களிடம் அத்தனை சக்தி வந்துவிடும்.

? **அந்த மாத விலக்குக் காலத்தில் நான் எனக்காக வாழ்வது ஒரு விஷயம். இப்போது நான் எனது கணவரின் மாத விலக்கிலும் கவனம் செலுத்த வேண்டியிருக்கிறதே?**

மாதத்தில் எந்த நாட்கள் உங்களுக்கு மாத விலக்கு வருகிறது என்பதைத் தெரிந்து வைத்துக்கொள்வது நல்லது - நீங்கள் ஆணாக இருந்தாலும் சரி, பெண்ணாக இருந்தாலும் சரி - காரணம் யாராவது இந்த மாத விலக்கினால் அவதிப்படும்போது, நீங்கள் அவரோடு மிகுந்த பரிவோடு இருக்க வேண்டும். அந்த நபரோடு அதிக நேசத்துடன் இருக்க வேண்டும். அவர் வழக்கமான சுயத்தோடு இல்லை - ஒரு விஷயத்தை நினைவில் கொள்ள வேண்டும். நீங்கள் இருவருக்கும் ஒரே தேதியில்

மாத விலக்கு ஏற்பட்டால், பிறகு உங்கள் நிச்சயம் தேனிலவுக்குப் போக வேண்டும் - அதாவது தனியாக. ஒவ்வொரு மாதமும் நீங்கள் மாற்றிக் கொள்ள வேண்டும் - அடுத்த மாதம் இன்னொருவர் தேனிலவுக்குப் போகலாம். ஆனால் ஒன்றாகப் போகாதீர்கள். காரணம் அது வெடிக்கும் சூழல்...

நீங்கள் ஒரு கவனிப்பவராக இல்லாவிட்டால், நீங்கள் ஒரு பார்வையாளராக உங்கள் மனநிலையில் இல்லாவிட்டால் - இதைத்தான் நான் தியானம் என்கிறேன். இவையெல்லாம் பெரிய சந்தர்ப்பங்கள் நீங்கள் சோகமாக உணரும் போது, கவனியுங்கள். அது ஒரு வேதியியல் - உங்கள் உணர்வுகளை உங்கள் வேதியியலோடு கலந்து விடாதீர்கள். உங்கள் வேதியியலோடு அடையாளம் காணப்படாதீர்கள். அது உடல் ரீதியானது. அது வேதியியல், அது உயிரியல் -உங்கள் உணர்வு, கவனிப்பாளர்.

மெள்ள, மெள்ள, உங்கள் முழு வேதியியலும் தடம் புரண்டு போனாலும் நீங்கள் மையமாக, தரையில், பாதிக்கப்படாமல் இருப்பீர்கள் - இது ஆண் அல்லது பெண் இருவருக்குமான உண்மை.

? ஒரு மனித ஜீவனின் வாழ்க்கையில் ஏழு வருட வட்டம் இருப்பதாக நீங்கள் சொல்லிக் கேள்விப்பட்டிருக்கிறேன். அந்த வட்டங்களின் முக்கியத்துவம் என்ன?

ஒவ்வொருவரின் வாழ்க்கையிலும் ஒன்று ஏழு வருட வட்டம் இருக்கிறது. நாம் ஒவ்வொரு ஏழு வருடங்களும் மாறுகிறோம். ஒரு வட்டம் முடிவடையும் எல்லா பெரிய மாறுதல்களும் ஒரு வட்டம் முடிந்து. இன்னொரு வட்டம் துவங்கும்போது ஏற்பட்டு விடும்.

முதலில், ஏழாவது வயதில் ஒரு குழுந்தை இனியும் குழந்தையில்லை, முற்றிலும் வித்தியாசமான உலகம் துவங்குகிறது. அதுவரையில் அவன் வெகுளி. இப்போது அவன் உலகத்தில் சூழ்ச்சிகளைக் கற்றுக் கொள்ளத் துவங்குகிறான். அதன் புத்திசாலித்தனம், எல்லா வகை ஏமாற்று தலையும், விளையாட்டுகளையும், அவன் போலியாக இருக்கக் கற்றுக் கொள்கிறான். அவன் ஒரு முகமூடி போட்டுக்கொள்கிறான். பொய்மை யின் முதல் படிமங்கள் அவனைச் சூழத் துவங்குகின்றன.

பதினாலாவது வயதில் காமம், இதுவரையில் இல்லாத பிரச்சனை இப்போது திடீரென்று அவனுள் எழுகிறது. அவனது உலகம் மாறுகிறது.

முற்றிலுமாக மாறுகிறது! முதல் முறையாக அவனுக்கு இன்னொரு பாலுடன் ஆர்வம் ஏற்படுகிறது... வாழ்க்கை பற்றிய ஒரு முற்றிலும் ஒரு புதிய பார்வை அவனுள் எழுகிறது. அவன் கனவு காண்கிறான். கற்பனை செய்கிறான். இப்படித்தான் அது போகிறது...

இருபத்தொரு வயதில், மறுபடியும், இப்போது ஓர் அதிகார பயணம். ஓர் அகந்தை பயணம், லட்சியம். இப்போது அவன் ஓர் அதிகார பயணத்திற்குப் போகத் தயார். அதிக பணத்தை அடைய, இன்னும் அதிக புகழுக்காக, இது அல்லது அது. இருபத்தொரு வயதில் இன்னொரு வட்டம் முடிவடைந்தது.

இருபத்து எட்டு வயதில், மறுபடியும்.. அவன் இப்போது தங்கி விடுகிறான். பாதுகாப்பு குறித்து சிந்திக்கத் துவங்குகிறான். வசதி, வங்கி இருப்பு. அதனால் ஹிப்பிகள் சொல்வார்கள், "முப்பது வயதுக்கு மேலிருக்கும் யாரையும் நம்பாதே." உண்மையில் அவர்கள் இருபத்து எட்டு என்று சொல்ல வேண்டும். காரணம் அந்தச் சமயத்தில்தான் ஒரு மனிதன் நேர்படுகிறான்.

முப்பத்து ஐந்தில் மறுபடியும் ஒரு மாறுதல் நடக்கத் துவங்குகிறது. காரணம் முப்பத்து ஐந்து என்பது வாழ்க்கையின் உச்சம். அவன் ஒரு எழுபது வயதில் சாகப் போகிறான் என்றால், அது சராசரி, பிறகு முப்பத்து ஐந்து என்பது உச்சம், ஒரு பெரிய வட்டம் பாதி வழி வந்துவிட்டது. மனிதன் மரணத்தை நினைக்கத் துவங்குகிறான். பயப்படத் துவங்குகிறான். பயம் எழுகிறது. அதுதான் வயது, முப்பத்து ஐந்திலிருந்து நாற்பத்திரண்டு வரை, வயிற்று வலி, ரத்த அழுத்தம், மாரடைப்பு, போன்ற எல்லா விஷயங்களும் நடக்கின்றன. காரணம் பயம். பயம் இவை எல்லாவற்றையும் உருவாக்குகிறது - புற்று நோய், காச நோய்... ஒரு மனிதன் எல்லா வித விபத்துகளுக்கும் சார்பாகிறான். காரணம் பயம், அவன் இருத்தலுக்குள் நுழைந்து விட்டது. இப்போது மரணம் நெருங்கி வருவதைப் போலத் தெரிகிறது. அவன் மரணத்தை நோக்கி முதல் படி எடுத்து விட்டான் முப்பத்து ஐந்தை எட்டியவுடன்.

நாற்பத்திரண்டு வயதில் ஒரு மனிதன் மத ரீதியாகிறான். இப்போது மரணம் என்பது ஒரு புத்திசாலித்தனமான விஷயமாக இல்லை. அவன் இப்போது அதைப் பற்றி அதிகமாக, அதிகமாக எச்சரிக்கையோடு இருக்கிறான். எதையாவது செய்ய நினைக்கிறான். உண்மையிலேயே ஏதாவது செய்ய நினைக்கிறான். காரணம் இனிமேலும் காத்திருந்தால், அது மிகவும் தாமதமாகி விடும். நாற்பத்தி ரெண்டாவது வயதில் ஒரு நபருக்கு ஏதாவது மதம் தேவைப்படுகிறது. பதினாலு வயதில் அவனுக்கு ஒரு பெண் தேவைப்பட்டாள் அல்லது அவளுக்கு ஓர் ஆண்

தேவைப்பட்டான். உடல் உறவு தேவைப்பட்டது. அதேதான் நாற்பத்து இரண்டிலும் ஏற்படுகிறது - இப்போது ஒரு மத உறவு தேவைப்படுகிறது. ஒருவருக்கு கடவுள், ஒரு குரு, எங்காவது சரணாகதி அடைய வேண்டும். எங்காவது போய் உங்களுக்குள்ளிருக்கிற பாரத்தை இறக்க வேண்டும்.

நாற்பத்து ஒன்பதாவது வயதில் ஒரு மனிதன் மதத்தில் தங்கி விடுகிறான். தேடுதல் ஓய்ந்து விட்டது. தங்கிவிட்டான்.

ஐம்பத்தி ஆறாவது வயதில் எல்லாம் இயற்கையாக போய்க் கொண்டிருந்தால், ஒரு நபர் தாளலயத்தை பின்பற்றினால், ஒரு மனிதன் தெய்வீகத்தின் ஒரு சிறு விளிம்பை பார்க்கிற வாய்ப்பு கிடைக்கிறது.

அறுபத்து மூன்றாவது வயதில் எல்லாமே இயற்கையாக போய்க் கொண்டிருந்தால், அவனுக்கு முதல் ஆசி கிடைக்கும். அது அறுபத்து மூன்றாவது வயதில் ஏற்பட்டால், அவனுக்கு முதல் ஆசீர்வாதம் கிடைத்தால், அவனுக்கு எழுபது வயதில் ஓர் அழகான மரணம் நிகழும். பிறகு மரணம் என்பது மரணமாக இருக்காது - தெய்வீகத்தின் கதவில் நடக்கும். அது மிகவும் நேசிப்பவருடனான சந்திப்பாக இருக்கும்.

? காமம், ஆரோக்கியம் பற்றிப் பேச முடியுமா?

எதையெல்லாம் மதம் கெட்டது என்று சொன்னதோ அவையெல்லாம் மிக அற்புத சாதகமான வழியில் பயன்படுத்தலாம். உதாரணமாக, காமத்தைக் கெட்டது என்று அவர்கள் ஒதுக்கித் தள்ளினார்கள். அது சாத்தான் செய்வது என்றார்கள். ஆனால் நீங்கள் காமத்தை ஒதுக்கினால், அதன் சக்தியை மாற்ற முடியாமல் போகிறீர்கள்.

அது ஒரு சாதாரண சக்தி. அது எந்தத் திசையில் வேண்டுமானாலும் நகரலாம். கீழாக, மேலாக, நீங்கள் அதை ஏற்றுக் கொண்டால், ஏற்றுக் கொண்ட அந்தத் தருணமே அது மேலாக நகரத் துவங்குகிறது. காரணம் அதன் நட்பை ஏற்றுக் கொண்டு விட்டீர்கள். நீங்கள் அதை நிராகரிக்க அந்தத் தருணத்தில் நீங்கள் ஓர் எதிர்ப்பை உருவாக்குகிறீர்கள். உங்களுக்குள்ளேயே ஒரு பிரிவு.

கடவுளுக்கும், சாத்தானுக்கும் உள்ள பிரிவு என்பது புனித நூல்களில் சொல்லப்படவில்லை. அது உங்களுக்குள் ஊடுருவி விட்டது. அது உங்களைக் கிறுக்குப் பிடிக்க வைத்திருக்கிறது. ஒரு பகுதி நினைக்கிறது. ''இது நான் - நல்ல பகுதி அந்தக் கெட்ட பகுதி சாத்தானுடையதாக இருக்க வேண்டும்.'' நீங்கள் பிரிந்திருக்கிறீர்கள். இப்போது அந்தப் பகுதியை

நீங்கள் உங்கள் இருத்தலிலிருந்து நிராகரித்து உங்களுடையதல்ல என்று சொல்லிவிட்டீர்கள். அதை எப்படி மாற்றப் போகிறீர்கள்? அது அங்கு இருக்கிறது. அது அதிதீவிர சக்தி வாய்ந்தது. உங்கள் நிராகரிப்பே அதைத் தீவிரமாக்கி விட்டது. காரணம் நீங்கள் அதைப் பயன்படுத்தவில்லை. நீங்கள் அதை சேகரித்துக் கொண்டே இருக்கிறீர்கள். நீங்கள் அதை ஒடுக்கிக் கொண்டே இருக்கிறீர்கள்.

உலகத்திலுள்ள தொண்ணூறு சதவிகித மன நோய்கள் எல்லாமே ஒடுக்கப்பட்ட காமம்தான். ஐம்பது சதவிகித உடல் நோய்களுக்கு காரணமும் இந்த ஒடுக்கப்பட்ட காமம்தான். நாம் காமத்தை இயற்கையாக ஏற்றுக் கொண்டால், தொண்ணூறு சதவிகித மன நோய்கள் அப்படியே காணாமல் போய்விடும். ஐம்பது சதவிகித உடல் நோய்களுக்கும் அப்படியே மறைந்துவிடும். பின்னால் எந்தத் தடயத்தையும் விட்டுச் செல்லாது. நீங்கள் மனித இனம், முதல் முறையாக, ஒரு புதிய முற்றிலும் ஒரு புதிய ஆரோக்கிய காலத்தில், நல்ல இருத்தலில், முழுமையில் இருப்பதைப் பார்க்கலாம்.

என்னைப் பொருத்தவரையில் முழுமையானதுதான் புனிதம். உங்கள் கிறுக்குத்தனம் அங்கில்லாதபோது, நீங்கள் அதில் ஒன்றாகி, அதில் இணைந்த ஒன்றாகி, எல்லாவற்றையும் ஏற்றுக் கொள்ளும் போதிய துணிச்சல் இருந்தால், அந்த 'இது நான், யாராக இருந்தாலும், இது நான், எவ்வளவு தூரம் நல்ல முறையில் பயன்படுத்திக் கொள்ள முடியமோ அப்படி பயன்படுத்திக் கொள்வேன்.''

? ***நீங்கள் காம சக்தியைப் பற்றிப் பேச முடியுமா?***

காம சக்தி என்பது ஒரு வாழ்க்கை படை. இந்த 'வார்த்தை' காமம் என்பதையே மதங்கள் கண்டிக்கின்றன. இல்லையென்றால் அதில் ஒரு தவறொன்றும் இல்லை. அது உங்கள் வாழ்க்கை. காம சக்தி என்பது அது இயற்கையான சக்தி. நீங்கள் அதிலிருந்துதான் பிறந்தீர்கள். அது ஒரு படைப்பாற்றலுள்ள சக்தி. ஓர் ஓவியர் வரையும்போது அல்லது ஒரு கவிஞன் பாடல் புனையும்போது, அல்லது ஓர் இசையமைப்பாளர் வாசிக்கும்போது, ஒரு நடனக் கலைஞர் நடனமாடும்போது, இவையெல்லாம் உங்கள் வாழ்க்கை படையின் வெளிப்பாடுகள்.

குழந்தைகள் மட்டும் நமது காம சக்தியினால் பிறக்கவில்லை. ஆனால் பூமியில் மனிதன் உருவாக்கிய எல்லாமே இந்தக் காம சக்தியினால் வந்ததுதான். காம சக்தி பல விதங்களாக மாறும். கீழே அது உடல்

ரீதியானது, மேலே அது ஆன்மிகம். அதனால் புரிந்து கொள்ள வேண்டும். எல்லாப் படைப்பாளிகளுமே உயர்ந்த காமத்தில் இருப்பார்கள். நீங்கள் கவிஞர்களைப் பார்க்கலாம், நீங்கள் ஓவியர்களைப் பார்க்கலாம். எல்லா படைப்பாளிகளுமே உயர்ந்த காமத்தில் இருப்பார்கள். துறவி என்று நான் அழைக்கும் அவர்களுக்கு இது பொருந்தும். உண்மையில் அவர்கள்தான் பூமியில் அனேகமாக காம உணர்ச்சி கொண்ட மக்கள்.

ஆன்மிக வளர்ச்சிக்கான வீரியம்தான் உங்கள் காம சக்தி. நீங்கள் உங்கள் காம சக்தியினால்தான் ஞானோதயம் அடைகிறீர்கள்.

நான் ஏறக்குறைய முப்பத்து ஐந்து ஆண்டுகளாக தேடி வருகிறேன். எல்லாவிதமான புத்தகங்களில், வினோதமான ஓலைச் சுவடிகளில், திபெத்திலிருந்து, லடாக் வரையிலும், சீனா, ஜப்பான் - இந்தியாவில் உலகத்திலேயே அதிகமான நூல்களும், சுவடுகளும் இருக்கின்றன. - நான் ஒரு விஷயத்தைத்தான் பார்த்து வருகிறேன். எங்காவது ஞானோதயம் பெற்ற, ஆண்மையற்ற மனிதன் இருக்கிறானா? எங்கும் எந்த விதமான சம்பவமும் பதிவாகவில்லை. ஒரு ஆண்மையற்றவன் சிறந்த கவிஞனாக, ஒரு சிறந்த பாடகனாக, ஒரு சிறந்த சிற்பியாக, ஒரு சிறந்த விஞ்ஞானியாக இருந்ததேயில்லை. ஆண்மையற்ற மனிதனிடம் அப்படி என்ன பிரச்னை? அவனுடைய வீர்யமுள்ள வாழ்க்கை படையில்லை. அவன் வெறுமையாக இருக்கிறான். அவனால் எதையுமே உருவாக்க முடியாது. தன்னை ஒரு ஞானோதயம் பெற்ற இருத்தலுக்கு உருவாக்கிக் கொள்ளவே ஒருவனுக்கு அபார சக்தி வேண்டும்.

காமம் என்பது சந்தை சரக்காகி விட்டது. ஒரு பக்கம், மதங்கள் காம சக்தியை ஒடுக்கிக் கொண்டு வக்ரங்களை உருவாக்கிக் கொண்டு வருகின்றன. அதனால் வந்த விளைவுதான் பயங்கரமான நோயான எய்ட்ஸ். அதைக் குணப்படுத்தவே முடியாது. இதன் முழுப் பெருமையும் மதங்களுக்குத்தான், அவர்களுக்கு உண்மையான மனிதாபிமானம் இருந்தால், எல்லா தேவாலயங்களும், எல்லா வழிபாட்டு ஸ்தலங்களும், போப் இருக்கும் வாடிகன் உட்பட எல்லாருமே மருத்துவமனைகளுக்குச் சென்று எய்ட்ஸ் நோயால் அவதிப்படுபவர்களைப் பார்க்கட்டும். காரணம் அவர்கள்தானே இதை உருவாக்கினார்கள். அவர்கள்தான் இதற்குப் பொறுப்பு. அவர்கள்தான், ஆணை வற்புறுத்தி பெண்ணிட மிருந்து பிரிந்து வாழச் சொன்னவர்கள். பிரம்மசர்யத்தை, மத வாழ்க்கை யின் துவக்கத்திலேயே சொல்லி வைத்தார்கள். ஆனால் பிரம்மசர்யம் என்பது இயற்கைக்கு விரோதமானது. இயற்கைக்குப் புறம்பான எதுவுமே மத வாழ்க்கைக்கு அடிப்படையாக இருக்கவே முடியாது.

பிரம்மசர்யம் இயற்கைக்குப் புறம்பாக இருப்பதால், மதம் ஆணை யும், பெண்ணையும் வெவ்வேறு ஆசிரமங்களில் அடைத்து வைத்திருக்

கிறது. அவர்கள் ஓரினச் சேர்க்கைக்கான சூழலை உருவாக்கி விட்டார்கள். அவர்கள்தான் ஓரினச் சேர்க்கையின் முன்னோடி. அந்த ஓரினச் சேர்க்கைதான் எய்ட்ஸுக்கு வழிவகுத்து விட்டது. அதை சாதாரணமாய் நோய் என்று சொல்லிவிட முடியாது. அது நோய் பிரிவில் வராது. அதுவே ஒரு மரணம். அதனால் ஒரு பக்கம் மதங்கள் ஒரு தாரத்தையும் வற்புறுத்தின. அது உண்மையில் மாற்றம் இல்லாதது, சலிப்பூட்டுவது. அதுதான் விபசாரம் என்கிற தொழிலை உருவாக்கியது. விபசாரத்துக்குப் பொறுப்பு இந்தப் பூசாரிகள்தான். அது மிகவும் அருவருப்பானது. நோயானது, நாம் பொருட்களை, வர்த்தகப் பொருட்களை உருவாக்கி விட்டோம், பல அழகான பெண்களை நாம் ஏமாற்றுகிறோம்.

இன்று வரையில் காமம் என்றால் என்னவென்று நாம் புரிந்து கொள்ளவேயில்லை. அதை அடக்க வேண்டியதில்லை. காரணம் அதுதான் உங்கள் அடிப்படை சக்தி. அதை மாற்ற வேண்டும், நிச்சயமாக, அதை உயர்ந்த தூய்மைக்கு உயர்த்த வேண்டும். நீங்கள் மேலே நகரும்போது, அந்த ஏணிக்குப் பெயர் தியானம்- காமம் என்பது அன்பாகிறது. காமம் என்பது பரிவாகிறது. இறுதியாக அதே காமம் என்பது உங்கள் உள் இருத்தலின் வெடிப்பாகிறது. ஓர் ஒளி, ஒரு விழிப்பு, ஞானோதயம். ஆனால் அது காம சக்தி. அது நாறிப் போகலாம். அது வக்ரமாக மாறலாம். ஆனால் அதை இயற்கையாகப் புரிந்து கொண்டால், தியானத்தின் மூலமாக உதவி செய்து அதை மேல் நோக்கி ஒரு மௌன இடத்திற்கு நகர்த்தி சென்றால், உங்கள் இதயத்தைக் கடக்கச் செய்து உங்களது உடலின் ஏழாவது மையத்திற்குக் கொண்டு சென்றால், நீங்கள் அந்த சக்திக்கு நன்றி செலுத்துவதாக உணர்வீர்கள். இப்போதைக்கு நீங்கள் அவமானமாகத்தான் உணர்கிறீர்கள்.

இந்த அவமானத்தையும், குற்ற உணர்ச்சியையும் உருவாக்கியது மத நிறுவனங்கள், மதத்தைத் தோற்றுவித்தவர்கள். இயற்கையாக ஒரு கேள்வி எழுகிறது: ஏன் அவர்கள் காமத்தை இப்படி குழப்பினார்கள்? அப்படி காமத்தைக் குழப்பியதன் மூலமாக உலகத்தை, மனத்தை, அதன் வளர்ச்சியைக் குழப்பினார்கள். ஏன்? காரணம் மனிதனை அடிமையாகவே வைத்திருக்க இதுதான் எளிமையான வழி. இதுதான் மக்களைக் குற்ற உணர்ச்சியில் வைத்திருக்க எளிமையான வழி. மேலும் குற்ற உணர்ச்சி உள்ளவன் எவனும் தன் தலையைப் புரட்சிகரமாக உயர்த்தவே முடியாது. அதனால் எல்லா சுயநலமும் சேர்ந்து, மனிதன் தன் கௌரவத்தை, சுய மரியாதையை, குற்ற உணர்ச்சியோடு, அவமானப்பட்டு இருக்க நினைத்தது. அவர்கள் தொடர்ந்து காமத்தைக் கண்டித்தே வந்திருக் கிறார்கள். அவர்களின் இந்தக் கண்டனம் உலகத்தை மிகவும் வேதனைக்

குரிய, மனோதத்துவ ரீதியில் அசாதாரண நிலைக்கு அழைத்துச் சென்றிருக்கிறது.

இந்தக் குற்றங்களையெல்லாம் அரங்கேற்றியவர்கள் உங்களால் அழைக்கப்படும் அந்தப் புண்ணிய தலைவர்கள், மத துறவிகள். ஆனால் இந்த தீமையை அவர்கள் ஆயிரக்கணக்கான வருடங்களாக செய்து வருகிறார்கள். மனிதன் தன் சக்தியைச் சுத்தமாக்குவதற்கு உதவாமல், மனிதனை மேலும் படைப்பாளியாகி விடாமல், அதை விட்டு அவர்கள் மனிதன் தன் சக்தியை ஒடுக்கவே வற்புறுத்தி வந்திருக்கிறார்கள்.

ஓர் ஓவிய வகுப்பில் ஆசிரியர் குழந்தைகளிடம் அவர்கள் மனதில் பதிந்த மிகவும் பிரமிப்பூட்டிய விஷயத்தை கரும் பலகையில் வரையச் சொன்னார்.

பொடியன் ஹைமி எழுந்தான் வளைவான ஒரு நீண்ட கோட்டை வரைந்தான்.

''அது என்ன?'' ஆசிரியர் கேட்டார்.

''மின்னல்'' ஹைமி சொன்னான். ''எப்போது நான் மின்னலைப் பார்த்தாலும் எனக்கே பிரமிப்பாக இருக்கும். உடனே நான் கத்துவேன்.''

''பிரமாதம்'' என்றார் ஆசிரியர்.

அடுத்து சாலி, ஒரு நீண்ட அலையான கோட்டை வரைந்தாள். அவள் எப்போதும் கடல் தான் தன்னைப் பிரமிக்க வைக்கும் என்றால், ஆசிரியர் எதையும் பிரமாதம் என்று நினைத்தார்.

எர்னி, கரும்பலகைக்குச் சென்றான், ஒரே ஒரு புள்ளியை வைத்துவிட்டு வந்து உட்கார்ந்து கொண்டான்.

''அது என்ன?'' ஆசிரியர் கேட்டார்.

''அது ஒரு மாதம்?'' என்றான் எர்னி.

''நல்லது'' ஆசிரியர், ''மாதத்தில் பிரமிப்படைய என்ன இருக்கிறது?''

''எனக்குத் தெரியாது'' எர்னி ஆசிரியரிடம் சொன்னான். ''ஆனால் என் சகோதரிக்கு இரண்டு மாதங்கள் விலகி விட்டது. எங்கள் குடும்பமே பிரமித்துப் போயிருக்கிறது.''

இந்த ஆச்சரியம் உலகத்தையே ஒரு மனநல காப்பகம் ஆக்கிவிட்டது. அதுவேகமாக வளர்ந்து கொண்டே போகிறது. அதுபோகிற வேகத்தில் எல்லா விஞ்ஞான கணக்குகளையும் தோற்கடித்துக் கொண்டிருக்கிறது.

நாற்பது வருடங்களுக்கு முன்னால், இந்தியா சுதந்திரமடைந்த பின்னர், அதன் மக்கட் தொகை நானூறு மில்லியன் மக்கள். இப்போது நாற்பது வருடங்களுக்குப் பிறகு, இப்போது தொண்ணூறு மில்லியன் மக்கள். நாற்பது வருடங்களில் ஐந்நூறு மில்லியன் மக்களை நாம் உருவாக்கியிருக்கிறோம்.

இந்த நூற்றாண்டின் இறுதியில், விஞ்ஞானிகளின் கணக்குப்படி முதல் முறையாக உலகத்திலேயே மிகப் பெரிய தேசமாக இருக்கப் போகிறது - இதுவரையில் சீனாவிற்குத்தான் முதலிடம். அது ஒரு பில்லியனுக்கு மேல் போகும். ஜெயேந்திர சரஸ்வதி, குடும்பக் கட்டுப்பாடு, கருத்தடை கூடாது என்று பேசிக் கொண்டிருக்கிறார்.

எதியோப்பியாவில் நாளும் ஆயிரக்கணக்கில் மக்கள் மடிந்து கொண்டிருக்கிறார்கள். அப்போதும் கூட போப் கருத்தடை கூடாது என்று பேசிக் கொண்டிருக்கிறார். அன்னை தெரசா கருத்தடை கூடாது என்று பேசிக் கொண்டிருக்கிறார். அதனுடைய விளைவுகளைப் பாருங்கள். அன்னை தெரசாவிற்கு அனாதைகள் வேண்டும். அனாதைகள் இல்லையென்றால் அவருக்கு நோபல் பரிசு கிடைக்க எந்தத் தகுதியுமில்லாமல் போய்விடும். கருத்தடையைக் கொண்டு வந்தால், உங்களுக்கு எங்கிருந்து அனாதைகள் கிடைப்பார்கள்? அதுவும் வினோதமாக இருக்கிறது. அவர்கள் கருத்தடையைக் கண்டிக்கிறார்கள். அது கடவுளால் உருவாக்கப் பட்டதல்ல என்கிறார்கள். ஆனால் அவர்கள் மருந்தைக் கண்டிப்ப தில்லை. அதுவும் கடவுளின் படைப்பில்லையே. குறைந்தபட்சம் அவர் உலகத்தை உருவாக்கிய அந்த ஆறு நாட்கள் மருந்தைப் பற்றி எதுவும் சொல்லப்படவில்லை.

மருந்து மனிதனுக்கு நீண்ட ஆயுளைக் கொடுத்திருக்கிறது. சோவியத் யூனியனில் மக்கள் நூற்று எண்பதாவது வயதைத் தாண்டியிருக்கிறார்கள். அவர்கள் இன்னும் இளமையாக இருக்கிறார்கள். அவர்கள் இரண்டாவது நூற்றாண்டைக் கடக்க எல்லா சாத்தியங்களும் இருக்கின்றன. ஆயிரக் கணக்கான பேர் நூற்றி ஐம்பதைத் தாண்டியிருக்கிறார்கள். எந்த மதத் தலைவரும் அதைக் கண்டிப்பதில்லை. சொல்ல வேண்டும், மனிதர்களுக்கு ஆரோக்கியத்தையும், நீண்ட ஆயுளையும் கொடுக்கும் மருந்துகளை உடனடியாக நிறுத்த வேண்டும். நோய்களை அனுமதிக்க வேண்டும். அது கடவுளால் உருவாக்கப்பட்டது என்று எந்த மதத் தலைவர்களும் சொல்வதில்லையே.

மருந்தைப் பயன்படுத்தலாம். மக்கள் இன்னும் ஆரோக்கியமாக இருக்க வைக்க வேண்டும். இயற்கையாக அவர்கள் அதிக ஆரோக்கியத் துடன் இருந்தால், அவர்கள் இன்னும் அதிக சக்தியோடு காமத்தில்

இருப்பார்கள். ஆனால், கருத்தடை முறைகளைப் பயன்படுத்தக் கூடாது. காரணம் அது எண்ணிக்கையைக் குறைத்து அதன் திரட்சியைக் குறைக்கும். அது எண் போட்டிதான். கத்தோலிக்கர்கள் ஆறு நூறு மில்லியன் மக்கள் இருக்கிறார்கள். அதுதான் உலகத்திலேயே சிறந்த மதம் - எண்ணிக்கை யால் மட்டுமே. இல்லையென்றால், உலகத்திலேயே அதுதான் மூன்றாந்தர மதம். அதில் மதம் என்றழைக்க பெரிதாக எதுவுமே இல்லை. ஆனால் அதுதான் பெரிய மதம், சிறந்த மதம், வெறும் எண்ணிக்கை பலத்தால் மட்டுமே. அவர்கள் அந்த எண்ணிக்கை குறைய அனுமதிக்க முடியாது. - அந்த எண்ணிக்கை மனித இனத்தையே அழித்தால் கூட.

நான் கருத்தடை முறைகளை முழுமையாக ஆதரிக்கிறேன். இரண்டு காரணங்களுக்காக. ''கருத்தடை உலகத்தை ஆரோக்கியமாக வைத்திருக்கும். போஷாக்காக, இரண்டாவதாக, ஒருமுறை கருத்தடை முறையைப் பயன்படுத்தி விட்டால், காமம் அதன் தூய்மையை அல்லது புனிதத்தை இழந்து விடும். அது வெறும் வேடிக்கையாகி விடும், அது ஒரு சந்தோஷமான சக்தி பரிமாற்றமாக மட்டுமே இருக்கும். என்னைப் பொருத்தவரையில், கருத்தடைதான் மனிதனின் மிகச் சிறந்த கண்டுபிடிப்பு. அதுதான் சிறந்த புரட்சி. காரணம் அதுதான் ஆணையும் பெண்ணையும் சரிசமமாக்கும் சுதந்திரம். இல்லையென்றால் பெண்கள் தொடர்ந்து கர்ப்பமாக இருப்பார்கள். அவளுடைய கர்ப்பத்தால் அவளுக்குப் பொருளாதார சுதந்திரம் இருக்காது; கல்வி சுதந்திரம் இருக்காது. அவள் ஆணுடைய ஆளுமையில் இருந்து சுதந்திரம் பெற முடியாது.

அவள் ஒரு முறை கர்ப்பத்திலிருந்து விடுதலையடைந்து விட்டால், அவளுக்கு நிறைய நேரம் இருக்கும். படைப்பாற்றலோடு கூடிய சக்தி இருக்கும். இதுவரையில் பாதி மனித இனம் படைப்பாற்றல் இல்லாமலே இருக்கிறது. மிக சிறந்த கவிஞர்கள் இல்லை, பெரிய துறவிகள் இல்லை. சிறந்த இசைக் கலைஞர்கள் இல்லை. சிறந்த ஓவியர்கள் இல்லை. பெண்களுக்கு நேரமில்லை. இதில் வியப்பான விஷயமென்னவென்றால் சமையல் புத்தகங்களைக் கூட ஆண்கள்தான் எழுதுகிறார்கள்; பெண்களல்ல. நல்ல சமையல்காரர்கள் ஆண்கள்தான்; பெண்களல்ல. பெரிய ஐந்து நட்சத்திர ஹோட்டல்களில் சிறந்த சமையல்காரர்கள் இருக்கிறார்கள், எப்போதும் ஆண்கள்தான். வினோதம், அதுதான் பெண்களின் கோட்டையாக இருந்தது. எப்போதும், ஆனால் அவளிடம் சக்தி மிச்சமில்லை. இந்த மத மனிதர்களால் அவளுக்கு சுதந்திரமே கிடைக்காது.

காம சக்தியை வரவேற்க வேண்டும். அதை தியான ரசவாதத்தால் மாற்ற வேண்டும். ஓர் உயர்ந்த நிலைக்கு, பல்வேறு பரிமாண படைப்

பாற்றலாக, அதிகம் அதிகமாகக் குழந்தை பெற்றுக் கொள்வதிலில்லை. வாழ்க்கையைத் திட்டமிட வேண்டும் - அது ஒரு விபத்தாக இருக்கக் கூடாது.

? **ஒருவரிடம் மிக நெருக்கமாக இருப்பதால் நான் சிறை படுவதைப் போல் உணர்கிறேன். அந்த மனிதரிடம் என் கட்டுப்பாட்டை இழப்பதாக உணர்கிறேன். ஓர் ஆக்ரோஷ மான பெண் உள்ளே பூட்டப்பட்டிருக்கிறாள். அவள் எப்போதா வது வெளியே வந்தால், ஆண்கள் திரிய போய் விடுவார்கள். அதனால் அவள் மீண்டும் கூண்டுக்குள் போகிறாள், பாதுகாப் பாக விளையாடுகிறாள். அதனால் முழு விரக்தி, இந்த நெருக்கம் குறித்த பயத்தைப் பற்றி நீங்கள் பேச முடியுமா?**

மனித இனம், குறிப்பாக பெண் இனம், பல விதமான நோய்களால் அவதிப்படுகிறது. இதுவரை அழைக்கப்படுகிற எந்த நாகரீகமும், கலாசாரமும், மனோதத்துவ ரீதியாக நோயிலிருக்கிறது. அவர்கள் அந்த நோயை அடையாளம் கூட துணியவில்லை. இதில் முதல் கட்ட சிகிச்சையே அந்த நோயை அடையாளம் காண்பதுதான்.

சில உண்மைகளை நினைவில் கொள்ள வேண்டும். முதலில், மனிதனுக்கு ஒரே ஒரு காம பரவச நிலைதான் உள்ளது. ஆனால் பெண்களுக்குப் பல பரவச நிலைகள் உண்டு. இதுதான் பல பிரச்னைகளை உருவாக்கியிருக்கிறது. திருமணம், ஒரு தாரம் என்பது அவர்கள் மீது திணிக்கப்படாமல் இருந்திருந்தால் எந்தப் பிரச்னையும் இருந்திருக்காது. இயற்கையின் நோக்கம் அதுவாக இருந்திருக்காது. ஆண் பெண்ணைக் கண்டு பயப்படுகிறான். அதற்குக் காரணம் சாதாரணம். இவன் ஒரு முறை அவளது பரவச நிலைக்குத் தூண்டி விட்டால், அவள் இன்னும் அரை டஜனுக்குத் தயாராகி விடுவாள். அவனால் அவளைத் திருப்திபடுத்த முடியவில்லை. அதற்கு மனிதன் கண்டுபிடித்த வழி; பெண்ணுக்கு அந்தப் பரவச நிலையைக் கொடுக்காததே. அவளது எண்ணத்திலிருந்தே அந்தப் பரவச நிலை உணர்வை எடுத்துவிடு.

ஆணின் காமம் என்பது ஓர் இடத்தில், ஆண் குறியில். பெண்களுக்கு அதே மாதிரி இல்லை. அவளது காமம் அவளது நுண்ணிய உணர்வுதான் அது உடல் முழுவதும் பரவிக் கிடக்கிறது. அவளுக்கு அந்த வெப்பம் வர நேரமாகும். அவளுக்கு அந்த வெப்பம் வருவதற்கு முன்பே இவனுக்கு முடிந்து விடுகிறது. அவளுக்கு முதுகைக் காட்டிக் கொண்டு குறட்டை

விடுகிறான். ஆயிரக்கணக்கான வருடங்கள், பல லட்சம் பெண்கள் உலகம் முழுவதுமாக வாழ்ந்து இறந்திருக்கிறார்கள். இயற்கையின் சிறந்த பரிசு தெரியாமலே. அதுதான் புணர்ச்சி; பரவச சந்தோஷம். அது மனிதனின் அகந்தைக்கான பாதுகாப்பு. பெண்ணுக்கு அவள் உடல் நுண்ணிய காம உணர்வுகளைப் பெற முன் விளையாட்டு நிறைய தேவைப்படுகிறது. ஆனால் அதில்தான் ஆபத்து - அவளுடைய பன்முறை புணர்ச்சி பரவச நிலைத் திறனை என்ன செய்வது?

விஞ்ஞானப்பூர்வமாகப் பார்த்தால், இரண்டு வகை காமங்களையும் மும்முரமாக எடுத்துக் கொள்ளக் கூடாது. பெண்ணுக்கு முழுமையான பரவசம் கிடைக்க நண்பர்களை அழைத்துக் கொள்ளலாம். அல்லது விஞ்ஞான அதிர்வுக் கருவிகளைப் பயன்படுத்தலாம். ஆனால் இரண்டிலும் பிரச்னை இருக்கிறது. நீங்கள் விஞ்ஞான அதிர்வு கருவிகளைப் பயன்படுத்தினால், பெண்ணின் திறனுக்கு ஏற்ப எத்தனை முறை வேண்டுமானாலும் பரவசத்தைக் கொடுக்க முடியும். ஆனால் ஒரு முறை பெண்ணுக்குத் தெரிந்து விட்டால், ஆணின் உறுப்பு அவளுக்குக் கீழ்த்தரமாகத் தெரியும். அவள் ஒரு விஞ்ஞானக் கருவியையே தேர்ந்தெடுப்பாள். சில ஆண் சினேகிதர்களை உங்களோடு சேர்ந்து கொள்ள அழைத்தால் அது ஒரு சமூக அவதூறாக ஆகிவிடும். ஏதோ நீங்கள் கூட்டுக் காமக் களியாட்டம் நடத்துவதைப் போல. அதனால் மனிதன் கண்டுபிடித்த எளிமையான வழி அவளிடம் படுத்திருக்கும்போது அவள் நகரக்கூடக் கூடாது. அவள் ஒரு பிணம் மாதிரி இருக்க வேண்டும். மனிதனுக்கு விந்து விரைவில் வந்துவிடும். இரண்டு நிமிடங்கள், மூன்று நிமிடங்கள் அதிகபட்சமாக, அவள் எதை இழந்திருக்கிறாள் என்பதைத் தெரிந்து கொள்வதற்கு முன்பே.

உடல் ரீதியான இனப் பெருக்கத்தைப் பொருத்தவரையில் பரவச நிலை அவசியமில்லை. ஆனால் ஆன்மிக வளர்ச்சிக்குப் பரவச நிலை அவசியமானது. என்னைப் பொருத்தவரையில் அந்தப் புணர்ச்சி பரவச நிலை பேரின்பம்தான். மனித இனத்திற்கு ஆரம்ப நாட்களில் இந்த தியான எண்ணத்தை விதைத்திருக்க வேண்டும். எதையோ இன்னும் நல்லதாக, இன்னும் தீவிரமாக, இன்னும் வீரியமுள்ளதாக, பரவச நிலை என்பது இயற்கை உங்களுக்குள் ஓர் அபாரமான பேரின்பம் இருக்கிறது என்பதை காட்டும் குறிப்புதான். அது எளிமையாக அதன் ருசியைக் காட்டுகிறது. பிறகு நீங்கள் தேட போகலாம்.

அந்தப் புணர்ச்சி பரவச நிலை, அதைத் தெரிந்து கொண்டதே, ஒரு சமீபத்திய நிகழ்வுதான். இந்த நூற்றாண்டின், மனோதத்துவ நிபுணர்கள், பெண்கள் எந்தப் பிரச்னையை எதிர் கொள்கிறார்கள் என்பதைத் தெரிந்து கொண்டார்கள். மனோ ஆராய்ச்சியிலும், மனோதத்துவ பள்ளிகளிலும்

முடிவு ஒன்றாகவே இருந்தது. அதாவது அவளுக்கு ஆன்மிக வளர்ச்சி கிடைக்காமல் தடுக்கப்படுகிறது. அவள் ஒரு வீட்டு வேலைக்காரியாக இருந்திருக்கிறாள்.

இனப் பெருக்கத்தைப் பொருத்தவரையில் ஆணின் விந்து வெளியானாலே போதுமானது. அதனால் உடல் ரீதியாக எந்தப் பிரச்னையுமில்லை. ஆனால் மனோதத்துவ ரீதியில் ஆமாம், பெண்கள் எரிச்சலடைகிறார்கள். நச்சுப்படுத்துகிறார்கள். பிணங்குகிறார்கள். இதற்குக் காரணம் அவர்களின் பிறப்புரிமையான ஏதோ ஒன்று அவர்களுக்கு மறுக்கப்பட்டே வந்திருக்கிறது. ஆனால் அது என்னவென்று அவர்களுக்குத் தெரியவில்லை. மேற்கத்திய சமூகங்களில்தான் இளைய தலைமுறை புணர்ச்சி பரவச நிலை என்ன என்பதைத் தெரிந்து கொண்டிருக்கிறார்கள். இளைய தலைமுறை உண்மையை, பரவசத்தைத் தேடி தற்செயலாக நடந்ததில்லை - காரணம் பரவச நிலை என்பது தருணமானது. ஆனால் அதற்கப்பாலுள்ளதன் தோற்றத்தைக் காட்டும்.

புணர்ச்சி பரவச நிலையில் இரண்டு விஷயங்கள் நடக்கின்றன. ஒன்று, தொடர் நச்சரிப்பை மனம் நிறுத்துகிறது. ஒரு தருணம் மன-மற்ற நிலையாகிறது. இரண்டாவது நேரம் நிற்கிறது. அந்த ஒரு தருணம், பரவச நிலையின் சந்தோஷம் அளவற்றிருக்கிறது. அந்த நிறைவு சாசுவதத்திற்கு இணையானது. ஆரம்ப நாட்களில் மனிதனுக்கு இரண்டு விஷயங்கள் தான் இயற்கையைப் பொருத்தவரையில் சாத்தியமான சந்தோஷத்தைக் கொடுக்கின்றன என்பதைத் தெரிந்துகொண்டான். அது எளிமையான, தர்க்கமான முடிவு. உங்கள் மனதின் அரட்டையை நிறுத்தினால், நீங்கள் மௌனமானால் எல்லாமே நிற்கிறது. நேரமும் அதில் அடக்கம். பிறகு நீங்கள் காமத்திலிருந்து விடுபடுகிறீர்கள். நீங்கள் அடுத்த நபரை நம்பியிருக்க வேண்டியதில்லை. ஆணோ அல்லது பெண்ணோ, நீங்கள் அந்த தியான நிலையை தனியாகவே அடையலாம். அந்தப் புணர்ச்சி பரவச நிலையும் தருணத்திற்கு மேலில்லை. ஆனால் தியானம் இருபத்து நாலு மணி நேரமும் பரவக் கூடியது. கௌதம புத்தரைப் போன்ற மனிதர்கள் ஒவ்வொரு தருணமும் அந்தப் புணர்ச்சி பரவச நிலையிலேயே வாழ்கிறார்கள். அதற்கும் காமத்திற்கும் எந்தத் தொடர்புமில்லை.

மீண்டும் மீண்டும் என்னிடம் கேட்கிறார்கள். ஏன் வெகு சில பெண்களுக்கு மட்டுமே ஞானோதயம் ஏற்பட்டது. மற்ற காரணங்களை விட முக்கியமான காரணம் அவர்கள் புணர்ச்சி பரவச நிலையின் ருசியைக் கண்டதில்லை. பரந்த வானத்தில் ஜன்னல்கள் திறக்கப்படவேயில்லை. அவர்கள் வாழ்ந்தார்கள், அவர்கள் குழந்தை பெற்றார்கள், அவர்கள் இறந்தார்கள். உயிரியலும், மனிதனும் அவர்களைப் பயன்படுத்திக் கொண்டது. ஒரு தொழிற்சாலையைப் போல், குழந்தைகள்

தயாரித்தார்கள். கிழக்கில், இன்றும் கூட புணர்ச்சி பரவச நிலையைத் தெரிந்த ஒரு பெண்ணை கண்டுபிடிப்பது கடினம். நான் நல்ல புத்திசாலியான, படித்த, நல்ல கலாசாரத்தில் வந்த பெண்களைக் கேட்டிருக்கிறேன். அவர்களுக்கு அதைப் பற்றிய எந்தச் சிந்தனை யுமில்லை. உண்மையில், கிழக்கத்திய மொழிகளில் இந்தப் புணர்ச்சி பரவச நிலைக்கு சரியான மொழிபெயர்ப்பு வார்த்தையே இல்லை. அது தேவைப்படவில்லை. அதனால் அதைத் தொடவே இல்லை.

ஆணும் விபசாரிகள்தான் காமத்தை அனுபவிப்பார்கள் என்று பெண்களிடம் சொல்லி வைத்திருக்கிறான். அவர்கள் முக்குவார்கள், முனகுவார்கள், அவர்கள் ஏறக்குறைய கிறுக்குப் பிடித்து இருப்பார்கள். ஒரு மரியாதையான பெண்ணாக இருக்க வேண்டுமானால் நீ அந்த மாதிரி செய்யக் கூடாது. பல பெண்கள் என்னிடம் சொல்லியிருக்கிறார்கள். புணர்ச்சிக்குப் பிறகு, அவர்கள் கணவன் குறட்டை விடப் போன பின்பு அவர்கள் அழுதிருக்கிறார்கள். பெண் என்பவள் ஒரு வாத்ய கருவியைப் போல; அவளது முழு உடலிலும் நுண்ணிய உணர்வுகள் இருக்கின்றன. அவளது முழு உடலிலும் அளவற்ற நுண்ணிய உணர்வுகள் இருக் கின்றன. அந்த உணர்வுகளைத் தட்டி எழுப்ப வேண்டும். அதனால் முன் விளையாட்டு அவசியமாகிறது. புணர்ச்சிக்குப் பிறகு மனிதன் தூங்கப் போகக் கூடாது. அது அருவருப்பானது, நாகரீகமற்றது. கலாசாரமற்றது. அந்தப் பெண் உனக்கு அப்படி ஒரு சந்தோஷத்தைக் கொடுத்திருக்கிறாள். அவளுக்குப் பின் விளையாட்டும் தேவை. ஒரு நன்றி காட்டுதலாக.

உங்கள் கேள்வி மிக முக்கியமானது. அது எதிர்காலத்தில் இன்னும் அதிக, அதிகமாக முக்கியமாகப் போகிறது. அது பிரச்னை ஆகப் போகிறது. ஆனால் திருமணம் ஒரு தடை, மதம் ஒரு தடை, உங்கள் அழுகிப் போன பழைய சிந்தனைகளும் ஒரு தடை. அவை பாதி மனித இனத்தின் சந்தோஷத்தை, அவர்கள் முழு சக்தியைத் தடுக்கின்றன - அவை சந்தோஷ பூக்களாக மலர்ந்திருக்க வேண்டியவை. அதுவே வெறுப்பாக மாறி, விஷமாகி, நச்சரிப்பு, பிணக்காகி மாறியிருக்கிறது. இல்லை யென்றால், எல்லா நச்சரிப்புகளும், அந்தப் பிணக்குத்தனமும் மறைந் திருக்கும்.

ஆணும், பெண்ணும் ஓர் ஒப்பந்தத்தில் இருக்கக் கூடாது. திருமணத்தைப் போல, அவர்கள் காதலில் இருக்க வேண்டும். ஆனால் அவர்கள் தங்கள் சுதந்திரத்தைத் தக்க வைத்துக் கொள்ள வேண்டும். அவர்கள் ஒருவருக்கு ஒருவர் எதுவும் கொடுக்க வேண்டியதில்லை. வாழ்க்கை அதிகமாக நகர்ந்து கொண்டே இருக்க வேண்டும். ஒரு பெண் பல நண்பர்களுடன் தொடர்பு வைத்துக் கொண்டு, ஓர் ஆண பல நண்பர்களுடன் தொடர்பு

வைத்துக் கொண்டு இருப்பதுதான் எளிமையான விதியாக இருக்க வேண்டும். ஆனால் காமத்தை ஒரு விளையாட்டாக எடுத்துக் கொண்டால் மட்டுமே இது சாத்தியம். ஒரு வேடிக்கை, அது பாவமல்ல. ஒரு வேடிக்கை. இப்போது கருத்தடை மாத்திரைகளும், வந்து விட்டதால் குழந்தை பிறப்பைப் பற்றிக் கவலைப்பட வேண்டியதில்லை.

கருத்தடை, என்னைப் பொருத்தவரையில், சரித்திரத்தில் நடந்திருக்கிற மிகச் சிறந்த புரட்சி. அதனுடைய விளைவுகள் இன்னமும் மனிதனுக்குத் தெரியப்படுத்தப்படவில்லை. கடந்த காலத்தில் இது கஷ்டம். காரணம் அப்போது காம உறவு என்றால் அது அதிக, அதிகமான குழந்தைகள். அது பெண்களை அழித்துக் கொண்டிருந்தது. அவள் எப்போதும் கர்ப்பமாகவே இருந்தாள். கர்ப்பமாகவே இருந்து, பன்னிரண்டிலிருந்து, இருபது குழந்தைகள் பெறுவது என்பது ஒரு சித்ரவதையான அனுபவம், பெண்கள் கால்நடைகளைப் போல நடத்தப்பட்டார்கள். ஆனால் எதிர்காலம் என்பது முற்றிலும் வேறாக இருக்கும். ஆனால் அந்த வேறுபாடு மனிதனால் வராது.

மார்க்ஸ் தொழிலாள வர்க்கத்தைப் பற்றி சொன்னதைப் போல, 'உலகத் தொழிலாளர்களே ஒன்றுபடுங்கள். நீங்கள் இழப்பதற்கு எதுவுமில்லை' எல்லாமே லாபம்தான். அவர் சமூகம் இரண்டாகப் பிரிந்து கிடப்பதைக் கண்டார். பணக்காரன், ஏழை, நான் சமூகம் இரண்டாக பிரிந்து கிடப்பதைக் காண்கிறேன். ஆண், பெண்.

ஆண்தான் நூற்றாண்டுகளாக எஜமானனாக இருந்து வந்திருக்கிறான். பெண் அடிமைதான். அவளை ஏலம் விட்டார்கள். அவளை விற்றார்கள். அவளை உயிரோடு எரித்தார்கள். எவையெல்லாம் மனிதாபிமான மற்றதோ அதையெல்லாம் பெண்களுக்குச் செய்தார்கள். ஆனால் அவர்கள் மனித இனத்தில் சரிபாதி.

முழு எதிர்காலமும் முற்றிலும் மாறுபட்ட நிகழ்வாக இருக்கும். உலகத்தில் உள்ள எல்லாப் பெண்களும் தனி வோட்டுரிமைக்காக சண்டை போட வேண்டும். அதன் மூலம் பெண்கள் பெண்களுக்குத்தான் வாக்களிக்க வேண்டும். ஆண், ஆண்களுக்கு மட்டுமே வாக்களிக்க வேண்டும். பிறகு ஒவ்வொரு நாடாளுமன்றத்திலும் ஆண், பெண், சரி பாதியாக இருப்பார்கள். ஆண்கள் சிறிய கட்சிகளாகப் பிரிந்து போவார்கள். பெண்கள் இந்தப் பிரிவு வராமல் பார்த்துக் கொள்ள வேண்டும். ஆனால் அடிப்படையில் ஒத்துக் கொள்ள வேண்டும். காரணம் அதில் உள்ள கேள்வியே ஆயிரக்கணக்கான வருடங்களின் அடிமைத்தனம். இப்போது நீங்கள் தனிக்கட்சி என்று செலவிட முடியாது. ஒரே ஒரு சர்வதேச பெண்கள் கட்சிதான்இருக்க வேண்டும்.

அவர்கள் உலகத்திலுள்ள எல்லா அரசாங்கங்களையும் எடுத்துக் கொள்ள வேண்டும்.

பெண்களின் நிலையை மாற்றுவதற்கு இந்த ஒரு வழிதான் இருக்கிறது. ஆண், பெண் உறவை முற்றிலுமாக மாற்ற விஞ்ஞானத்தை அனுமதிக்க வேண்டும். இந்தக் கல்யாண எண்ணங்களைத் தூக்கிப் போட வேண்டும். அது முற்றிலும் அருவருப்பானது. காரணம் எளிமை யான ஒரு வகை தனியுடைமைத்தனம். மனித இனத்தை யாரும் உரிமையாக்கிக் கொள்ள முடியாது. அவர்கள் சொத்துக்கள் அல்ல. காதல் என்பது ஒரு சந்தோஷமான விளையாட்டாக இருக்க வேண்டும். உங்களுக்குக் குழந்தை வேண்டுமென்றால், அந்தக் குழந்தைகள் சமூகத்திற்கு சொந்தமானதாக இருக்க வேண்டும். அதன் மூலமாக பெண்கள் தாய், மனைவி, விபசாரி என்று முத்திரை குத்துகிறீர்கள். இந்த முத்திரைகளை அகற்ற வேண்டும்.

நீங்கள் கேட்கிறீர்கள், "மிக நெருக்கமாக இருக்கிற பயத்தில் நான் சிறைப்பட்டிருக்கிறேன். அதனால் என் கட்டுப்பாட்டை இழக்கிறேன்" ஒவ்வொரு பெண்ணும் பயப்படுகிறாள். காரணம் ஓர் ஆணிடம் தன் கட்டுப்பாட்டை இழக்கும்போது அந்த மனிதன் வெளியே திரியத் துவங்குகிறான். அவனால் சமாளிக்க முடியவில்லை. அவனுடைய காமம் என்பது மிகவும் சிறியது. அவன் கொடுப்பவனாக இருப்பதால், அவன் புணர்ச்சியின் போது தன் சக்தியை இழக்கிறான். புணர்ச்சியின்போது பெண் சக்தியை இழப்பதில்லை. அதற்கு மாறாக, அவளுக்கு போஷாக்கு வருகிறது. இப்போது இந்த உண்மைகளைத்தான் கணக்கில் எடுத்துக் கொள்ள வேண்டும். ஆண் நூற்றாண்டுகளாக பெண் தன்னைக் கட்டுப்படுத்திக் கொள்ள வேண்டுமென்று வற்புறுத்தி வந்திருக்கிறாள். அவளை ஒரு தொலைவிலேயே வைத்திருந்தான், அவளை நெருக்கமாக இருக்க அவன் அனுமதித்ததேயில்லை. அவன் காதலைப் பற்றிப் பேசுவதெல்லாம் எருமைசாணம்தான்.

நீங்கள் சொல்கிறீர்கள், "இந்த ஆக்ரோஷமான பெண் உள்ளே பூட்டி வைக்கப்படுகிறாள். எப்போதாவது அவள் வெளியே வந்தால், இந்த ஆண்கள் திரிய ஆரம்பித்து விடுகிறார்கள். அதனால் அவள் மீண்டும் கூண்டுக்குள் போகிறாள். பாதுகாப்பாக விளையாடுகிறாள், பிறகு அவள் வெறுத்துப் போகிறாள்." இது உங்கள் கதை மட்டுமல்ல; இது எல்லாப் பெண்களின் கதையும். அவர்கள் ஆழ்ந்த வெறுப்பிலிருக்கிறார்கள். வெளியே போக வழி தெரியவில்லை. அவர்களிடமிருந்து எது எடுக்கப்பட்டது என்பது கூட தெரியாமல் இருக்கிறார்கள். அவர்களுக்கு ஒரு வழிதான் இருக்கிறது. அவர்கள் தேவாலயங்களிலும், கோயில் களிலும் யூத மடங்களிலும், கடவுளைப் பிரார்த்தனை செய்து கொண்டி

ருப்பார்கள். ஆனால் அந்தக் கடவுள் கூட ஓர் ஆண் ஆதிக்கவாதி. கிறித்துவ சங்கமத்தில் பெண்களுக்கு இடமில்லை. எல்லோருமே ஆண்கள், தந்தை, மகன், புனித ஆவி. அது ஓரினச் சேர்க்கை சங்கம்.

எனக்கு நினைவுக்கு வருகிறது. கடவுள் முதலில் உலகைப் படைத்தபோது அவர் ஆணைத்தான் படைத்தார். பெண்ணை மண்ணிலிருந்து, பிறகு அவர்களுக்குள் வாழ வேண்டிய சுவாசத்தைக் கொடுத்தார். அவர் அவர்களை சரிசமமாகப் படைத்தார். ஆனால் உலகத்தைப் பார்க்கும்போது, நீங்கள் புரிந்து கொள்ளலாம். யார் அதைப் படைத்தார்களோ அவர்கள் கொஞ்சம் முட்டாள். அவர் ஆணையும், பெண்ணையும் படைத்தார். அவர்கள் படுத்துக் கொள்ள ஒரு சிறிய படுக்கையையும் கொடுத்தார். அந்தப் படுக்கை மிகவும் சிறியது. அதில் ஒருவர்தான் படுக்கலாம். அவர்கள் சரிசமமானவர்கள், ஆனால் அந்தப் பெண் வற்புறுத்தினாள். அவளும் அந்தப் படுக்கையில் இருக்கப் போவதாக, அவன் தரையில் படுத்துக் கொள்ள வேண்டும். அதே பிரச்னைதான் ஆணுக்கும் - அவன் தரையில் படுத்துக் கொள்ளத் தயாராக இல்லை. உங்களுக்கே வியப்பாக இருக்கும். இருத்தலின் முதல் இரவே படுக்கை சண்டையில்தான் துவங்கியது.

அவர்கள் கடவுளிடம் போனார்கள், தீர்வு மிகவும் சாதாரணமானது. ஒரு பெரிய படுக்கையைத் தயாரித்தல். அதை எந்தத் தச்சனுமே செய்திருப்பான். ஆனால் கடவுள் ஓர் ஆண், அவனும் பாரபட்சமானவன். எல்லா ஆண்களைப் போலவே, அவன் பெண்ணை அழித்தான். தகர்த்தான். பிறகு அவன் ஏவாளைப் படைத்தான். இனியும் பெண் ஆணுக்கு இணையானவள் அல்ல. அவளை ஆதாமின் விலா எலும்பிலிருந்து படைத்தான். அதனால் அவள் ஆணுக்கு சேவை செய்ய வேண்டும். அவனைப் பார்த்துக் கொள்ள வேண்டும், அவளை ஆண் பயன்படுத்திக் கொள்ள வேண்டும்.

கிறித்துவர்கள் உனக்கு முழு கதையையும் சொல்ல மாட்டார்கள். அவர்கள் அந்தக் கதையை ஆதாம், ஏவாளிலிருந்துதான் துவக்குவார்கள். ஆனால் ஏவாள் ஏற்கெனவே ஓர் அடிமை நிலைக்குக் குறைக்கப்பட்டு விட்டாள். அந்த நாளிலிருந்து பெண் அடிமையாக பல வழிகளில் இருந்து வந்திருக்கிறாள். பொருளாதார ரீதியாக அவள் சுதந்திரமாக இருக்க அனுமதியில்லை. கல்வி ரீதியாக ஆணுக்கு இணையாக அவள் இருக்க அனுமதியில்லை. காரணம் அதன் பிறகு அவளுக்குப் பொருளாதார சுதந்திரம் கிடைத்து விடுமே. மத ரீதியாக அவள் புனித நூல்களைப் படிக்கவும் அனுமதியில்லை. அல்லது யாராவது படிப்பதைக் கூட கேட்கக் கூடாது.

பெண்ணின் சிறகுகள் பல வழிகளில் வெட்டுப்பட்டன. அவளுக்கு இழைக்கப்பட்ட மிகப் பெரிய தீங்கு திருமணம். காரணம் ஆணோ அல்லது பெண்ணோ அவர்கள் ஒரு தாரமல்ல, அவர்கள் மனோதத்துவ ரீதியில் அவர்கள் இரு தாரம். அதனால் அவர்களின் முழு மனோதத்துவமும் இயற்கைக்கு எதிராக வற்புறுத்தப்பட்டிருக்கிறது. பெண் ஆணையே நம்பி இருக்க வேண்டியிருந்ததால், அவள் எல்லா விதமான அவமானங்களையும் தாங்க வேண்டியிருந்தது. காரணம் ஆண்தான் எஜமானன், அவன் தான் உரிமையாளன், எல்லாப் பணமும் அவனிடம்தான் இருந்தது.

அவனுடைய இருதார இயற்கையை திருப்திப்படுத்திக் கொள்ள, மனிதன் விபசாரிகளை உருவாக்கினான். விபசாரிகள் திருமணத்தின் உப பொருட்கள், இந்த அருவருப்பான ஸ்தாபனமான விபசாரம் உலகத்தி லிருந்து ஒழியாது. திருமணம் ஒழியாத வரையில், அது இதன் நிழல் - காரணம் ஆண் ஒரு தார உறவில் சிக்கிக் கொள்ள விரும்பவில்லை. அவனுக்கு எங்கும் போகிற சுதந்திரம் இருந்தது. அவனிடம் பணம் இருக்கிறது, அவனுக்கு படிப்பு இருக்கிறது. அவனிடம் எல்லா அதிகாரங்களும் இருக்கிறது. அவன் விபசாரிகளை உருவாக்கினான். ஒரு பெண்ணை அழிக்க அவளை ஒரு விபசாரியாக்குவதுதான் ஒருவர் செய்யக் கூடிய அருவருப்பான கொலை. இதில் வினோதமான உண்மை என்னவென்றால், எல்லா மதங்களுமே விபசாரத்திற்கு எதிரிகள். ஆனால் அவர்கள்தான் அதற்குக் காரணம். அவர்கள் எல்லோருக்குமே திருமணம் வேண்டும். ஆனால் அவர்களால் ஓர் எளிமையான உண்மையைப் பார்க்க முடியாது - விபசாரம் புழக்கத்தில் வந்ததே திருமணத்தோடுதான்.

இப்போது பெண் விடுதலை இயக்கங்கள் ஆண் பெண்ணுக்கு செய்த முட்டாள்தனங்களையெல்லாம் அப்படி செய்ய முயல்கின்றன. லண்டன், நியூயார்க், சான்பிரான்ஸிஸ்கோவில், நீங்கள் ஆண் விபசாரி களைப் பார்க்கலாம். இது ஒரு புது நிகழ்வு. இது ஒரு புரட்சிகரமான அடி அல்ல. இது எதிர்ச் செயலான ஒரு முடிவு.

பிரச்னை என்னவென்றால், புணர்ச்சியின்போது நீங்கள் உங்கள் கட்டுப்பாட்டை இழக்கவில்லை என்றால், உங்களுக்குப் புணர்ச்சி பரவச நிலை அனுபவம் கிடைக்காது. அதனால் என் மக்களாவது புரிதலோடு இருக்க வேண்டும். பெண் முக்குவாள், முனகுவாள், கத்துவாள், அதற்குக் காரணம் அவளது முழுஉடலுமே ஈடுபட்டிருக்கிறது. முழு ஈடுபாடு, அதற்காக நீங்கள் பயப்படத் தேவையில்லை. அது அபாரமான குணம், அவள் உங்களோடு பிணக்கு கொள்ள மாட்டாள். அவள் உங்களை நச்சரிக்க மாட்டாள். பிணக்காக மாறிய எல்லா சக்திகளுமே இப்போது ஓர் அளவில்லாத சந்தோஷமாக மாறிவிட்டது. அண்டை

வீட்டுக்காரர்களைப் பற்றிக் கவலைப்படாதீர்கள். அது அவர்கள் பிரச்னை. அவர்கள் உங்கள் முக்கல், முனகலைப் பற்றிக் கவலைப்பட்டால், அது உங்கள் பிரச்னையில்லை. நீங்கள் அவர்களைத் தடுக்கவில்லையே...

உங்கள் புணர்ச்சியை ஒரு திருவிழா கோலமாக்குங்கள். அது இடித்து விட்டு, ஓடுகிற விஷயமாக ஆக்காதீர்கள். நடனமாடுங்கள். பாடுங்கள், இசையைக் கேளுங்கள், உங்கள் காமம் என்பது மூளை சார்ந்ததாக இருக்க விடாதீர்கள். மூளை காமம் என்பது ஆதாரப்பூர்வமானதல்ல. காமம் என்பது தானாக நிகழ வேண்டும். அந்தச் சூழலை உருவாக்குங்கள். உங்கள் படுக்கையறை என்பது ஒரு கோயிலைப் போல புனிதமான இடம். உங்கள் படுக்கையறையில் வேறு எதுவுமே செய்யாதீர்கள். பாடுங்கள், ஆடுங்கள், விளையாடுங்கள், அப்போது காமப் புணர்ச்சி நடந்தால் அதுவாக நடக்கட்டும். தானாக நடந்ததாக, உங்கள் அளவிலாத வியப்பு இருக்கும். உயிரியல் உங்களுக்கு தியானத்தின் தோற்றத்தைக் காட்டும். பெண்ணுக்குக் கிறுக்கு வந்தால் அதைப் பற்றி நீங்கள் கவலைப் படாதீர்கள். அவள் கிறுக்காகத்தான் போக வேண்டும். அவளுடைய முழு உடலுமே மொத்தமாக வேறு ஓர் இடத்தில் இருக்கிறது. அவளால் கட்டுப்பட்டு இருக்க முடியாது. அவள் கட்டுப்பட்டால், அவள் ஒரு பிணமாக இருப்பாள். பல லட்சம் மக்கள் பிணங்களோடு புணர்ந்து கொண்டிருக்கிறார்கள்.

நாம் கிளியோபாட்ராவைக் கேள்விப்பட்டிருக்கிறோம். மிகவும் அழகான பெண்மணி. அவள் இறந்தபோது, பழைய எகிப்திய சடங்குகளின்படி அவளுடைய உடலை மூன்று நாட்கள் அடக்கம் செய்யவில்லை. அவளை மூன்று நாட்கள் கற்பழித்தார்கள், ஒரு பிணத்தை. எனக்கு முதலில் இது தெரிய வந்தபோது, எனக்கு வியப்பாக இருந்தது. எந்த மாதிரி மனிதர்கள் அவளைக் கற்பழித்திருப்பார்கள்? பிறகு நான் நினைத்தேன். இது ஒன்றும் வினோதமான உண்மையல்ல. எல்லா ஆண்களுமே பெண்களைப் பிணங்களாகக் குறைத்து விட்டார்கள். குறைந்தபட்சம் புணர்ச்சியின் போதாவது.

காதல், காமம் பற்றிய மிகவும் பழமையான நூல் வாத்ஸாயனரின் காமசூத்ரா, காமத்தைப் பற்றிய ஒரு நூற்பா. அதில் புணர்ச்சிக்கு எண்பத்து நாலு நிலைகளை விளக்கியுள்ளார். பிறகு கிறித்துவ சமயம் பிரசாரகர்கள் கிழக்கிற்கு வந்தபோது, அவர்கள் வியந்து போய், உணர்ந்த விஷயம் அவர்களுக்கு ஒரே ஒரு நிலைதான் தெரியும் என்பது. ஆண் மேலே படுப்பான் - காரணம் அப்போதுதான் ஆண் அதிகமாக இயங்க முடியும். பெண் அவனுக்குக் கீழே ஒரு பிணத்தைப் போல் படுத்துக் கிடப்பாள்.

வாத்ஸாயனாரின் யோசனைகள் மிகச் சரியாகவே இருந்தன. பெண் என்பவள் மேலே இருக்க வேண்டும். மனிதன் மேலே இருப்பது கலாசாரமற்றது. பெண் வலுவில்லாமல் இருப்பாள். ஆனால் ஆண்கள் ஏன் மேலே இருப்பதைத் தேர்ந்தெடுத்தார்கள். காரணம் அப்போதுதான் பெண்ணைத் தங்கள் கட்டுப்பாட்டில் வைத்திருக்க முடியும். மிருகத்தினால் நசுக்கப்படவேண்டும். அழகு கட்டுப்பட்டு இருக்க வேண்டும். பெண் கண்களைக் கூட திறக்கக் கூடாது. காரணம் அது ஒரு விபசாரத்தைப் போல. அவள் ஒரு பெண்ணாக நடந்து கொள்ள வேண்டும். இந்த நிலை, ஆண் மேலே, என்பது கிழக்கில் ஒரு சமய நிலை.

ஆண், பெண் உறவில் ஒரு சிறந்த புரட்சி நடக்கவிருக்கிறது. உலகத்தில் இப்போது, வளர்ந்த நாடுகளில் நிறுவனங்களே உள்ளன எப்படி புணர்ச்சி செய்வது என்பதைக் கற்றுக் கொடுக்க. துரதிர்ஷ்டம் என்னவென்றால், மிருகங்களுக்குக் கூட எப்படி புணருவது என்பது தெரியும். ஆனால், மனிதனுக்குக் கற்றுக் கொடுக்க வேண்டியிருக்கிறது. இந்த போதித்தலில், அடிப்படையான விஷயம் முன், பின் விளையாட்டு, பிறகு காதல், புணர்ச்சி என்பது ஒரு புனித அனுபவம்.

நீங்கள் ஆணிடம் நெருங்கப் போகிற, முழுமையாக கட்டுப்பாட்டை இழக்கிற பயத்தையும், தூக்கிப் போட வேண்டும். அந்த முட்டாள் பயப்படட்டும். அவன் பயப்பட வேண்டியிருந்தால், அது அவனுடைய பிரச்னை. நீங்கள் ஆதாரப்பூர்வமாக, உங்களுக்கு உண்மையாக, இருக்க வேண்டும். உங்களுக்கு நீங்கள் பொய் சொல்கிறீர்கள், உங்களை நீங்களே ஏமாற்றிக் கொள்கிறீர்கள். நீங்கள் உங்களையே அழித்துக் கொள்கிறீர்கள். ஓர் ஆண் வெளியே திரிந்து, அறையை விட்டு, அம்மணமாக ஓடினால், அதில் என்ன கெடுதல்? கதவை மூடிக் கொள்ளுங்கள். அண்டைஅசல் முழுவதிற்கும் தெரியட்டும். இந்த மனிதனுக்குப் பைத்தியம் என்பது. ஆனால் நீங்கள் உங்கள் புணர்ச்சி பரவச அனுபவத்திற்குண்டான சாத்தியங்களைக் கட்டுப்படுத்திக் கொள்ள வேண்டியதில்லை. புணர்ச்சி பரவச அனுபவம் என்பது - கலந்து, உருகும் அனுபவம், அகந்தையற்ற நிலை, மனமல்லாத தனம், நேரமில்லாத தருணம். இது உங்கள் தேடலைத் தூண்டி விட்டு, ஓர் ஆண் இல்லாமல், ஒரு பங்குதாரர் இல்லாமல், நீங்கள் உங்கள் மனத்தைத் தூக்கிப் போடலாம். நீங்கள் நேரத்தைத் தூக்கிப் போடலாம். ஒரு புணர்ச்சி பரவச நிலைக்கு நீங்களே சுயமாகப் போகலாம். இதை நான் ஆதாரப்பூர்வமான தியானம் என்கிறேன்.

அதனால் நீங்கள் ஒளிந்து கொள்வதை நிறுத்த வேண்டும். பாதுகாப்பாக விளையாடுவதை நிறுத்த வேண்டும். உங்கள் வெறுப்பு களெல்லாம் மறைந்துவிடும். நீங்கள் எதற்காக ஓர் ஆணைப் பற்றிக் கவலைப்பட வேண்டும்? அவன் கேள்வி கேட்கட்டும். "நான் என்ன

செய்ய வேண்டும்? அந்தப் பெண் கிறுக்குத்தனமாக நடந்து கொள்கிறாள்? என் மேல் பாய்கிறாள். என் முகத்தைக் கீறுகிறாள்...!" ஆனால் என்னுடைய இடத்தில், என் மக்களிடம், அவன் இந்தக் குழப்பத்தை ஏற்படுத்த முடியாது. அவன் அந்த இயற்கையான நிகழ்வை ஏற்றுக் கொள்ளத்தான் வேண்டும். இல்லையென்றால் அப்படி தியானம் செய்ய வேண்டியதுதான். யார் அவனை ஒரு பெண்ணைப் புணரச் சொன்னது? பெண் தியானத்தைக் கண்டுபிடிக்கவில்லையே. இப்படி திரிபவர்கள்தானே பெண்களைத் தவிர்க்க, இந்தத் தியானத்தைக் கண்டுபிடித்து எல்லாப் பிரச்னைகளையும் உருவாக்கி, மௌனமாக அமர்ந்து, வசந்த காலம் வரும், புற்கள் தானாகவே வளரும், அவன் அதை செய்யட்டும்.

நான் கேட்டிருக்கிறேன். ஒரு பருமனான அமெரிக்கர் சாலையில் போய்க் கொண்டிருக்கும்போது ஒரு விளம்பரத்தைப் பார்த்தார். 'பிரமிக்க வைக்கிற முறையில் இளைக்க வைக்கும் சிகிச்சை. இருபத்து நாலு மணி நேரத்தில் குணமாகும். ஆயிரம் டாலர்கள், ஆறு மணி நேரத்தில் நிவாரணம் - ஐயாயிரம் டாலர்கள்.'

ஆர்வத்தோடு, உள்ளே போய், அங்கு வரவேற்பறையில் இருந்த பெண்மணியிடம் இருபத்து நாலு மணி நேரம் நிவாரணத்தைப் பற்றிக் கேட்டார். அவரை ஒரு பெரிய அறைக்கு அழைத்துச் சென்றார்கள். அங்கு ஓர் அழகான பெண் நிர்வாணமாக நின்றபடி இருந்தாள். அவள் கழுத்தில் ஒரு பலகை அதில், 'நீ என்னைப் பிடி, என்னோடு உறவு கொள், ஆனால் அதற்கு முன் நீ என்னைப் பிடிக்க வேண்டும்.'

இதுதான் இளைக்க வைக்கிற முறை! அவருக்குப் பிடித்து விட்டது. நினைத்தார், "இது ஆயிரம் டாலர் நிவாரணமென்றால், ஐயாயிரம் டாலர் நிவாரணம் இதை விட ஐந்து மடங்கு அழகாக இருக்குமே" உடனே ஐயாயிரம் டாலர் கொடுத்து, ஆறு மணிநேர நிவாரணத்திற்கு சேர்ந்தார்.

அவர் துணிகளைக் கழற்றி, இன்னொரு பெரிய அறைக்கு அழைத்துச் சென்றார்கள். அவர் உள்ளே நுழைந்ததும், அறைக்கு வெளியே தாளிட்டார்கள். தனியாக அவருடன் அந்த அறையில் இருந்து ஆளுயர மனிதக் குரங்கு. அதன் கழுத்தில் ஓர் அட்டை தொங்கியது. அதில், 'நான் உன்னைப் பிடிப்பேன், உன்னுடன் உறவு கொள்வேன்.'

கவலைப்படாதீர்கள். அந்த முழு விளையாட்டையும் ரசியுங்கள். அதனுடன் விளையாடுங்கள். ஒரு மனிதன் திரிந்தால், லட்சக்கணக்கான ஆண்கள் இருக்கிறார்கள். ஒரு நாள் உங்களுக்கு வெளியே திரியாத ஒரு பைத்தியக்காரன் கிடைப்பான். எதுவானாலும், வெளியே திரிந்து,

படுக்கையைச் சுற்றி ஓடினால், அவனுக்கு இளைக்கும் சிகிச்சையைக் கொடுக்கும். அதுவும் ஒரு டாலர் கூட கொடுக்காமல்.

? **எந்தச் சமயத்தில் மனிதன் மனம் வக்ரமடைகிறது?**

இயற்கைக்கு எதிராக இருக்கிற பூசாரிகள், அரசியல்வாதிகளைப் பின்பற்றும்போது மனித மனம் வக்ரமடையத் துவங்குகிறது. உங்கள் இயற்கைக்கு எதிராக நீங்கள் போகிற அந்தத் தருணத்தில் வக்ரம் நடக்கிறது. நீங்கள் இயற்கையை ஜன்னலுக்கு வெளியே தூக்கிப் போட முடியாது. அது உங்களுக்குள் இருக்கிறது. ஆனால் நீங்கள் அதற்கு எதிராக போனால், அதன் இயற்கையான வெளிப்பாடு மூடி விடுகிறது. அந்த இயற்கையான வெளிப்பாடு மூடும்போது, இயற்கைக்குப் புறம்பான சக்திகள் வேறு வழியை தேடத் துவங்குகிறது. அது வெளியே வந்தாக வேண்டும்.

உதாரணமாக திருமணாகாத நிலை லட்சக்கணக்கான மக்களை வக்ரத்தில் தள்ளுகிறது. அவர்களுடைய வக்ரத்தின் வேர் அந்த திருமணமாகாத நிலையில் இருக்கிறது. அங்குதான் ஓரினச் சேர்க்கை எழுகிறது. பெண் ஓரினச் சேர்க்கையும் துவங்குகிறது. ஆண் புணர்ச்சி, ஆபாச ஊடகங்கள் எழுகிறது. இந்த வக்ரங்கள் எல்லாம் சேர்ந்து ஒரு புதிய நோயை உலகிற்குக் கொண்டு வந்திருக்கிறது. எய்ட்ஸ், அதற்கு நிவாரணமே கிடையாது. இதுவரையில், எந்த முக்கிய மனிதர்களும் இதற்குக் காரணம் திருமணமாகாத நிலை என்று சொல்வதில்லை, காரணம் அது மதங்களையும், எரிச்சலூட்டும், கோபப்படுத்தும்.

மனித இனம் இவ்வளவு தரம் தாழ்ந்து விட்டது என்று நான் நினைக்க வில்லை. ஒரு பன்னிரண்டு பேர் கூட உண்மையைச் சொல்ல இல்லை. பிறகு ஒரு நேரம் வரும்போது தங்கள் மரியாதையை கூட ஆபத்து விளைவித்துக் கொள்வார்கள். ஆனால் இந்த உலகத்தின் புத்திசாலித் தனம் மீது எனக்கு மிகுந்த ஏமாற்றம். பிரம்மசர்யம் - அதாவது மணமாகாத நிலை என்பது ஒரு குற்றம் என்று யாருமே சொல்வதில்லை. அதற்கு மாறாக, அரசாங்கங்கள் ஒரு சட்டம் இயற்றி ஓரினச் சேர்க்கை குற்றம் என்கிறது. நோய்க்கான அறிகுறிகளைக் குற்றமாக ஆக்கி விட்டார்கள். நோய்க்கான காரணம் என்னவென்பதை யாருமே கேட்க மறுக்கிறார்கள்.

எந்த மாதிரி மக்கள் ஓரினச் சேர்க்கையில் முதல் கட்டமாக ஈடுபடுகிறார்கள்? இந்தத் துறவிகள், ராணுவ வீரர்கள், கைதிகள்,

பல்கலைக் கழக விடுதிகளில் தங்கியிருக்கும் மாணவர்கள், அவர்கள் காம ரீதியாக பதினான்கு வயதில் முதிர்ச்சியடைகிறார்கள். அவர்கள் அடுத்த பத்து வருடங்களாவது திருமணத்திற்காகக் காத்திருக்க வேண் டும். உயிரியல் அறிஞர்கள் கண்டுபிடித்திருக்கிறார்கள். ஆண்களின் காமம், அவர்களின் காம சக்தி உச்சத்திலிருப்பது அவர்களுக்கு ஏறக்குறைய பதினெட்டு வயதாகும்போதுதான். அவர்களுக்குத் திருமண மாகும்போது அவர்கள் தொய்ந்து விடுகிறார்கள். அவர்களின் சக்தி உச்சத்திலிருக்கும்போது, நீங்கள் அவர்கள் பெண்களைச் சந்திக்க விடாமல் தடுத்து விடுகிறீர்கள். அந்த நிலைதான் பெண்களுக்கும். நீங்கள் ஆண், பெண் கலந்த விடுதிகளை அனுமதிப்பதில்லை. இருந்திருந்தால் ஓரினச் சேர்க்கையே ஏற்பட்டிருக்காது. நீங்கள் கன்னியாஸ்திரிகளையும் துறவி களையும் ஒரே ஆசிரமத்தில் தங்க அனுமதிப்பதில்லை. ஆட்டிடை யர்கள் காடுகளில் அல்லது மலைகளில் வெகுதூரத்தில் தங்கள் ஆடு களோடு இருப்பார்கள். அவர்கள் ஆட்டுடன் புணர்ச்சி செய்கிறார்கள். இதுதான் ஆண் புணர்ச்சி, அவர்களால் ஒரு மனிதனைக் கூட கண்டு பிடிக்க முடியவில்லை. அவர்கள் அத்தனை தனிமையில் அங்கு இருக்கிறார்கள். அவர்களது காம சக்தி வெளியேறத் துடிக்கிறது.

மதம் மனிதனை ஆளுமைப்படுத்தத் துவங்கிய நாளிலிருந்து இந்த வக்ரம் இருக்கிறது. மனித இயற்கையைத் தெரிந்து கொள்ளாமல் அவர்கள் ஒழுக்கங்களை மக்களுக்குக் கொடுக்கத் துவங்கினார்கள். மனித மனோதத்துவ அறிவில்லாமலே, அவர்கள் இன்னும் செய்கிறார்கள். அவர்கள் அரசாங்கங்களை வற்புறுத்தி ஓரினச் சேர்க்கை என்பது தண்டிக்கக் கூடிய குற்றமாக ஐந்தாண்டுகள் சிறை என்கிறார்கள். இதில் ஒரு வினோதமான விஷமம், ஓரினச் சேர்க்கை அதிகம் இருப்பது சிறையில்தான். அதனால் ஓரினச் சேர்க்கையாளர்களை சிறைக்கு அனுப்புவதன் மூலமாக, நீங்கள் அவர்களுக்குப் புதிய மேய்ச்சல் நிலத்தைக் கொடுக்கிறீர்கள், புதிய சாத்தியங்களை. ஆனால் இதற்குக் காரணம் பிரம்மசர்யம் என்று யாரும் சொல்வதில்லை. காரணம் எல்லா மதங்களும் பிரம்மசர்யத்தை போதிக்கின்றன.

அனேகமாக நான் ஒருவன்தான் திருமணமாகாத நிலை முற்றிலும் தடை செய்யப்பட வேண்டுமென்கிறேன். எல்லாத் துறவிகளும் கன்னியா ஸ்திரீகளும் ஒன்றாக வாழ வைக்க வேண்டும். இந்த இயற்கைக்குப் புறம்பான விஷயங்கள் தடுக்கப்படும்.

வக்ரங்கள் எழுவதற்குக் காரணம் மதங்கள் இயற்கைக்குப் புறம்பாக உள்ளன. இந்த வக்ரங்களுக்கு முக்கியமான காரணமே கடவுள்தான். யாரெல்லாம் இந்த வக்ரங்கள் மறைய வேண்டுமென்று நினைக்கி றார்களோ அவர்கள் கடவுள் இறந்து விட்டார் என்று அறிவிக்க

வேண்டும். காரணம் கடவுளின் மரணத்தில்தான் இந்த மதங்கள் மறையும். அப்புறம்தான் மனிதனை சுதந்திரமாக விட்டு அவன் இயற்கையாக வாழ முடியும்.

எல்ஸி என்கிற பசு வேலியோரத்தில் இருந்தது. பெர்டினாண்ட் என்கிற காளை மற்றொரு பக்கம் இருந்தது. எல்ஸி பெர்டினாண்டைப் பார்த்துக் கண்ணடித்தது. உடனே அவன், அவள் இருந்த வேலி யோரத்தில் சாய்ந்தான். ''நீ தானே பெர்டினாண்ட் காளை?''

''என்னை பெர்டினாண்ட் என்றே அழை'' அவன் சொன்னான்.

''நான் எதிர்பார்த்ததை விட வேலி உயரமாக இருக்கிறது.''

இப்படித்தான் விஷயங்கள் வக்ரமாகி விட்டன.

மதம் என்பது மனிதன் ஏற்படுத்திய மிகச் சிறந்த விபரீதம் என்பது நிரூபணமாகி விட்டது. ஒரு பேரழிவு. மனிதனே ஏற்படுத்திக் கொண்ட ஒரு தற்கொலை முயற்சி. அது ஸ்தாபங்களை உருவாக்கி விட்டது. அவையெல்லாமே இயற்கைக்கு புறம்பானது. ஒரு புறம் திருமணமாகாத நிலை. இன்னொரு புறம் திருமணம். அவர்கள் திருமணத்தை மிக உயர்த்திப் புகழ்கிறார்கள். திருமணங்கள், அவர்கள் சொல்கிறார்கள் சொர்க்கத்தில் நிச்சயிக்கப்படுவதாக. ஆனால் திருமணமான மக்கள் நரகத்தில் வாழ்கிறார்கள். ஆனால் திருமணத்திற்கு எதிராக ஏதாவது சொன்னால் அந்த நரகத்தில் வாழும் மக்களுக்குக் கூட கோபம் வருகிறது. அவர்கள் ஆதரவாக கைகளை உயர்த்த மாட்டார்கள்.

நான் லியோ டால்ஸ்டாய், செக்கோவ், கார்க்கி பற்றி கேள்விப் பட்டிருக்கிறேன். ரஷ்யாவின் மூன்று தலைசிறந்த நாவலாசிரியர்கள், புரட்சிக்கு முன்பு அவர்கள் லியோ டால்ஸ்டாயின் தோட்டத்தில் உட்கார்ந்து ஏதோ பேசிக் கொண்டிருந்தார்கள். அப்படியே அவர்கள் பெண்களைப் பற்றிப் பேசினார்கள். செக்கோவ் ஏதோ சொன்னார், கார்க்கி ஏதோ சொன்னார். ஆனால் டால்ஸ்டாய் மௌனமாக இருந்தார். அவர்கள் இருவரும் அவர் பக்கம் திரும்பி, ''நீங்கள் ஏன் எதுவுமே பேசவில்லை?''

அவர் சொன்னார், ''நான் பேசுவேன். ஆனால் கண்டிப்பாக ஏதாவது சொல்வேன். என் பாதங்களைக் கல்லறையில் வைக்கும்போது, நான் சொல்லிவிட்டு, அப்படி கல்லறையில் குதித்துவிடுவேன். காரணம் நான் ஏதாவது சொல்லி அதை என் மனைவி கேட்டுவிட்டால்... நான் ஏற்கனவே நரகத்தில்தான் வாழ்கிறேன் - அதை இன்னும் ஏன் மோசமாக்க வேண்டும்? அதனால் நான் வாய் திறக்க மாட்டேன்.''

ஹைமி கோல்ட்பர்க் கதவைத் தட்டிக் கொண்டு ஒரு மன நல மருத்துவமனைக்குள் நுழைந்தார். ஒரு தாதி வந்து பதில் சொன்னாள். அவர் ''நோயாளிகள் யாராவது சமீபத்தில் தப்பி விட்டார்களா?'' என்று கேட்டார்.

''ஏன் உங்களுக்குத் தெரிய வேண்டும்?'' தாதி கேட்டாள்.

சொன்னார்: ''அதாவது, கோல்ட்பர்க், யாரோ என் மனைவியுடன் ஓடி விட்டார்.''

? உங்களுடைய எண்ணத்தில், ஒரு குழந்தையை இந்த உலகத்தில் வளர்க்க மிகவும் உதவிகரமான வழி என்ன?

தாயின் கருப்பையிலிருக்கிற வரையில் குழந்தைக்குப் பயமில்லை. அதற்குக் காரணமும் இல்லை. ஆனால் ஒரு முறை தாயின் கருப்பை யிலிருந்து வெளியே வந்தவுடன், அதனுடைய முழு இருத்தலிலும், ஒரு சிறந்த பயம் ஓடுகிறது. அதனை எடுத்து விட்டீர்கள்... பூமியிலிருந்து ஒரு மரத்தை எடுத்து விட்டீர்கள். வேரோடு என்பதைப் போல. அந்த முழு மரமும் நடுங்குகிறது, குலுங்குகிறது. நீங்கள் அதன் வேர்களை எடுக்கவில்லை. நீங்கள் அதன் அடிப்படையையே தகர்க்கிறீர்கள். அதற்கு வேறு எந்த போஷாக்கும் தெரியாது. அதற்கு வாழ வேறு வழி தெரியாது. பூமி அதைப் பார்த்துக் கொண்டிருந்தது. நீங்கள் அதை வேரோடு எடுக்கிறீர்கள்.

குழந்தை கருப்பையிலிருந்து வெளியே வரும்போது, அதன் வாழ்க்கையில் அது மிகப் பெரிய அதிர்ச்சி. மரணம் கூட அந்த அளவிற்கு அதிர்ச்சியாக இருக்காது. காரணம் மரணம் என்பது தெரிவிக்காமல் வரும். மரணம் அனேகமாக அவன் மயக்க நிலையிலிருக்கும்போது வரும். ஆனால், கருப்பையிலிருந்து வெளியே வரும்போது அவனுக்கு உணர்வு இருக்கிறது. உண்மையில், முதல் முறையாக அவன் உணர்வு அடைகிறான். அவனுடைய ஒன்பது மாத நீண்ட தூக்கம், அமைதியான உறக்கம், தொந்தரவு செய்யப்பட்டது. பிறகு நீங்கள் தாயுடன் அவனை இணைத்த தொப்புள் கொடியையும் அறுத்து விட்டீர்கள்.

தாயுடன் இணைக்கப்பட்ட தொப்புள் கொடியை அறுத்த அந்தத் தருணம், நீங்கள் ஒரு பயமான தனி நபரை உருவாக்கி விட்டீர்கள். அது சரியான வழியில்லை. ஆனால் அப்படித்தான் அது நடக்கிறது. இதுவரையில், தெரியாமலே, இது பூசாரிகளும், மதங்களும் அவனை ஏமாற்ற உதவுகிறது.

குழந்தையைத் தாயிடமிருந்து இன்னும் மெதுவாக விலக்க வேண்டும். இன்னும் மெள்ள மெள்ள, அந்த அதிர்ச்சி இருக்கக் கூடாது. அதற்கு ஏற்பாடு செய்ய முடியும். ஒரு விஞ்ஞான ஏற்பாடு சாத்தியமே. அந்த அறையில் கண்களைக் கூச வைக்கிற விளக்குகள் இருக்கக் கூடாது. காரணம் ஒன்பது மாதங்கள் குழந்தை முழு இருட்டில் இருந்திருக்கிறது. அவனுக்கு மிக மெல்லிய கண்கள். அவை வெளிச்சத்தைப் பார்த்ததே யில்லை. உங்கள் மருத்துவமனைகளில் கண்களைக் கூச வைக்கிற விளக்குகள், குழல் விளக்குகள், குழந்தை திடீரென்று வெளிச்சத்தைப் பார்க்கிறது... அதிகம் மக்களுக்கு பலவீனமான கண்கள் இருப்பதற்குக் காரணம் இதுதான், பின்னர் அவர் கண்ணாடி அணிகிறார்கள். எந்த மிருகத்திற்கும் அது தேவையில்லை. நீங்கள் எந்த மிருகத்தையாவது கண்ணாடி அணிந்து கொண்டு செய்தித்தாள் படிப்பதைப் பார்த்திருக் கிறீர்களா? அவர்களின் முழு வாழ்க்கையிலும் அவர்களுக்கு ஆரோக்கிய மான கண்கள், அது இறக்கும் வரை, மனிதன்தான். துவக்கத்திலேயே மிக துவக்கத்திலேயே.. இல்லை. குழந்தை பிறப்பு என்பது இருட்டில் நடக்க வேண்டும். அல்லது ஒரு மெல்லிய விளக்கொளியில், ஏறக்குறைய மெழுகுவர்த்தி. இருட்டுதான் சிறந்தது. ஆனால் ஒரு சிறிய வெளிச்சம் தேவை. பிறகு மெழுகுவர்த்தி போதும்.

இதுவரையில் மருத்துவர்கள் என்ன செய்கிறார்கள்? குழந்தை புதிய யதார்த்தத்திற்குப் பழக சிறிது நேரம் கூட கொடுப்பதில்லை. அவர்கள் குழந்தையை வரவேற்கும் விதமே அருவருப்பானது. குழந்தை காலை கைகளால் பிடித்துத் தூக்குகிறார்கள். பின்னால் தட்டுகிறார்கள். இந்த முட்டாள்தனமான சடங்கிற்குப் பின்னாலுள்ள நோக்கமே அது குழந்தை சுவாசிக்க உதவுமாம். காரணம் தாயின் கருப்பையில் அவனாக சுவாசிக்க வில்லை. தாய்தான் அவனுக்காக சுவாசித்துக் கொண்டிருந்தாள். அவனுக்காக சாப்பிட்டு கொண்டிருந்தாள். அவனுக்காக எல்லாம் செய்து கொண்டிருந் தாள். ஆனால் உலகத்தில் வரவேற்க தலைகீழ் தொங்கவிட்டு, பின்னால் ஓர் அறை கொடுத்து, இது ஒரு நல்ல துவக்கமே இல்லை. ஆனால் மருத்துவருக்கு அவசரம், இல்லையென்றால் குழந்தை தானாகவே சுவாசிக்கும்.

அவனைத் தாயில் வயிற்றில் விட வேண்டும், தாயின் வயிற்றின் மேல், தொப்புள் கொடியை அறுப்பதற்கு முன், அவனைத் தாயின் வயிற்றில் விட வேண்டும். அவன் அதன் வயிற்றுக்குள்தானே இருந்தான். கீழே - இப்போது வெளியே இருக்கிறான். பெரும் மாற்றமில்லை. அந்தத் தாய் அங்கிருக்கிறாள். அவன் அவளைத் தொடலாம். அவன் அவளை உணரலாம். அவனுக்கு அந்த அதிர்வுகள் தெரியும். அது அவனுடைய வீடு என்பது துல்லியமாகத் தெரியும். அவன் வெளியே வந்திருக்கிறான்.

ஆனால், அதுதான் அவனுடைய வீடு. அவன் அவனது தாயுடம் இன்னும் கொஞ்ச நேரம் இருக்கட்டுமே, அதன் மூலம் அவன் தாயிடம் வெளியிலிருந்து பழகட்டுமே. உள்ளேயிருந்து முன்தொப்புள் கொடியை அறுக்காதீர்கள். இப்பொழுது, என்ன நடக்கிறது? தொப்புள் கொடியை அறுத்து, புட்டத்தில் தட்டி அதை சுவாசிக்க வைக்கிறோம். ஆனால் இதன் மூலம் அவனை வற்புறுத்துகிறோம். இது வன்முறை, முழுமையாக விஞ்ஞானமற்றது, இயற்கைக்குப் புறம்பானது.

முதலில் அவனாக சுவாசிக்கட்டும், அது ஒரு சில நிமிடங்கள் ஆகும். அவ்வளவு அவசரப்படாதீர்கள். அது ஒரு மனிதன் முழு வாழ்க்கைகான கேள்வி. நீங்கள் உங்கள் சிகரெட்டை பிடிக்கலாம். இரண்டு அல்லது மூன்று நிமிடங்கள் அதிகமாக, நீங்கள் ஒன்றுமே இல்லாத இனிப்பான விஷயங்களை உங்கள் பெண் சிநேகிதியின் காதுகளில் முணுமுணுக்கலாம். இன்னும் சில நிமிடங்கள் அதிகமாக, அதனால் யாருக்கும் எந்த கெடுதலும் இல்லை. என்ன அவசரம்? நீங்கள் அவனுக்கு மூன்று நிமிடங்கள் கொடுக்கலாமே? ஒரு குழந்தைக்கு அதற்கு மேல் தேவையில்லை. அவனை அப்படியே விட்டால், மூன்று நிமிடத்தில் அவனே சுவாசிப்பான். அவன் சுவாசிக்கத் துவங்கும்போது, அவனாகவே வாழலாம் என்கிற நம்பிக்கை வரும். பிறகு நீங்கள் தொப்புள் கொடியை அறுத்துக் கொள்ளுங்கள், அது இப்போது உபயோகமற்றது. அது குழந்தைக்கு எந்த அதிர்ச்சியையும் கொடுக்காது.

பிறகு முக்கியமான விஷயம், அவனை ஒரு போர்வையிலோ படுக்கையிலோ போடாதீர்கள். ஒன்பது மாதங்கள் அவன் போர்வை இல்லாமல் இருந்திருக்கிறான். நிர்வாணமாக, தலையணை இல்லாமல், படுக்கை விரிப்பில்லாமல், ஒரு படுக்கை இல்லாமல், அப்படி ஒரு மாற்றத்தை அத்தனை விரைவாக செய்யாதீர்கள். அவனுக்குத் தேவை ஒரு சின்ன தொட்டி; அதில் திரவமான தண்ணீர், அதுதான் தாயின் கருப்பையில் இருந்தது. அது கடல் தண்ணீரைப் போல. அதே மாதிரியான உப்பு, அதே மாதிரியான ரசாயனங்கள், அதே மாதிரி. அதுதான் வாழ்க்கை முதலில் கடலில்தான் இருந்ததற்கு ஆதாரம்.

அதனால்தான் ஒரு பெண் கர்ப்பமாக இருக்கும்போது உப்பான விஷயங்களையே சாப்பிடுகிறாள். காரணம் கர்ப்பப்பை உப்பை உறிஞ்சிக் கொண்டேயிருக்கிறது. அந்தக் குழந்தைக்கு அதே மாதிரி உப்பு தண்ணீர்தான் தேவை. அது கடலில் இருப்பதைப் போல், அதே மாதிரி தண்ணீரை ஒரு சின்ன தொட்டியில் தயார் செய்யுங்கள். குழந்தை அந்தத் தொட்டியில் படுக்கட்டும். அவனை சரியான முறையில் வரவேற்கலாம். இந்த மாதிரி சூழலுக்குத்தான் அவன் பழக்கப்பட்டிருக்கிறான்.

ஜப்பானில், ஒரு சென் துறவி, ஒரு பிரமிக்கத்தக்க சோதனையில் ஒரு மூன்று மாத குழந்தை நீந்த முடியும் என்பதை முயன்றிருக்கிறார். அவன் மெதுவாக இறங்கினான். முதலில் ஒன்பது மாத குழந்தை, பிறகு ஆறு மாத குழந்தை. இப்போது மூன்று மாத குழந்தைகள், நான் அவரிடம் சொல்வேன். நீங்கள் இன்னும் தொலை தூரத்தில் இருக்கிறீர்கள். இப்போது பிறந்த குழந்தை கூட நீந்தலாம். காரணம் அதன் தாயின் கருப்பையில் நீந்திக் கொண்டுதானிருந்தான்.

அதனால் குழந்தைக்கு ஒரு வாய்ப்பு கொடுங்கள். தாயின் கருப்பையைப் போலவே அவனுக்கு இன்னும் அதிக நம்பிக்கை வரும். எந்தப் பூசாரியும் அவனை சுலபமாக ஏமாற்ற முடியாது. அவனிடம் இந்த நரக நெருப்பு போன்ற முட்டாள்தனங்களை சொல்ல முடியாது.

அத்தியாயம் - 14

வயதாகுதல்

✳

மேற்கத்திய சமூகத்தில் எல்லாமே இளைஞர்கள்தான். ஒரு குறிப்பிட்ட அளவில் அது அப்படித்தான் இருக்க வேண்டும். காரணம் நாம் வாழ்க்கையின் ஒவ்வொரு பரிமாணத்திலும் நாம் தொடர்ந்து வளர்ந்து கொண்டேயிருக்கிறோம். ஆனால் இயற்கையான முரண் என்னவென்றால், இளமையிலிருந்து நகரும்போது, பிறந்த நாட்களுக்கு வாழ்த்து சொல்ல வேண்டியது கூட அவசியமில்லாமல் போகிறது. ஆனால் அதுதான் தர்மசங்கடமான, தவிர்க்க முடியாத வாழ்க்கையின் உண்மை. யாரிடமாவது அவரது வயதைக் கேட்டால், அது மரியாதையற்றத்தனமாகிறது. நரைத்த முடிக்கு மை பூசுகிறார்கள். பற்களைக் கட்டிக் கொள்கிறார்கள். அல்லது மாற்றிக் கொள்கிறார்கள். சிதைந்த மார்புகளும், முகங்களும் சரி செய்து கொள்ளப்படுகின்றன. பெருத்த வயிறுகளை இறுக்கிக் கொள்கிறார்கள். புடைத்த தளர்ந்த நாளங்களுக்கு ஆறுதல் தரப்படுகிறது. ஆனால் எல்லாமே மறைப்பாக, யாராவது உங்களுக்கு வயதாகி விட்டது என்று சொன்னால் அதை ஒரு பாராட்டாக எடுத்துக் கொள்வதில்லை. ஆனால் என் அனுபவத்தில் எனக்கு வயதாகிறது. ஒவ்வொரு வருடமும் இன்னும், இன்னும் நன்றாகத்தான் இருக்கிறது. ஆனால் இது இப்படியிருக்கும் என்று யாருமே சொல்ல வில்லை. யாருமே வயோதிகத்தை வரவேற்றுப் பாடுவதே யில்லை. வயதாகிற சந்தோஷத்தைப் பற்றிப் பேச முடியுமா?

நீங்கள் கேட்கிற கேள்வியில் பல விஷயங்கள் அடங்கி இருக்கின்றன. முதலில் மேற்கத்திய மனதில் பதிந்துவிட்ட விஷயம் உங்களுக்கு ஒரே ஒரு வாழ்க்கை என்பதுதான். எழுபது வயது - இளமை திரும்ப வராது. மேற்கில், வசந்தம் என்பது ஒரு முறைதான் வரும். அதனால் இயற்கையாகக் கிடைப்பதைப் பற்றிக் கொள்ள வேண்டும் என்று நினைக்கிறார்கள். நீங்கள் எப்போதும் இளமையாக இருப்பதைப் போல பாவனை செய்ய வேண்டியிருக்கிறது.

கிழக்கில் பெரியவர்கள் மதிக்கிறார்கள், மரியாதை கொடுக்கிறார்கள். அவருக்கு அதிக அனுபவம், பலவற்றைப் பார்த்திருக்கிறார். பல காலங்கள் வந்து போய்விட்டன. அவர் எல்லாவிதமான அனுபவங்களிலும் வாழ்ந்திருக்கிறார். நல்லது கெட்டது, அவருமே பக்குவப்பட்டு விட்டார். அவர் இன்னமும் முதிர்ச்சியற்றவரல்லர். வயதினால் ஒரு நேர்மை வந்து சேருகிறது. அவர் குழந்தைத்தனமாக இல்லை. அவர் கரடி பொம்மை களை வைத்துக் கொண்டு திரியவில்லை. அவர் இளமையாக இல்லை. இன்னும் இதுதான் காதல் என்று முட்டாளாக்கிக் கொண்டு அலையவில்லை.

அவர் இந்த எல்லா அனுபவங்களையும் அடைந்து விட்டார், அழகு அழிவதைப் பார்த்திருக்கிறார்; எல்லாமே ஒரு முடிவுக்கு வரும் என்பதையும் பார்த்துவிட்டார். எல்லாமே கல்லறையை நோக்கித்தான் போகின்றன என்பதையும் பார்த்துவிட்டார். தொட்டிலிலிருந்து நகர்ந்த அந்தத் தருணத்திலிருந்து ஒரே ஒரு வழிதான் - அது தொட்டிலிலிருந்து கல்லறை வரைதான். நீங்கள் வேறு எங்குமே போக முடியாது. நீங்கள் முயன்றால் கூட மாறிப் போக முடியாது. நீங்கள் என்ன செய்தாலும் கல்லறைக்குத் தான் போக வேண்டும்.

வயதானவர்களை மதித்தார்கள், நேசித்தார்கள். அவருக்கு இதயத்தில் ஒரு குறிப்பிட்ட தூய்மை வந்து விட்டது. காரணம் அவர் ஆசைகளில் வாழ்ந்து விட்டார். ஆசைகள் வெறுப்பிற்கு அழைத்துச் செல்லும் என்பதையும் பார்த்துவிட்டார். அந்த ஆசைகள் என்பது கடந்த கால ஞாபகங்கள். அவர் எல்லாவிதமான உறவுகளிலும் வாழ்ந்துவிட்டார். எல்லாவிதமான உறவுகளும் நரகத்தில்தான் போய் விழுகின்றன என்பதையும் பார்த்து விட்டார். அவர் ஆன்மாவின் இருண்ட இரவுகளைப் பார்த்துவிட்டார். அவர் ஒருவிதமான தனிமையை நாடி விட்டார். கவனிப்பவருக்கு உண்டான ஒரு தூய்மை. அவருக்கு இனியும் எந்தக் கால் பந்தாட்ட விளையாட்டிலும் ஆர்வமில்லை. அவருடைய வாழ்க்கையை வாழ்கிறார். அவர் எல்லாம் கடந்த நிலையில் இருக்கிறார். அதனால், அவர் மதிக்கப்பட்டார். அவருடைய விவேகம் மதிக்கப் பட்டது.

ஆனால் கிழக்கில், அவர்களுடைய சிந்தனையெல்லாம் வாழ்க்கை என்பது ஒரு சிறிய எழுபது வயதல்ல, இளமை ஒரு முறை வந்து போவதற்கு. அவர்களுடைய எண்ணமெல்லாம், இருத்தலில் எல்லாம் சாசுவதத்தை நோக்கி நகருவதைப் போல, கோடை வரும், மழைக் காலம் வரும், குளிர் காலம் வரும், மறுபடியும் கோடை வரும், எல்லாமே ஒரு சக்கரம் போல் சுழல்கிறது. வாழ்க்கை அதில் ஒரு விதிவிலக்கல்ல. மரணம் என்பது ஒரு சக்கரத்தின் முடிவு. இன்னொன்றின் துவக்கம். மறுபடியும் நீங்கள் குழந்தை ஆவீர்கள். மறுபடியும் நீங்கள் இளமை யாவீர்கள். மறுபடியும் நீங்கள் முதுமையடைவீர்கள். துவக்கத்திலிருந்து இப்படித்தான் இருந்தது. முடிவு வரை அப்படித்தான் இருக்கப் போகிறது. நீங்கள் ஞானோதயம் பெற்றால் இந்த முறைகேடான வட்டத்திலிருந்து வெளியே குதிக்கலாம். பிறகு ஒரு முற்றிலும் வித்யாசமாக விதிகளுக்குள் நுழையலாம். தனி நபரிலிருந்து, பிரபஞ்சத்திற்குள் குதிக்கலாம். அதனால் அது ஓர் அவசரமில்லை. அதனால் எதையும் பிடித்துக் கொள்ள வேண்டியதில்லை.

மேற்கு இந்த யூத மரபின்படி ஒரே ஒரு வாழ்க்கைதானிருக்கிறது என்று நம்புகிறது. கிறித்துவம் என்பது யூத மதத்தின் ஒரு கிளைதான். இயேசு ஒரு யூதர், ஒரு யூதராகத்தான் பிறந்தார். ஒரு யூதராகவே இறந்தார். அவருக்கு தான் ஒரு கிறித்துவர் என்பதே தெரியாது. நீங்கள் அவரை எங்காவது சந்தித்து, அவரை நீங்கள் ''ஹலோ, இயேசு கிறிஸ்து'' என்று வரவேற்றால், அவரால் அதை புரிந்து கொள்ளவே முடியாது. அவருக்குத் தன் பெயர் பெயர் இயேசு என்பதே, அவருக்கே தெரியாது அவர் ஓர் கிறிஸ்து என்பதும் தெரியாது. அவருடைய பெயர் ஜோஸ்வா. அது ஓர் ஹீப்ரு பெயர். அவர் ஒரு இறை தூதர். அவர் இயேசு அல்லர். இயேசு கிறிஸ்து என்பது ஹீப்ருவிலிருந்து கிரேக்கத்திற்கு மொழி பெயர்க்கப்பட்ட பெயர். இஸ்லாம் கூட யூத மதத்தின் உப பொருள். இந்த மூன்று மதங்களுமே ஒரே ஒரு வாழ்க்கை என்பதை நம்புகின்றன. ஒரு வாழ்க்கை என்று நம்புவது மிகவும் அபாயகரமானது. காரணம் அது நீங்கள் தவறு செய்வதற்கு வாய்ப்பே கொடுக்காது. நீங்கள் எப்போதுமே ஓர் அவசரத்திலேயே இருப்பீர்கள்.

முழு மேற்கத்திய மனமே ஒரு சுற்றுலாப் பயணியின் மனம்தான், இரண்டும் மூன்று புகைப்படக் கருவிகளை எடுத்துக் கொண்டு, எதையோ படமெடுக்க அவசரப்பட்டுக் கொண்டு. காரணம் அவர்களுக்கு இருப்பது ஒரு மூன்று வார விசா தான். அந்த மூன்று வாரத்தில், அவர்கள் அந்த முழு நாட்டையும் சுற்றிப் பார்க்க வேண்டும். சிறந்த நினைவுச் சின்னங்களை.. அவனுக்கு அதை நேரடியாகப் பார்க்க நேரம் இருக்காது. அவன் அதை வீட்டில், ஓய்வாக, அவனுடைய புகைப்படப் புத்தகத்தில்

பார்த்துக் கொள்வான். எனக்கு சுற்றுலாப் பயணிகள் நினைவுக்கு வரும்போதெல்லாம், ஒரு வயதான பெண்மணி ஓர் இடத்திலிருந்து இன்னொரு இடத்திற்கு ஓடுவதைத்தான் நினைப்பேன். அஜந்தா விலிருந்து எல்லோரா வரை, தாஜ் மகாலிலிருந்து காஷ்மீர் வரை ஒரு அவசரத்தில், காரணம் வாழ்க்கை என்பது சுருக்கமானது.

மேற்கத்திய மனம்தான் 'நேரம் என்பது பணம்' என்கிற பழமொழியை உருவாக்கியது. கிழக்கில் எல்லாமே மெதுவாக போகும், எந்த அவசரமுமில்லை. ஒருவரிடம் முழுமையான முடிவுற்றது உள்ளது. நாம் இங்கிருந்தோம் மறுபடியும் நாம் இங்கிருப்போம், அதனால் என்ன அவசரம்? எல்லாவற்றையும் ஆழமாக, முழுமையாக ரசியுங்கள்.

அதனால், ஒரு விஷயம், ஓரே ஒரு வாழ்க்கை என்கிற சிந்தனை இருப்பதால், மேற்கு இளமையாக இருப்பதைப் பற்றி அதிக அக்கறை எடுத்துக் கொள்ளும், அதனால் எவ்வளவு தூரம் சாத்தியமோ அதுவரையில் இளமையாகவே இருக்க எல்லாம் செய்வார்கள். அந்த நிகழ்வை நீடிக்க, இது போலித்தனத்தை உருவாக்குகிறது. அது உங்களின் ஆதாரப்பூர்வமான வளர்ச்சியை அழிக்கிறது. அது உங்கள் முதுமையில் நீங்கள் புத்திசாலியாக இருக்க அனுமதிக்காது. காரணம், நீங்கள் முதுமையை வெறுக்கிறீர்கள். முதுமை உங்களுக்கு மரணத்தைத்தான் நினைவுப்படுத்தும். வேறு எதுவுமில்லை. முதுமை என்றால் முற்றுப்புள்ளி வெகுதூரமில்லை. நீங்கள் வண்டி நிற்குமிடத்திற்கு வந்து விட்டீர்கள். ஒரு விசில் சத்தம் போதும் ரயில் நின்று விடும்.

எனக்கு என் தாத்தாவோடு ஒரு உடன்பாடு இருந்தது. அவர் கால்களைத் தேய்த்து விடுவது அவருக்குப் பிடிக்கும். நான் அவரிடம் சொன்னேன், 'நினைவில் கொள்ளுங்கள், நான் காற்புள்ளி என்று சொன்னால், எச்சரிக்கையாக இரு' என்று அர்த்தம். அரைப் புள்ளி என்றால் இறுதிக்கு வந்துவிட்டதாக அர்த்தம். நான் அரைப்புள்ளி என்று சொல்லும்போது, தயாராகி விடு, காரணம் முற்றுப்புள்ளி நெருங்கி வந்து கொண்டிருக்கிறது. நான் ஒரு முறை 'முற்றுப்புள்ளி' என்று சொன்னால், 'நான் அர்த்தத்தோடு சொல்கிறேன்' அது சரி, ஆனால் அந்த அரைப்புள்ளி இன்னும் கொஞ்சம் நீளட்டும். அதை சுருக்கி விரைவுபடுத்தாதே.

முதுமை உங்களுக்கு நினைவுபடுத்தும், மேற்கில், முற்றுப்புள்ளி நெருங்கி வருகிறது. அதனால் புள்ளி, அரைப்புள்ளியை நீடித்துக் கொள்ளுங்கள். யாரை நீங்கள் ஏமாற்ற முயல்கிறீர்கள்? நீங்கள் இளமை இனி இங்கில்லை என்பதைப் புரிந்து கொண்டால், நீங்கள் முழு உலகத்தையும் இனி இளமையேயில்லை என்று நீங்கள் ஏமாற்றலாம். நீங்கள் கேலி செய்கிறீர்கள். மக்கள் இளமையாக இருக்க முயல்கிறார்கள்.

ஆனால் அவர்களுக்குத் தெரிவதில்லை. இளமையை இழக்கிற பயம் அவர்கள் அதில் முழுமையாக வாழ அனுமதிப்பதில்லை.

இரண்டாவதாக, இளமையை இழக்கிற அந்த பயமே நீங்கள் முதுமையை அழகாக ஏற்றுக்கொள்ள விடாமல் செய்கிறது. நீங்கள் இரண்டையும் இழக்கிறீர்கள். அதனுடைய சந்தோஷம், அதன் ஆழம் அதன் அழகையும் நீங்கள் இழக்கிறீர்கள். அதன் விவேகம், வயோதிகம் கொண்டு வரும் அமைதியை. ஆனால் இவையெல்லாமே வாழ்க்கை பற்றிய தவறான எண்ணம்தான். ஒரே ஒரு வாழ்க்கை என்கிற சிந்தனையை மேற்கு மாற்றிக் கொள்ளாதவரையில், இந்த போலித்தனம் பிடித்துக் கொள்வது, இந்த பயங்களை மாற்றவே முடியாது.

உண்மையில், ஒரு வாழ்க்கை எல்லாமுமல்ல. நீங்கள் பலமுறை வாழ்ந்து விட்டீர்கள். உங்களுக்கு இன்னும் பல முறை இருக்கிறது. அதனால், ஒவ்வொரு தருணமும் சாத்தியப்பட்ட வரை முழுமையாக வாழுங்கள். இன்னொரு தருணத்திற்குக் குதிக்க வேண்டிய அவசியமே இல்லை. நேரம் பணமில்லை. நேரம் என்பது செலவழிக்க முடியாதது. அது ஏழைக்கும் உண்டு. பணக்காரனுக்கும் உண்டு. நேரத்தைப் பொருத்தவரையில் பணக்காரன் இன்னும் பணக்காரனாவதில்லை. நேரத்தைப் பொருத்தவரையில், ஏழை இன்னும் ஏழையாகப் போவதில்லை. வாழ்க்கை என்பது ஒரு முடிவில்லாத மறுபிறப்பு.

மேலெழுந்தவாரியாக தெரிவதெல்லாம் மேற்கத்திய மதங்களில் ஆழமாக வேரூன்றி விட்டது. உங்களுக்கு கஞ்சத்தனமாக எழுபது வருடங்களைத்தான் கொடுக்கிறார்கள். நீங்கள் அதில் கணக்குப் போட்டுப் பார்க்க முயன்றால், அதில் மூன்றில் ஒருபங்கு தூக்கத்திலேயே கழிகிறது. இன்னொரு மூன்றில் ஒரு பாதி உணவு, வீடு, உடை சம்பாதிக்கவே கழிந்து போகிறது. என்ன கொஞ்சம் இருக்கிறதோ அதை படிப்பு, கால்பந்தாட்ட விளையாட்டு, சினிமா, முட்டாள்தனமான சண்டை, மோதல், இந்த எழுபது வயது காலத்தில், உங்களுக்கென்று ஒரு ஏழு நிமிடங்கள் சேமிக்க முடிந்தால், நீங்கள் ஒரு புத்திசாலி மனிதன் என்று நான் சொல்வேன். உங்கள் முழு வாழ்க்கையில் உங்களால் ஒரு ஏழு நிமிடத்தை சேமிப்பது மிகவும் கடினம். பிறகு எப்படி நீங்கள் உங்களைக் கண்டுபிடிக்க முடியும்? உங்கள் இருத்தலின், உங்கள் வாழ்க்கையின் மர்மத்தை எப்படி தெரிந்து கொள்ள முடியும்? எப்படி மரணம்தான் முடிவு என்பதை எப்படி புரிந்து கொள்ள முடியும். காரணம் நீங்கள் வாழ்க்கையை அனுபவிப்பதை இழக்கிறீர்கள். நீங்கள் மரணம் என்கிற சிறந்த அனுபவத்தை இழக்கப் போகிறீர்கள். இல்லையென்றால் மரணத்தைப் பற்றி பயப்படுவதற்கு எதுவுமேயில்லை. அது ஓர் அழகான தூக்கம். ஒரு கனவில்லாத தூக்கம். இன்னொரு உடலுக்குள் மௌனமாக,

அமைதியாகப் போவதற்குத் தேவையான தூக்கம். அது ஒரு மருத்துவ நிகழ்வு. அது ஒரு மயக்க மருந்தைப் போல, மரணம் என்பது நண்பன், எதிரியல்ல.

ஒருமுறை நீங்கள் மரணம் என்பது ஒரு நண்பன் என்பதைப் புரிந்து கொண்டால், பயமில்லாமல் வாழத் துவங்கினால், அது சின்ன கால நேரமான எழுபது வருடங்கள்தான். உங்கள் எண்ணம் வாழ்க்கையின் முடிவற்ற நிலைக்குப் போய்விட்டால், எல்லாமே மெதுவாகும். எதிலும் அவசரம் காட்ட வேண்டியதில்லை. மக்கள் அப்படியா ஓடுகிறார்கள். நான் நிறைய மக்களைப் பார்த்திருக்கிறேன். அலுவலக பையைத் தூக்கிக் கொண்டு அதில் எல்லாவற்றையும் திணித்துக் கொண்டு, மனைவியை முத்தமிட்டு, அது தன் மனைவிதானா, அல்லது வேறு ஒருவனுடைய வளா என்று கூட பார்க்காமல், குழந்தைகளுக்குக் கையசைத்துவிட்டுப் போவதை. இது வாழ்கிற முறையல்ல. இந்த வேகத்தில் எங்கு போகப் போகிறீர்கள்?

நான் கேள்விப்பட்டிருக்கிறேன். ஓர் இளம் தம்பதிகள் ஒரு புதிய காரை வாங்கினார்கள். அவர்கள் முழு வேகத்தில் போய்க் கொண்டிருந்தார்கள். மனைவி மறுபடியும், மறுபடியும் கணவனைக் கேட்டுக் கொண்டிருந்தாள். "நாம் எங்கே போகிறோம்?" காரணம் பெண்கள், இன்னமும் பழைய நினைவோடுதான் இருப்பார்கள். "நாம், எங்கே போகிறோம்?"

ஆண் சொன்னான், "என்னைத் தொந்தரவு செய்வதை நிறுத்து. நாம் போகிற வேகத்தை ரசி. உண்மையான கேள்வி எங்கே போகிறோம் என்பதில்லை, எவ்வளவு வேகமாகப் போகிறோம் என்பதில்தான்."

போகிற இடத்தை விட வேகம் அதிக முக்கியமாக போய்விட்டது. வேகம் அதிக முக்கியத்துவம் பெற்று விட்டது. காரணம் வாழ்க்கை என்பது சுருக்கமானது. நீங்கள் எவ்வளவோ செய்ய வேண்டியிருக்கிறது. நீங்கள் எல்லாவற்றையும் வேகமாக செய்யாவிட்டால், உங்களால் சமாளிக்க முடியாது. உங்கள் ஒரு சில நிமிடங்கள் கூட மௌனமாக இருக்க முடியாது. அது வீணாகத் தெரிகிறது. இந்த சில நிமிடங்கள், சில ரூபாய்களை நீங்கள் சம்பாதித்திருக்க முடியுமே.

கண்களை மூடி நேரத்தை வீணடிக்கிறோம். உங்களுக்குள் என்ன இருக்கிறது? உங்களுக்கு உண்மையிலேயே தெரிய வேண்டுமானால், ஒரு மருத்துவமனைக்குப் போய் ஓர் எலும்புக் கூட்டைப் பார்க்கலாமே. அதுதான் உங்களுக்குள் இருக்கிறது. எதற்காக உள்ளே பார்க்கிற தொந்தரவை தேவையில்லாமல் ஏன் எடுத்துக் கொள்ள வேண்டும்? உள்ளே பார்த்தால், உங்களுக்கு எலும்புக்கூடு கிடைக்கும். ஒரு முறை

நீங்கள் எலும்புக் கூட்டைப் பார்த்தால், வாழ்க்கை இன்னும் கஷ்டமாக இருக்கும். உங்கள் மனைவியை முத்தமிட்டால், உங்களுக்கு என்ன நடக்கும் என்பது தெரியும். இரண்டு எலும்புக் கூடுகள், யாராவது இந்த எக்ஸ்ரே கண்ணாடிகள் கண்டுபிடிக்க வேண்டும். அதனால் மக்கள் அந்த எக்ஸ்ரே கண்ணாடிகளைப் போட்டுக் கொண்டு, எல்லா எலும்புக் கூடுகளும் சிரிப்பதைப் பார்க்கலாம். அனேகமாக, அவன் கண்ணாடியைக் கழற்றக் கூட உயிரோடு இருக்க மாட்டான். இந்த எலும்புக் கூடுகள் சிரித்தால், அது போதும் ஒருவனுடைய இதயத் துடிப்பை நிறுத்த. ''அடக் கடவுளே, இதுதான் யதார்த்தமா?'' இதைத்தான் இந்தத் துறவிகள் எல்லோரும் சொல்கிறார்கள் ''உள்ளே பாருங்கள்.'' அதைத் தவிர்த்து விடுங்கள்.

மேற்கில் இறைத் தன்மை மரபு கிடையாது. அது வெளிப்படை யானது. எல்லாவற்றை வெளியே பார்ப்பது. அதில் பார்க்க நிறைய இருக்கிறது. ஆனால் அவர்களுக்குத் தெரியவில்லை. உள்ளே எலும்புக் கூடு மட்டுமில்லை. அந்த எலும்புக் கூட்டுக்கும் உள்ளே வேறு எதுவோ இருக்கிறது. அது உங்கள் உணர்வு. கண்களை மூடிக் கொண்டால் நீங்கள் எலும்புக் கூட்டை எதிர்கொள்ள முடியாது. நீங்கள் உங்கள் வாழ்க்கையின் ஆதாரங்களைப் பார்ப்பீர்கள். மேற்கு அதன் வாழ்க்கை ஆதாரங்களுடன் தொடர்பு வைத்துக் கொள்ள வேண்டிய அவசியம் இருக்கிறது. அதன் பிறகு இந்த அவசரம் இருக்காது. வாழ்க்கை இளமையைக் கொண்டுவரும்போது ஒருவர் ரசிப்பார். வாழ்க்கை முதன்மையைக் கொண்டு வந்தாலும், ரசிப்பீர்கள். ஒருவர் வாழ்க்கை மரணத்தைக் கொண்டு வந்தாலும் ரசிப்பார். உங்கள் ஒரே ஒரு விஷயம் தெரிய வரும். நீங்கள் எதிர்கொள்ளும் எல்லாவற்றையும் எப்படி ரசிப்பது, அதை எப்படி ஒரு கொண்டாட்டமாக மாற்றுவது. ஆதாரப்பூர்வமான மதம் என்று நான் சொல்வது, எல்லாவற்றையும் கொண்டாட்டமாக மாற்றுகிற கலை, ஒரு பாடலாக, ஒரு நடனமாக.

ஒரு வயதானவர், ஒரு சுகாதார மையத்திற்குச் சென்றார், மருத்து வரிடம் சொன்னார், ''என்னுடைய காம உணர்ச்சியைக் கீழிறக்க நீங்கள் ஏதாவது செய்ய வேண்டும்.''

மெலிதான அந்த வயோதிகரை ஒரு பார்வை பார்த்துவிட்டு மருத்துவர் சொன்னார். ''ஐயா, இப்போது உங்கள் காமம் என்பது உங்கள் தலையில்தான் இருப்பதாக எனக்குத் தோன்றுகிறது.''

''அதைத்தான் நானும் சொல்கிறேன்'' வயோதிகர் சொன்னார். ''அதைத்தான் கீழே கொண்டுவர வேண்டும்.''

அந்த வயோதிகருக்குக் கூட ஒரு விளையாட்டுப் பையனாக இருக்க ஆசை இருக்கிறது. அது ஒன்றை நிச்சயமாகக் காட்டுகிறது. அவர் தன் இளமையை முழுமையாக வாழவில்லை. அவர் தன் இளமையை இழந்திருக்கிறார். அவர் இன்னமும் அதை நினைத்துக் கொண்டிருக்கிறார். இப்போது அவரால் அதைப் பற்றி எதுவுமே செய்ய முடியாது. ஆனால் அவரது முழுமையான மனமும் அவருடைய இளமைக்கால நாட்களையே நினைத்துக் கொண்டிருப்பார். அவர் வாழாத அந்த நாட்களை; அந்த சமயத்தில் அவர் அவசரத்தில் இருந்தார்.

அவர் இளமையில் வாழ்ந்திருந்தால், இந்த முதுமையில் அவர் ஒழுக்கத்தில், காமத்திலிருந்து விடுபட்டிருப்பார். அவருடைய காம உணர்ச்சிகளைத் தூக்கிப்போட வேண்டிய அவசியமிருந்திருக்காது. அது மறைந்தே போகும். அது வாழும்போதே ஆவியாகி விடும். ஒருவர் தடைகளற்று வாழவேண்டும், உங்கள் மதம், உங்கள் பூசாரிகள், தலையீடு இல்லாமல் இருந்தால் அது மறைந்து விடும். இல்லையென்றால், நீங்கள் இளமையாக தேவாலயத்தில் இருந்து விட்டு, உங்களுக்கு வயதாகும் போது நீங்கள் கொக்கோகம் போன்ற புத்தகங்களை உங்கள் புனித பைபிளில் மறைத்து வைத்துப் படித்துக் கொண்டிருக்க மாட்டீர்கள். ஒவ்வொரு புனித பைபிளும் ஒரே ஒரு விஷயத்திற்குத்தான் பயன் படுகிறது. ஆபாசப் புத்தகங்களை மறைத்து வைத்துக் கொள்ள. அதனால் குழந்தைகள் கையில் சிக்குகிறீர்கள். அது தர்மசங்கடமாக இருக்கிறது.

நான் மூன்று மனிதர்களைப் பற்றிக் கேள்விப்பட்டிருக்கிறேன். வயதானவர்கள், ஒருவருக்கு எழுபது, மற்றவருக்கு எண்பது, மூன்றாமவருக்குத் தொண்ணூறு. அவர்கள் மூவரும் பழைய நண்பர்கள். பணி ஓய்வு பெற்றவர்கள். தினமும் நடை பயிற்சிக்குப் போய் ஒரு பூங்காவில் போய் அமர்வது வழக்கம். அங்கு எல்லாவிதமான வம்புகளும் உண்டு. மூவரில் இளமையானவர் சொன்னார், அதாவது எழுபது வயது மனிதர் கொஞ்சம் சோகமாகக் காணப்பட்டார். "என்ன விஷயம், ஏன் சோகமாக இருக்கிறாய்?"

அவர் சொன்னார், "எனக்குக் குற்ற உணர்ச்சியாக இருக்கிறது. உன்னிடம் சொன்னால் என் மனபாரம் குறையும். அது ஒரு சம்பவம். ஒரு அழகான பெண் குளித்துக் கொண்டிருந்தாள் - அவள் என் வீட்டு விருந்தாளி. நான் சாவித்துவாரம் வழியாகப் பார்த்துக் கொண்டிருந்தேன். என் அம்மா என்னைப் பிடித்து விட்டாள்."

இரண்டு பழைய நண்பர்களும் சிரித்தார்கள். அவர்கள் சொன்னார்கள். "நீ ஒரு முட்டாள். எல்லோருமே குழந்தைப் பருவத்தில் அதை செய்திருக்கிறார்கள்." அவர் சொன்னார், "அது குழந்தைப் பருவத்தில் நடந்ததல்ல, இன்றைக்கு நடந்தது."

இரண்டாவது மனிதர் சொன்னார், "பிறகு அது மிகவும் முக்கியமானது. ஆனால், எனக்கு மூன்று நாட்களாக நடக்கிற விஷயத்தை உன்னிடம் சொல்ல வேண்டும். அதை ஒரு கல் மாதிரி, ஒரு பாறை மாதிரி இதயத்தில் இருக்கிறது, தொடர்ந்து மூன்று நாட்களாக என் மனைவி என்னுடன் படுப்பதில்லை."

முதல் மனிதர் சொன்னார், "இது மிகவும் மோசமானது."

ஆனால் அந்த மூன்றாவது நபர், சிரித்தபடி சொன்னார், "முதலில் அவனிடம் படுப்பது என்றால் என்னவென்று கேளு."

அதனால் அவர் கேட்டார், இரண்டாவது நபர் சொன்னர், "அதிகமில்லை. இன்னும் என்னை அதிகமாக தர்மசங்கடப்படுத்தாதே. அது ஒரு சாதாரண விஷயம். நான் என் மனைவியின் கையைப் பிடித்து மூன்று முறை அழுத்துவேன். அவள் தூங்கப் போய்விடுவாள். நானும் தூங்கப் போய்விடுவேன். ஆனால் இந்த மூன்று நாட்களாக நான் எப்போதெல்லாம் அவள் கையைப் பிடிக்கப் போனாலும், அவள் சொல்கிறாள், "இன்றைக்கில்லை, இன்றைக்கில்லை - எனக்கு அவமானமாக இருக்கிறது. உங்களுக்கு வயதாகவில்லை, இன்றைக்கில்லை" என்கிறாள்.

மூன்றாவது மனிதர் சொன்னார். "இது ஒன்றுமில்லை. எனக்கு என்ன நடந்தது என்று நான் சொல்லியாக வேண்டும். நீ இளமையாக இருப்பதால், எதிர்காலத்தில் அது உனக்கு உதவும். நேற்றிரவு, இரவு முடிந்து, விடியப் போகிற சமயம், நான் என் மனைவியோடு புணருவதற்குத் தயாராகிக் கொண்டிருந்தேன். அவள் சொன்னாள், "நீங்கள் என்ன செய்ய முயலுகிறீர்கள், முட்டாள்?"

நான் சொன்னேன், "நான் என்ன செய்ய முயலுகிறேன். உன்னோடு படுக்கப் போகிறேன்". அவள் சொன்னாள், "இன்றிரவு மட்டும் இது மூன்றாவது முறை, நீங்கள் தூங்குங்கள் அல்லது என்னைத் தூங்க விடுங்கள். எப்போது பார்த்தாலும் படுப்பது, படுப்பது, படுப்பது." என் ஞாபக சக்தியை இழந்து கொண்டிருப்பதாக நினைக்கிறேன். உங்கள் பிரச்னைகள் ஒன்றுமில்லை. எனக்கு ஞாபக சக்தி போய்விட்டது.

நீங்கள் வயதானவர்களைக் கவனித்தால், உங்களுக்கு வியப்பாக இருக்கும். அவர்கள் எப்படி வாழ்ந்திருக்க வேண்டும் என்பதைப் பற்றியே பேசிக் கொண்டிருப்பார்கள். ஆனால், காலம் கடந்து விட்டது. அவர்களால் அப்போது வாழ்ந்திருக்க முடியும். அந்த சமயத்தில் அவர்கள் புனித பைபிளை படித்துக் கொண்டு, பாதிரியார்கள் சொல்வதைக் கேட்டுக் கொண்டிருந்தார்கள். அந்தப் பாதிரிகளும், புனித நூல்களும்

அவர்களைக் களங்கப்படுத்தி விட்டன. காரணம்அவர்கள் இயற்கைக்கு எதிரான யோசனைகளைச் சொன்னார்கள். அவர்களால் இயற்கையாக வாழ அனுமதிக்க முடியாது. நமக்கு ஒரு புதிய மானுடம் தேவையென்றால், நாம் முழு கடந்த காலத்தையும் அழிக்க வேண்டும். எல்லாவற்றையும் புதிதாக துவங்க வேண்டும். அதன் முதல் கொள்கையே "எல்லோரையும் அனுமதியுங்கள், எல்லோருக்கும் உதவுங்கள், இயற்கையாக வாழ எல்லோருக்கும் கற்றுக் கொடுங்கள், எல்லா கொள்கைகளின்படியுமல்ல. முழுமையாக ஆழமாக வாழுங்கள் எந்த பயமுமில்லாமல். பிறகு குழந்தைகள் தங்கள் குழந்தைப் பருவத்தை ரசிப்பார்கள். இளைஞர்கள் தங்கள் இளமையை ரசிப்பார்கள், முதியவர்களுக்கு அந்த அழகு இயற்கையாகவே வரும், அந்த முழு வாழ்க்கையும் இயற்கையாக வாழ்ந்ததால்.

உங்கள் முதுமை அழகாக, புத்திசாலித்தனத்தோடு, முழு ஒளியோடு, சந்தோஷமாக, திருப்தியோடு, நிறைவோடு, பேரின்பத்தோடு, உங்களுக்கு முன்பே, பூக்கள் பூக்காவிட்டால், பிறகு அதில் ஒரு சாசுவதமான நறுமணத்தோடு இல்லாவிட்டால், நிச்சயம் நீங்கள் வாழவேயில்லை. அது அப்படி நடக்காவிட்டால், எங்கோ நீங்கள் வழி தவறியிருக்கிறீர்கள். எங்கோ நீங்கள் பூசாரிகள் சொல்வதைக் கேட்டிருக்கிறீர்கள். அவர்கள்தான் ஊழல் பேர்வழிகள், எங்கோ நீங்கள் இயற்கைக்கு விரோதமாக போயிருக்கிறீர்கள். இயற்கை பழி வாங்குகிறது. அதனுடைய பழிவாங்குதலே உங்கள் முதுமையை அழித்து, அதை அருவருப்பாக்கி, மற்றவர்களுக்கும் அருவருப்பு, உங்கள் கண்களுக்கே அருவருப்பு, இல்லையென்றால் முதுமை என்பது ஓர் அழகு. அது ஓர் இளைஞனுக்குக் கூட கிடைக்காது.

இளமைக்கு ஒரு முதிர்ச்சி உண்டு. ஆனால் அதில் புத்திசாலித்தனமாக இருக்காது. அதில் நிறைய முட்டாள்தனங்கள் இருக்கும். அது ஒரு கத்துக் குட்டி. முதுமை உங்கள் வாழ்க்கை ஓவியத்தின் கடைசி தீட்டலைச் செய்து கொண்டிருக்கிறது. ஒருவர் அந்தக் கடைசி தீட்டலைக் கொடுத்து விட்டால், ஒருவர் சந்தோஷமாக சாவதற்குத் தயார், நடனமாடியபடியே ஒருவர் மரணத்தை வரவேற்கத் தயார்.

அத்தியாயம் - 15
மரணம், செயற்கை மரணம், தற்கொலை

? இயற்கையான மரணம் என்பது என்ன?

இது ஒரு முக்கியமான கேள்வி. ஆனால், அதில் பல சிக்கலான சாத்தியங்கள் இருக்கின்றன. எளிமையான, தெளிவானது ஒரு மனிதன் எந்த காரணமும் இல்லாமல் இறப்பது, அவன் அப்படியே வயதாகி, பிறகு முதுமையிலிருந்து அப்படியே எந்த நோயுமில்லாமல் மரணத்துக்கு மாறுவது. வயோதிகத்தின் உச்சம்தான் மரணம். எல்லாமே உங்கள் உடலில் இருக்கின்றன. உங்கள் மூளையில், அவை இயங்குவதை நிறுத்தி விட்டது. இதுதான் சாதாரணமான, தெளிவான அர்த்தம் இயற்கையான மரணத்திற்கு.

ஆனால் என்னைப் பொருத்தவரையில் இயற்கை மரணத்திற்கு இன்னும் ஆழமான அர்த்தமிருக்கிறது. ஒருவர் இயற்கையான மரண மடைய இயற்கையான வாழ்க்கை வாழ வேண்டும். ஒருவர் வாழ்க்கையை இயற்கையாக வாழ்ந்ததன் உச்சநிலைதான் இயற்கையான மரணம். எந்தத் தடையுமில்லாமல், எந்த ஒடுக்குதலுமில்லாமல், மிருகங்கள் வாழ்வதைப் போல, பறவைகள் வாழ்வதைப் போல, மரங்கள் வாழ்வதைப் போல, எந்தப் பிளவுமில்லாமல்... போக விடு வாழ்க்கையாக, இயற்கை உங்கள் மீது எந்தத் தடையுமில்லாமல் பாய அனுமதித்து, நீங்கள் இல்லாததைப் போல, வாழ்க்கை அதுவாகவே நகர வேண்டும். நீங்கள் வாழ்க்கையை வாழ்வதற்குப் பதிலாக, வாழ்க்கை உங்களில் வாழ்ந்து கொண்டிருக்கிறது. நீங்கள் இரண்டாம் பட்சம்தான். பிறகு உச்சநிலை என்பது இயற்கையான மரணம்தான். என்னுடைய விளக்கமெல்லாம் விழிப்படைந்த மனிதன் ஓர் இயற்கையான மரணத்தை அடைய முடியும். இல்லையென்றால், எல்லா மரணங்களும், செயற்கையானவை. காரணம் எல்லா வாழ்க்கையுமே செயற்கை.

நீங்கள் எப்படி ஓர் இயற்கை மரணத்தை அடைய முடியும். ஒரு செயற்கையான வாழ்க்கை வாழ்ந்து கொண்டு? இறுதியான உச்ச நிலையில் மரணம் பிரதிபலிக்கும். உங்கள் முழு வாழ்க்கையின் வளர்பிறை. சுருக்கப்பட்ட வடிவத்தில். இதுதான் நீங்கள் வாழ்ந்தது. அதனால் உலகத்திலேயே வெகு சில மக்கள் தான் இய்கையாக இறந்திருக்கிறார்கள். காரணம் வெகு சிலரே இயற்கையாக வாழ்ந்திருக்கிறார்கள். நமது நிலை நம்மை இயற்கையாக வாழ அனுமதிக்காது. நமது நிலை, துவக்கத்திலிருந்தே, நாம் இயற்கையை விட அதிகமாக இருக்க வேண்டுமென்றே போதிக்கப்பட்டு விட்டது. இயற்கையாக இருந்தால் மிருகமாக இருப்பது; அதனால் நாம் அதீத இயற்கையாக இருக்க வேண்டும். அது ஒரு நல்ல தர்க்கமாகவும் தெரிகிறது. எல்லா மதங்களும் இதைப் போதித்தே வந்திருக்கின்றன. மனிதன் என்றால் இயற்கைக்கு அப்பால் போக வேண்டும். இயற்கைக்கு அப்பால் போவதில் யாருமே வென்றதில்லை. அவர்கள் வெற்றி பெற்ற தெல்லாமே இயற்கையை அழித்துத்தான். உடனடியாக, அழகு, அதன் வெகுளித்தனம், மனிதன் இயற்கையைக் கடக்க வேண்டியதில்லை. நான் உங்களுக்குச் சொல்கிறேன், மனிதன் இயற்கையை நிறைவுபடுத்த வேண்டும். இதை எந்த மிருகமும் செய்ய முடியாது. அதுதான் வேறுபாடு.

மதங்கள் எல்லாமே சூழ்ச்சியானது. மக்களை மோசடி செய்து ஏமாற்றி வந்திருக்கிறார்கள். அவர்கள்தான் பிரித்தார்கள், மிருகங்கள் இயற்கையாக இருக்கிறது. அதனால் நீங்கள் அதீத இயற்கையாக இருக்க வேண்டும். எந்த மிருகமும் உண்ணாவிரதம் இருப்பதில்லை. நீங்கள் எந்த மிருகத்திடமும் விரதம் புனிதமானது என்று நம்ப வைக்க முடியாது. மிருகத்திற்கு அதற்குப் பசி என்று மட்டும்தான் தெரியும். விரதத்திற்கும் பசி என்பதற்கும் அதிக வேறுபாடு கிடையாது. நீங்கள் எந்த மிருகத்தையும் இயற்கைக்குப் புறம்பாக போக வைக்க முடியாது.

இது மதவாதிகள் என்றழைக்கப்படுபவர்களுக்கு ஒரு நல்ல சந்தர்ப்பத்தைக் கொடுத்தது. காரணம் மனிதனுக்காவது இயற்கையை எதிர்த்துப் போராடுகிற திறனிருக்கிறது. அவன் எப்போதுமே ஜெயிக்க முடியாது. ஆனால் அவன் சண்டை போடலாம். அந்தச் சண்டையில் அவனால் இயற்கையை அழிக்க முடியாது. அவன் தன்னையே அழித்துக் கொள்வான். அப்படித்தான் மனிதன் தன்னையே அழித்துக் கொண்டான். அவனது சந்தோஷங்களை, அவனது அன்பை, அவனது ஆடம்பரத்தை, பிறகு அவன் மிருகத்தை விட உயரே போகவில்லை. அதைவிட தாழ்ந்து போய்விட்டான். எல்லா சாத்தியமான வழிகளிலும், அனேகமாக நீங்கள் நினைத்துப் பார்த்திருக்க மாட்டீர்கள். உலகத்தில் எந்த மிருகமும் ஓரினச் சேர்க்கையில் ஈடுபடுவதில்லை. இந்த யோசனையைச் சொன்னாலே, மிருகங்களின் முழு உலகமும் வாய்விட்டுச் சிரிக்கும். அது முட்டாள் தனம். ஆனால் ஒரு மிருகக் காட்சி சாலையில், பெண்கள் இல்லாத

சமயத்தில், தேவையின் காரணத்தினால் மட்டும் அவை ஓரினச் சேர்க்கையில் ஈடுபடுகின்றன.

ஆனால் மனிதன் இந்த முழு உலகத்தையுமே ஒரு மிருகக் காட்சி சாலையாக மாற்றி விட்டான். அதில் லட்சம், லட்சமாக மக்கள் ஓரினச் சேர்க்கையாளர்கள், பெண் ஓரினச் சேர்க்கை, ஆண் புணர்ச்சியாளர்கள் இருக்கிறார்கள். எது இல்லை. எல்லாவிதமான வக்ரங்களும். இதற்கு யார் பொறுப்பு? உங்களை இயற்கைக்கு எதிராகப் போகச் சொல்லி போதிக்கும் மக்கள், ஓர் அதீத இயற்கை புனிதத்தை அடைய. எப்போதுமே நீங்கள் எதையாவது திணிக்கும்போது அதில் விளைவுகள் இன்னும் நன்றாக இருக்காது. எல்லாப் பகுதிகளிலும் எல்லா மதங் களுமே, மனிதனை இயற்கைக்கு அப்பால் ஆக்க முயற்சிகள் நடந்திருக் கிறது. முடிவுகள் என்பது, எந்த விதிவிலக்குமல்லாமல், தோல்விதான், நீங்கள் ஓர் இயற்கையான இருத்தலாக பிறந்திருக்கிறீர்கள். நீங்கள் உங்களுக்கு அப்பால் போக முடியாது. உன் கால்களை எடுத்துவிட்டு, உங்களைத் தரைக்கு மேலே தூக்குவதைப் போல, நீங்கள் கொஞ்சம் நொண்டலாம். இப்போதோ அல்லது சற்று நேரம் கழித்தோ நீங்கள் தரையில் விழத்தான் போகிறீர்கள். உங்களுக்கு சில எலும்பு முறிவுகள் வரலாம். நீங்கள் பறக்க முடியாது.

ஆனால் அதுதான் நடந்திருக்கிறது. மக்கள் தங்களை இயற்கைக்கு மேலே உயர்த்தவே முயன்றிருக்கிறார்கள். அதாவது அவர்களுக்கும் மேலே. ஆனால் இந்த சிந்தனை அவர்களின் அகந்தைக்கு ஏற்றதாக இருந்தது. நீங்கள் மிருகமில்லை. அதனால் இயற்கைக்கு மேலே இருக்க வேண்டும். நீங்கள் மிருகத்தைப் போல நடந்த கொள்ள முடியாது. மக்கள் மிருகங்களைக் கூட மிருகங்களாக நடந்து கொள்ள விடாமல் இருக்க முயன்றிருக்கிறார்கள். அவர்களை இயற்கைக்குக் கொஞ்சம் மேலே போக வைக்க முயன்றிருக்கிறார்கள்.

விக்டோரியா மகாராணியின் காலத்தில் இங்கிலாந்தில் மக்கள் நடக்கப் போகும்போது மக்கள் நாய்களுக்குத் துணி அணிவித்துக் கூட அழைத்துச் செல்வார்கள். நாய்கள் கோட்டுகள் அணிந்திருக்கும் அவை இயற்கையாக இருந்து விடக் கூடாது என்பதற்காக. அவை நிர்வாணமாக இருப்பதைத் தடுப்பதற்காக, அதுதான் மிருகங்களுக்குப் பொருந்தும். இந்த மாதிரி மனிதர்கள் மிருகங்களை விட கொஞ்சம் அதிகமாக உயர்த்த முயற்சி செய்கிறார்கள்.

உங்களுக்கே வியப்பாக இருக்கும். விக்டோரியா காலத்து இங்கிலாந்தில் நாற்காலிகளின் கால்களுக்குக் கூட எதையாவது போட்டு மூடி வைத்திருப்பார்கள். காரணம் அவை கால்கள் என்றழைக்கப் படுவதால். அதனால் கால்களை மூடி வைக்க வேண்டும். பெர்ட்ராண்ட் ரஸ்ஸல், ஏறக்குறைய ஒரு நூற்றாண்டு வாழ்ந்தவர். ஒரு நீண்ட ஆயுள் -

தன் குழந்தைப் பருவத்தை நினைவுகூரும்போது, சொல்வார், ஒரு பெண்ணின் கால்களைப் பார்த்தாலே போதுமான காம உணர்ச்சி வந்து விடுமாம். அதனால் உடைகளைத் தயாரிக்கும்போது, கூட கால்கள் தெரியாமல் தயாரித்தார்களாம். அதன் மூலமாக நீங்கள் பாதங்களைப் பார்க்கவே முடியாது.

நூற்றாண்டுகளுக்கும் முன்னால், ராஜ வம்சத்து பெண்களுக்கு இரண்டு கால்கள் இல்லை என்பதை நம்பினார்கள். ராஜவம்சம் என்பது சாதாரணத்தை விட, பொதுவான மனித இனத்தை விட எப்படியாவது வித்தியாசமாக இருக்க வேண்டும். யாருமே பார்த்ததில்லை. பார்ப்பதற்கான சாத்தியங்களும் இல்லை. கால்கள் ஒன்றுக்கொன்று பிரிந்திருந்ததா என்பது தெரியாது. ஆனால் அந்த அகந்தை- அந்த ராஜ குடும்பத்தினரும் அதை தெளிவுபடுத்தவில்லை. "இது முட்டாள்தனம், நாங்களும் உங்களைப் போல மனிதர்கள்தான்" சொல்ல விடாமல், அவர்களின் அகந்தை தடுத்தது. மக்கள் அவர்களை ஓர் உயர்ந்த இடத்தில் வைத்துக் கொள்ளும்போது, எதற்குக் கவலைப்பட வேண்டும் - அப்படியே ராஜ வம்சமாக இருக்க வேண்டியதுதானே. இந்தக் காரணத்தினால் ராஜ குடும்பத்தினர், யாரையும், ஒரு பொதுவானவனை, ராஜகுடும்பத்தில் திருமணம் செய்து வைக்க மாட்டார்கள். காரணம் அவன் எல்லா வற்றையும் வெளியே சொல்லி விடுவான், "இவர்களும் எல்லோரையும் போல மனிதர்கள்தான். இங்கே ராஜ விஷயமாக எதுவுமே இல்லை" ஆனால் நூற்றாண்டுகளுக்கு அவர்கள் இந்த எண்ணத்தை அப்படியே வைத்திருந்தார்கள். நீங்கள் மிருகத்தைவிட வித்தியாசமாக இருக்க வேண்டுமென்று நானும் சொல்கிறேன். ஆனால், அதற்காக நீங்கள் இயற்கைக்கு மேலே போக வேண்டிய அவசியமில்லை. நீங்கள் இயற்கைக்குள் ஆழமாகப் போகலாம். நீங்கள் மிருகங்களை விட இன்னும் இயற்கையாக இருக்கலாம். அவை சுதந்திரமாக இல்லை, அவர்கள் ஆழ்ந்த கோமாவில் இருக்கிறார்கள். பல லட்சம் வருடங்கள் அவர்கள் மூதாதையர்கள் என்ன செய்தார்களோ அதையேதான் அவர்களால் செய்ய முடியும்.

நீங்கள் மிருகங்களை விட இன்னும் இயற்கையாக இருக்க முடியும். நீங்கள் இயற்கையின் அதல பாதாளத்திற்குப் போகலாம். நீங்கள் இயற்கையின் மிக உயரத்திற்குப் போகலாம். ஆனால் எப்படியும் அதைத் தாண்டிப் போக முடியாது. நீங்கள் இன்னும் இயற்கையாக மாறுவீர்கள். நீங்கள் இயற்கையின் பன்முக பரிமாணத்திற்குப் போகலாம். என்னைப் பொருத்தவரையில் மத ரீதியான மனிதன் இயற்கைக்கு மேலே போக முடியாது. அவன் முழுமையாக இயற்கையான, முழுவதும் இயற்கையாக, இயற்கையை அதன் எல்லாப் பரிமாணங்களிலும் ஆராய்ந்தவனாக, எதையும் ஆராயாமல் விடாதவனாக இருப்பான்.

மிருகங்கள், கைதிகள், அவர்கள் ஒரு குறிப்பிட்ட எல்லைக்குள்தான் இருக்க முடியும். மனிதனுக்கு அந்தத் திறன், புத்திசாலித்தனம், ஆராயக் கூடிய சுதந்திரம் உண்டு. நீங்கள் இயற்கையை முழுமையாக ஆராய்ந்து விட்டால், நீங்கள் வீட்டிற்கு வந்து விட்டீர்கள். இயற்கைதான் உங்கள் வீடு. பிறகு மரணம் ஒரு சந்தோஷம். ஒரு கொண்டாட்டம். பிறகு நீங்கள் எந்தப் புகாருமில்லாமல் இருக்கலாம். நீங்கள் ஆழ்ந்த நன்றியுணர்ச்சி யோடு இருப்பீர்கள். காரணம் வாழ்க்கை உங்களை அவ்வளவு கெடுத்து விட்டது. நீங்கள் வாழ்ந்த வாழ்க்கையின் உச்ச உயரம்தான் மரணம்.

மெழுகுவர்த்தி நெருப்பு அணைவதற்கு முன்பாக அது பிரகாசமாக எரியும். இயற்கையான மனிதன், அவன் இறப்பதற்கு முன், ஒரு தருணம் பிரகாசமாக வாழ்வான். அவனே ஒளி, எல்லா உண்மையும். என்னைப் பொருத்தவரையில் இதுதான் இயற்கையான மரணம். ஆனால் அதை சம்பாதிக்க வேண்டும். அது உனக்குக் கொடுக்கப்படுவதில்லை. அந்த சந்தர்ப்பம் உங்களுக்குக் கொடுக்கப்படுகிறது. ஆனால் நீங்கள் ஆராய வேண்டும். நீங்கள் சம்பாதிக்க வேண்டும். நீங்கள் தகுதியாக்கிக் கொள்ள வேண்டும்.

ஓர் ஆதாரப்பூர்வமான இறப்பதைப் பார்ப்பது கூட, அவன் இறக்கும்போது அருகில் இருந்தாலே, உங்களுக்குத் திடீரென்று ஒரு நிறைவான சந்தோஷம் பரவும். உங்கள் கண்ணீர் கூட சோகமாக, துயரமாக இருக்காது. அவை நன்றியுணர்ச்சியோடு, பேரின்பத்தோடு, காரணம் ஒரு மனிதனின் இயற்கையாக சாகும்போது, அவன் முழுமையாக வாழ்ந்து, அவன் தன்னுடைய இருத்தலை, இயற்கை முழுமைக்கும் பரப்புகிறார். யாரெல்லாம் அங்கிருந்து அவனுக்கு நெருக்கமாக இருக்கிறார்களோ, அவர்களெல்லோருமே ஆசீர்வதிக்கப் பட்டவர்கள். ஒரு திடீர்ப் புத்துணர்ச்சி, ஒரு தென்றல், ஒரு புதிய நறுமணம், ஒரு புதிய உணர்வு. மரணம் ஒன்றும் அத்தனை கெடுதலானது அல்ல என்பதைப் போல. மரணம் என்பது பயப்பட வேண்டிய விஷயமல்ல. மரணம் என்பது சம்பாதிக்க வேண்டியது. அதைத் தகுதியாக்கிக் கொள்ள வேண்டியது.

நான் உங்கள் வாழ்க்கைக் கலையைக் கற்றுக் கொடுக்கிறேன். ஆனால் அதை சாகிற கலை என்று கூட சொல்லலாம். இரண்டும் ஒன்றுதான்.

? நான் ஒரு பயிற்சி பெற்ற மருத்துவன், நான் ஆழமாக உணர்ந்திருக்கிறேன். அது ஒரு நல்ல விஷயம் என்பதை. என் வேலையின் மும்முரத்தில், அதில் ஈடுபடும்போது, என்னால் உடல் நலக்குறைவும் மரணம், நோய்கள், மனித அவஸ்தைகளை ஏற்றுக் கொள்ள மனம் மறுக்கிறது. இதைப் பற்றி நீங்கள் ஏதாவது சொல்ல முடியும்?

இப்போது, ஒரு வேறுபாட்டை ஏற்படுத்த வேண்டும். உடல் நலக்குறைவு, நோய்கள், அவஸ்தை என்பது ஒன்று, மரணம் என்பது முற்றிலும் வேறானது. மேற்கத்திய மனதில், உடல் நலக்குறைவு, நோய்கள், அவஸ்தை, மரணம் எல்லாமே ஒன்றுதான். ஒரு கட்டில் கட்டி விட்டார்கள். அங்கிருந்துதான் பிரச்னைகள் எழுகிறது.

மரணம் என்பது அழகானது, உடல்நலக்குறைவு அப்படியல்ல. அவஸ்தை அப்படியல்ல. நோய்கள் அப்படியல்ல. மரணம் என்பது அழகானது, மரணம் என்பது ஒரு வாள் அல்ல. உங்கள் வாழ்க்கையை அறுப்பதற்கு, அது ஒரு மலரைப் போல - ஓர் உச்ச கட்ட மலர். அது கடைசி தருணம் வரை மலரும். அதுதான் உச்சம். வாழ்க்கை என்கிற மரத்தின் பூக்கள் தான் மரணம். அது வாழ்க்கையின் இறுதி அல்ல. அதன் சங்கமம். அதுதான் உச்சகட்ட புணர்ச்சி பரவசம். மரணத்தில் எந்தத் தவறும் இல்லை. அது அழகானது. ஆனால் எப்படி வாழ வேண்டும், எப்படி இறக்க வேண்டுமென்று ஒருவருக்குத் தெரிய வேண்டும். இது ஒரு வாழுகிற கலை, அங்கே ஒரு சாகிற கலையும் இருக்கிறது. அந்த இரண்டாவது கலைக்கு, முதல் கலையை விட அதிக மதிப்பு இருக்கிறது. ஆனால் முதலாவதைத் தெரிந்து கொண்டால் மட்டுமே இரண்டாவதைத் தெரிந்து கொள்ள முடியும். யாருக்கு சரியாக வாழத் தெரிகிறதோ அவர்களுக்குத்தான் சரியாக சாகவும் தெரியும். பிறகு மரணம் என்பது தெய்வீகத்திற்கான கதவு.

அதனால், முதல் விஷயம், தயவு செய்து மரணத்தைத் தள்ளி வையுங்கள். நீங்கள் உடல் நலக்குறைவு, அவஸ்தை, நோய்களைப் பற்றி மட்டும் நினையுங்கள். நீங்கள் மரணத்திற்கு எதிராக சண்டை போட வேண்டும். அதுதான் மேற்கத்திய மனங்களில் பிரச்னையைக் கிளப்பு கிறது. மேற்கத்திய மருத்துவனைகளில், மேற்கத்திய மருந்துகளில், மக்கள் மரணத்திற்கு எதிராக சண்டை போடுகிறார்கள். மக்கள் மருத்துவ மனைகளில் வளர்கிறார்கள். வெறும் மருந்துகளில் வாழ்கிறார்கள். அவர்கள் தேவையில்லாமல் வாழ வற்புறுத்துகிறார்கள். அவர்கள் இயற்கையாக இறந்திருப்பார்கள். மருத்துவ உதவியோடு அவர்களின் மரணம் ஒத்தி வைக்கப்படுகிறது. அவற்றால் எந்தப் பயனுமில்லை. வாழ்க்கையால் அவர்களுக்கு எந்த உதவியுமில்லை. விளையாட்டு முடிந்து விட்டது. அவர்கள் முடிந்து விட்டார்கள். இப்போது அவர்களை உயிரோடு வைத்திருப்பது அவர்களை மேலும் துன்பப்படுத்துவதுதான். சில சமயம் அவர்கள் கோமாவில் இருக்கலாம். சில சமயங்களில் அந்த நபர் மாதங்கள், ஏன் வருடங்கள் கூட கோமாவில் இருக்கலாம். ஆனால் அங்கே மரணத்திற்கு எதிரானது இருப்பதால், சிறந்த பிரச்சனை மேற்கத்திய மனங்களில் கோமாவில் இருக்கிற மனிதன் என்ன செய்ய முடியுழும், அவன் மீளப் போவதில்லை. ஆனால் உயிரோடு வருடக் கணக்கில் வைத்திருக்க முடியும்? அவர் வெறும் பிணம்தான். சுவாசிக்கிற

ஒரு பிணம். அவ்வளவுதான். அவர் அப்படியே வளர்வார். அங்கே வாழ்க்கை இருக்காது. என்ன பயன்? அவரை ஏன் சாக அனுமதிக்கக் கூடாது? அங்கே மரண பயம் இருக்கிறது. மரணம் என்பது எதிரி, எப்படி எதிரியிடம் சரணடைவது, மரணத்திற்கு?

அதனால் மேற்கத்திய மருத்துவ மனதில் ஒரு பெரிய சர்ச்சை இருக்கிறது. என்ன செய்வது? ஒரு நபரை சாக அனுமதிக்க வேண்டுமா? ஒரு நபரை அவர் சாக வேண்டுமென்று தீர்மானிக்க அனுமதிக்கலாமா? அவரது குடும்பத்தினர், அவர் சாகலாம் என்று விரும்புவதை தீர்மானிக்க அனுமதிக்கலாமா? காரணம் சில சமயம் அந்த நபர் மயக்கத்திலிருப்பார். அவரால் முடிவு செய்ய முடியாது. ஆனால் ஒருவர் சாக உதவுவது சரியா? சிறந்த பயம் மேற்கத்திய மனதில் எழுகிறது. சாக? அப்படியென்றால் நீங்கள் ஒரு நபரைக் கொலை செய்கிறீர்கள். விஞ்ஞானம் முழுவதும் இருப்பதே அவரை வாழ வைக்க, இப்போது, இது முட்டாள்தனம். சந்தோஷம் இல்லையென்றால், வாழ்க்கைக்கே ஏற்ற மதிப்பும் இல்லை. வாழ்க்கை என்பதே அர்த்தமற்றது. அப்படியே வாழ்வது என்பது அர்த்தமற்றது. ஒருவர் வாழ வேண்டிய காலகட்டம் ஒன்று வருகிறது. அதேபோல் ஒருவர் இயற்கையாக சாக வேண்டிய கால கட்டமும் வருகிறது. எப்போது சாவது அழகாக இருக்கும்? நீங்கள் நாள் முழுவதும் வேலை செய்கிறீர்கள். ஒரு கட்டம் வருகிறது. நீங்கள் தூங்கப் போகிறீர்கள். மரணம் என்பது ஒரு வகையான தூக்கம், ஓர் ஆழ்ந்த தூக்கம். நீங்கள் ஒரு புதிய உடலோடு, புதிய இயந்திரத்தனத்தோடு மறுபடியும் பிறக்கப் போகிறீர்கள். புதிய வசதிகளோடு, புதிய வாய்ப்புகள், சவால்கள், உடல் என்பது பழையது. ஒருவர் அதைவிட்டுப் போக வேண்டும். அது வசித்திருக்கிறது.

கிழக்கில் நமக்கு வித்தியாசமான பார்வை இருக்கிறது. மரணம் என்பது எதிரியல்ல. நமது நண்பன், மரணம் உனக்கு ஓய்வைக் கொடுக்கிறது. நீங்கள் சோர்ந்துவிட்டீர்கள். நீங்கள் உங்கள் வாழ்க்கையை வாழ்ந்து விட்டீர்கள். வாழ்க்கையில் தெரிந்து கொள்ள வேண்டிய சந்தோஷங்களைத் தெரிந்து கொண்டீர்கள். நீங்கள் உங்கள் மெழுகு வர்த்தியை முழுமையாக எரித்து விட்டீர்கள். இப்போது இருட்டுக்குள் செல்லுங்கள். சிறிது ஓய்வெடுங்கள். பிறகு நீங்கள் மறுபடியும் பிறக்கலாம், மரணம் உங்களைப் புதுப்பிக்கும். ஒரு புத்துணர்ச்சியான வழியில்.

அதனால் முதல் விஷயம், மரணம் என்பது எதிரியல்ல.

இரண்டாவது விஷயம், மரணம்தான் வாழ்க்கையின் மிகச் சிறந்த அனுபவம். நீங்கள் உணர்வோடு இறந்தால், நீங்கள் உணர்வோடு இறக்கலாம், நீங்கள் அதைக் கண்டு பயப்படாதபோது. நீங்கள் அதற்கு எதிராக இருந்தால் நீங்கள் பதறுகிறீர்கள். மிகவும் பயப்படுகிறீர்கள்.

நீங்கள் அவ்வளவு பயப்படும்போது, உங்களால் அந்தப் பயத்தை தாங்க முடியவில்லை. உடலில் ஓர் இயற்கையான இயந்திரத்தனம் உண்டு. அது மருந்தை உடலுக்குள் கொண்டு செல்லும். நீங்கள் மயக்கமடைகிறீர்கள். ஒரு குறிப்பிட்ட எல்லைக்கு மேல் தாங்கிக் கொள்வது சாத்தியமில்லை. நீங்கள் மயக்கமடைகிறீர்கள். அதனால் லட்சக் கணக்கான மக்கள் மயக்கத்திலேயே சாகிறார்கள். அதனால் ஒரு சிறந்த தருணத்தை இழக்கிறீர்கள். சிறந்த எல்லாவற்றையும் அதுதான் சமாதி. அதுதான் சடோரி. உங்களுக்கும் தியானம் நடக்கிறது. அது ஓர் இயற்கையான பரிசு.

நீங்கள் எச்சரிக்கையாக இருந்து, நீங்கள் உடல் இல்லை என்பதைப் புரிந்து கொண்டால், நீங்கள் பார்க்கத்தான் வேண்டும். உங்கள் உடல் மறைந்து விடும். விரைவில் நீங்கள் உடலில்லை என்பதைப் பார்ப்பீர்கள். நீங்கள் தனி, பிறகு நீங்கள் உங்கள் மனதிலிருந்தும் பிரிவதைப் பார்ப்பீர்கள். பிறகு மனமும் மறையும். பிறகு விழிப்பு என்கிற ஒரு ஜ்வாலையைப் பார்ப்பீர்கள். அதுதான் மிகச் சிறந்த ஆசீர்வாதம். அதனால் மரணத்தை உடல் நலக்குறைவாக, ஒரு நோயாக, ஒரு மனித அவஸ்தையாகப் பார்க்காதீர்கள்.

? ***சில மாதங்களுக்கு முன்பு, நானும் எனது நண்பரும் இறக்கிற தருவாயிலிருந்த அவரது தந்தையைப் பார்க்கப் போனோம். நிறைய பேர் சுற்றியிருந்தார்கள். அவர் உடல் ஏறக்குறைய முடிந்து விட்டது. அனேக மக்களிடம் அவர் வித்தியாசமாக இருந்தார். ஆனால் எல்லோரும் போனவுடன், அவர் திடீரென்று கண்களைத் திறந்தார். பிறகு சொன்னார், ''எனக்கு இரண்டு உடல்கள் இருப்பதைப் போல உணர் கிறேன். ஓர் உடல், நலக் குறைவாக இருக்கிறது. மற்றொன்று முழுமையான ஆரோக்யத்துடன் இருக்கிறது.'' நாங்கள் சொன்னோம். ''அது சரிதான், ஆரோக்கியமான உடல்தான் உண்மையான நீங்கள், அதனால் அதனுடனேயே இருங்கள்.'' அவர் சொன்னார், ''சரி'' கண்களை மூடிக் கொண்டார். நாங்கள் அவரருகே அமர்ந்தோம். அந்த மருத்துவமனை படுக்கைக்கு அருகே இருந்த நோய் சக்தி மாறியது. இந்தப் புதிய சக்தியை எங்களால் நம்ப முடியவில்லை. ஏதோ உங்கள் எதிரே இருப்பதைப் போல உணர்ந்தோம். அப்படி ஓர் அழகான மௌனம். நாங்கள் வெளியேறியதும், அவருக்கு சிறிது நேரம் ஒரு முன்னேற்றம் ஏற்பட்டது. வீட்டிற்குப் போனார். அமைதியாக தன் படுக்கையிலேயே இறந்து போனார். நான் உங்களுடனேயே பத்து வருடங்கள் இருந்தாலும், இந்த***

மனிதருக்கு முன்னால் ஒன்றுமே தெரியாதவனைப் போல இருந்தேன். அவர் எல்லாவற்றையும் ஒரு நம்பிக்கையோடு, தெளிவோடு, அழகாக போக விட்டார்.

நீங்கள் சொன்ன இந்த அனுபவம் என்பது சாத்தியம். ஒருவர் இறக்கிற சமயத்தில், அதற்குத் தேவையானதெல்லாம் கொஞ்சம் எச்சரிக்கை. இறக்கிற மாதிரி தெரிந்திருக்கிறது - இந்த அனுபவத்திற்கு அதிகம் தெரிந்திருக்க வேண்டிய அவசியமில்லை.

இறக்கிற சமயத்தில், உடல் ரீதியான உடலும், உங்கள் ஆன்மிக உடலும் பிரியத் துவங்குகிறது. சாதாரணமாக, அவை அதிகமாக ஈடுபட்டிருந்ததால், உங்களுக்கு அதன் பிரிவு தெரிவதில்லை. ஆனால் மரண சமயத்தில், மரணம் நடப்பதற்கு முன்னால், இரண்டு உடல்களும் தங்களுக்கு இருந்த அடையாளங்களைப் பரஸ்பரம் தொலைக்கின்றன. இப்போது அவர்களின் வழிகள் வேறு. உடல் ரீதியாக உடல் அதன் உடல் கூறுகளுக்குப் போகிறது. ஆன்மிக உடல் ஒரு புதிய பிறப்பிற்கான புனித பயணத்திற்குப் போகிறது. ஒரு புதிய வடிவில், ஒரு புதிய கருப்பையை நோக்கி.

அந்த நபர் கொஞ்சம் எச்சரிக்கையாக இருந்தால் அவரே இதைப் பார்க்கலாம். காரணம் ஆரோக்கியமான உடல்தான் நீங்கள், நோயாக இருந்து இறக்கும் உடல் நீங்களல்ல என்று நீங்கள் சொன்னதால், அந்தத் தருணத்தில், நம்புவது என்பது மிகவும் சுலபம். காரணம் அது உங்கள் கண்களுக்கு எதிரே நடக்கிறது. அந்த நபர் அவராகவே இருந்தால், வெளியே போகிற உடலை அவரால், அடையாளம் காண முடியாது. அவரால் உடனே தெரிந்து கொள்ள முடியும். அந்த ஆரோக்கியமான ஒன்றை, அந்த ஆழமான ஒன்றை.

ஆனால் நீங்கள் அந்த மனிதருக்கு இன்னும் கொஞ்சம் அதிகம் உதவியிருக்க முடியும். இது நல்லது. அந்த நல்லது போதாது. மனிதரின் இந்த அனுபவமே, தன் உடல் ரீதியான உடலை அடையாளம் கண்டவுடன், அது அந்த அறையின் சக்தியை உடனே மாற்றியது. அது மௌனமாகி, அமைதியானது. ஆனால் இறக்கும் மனிதனுக்கு எப்படி உதவுவது என்கிற கலையைத் தெரிந்து வைத்திருந்தால் நீங்கள் எங்கே நிறுத்தினீர்களோ அங்கே நிறுத்தியிருக்க மாட்டீர்கள். இரண்டாவது விஷயத்தை அவரிடம் சொல்வது முற்றிலும் அவசியம். காரணம் அவர் நம்புகிற நிலையிலிருந்தார். எல்லோருமே அப்படித்தான் இறக்கிற தருவாயில்.

வாழ்க்கைதான் பிரச்சினைகளை, சந்தேகங்களை, ஒத்திப் போடுதலை உருவாக்குகிறது. ஆனால், ஒத்திப் போடுகிற நேரம் மரணத்திற்கு

இல்லை. அந்த மனிதன் சொல்ல முடியாது. ''நான் பார்க்க முயற்சி செய்கிறேன்'' அல்லது ''நான் நாளை பார்க்கிறேன்'' அவர் இப்போதே செய்தாக வேண்டும். இந்தத் தருணத்தில். காரணம் அடுத்த தருணம் என்பது நிச்சயமில்லை. ஏறக்குறைய அவர் பிழைக்கப் போவதில்லை. நம்புவதன் மூலம் அவர் எதை இழக்கப் போகிறார்? மரணம், எப்படியும், எல்லாவற்றையும் எடுத்துக்கொள்ளப் போகிறது. அதனால் நம்புவதற்கான பயம் அங்கேயில்லை. உடல் ரீதியான உடல் இன்னும் தள்ளி, தள்ளி போகிற தெளிவு வருகிறது.

அவருக்கு சொல்வது ஒரு நல்ல முயற்சி, ''நீங்கள்தான் ஆரோக்கியமான உடல்'' இரண்டாவது அடியாக அவருக்கு சொல்ல வேண்டியது. ''நீங்கள் இரண்டு உடல்களையும் பார்க்கிறீர்கள். இறக்கிற உடல், உடல் ரீதியானது, நீங்கள் ஆரோக்கியமாக உணருகிற உடல் மனோதத்துவ ரீதியானது. ஆனால் நீங்கள் யார்? உங்களால் இரண்டு உடல்களையும் பார்க்க முடிகிறது. நீங்கள் நிச்சயமாக மூன்றாவதாக இருக்க முடியும். நீங்கள் இந்த இரண்டில் ஒன்றாக இருக்க முடியாது. இதுதான் பார்தோவின் முழு நிகழ்வு. திபெத்தில் மட்டும் தான் சாவதை ஒரு கலையாக வளர்த்திருக்கிறார்கள். முழு உலகமும் வாழ்கிற கலையை வளர்த்துக் கொண்டிருக்கிற நேரத்தில், திபெத் தான் உலகத்திலே ஒரே ஒரு நாடுதான் சாவதை ஒரு கலையாகவும், விஞ்ஞானமாகவும் வளர்த்திருக்கிறது. அதை அவர்கள் பர்தோ என்கிறார்கள்.

நீங்கள் அந்த மனிதரிடம் சொல்லியிருந்தால், ''நீங்கள் ஒரு அடி எடுத்து வைத்தது நல்லது. நீங்கள் உங்கள் உடல் ரீதியான உடலிலிருந்து வெளியே வந்து விட்டீர்கள். இப்போது நீங்கள் உங்கள் மனோதத்துவ ரீதியான உடலுடன் அடையாளம் காணப்பட்டு விட்டீர்கள். நீங்கள் அதுவுமில்லை. நீங்கள் ஒரு விழிப்புதான். ஒரு தூய்மையான உணர்வு, நீங்கள் அறிந்து கொள்ளப்பட்டதுதான்.'' நீங்கள் அந்த மனிதர் புரிந்து கொள்ள உதவியிருந்தால், அவர் இந்த உடலும் இல்லை, அந்த உடலும் இல்லை. ஆனால் எதுவோ உடலற்றது. வடிவமற்றது. ஒரு தூய உணர்வு, பிறகு அவரது மரணம் முற்றிலும் வேறான ஒரு நிகழ்வாக இருந்திருக்கும்.''

நீங்கள் மாறிய அந்த சக்தியைப் பார்த்தீர்கள். நீங்கள் இன்னொரு மாறிய சக்தியைப் பார்த்திருப்பீர்கள். நீங்கள் மௌனம் இறங்கியதைப் பார்த்தீர்கள். நீங்கள் அந்த இசையைக் கூட கேட்டீர்கள். ஒரு நடன சக்தியைக் கூட, ஒரு குறிப்பிட்ட நறுமணம் அந்த முழு இடத்தையும் நிரப்பியதைக் கண்டீர்கள். அந்த மனிதனின் முகம் ஒரு புதிய நிகழ்வைக் காட்டியதைப் பார்த்திருப்பீர்கள். ஒரு புதிய ஒளிக் கீற்று. அவர் இரண்டாவது அடியை எடுத்து வைத்திருந்தால், பிறகு அந்த மரணம், கடைசி மரணமாக இருந்திருக்கும். பர்தோவில் அதை ''சிறந்த மரணம்''

என்கிறார்கள். காரணம் இப்போது அவர் இன்னொரு வடிவத்தில் பிறக்கப் போவதில்லை. இன்னொரு சிறையில், இப்போது அவர் அழிவற்றவராக இருப்பார். அவர் இந்த முழு பிரபஞ்சத்தையும் நிரப்பும் சமுத்திர உணர்வில் இருப்பார்.

அதனால் நினைவில் வைத்துக் கொள்ளுங்கள், அது உங்களில் பலருக்கு நடக்கலாம். நீங்கள் ஒரு நண்பரோடு இருக்கலாம். அல்லது ஓர் உறவினருடன் இருக்கலாம். உங்கள் தாயார், தந்தை, அவர்கள் இறக்கும்போது, அவர்கள் இரண்டு விஷயங்களை உணர உதவுங்கள். முதலில் அவர்கள் உடல் ரீதியான உடலில்லை. அது இறக்கும் மனிதனுக்குத் தெரிந்து கொள்வது சுலபம். இரண்டாவது - கொஞ்சம் கஷ்டம். ஆனால் அந்த மனிதரால் முதலாவதைத் தெரிந்து கொள்ள முடிந்தால், இரண்டாவதைத் தெரிந்து கொள்கிற சாத்தியங்கள் உண்டு. அவர் இரண்டாவது உடலுமல்ல. அவர் இரண்டு உடல்களுக்கும் அப்பாற்பட்டவர். அவர்தான் தூய சுதந்திரம், தூய உணர்வு.

அவர் இரண்டாவது அடியை வைத்திருந்தால், ஓர் அதிசயம் நடப்பதை நீங்கள் பார்த்திருப்பீர்கள். ஏதோ, அது வெறும் மௌனமல்ல. ஆனால் அதைவிட ஏதோ உயிரோட்டமாக, சாசுவதத்திற்கு, சொந்தமான, ஓர் இறவாத் தன்மையை அங்கிருந்த நீங்கள் எல்லோருமே ஒரு விநமான நன்றி உணர்ச்சியில் வழிந்திருப்பீர்கள். அவருடைய மரணம் என்பது துக்கப்பட வேண்டிய நேரமல்ல, ஆனால் அது ஒரு கொண்டாட வேண்டிய தருணம் என்பதை.

நீங்கள் மரணத்தை ஒரு கொண்டாட்ட தருணமாக மாற்ற முடிந்தால், நீங்கள் உங்கள் நண்பருக்கு, தாயாருக்கு, உங்கள் தந்தைக்கு, உங்கள் சகோதரனுக்கு, உங்கள் மனைவிக்கு, உங்கள் கணவருக்கு உதவியிருக்கிறீர்கள். இருத்தலில் மிகச் சிறந்த பரிசை அவர்களுக்குக் கொடுத்திருப்பீர்கள். மரணத்தை நெருங்கும்போது, அது சுலபம். குழந்தை வாழ்க்கை, மரணம் இரண்டும் குறித்து கவலைப்படாது. அதற்கு அக்கறையேயில்லை. இளைஞன் அதிகமாக உடல் விளையாட்டில் கவனமாக இருக்கிறான். அவன் லட்சியத்தில், இன்னும் பணக்காரனாக இன்னும் அதிகாரத்தோடு இருக்க, இன்னும் அதிக கௌரவத்தோடு, அவனுக்கு சாசுவத கேள்வியைப் பற்றி சிந்திக்க நேரமில்லை. முன்பு, உங்களுக்கு எந்த லட்சியமும் இல்லை. நீங்கள் பணக்காரரா அல்லது ஏழையா என்பதில் எந்த வேறுபாடும் ஏற்படப் போவதில்லை. நீங்கள் ஒரு குற்றவாளியா அல்லது துறவியா என்பதில் எந்த வேறுபாடும் இல்லை. மரணம் உங்களை வாழ்க்கையின் எல்லா ஏற்றத் தாழ்வுகளுக்கும் அப்பால் கொண்டு போகிறது. வாழ்க்கையின் எல்லா முட்டாள் விளையாட்டுக்களுக்கும் அப்பால்.

ஆனால் மக்களுக்கு உதவுவதற்குப் பதிலாக, மக்கள் அந்த அழகான தருணத்தை அழிக்கிறார்கள். அது ஒரு மனிதனின் வாழ்க்கையிலேயே விலை உயர்ந்தது. அவன் நூறு வருடங்கள் வாழ்ந்தால் கூட இதுதான் மிக உயர்ந்த தருணம். ஆனால், மக்கள் அழுகிறார்கள், கண்ணீர் வடிக்கிறார்கள். தங்கள் அனுதாபத்தைக் காட்டுகிறார்கள், சொல்கிறார்கள், ''இது தருணமல்ல, இது நடந்திருக்கக் கூடாது.'' அல்லது ஒரு மனிதரை தேற்றத் துவங்குகிறார்கள். சொல்கிறார்கள், ''கவலைப்படாதே, மருத்துவர்கள் சொல்கிறார்கள் உன்னைக் காப்பாற்றி விடுவதாக.''

இதெல்லாம் முட்டாள்தனம். இந்த முட்டாள்தனங்களில் மருத்துவர்களும் பங்கேற்கிறார்கள். உங்கள் மரணம் வருகிறது என்று சொல்வதேயில்லை. அவர்கள் அந்த விஷயத்தைத் தவிர்க்கிறார்கள். அவர்கள் உங்களுக்கு நம்பிக்கை கொடுத்துக் கொண்டே இருக்கிறார்கள். அவர்கள் சொல்கிறார்கள், ''கவலைப்படாதே, உன்னைக் காப்பாற்றி விடுகிறோம்'' அவன் நிச்சயமாக சாகப் போகிறான் என்பதைத் தெரிந்து கொண்டே. அவர்கள் ஒரு போலியான ஆறுதலைத் தருகிறார்கள். இந்தத் தருணம்தான் அவனுக்கு மரணத்தைப் பற்றிய விழிப்பைக் கொடுக்க வேண்டும் - தீவிரமாக, குற்றமற்ற அந்தத் தூய உணர்வு பற்றிய விழிப்பை அனுபவிக்க வைக்க வேண்டும் என்பது தெரியாமலே. அந்தத் தருணம்தான் ஒரு சிறந்த வெற்றியின் தருணமாகும். இப்போது அவனுக்கு மரணமில்லை. ஆனால் அது ஒரு சாசுவதமான வாழ்க்கை என்பதை.

? **ஹாலந்தில் வரப் போகிற நாடாளுமன்ற தேர்தலில் பிரதான விஷயமே செயற்கை மரணம்தான். சட்டமாக்குவதற்கு ஒரு சரியான சூத்திரத்திற்காக அரசியல்வாதிகள் சண்டை போட்டுக் கொண்டிருக்கிறார்கள். இதுபற்றி சொல்லுங்கள்.**

செயற்கை மரணம் அல்லது உங்கள் மரணத்தைத் தேர்ந்தெடுத்துக் கொள்ளும் சுதந்திரம் என்பதை மனித இனத்தில் பிறப்புரிமையாக ஏற்றுக் கொள்ள வேண்டும். அதற்கு ஓர் எல்லை வேண்டுமானால் போடலாம். உதாரணமாக, எழுபத்து ஐந்து வயது. எழுபத்து ஐந்து வயதுக்குமேல் மருத்துவமனைகள் ஒருவர் தன் உடலை விட்டுப் போக உதவ வேண்டும். ஒவ்வொரு மருத்துவமனையும் சாக விரும்புகிற மக்களுக்கு ஓர் இடத்தை ஒதுக்க வேண்டும். யாரெல்லாம் சாக முடிவெடுத்து விட்டார்களோ அவர்களுக்கு விசேஷ சலுகையும், உதவியும் கொடுக்க வேண்டும். அவர்களுக்கு மரணம் என்பது அழகாக இருக்க வேண்டும்.

ஒவ்வொரு மருத்துவமனையிலும் தியானத்திற்கு ஓர் ஆசிரியர் இருக்க வேண்டும்.

இறக்கப் போகிற அந்த நபருக்கு, ஒரு மாதம் அனுமதிக்க வேண்டும். அவர் மனதை மாற்றிக் கொண்டால், அவர் திரும்பிப் போய்விடலாம். காரணம் யாருமே உங்களை வற்புறுத்தவில்லை. உணர்ச்சிகரமான மக்கள் தற்கொலை செய்து கொள்ள வேண்டுமென்றால், ஒரு மாதத்திற்கு அதே முடிவில் இருக்க முடியாது. உணர்ச்சிகள் என்பது தருணத்தில் ஏற்படுவது. தற்கொலை செய்து கொள்கிற முக்கால் வாசி மக்கள், இன்னும் கொஞ்சம் நேரம் காத்திருந்தால், அவர்கள் தற்கொலையே செய்து கொண்டிருக்க மாட்டார்கள். இதெல்லாம் கோபத்தில், பொறாமையில், வெறுப்பில் அல்லது எதிலாவது அவர்கள் வாழ்க்கையின் மதிப்பை மறந்து விடுகிறார்கள்.

அரசியல்வாதிகளிடமுள்ள முழு பிரச்னையுமே செயற்கை மரணத்தை ஏற்றுக் கொண்டால், அது ஒரு குற்றமற்ற தற்கொலையாகி விடும் என்று நினைக்கிறார்கள் இல்லை. அதற்கு அது அர்த்தமல்ல, தற்கொலை அப்போதும் குற்றம்தான்.

செயற்கை மரணம் என்பது மருத்துவ வாரியத்தின் அனுமதி. ஒரு மாதம் மருத்துவமனையில் ஓய்வு - அந்த மனிதர் அமைதியாக, மௌனமாக இருப்பதற்கு எல்லாவிதமான உதவிகளையும் செய்வது. எல்லா நண்பர்களும் அவரைப் பார்க்க வருவார்கள். அவரது மனைவி, குழந்தைகள், காரணம் அவர் ஒரு நீண்ட பயணம் போகிறார். அவரைத் தடுக்க வேண்டிய அவசியமே இல்லை - அவர் அதிகம் வாழ்ந்து விட்டார். அவருக்கு வாழ்ந்து கொண்டே இருக்க விரும்பவில்லை. அவருடைய வேலை முடிந்து விட்டது.

இந்த ஒரு மாதத்தில் அவருக்கு தியானம் கற்றுக் கொடுக்க வேண்டும். அதன் மூலமாக மரணம் வரும்போது அவர் தியானம் செய்யலாம். மரணத்திற்கு, மருத்துவ உதவி கொடுக்கப்பட வேண்டும். அதனால் அது தூக்கமாகி விடும். மெள்ள, மெள்ள, தியானத்தின் பக்கத்தில் இருந்தபடி, தூக்கம் ஆழமாகிறது. நாம் பல ஆயிரம் மக்களின் மரணத்தை ஒரு ஞானோதயமாக மாற்றலாம். அதில் தற்கொலை என்கிற பயமில்லை. காரணம் அவர் தற்கொலை செய்துகொள்ளப் போவதில்லை. அவர் அனுமதி கேட்கிறார். மருத்துவ வாரியத்தின் அனுமதி. அவருக்கு ஒரு மாதம் அவகாசம் இருக்கிறது. எந்தத் தருணத்தில் வேண்டுமானாலும் அவர் மனதை மாற்றிக் கொள்ளலாம். கடைசி நாட்களில் அவர் சொல்லலாம், ''எனக்கு சாக வேண்டாம்'' பிறகு அவர் வீட்டிற்குப் போகலாம். அதில் எந்தப் பிரச்னையுமில்லை. அது அவரது முடிவு.

சரியாக இப்போது பல நாடுகளில் ஒரு வினோதமான சூழல் இருக்கிறது. மக்கள் தற்கொலை செய்து கொள்ள முயல்கிறார்கள்.

அவர்கள் வெற்றி பெற்றால், நல்லது, அவர்கள் வெற்றி பெறவில்லையென்றால், பிறகு நீதிமன்றம் அவர்களுக்கு மரண தண்டனை கொடுக்கிறது. வினோதம், அவர்களே அதைத்தானே செய்தார்கள். அவர்கள் நடுவில் சிக்கிக் கொண்டார்கள். இப்போது ஒரு இரண்டு வருட விசாரணை நடக்கும். நீதிபதிகளும், வழக்கறிஞர்களும் வாதாடுவார்கள். இது அது என்பார்கள், இறுதியில் அவனைத் தூக்கிலிட வேண்டும். மறுபடியும், அவர் இதைத்தானே முதல் கட்டமாக செய்தார், அவராகவே. ஏன் இந்த முட்டாள்தனங்கள்?

செயற்கை மரணம் இன்னும் அதிகம் அதிகமாக தேவைப்படுகிறது. காரணம் மருத்துவ விஞ்ஞானத்தால் முன்னேறுகிற மக்கள் அதிக நாட்கள் வாழ்கிறார்கள். ஐந்தாயிரம் வருடத்திற்கு முன்னால் விஞ்ஞானிகள் ஒரு நாற்பது வயதுக்கு மேலான ஓர் எலும்புக் கூட்டைக் கூட இன்னும் கூட கண்டுபிடிக்கவில்லை. ஐயாயிரம் வருடங்களுக்கு முன்பு, ஒரு மனிதனின் நீண்ட ஆயுள் என்பது நாற்பது வயதுதான். பத்து குழந்தைகளில் ஒன்பது குழந்தைகள் இரண்டு வருடத்திலேயே செத்துப் போனது- ஒன்றே ஒன்றுதான் பிழைக்கும். அதனால் வாழ்க்கை என்பது மிகவும் மதிப்பானதாக இருந்தது.

மருத்துவத் தொழிலுக்கு ஹிப்போகிரேடஸ் ஒரு பிரமாணம் கொடுத்தார். அதாவது ஒவ்வொரு வழக்கிலும் நீங்கள் வாழ்க்கைக்கு உதவ வேண்டும் என்று. அவருக்குத் தெரியாது - அவர் ஒரு ஞானி அல்ல- அவருக்கு உள்ளுணர்வு இல்லை. ஒரு நாள் வரும் அப்போது பிறக்கிற பத்து குழந்தைகளில், பத்து குழந்தைகளும் பிழைக்கும் என்பதை. இப்போது அது நடக்கிறது. ஒரு பக்கம் ஒரு குழந்தைக்கு, ஒன்பது குழந்தைகள் பிழைக்கின்றன. இன்னொரு பக்கம், மருத்துவ விஞ்ஞானம் மக்கள் அதிக நாட்கள் வாழ உதவுகிறது. தொண்ணூறு வருடங்கள், ஒரு நூறு வருடங்கள், அது அபூர்வமில்லை. வளர்ந்த நாடுகளில் ஒரு தொண்ணூறு அல்லது நூறு வயது நபரைப் பார்ப்பது என்பது வெகு சுலபம்.

சோவியத் ரஷ்யாவில் நூற்று ஐம்பது வயதான மக்கள் இருக்கிறார்கள். இன்னும் சில ஆயிரம் மக்கள் நூற்று எண்பது வயதுகள் வரை. அவர்கள் இன்னமும் வேலை செய்கிறார்கள். ஆனால் இப்போது வாழ்க்கை சலித்து விடும். நூற்று எண்பது வயது, அதை நினைத்துப் பாருங்கள். அதே வேலையை செய்து கொண்டு, எலும்புகள் கூட காயப்படுத்தும். இருந்தும் அவர்களுக்கும் சாவதற்கான சாத்தியங்கள் இல்லை. மரணம் இன்னும் தொலை தூரத்தில் இருக்கிறது. அவர்கள் இன்னமும் வேலை செய்து ஆரோக்கியமாக இருக்கிறார்கள்.

அமெரிக்காவில் ஆயிரக்கணக்கான மக்கள் மருத்துவமனை படுக்கை யில் இருக்கிறார்கள். அவர்கள் உடம்பில் ஆயிரக்கணக்கான கருவிகள்

பொருத்தப்பட்டிருக்கின்றன. பலர் செயற்கை சுவாச இயந்திரத்தில் இருக்கிறார்கள். அந்த நபரால் சுவாசிக்க முடியவில்லையென்றால், என்ன இருக்கிறது? அவர் என்ன செய்ய வேண்டுமென்று எதிர்பார்க்கிறீர்கள்? அந்த நபரை வைத்துக் கொண்டு ஏன் ஒரு முழு தேசத்துக்கே பாரத்தைக் கொடுக்கிறீர்கள், பல மக்கள் பட்டினியால் வீதிகளில் செத்துக் கொண்டிருக்கும்போது?

அமெரிக்காவில் முப்பது மில்லியன் மக்கள் வீடில்லாமல் வீதிகளில் இருக்கிறார்கள். உணவில்லாமல், உடைகள் இல்லாமல், ஆயிரக் கணக்கான மக்கள் மருத்துவமனை படுக்கைகளை எடுத்துக் கொள்கிறார்கள். மருத்துவர்கள், தாதிகள், அவர்களது வேலை, அவர்களின் உழைப்பு, மருந்துகள், அவர்கள் இப்போதோ பின்னரோ இறக்கப் போகிறார்கள் என்பது எல்லோருக்கும் தெரியும். ஆனால் உங்களால் முடிந்த வரையில் நீங்கள் அவர்களை உயிரோடு வைத்திருக்க வேண்டும். அவர்கள் சாக வேண்டும். அவர்கள் சாகிறேன் என்று கத்துகிறார்கள். ஆனால் மருத்துவர்களால் அதற்கு உதவ முடியவில்லை. மக்களுக்கு நிச்சயமாக சில உரிமைகள் வேண்டும். அவர்கள் வாழ வற்புறுத்தப்படுகிறார்கள். எந்த வகையிலும் வற்புறுத்தல் என்பது ஜனநாயகமற்றது.

அதனால் நான் இதை ஒரு பகுத்தறிந்த விஷயமாக எடுக்க வேண்டுமென்கிறேன். அதை எழுபத்து ஐந்து அல்லது எண்பதாக்கி விடுங்கள். பிறகு வாழ்க்கையைப் போதுமானதாக வாழ்ந்தாகி விட்டது. குழந்தைகளும் வளர்ந்திருப்பார்கள். உங்களுக்கு எண்பதாகும்போது, உங்கள் குழந்தைகளுக்கு ஐம்பது, ஐம்பத்து ஐந்து, அவர்களுக்கு வயதாகி இருக்கும். இப்போது நீங்கள் தொல்லைப்படவோ, கவலைப்படவோ தேவையில்லை. நீங்களும் ஓய்வு பெற்றாகி விட்டது. இப்போது நீங்கள் வெறுமே ஒரு பாரம், உங்களுக்கு என்ன செய்வதென்று தெரியவில்லை.

அதனால்தான் வயதானவர்கள் எரிச்சலூட்டுவதாக இருக்கிறார்கள். காரணம் அவர்களுக்கு எந்த வேலையும் இல்லை. அவர்களுக்கு எந்த மரியாதையுமில்லை. அவர்களுக்கு எந்த கௌரவமும் இல்லை. யாரும் அவர்களைப் பற்றிக் கவலைப்படுவதில்லை. யாரும் அவர்களைக் குறித்துக் கொள்வதில்லை. அவர்கள் சண்டை போடத் தயார், கோபப்படு கிறார்கள். கத்துகிறார்கள். இதெல்லாம் அவர்கள் எளிமையாக வெறுப்பைக் காட்டுகிற விதம். உண்மையான விஷயம் என்ன வென்றால், அவர்கள் சாகத்தயார், ஆனால் அவர்களால் அதை சொல்லக் கூட முடியாது. அது கிறித்துவத்திற்கு எதிரானது. அது மதமற்றது- மரணம் என்கிற அந்த அடிப்படை எண்ணமே.

அவர்களுக்கு சுதந்திரம் கொடுக்க வேண்டும். ஆனால் சாவதற்கு மட்டுமல்ல, அவர்கள் எப்படி சாக வேண்டுமென்று ஒரு மாதம் பயிற்சி

கொடுக்க வேண்டும். அந்தப் பயிற்சியில் தியானம் ஒரு பகுதியாக இருக்க வேண்டும். உடல் நல அக்கறை என்பது இன்னொரு அடிப்படை பகுதி. தியானம் என்பது தூக்கத்தோடு இணைந்தால் அவர்கள் ஞானோதயம் பெற்றவர்கள். அவர்களுக்குத் தெரியும், உடல்தான் பின்னால் விடப் பட்டிருக்கிறது; அவர்கள் சாசுவதத்தின் ஒரு பகுதி என்பது.

அவர்களுடைய மரணம் என்பது சாதாரண மரணத்தை விட நன்றாக இருக்கும். உண்மையில் இன்னும் இன்னும், அதிகமான மக்கள் மருத்துவமனைகளில் சாக விரும்புவார்கள், மரணத்திற்கு என்று ஏற்பட்டுள்ள விசேஷ ஸ்தாபனங்களில் அங்குதான் ஏற்பாடுகள் செய்யப்பட்டிருக்கும். நீங்கள் வாழ்க்கையை சந்தோஷமாக, பரவச நிலையில், ஒரு சிறந்த நன்றியுணர்ச்சியோடு, விசுவாசத்தோடு விட்டுப் போகலாம்.

நான் செயற்கை மரணத்திற்கு ஆதரவாளன் - இந்த நிபந்தனைகளோடு.

? *சில காலம் முன்னால் என் நண்பர் ஒருவர் தற்கொலை செய்து கொண்டார். நான் அதிக உணர்ச்சிவசப்பட்டுப் போனேன். அவர் ஒரு சந்நியாசி, நீங்கள் அவரைப் பாதுகாக்கவில்லை என்று நினைக்கிறேன்.*

சில விஷயங்களைப் புரிந்துகொள்ள வேண்டும். முதலில் நீங்கள் மரணத்தை ஏற்றுக் கொள்வதில்லை. அங்குதான் பிரச்னையே. நீங்கள் வாழ்க்கையை ரொம்பவும் பிடித்துக் கொண்டிருக்கிறீர்கள்.

சாகாமல் மக்களை நான் பாதுகாக்க வேண்டுமென்று நீங்கள் நினைக்கிறீர்களா? அவர்கள் முழுமையாக வாழ நான் உதவ வேண்டும். அவர்கள் முழுமையாக சாக நான் உதவ வேண்டும். அதுதான் என் வேலை. என்னைப் பொருத்தவரையில், வாழ்க்கையைப் போலவே மரணமும் அழகானது. உங்களுக்கு சில எண்ணங்கள் இருக்கின்றன. நான் மக்களை சாகாமல் பாதுகாக்க வேண்டுமென்று. பிறகு நான் அவர்களுக்கு எதிராக இருப்பேன். மரணம் என்பது அழகானது. அதில் தவறொன்றும் இல்லை. உண்மையில் சில சமயங்களில் வாழ்க்கை கூட தப்பாக இருக்கும். ஆனால் மரணம் என்பது தவறேயில்லை. காரணம் மரணம் என்பது ஓர் ஓய்வு, மரணம் என்பது சரணாகதி.

உங்கள் பயத்தினால் நீங்கள் பிரச்னைகளை உருவாக்குகிறீர்கள். அதற்கு உங்கள் நண்பருக்கும் எந்தத் தொடர்பும் இல்லை. அவருடைய மரணம் உங்களைப் பாதித்து விட்டது. அது உண்மையை உங்கள் உணர்விற்குள் கொண்டு வந்து விட்டது. நீங்களும் இறக்க வேண்டி

யிருக்குமே. அதை உங்களால் ஏற்றுக்கொள்ள முடியவில்லை. இப்போது உங்களுக்கு என்னிடமிருந்து ஏதோ ஆறுதல் தேவைப்படுகிறது. நான் யாருக்கும் எந்த ஆறுதலையும் கொடுக்கப் போவதில்லை. நான் உண்மையை மட்டுமே கொடுக்கிறேன். வாழ்க்கையைப் போல மரணமும் உண்மை. ஆனால் மக்கள் ஓர் எண்ணத்தில் வாழ்கிறார்கள். அதாவது மரணம் என்பது ஏதோ பகைமையானது, அதனால் அதைத் தவிர்க்க வேண்டும்; அதைத் தவிர்க்க முடிந்த வரையில் தவிர்த்து விட்டால், அது நல்லது. ஒருவர் எப்படியாவது வாழ்ந்தாக வேண்டும். ஒருவர் அதை இழுத்துக் கொண்டே போக வேண்டும். வாழ்க்கை அர்த்தமற்றதாக இருந்தால் கூட, ஒருவர் வாழ்ந்து கொண்டே போக வேண்டும். ஒருவர் அவஸ்தைப்படலாம், ஒருவர் முடங்கிப் போகலாம். ஒருவர் பைத்தியமாக இருக்கலாம். ஒருவர் யாருக்கும் எந்த பயனும் இல்லாமல் இருக்கலாம். ஒருவர் அவருக்கே பாரமாக இருக்கலாம். ஒவ்வொரு தருணமும் அருவருப்பான வேதனையில் இருக்கலாம். இருந்தும் அவர் வாழ வேண்டும். வாழ்க்கைக்கு ஏதோ ஓர் ஆழ்ந்த மதிப்பு இருப்பதைப் போல.

இந்த எண்ணத்தைத்தான் மக்கள் மனத்தில் சுமந்து கொண்டிருக் கிறார்கள். மரணம் என்பது ஒரு தடை. ஆனால் எனக்கு அது அப்படியில்லை. எனக்கு வாழ்க்கை, மரணம் இரண்டுமே அழகானவை. அவை ஒரே சக்தியின் இரண்டு பகுதிகள்.

அதனால் நீ வாழ நான் உனக்கு உதவ வேண்டும். நீ சாகவும் நான் உதவ வேண்டும். இதுதான் நான் உன்னைப் பாதுகாக்கிற என் வழி. இது முதலில் தெளிவாகட்டும். இல்லையென்றால் நீயும் கூட குழம்பிப் போவாய். யாருக்கோ உடல் நலக் குறைவு. ஒரு சந்நியாசி உடல் நலமில்லாமல் வீழ்கிறார். பிறகு அவர் உடல் நலக் குறைவில் விழுந்து விட்டதால் என்னை நம்பலாமா என்று யோசிக்கிறார். உங்கள் உடல் நலக் குறைவிலிருந்து உங்களைக் காப்பாற்ற நான் இங்கு இல்லை. உடல் நலக்குறைவு என்றால் என்ன என்பதை நீங்கள் புரிந்து கொள்ள உங்களுக்கு உதவுகிறேன். அதன் மெளனமாக கடக்க, அதற்கு ஒரு சாட்சியாக, பார்க்க எந்தத் தொந்தரவுமில்லாமல். உடல் நலக் குறைவு என்பது உன் வாழ்க்கையின் ஒரு பகுதி. இப்போது, யாராவது நான் அவர்களைக் காப்பாற்ற வேண்டுமென்று நினைத்தால், அந்த நோய்க்கு எதிராக, பிறகு அவரால் என்னைப் புரிந்து கொள்ளவே முடியாது. அவர் இங்கு தவறான காரணங்களுக்காக இருக்கிறார். அவர் இறக்கிறார் என்றால் அவர் சாக நான் உதவுவேன்.

மரணம் என்பது சிறந்த பிரகாசம். அது ஒரு சிறந்த உச்சமாக இருக்கலாம். மரணம் எப்போதுமே மக்களைத் தொந்தரவு செய்கிறது. காரணம் அதை அவர்கள் நிராகரிக்கிறார்கள். உங்களுக்குள் ஒரு

நிராகரிப்பு இருக்கிறது. நீங்கள் மரணத்திற்கு எதிராக இருக்கிறீர்கள். நீங்கள் சாக விரும்பவில்லை. நீங்கள் எப்போதும், எப்போதும் எப்போதும் அப்படியே தங்கிவிட நினைக்கிறீர்கள். ஆனால், அது சாத்தியமில்லை. இதுதான் முதல் விஷயம்.

இரண்டாவதாக ''அது இயற்கையான மரணமாக இல்லாததால், அது தற்கொலை என்பதால், உங்களுக்கு நான் சந்நியாசிகளைப் பாதுகாக்க வேண்டுமென்று நினைக்கிறீர்கள். நான் தற்கொலையைத் தடுக்க வேண்டும், எந்த சந்நியாசிகளும் தற்கொலை செய்யக் கூடாது. ஏன்? அது உங்கள் சுதந்திரத்தின் ஒரு பகுதி. அந்த சந்நியாசி விளையாட்டு முடிந்தது என்று முடிவு செய்தால், அவர் வீட்டுக்குப் போக நினைத்தால், பிறகு நான் யார் அதைத் தடுக்க? நான் சாதாரணமாக சொல்வேன், ''சந்தோஷமாக, ஆடிக் கொண்டே போங்கள், சோகமாகப் போகாதீர்கள். வீட்டிற்குத் திரும்புகிற அந்தப் பயணத்தை மகிழ்ச்சிகரமாக செய்யுங்கள்.''

அந்த சந்நியாசி என்னைக் கேட்கவில்லையே. அவர் கேட்டிருந் தாலும், நான் சொல்லியிருப்பேன். ''இது உன் சுதந்திரம், நான் உன் சுதந்திரத்தில் தலையிட மாட்டேன். அது உன் வாழ்க்கை, அது உன் மரணம். நான் யார் அதில் தலையிட? நான் செய்யக் கூடியதெல்லாமே எல்லாவற்றையும் அழகாக கொடுக்கக்கூடிய திறன் உனக்குக் கிடைக்கும்படி செய்வேன்.'' தற்கொலை கூட அழகாக இருக்க முடியும்.

உங்களுக்கு வியப்பாக இருக்கும். இந்தியாவில் ஒரு மதம் இருக்கிறது. ஜெயின் மதம். அது தற்கொலையை அனுமதிக்கிறது. அதை ஒரு மதச் செயலாக அனுமதிக்கிறது! அது அவர்களுடைய சந்நியாசிகள் தற்கொலை செய்து கொள்ள அனுமதிக்கிறது. அவர்கள் அப்படி தீர்மானித்தால், நான் நினைக்கிறேன். அதுதான் முழுமையாக சுதந்திரத்தை ஏற்றுக் கொள்வது. வேறு எந்த மதமும் அந்த அளவிற்குத் துணிந்ததில்லை. இப்போதோ, அல்லது பின்னரோ, உலகத்தில் ஒவ்வொரு தேசமும் தற்கொலையை ஓர் அடிப்படை உரிமையாக ஏற்றுக் கொண்டே ஆக வேண்டும். காரணம் ஒருவர் சாக விரும்பினால், பிறகு நீங்கள் யார் - உங்கள் நீதிமன்றங்கள், உங்கள் போலீஸ், உங்கள் சட்டம் - அதைத் தடுப்பதற்கு? நீங்கள் யார்? உங்களுக்கு யார் அந்த உரிமையைக் கொடுத்தது? அவர் குற்ற உணர்ச்சியில் ஏன் இருக்க வேண்டும்? ஏன் அவர் ஒரு குற்றவாளியாக உணர வேண்டும்? ஏன் அவர் தன் நண்பர்களை அழைத்து, பாடி ஆடி ஏன் இறக்கக் கூடாது? ஏன் அவர் அதை ஒரு குற்றமாக செய்ய வேண்டும்?

நீங்கள் உங்கள் எண்ணங்களை மாற்ற வேண்டும். நீங்கள் என்னைப் பற்றித் தெளிவாக இருக்க வேண்டும். நான் ஒரு சாதாரண ஆசிரியர் அல்ல உங்களுக்கு ஆறுதல் படுத்த. என்னுடைய பொறுப்பு உண்மையைச் சொல்வதுதான். ஆறுதல் சொல்வதை நோக்கி அல்ல. அந்த உண்மைகள்

எவ்வளவு சங்கடமாக இருந்தாலும் என்னுடைய பொறுப்பு உண்மையில் தான் என்னைப் பொருத்தவரையில் இது ஒரு புனித நிகழ்வு, சுதந்திரம்.

அவர் தற்கொலை செய்து கொள்ளத் தீர்மானித்தால், அது முற்றிலும் சரியே. ''நீங்கள் அந்த சுதந்திரத்தை அவருக்குக் கொடுக்க வேண்டும். நீங்கள் அதைத் தடுக்கிறீர்கள். அவர் அப்படி போக நீங்கள் அனுமதிக் காததால், அவர் ஏற்கெனவே தற்கொலை செய்து கொண்டுவிட்டார். அதுதான் உங்கள் பிரச்சினை. உங்களுக்குள் இருந்த ஒரு பிரச்சினையை அவர் தூண்டி விட்டு விட்டார். இப்போது அவர் போகட்டும், அவருக்கு விடை கொடுங்கள், ஓய்வாக அதைப் புரிந்து கொள்ளுங்கள். சோகமான இந்தத் தருணமே ஒரு சிறந்த புரிதலாக அமையலாம். காரணம் சில சமயங்களில் அவர் உங்கள் இதயத்தை ஆழமாகத் தொட்டு விட்டார். இப்போது நேரத்தை வீணடிக்காதீர்கள்! அதில் தியானம் செய்யுங்கள். அதை ஒவ்வொரு மூலையிலிருந்தும் பாருங்கள், எல்லாக் கோணங் களிலும். வெறுமே கோபப்படாதீர்கள். வெறுமே சோகமாகாதீர்கள். அது ஒரு சிறந்த தியான தருணமாக மாறட்டும். ஆமாம், சோகம் இருக்கத்தான் செய்கிறது. கோபம் இருக்கிறது. அவர் ஏதோ உங்களை ஏமாற்றி விட்டதைப் போல, அவர் உங்களுடைய நண்பர் அவர் உங்களிடம் கூட எதுவும் சொல்லவில்லை. அவர் உங்களை ஏமாற்றி விட்டார். அதனால்தான் உங்களுக்கு உள்ளுக்குள் ஓர் ஆழமான கோபம். உங்களுக்கு என் மீதும் கோபம். நீங்கள் எப்படி இதை அனுமதிக்கலாம்? அவர் என்னிடம் கேட்கவில்லை. ஆனால் அவர் கேட்டிருந்தால் நான் அதை அனுமதித்திருப்பேன். ஆனால் அவர் என்னிடம் கேட்கவில்லை. உண்மையில் கேட்க வேண்டிய அவசியமேயில்லை. அவர் போக வேண்டுமென்று நினைத்தால் அவர் போக வேண்டும்.

எல்லாமே நல்லதுதான். ஆமாம் தற்கொலை கூட நல்லதுதான். அதை ஏற்றுக் கொள்ள ஒரு துணிச்சல் வேண்டும். உலகத்தில் முதல் தடை காமம். இப்போது மெள்ள, மெள்ள, காமத்தை ஏற்றுக் கொண்டு விட்டார்கள். இப்போது தற்கொலைக்கு உலகத்திற்கு ஒரு ப்ராய்டு தேவை. ப்ராய்டு மாதிரி ஒருவர், இந்த இரண்டாவது தடையை அழிப்பதற்கு. இந்த இரண்டும்தான் தடைகள். காமம், மரணம். இப்போது யாராவது தேவை மரணத்தை ஏற்றுக் கொள்ளச் செய்ய. அதை ஒரு சந்தோஷமானதாக, அதில் ஏதோ தவறிருக்கிறது என்கிற கற்பனை அழிக்க. அதாவது கோழைகள் மட்டுமே தற்கொலை செய்வதாக அது தவறு. உண்மையில் அது மாறானது. கோழைகள்தான் வாழ்க்கையைப் பிடித்துக் கொள்வார்கள். ஆனால் சில சமயங்களில் மனிதனுக்கு ஒரு கட்டம் வந்து வாழ்வதில் அர்த்தமில்லை என்று நினைக்கலாம். அவர் கடவுளிடம் தன் பயணச் சீட்டைத் திருப்பிக் கொடுத்து விட்டார். அவர் சொல்கிறார், ''உன் உலகத்தை நீயே வைத்துக் கொள், நான் போகிறேன். இந்த சினிமாவை இனியும் நான் பார்க்கத் தயாராக இல்லை.''

நான் பெர்னாட்ஷாவைப் பற்றிக் கேள்விப்பட்டிருக்கிறேன். அவரை ஒரு நாடகம் பார்க்க அழைத்தார்கள். நடுவில் அவர் எழுந்தார். நாடகாசிரியர் கேட்டார், "எங்கே போகிறீர்கள்?"

அவர் சொன்னார், "நான் பாதி பார்த்துவிட்டேன்."

ஆசிரியர் சொன்னார், "ஆனால் பாதி இன்னும் இருக்கிறதே?"

பெர்னாட்ஷா சொன்னார், "ஆனால் அதை எழுதியது இதே மனிதன்தானே. அதனால் நான் இத்துடன் முடித்துக் கொண்டேன்" ஒருவர் பாதி வாழ்க்கையைப் பார்த்துவிட்டார். பிறகு ஒருவர் அதை அதே மனிதன்தான் எழுதியிருக்கிறார் என்பதையும் பார்த்துவிட்டார். அதனால் இருப்பதற்கு என்ன இருக்கிறது? நீங்கள் வீட்டுக்குப் போய் ஓய்வெடுங்கள்."

அதில் தியானம் செய்யுங்கள். அது ஓர் அழகான தருணம். நீங்கள் சோகமாக, கோபமாக, ஆமாம், ஆனாலும் அதில் தியானம் செய்யுங்கள். உங்களுக்கு ஆதாயமாக இருக்கும். சந்நியாசி சில மக்களுக்கு நல்ல முறையில் சேவை செய்திருக்கிறார். இந்தத் தருணத்தைக் கோபப்பட்டு, சோகப்பட்டு வீணாக்காதீர்கள். அதில் தியானத்தைக் கொண்டு வாருங்கள். அதைப் பற்றி யோசியுங்கள். எதற்காக இதைக் கவலைப் படுகிறீர்கள்? அதை உங்கள் பிரச்னையாக்குகிறீர்கள். அந்தப் பொறுப்பை அவன் மீது தூக்கிப் போடாதீர்கள். காரணம் அது அர்த்தமற்றது. அதைத்தான் நாம் செய்கிறோம். அவன் ஏன் தற்கொலை செய்து கொண்டான் என்று நாம் கேட்கிறோம். அது ஒரு விஷயமல்ல. அது ஏன் உங்களைக் காயப்படுத்துகிறது? அதுதான் பிரச்னை. அவர் ஏன் தன்னைக் கொன்றார் என்பதை அவர்தான் தீர்மானிக்க வேண்டும். அவர் ஏன் எதையும் யாரிடமும் சொல்ல வேண்டாம் என்று தீர்மானித்தார். அந்தக் குறிப்பிட்ட தினத்தில் அவர் ஏன் அப்படி தீர்மானித்தார் என்பது யாருக்குத் தெரியும்?

அவர் அமைதியாக இறந்திருக்கலாம். அவர் இறக்கும்போது இந்த ஆசிரமத்தில் இருந்த ஒரு மருத்துவர் அவரைப் போய் பார்த்தார். அவர் சாலையில் அமைதியாகப் படுத்துக் கிடந்தார். அவர் ஏதோ அங்கேயே தூங்கி விட்டதைப் போல, ஒரு கை அவர் தலைக்குக் கீழே இருந்தது. அவருடைய கொந்தளிப்பு போய்விட்டதைப் போல, புயல் ஓய்ந்து விட்டது.

அது பிரச்னையில்லை. ஏன் அவர் இப்படி செய்தார், ஏன் அவர் எதையுமே சொல்லவில்லை? இது கூட பிரச்னையில்லை. ஏன் ஓஷோ அவனைத் தடுக்கவில்லை? ஏன் அவர் அக்கறை எடுத்துக் கொள்ள வில்லை? அது கூட உங்களுக்குப் பிரச்னையில்லை. உங்களுடைய

பிரச்னை என்பது, ஏன் நீங்கள் அதை ஏற்றுக் கொள்ளவில்லை?அது எங்கு காயப்படுத்துகிறது? அதில் நீங்கள் ஆழமாகப் போக வேண்டும். அந்தக் காயத்தைக் கண்டுபிடித்து, அதற்குள் செல்லுங்கள். அது உங்களுக்கு ஒரு சிறந்த உண்மையாக இருக்கும். நீங்கள் ஏன் மரணத்தை ஏற்றுக் கொள்ளவில்லை என்பது. நீங்கள் மரணத்திற்காக பயப்படுகிறீர்கள். என்னுடன் உங்களுடைய உறவு கூட, ஒரு நம்புகிற உறவாக இல்லை. ஓர் ஆறுதல், ஒரு பேராசை, உங்கள் ஓர் எண்ணத்திற்கு என்னைப் பயன்படுத்த நினைக்கிறீர்கள். அதாவது நான் உங்களைப் பாதுகாக்க வேண்டும். நான் ஒரு வகையான பாதுகாப்பு உங்களுக்கு. நான் இல்லை. நான் எதற்கு உத்தரவாதமில்லை. நான் ஒரு பொறுப்பற்ற மனிதன். யாரெல்லாம் என்னுடன் கை குலுக்குகிறீர்களோ ஒரு முழு விழிப்போடு என்னுடன் கைகுலுக்கலாம். அவர்கள் ஒரு பொறுப்பற்ற எந்த ஒழுக்கமும் இல்லாத ஒருவனோடு, எந்த கொள்கைகளும் தெரியாத, அவனுக்கு இந்த அழைக்கப்படும் எந்த மதிப்பீடுகளும் தெரியாது. யார் முற்றிலும் குழப்பமாக, யார் வாழ்க்கையையும் அதன் குழப்பத்தையும் அப்படியே ஏற்றுக் கொள்கிறேனோ அவனுடன் போகிற தெளிவு வேண்டும். அதன் மூலமாக வாழ்க்கை எனக்கு என்ன கொண்டு வந்தாலும் அது எனக்கு நல்லது.

இதற்குள் செல்லுங்கள், போய் உங்கள் உறவு என்னுடன் மரணத்தினால் பாதிக்கப்பட்டதா, ஏன் உங்கள் நம்பிக்கை ஆட்டம் கண்டது, நீங்கள் எதை எதிர்பார்க்கிறீர்கள். அதற்குப் பின்னால் ஆழமான நோக்கங்கள் இருக்க வேண்டும். அந்த நோக்கம் தொந்தரவு செய்யப்பட்டு விட்டது. நீங்கள் தியானம் செய்தால், நீங்கள் அதிலிருந்து புதிதாக, புத்துணர்ச்சியோடு வெளியே வருவீர்கள். நீங்கள் எனக்கு நன்றியுடைய வராக இருப்பீர்கள். நீங்கள் அவரைப் பற்றிக் கவலைப்படாதீர்கள். அவர் ஏற்கனவே பிறந்துவிட்டார். அவர் ஒரு தாயைக் கண்டுபிடித்துவிட்டார். உலகத்தில் ஏராளமான முட்டாள் பெண்மணிகள் இருக்கிறார்கள். நீங்கள் மறுபடியும் பிறப்பதை தடுக்கவே முடியாது. அதனால் கவலைப் படாதீர்கள். இன்னும் இரண்டு அல்லது மூன்று வருடங்களில் அவரே இங்கு குழந்தையாக வர வாய்ப்பு இருக்கிறது. அவர் இங்கு வரும்போது நான் சொல்வேன்" இதுதான் அவர்" கொஞ்சம் பொறு.

> **?** நான் பலமுறை தற்கொலைக்கு முயன்றிருக்கிறேன். மரணத் தை நோக்கி நான் ஈர்க்கப்பட்டதாக நான் உணருகிறேன். இது என்னைத் தொந்தரவு செய்கிறது. ஆனால் அதே சமயம் அது எனக்கு மகிழ்ச்சியைக் கொடுக்கிறது. இதைப் பற்றி நீங்கள் ஏதாவது சொல்ல முடியுமா?

இது சிறந்தது! ஒருவர் ஒருமுறைதான் தற்கொலை செய்துகொள்ள முடியும். ஒரு சிறந்த புத்திசாலியாக இருந்ததனால் அவர் எல்லா ஏற்பாடுகளையும் சரியாகவே செய்தார். இந்த இடைவெளியும் விடவில்லை. அனேகமாக வேறு யாரும் இந்த மாதிரி தற்கொலைக்கு முயன்று இருக்க மாட்டார்கள். அவர் ஒரு மலை உயரத்திற்கு ஒரு கைத்துப்பாக்கியைத் தூக்கிக் கொண்டு போனார். அந்த மலைக்குக் கீழே அதல பாதாளத்தில், ஒரு நதி, மிகவும் அபாயகரமானது. ஆழமானது. சுற்றிலும் எல்லாவிதமான பாறைகளும். அந்த மலையில் ஒரு மரம் இருந்தது. அவர் ஒரு கயிறு எடுத்துக் கொண்டு போயிருந்தார். எந்த வாய்ப்பும் எடுத்துக் கொள்ளவில்லை. தற்கொலை நிச்சயமாக நடக்க எல்லாவிதமான சாத்தியங்களையும் செய்திருந்தார். ஒரு தகர டப்பா முழுவதிலும் மண்ணெண்ணெயையும் எடுத்துச் சென்றிருந்தார்.

அவர் மரத்திலிருந்து தொங்கினார். ஆனால் அவர் இன்னும் பல விஷயங்கள் செய்ய வேண்டியிருப்பதால் அவர் தரையிலிருந்து கால்களை எடுக்கவில்லை. காரணம் பிறகு மற்றவற்றை எப்படி செய்வது? அதனால் அவர் மரத்திலிருந்து தொங்கினார். தரையில் கால் ஊன்றியபடியே, பிறகு கொண்டு போன மண்ணெண்ணெயை உடம்பில் ஊற்றிக் கொண்டார். ஆனால் அவர் எந்த வாய்ப்பும் எடுக்க விரும்பாத மனிதர். அதனால் துப்பாக்கியால் தலையில் சுட்டுக் கொண்டார். ஆனால் அந்தத் துப்பாக்கிக் குண்டு கயிற்றை அறுத்துவிட்டது. அவர் நதியில் வீழ்ந்தார். நதியிலிருந்த நீர் அவர் உடலிலிருந்த நெருப்பை அணைத்து விட்டது. வெறுப்போடு அவர் திரும்பிக் கொண்டிருக்கும்போது நான் அவரைச் சந்தித்தேன். நான் கேட்டேன், ''இத்தனை ஏற்பாடுகள் செய்த பிறகுமா நீங்கள் உயிரோடு இருக்கிறீர்கள்?'' அவர் சொன்னார், ''என்ன செய்வது? எனக்கு நீந்த தெரியுமே?''

நீங்கள் பலமுறை தற்கொலைக்கு முயன்று இருக்கலாம். ஒரு விஷயம் நிச்சயம். நீங்கள் தற்கொலை செய்துகொள்ள விரும்பவில்லை. உங்களுக்கு அந்த எண்ணத்தோடு விளையாட வேண்டும். நீங்கள் மரணம் குறித்த ஒரு பயத்தையும் உணர்கிறீர்கள். அதே சமயம் அதில் ஒரு வித சந்தோஷம் இருக்கிறது. இது உங்களுடைய சூழல் மட்டுமல்ல. இதுதான் பொதுவான மனித நிகழ்வு. வாழ்க்கை என்பது ஒரு சித்ரவதை. ஒரு பாரம், ஒரு வேதனை. ஒருவர் அதைவிட்டுப் போக வேண்டும். அதிலிருந்து போவது என்றால் அதிலிருக்கும் எல்லா வேதனைகளிலிருந்தும் அதன் ஏமாற்றங்களிலிருந்தும், அந்த நம்பிக்கையற்றதனத்திலிருந்து, அதன் அர்த்தமற்றதிலிருந்து, இந்த மனைவி, கணவன், இந்த குழந்தைகள், இந்த வேலைகள், அதனால் மரணம் குறித்த ஒரு ஈர்ப்பு இருக்கிறது. காரணம் மரணம் உங்கள் வேதனைகளுக்கெல்லாம்

ஒரு முற்றுப்புள்ளி வைக்கும். ஆனால், அது உங்களுக்கும் ஒரு முடிவைக் கொண்டுவந்து விடும். அது பயத்தை உருவாக்குகிறது.

உங்களுக்கு உண்மையிலேயே வாழ வேண்டும், எப்போதும் வாழ வேண்டும், ஆனால் நீங்கள் சொர்க்கத்தில் வாழ வேண்டும். ஆனால் நீங்கள் ஒரு நரகத்தில் வாழ்கிறீர்கள். உங்களுக்கு இந்த நரகத்தை விட்டுப் போக வேண்டும். உங்களை விட்டே உங்களுக்குப் போக வேண்டும். நான் அழுத்தமாக சொல்ல விரும்புகிறேன். நீங்களே தான் உங்கள் நரகம். அதனால் தற்கொலை என்பது ஒரு பக்கம் ஈர்ப்பாக இருக்கிறது, காரணம் அது உங்கள் வேதனைகளை ஒரு முடிவுக்குக் கொண்டுவரும். ஆனால் இன்னொரு பக்கம், அதில் ஒரு சிறந்த பயம். அது உங்களையே முடித்துவிடும்.

வேறு எந்த வழியும் உங்கள் துயரங்களை ஒரு முடிவுக்குக் கொண்டு வராதா, நீங்கள் இன்னும் ஆழமாக வாழ? நான் உங்களுக்குக் கற்றுத் தருகிறேன். சில தற்கொலைகள் உங்களுக்கு உதவலாம். அகந்தையின் தற்கொலை, உங்களுடையது அல்ல. அந்த அகந்தை சாகட்டும். பிறகு அதனுடன் உங்கள் பிரச்னைகள் மறைகின்றனவா என்று பாருங்கள். உங்களுக்கு ஒரு சந்தோஷம், ஆசீர்வாதம், ஒவ்வொரு தருணமும் புதிய கதவுகளை, புதிய மர்மங்களைத் திறப்பதை உணர்வீர்கள். ஒவ்வொரு தருணமும் ஒரு கண்டுபிடிக்கிற தருணங்களாக மாறும். அது ஒரு முடிவற்ற நிகழ்வு.

நீங்கள் பல முறை தற்கொலை செய்து கொள்ள முயன்றீர்கள். இந்த முறை என் பாணியில் தற்கொலை செய்து கொள்ளுங்கள். எப்படியும், பல முறை நீங்கள் தோற்று விட்டீர்கள். இந்த நேரத்தில் தோற்பதில் நீங்கள் ஒரு நிபுணராகி இருப்பீர்கள். ஆனால், ஆழமாக உள்ளே நீங்கள் சாக விரும்பவில்லை காரணம் மரணம் என்றால் உங்களுக்குப் பயம். அது இயற்கைதானே. வாழ்க்கை வாழவே இல்லாதபோது ஒருவர் ஏன் தற்கொலை செய்து கொள்ள வேண்டும்? நீங்கள் அதன் ருசியையே பார்த்ததில்லை. நீங்கள் அதன் பரிமாண அழகை இன்னும் கண்டு பிடிக்கவேயில்லை. சந்தோஷங்களை, வாழ்க்கையின் ஆசிகளை. இயற்கையாக நீங்கள் பயப்படுகிறீர்கள். ஆனாலும் இருந்தும் நீங்கள் தொடர்ந்து முயன்று கொண்டேயிருக்கிறீர்கள். காரணம் உங்கள் துயரங்களிலிருந்து எப்படி வெளியே வருவது என்பது தெரியவில்லை. தற்கொலைதான் சுலபமான வழியாகத் தெரிகிறது. நீங்கள் பிரிந்திருக்கிறீர்கள். உங்கள் பாதி மனம் சொல்கிறது. ''தற்கொலை செய்து கொள், இந்த எல்லா அபத்தங்களையும் முடித்துவிடு. போதும் இதுவரை போதும்'' அந்த இன்னொரு பகுதி உங்கள் முயற்சிகளைத் தகர்த்துக் கொண்டேயிருக்கிறது. காரணம் அந்த இன்னொரு பகுதிக்கு வாழ வேண்டும். நீங்கள் இன்னும் வாழவேயில்லை.

தற்கொலை உதவி செய்யப் போவதில்லை. இன்னும் அதிக வாழ்க்கைதான், இன்னும் அபரிமிதமான வாழ்க்கை, அதுதான் உதவப் போகிறது. அதனால் இந்த முறை அகந்தையைக் கொல், பிறகு நடக்கிற அதிசயத்தைப் பார், அந்த அகந்தைப் போய்விட்டால் எந்தத் துயரமும் இல்லை. எந்த வேதனையுமில்லை. தற்கொலை செய்து கொள்ள வேண்டிய அவசியமில்லை. அந்த அகந்தை போனால், அகந்தையால் மூடப்பட்ட எல்லாக் கதவுகளும், திடீரென்று திறக்கும். நீங்கள் சூரியனுக்குக் கிடைக்கிறீர்கள். அந்த நிலவுக்கு, அந்த நட்சத்திரங்களுக்கு... அது சுலபமானது, காரணம் அகந்தையைக் கொல்ல உங்களுக்குக் கைத்துப்பாக்கி, மண்ணெண்ணெய், கயிறு, அகந்தையைத் தொங்கப் போட ஒரு கயிறு, அந்த அகந்தை எரிக்க நெருப்பு, பிறகு எல்லாமே தோல்வியுற்றால், ஓர் ஆழமான மலை அருவி கீழே அந்த அகந்தையை முடிக்கத் தேவையில்லை. உங்களுக்கு இது எதுவுமே தேவையில்லை.

காரணம் அகந்தை என்பது சமூகம் உருவாக்கியது. அது மதங்கள் ஏற்படுத்தியது. கலாச்சாரம் கொடுத்தது. உண்மையில் அது இல்லை. நீங்கள் அதை ஆழமாகப் பார்க்க வேண்டும். அது ஒரு நிழல். நீங்கள் அதை பார்க்க வேண்டும். அது அங்கு இல்லை. தியானம் என்பது ஒரு சாதாரண முறையில் அகந்தை என்ன என்பதை பார்ப்பது. யாரெல்லாம் பார்த்தார்களோ அவர்கள் அதைக் கண்டுபிடிக்கவில்லை. எந்த விதிவிலக்குமல்லாமல், மனித சரித்திரம் முழுவதிலும், யாரெல்லாம் பார்த்தார்களோ, அவர்கள் எந்த அகந்தையையும் எதிர்கொள்ளவில்லை.

அதுதான் அகந்தையின் தற்கொலை. எதுவுமே செய்ய வேண்டும். கொஞ்சம் உள்ளே பார்க்க வேண்டும். ஒருமுறை பார்த்து அதில் இல்லை என்று தெரிந்தவுடன், பிறகு இல்லாத அகந்தைக்காக நீ பட்ட கஷ்டங்கள் எல்லாமே மறைந்து போகும். அதற்கு இனிமேலும் எந்த போஷாக்கும் தேவையில்லை. இவையெல்லாமே உன் மனதில் உருவானது. உன் நிலையில், உன் திட்டமிடுதலில், அதுதான் சமூகம் உனக்கு செய்தது. நம் சரித்திரம் முழுவதும் நாம் அருவருப்பாகவே வாழ்ந்திருக்கிறோம்.

நீங்கள் ஒரு கிறித்துவன் என்று நினைக்கிறீர்களா? அது ஓர் எண்ணம் உங்கள் மனத்தில் விதைக்கப்பட்டிருக்கிறது. நீங்கள் கடவுள் உண்டு என்று நினைக்கிறீர்களா? அந்த எண்ணம் உங்களுக்குள் விதிக்கப்பட்டி ருக்கிறது. நீங்கள் ஒரு சொர்க்கம், நரகம் இருக்கிறது என்று நினைக் கிறீர்களா? அது ஒன்றுமில்லை. உங்களுக்குள் ஏற்படுத்திய ஒரு திட்டமிடல் உங்கள் எல்லோருக்குள்ளும் ஒரு நிகழ்ச்சி திட்டமிடலாக அது பதிந்திருக்கிறது.

என்னுடைய வேலையெல்லாம், அந்தத் திட்டமிடலைக் கலைப்பது தான். நான் உனக்கு எல்லாக் குறிப்புகளையும் தருகிறேன். ஒவ்வொரு நாளும், தொடர்ந்து இந்த இந்த விஷயங்கள் உங்களை சோம்பலாக்கி

யிருக்கிறது. முட்டாள்தனம், அது தற்கொலைக்குக் கூட உங்களை இழுத்திருக்கிறது. மரணத்தை நோக்கி, என் மதம் தனிச்சிறப்பானது. கடந்த காலங்களில் எல்லா மதங்களுமே மக்களைத் திட்டமிட்டு வைத்திருக்கின்றன. நான் அதைக் கலைத்து, உங்களைத் தனியாக, உங்களிடமே விட்டு விடுகிறேன்.

மக்கள் என்னிடம் கேட்கிறார்கள். "உங்கள் மதம் என்ன? உங்கள் தத்துவம் என்ன? நீங்கள் ஒரு கிறித்துவ கேள்வி பதில் மாதிரி ஏதாவது கொடுத்தால் நாங்கள் தெரிந்து கொள்வோமே, இதுதான் உங்கள் கொள்கைகள் என்பது மாதிரி?

என்னிடம் எதுவுமில்லை. காரணம் மறுபடியும் அது உங்களைத் திட்டமிடுதலில் தள்ளும். ஒரு ஹிந்து கிறித்துவராகும் போது கிறித்துவம் அந்த இந்துவிடமிருந்து திட்டமிடுதலை நீக்குகிறது. பிறகு கிறித்துவாக மறுதிட்டமிடலை நடத்துகிறது. எந்த வேறுபாடும் இல்லை. ஒரு பள்ளத்திலிருந்து அவன் இன்னொரு பள்ளத்தில் விழுந்திருக்கிறான். அது புதிய தன்மை வேண்டுமானால் சில நாட்களுக்கு அவனை மகிழ்ச்சியாக வைத்திருக்கலாம். ஆனால் விரைவில் அவன் இன்னொரு பள்ளத்தைப் பார்க்கத் துவங்குவான். இப்போது அவன் பள்ளங்களின் மீது அடிமையாகிப் போனான். இந்த வகையில் அவன் தனக்குத்தானே கல்லறை தோண்டிக் கொண்டிருக்கிறான். இதுதான் இறுதிப் பள்ளம். அதில் அவன் விழுவான்.

நான் உன் திட்டமிடலைச் சிதைக்கிறேன். நான் உனக்கு எந்தத் திட்டமிடலையும் தரப்போவதில்லை. உன்னைத் தனியாக விடுகிறேன். வெறுமையாக, ஒரு பூஜ்யத்தைப் போல. அந்த பூஜ்யத்தில், அகந்தை மறையும். எல்லாவிதமான ஆசீர்வாதங்களும் உன் மீது பொழியும்.

? **ஒரு விமல் கீர்த்திக்கு என்ன ஆகிறது, அதைப் பற்றி ஏதாவது சொல்ல முடியுமா, ஒரு கோமாவில் கடந்த ஒரு வாரமாக அவர் கோமாவில் இருக்கிறார்?**

விமல் கீர்த்திக்கு எதுவுமே ஆவதில்லை. சரியாக எதுவுமேயில்லை. காரணம் எதுவுமில்லை என்பது நிர்வாணம். மேற்கிற்கு எதுவுமில்லாததன் அழகு பற்றி எந்த சிந்தனையுமே கிடையாது. முழு மேற்கத்திய எண்ணங்கள் எல்லாமே வெளிப்படையானவை. எதையாவது சார்ந்திருக்கும். ஒரு செயலை நோக்கி இருக்கும். 'எதுவுமில்லை' என்பது வெறுமையைக் குறிக்கும். அது அப்படியில்லை. அதுதான் கிழக்கின் மிகச் சிறந்த கண்டுபிடிப்பு, எதுவுமில்லை என்பது வெறுமையல்ல,

அதற்கு மாறாக அது வெறுமைக்கு எதிர்பதமானது. அது முழுமை, அது நிரம்பி வழிவது. அந்த 'எதுவுமில்லை' வார்த்தையை உடையுங்கள் இரண்டாக, அதை 'இல்லாதது - எது' பிறகு திடீரென்று அதன் அர்த்தமே மாறும், தலை கீழாக மாறும்.

எதுவுமில்லை என்பது சந்நியாசிகளின் இலக்கு. ஒருவர் எதுவுமே நடக்காத ஒரு இடத்திற்கு வரவேண்டும். நடப்பது எல்லாமே மறைந்து விட்டது. செய்வது போய்விட்டது. செய்பவர் போய்விட்டார். அந்த ஆசை போய்விட்டது. இலக்கு போய்விட்டது. ஒரு சாதாரணமானது உணர்வு என்கிற ஏரியில் ஒரு சலசலப்பு கூட இல்லை. எந்தச் சத்தமுமில்லை.

சென் மக்கள் அதை 'ஒரு கை ஓசை' என்கிறார்கள். இப்போது, ஒரு கை தட்டுதல் ஓசை எழுப்ப முடியாது. அந்த சத்தமில்லாத சத்தம், ஓங்காரம், வெறும் மௌனம். ஆனால் மௌனம் என்பது வெறுமையல்ல, அது முழுமையானது. நீங்கள் முழு மௌனத்தில் இருக்கும் அந்தத் தருணத்தில், நீங்கள் எதுவுமில்லாததில் இசைந்து விட்டீர்கள். முழுமை உங்களுக்குள் இறங்குகிறது. அப்பால் உங்களுக்குள் ஊடுருவுகிறது.

ஆனால் மேற்கத்திய மனம் முழு உலகத்தை ஆட்கொண்டு விட்டது. நாம் வேலைக்கடிமையாகி விட்டோம். என்னுடைய முழு அணுகுமுறையுமே நீங்கள் பூஜ்யமாக உதவுவதுதான். அந்த பூஜ்யம்தான் மிகவும் சரியான வாழ்க்கை அனுபவம். அதுதான் பரவசத்தின் அனுபவம்.

விமல்கீர்த்தி ஆசீர்வதிக்கப்பட்டவர், அவர் என்னுடைய தேர்ந்தெடுக் கப்பட்ட சந்நியாசிகளில் ஒருவர். ஒரு தருணம் கூட சலனப்பட்டதில்லை. அவர் இங்கிருந்தபோது, அவருடைய நம்பிக்கை என்பது முழுமையாக இருந்தது. அவர் கேள்வியே கேட்டதில்லை. அவர் ஒரு கடிதம் கூட எழுதியதில்லை. அவர் எந்தப் பிரச்னையையும் கொண்டு வந்ததில்லை. அவர் நம்பிக்கை எந்த அளவில் இருந்தது என்றால், மெள்ள, மெள்ள அவர் முழுமையாக என்னுடன் கலந்து விட்டார். அவருக்கு அபூர்வமான இதயம், அவருடைய இதயத்தின் தன்மை உலகத்தை விட்டு மறைந்து விட்டது. அவர் உண்மையில் ஓர் இளவரசனைப் போல, உண்மையில் ராஜயோகம், உண்மையில் பணக்காரர், பணக்காரத்தனம் என்பதற்கும் பிறப்பிற்கும் எந்தத் தொடர்பும் கிடையாது. அது இதயத்தில் தரம் பற்றிய விஷயம். நான் அவரை மிகவும் அபூர்வமான, பூமியில் மிகவும் அழகான ஓர் ஆன்மாவாக நான் அனுபவித்திருக்கிறேன். அவரைப் பற்றிக் கேட்க வேண்டியதேயில்லை. என்ன நடக்கிறது?

ஆனால், ஒருவரி பழைய பாணியில் வளர்க்கப்பட்ட முறையில் யோசிக்கத் தோன்றும், குறிப்பாக ஜெர்மானியரைப் பற்றி.

நான் கேட்டிருக்கிறேன். ஒரு ஜெர்மானியர் சொர்க்கத்தை அடைந்தார். கதவைத் தட்டினார். செயின்ட் பீட்டர், ஒரு சின்ன ஜன்னல் கதவைத்

திறந்து வெளியே பார்த்தார். அவர் கேட்டார், ''உனக்கு என்ன வயதாகிறது?'' பிறகு அவர் பதிவேடுகளைப் பார்த்தார். மிகவும் குழம்பிப் போனார். காரணம் அந்த ஜெர்மானியன் தனது வயது 'எழுபது' என்றான்.

அவர் சொன்னார், ''இது சரியாக இருக்காது. உன்னுடைய பதிவேடுகளின்படி உன்னுடைய வேலை நேரம் குறைந்தது நூற்று நாற்பத்து மூன்று வருடங்களாவது இருக்கும்.''

ஜெர்மானியர்கள் தொடர்ந்து வேலை செய்வார்கள். மேற்கத்திய மனதில் அதிக பிரதிநிதித்துவம் பெற்றவர்கள் ஜெர்மானியர்கள்தான். கிழக்கத்திய மனங்களில் இந்தியர்கள் இருப்பதைப் போல. இந்தியன் எப்போது மெளனமாக உட்கார்ந்திருப்பான். எதுவுமே செய்ய மாட்டான். வசந்தம் வருவதற்காகக் காத்திருப்பான். அப்படியானால் புற்கள் தானே முளைக்கும், அது உண்மையிலேயே வளரும்.

குட்டிப் பையன் ஜாய், வீட்டிற்கு வெளியே ஒரு மரத்தடியில் இருந்தான். அவன் தாய் கத்தினாள் வீட்டிற்குள்ளிருந்து, ''ஜாய், நீ என்ன செய்கிறாய்?''

''ஒன்றுமில்லை, அம்மா'' அவன் பதில் சொன்னான்.

''இல்லை, ஜாய், உண்மையில், நீ என்ன செய்கிறாய்?''

''நான் சொன்னேனே, நான் எதுவுமே செய்யவில்லை.''

''என்னிடம் பொய் சொல்லாதே, நீ என்ன செய்கிறாய் என்று சொல்லு.''

இந்த சமயத்தில், ஜாய் ஓர் ஆழ்ந்த பெருமூச்சு விட்டான், ஒரு கல்லை எடுத்தான், அதை சில அடிகள் தூக்கிப் போட்டான். ''நான் பாறைகளை எறிந்து கொண்டிருக்கிறேன்'' அவன் சொன்னான்.

நீ அதைத்தான் செய்து கொண்டிருப்பாய் என்று எனக்குத் தெரியும், ''அதை உடனடியாக நிறுத்து.''

ஜாய் சொன்னான், 'எதுவும் செய்யாமலிருக்க யாரும் உன்னை அனுமதிக்கப் போவதில்லை'' என்று தனக்குள் சொல்லிக் கொண்டான்.

எதையாவது செய்தாக வேண்டும். யாருமே நம்ப மாட்டார்கள் - விமல்கீர்த்தி எதுவுமே செய்யவில்லை என்று நான் சொன்னால் நீங்கள் நம்ப மாட்டீர்கள், அவர் அப்படியே இருக்கிறார்.

அவருக்கு ரத்தப் பெருக்கெடுத்தபோது, நான் கொஞ்சம் கவலைப் பட்டேன். அதனால் என் மருத்துவ சந்நியாசிகளிடம் அவர் அந்த உடலில் குறைந்தது ஏழு நாட்களாக இருக்கும்படி உதவச் சொன்னேன். அவர் அழகான, அருமையாக இருக்கிறார். வேலை முழுமையடையாத போது

அதைத் திடீரென்று முடிக்க முடியாது - அவர் விளிம்பில் இருந்தார் ஒரு சின்ன தள்ளு, பிறகு அவர் அப்பாலின் ஒரு பகுதியாகி விடுவார். உண்மையில், அதனால்தான் என் ஆசிரமத்தில் மிகவும் நவீன மருத்துவ மையம் வரவேண்டும் என்று விரும்புகிறேன். யாராவது அந்த எல்லையில் இருந்தால், மருத்துவ ரீதியாக உடலில் இருக்க உதவ முடியாது என்கிற நிலை வரும்போது, அதன் பிறகு அவர் மீண்டும் வாழ்க்கை வரவேண்டியதில்லை.

பல கேள்விகள் என்னிடம் வந்திருக்கின்றன- செயற்கை முறையில் வாழ்வதைப் பற்றி நான் என்ன நினைக்கிறேன் என்று. இப்போது, அவர் செயற்கையாக சுவாசிக்கிறார். அவர் அன்றைக்கு இறந்திருப்பார் - அவர் அன்றைக்கு ஏறக்குறைய இறந்து விட்டார். இந்த செயற்கை முறை இல்லாவிட்டால் அவர் முன்பே வேறு ஒரு உடலில் இருந்திருப்பார். அவர் இன்னொரு கருப்பையை அடைந்திருப்பார். அவர் இன்னொரு குருவைத் தேடியிருப்பாரா இல்லையா என்பது யாருக்குத்தெரியும்? என்னைப் போல ஒரு கிறுக்குத்தனமான குருவை, யாராவது என்னுடன் ஆழமாக தொடர்பு வைத்துக் கொண்டபின், வேறு எந்த குருவும் ஏற்றுக் கொள்ள மாட்டார். அவர் இவருக்குத் தட்டையாக, மழுங்கிய இறந்தவராக இருப்பார். அதனால் அவர் இன்னும் கொஞ்ச நாட்கள் இருக்கட்டும் என்று நினைக்கிறேன். நேற்று இரவு அவர் சமாளித்தார். அவர் செய்வதிலிருந்து செய்யாமலிருக்கும் எல்லைக்குள் நுழைந்து விட்டார். அந்த 'ஏதாவது' என்பது அவரிடமிருந்து விழுந்துவிட்டது. இப்போது அவர் தயார். இப்போது நாம் அவருக்கு விடை கொடுக்கலாம், இப்போது நாம் கொண்டாடலாம், நாம் இப்போது அவருக்குப் பிரியா விடை கொடுக்கலாம். அவர் பரவசமான நல்ல பயண வாழ்த்துகளைச் சொல்வோம். அவர் உங்களுடைய நடனத்துடன், பாடலுடன் செல்லட்டும்.

நான் அவரைப் பார்க்கப் போனபோது இதுதான் எனக்கும் அவருக்கும் நடந்தது. நான் அவர் அருகே கண்களை மூடியபடி காத்திருந்தேன். அவருக்கு ஆழ்ந்த சந்தோஷம். இனிமேல் அந்த உடல் பயன்படாது. அறுவை சிகிச்சை நிபுணர்கள், மூளை அறுவை சிகிச்சை நிபுணர்கள் மற்ற மருத்துவர்கள் கவலைப்பட்டார்கள். அவர்கள் மறுபடியும், மறுபடியும் கேட்டார்கள். நான் என்ன செய்யப் போகிறேன் என்று விசாரித்தார்கள். நான் ஏன் அவர் உடலில் இருக்க வேண்டும் என்று சொல்கிறேன். காரணம் அதில் ஒரு விஷயம் இருக்கிறது. அப்படி யாராவது சமாளித்து பிழைத்துக் கொண்டால் கூட, அவருடைய மூளை சரியாக வேலை செய்யாது, அவர் அந்த நிலையில் இருப்பதை நான் விரும்பவில்லை. அவர் போவதே நல்லது. நான் ஏன் அவர் செயற்கை சுவாசத்தில் வைத்துக் கொள்ள விரும்புகிறேன் என்பது குறித்து அவர்கள் கவலைப்பட்டார்கள். அவருடைய இதயம் அவ்வப்போது நின்றால் கூட,

அவருடைய இதயத்தைத் தூண்ட வேண்டும். அவருடைய சிறுநீரகம் நேற்று பழுதாகி விட்டது. அவருடைய மண்டை ஓட்டில் துவாரப்படுத்தி இருக்கிறார்கள். அதில் அப்படி ஒரு வீக்கம் இருந்தது. அது ஏதோ பிறவிக் கூறானது. அது நடந்துதான் ஆக வேண்டும். அது அவர் உடலுக்குள் ஏற்பட்ட திட்டமிடல்.

ஆனால் அவர் அழகாக சமாளித்தார், அது நடப்பதற்கு முன் அவர் வாழ்க்கையை உச்ச கட்ட பூத்தலுக்கு பயன்படுத்தினார். ஏதோ கொஞ்சம் மிச்சமிருந்தது. நேற்றிரவு அதுவும் மறைந்தது. அதனால் நான் அவரிடம் சொன்னேன். 'விமல் கீர்த்தி, நீங்கள் இப்போது என்னுடைய ஆசீர்வாதத்துடன் அப்பாலுக்குப் போகலாம்' அவர் சந்தோஷத்தில் கத்தினார்.

தொலைதூரத்திற்கு - நான் சொன்னேன் 'அவ்வளவு தூரமில்லை.'

நான் அவருக்கு ஒரு கதை சொன்னேன்.

காக்கை தவளையிடம் வந்து சொன்னது. "இன்றைக்கு சொர்க்கத்தில் ஒரு பெரிய விருந்து?"

தவளை தன் பெரிய வாயைத் திறந்து, "தூரத்திலா?"

காக்கை தொடர்ந்தது. "அங்கே நல்ல உணவும், மதுவகைகளும் இருக்கும்."

தவளை சொன்னது "அந்த தூரத்திலா?"

அங்கு அழகான பெண்கள் இருப்பார்கள், சுழறும் கற்கள் விளையாட்டு இருக்கும்."

தவளை மறுபடியும் தன் வாயைத் திறந்து, "அந்தத் தொலை தூரத்தில்.."

காக்கை சேர்த்துக் கொண்டது. "ஆனால் பெரிய வாய் இருக்கும். யாரையும் அங்கே அனுமதிக்க மாட்டார்கள்."

தவளை தன் பெரிய வாயை இறுக்கிக் கொண்டு முணுமுணுத்தது. "பாவம் முதலை, அதற்கு ஏமாற்றமாக இருக்கும்."

விமல் கீர்த்தி மிகவும் அழகாக இருக்கிறார். அவர் மறுபடியும் ஓர் உடலுக்குள் வரவேண்டியதில்லை. அவர் விழிப்படையப் போகிறார். அவர் ஒரு புத்த தன்மை நிலைக்கு போகிறார். அதனால் நீங்கள் சந்தோஷப் படலாம். நடனமாடலாம். பாட்டு பாடலாம். கொண்டாடலாம். வாழ்க்கை எப்படி கொண்டாடுவது, மரணத்தை எப்படி கொண்டாடுவது என்பதை நீங்கள் கற்க வேண்டும். மரணத்தைப் போல வாழ்க்கை அத்தனை சிறந்தது அல்ல. ஆனால் மரணம் என்பது சிறந்ததாக இருக்கும் ஒரு நான்காவது நிலையான, துரியாவை அடைந்தால்.

சாதாரண உடல், மூளை இதயத்திலிருந்து ஒருவர் அடையாள மிருப்பது கடினமானது. ஆனால் அது விமல் கீர்த்திக்கு சுலபமாக நடந்தது. அவர் அடையாளமிழந்தே ஆகவேண்டும். காரணம் உடல் ஏற்கெனவே இறந்து விட்டது. அது இறந்து ஐந்து நாட்களாகி விட்டது. மூளையையும் ஏற்கனவே இழந்தாகி விட்டது. இதயம் எங்கோ தொலைதூரத்தில் இருக்கிறது. விபத்து என்பது ஒரு விபத்துதான், வெளியில் இருப்பவர்களுக்கு, ஆனால் விமல்கீர்த்திக்கு அது ஒரு மாறுவேட ஆசீர்வாதமாக போய்விட்டது. நீங்கள் அப்படி ஓர் உடலோடு உங்களை அடையாளம் காண முடியாது. சிறுநீரகம் வேலை செய்ய வில்லை. சுவாசம் வேலை செய்யவில்லை. இதயம் வேலை செய்ய வில்லை. மூளை முற்றிலும் பழுதாகி விட்டது. நீங்கள் எப்படி அப்படி ஓர் உடலோடு உங்களை அடையாளம் காண முடியும்? சாத்தியமே யில்லை. கொஞ்சம் எச்சரிக்கை, பிறகு நீங்கள் தனியாகி விடுவீர்கள். அந்த அளவு எச்சரிக்கை அவருக்கு இருந்தது. அந்த அளவு அவர் வளர்ந்திருந்தார். அதனால் அவர் உடனடியாக தெரிவித்துக் கொண்டார், ‘‘நான் உடல் இல்லை, நான் மனம் இல்லை. நான் இதயமும் இல்லை’’ இந்த மூன்றையும் நீங்கள் கடந்து விட்டால், நான்காவதுதான், துரியா, அதை அடைந்தாகி விட்டது. அது உண்மையான இயற்கை. ஒரு முறை அதை அடைந்துவிட்டால் அது தொலையாது.

அவர் என்னுடைய நகைச்சுவையை ரசிப்பார். இது அவருக்கான கடைசி உடை, அதனால் அவருக்காக இரண்டு நகைச்சுவைகள்.

ஓர் இத்தாலியத் தம்பதி மருத்துவமனைக்கு விரைந்துக் கொண்டி ருந்தார்கள். மனைவிக்கு குழந்தை பிறக்கப் போகிறது. வழியில் ஒரு பெரிய வாகன விபத்து. கணவன் மருத்துவமனையில் கோமாவுடன் அனுமதிக்கப்பட்டான். அவன் இறுதியாக வெளியே வந்தபோது அவன் மூன்று மாதங்கள் கோமாவில் இருந்ததாக சொன்னார்கள். அவன் மனைவி நன்றாக இருக்கிறாள். அவன் இரட்டைக் குழந்தைகளின் தகப்பன். ஒரு பெண், ஓர் ஆண்.

அவன் மருத்துவமனையிலிருந்து வீடு திரும்பிய சில நேரங்கள் கழித்து, குழந்தைகளுக்கு என்ன பெயர் வைத்திருக்கிறாய் என்று மனைவியைக் கேட்டான். மனைவி சொன்னாள், ‘‘இத்தாலியப் பாரம்பரியத்துக்கு ஏற்ப, நான் அவர்களுக்குப் பெயர் வைக்கவில்லை. புதிதாக பிறந்த குழந்தைகளுக்கு ஆண் தான் பெயர் வைக்க வேண்டும். நீங்கள் மயக்கத்தில் இருந்ததால் நான் உங்கள் சகோதரரிடம் சென்றேன்.’’

இதைக் கேட்டதும், கணவன் கோபமடைந்தான். சொன்னான், ‘‘என் சகோதரனா, அவன் ஒரு முட்டாள். அவனுக்கு எதுவுமே தெரியாது! அவன் என்ன பெயர் வைத்தான்.’’

மனைவி சொன்னாள், ''பெண்ணுக்கு டெனிஸ்.''

கணவன் சொன்னான், ''பரவாயில்லை, மோசமில்லை. அது இயேசுநாதரின் குழந்தைப் பருவத்து ஓவியம்.''

பையனுக்கு அவன் மருமகா என்று பெயர் வைத்தான்.

எபி என்ஸ்டைன் ஒஹியோவில் ஆணி தயாரிக்கிற ஒரு நிறுவனத்துக்கு சொந்தக்காரன். அவனுக்கு நல்ல வருமானம். அதனால் குளிர்காலத்தை மியாமியில் கழிக்க நினைத்தான். அவனுக்கு இருந்த ஒரே பிரச்னை அவன் பிள்ளை மாக்ஸ். அவன் இல்லாதபோது வியாபாரத்தை ஒழுங்காக நடத்துவானா என்று சந்தேகப்பட்டான். அவனுடைய நண்பன், மொய்ஷே, அவனை சமாதானப்படுத்தி குளிருக்குப் போகச் சொன்னான். எப்படியாக இருந்தாலும் உன் பிள்ளை தானே இந்த வியாபாரத்திற்கு ஒரு நாள் வாரிசாகப் போகிறான். அதனால் அதை அவன் நிரூபிக்க இப்போது ஒரு வாய்ப்பு அவனுக்குக் கொடு என்றான்.

எபி நன்றாக மியாமியில் விடுமுறையைக் கழித்தான். அப்போது ஆணிகள் காலாண்டு பத்திரிகை வந்தது. அதில் ஒரு முழ கலர் பக்க விளம்பரம் அதில் அவனுடைய ஆணிகளுக்காக விளம்பரம் வந்திருந்தது. அதில் ஒரு படம். அதில் இயேசு கிறிஸ்து சிலுவையில் அறையப்பட்டிருந்தார். அதில் தலைப்பு, ''அவர்கள் என்ஸ்டைனின் ஆணிகளைத்தான் பயன்படுத்தினார்கள்.''

எபி தன் மகன் மாக்ஸை உடனடியாக அழைத்தான், ''மறுபடியும் இப்படி செய்யாதே.''

மாக்ஸ் தான் புரிந்து கொண்டதாக தந்தைக்கு உறுதியளித்தான். அடுத்த பத்திரிகை வந்தது. அதில் வந்த விளம்பரத்தில் இயேசு சிலுவைக்குக் கீழே தரையில் கிடந்தார். அந்தத் தலைப்பு சொன்னது, ''அவர்கள் என்ஸ்டைன் ஆணிகளைப் பயன்படுத்தவில்லை.''

என்னுடைய தத்துவத்தில் மூன்று விஷயங்கள் இருக்கின்றன. வாழ்க்கை, அன்பு, சிரிப்பு. வாழ்க்கை என்பது ஒரு விதைதான். அன்பு என்பது மலர், சிரிப்புதான் அதன் நறுமணம். அப்படியே பிறப்பது போதாது, ஒருவர் வாழுகிற கலையைக் கற்றுக் கொள்ள வேண்டும். அதுதான் தியானத்தில் 'அ'. பிறகு ஒருவர் அன்பு காட்டுகிற கலையைக் கற்க வேண்டும். அதுதான் தியானத்தின் 'ஆ'. பிறகு ஒருவர் சிரிக்கிற கலையைக் கற்க வேண்டும். அதுதான் தியானத்தின் 'இ'. தியானத்திற்கு மூன்றே எழுத்துக்கள், அ, ஆ, இ.

அதனால் இன்று நீங்கள் ஓர் அழகான வழியனுப்பு விழாவை விமல் கீர்த்திக்கு செய்ய வேண்டும். அதை ஒரு சிறந்த சிரிப்போடு செய்யுங்கள். எனக்குத் தெரியும் நீங்கள் அவரை இழக்கப் போகிறீர்கள் என்பது. நான்

கூட அவரை இழக்கப் போகிறேன். அவர் இந்த ஆசிரமத்தில் ஒரு முக்கியமான அங்கமாக இருந்தார். அவர் எல்லோருடனும் மிகுந்த ஈடுபாட்டோடு இருந்தார். உங்களை விட நான் அவரை அதிகமாக இழப்பேன். காரணம் அவர்தான் என் அறைக்கு வெளியே பாதுகாவலராக இருந்தார். அது எப்போதுமே ஒரு சந்தோஷம். அறைக்கு வெளியே வரும்போது, விமல் கீர்த்தி புன்னகையோடு நிற்பார். அது இனி சாத்தியம் இல்லை. ஆனால் அவர் இங்கே உங்கள் புன்னகையில் இருப்பார், உங்கள் சிரிப்பில். அவர் இங்கு பூக்களிலிருப்பார். இந்தச் சூரியனில், இந்தக் காற்றில், இந்த மழையில், காரணம் எதுவுமே எப்போது தொலை வதில்லை - யாருமே உண்மையில் இறப்பதில்லை. ஒருவர் சாசுவதத்தின் ஒரு பகுதியாகிறார்.

அதனால் நீங்கள் கண்ணீர் சிந்தலாம், அந்தக் கண்ணீர் கூட சந்தோஷமாக இருக்கட்டும். அவர் அடைந்ததற்காக சந்தோஷப்படுங்கள். உங்களைப் பற்றி நினைக்காதீர்கள், நீங்கள் எதையோ இழப்பதைப் போல, அவரைப் பற்றி நினையுங்கள், அவர் நிறைவாக இருப்பதாக. இப்படித்தான் நீங்கள் கற்பீர்கள், காரணம் இப்போதோ, பின்னரோ, இன்னும் அதிகமான சந்நியாசிகள் இந்தப் பயணத்தில் போவார்கள் தொலைதூரக் கரைக்கு. நீங்கள் அவர்களுக்கு அழகான வழியனுப்பு விழா நடத்தக் கற்றுக் கொள்ள வேண்டும். சிரிப்போடு, நடனத்தோடு, பாட்டோடு.

என்னுடைய முழு அணுகுமுறையுமே கொண்டாட்டம்தான். மதம் என்பது என்னைப் பொருத்தவரையில் வண்ணமயமான கொண்டாட்டம் தான். ஒரு முழு வானவில், கொண்டாட்டங்களின் எல்லா வண்ணங் களும், உங்களுக்காக ஒரு சிறந்த வாய்ப்பை ஏற்படுத்துங்கள். காரணம் அவர் புறப்படுவதை கொண்டாடும்போது, உங்களில் பலர் பல சிறந்த உயரத்தை அடையலாம். இருத்தலின் புதிய பரிமாணங்களை. அது சாத்தியம். சில தருணங்களை இழக்கவே கூடாது. இந்த மாதிரி தருணங்களை அதன் முழு திறனில் பயன்படுத்த வேண்டும்.

நான் அவரோடு சந்தோஷமாக இருக்கிறேன். உங்களில் பலரும் அதே மாதிரியாக தயாராகிக் கொண்டிருக்கிறீர்கள். நான் என் மக்கள் குறித்து சந்தோஷமாக இருக்கிறேன். என்னைப் போல அழகான சீடர்களைக் கொண்ட குருவை நான் பார்த்ததேயில்லை. அந்த வகையில் இயேசு பரம ஏழை. ஒரு சீடர் கூட கிடையாது. ஞானோதயம் பெற்றவராக, கடந்த காலத்தில் புத்தர் இந்த விஷயத்தில் பணக்காரராகவே இருந்தார். ஆனால் கௌதம புத்தரைத் தோற்கடிக்க உறுதியாக இருக்கிறேன்.

அத்தியாயம் - 16
மறை பொருள்

✲

வில்ஹெம் ரெய்ச் தன்னுடைய புத்தகத்தில், கவனி, சிறிய மனிதனே, மனிதன் நன்றாக, அன்பான உணர்வில் இருக்கும் போதுதான் தான் வாழ்க்கை சக்தியை மனிதன் அடைகிறான். அந்த சக்திக்கு எதிர்ச் செயலாக செயல்படுவது அவன் பயத்தில் இருக்கும்போது, ரெய்ச் சொல்கிறார். அவர் மனிதனின் வாழ்க்கை சக்தியை 'தொலை உணர்வில்' அதாவது சூழலில் உடலுக்கு வெளியே கண்டதாகச் சொல் கிறார். அவர் சொல்கிறார். அவர் அதைக் காண்பதில் வெற்றி கண்டாராம். அதற்காக ஒரு கருவியைக் கண்டுபிடித்து அதைப் பெரிதுபடுத்தியதாம்.

அவர் அப்படி பார்த்தாரா?

இந்த நூற்றாண்டின் பிறந்த தனிச்சிறப்பு வாய்ந்த புத்திசாலி மனிதர் வில்ஹெம் ரெய்ச் அவர் கண்டுபிடித்ததை கிழக்கில் ஒளி வட்டம் என்பார்கள். நீங்கள் புத்தர், மகாவீரர் அல்லது கிருஷ்ணர் சிலைகளைப் பார்த்திருப்பீர்கள். அவர்கள் தலைக்குப் பின்னால் ஓர் ஒளி வட்டம் சுழலும், அந்தச் சுற்றும் ஒளிவட்டம்தான் யதார்த்தம், வில்லியன் ரெய்ச் சொன்னது ஆதாரபூர்வமான உண்மை. ஆனால் அவர் சொன்ன மக்கள் சரியான மக்கள் அல்ல. அதைப் புரிந்து கொள்வதற்கு, அவர்கள் அவரைப் பைத்தியமென்று நினைத்தார்கள். காரணம் அதை அவர் வாழ்க்கை ஒரு சக்தியாக உடலைச் சுற்றி வருகிறது என்று சொன்னார். அது சரியான உண்மை.

வாழ்க்கை என்பது ஒரு சக்தி அது உங்கள் உடலைச் சுற்றி வருகிறது. உங்கள் உடலை மட்டுமல்ல பூக்களை, மரங்களை எல்லாவற்றிற்குமே ஓர் ஒளிவட்டம் உண்டு. அந்த வட்டம், அந்த சக்தி உங்களைச் சுற்றி வளைத்து சில சமயங்களில் உங்களை வெவ்வேறு சூழல்களில் உங்களைச் சுருக்கியும், விரிவுபடுத்தவும் செய்கிறது. அது உங்களைச் சுருக்கும்போது, அதைக் கெட்டது, நோயானது என்று கருத வேண்டும். உங்கள் சக்தி விரிகிற எல்லா சூழலிலும், அதை மதிக்க வேண்டும். நேசிக்க வேண்டும். நேசிக்கும் போது, உங்கள் சக்தி வெளியே அடைகிறது. நீங்கள் இன்னும் உயிரோட்டமாக ஆகிறீர்கள். நீங்கள் பயத்திலிருக்கும்போது, உங்கள் சக்தி சுருங்குகிறது. நீங்கள் குறைவான உயிரோட்டத்தில் இருக்கிறீர்கள்.

இப்போது, அந்த அப்பாவி வில்ஹெம் ரெய்ச்சை அமெரிக்கர்கள் பைத்தியம் என்று நினைத்தார்கள். காரணம் அவர் அந்த சக்தியைப் பெரிதாக்க மட்டும் செய்யவில்லை - அவர் சில புதிய பயிற்சிகளைக் கண்டுபிடித்து, அதன் மூலம் அந்த சக்தி பெரிதாகிறது. அவர் அந்த சக்திகளைப் பெட்டியில் பிடித்தும் வைத்தார். ஒரு மனிதன் நுழையக் கூடிய அளவு பெரிய பெட்டிகள், ஒரு மனிதன் நோயிலிருந்தால் அதிலிருந்து அவன் முழுமையாக ஆரோக்கியமாக வெளியே வருவான். அந்த மாதிரி மனிதனைப் பைத்தியம் என்று நினைப்பது இயற்கைதானே. அவர் அந்த பெட்டிகளை விற்றுக் கொண்டிருந்தார். வெறும் பெட்டிகள் - ஆனால் அந்தப் பெட்டிகள் வெறுமையாக இல்லை. சூழலிலுள்ள அந்த சக்திகளை சேகரிக்கும் வழிகளைக் கண்டுபிடித்தார். ஒரு மரத்தைச் சுற்றி இந்த சக்திகள் பொழிவதைக் காண முடியும். ஆனால் அது உன் வெறும் கண்களால் பார்க்க முடியாது.

அவரைப் பைத்தியம் என்று சொல்லி சிறையிலடைத்தபின், இன்னொரு மனிதன் சோவிய ரஷ்யாவில் அதைப் படமெடுக்கவும் செய்தார். அது இப்போது சோவியத் யூனியனில் ஓர் அங்கீகரிக்கப்பட்ட ஒரு மனோதத்துவம் ஆகிவிட்டது. அதாவது வாழ்க்கைக்கு ஓர் ஒளி வட்டம் இருக்கிறது. அந்த மனிதன் கிர்லியான், அதைப் படமெடுக்க சில நுண்ணிய தகடுகளைக் கண்டுபிடித்திருக்கிறார். அவர் கைகளை படமெடுப்பார். அந்த கை ஒரு ஒளிவட்டத்தோடு படமாக வரும். ஒரு மிகவும் வினோதமான முறையில் அவருடைய படங்கள் ஒரு மனிதன் இன்னும் ஆறு மாதத்தில் நோயில் விழுவார் என்பதையும் காட்டியது. "இப்போது அவரிடம் நோய்க்கான எந்தப் பாணியும் தெரியவில்லை. ஆனால் அவரது ஒளி வட்டம் ஒரு குறிப்பிட்ட இடத்தில் சுருங்குகிறது.." ஆனால் ஒரு குறிப்பிட்ட இடத்தில் அந்த ஒளி வட்டம் சுருங்கினால் - அனேகமாக அந்த நபர் செவிடாகவோ அல்லது குருடாகவோ அவரது ஒளிவட்டம் கண்களுக்கு அருகே சுருங்கினால், அவருடைய எல்லாப்

புகைப்படங்களும் அவை சரி என்று கண் பார்வையை இழக்கும் அபாயத்தில் இருக்கிறார். "பார்க்கக் கூடிய குறிகள் எதுவுமில்லை. அதை நம்புவதற்கு எந்தக் காரணமும் இல்லை. ஆனால் அந்த மனிதர் ஆறு மாதத்தில் கண் பார்வையை இழந்தார். இப்போது சோவியத் யூனியனில் கிர்லியன் புகைப்படங்களை அரசாங்கமே அங்கீகரித்து விட்டது. அது மற்ற நாடுகளுக்கும் பரவுகிறது. ஒரு மனிதன் நோயில் விழுவதற்கு முன்னால் அவரைக் குணப்படுத்தி விடலாம். கிர்லியன் புகைப்படங்கள் மிகவும் சரியான யூகம். அது ஆறு மாதத்திற்கு முன்பே என்ன நடக்கும் என்பதை காட்டி விடும்.

கிழக்கில் பல நூற்றாண்டுகளாகத் தெரிந்த விஷயம் உங்கள் மரணத்திற்கு முன்னால், ஆறு மாதங்களுக்கு முன்பே, உங்களால், உங்கள் மூக்கு நுனியை நோக்கித் திரும்பத் துவங்கி விட்டது. அதனால் உங்கள் மூக்கு நுனியைப் பார்க்க முடியாது. நீங்கள் உங்கள் மூக்கு நுனியைப் பார்க்க முடியவில்லை என்பதைத் தெரிந்து கொண்டால் உங்கள் சக்தி ஆறு மாதங்களுக்குள் சுருங்கப் போகிறது என்று அர்த்தம். அதன் ஆதாரத்திற்குப் போ. பிறகு ஒளிவட்டம், எந்தப் புகைப்படத் தொழில் நுட்பமும் இல்லாமல், ஐயாயிரம் வருடங்களுக்கு முன்பு யோகா தெரிந்து கொண்டது. ஆனால் இப்போது, அதை விஞ்ஞான தளத்தில் அதை ஏற்றுக் கொள்ளலாம்.

வில்ஹெம் ரெய்ச் ஒரு தனிச் சிறப்பு வாய்ந்த பேரறிஞர். அவரால் சாதாரணமாக சாத்தியமில்லாதவற்றைப் பார்க்கவும், உணரவும் முடிந்தது. ஆனால் நீங்கள் மிக மிக தியானத்தில் இருந்தால், நீங்கள் மக்களிடமுள்ள ஒளி வட்டத்தைப் பார்க்கலாம். உங்கள் ஒளி வட்டத்தைக் கூட நீங்கள் உங்கள் கைகள் ஒளி வட்டத்தோடு பாய்வதைப் பார்க்கலாம். நீங்கள் ஆரோக்கியமாக இருந்தால், உங்கள் ஒளிவட்டம் விரிவடைவதை உணர்வீர்கள். நீங்கள் நோய்வாய்ப்பட்டிருந்தால், உங்கள் ஒளிவட்டம் சுருங்குவதைக் காண்பீர்கள். ஏதோ ஒன்று உங்களுக்குள் சுருங்குகிறது.

நீங்கள் ஒரு நோய்வாய்ப்பட்ட மனிதருக்குப் பக்கத்தில் இருந்தால், உங்களுக்கு ஒரு வினோதமான உணர்வு வரும். அவர் எப்படியோ உங்களை நோயாக உணர வைக்கிறார் என்பது. காரணம் அந்த நோயாளி அடுத்தவர்களின் ஒளி வட்டத்தை அவர்களுக்குத் தெரியாமலே பயன்படுத்துகிறார். அவருக்கு அதிக வாழ்க்கை தேவை. அதனால் யாருக்கெல்லாம் வாழ்க்கை இருக்கிறதோ, அவரைச் சுற்றி எது வருகிறதோ, அவர் அந்த வாழ்க்கையை எடுத்துக்கொள்கிறார். உங்களுக்கு அனுபவத்தால் தெரியும், புரிந்து கொள்ளாமலே, சிலரை நீங்கள் புறக்கணிக்க நினைப்பீர்கள். காரணம் அவர்களைப் பார்த்தாலே நீங்கள் நோயாக உணர்வீர்கள். அவர்களைப் பார்த்தாலே உங்களிட

மிருந்து ஏதோ ஒன்றை எடுத்துக் கொண்டு விட்டதாக உணர்வீர்கள். சில மக்களை நீங்கள் பார்க்க நினைப்பீர்கள். காரணம் அவர்களைப் பார்த்தால் நீங்கள் விரிவடைவதாக உணர்வீர்கள். நீங்கள் அதிக உயிரோட்டமாக உணர்வீர்கள்.

வில்ஹெம் ரெய்ச் மிகவும் சரி, ஆனால் துரதிர்ஷ்டவசமாக மக்கள் தங்களிடமுள்ள பேரறிஞர்களை ஏற்றுக் கொள்வதேயில்லை. அதற்கு மாறாக, அவர்களைக் கண்டனம் செய்கிறார்கள். காரணம் வில்ஹெம் ரெய்ச் சரி, மற்ற எல்லோரும் ஏறக்குறைய குருடர்கள். கோபத்தில் அவர் ஒரு புத்தகம் எழுதினார். கவனி, சின்ன மனிதா, ஆனால் அந்தப் புத்தகம் அழகானது. அவருடைய கோபத்தை மன்னித்து விடலாம். காரணம் அவரை சின்ன மனிதர்களாக மக்கள் தவறாக நடத்தினார்கள். முதலில் அவரைப் பைத்தியம் என்று நினைத்தார்கள். பிறகு அவரைப் பைத்தியக் கார விடுதிக்குத் தள்ளினார்கள். அவர் அந்தப் பைத்தியக்கார விடுதி யிலேயே இறந்து போனார். கிழக்கில் அவர் ஒரு கௌதம புத்தராகி இருப்பார். அவருக்கு அந்தத் தரமிருந்தது. அந்த உட்பார்வை. ஆனால் ஒரு தவறான சமூகம், சின்ன மனிதர்களைக் கொண்ட சமூகம், மிகவும் தாழ்ந்த மக்கள், சிறு மனதினர், யாரால் பரந்ததைப் பார்க்க முடிய வில்லையோ, யார் மர்மத்தை எண்ணிப் பார்க்க முடியவில்லையோ...

இந்த முழு சூழலிலுமே முழு வாழ்க்கை இருக்கிறது. உங்களால் உங்கள் வாழ்க்கையின் ஆதாரங்களைப் புரிந்து கொள்ள முடிந்தால், உங்களுக்குத் திடீரென்று தெரிய வரும் பறவைகள் உயிரோட்டமாக இருப்பதை, மரங்களின் உயிரோட்டத்தை, புற்கள் உயிரோட்டமாக - எங்கும் வாழ்க்கை இருக்கிறது. நீங்கள் இந்த வாழ்க்கையோடு நடனமாடலாம். நீங்கள் சூழலோடு பேச்சுவார்த்தை நடத்தலாம். ஆனால், மக்கள் நீங்கள் பைத்தியம் என்று நினைப்பார்கள். காரணம் மக்கள் அப்படியேதான் இருக்கிறார்கள். இதே மக்கள்தான் இயேசுவை சிலுவையிலேற்றினார்கள். அதே மக்கள்தான் வில்ஹெம் ரெய்ச்சைப் பைத்தியக்கார விடுதிக்கு அனுப்பினார்கள். இதே மக்கள்தானே சாக்ரடீஸுக்கு விஷம் கொடுத்தார்கள். ஆனால் அந்தச் சின்ன மக்கள்தான் பெரும்பான்மையாக இருக்கிறார்கள்.

வில்ஹெம் ரெய்ச்சின் கோபம் சரியானது. ஆனாலும் நான் சொல்வேன். கோபத்தை விட, அந்த சின்ன மனிதனுக்குத் தேவை கருணை. அவர் கோபப்பட்டார். காரணம் அவர்கள் அவரிடம் தவறாக நடந்து கொண்டார்கள். அவர்கள் அவரது முழு வாழ்க்கையையுமே அழித்தார்கள். அவரைப் புரிந்துகொள்வதற்குப் பதிலாக - அவர் அனுபவத்திற்கு ஒரு புதிய கதவைத் திறந்து விட்டிருப்பார், நேசிக்க, வாழ

- அவர்கள் அந்த மனிதனை முழுமையாக அழித்தார்கள். அதனால், அவர் கோபப்பட்டார்.

கிழக்கில், இதே சின்ன மனிதர்கள் இருக்கிறார்கள். ஆனால் கிழக்கத்தியப் பேரறிஞன் அவர்களிடம் கோபப்படவில்லை. கோபப்பட்டதை விட, இரக்கம் காட்டப்பட்டது. அவர்களுடைய குருட்டுத்தனத்தின் மீது ஒரு இரக்கம். அது எல்லா வழிகளிலும் அவர்களுக்கு ஒளி கொண்டு வர முயன்றது. இதயத்திகுள் ஒரு சின்ன புரிதல்.''

? **அன்றைக்கு ஒருநாள், நீங்கள் மூன்றாவது கண்கள்தான் ஒருவரையும் இருத்தலையும் இணைக்கிறது என்று பேசினீர்கள். நான் திறந்ததாக உணரும்போது, பாய்கிற, உங்களோடு இணைக்கப்படும்போது, மற்ற மக்களுடன், இயற்கை அல்லது என்னோடு, என் இதயத்தில் ஒரு மௌனம், ஒரு விரிவடையும் இடம் இருப்பதாக நான் உணர்கிறேன். சில சமயங்கள் ஒரு வெளிச்சம் ஊடுருவுவதாக, அதே மாதிரி அனுபவத்தைப் பற்றி நீங்கள் பேசினீர்கள் அல்லது மூன்றாவது கண் அல்லது இதயத்தில் வழியாக இணைக்கப் படும்போது அதில் வேறுபாடு இருக்கிறதா அல்லது அதில் வெவ்வேறு நிலைகள் இருக்கிறதா?**

நீங்கள் இப்போது அனுபவிப்பதே மதிப்பானது. ஆனால் அது மூன்றாவது கண்ணின் அனுபவம் அல்ல. மூன்றாவது கண் என்பது உங்கள் அனுபவத்திற்கும் சற்று மேலே.

கிழக்கின் இறை தூதர்கள் உணர்வின் பரிணாம வளர்ச்சியை ஏழு மையங்களாகப் பிரித்தார்கள். உங்கள் அனுபவம் என்பது நான்காவது மையம். அதாவது இதயம். அதுதான் முக்கியமான மையம். காரணம் அது சரியாக நடுவில் உள்ளது. மூன்று மையங்கள் கீழே இருக்கின்றன. மூன்று மையங்கள் அதற்கு மேலே இருக்கின்றன. அதனால்தான் அன்பு என்பது ஒரு சமமான அனுபவம்.

உங்கள் வர்ணனை என்பது, ''நீங்கள் திறக்கும்போது பாயும்போது, உங்களோடு இணைக்கப்படும்போது, மற்ற மக்களோடு, இயற்கை அல்லது என்னோடு, என் இதயத்தை ஒரு மௌனமான, ஒரு விரிவடை கிற இடம் சில சமயங்களில் ஊடுருவும் வெளிச்சத்தை உணருகிறேன்.'' இதே மாதிரி அனுபவத்தைத்தான் நீங்கள் பேசுகிறீர்களா?

நான் மூன்றாவது கண்ணைப் பற்றிப் பேசுகிறேன். அது இதயத்துக்கும் மேலே இருக்கிறது. இதயத்திற்கு மேலே மூன்று மையங்கள் இருக்கிறது. ஒன்று உங்கள் தொண்டை, அது படைப்பின் மையம், ஒன்று உங்கள் இரண்டு புருவத்திற்குமிடையே உள்ளது, சரியாக நடுவில். அதைத்தான் மூன்றாவது கண் என்கிறார்கள். உங்களுக்கு வெளி உலகத்தைத் தெரிந்து கொள்ள இரண்டு கண்கள் இருப்பதைப் போல - மூன்றாவது கண் என்பது ஓர் உருவகம், ஆனால் அந்த அனுபவம் என்பது ஒருவர் தன்னைத் தெரிந்து கொள்வது, பார்த்துக் கொள்வது.

கடைசி மையம் என்பது சக்ஸ்ரர், ஏழாவது, அதுதான் உங்கள் தலைக்கு மேலே இருக்கிறது. உங்கள் உணர்வு மேல் நோக்கிப் போகும்போது, முதலில் உங்களைத் தெரிந்துகொள்வீர்கள், இரண்டாவதாக நீங்கள் முழு பிரபஞ்சத்தையும் தெரிந்து கொள்வீர்கள், உங்களுக்கு முழுமையும் தெரியும். நீங்கள் அதில் ஒருபகுதி.

பழைய மொழியில், ஏழாவது என்பது 'கடவுளைத் தெரிந்து கொள்ளுதல்' ஆறாவது 'உங்களைத் தெரிந்துகொள்வது' ஐந்தாவது 'படைப்பாளியாக இருப்பது' நான்காவது, அன்பாக, பகிர்ந்து கொள்ளுதல், அடுத்தவர்களைத் தெரிந்து கொள்வது' நான்காவது, உங்கள் பயணம் நிச்சயமாகி விட்டது. நீங்கள் ஏழாவதற்குப் போவீர்கள் என்பதற்கான உத்தரவாதம். ஆனால், நான்காவதற்கு முன்பு நீங்கள் பாதை மாறிப் போகிற சாத்தியமுண்டு,

முதல் மையம்தான் காம மையம். அதுதான் இனப் பெருக்கம் - அதனால் வாழ்க்கை தொடருகிறது. அதற்கு மேலே - காம சக்தியை மேலே கொண்டு போகலாம். அது ஒரு சிறந்த அனுபவம். முதல் முறையாக நீங்கள் சுய நிறைவோடு இருப்பதைப் பார்ப்பீர்கள். காமத்திற்கு எப்போதுமே இன்னொருவர் தேவை. இரண்டாவது மையம்தான் நிறைவு மையம், மன நிறைவு உங்களுக்குள்ளேயே உங்களுக்குப் போதுமானது. மூன்றாவது மையத்தை நீங்கள் ஆராய்கிறீர்கள். நீங்கள் யார்? யார் இந்த சுய நிறைவு இருத்தல்? இந்த மையங்களெல்லாம் முக்கியமானவை. நீங்கள் யார் என்பதைத் தெரிந்து கொண்ட அந்தத் தருணத்தில், நான்காவது மையம் திறக்கும், அங்கு நீங்கள் அன்பைக் காண்பீர்கள்.

நான்காவதற்கு முன்பே பயணம் துவங்கி விட்டது. ஆனால் அதை நீங்கள் முடக்க முடியாத சாத்தியங்கள் அதிகம். நீங்கள் வழி தவறலாம். உதாரணமாக, உங்களை நீங்களே சுய நிறைவோடு, திருப்தியாக, இருப்பதைக் கண்டால் நீங்கள் அங்கேயே இருக்கலாம். நீங்கள் வேறு எதுவுமே செய்யத் தேவையில்லை. நீங்கள் இந்தக் கேள்வியைக் கூட

கேட்க வேண்டாம், ''நான் யார்?'' அந்த நிறைவு நிறையவே இருக்கும் அந்தக் கேள்வி மறைந்து விடும்.

இந்தச் சமயத்தில் ஒரு குரு தேவைப்படுகிறார். அதன் மூலமாக நீங்கள் நடுவில் எங்காவது தங்கி இலக்கை அடையாமல் போய்விடக் கூடாது. ஆனால் அங்கே அழகான இடங்கள் உள்ளன தங்குவதற்கு - திருப்தியாக உணர்ந்து எதற்காக போக வேண்டும்? ஆனால் குரு உங்களை நச்சரித்துக் கொண்டேயிருக்கிறார். நீங்கள் யாரென்பதைத் தெரிந்து கொள்ள வேண்டும். நீங்கள் திருப்தியாக இருக்கலாம். ஆனால் குறைந்தபட்சம் நீங்கள் யாரென்பதைத் தெரிந்து கொள்ளுங்கள். நீங்கள் யாரென்று தெரிந்த தருணத்தில், ஒரு புதிய கதவு திறக்கும். காரணம் உங்களுக்கு வாழ்க்கை என்ன என்பது தெரிந்து விட்டது. அன்பு, சந்தோஷம், நீங்கள் அங்கேயே தங்கலாம். அது நிறைய இருக்கிறது. வேறு எங்கும் நகரத் தேவையில்லை. ஆனால் குரு தள்ளிக் கொண்டேயிருக்கிறார் நான்காவது குரு! நீங்கள் அன்பின் தூய்மையான சக்தியை புரிந்து கொள்ளாவிட்டால், உங்களுக்கு இருத்தலின் பிரகாசத்தைப் புரிந்து கொள்ள முடியாது.

நான்காவதற்குப் பிறகு நீங்கள் வழி தவறி போகவே முடியாது. ஒரு முறை உங்களுக்கு இருத்தல் பிரகாசம் தெரிந்து விட்டால், படைப்பாற்றல் தன்னால் எழும். உங்கள் அழகு தெரிந்து விட்டது. அதை நீங்கள் அதை உருவாக்கவும் விரும்புவீர்கள். நீங்கள் படைப்பாளியாக வேண்டும். படைப்பதற்கான ஓர் அசாத்தியமான ஏக்கம் எழும். எப்போதெல்லாம் நீங்கள் அன்பாக உணர்கிறீர்களோ, நீங்கள் எப்போதுமே படைக்கிற உணர்வு பின்னால் நிழல் போல் வருவதை உணர்வீர்கள். ஒரு படைப்பாற்றல் கொண்ட மனிதன் வெளியே பார்த்துக் கொண்டிருக்க முடியாது. வெளியே அத்தனை அழகு இருக்கிறது... ஆனால் அவனுக்குத் தெரிய வரும் ஒரு முடிவற்ற வானம் வெளியே இருப்பதை. அதை சமப்படுத்த உள்ளே அதே மாதிரியான ஒரு முடிவுற்றது இருக்க வேண்டும். ஒரு குரு இருந்தால், அது நல்லது, அவர் கிடைக்கவில்லையென்றால், இந்த அனுபவங்கள் உங்களை முன் நடத்திச் செல்லும்.

உங்கள் மூன்றாவது கண் திறந்தால், உங்களை நீங்கள் பார்த்தால், உங்கள் உணர்வின் முழு விரிவை நீங்கள் பார்த்தால், நீங்கள் கடவுளின் கோயிலுக்கு வெகு அருகில் வந்து விட்டீர்கள், நீங்கள் அந்தப் படியில் நிற்கிறீர்கள். நீங்கள் கதவைப் பார்க்கலாம். மேலும் உங்களால் உள்ளே போக வேண்டுமென்கிற ஆர்வத்தைத் தடுக்க முடியாது. கோயிலுக்குப் போய் என்ன இருக்கிறது என்று பார்க்கத் தோன்றும். அங்கே நீங்கள் பிரபஞ்ச உணர்வைப் பார்ப்பீர்கள். அங்கே உங்களுக்கு ஞானோதயம்

கிடைக்கும். அங்கு உங்களுக்கு ஓர் உச்ச சுதந்திரம் இருக்கும். அங்குதான் உங்கள் சாசுவதத்தைப் பார்ப்பீர்கள்.

அதனால் இதுதான் ஏழு மையங்கள். உணர்ந்து ஏற்படுத்தப்பட்ட பிரிவுகள். அதனால் தேடுபவர் ஒன்றிலிருந்து இன்னொன்றுக்கு ஒரு முறையான வழியில் நகர முடியும். இல்லையென்றால், நீங்களாக வேலை செய்யும்போது தடுமாறுவதற்கான சாத்தியங்கள் அதிகம். குறிப்பாக நான்காவது மையத்திற்கு முன் அதிக ஆபத்துக்கள் உள்ளன. நான்காவது மையத்திற்குப் பிறகும் கூட.

பல கவிஞர்கள் ஐந்தாவது மையமான படைப்பில் வாழ்ந்துவிட்டு, அதற்கு மேலே போகவில்லை. பல ஓவியர்கள், பல நடன கலைஞர்கள், பல பாடகர்கள், யாரெல்லாம் பெரிய கலையைக் கொண்டு வந்தார்களோ, ஆனால் மூன்றாவது கண்ணிற்குள் நுழையவே யில்லை. ஆனால் சில துறவிகள் மூன்றாவது கண்ணிலேயே இருந்து விட்டார்கள். அவர்களது உள் அழகை தெரிந்து கொண்ட பின், அது அவ்வளவு நிறைவாக இருக்கும் அவர்கள் வந்து சேர்ந்துவிட்டதாக நினைத்தார்கள். யாராவது சொல்ல வேண்டும் இன்னும் அதிகமிருக்கிறது. இல்லையென்றால், உங்களது அறியாமையில், நீங்கள் என்ன செய்கிறீர்கள் என்பதை யூகிக்கவே முடியாது.

மைக் போலீஸ் வேலையில் சேர ஆசைப்பட்டு நுழைவுத் தேர்விற்குப் போனான். பரீட்சித்த சார்ஜெண்ட், அந்தப் புதிய பணியாள் ஐரிஷ்காரர் என்பதைத் தெரிந்து கொண்டு ஓர் எளிமையான கேள்வி கேட்டார், "யார் இயேசு கிறிஸ்துவைக் கொன்றது?"

மைக் கவலையோடு, எதுவுமே சொல்லவில்லை, சார்ஜெண்ட் "கவலைப்பட வேண்டாம், நீ யோசிக்க அவகாசம் தருகிறேன்" என்றார். மைக் வீட்டிற்குப் போகும்போது பாடியைப் பார்த்தான்.

"நீ போலீஸ் துறையில் சேர்ந்துவிட்டாயா?" பாடி கேட்டான்.

"அதுமட்டுமில்லை, நான் என் முதல் வழக்கை விசாரித்துக் கொண்டிருக்கிறேன்."

மனிதன் அப்படி இருப்பதால் அவனுக்குப் பாதையும் அதன் பள்ளங்களும் தெரிந்த ஒருவர் தேவைப்படுகிறார். அழகான இடங்களைத் தெரிந்தவர். அதனால் ஒருவர் அங்கேயே தங்கலாம், அவருக்கு உன்னைத் தள்ளுவதற்கான பரிவும் இருக்கிறது. உங்களுக்கு எதிராகக் கூட - நீங்கள் உங்கள் முழுத் திறனின் இறுதிக் கட்டத்தை அடைகிற வரையில்.

> சில வருடங்களுக்கு முன்னால், நான் உணர்ச்சி வசப்பட்டு என்னை வெளிப்படுத்துவேன், ஆனால் மையப்படாமல் இருந்தேன். நீங்கள் நான் என்னுடைய சக்தியை உள்ளேயே வைத்திருக்க வேண்டும். அதை என் ஹராவிற்குக் கொண்டுவர வேண்டும். ஹரா என்பது என்ன என்பதைப் பற்றிப் பேசி எனக்கு மேலும் வழிகாட்ட முடியுமா?

ஹரா என்கிற மையத்திலிருந்துதான் ஒரு வாழ்க்கை உடலிலிருந்து வெளியேறுகிறது. அதுதான் மரணத்தின் மையம். இந்த வார்த்தை 'ஹரா' என்பது ஜப்பானிய மொழி. அதனால்தான் ஜப்பானில் தற்கொலைக்கு, ஹரா கிரி என்கிறார்கள். இந்த மையம் தொப்புளுக்கு இரண்டு அங்குலம் கீழே உள்ளது. இது மிகவும் முக்கியமானது. ஏறக்குறைய உலகத்தில் எல்லோருமே இதை உணர்ந்திருக்கிறார்கள். ஆனால் ஜப்பானில் மட்டும்தான் அவர்கள் ஆழமாகப் போய் இதன் விளைவுகளைப் பார்த்திருக்கிறார்கள். இந்தியாவில் கூட மக்கள் இந்த மையங்களில் கடுமையாக வேலை செய்திருந்தாலும் அவர்கள் இந்த ஹராவைக் கண்டு கொள்ளவில்லை. இதை இழந்ததற்குக் காரணம் அவர்கள் மரணத்தை முக்கியமானதாக கருதவில்லை. உங்கள் ஆன்மா இறக்காது. அதனால் சக்திகள் மட்டுமே வெளியாகி, இன்னொரு உடலுக்குள் போக வைக்கிற இந்த மையத்தைப் பற்றி ஏன் கவலைப்பட வேண்டும்? அவர்கள் காமத்திலிருந்து வேலை செய்கிறார்கள். அதுதான் வாழ்க்கையின் மையம். அவர்கள் ஏழு மையங்களில் வேலை செய்தார்கள். ஆனால் இந்த ஹராவைப் பற்றி இந்திய எழுத்துகளில் இல்லை.

ஆயிரம் வருடங்களாக இந்த மையங்கள் குறித்து கடுமையாக வேலை செய்தவர்கள் கூட இந்த ஹராவைப் பற்றி எழுதவில்லை. இது தற்செயலாக நடந்ததில்லை. காரணம் அவர்கள் மரணத்தை அத்தனை முக்கியமாக எடுத்துக் கொள்ளவில்லை. இந்த ஏழு மையங்களுமே வாழ்க்கை மையங்கள். ஒவ்வொரு மையமும் உயர்ந்த வாழ்க்கை. ஏழாவதுதான் வாழ்க்கையின் உயர்ந்த மையம், நீங்கள் ஏறக்குறைய கடவுள்.

இந்த ஹரா என்பது காம மையத்திற்கு நெருக்கமானது. நீங்கள் மேலான மையத்திற்கு எழாவிட்டால், தலையிலிருக்கும் ஏழாவது மையத்தை நோக்கி, நீங்கள் உங்கள் முழு வாழ்க்கையிலும் இந்தக் காம மையத்திலேயே இருந்தால், காம மையத்திற்குப் பக்கத்திலேயே

இருப்பதுதான் ஹரா. பிறகு வாழ்க்கை முடிந்து விடும். ஹராதான் மையம் அங்கிருந்துதான் உங்கள் உயிர் உடலை விட்டுப் போகும்.

நான் ஏன் இதை உங்களுக்குச் சொன்னேன்? நீங்கள் மிகவும் சக்தி வாய்ந்தவராக இருக்கிறீர்கள். ஆனால் எந்த உயர்ந்த மையங்களைப் பற்றியும் தெரிந்துவைத்துக் கொள்ளவில்லை. உங்கள் முழு சக்தியும் காம மையத்திலேயே இருந்து விட்டது. நீங்கள் பொங்கி வழிந்து கொண்டிருக்கிறீர்கள். காம மையத்தில் சக்தி பொங்கி வழிந்தால் அது ஆபத்தானது. காரணம் அது ஹராவிலிருந்து வெளியேறும். அது ஹராவிலிருந்து வெளியேறினால், பின்னர் அதை மேலே கொண்டு போவது மிகவும் கடினம். அதனால்தான் நான் உங்கள் சக்தியை உள்ளே வைத்திருக்கச் சொல்கிறேன். அதை வெளிப்படுத்த வேண்டாம். அதை உள்ளே வைத்திருங்கள்! எனக்கு அந்த ஹரா மையம் தேவை, அது திறக்கப் போகிறது, அது மிகவும் ஆபத்தாக இருக்கும். அது முற்றிலுமாக மூடப்பட வேண்டும்.

நீங்கள் புரிந்து கொண்டீர்களா, நீங்கள் முற்றிலும் ஒரு வேறான மனிதன். இப்போது நான் உங்களைப் பார்க்கும்போது, முதலில் நான் பார்த்த அந்த வெளிப்பாட்டை என்னால் நம்பவே முடியவில்லை. இப்போது நீங்கள் அதிகம் மையப்பட்டிருக்கிறீர்கள். உங்கள் சக்தி சரியான திசையில் போய்க் கொண்டிருக்கிறது. அதுவும் உயர்ந்த மையத்திற்கு. அது ஏறக்குறைய நான்காவது மையத்தில் இருக்கிறது. அதுதான் அன்பின் மையம். அது ஒரு சமப்படுத்தும் மையம். அதற்குக் கீழே மூன்று மையங்கள் இருக்கின்றன. அதற்கு மேலே மூன்று மையங்கள் இருக்கின்றன.

ஒருமுறை ஒருவர் இந்த அன்பு மையத்தில் இருந்து விட்டால், கீழே விழுவதற்கான சாத்தியங்கள் மிகவும் அபூர்வம். காரணம் அவர் ஏதோ ஓர் உயரத்தை நோக்கி ருசி கண்டுவிட்டார். இப்போது பள்ளத்தாக்குகள் இருட்டாக, அருவருப்பாக இருக்கும். அவர் சூரிய வெளிச்சத்தின் உச்சத்தைப் பார்த்துவிட்டார். ஆனால் அதிக உயரமில்லை. ஆனால் இன்னமும் உயரம், இப்போது அவரது ஆசையெல்லாம்...

அதுதான் இந்த நேசமானவர்களின் பிரச்னை. அவர்களுக்கு இன்னும் அதிக அன்பு வேண்டும். காரணம் அவர்கள் புரிந்து கொள்ளவில்லை. உண்மையான ஆசை என்பது இன்னும் அதிக அன்பு இல்லை. ஆனால் அன்பை விட இன்னும் ஏதோ அதிகமாக, அவர்களின் மொழி அன்போடு முடிந்து விடுகிறது. அவர்களுக்குத் தெரியவில்லை, அன்பை விட அதிகமான வழி மேலும் அதனால் திருப்தியடையவதில்லை. அதற்கு மாறாக, நீங்கள் இன்னும் அதிக அன்பு செலுத்தினால் உங்களுக்கு இன்னும் அதிக தாகம் எடுக்கும்...

நான்காவது மையத்தில் அதாவது அன்பு, ஒருவருக்கு அபாரமான திருப்தி வரும். அந்த சக்தி ஐந்தாவதை நோக்கி நகரத் துவங்கும் போதுதான். ஐந்தாவது மையம் உங்கள் தொண்டையில் இருக்கிறது, ஆறாவது மையம்தான் உங்கள் மூன்றாவது கண். ஏழாவது மையம், உங்கள் தலைக்கு மேலே இருக்கிறது. இந்த எல்லா மையங்களுக்குமே வெவ்வேறு வெளிப்பாடுகள், வெவ்வேறு அனுபவங்கள்.

அன்பு ஐந்தாவது மையத்திற்கு நகரும்போது, உங்களுக்கு என்ன திறமை இருக்கிறதோ, ஏதாவது படைப்பு பரிமாணம், அது உங்களுக்குச் சாத்தியம். இதுதான் படைப்பிற்கான மையம், அது பாடலுக்கு மட்டுமல்ல, இசைக்கு மட்டுமல்ல, அது முழுவதும் படைப்பிற்கு.

இந்து புராணத்தில் ஓர் அழகான கதை உண்டு. அது கதைதான். ஆனால் அந்தக் கதை அழகானது. அதுவும் குறிப்பாக உங்களது ஐம்பதாவது மையத்தை விளக்குவது. இந்திய புராணம் சொல்கிறது எப்போதுமே தீய சக்திகளுக்கும், நல்ல சக்திகளுக்கும் தொடர் போராட்டம் நடக்கிறது. இருவருமே கண்டுபிடித்தார்கள், பாற்கடலில் தேடினால் நிச்சயம் அமிர்தம் கிடைக்கும். அதைக் குடித்தால் நிச்சயம் இறவாத் தன்மை அடையலாம். அதனால் அவர்கள் எல்லோருமே அதைத் தேட முயன்றார்கள். ஆனால், வாழ்க்கை எல்லா இடங்களிலும் சமப்படுத்துவதைப் போல, அங்கேயும்... அவர்கள் அமிர்தத்தைக் கண்டுபிடிக்குமுன் அவர்கள் விஷத்தைக் கண்டார்கள். அது அமிர்தத்தைக் கீழே ஒளித்து வைத்திருந்தது. அதை யாரும் சோதிக்கத் தயாராக இல்லை. அதைப் பார்த்ததுமே அது ஒரு நோயை உருவாக்கியது. அவர்களில் ஒருவர் நினைத்தார். உலகத்தில் முதல் ஹிப்பியாக விருப்பப்படலாம் - அவர்தான் கடவுள் சிவன். அதனால் அவர்கள் சிவனிடம் கேட்டார்கள். ''நீங்கள் சோதித்துப் பாருங்களேன்'' அவர் ''சரி'' என்றார். அவர் அதைக் குடித்தார். அது தூய விஷம். அதை அவர் அப்படியே தன் கழுத்தில் வைத்துக் கொண்டார். அந்த ஐந்தாவது மையத்தில், அதுதான் ஆக்கபூர்வமான மையம். அது முற்றிலும் விஷமானது. அதனால் சிவன் அழிக்கும் கடவுளானார். அதனால் இந்துக்களுக்கு மூன்று கடவுள்கள். பிரும்மா உலகத்தைப் படைக்கிறார். விஷ்ணு உலகத்தைக் காக்கிறார். சிவன் உலகத்தை அழிக்கிறார். அவர் அழிக்கும்தன்மை ஆக்கபூர்வமான மையம் விஷமாகியதால் நடந்தது. அந்த விஷம் மிகச் சிறந்ததாக இருந்ததால், அது சின்ன அழிவில்லை அவர் முழு இருத்தலையும்தான் அழிக்க முடியும்.

சிவன் உலகத்தை அழிப்பவரானார். காரணம் இந்த ஐந்தாவது மையம் இருத்தலின் முழு விஷத்தைச் சேர்த்துக் கொண்டதால் ஏற்பட்டது. அதுதான் நம் படைப்பு மையம், அதனால்தான் காதலர்களுக்கு ஒரு குறிப்பிட்ட படைக்கும் திறன் வருகிறது. நீங்கள் காதலில் விழுந்தால்,

நீங்கள் திடீரென்று எதையோ படைக்க நினைக்கிறீர்கள். அது மிகவும் நெருக்கமானது. உங்களுக்குச் சரியான வழிகாட்டுதல் இருந்தால், உங்கள் காதலே மிகச் சிறந்த படைக்கும் செயலாக மாறலாம். அது உங்களைக் கவிஞனாக்கலாம். அது உங்களை ஓர் ஓவியனாக்கலாம். அது உங்களை ஒரு நடன கலைஞராக்கலாம். அது உங்களை எந்தப் பரிமாணத்து நட்சத்திரத்தையும் அடைய வைக்கலாம்.

ஆறாவது மையம் - அதைத்தான் நாம் மூன்றாவது கண் என்றழைக் கிறோம். அது இரண்டு கண்களுக்கு நடுவே உள்ளது. அது உங்களுக்கு ஒரு தெளிவைக் கொடுக்கும். உங்கள் கடந்த வாழ்க்கையைப் பற்றிய ஒரு பார்வை, எதிர்காலத்தின் எல்லா சாத்தியங்களையும் ஒரு முறை உங்கள் சக்தி மூன்றாவது கண்ணை அடைந்து விட்டால், நீங்கள் ஞானோதயத்தை நெருங்கி விட்டீர்கள். அந்த ஞானோதயத்தின் ஏதோ உங்களுக்கு காட்டத் துவங்கும். அது மூன்றாவது கண் மனிதனிடமிருந்து பரப்பும், தன்னை ஏழாவது மையம் இழப்பதை அவர் உணரத் துவங்குவார்.

இந்த ஏழு மையங்களினால், இந்திய இந்த ஹராவைப் பற்றிக் கவலைப்பட வில்லை. ஹரா என்பது வரிசையில் இல்லை. அது காம மையத்திற்குப் பக்கத்திலிருக்கிறது. காம மையம்தான் வாழ்க்கை மையம், ஹரா என்பது மரண மையம். அதிக உற்சாகம், அதிகமான மையப் படுத்தாத தன்மை, எல்லா இடங்களிலும் உங்கள் சக்தியை இறைப்பது என்பது மிகவும் ஆபத்தானது. காரணம் அது உங்கள் சக்தியை ஹராவிலிருந்து எடுக்கிறது. ஒரு முறை ஒரு பாதை போடப்பட்டால், மேலே போவது கடினமாகி விடும். ஹரா என்பது காம மையத்திற்கு இணையானது. அதனால் சக்தி எளிதாக சுலபமாக நகரலாம்.

அது ஜப்பானியர்களின் மிகச் சிறந்த கண்டுபிடிப்பு; அவர்கள் உங்கள் தலையை வெட்ட வேண்டிய அவசியமில்லை என்பதைக் கண்டறிந் தார்கள். அல்லது உங்கள் மூளையைச் சுட வேண்டாம் உங்களைக் கொல்வதற்கு - அதெல்லாம் தேவையில்லாத வலிகள், ஒரு சின்ன கத்தியை ஒரு ஹரா மையத்தில் செருகினால் போதும், எந்த வலியுமில்லாமல் உயிர் பிரிகிறது. நீங்கள் அந்த மையத்தைத் திறந்து வையுங்கள். உயிர் பிரிந்து விடும். ஏதோ மலர் பிளந்து, நறுமணம் மறைந்ததைப் போல.

ஹராவையே மூடி வைத்திருக்க வேண்டும். அதனால்தான் நான் உங்களை அதிக மையப்பட்டிருக்க சொன்னேன், உங்கள் உணர்வுகளை உள்ளேயே வைத்திருக்க, அதை உங்கள் ஹராவுக்குக் கொண்டுவர, உங்கள் ஹரா தொடர்ந்து உங்கள் சக்தியை உணர்வோடு கட்டுப்

படுத்தினால், அது வெளியே போக மையப்படுதலை உணர்வீர்கள். அதுதான் சக்தி மேலே போவதற்கான அடிப்படைத் தேவை.

ஒருவன் தெருவில் நடந்து கொண்டிருந்தான். ஓர் உலோகப் பொருள் கடையைக் கடந்தபோது, ஒரு ரம்பத்தின் விற்பனைக்கான விளம்பரத்தைக் கண்டான். அது எழுநூறு மரங்களை ஏழு மணி நேரத்தில் அறுக்கும் சக்தியைக் கொண்டது. அந்த ஒரு பெரிய விஷயம் என்று நினைத்து அதை வாங்க நினைத்தான்.

அடுத்த நாள் அந்த ரம்பத்தோடு கடைக்குத் திரும்பி வந்தான். விற்பனையாளரிடம் புகார் செய்தான். "விளம்பரத்தில் இருந்ததைப் போல எழுநூறு மரங்களை அறுக்கவில்லை."

"நல்லது" விற்பனையாளன் சொன்னான். "அதை நாம் சோதித்துப் பார்க்கலாம்" ஒரு மரத்தைக் கண்டுபிடித்து விற்பனையாளன் அதன் துவக்க விசையை அழுத்தினான். அது ஒரு பெரிய சத்தத்தை ஏற்படுத்தியது.

"இது என்ன சத்தம்?" கேட்டான் வாங்கியவன்.

அவன் அந்த ரம்பத்தை வைத்துக் கையால் அறுத்திருக்க வேண்டும். அது ஒரு மின்சார ரம்பம்.

உங்கள் ஹரா மையம் அதிக சக்தி வாய்ந்தது. அது சரியான திசையில் செலுத்தப்பட்டது. ஞானோதயம் என்பது தொலைவில் இல்லை.

அதனால் இந்த இரண்டும்தான் என் யோசனைகள். உங்களை எவ்வளவு தூரம் மையத்தில் வைத்திருக்க முடியுமோ அங்கு வைத்திருங்கள். சின்ன விஷயங்களுக்காக அசைந்து கொடுக்காதீர்கள், யாரோ கோபமாக இருக்கிறார்கள். யாரோ உங்களை அவமானப்படுத்து கிறார்கள். அதைப் பற்றி பல மணி நேரங்கள் நினைக்கிறீர்கள். உங்கள் முழு இரவும் பாதிக்கப்பட்டது. காரணம் யாரோ எதையோ சொன்னார்கள். ஹரா நிறைய சக்திகள் வைத்துக் கொள்ள முடியுமென்றால், இயற்கையாக அந்த அளவு சக்தி மேல் நோக்கி போகத் துவங்கும். ஹராவிற்கு ஒரு குறிப்பிட்ட திறன்தான் உண்டு. ஒவ்வொரு சக்தியும் மேல் நோக்கி நகரும்போது, ஹராவின் வழியாகத்தான் போகிறது. ஆனால் அந்த ஹராவை மூட வேண்டும்.

அதனால் ஒரு விஷயம் ஹராவை மூட வேண்டும். இரண்டாவது விஷயம் நீங்கள் அதிகமான மையத்திற்குப் போக வேலை செய்ய வேண்டும். உதாரணமாக, நீங்கள் அடிக்கடி கோபப்பட்டால், நீங்கள் அந்தக் கோபத்தில் அதிகமான தியானம் செய்ய வேண்டும். அதனால்

அந்தக் கோபம் மறையும். அந்த சக்தி ஒரு பரிவாக மாறும். நீங்கள் எல்லாவற்றையும் வெறுக்கும் மனிதராக இருந்தால், நீங்கள் அந்த வெறுப்பில் கவனம் செலுத்த வேண்டும். அந்த வெறுப்பில் தியானம் செய்யுங்கள். அதே சக்தி அன்பாக மாறும். மேல் நோக்கியே நகருங்கள், எப்போதுமே உயர்ந்த ஏணிகளை நினையுங்கள். அதனால் நீங்கள் உங்கள் இருத்தலின் உயர்ந்த இடத்திற்குச் செல்லலாம். ஆனால் அது ஹரா வழியாகக் கசியக் கூடாது.

இந்தியா காமத்தில் அதிகம் கவனம் செலுத்தியது இதனால்தான். காமம் உங்கள் சக்தியை வெளியே எடுக்கலாம். அது எடுக்கிறது... ஆனால் காமம்தான் வாழ்க்கையின் மையம். அது சக்தியை வெளியே எடுக்கிறது. அது சக்தியை வேறு எங்காவது கொண்டு வரும். வாழ்க்கை பாய்ந்து கொண்டே இருக்கும். ஆனால் ஹரா என்பது மரண மையம். சக்தியை ஹராவின் மூலமாக அனுமதிக்க முடியாது. ஒருவரை சக்தி ஹராவின் மூலமாகப் போனால் நீங்கள் சுலபமாகக் கண்டுபிடித்து விடலாம். உதாரணமாக, சில நபர்களைக் கண்டால் உங்களுக்கு மூச்சு முட்டும். அவர்கள் உங்கள் சக்தியை உறிஞ்சுவதைப் போல தோன்றும். நீங்கள் உணர்வீர்கள் அவர்கள் போன பின்பு, அதற்கு பிறகு நீங்கள் தளர்ந்து ஓய்வாக இருப்பதை உணர்வீர்கள். அவர்கள் உங்களுக்கு எந்தத் தீங்கும் செய்யாதபோது.

நீங்கள் அதற்கு எதிரான மக்களையும் பார்ப்பீர்கள். அவர்களைச் சந்தித்தாலே உங்களுக்குள் ஒரு சந்தோஷம், ஆரோக்கியம், நீங்கள் சோகமாக இருந்தால், உங்கள் சோகம் மறையும்; நீங்கள் கோபமாக இருந்தால், கோபம் மறையும். இந்த மாதிரி மக்களிடம் சக்திகள் மேல் நோக்கிப் போகின்றன. அவர்களுடைய சக்தி உங்களைத் தாக்கும். நாம் பரஸ்பரம் பாதித்துக் கொள்கிறோம் தொடர்ந்து, மேலும் உணர்வுள்ள மனிதன் தன் நண்பர்களையும், சகவாசத்தையும் இந்த சக்தியை வழங்குபவர்களாகத்தான் தேர்ந்தெடுப்பான்.

ஒரு விஷயம் தெளிவு. உங்களை உறிஞ்சுகிற மக்கள் இருக்கிறார்கள். அவர்களைத் தவிர்த்து விடுங்கள். அதில் தெளிவாக இருப்பது நல்லது. அவர்களுக்கு விடை கொடுங்கள். அதனால் அவதிப்பட வேண்டிய தில்லை, காரணம் அவர்கள் ஆபத்தானவர்கள். அவர்கள் உங்கள் ஹராவையே திறக்கக் கூடும். அவர்கள் ஹரா திறந்திருக்கிறது. அதனால் அவர்கள் அப்படி ஓர் உறிஞ்சுகிற உணர்வை உங்களுக்குக் கொடுக்கிறார்கள்.

மனோதத்துவம் இதைக் குறித்துக் கொள்ளவில்லை. ஆனால் இது ஒரு சிறந்த முக்கியத்துவம் வாய்ந்தது. மனோதத்துவ ரீதியாக நோயான

மக்களை ஒன்றாக வைக்கக் கூடாது. இதைத்தான் உலகம் முழுவதுமே செய்து கொண்டிருக்கிறார்கள். மனோதத்துவ ரீதியான நோயான மக்களை மன நல விடுதிகளில் ஒன்றாக வைத்திருக்கிறார்கள். அவர்கள் ஏற்கனவே மனோதத்துவ ரீதியாக நோயில் இருக்கிறார்கள். நீங்கள் அவர்களை ஒரே கூட்டாகப் போடுகிறீர்கள். அது அவர்கள் சக்தியைக் கீழ் நோக்கி இழக்கும். இப்படி மனோதத்துவ ரீதியான மக்களைக் கவனிக்கும் மருத்துவர்கள் கூட இது பற்றி குறிப்பு கொடுத்திருக்கிறார்கள். பல மனோதத்துவ ஆராய்ச்சியாளர்கள்தான் வேறு எந்தத் தொழில் இருப்பவர்களைக் காட்டிலும் அதிகமாக தற்கொலை செய்து கொள்கிறார்கள். வேறு எந்தத் தொழிலையும் விட இவர்கள்தான் அதிகமாக பைத்தியமாகிறார்கள். ஒவ்வொரு மனோதத்துவ ஆராய்ச்சியாளரையும், எப்போதாவது ஒரு முறையாவது வேறு மனோதத்துவ ஆராய்ச்சியாளரை வைத்து சிகிச்சை கொடுப்பது அவசியம். இந்த மக்களுக்கு என்ன ஆகிறது? சுற்றிலும் மனோதத்துவ ரீதியான நோயான மக்கள், அவர்கள் தொடர்ந்து உறிஞ்சப்படுகிறார்கள். அவர்களுக்கு எப்படி தங்கள் ஹராவை மூடுவது என்பது பற்றி எந்தச் சிந்தனையுமில்லை.

முறைகள் இருக்கின்றன. ஹராவிற்கு நெருக்கமான தொழில் நுட்பங்கள், தியானத்திற்கு முறைகள் இருப்பதைப் போல, சக்தியை மேலே கொண்டு செல்ல, சிறந்த எளிமையாக வாழ உங்கள் வாழ்க்கையில் முடிந்த வரையில் மையப்படுத்தியே இருங்கள். மக்களால் மௌனமாகக் கூட உட்கார முடியாது. அவர்கள் தங்கள் இடத்தை மாற்றிக் கொண்டே இருப்பார்கள். அவர்களால் மௌனமாக படுக்க முடியாது. இரவு முழுவதும் அவர்கள் திரும்பி, புரண்டுக் கொண்டே இருப்பார்கள். இது வெறும் அமைதியின்மை, அவர்களுடைய ஆன்மாவில் ஓர் ஆழ்ந்த அமைதியின்மை. ஒருவர் அமைதி நிறைந்ததை கற்க வேண்டும். இந்த சின்ன விஷயங்களில், ஹரா மூடியே இருக்கிறது. குறிப்பாக மனோதத்துவ நிபுணர்களுக்குப் பயிற்சி கொடுக்க வேண்டும். கூடவே, மனோதத்துவ ரீதியாக நோயான மக்களை ஒன்றாகப் போடக் கூடாது.

கிழக்கில், குறிப்பாக ஜப்பானில் சென் ஆசிரமங்களில், அங்குதான் அவர்கள் ஹரா மையம் இருப்பதை அறிந்தார்கள். அங்கு இப்போதைக்கு மனோதத்துவ நிபுணர்கள் இல்லை. ஆனால் சென் ஆசிரமங்களில் சின்ன குடில்கள் உள்ளன. வளாகத்தில் இருந்து தொலைதூரத்தில் இருக்கும் அங்குதான் சென் மக்கள் வாழ்வார்கள். ஆனால் அதே காட்டில் அல்லது அதே மலைப்பகுதியில் யாராவது மனோதத்துவ ரீதியாக நோயில் விழுந்தால், அங்கு கொண்டுவருவார்கள். அவருக்கு அங்கே ஓர் இடம் கொடுக்கப்படும். அவரை ஓய்வெடுக்கச் சொல்வார்கள். ஓய்வெடு,

அனுபவி, காட்டுக்குள் சுற்றித் திரி, ஆனால் பேசாதே. எப்படியும் பேசுவதற்கு யாருமே இருக்க மாட்டார்கள்! ஒரு நாளுக்கு ஒரு முறை ஒரு மனிதர் வந்து உணவு கொடுப்பார். அவர் அந்த மனிதரிடம் பேச அனுமதியில்லை. அவர் பேசினால் கூட, அந்த மனிதர் பதில் சொல்ல மாட்டார். அதனால் அவரது முழு சக்தியும், முழுமையும் கட்டுப்புடுத்தப் படுகிறது. அவரால் பேசக் கூட முடியாது. அவர் யாரையும் சந்திக்கவும் முடியாது.

உங்களுக்கே வியப்பாக இருக்கும். இந்த மனோ ஆராய்ச்சியாளர்கள் வருடங்களில் செய்ய முடியாததை மூன்று வாரங்களில் செய்து விடுவார்கள். மூன்று வாரத்தில் அந்த நபர் ஆரோக்கியமாகி சாதாரண மக்களைப் போல் ஆகிவிடுவார்கள். ஆனால் எதுவுமே செய்யவில்லை - எந்தத் தொழில்நுட்பமுமில்லை. எதுவுமில்லை. அவரைத் தனியாக விட்டார்கள். அதனால் அவர் பேச முடியாது. அவர் ஓய்வெடுத்து அவராக இருக்கலாம். அவர் யாருடைய எதிர்பார்ப்பையோ நிறைவு செய்வதை எதிர்பார்க்கிறார்கள்.

நீங்கள் நன்றாக செய்திருக்கிறீர்கள். நீங்கள் என்ன செய்கிறீர்களோ அதைத் தொடருங்கள். உங்கள் சக்தியை உங்களுக்குள்ளேயே சேர்த்து வைக்கிறீர்கள். அந்த சேர்த்து வைக்கும் சக்தி தானாகவே மேலே போக வைக்கிறது. அது மேலே போனவுடன், நீங்கள் அதிக அமைதியை உணருவீர்கள். அதிக அன்பு, அதிக சந்தோஷம், அதிக பகிர்தல், அதிக பரிவு, அதிக படைப்பாற்றல், நீங்கள் முழு ஒளியையும் உணரும் நாள் தூரமில்லை. வீட்டிற்குத் திரும்பி வந்த உணர்வு.

மனிதனுக்குக் கதிரவப் பின்னலுடனான தொடர்பு அறுந்து விட்டது. காரணம் காமத்தைப் பற்றிய பயம், காமத்தை ஒடுக்குவதால், காரணம் வாழ்க்கை இல்லாததாக்கியது.

இந்தக் கதிரவப் பின்னல்தான் வாழ்க்கை மரணம் இரண்டுக்கும் மையமானது. அதனால்தான் ஜப்பானியர்கள் அதை ஹரா என்கிறார்கள். 'ஹரா' என்றால் மரணம். இந்தியர்கள் அதை மணிப்புறா என்கிறார்கள். 'மணிப்புறா' என்றால் வைரம், மிகவும் விலை உயர்ந்த வைரம். காரணம் வாழ்க்கை அங்கிருந்துதான் வருகிறது. கதிரவ பின்னலில்தான் உங்கள் விதை இருக்கிறது. அதுதான் தாயின் கருப்பையில் உருவாகிற முதல் விஷயம். மற்றவையெல்லாம் அதைச் சுற்றியே வளருகின்றன.

இந்தக் கதிரவப் பின்னலில்தான் உங்கள் தந்தையின் விதை, உங்கள் தாயின் விதை இரண்டும் இருக்கின்றன. உங்கள் தந்தையின் உயிர் அணுவும், உங்கள் தாயின் உயிர் அணுவும் சேர்ந்து உங்கள் கதிரவப் பின்னலை உருவாக்குகின்றன. அதுதான் உங்கள் முதல் நீல வரைபடம்.

அங்கிருந்து எல்லாமே வளர்கிறது. பிறகு அதுவே மையமாக எப்போதும் இருக்கிறது. நீங்கள் அதை மறக்கலாம். நீங்கள் அதை சட்டை செய்யாமல் இருக்கலாம். நீங்கள் அதை ஒடுக்கலாம், நீங்கள் அதைத் தலையில் தொங்க விட்டுக் கொள்ளலாம். ஆனால் அது மையத்தில் தானிருக்கிறது. நீங்கள் குறைந்த உயிரோட்டமாகிறீர்கள். நீங்கள் தொலைதூரம் போனால், நீங்கள் குறைந்த குறைந்த உயிரோட்டமாவீர்கள். நீங்கள் கதிரவ பின்னலிலிருந்து தூரமாக இருப்பீர்கள். நீங்கள் ஒரு கோடியில் இருந்தால், நீங்கள் மையப்படுவதை இழக்கிறீர்கள். நீங்கள் இறங்குவதை இழக்கிறீர்கள். அது உயிரோட்டமானது, அதிக அதிகமாக வாழத் துவங்குங்கள்.

இதுதான் ஆதி காலத்திய மனம், அதிக புராதன மனம். ஆதி நாள் வைத்தியர்களுக்கு முதல் அழுகை என்பது இந்தக் கதிரவப் பின்னலி லிருந்துதான் வருகிறது என்பது தெரியாது. இதுதான் முதல் மனம், பிறகு இரண்டாவது மனம் எழுகிறது. இதயம், உணர்வு மூன்றாவது மனம் எழுகிறது - தலை, யோசனை.

கதிரவப் பின்னல்தான் இருத்தல், இதயம் உணர்கிறது. தலை யோசிக்கிறது. யோசனைதான் தொலைதூரத்தில் இருக்கிறது. அதிர்வு என்பது நடுவில். அதனால்தான், நீங்கள் உணரும்போது அதிக உயிரோட்டமாக இருக்கிறீர்கள். நீங்கள் யோசிப்பதை விட சற்று அதிக உயிரோட்டமாக, சிந்தனைகள் என்பது இறந்த விஷயங்கள். அவை பிணங்கள், அவை சுவாசிப்பதில்லை. உணர்வுகள் சுவாசிக்கின்றன. உணர்வுகளுக்கு ஒரு நாடித் துடிப்பு இருக்கிறது. ஆனால் எதையும் முதலாவதோடு ஒப்பிட முடியாது. அந்த ஆதி மனம். நீங்கள் கதிரவ பின்னலை அடைந்து, அங்கிருந்து அங்கிருந்து வாழ்ந்தால், உங்களுக்கு முற்றிலும் வேறு மாதிரியான வாழ்க்கை இருக்கும். உண்மையான வாழ்க்கை.

சில தருணங்கள் நீங்கள் உண்மை என்பதை உணர்ந்தால் அதுதான் உங்க்ள் கதிரவ பின்னலில் இருக்கும் தருணம். அதனால்தான் சில சமயங்களில் மக்கள் ஆபத்தை எதிர் கொள்கிறார்கள். அவர்கள் மலையேறப் போவார்கள். காரணம் ஆபத்தில்தான். உண்மையான நீங்கள் இந்தக் கதிரவ பின்னலுக்குப் போவீர்கள். அதனால் எப்போதாவது உங்களுக்கு அதிர்ச்சி ஏற்பட்டால், உங்கள் கதிரவ பின்னலுக்குத்தான் முதல் நாடி துடிக்கும். அதிர்ச்சியில் உங்களால் யோசிக்க முடியாது. உங்களால் உணர முடியாது. நீங்கள் அப்படியே இருக்கலாம்.

நீங்கள் காரோட்டிக் கொண்டிருக்கிறீர்கள். திடீரென்று விபத்து நடக்கப் போவதாக உங்களுக்குத் தோன்றுகிறது. உங்கள் கதிரவப்

பின்னல் தாக்கப்படுகிறது. அதனால்தான் மக்கள் வேகமாக கார் ஓட்ட விரும்புகிறார்கள். உங்கள் வாகனம் அதிவேகத்தில் போகும்போது, உங்களுக்குள் ஒரு சிலிர்ப்பு. நீங்கள் கதிரவ பின்னலுக்கு அருகில் வருகிறீர்கள். அதனால்தான் போர் மீது அத்தனை ஈர்ப்பு. மக்கள் ஒரு மர்மக் கதையைப் பார்க்க சினிமாவிற்குப் போகிறார்கள். உங்கள் கதிரவ பின்னலை நீங்கள் உணரும் தருணத்தை அது உருவாக்கும். மக்கள் துப்பறியும் நாவல்களைப் படிக்கிறார்கள், கதை உச்சத்தை அடையும் போது, அவர்களால் யோசிக்க முடியாது. அவர்கள் இருப்பதையே அவர்களால் உணர முடியாது.

அதைப் புரிந்து கொள்ள முயலுங்கள். எல்லா தியானங்களும் அங்குதான் கொண்டு செல்கின்றன. அதுதான் முக்கியமானது. அதுதான் உங்கள் முக்கியத்தின் ஆதாரம். அதற்குள் செல்லுங்கள். நீங்கள் சுலபமாக போகலாம். அதனால்தான் சொல்கிறேன். நீங்கள் எப்போதெல்லாம் மௌனமாக இருக்கிறீர்களோ, அங்கேயே இருங்கள். தலையை மறந்து விடுங்கள். இதயத்தை மறந்து விடுங்கள். உடலை மறந்து விடுங்கள். தொப்புளுக்குப் பின்னால் ஒரு நாடித் துடிப்பு. நீங்கள் அதில் ஆழமாகப் போனால், நீங்கள் புரிந்து கொள்ளும் சாத்தியம் இருக்கும். அதுதான் உண்மையான சங்கமத்தின் கருத்து. காரணம், அங்கே உங்கள் தந்தை இருக்கிறார். உங்கள் தாய் இருக்கிறார். நீங்களும் அங்கிருந்தால், சங்கமம் எழுகிறது. அதுதான் சங்கமத்தின் அடிப்படை எண்ணம். கடவுளில்லை, மகன், அந்த புனித ஆவியில்லை. நீங்கள் அங்கிருந்தால், அதுதான் சங்கமம், ஒரு முக்கோணம், தந்தை, தாய் ஏற்கனவே அங்கிருக்கிறார். நீங்களும் அங்கேயே இருந்தால் இயேசு பிறந்து விட்டார். மகன் பிறந்து விட்டான். மகன் பிறந்து விட்டால், உண்மையான ஒருங்கிணைப்பு.

இருவர் சந்திக்க முடியாது. இந்த இரண்டையும் இணைக்கிற பாலமாக மூன்றாமவர் தேவை. உங்கள் தந்தை தாய் இருக்கிறார்கள். முழுமையடைந்து விட்டது. ஆனால் பயன்படவில்லை. அது ஒருவித மான இணைப்பு. ஆனால் ஒன்றுபடவில்லை. ஆண்பாலும், பெண் பாலும் இருக்கின்றன. ஆனால் இணைக்கப்படவில்லை. அதுதான் முழு மோதல். நீங்கள் இருவர், இரட்டைகள், நீங்கள் இருவராகத்தான் இருக்க வேண்டும். ஏதாவது தந்தை கொடுத்திருக்கிறார். எதையோ தாய் கொடுத்திருக்கிறார். அவர்கள் இருவரும் இருக்கிறார்கள். இரண்டு மின்சாரங்களைப் பாய்ச்சி இருக்கிறார்கள். ஆனால் ஒரு நுண்ணிய பிரிவு.

உங்கள் இருத்தல் அதை அடைந்தால், நீங்கள் அதிகம் அதிகமாகத் தெரிந்து கொண்டால், உங்கள் அறிதலே சிறந்து கிரியா ஊக்கியாக இருக்கும். அந்த இருவரும் மறைந்து ஒருமை வந்துவிடும். அந்த ஒருமைதான் கிறிஸ்து உணர்வு.

அத்தியாயம் - 17

நோயைக் குறித்த மனப்பான்மை

? ***புற்று நோய்க்கான காரணம் குறித்து உங்கள் உள் பார்வை என்ன?***

புற்று நோய் அடிப்படையில் ஒரு மனோதத்துவ நோய். அது அடிப்படையில் மனத்தின் நோய். அது உடல் ரீதியானது அல்ல. மனம் மிகவும் பதற்றமானவுடன், அந்த அளவு பதற்றம் அதைத் தாங்கவே முடியாது. அது உடலின் திசுக்களைப் பாதிக்கத் துவங்குகிறது. நாகரீகத்தில் அதிகம், அதிகமாக கலப்படமாகும்போது அங்கு புற்றுநோய் இருக்கிறது. உயர்ந்த - உயர்ந்த நான் சொல்வது சிக்கலாகும்போது - அதிக கலப்படம், அதிக சிக்கலான சமூகம் அதிக புற்று நோய் ஏற்படும்.

புற்றுநோய் மறைய வேண்டும். புற்று நோய் பைத்தியக்கார மனநிலையில்தான் இருக்கும். மனம் ஓய்வு பெற்றால், இப்போதோ அல்லது பின்னரோ உடலும் அதைத் தொடர்ந்து ஓய்வெடுக்கும். விஞ்ஞானப்பூர்வமான விசாரணை இன்னும் புற்று நோய்க்கான நிவாரணத்தைக் கண்டுபிடிக்கவில்லை என்கிற உண்மைதான் காரணம். அனேகமாக புற்று நோய் நிவாரணத்தைக் கண்டுபிடிக்கவே முடியாது. அவர்கள் புற்று நோய்க்கான காரணத்தைக் கண்டுபிடிக்கிறபோது, அவர்கள் இன்னும் அதிக ஆபத்தான நோய்களை உலகத்தில் உருவாக்கு கிறார். காரணம் குணமாக்குதல் என்பது ஒடுக்குதல், புற்று நோயை ஒடுக்க அவர்கள் அதிக சக்தி வாய்ந்த மருந்தைக் கண்டுபிடிக்கும்போது, பிறகு வேறு ஏதாவது நோய் கிளம்பும். விஷம் வேறு குழாய் வழியாக பொழியத் துவங்கும்.

இதுதான் காலங்காலமாக நடந்து வந்திருக்கிறது. சாதாரண வியாதிகள் குணமாகும். கடுமையான நோய்கள் வந்து இருக்கத் துவங்கும். நீங்கள் ஒரு நோயைக் குணப்படுத்துங்கள், இன்னொரு வியாதி உள்ளே வரும், அந்த இரண்டாவது முதலாவதை விட அதிக சிக்கலாக இருக்கும். முதல் என்பது உடலில் இயற்கையான எதிர்ச் செயல். இரண்டாவது செயற்கையானது. உடலின் அசாதாரண எதிர்ச் செயல். நீங்கள் இரண்டாவதை ஒடுக்குங்கள். பின் மூன்றாவது வரும். அந்த மூன்றாவதை சமாளிப்பது இன்னும் கடுமையாக இருக்கும். அப்படியே போகும். இப்போது புற்று நோய் மேலே இருக்கிறது. புற்று நோயை ஒடுக்கினால் அதிக கடினமான நோய் உடலில் கிளம்பும் மனித மனத்தில் கூட.

? கடந்த வாரத்திலிருந்து எனக்குப் புற்று நோய் என்பது தெரியும். அந்த நேரத்திலிருந்து, ஒரு குறிப்பிட்ட தருணம் நடுக்கமும் பயமும் வந்ததைத் தவிர, என் இருத்தலில் ஓர் அமைதியும், ஓய்வு உணர்வும் இருக்கிறது. நான் வாழ்க்கையைக் கெடுத்து விட்டேனா, அல்லது அந்த மௌனம் என்பது ஏற்றுக் கொள்ளுதலா?

நாம் பிறந்தவுடனே நம் வாழ்க்கையைக் கொடுத்து விட்டோம். காரணம் பிறப்பு என்பது மரணத்தின் துவக்கம். ஒவ்வொரு தருணமும் நீங்கள் அதிகம், அதிகமாக சாகிறீர்கள்.

அது ஒரு குறிப்பிட்ட தினமல்ல. அதாவது எழுபது வயதில். மரணம் வரும் என்பது; அது ஒரு சம்பவமல்ல. அது ஒரு தொடர் செயல் முறை. அது பிறப்பிலிருந்து துவங்குகிறது. அது எழுபது வருடங்களாகிறது. அது சரியான சோம்பேறி, ஆனால் அது ஒரு செயல் முறை சம்பவமல்ல. நான் இந்த உண்மையை வலியுறுத்துகிறேன். அதன் மூலமாக உங்களுக்குத் தெளிவுபடுத்த முடியும். வாழ்க்கையும், மரணமும் இரண்டு விஷயங்களல்ல. அது இரண்டாகும், மரணம் ஒரு சம்பவமாகி அது வாழ்க்கையை முடித்தால், அதன் பிறகு அது இரண்டு விஷயங்களாகும். பிறகு அவர்கள் பகையாகும், எதிரிகள்.

நான் இறப்பு என்பது ஒரு செயல் முறை அது பிறப்பில் துவங்குகிறது என்று சொல்லும்போது, நான் சொல்கிறேன். வாழ்க்கை கூட, ஒரு செயல்முறைதான். அதே பிறப்பில் துவங்குகிறது - இவை இரண்டும் செயல் முறைகளல்ல. அது ஒரே ஒரு செயல் முறை. அது பிறப்பில்

துவங்குகிறது, அது மரணத்தில் முடிகிறது, ஆனால் வாழ்க்கையும், மரணமும் இரண்டு சிறகுகள் போல. வலக் கோளம், இடக் கோளம், இந்த வட்டார வழக்கில்லாமல் நீங்கள் இருக்க முடியாது.

வாழ்க்கை என்பது ஒரு வட்டார வழக்கு - நீங்கள் இதைப் புரிந்து கொண்டால், ஒரு மரணம் குறித்த ஓர் அபரிமிதமான ஏற்றுக் கொள்ளுதல் உங்களுக்குள் வரும். அது உங்களுக்கு எதிரானது அல்ல. அது உங்களில் ஒரு பகுதி. அது இல்லாமல் நீங்கள் உயிரோடு இருக்க முடியாது.

அது ஒரு கரும் பலகையின் பின்னணியைப் போல அதில் நீங்கள் வெள்ளைச் சாக்கட்டியால் எழுதுவதைப் போல, கரும்பலகை வெள்ளைச் சாக்கட்டிக்கு எதிரானதல்ல. அது சாதாரணமாக வலியுறுத்துகிறது. முக்கியத்துவம் தருகிறது. கரும்பலகையில்லா விட்டால், உங்கள் வெள்ளை எழுத்து மறைந்து விடும். அது இரவு, பகலைப் போல, நீங்கள் எங்கும் அதைப் பார்க்கலாம். ஆனால் நீங்கள் அதைக் குருடர்களைப் போல பார்க்கிறீர்கள். இரவில்லாமல் பகலில்லை.

இந்த வட்டார வழக்கில் நீங்கள் ஆழமாகப் போனால், அது ஓர் அதிசயமான அனுபவம். செயலற்றதனமில்லாமல் செயல்வர முடியாது. நீங்கள் ஓய்வெடுக்காவிட்டால், நீங்கள் செயல்பட முடியாது. நீங்கள் அதிகமாக ஓய்வெடுத்தால், உங்கள் செயல்கள் பிழையற்று இருக்கும். அவை எதிர்ப்பதமாக இருக்கும். ஆனால் அது அப்படியில்லை. நீங்கள் இரவு தூக்கத்தில் அதிகமாக கரையும்போது, கூர்மையாக, நீங்கள் இளமையுடன் காலையில் எழுந்திருப்பீர்கள். வாழ்க்கையில் எங்குமே இந்த வட்டார வழக்கான செயல் முறையை நீங்கள் பார்ப்பீர்கள்.

சென் துறவிகளிடம் ஒரு பழக்கம் உண்டு: அவர்கள் சீடர்களை ஒரு கை ஓசையில் தியானம் செய்யச் சொல்வார்கள். இது அபத்தம். ஒரு கை ஓசையில் எந்த சத்தமும் வராது. எதில் கையைத் தட்டுவது? கை தட்ட இரண்டு கைகள் தேவை, அவை ஒன்றை ஒன்று எதிர்த்து, ஆனால் ஆழமாக கீழே ஒரு தட்டலை உருவாக்கும். இந்த முயற்சியில் இணையும், ஒன்றாக, அவை ஒன்றை ஒன்று எதிர்க்காது, ஆனால் ஒன்றை ஒன்று முரண்படாது. ஆனால் ஒன்றுக்கொன்று துணையாக.

தியானம் கொடுப்பதன் எளிமையான காரணமே நீங்கள் வாழ்க்கையில் எந்த ஒரு சின்ன சமயத்திலும் ஒரு கை ஓசை சப்தத்தைக் கேட்கவே முடியாது என்பதை உணர்த்தவே. முழு இருத்தலுமே இரு கை தட்டுவதுதான்; ஆண், பெண், இரவு, பகல், வாழ்க்கை, மரணம், அன்பு, வெறுப்பு, ஒரு சீடர் ஆழமாக தியானம் செய்யும்போது... மெதுவாக

மெதுவாக அவருக்கும் தெரியும் இருத்தலில் எதையும் கண்டுபிடிப்பது சாத்தியமில்லை.

குரு எல்லாவற்றையும் கேட்கிறார், ''நீ கண்டு பிடித்து விட்டாயா? நீ ஒரு கை ஓசையில் ஒலியைக் கேட்டாயா?'' பல யோசனைகள் அவர்கள் மனத்தில் வரும். ஓடுகிற நீரின் சத்தம், அவர்கள் இதுதான் அது நினைக்கக் கூடும். அவர்கள் குருவிடம் சொல்ல ஓடுகிறார்கள். ''எனக்குக் கேட்டு விட்டது, அது ஓடுகிற நீரின் சத்தம்'' குருவின் பணியாளர்கள் அவரை அடிப்பார்கள். ''முட்டாள், அது ஒரு கை ஒலியல்ல. அதில் இரட்டைத்தனமுண்டு. போய்ப் பார். நீரிலுள்ள பாறைகள் அவை. ஒலியை எழுப்புகின்றன. அது ஒன்றின் ஓசையல்ல, அது எப்போதுமே இரண்டின் ஓசை'' உண்மையில், ஒன்றின் ஓசை எதுவுமே இருக்க முடியாது. பல ஆயிரம் முறை வெறுத்துப் போய், அந்த சீடருக்குக் கிடைக்கும் ஒவ்வொரு விடையும் நிராகரிக்கப்படுகிறது. அவருக்குப் புரிகிறது சத்தம் என்பது எப்போதுமே இரண்டு, மௌனம்தான் ஒன்று. மௌனம்தான் அதற்குப் பதில். எல்லாமே மௌனத்தை நோக்கித்தான். பிறகு அவர் குருவிடம் வருகிறார், குரு கேட்கிறார், ''கண்டுபிடித்து விட்டாயா?''

சீடர் அவர் காலில் விழுகிறார். ஆனந்தக் கண்ணீர் கண்களில் பெருக்கெடுக்கிறது. அவரால் சொல்லக் கூடிய முடியவில்லை. ''ஆமாம், நான் கண்டுபிடித்து விட்டேன்.'' அது துல்லியமாக இருக்காது. அவர் மௌனத்தைக் கண்டுபிடிக்கவில்லை. அதற்கு மாறாக, அவர் மௌனத்தில் காணாமல் போய்விட்டார். அது ஒரு கண்டுபிடிப்பல்ல. அது மறைகிறது. அவர் இனியில்லை. மௌனம் மட்டுமே இருக்கிறது. யார் இருக்கிறார்கள் இப்போது சொல்வதற்கு? ''நான் பதிலைக் கண்டுபிடித்து விட்டேன்.'' அதனால் ஆனந்தக் கண்ணீர் வருகிறது. நன்றியுணர்வுள்ள தலை, குருவின் காலில் விழுகிறது. குரு சொல்கிறார், ''எனக்குப் புரிகிறது. கவலைப்படாதே. நீ சொல்ல முடியவில்லையே என்று கவலைப்படாதே. அதை யாருமே சொல்ல முடியாது. அதனால்தான் முன்பு சில முறை நீ வந்தபோது, ஒரு பதிலோடு ஓடி வந்தபோது, முன்பு கூட நீ பதிலை சொன்னபோது என் பணியாளர்களை வைத்து உன்னை உதைத்துச் சொல்லியிருக்கிறேன் ''முட்டாளே, திரும்பிப் போ'' நீ குழம்பினாய், நீ பதிலைக் கூட சொல்லவில்லை. அது நிராகரிக்கப்பட்டது. இப்போது உனக்குப் புரியும். அது இந்தப் பதிலா அல்லது அந்தப் பதிலா என்கிற கேள்விக்கே இடமில்லை. எல்லாப் பதில்களும் தவறு. மௌனம் மட்டுமே - அது மட்டுமே உள்ளதாக இருக்கிறது. ஓர் அறிவுஜீவித்தனமான பதிலில்லை - அதுதான் சரி.''

நீ ஏழு நாட்களில் சாகப் போகிறாய். உனக்குப் புற்று நோய் என்றால் நீ அதிர்ஷ்டசாலி. எல்லோருக்கும் புற்று நோயிருக்கிறது. சிலர் சோம்பலாக

இருக்கிறார்கள். நீங்கள் வேகம்! அமெரிக்கர்! பல மக்கள் இந்தியர்கள்; இறப்பதில் கூட அவர்கள் நேரம் எடுத்துக்கொள்வார்கள். அவர்கள் எப்போதுமே தாமதம்தான். எப்போதும் ரயிலைத் தவற விடுவார்கள்.

நான் சொல்கிறேன், உனக்குத் தெரிந்தால் நீ ஆசீர்வதிக்கப்பட்டவன் - காரணம் எல்லோருமே சாகப் போகிறார்கள். ஆனால் அது எப்போது என்பது தெரியாது, எங்கே, நாம் எப்போது இறக்கப் போகிறோம் என்கிற மாயையிலேயே மக்கள் வாழ்கிறார்கள். அவர்கள் அடுத்தவர்கள் இறப்பதைப் பார்க்கிறார்கள். அது தர்க்க ரீதியாக அவர்களுடைய எண்ணத்திற்குத் துணை நிற்கிறது. ''எப்போதுமே அடுத்தவர்கள் தான் இறக்கிறார்கள், நான் இறப்பதில்லை.'' உங்களுக்குச் சிறந்த உறுதுணையாக இருந்த பலர் இறப்பதை நீங்கள் பார்த்திருக்கிறீர்கள். ஒரு பகுத்தாய்ந்த பின்னணி எப்போதுமே அடுத்தவர்தான் இருக்கிறார்கள். நீங்கள் இறக்கும்போது, உங்களுக்குத் தெரியாது. நீங்கள் மயக்கத்தி லிருப்பீர்கள். நீங்கள் மரணம் என்பதைத் தெரிந்துகொள்ளும் வாய்ப்பை இழக்கிறீர்கள். மரணத்தைத் தெரிந்தவர்கள் தங்கள் கருத்தை வெளிப் படையாக சொல்வதில்லை. அதுதான் வாழ்க்கையின் மிகச் சிறந்த ।ுணர்ச்சி பரவச நிலை.

ஆனால் மக்கள் மயக்க நிலையிலேயே இறக்கிறார்கள். சில நோய்களை யூகிப்பது நல்லது. புற்று நோயென்றால் உங்களுக்கு ஏழு நாட்களுக்கு முன்பே தெரிகிறது - அல்லது ஏழு மாதங்கள். காலம் என்னவாக வேண்டுமானாலும் இருக்கலாம். மரணம் எந்தத் தருணத்திலும் நெருக்கமாக வரலாம். இந்த ஏழு நாட்கள் எல்லோருக்கும் அனுமதிக்கப்படுவதில்லை. புற்று நோய் என்பது ஏதோ நீங்கள் கடந்த வாழ்க்கையில் சம்பாதித்தது - காரணம் ஜே. கிருஷ்ணமூர்த்தி புற்று நோயில்தான் இறந்தார். ரமண மகரிஷி புற்று நோயில்தான் இறந்தார். ராமகிருஷ்ணர் புற்று நோயில்தான் இறந்தார். வினோதம் - மூன்று ஞானோதயம் பெற்றவர்கள், அவர்கள் இதிகாச கற்பனையல்ல, இப்போது வாழ்ந்தவர்கள், புற்று நோயில் இறந்தார்கள். அது ஏதோ ஆன்மிகமானது! அதற்கு நிச்சயம் ஓர் ஆன்மிக பரிமாணம் இருக்கிறது.

புற்று நோயில் இறந்தவர்கள் எல்லோரும் ஞானோதயம் பெற்றவர்கள் என்று நான் சொல்லவில்லை. ஆனால் அவர்கள் ஞானோதயம் பெற்றவர்கள் ஆகலாம். மற்றவர்களை விட காரணம் மற்றவர்கள் அவர்கள் வாழ்ந்து கொண்டேயிருக்கப் போவதாக ஒரு மாயையில் வாழ்கிறார்கள். எந்த அவசரமுமில்லை. தியானத்தை ஒத்திப் போடலாம் - நாளை, நாளை மறுநாள். என்ன அவசரம்? - பிறகு இன்றைக்கே செய்ய வேண்டிய அவசரமான காரியங்கள் இருக்கிறதே. தியானம் என்பது அவசரமல்ல. காரணம், மரணம் என்பது அவசரமில்லையே!

ஏழு நாட்களுக்குள் புற்று நோய் தாக்கப் போகிறது என்று தெரிந்த மனிதனுக்கு, வாழ்க்கையில் எல்லாமே அர்த்தமற்றதாகி விடுகிறது. எல்லா அவசரங்களும் மறைந்து விடுகின்றன. அவர்கள் ஓர் அழகான மாளிகையை உருவாக்கலாம் என்று நினைத்திருந்தார். அந்த அடிப்படை எண்ணமே மறைந்து விட்டது. அவர் அடுத்த தேர்தலில் போட்டியிடலாம் என்று நினைத்திருந்தார். அந்த முழு எண்ணமும் மறைந்துவிட்டது. அவர் மூன்றாவது உலகப் போரைப் பற்றிக் கவலைப்பட்டுக் கொண்டிருந்தார், இனி அவருக்கு அந்தக் கவலையில்லை. அது அவருக்கு ஒரு விஷயமே இல்லை. அவருக்குப் பிறகு என்ன ஆகப் போகிறது என்பது அவருக்கு ஒரு பொருட்டே இல்லை - அவர் வாழ்வதற்கு இன்னும் ஏழு நாட்கள் மட்டுமே இருக்கின்றன.

அவர் கொஞ்ச எச்சரிக்கையாக இருந்தால், அந்த ஏழு நாட்களில் அவர் எழுபது வருடங்கள், அல்லது எழுநூறு வருடங்கள் அல்லது முழு சாசுவதத்தில் - காரணம் இப்போது தியானத்திற்குத்தான் முன்னுரிமை. அன்புதான் முன்னுரிமை... நடனம், சந்தோஷம், அழகை அனுபவிப்பது, அவற்றுக்கெல்லாம் முன்பு முன்னுரிமை இல்லை. இந்த வாரம், முழு நிலவுதான் முன்னுரிமையாக இருக்கும். காரணம் இனி அவர் முழு நிலவைப் பார்க்கப் போவதில்லை. இதுதான் கடைசி முழு நிலவு. அவர் வருடங்களுக்கு வாழ்ந்து விட்டார்; நிலவு வந்தது போனது. அவர் அதைப் பற்றிக் கவலைப்படவில்லை. இப்போது அவர் இதை மும்முரமாக எடுத்துக் கொள்ள வேண்டும். இதுதான் கடைசி நிலவு. இதுதான் கடைசி வாய்ப்பு அன்பு செலுத்த, இருப்பதற்கு இதுதான் கடைசி வாய்ப்பு. வாழ்க்கையில் எல்லாமே அழகு என்பதை அனுபவிக்க இதுதான் கடைசி வாய்ப்பு. இனி கோபப்பட அவரிடம் சக்தியில்லை. சண்டை போட அவர் ஒத்திப் போடலாம். அவர் சொல்லலாம். "ஒரு வாரத்திற்குப் பிறகு உன்னை நீதிமன்றத்தில் சந்திக்கிறேன். ஆனால் இந்த வாரம் நான் ஓய்வெடுத்துக் கொள்கிறேன்."

ஆமாம், துவக்கத்தில் உனக்கு சோகமாக இருக்கும். வாழ்க்கை கைகழுவிப் போகிறதே என்று சஞ்சலம் இருக்கும். ஆனால் அது எப்போதுமே உன் கையை விட்டு நழுவுகிறது. அது உனக்குத் தெரியுமோ தெரியாதோ, அது எல்லோருடைய கையையும் விட்டு நழுவுகிறது. அவருக்குத் தெரியுமோ, தெரியாதோ. நீங்கள் அதிர்ஷ்டசாலி; உங்களுக்குத் தெரிந்து விட்டது.

ஒரு பெரிய துறவி என் நினைவுக்கு வருகிறார். ஏக்நாத். ஒரு மனிதன் ஏக்நாத்திடம் பல வருடங்களாகப் போய்க் கொண்டிருந்தான். ஒருநாள் அதிகாலையில் யாருமில்லாதபோது சென்று ஏக்நாத்திடம் கேட்டான். "என்னை மன்னித்து விடுங்கள், நான் யாரும் இருக்கக் கூடாது

என்பதற்காக சீக்கிரமாக வந்துவிட்டேன். காரணம் நான் உங்களிடம் ஒரு கேள்வி கேட்கப் போகிறேன். அதை நான் எப்போதுமே கேட்க நினைப்பேன். எனக்கு தர்மசங்கடமாக இருந்ததால், அதை அழுத்தி வைத்துக் கொண்டேன்.

ஏக்நாத் சொன்னார், "நீ தர்மசங்கடப்பட வேண்டிய அவசியமே யில்லை. நீ எந்தக் கேள்வியையும், எப்போது வேண்டுமானாலும் கேட்டிருக்கலாம். இங்கே உட்கார்."

அதனால் அவர்கள் அந்தக் கோயிலில் உட்கார்ந்தார்கள். அந்த மனிதன் சொன்னான். "அது எனக்குக் கஷ்டம். அதை எப்படி சொல்வது? என்னுடைய கேள்வி, நான் வருடங்களாக இங்கே வந்து கொண்டிருக் கிறேன். நீங்கள் சோகமாக இருந்து நான் பார்த்ததேயில்லை. வெறுத்துப் போய் மனக் கவலையில், எந்தவிதக் கவலையிலும் பார்த்ததில்லை. நீங்கள் எப்போதுமே சந்தோஷமாக இருக்கிறீர்கள். எப்போதும் நிறைவாக, திருப்தியாக, என்னால் இதை நம்பவே முடியவில்லை. என்னுடைய சந்தேகப்படும் மனம் சொல்கிறது. "இந்த மனிதர் பாசாங்கு செய்கிறார்" நான் என் மனத்தோடு போராடிக் கொண்டிருக்கிறேன். நீங்கள் பாசாங்கு செய்ய முடியாது என்று வருடக் கணக்கில் சொல்லிக் கொண்டிருக் கிறேன்." அவர் பாசாங்கு செய்கிறார் என்றால் நீ முயன்று பார்." நான் முயன்று பார்த்திருக்கிறேன். ஐந்து நிமிடங்கள், ஏழு நிமிடங்கள், அல்லது அதிகமாக, நான் அதையெல்லாம் மறந்து விடுகிறேன். கவலைகள் வரும், கோபம் வரும், சோகம் வரும், எதுவும் வராவிட்டால், மனைவி வருகிறாள்! எல்லாப் பாசங்களும் போய் விடுகின்றன. நீங்கள் ஒவ்வொரு நாளும் சமாளிக்கிறீர்கள். ஒவ்வொரு மாதமாக, வருடங்களாக நான் எப்போதுமே அதே சந்தோஷத்தைப் பார்க்கிறேன். அதே அழகு, என்னை மன்னித்து விடுங்கள். ஆனால் சந்தேகம் இருக்கிறது. நீங்கள் எப்படியோ பாசாங்கு செய்வதைப் போல், அனேகமாக உங்களுக்கு மனமேயில்லை. அதுதான் உங்களுக்கும் எனக்கும் உள்ள ஒரே வேறுபாடு."

ஏக்நாத் சொன்னார், "உன் கையைக் காட்டு."

அவர் அவனுடைய கையைத் தன் கையில் எடுத்துக் கொண்டார். அதைப் பார்த்தார், மும்முரமாக.

அந்த மனிதன் சொன்னான், "ஏதாவது தவறு இருக்கிறதா? என்ன ஆயிற்று?" அவன் அவனுடைய சந்தேகம், அவனுடைய பாசாங்கு, ஏக்நாத், எல்லாவற்றையும் மறந்தான்.

ஏக்நாத் சொன்னார், "நான் உன் கேள்விகளுக்குப் பதில் சொல்வதற்கு முன்பு, ஒரு விஷயம் உன் உயிர் ரேகைகள் முடிந்து விட்டன. ஏழு

நாட்கள்தான் இருக்கிறது. இதை முதலில் சொல்ல விரும்புகிறேன். நான் மறப்பதற்கு முன்பு, உனக்கு விளக்கி உன் கேள்விகளுக்குப் பதில் சொல்லத் துவங்கினால் எனக்கு இது மறந்துவிடும்.''

அந்த மனிதன் சொன்னான், ''எனக்கு இப்போது என் கேள்விகள் மீது ஆர்வமில்லை. எனக்கு இனி பதிலிலும் ஆர்வமில்லை. நான் எழுந்திருக்க உதவுங்கள்'' அவன் இளைஞன் ஏக்நாத் சொன்னார், ''உன்னால் எழுந்திருக்க முடியாது.''

அவன் சொன்னான், ''என் சக்தி போய்விட்டதாக உணர்கிறேன். இன்னும் ஏழு நாட்கள், நான் எவ்வளவோ திட்டங்கள் வைத்திருந்தேன்... எல்லாமே சிதைந்து விட்டது. எனக்கு உதவுங்கள்! என் வீடு வெகுதூரத்தில் இல்லை. என்னை என் வீட்டிற்கு அழைத்துச் செல்லுங்கள்.''

ஏக்நாத் சொன்னார், ''நீங்கள் போகலாம், நீங்கள் நடக்கலாம் - நீங்கள் நன்றாகவே நடந்து வந்தீர்கள். இப்போதுதான் சில வினாடிகளுக்கு முன்னால்'' அந்த மனிதர் எப்படியோ எழுந்திருக்க முயன்றார். அவருடைய சக்தி எல்லாமே உறிஞ்சப்பட்டதாகக் காணப்பட்டார். அவர் படியில் இறங்கிப் போகும்போது திடீரென்று வயதானவரைப் போல தோன்றினார். பக்கத்தில் இருந்த கம்பிகளைப் பிடித்தபடி போனார். அவர் சாலையில் போகும்போது நீங்கள் பார்க்கலாம் - அவர் எப்போது வேண்டுமானாலும் விழுந்து விடுவார் என்பதை, அவர் ஒரு குடிகாரனைப் போல தள்ளாடினார், எப்படியோ வீடு போய் சேர்ந்தார்.

எல்லோரும் எழுந்து கொண்டிருந்தார்கள் - அது ஓர் அதிகாலை - அவன் மட்டும் தூங்கப் போனான். அவர்கள் எல்லோரும் கேட்டார்கள். ''என்ன விஷயம்? உனக்கு உடல் நலம் சரியில்லையா, ஏதாவது சுகவீனமா?''

அவன் சொன்னான், ''இப்போது நோய் கூட எனக்கு ஒரு பிரச்னை யில்லை. நன்றாக உணர்கிறேனா இல்லையா என்பது கூட இப்போது தேவையற்றது. என்னுடைய உயிர் ரேகை முடிந்து விட்டது - இன்னும் ஏழு நாட்கள்தான். இன்றைக்கு ஞாயிற்றுக் கிழமை. அடுத்த ஞாயிற்றுக்கிழமை, சூரிய அஸ்தமனத்தின்போது, நான் போய்விடுவேன், நான் ஏற்கெனவே போய்விட்டேன்.''

அந்த முழு வீடும் சோகத்திலிருந்தது. உறவினர்கள் கூடத் துவங்கி னார்கள். நண்பர்கள் - காரணம் ஏக்நாத் எப்போதுமே பொய் பேசிய தில்லை. அவர் ஓர் உண்மையான மனிதர். அவர் சொல்லிவிட்டார், மரணம் நிச்சயம். அந்த ஏழாவது நாள், சூரிய அஸ்தமனத்திற்கு முன், அவன் மனைவி அழுது கொண்டிருந்தாள். குழந்தைகள் அழுது

கொண்டிருந்தன. சகோதரர்கள், அழுதார்கள், வயதான தந்தையும் வயதான தாயாரும் மயக்கத்திலிருந்தார்கள். ஏக்நாத் அந்த வீட்டிற்குப் போனார். அவர்கள் எல்லோரும் சொன்னார்கள். "நீங்கள் சரியான நேரத்தில் வந்திருக்கிறீர்கள். அவரை ஆசீர்வதியுங்கள். அவர் தெரியாத பயணத்திற்குப் புறப்படுகிறார்."

இந்த ஏழு நாட்களில் அந்த மனிதர் முற்றிலுமாக மாறிவிட்டார். அவரை அடையாளம் காண ஏக்நாத் கூட கஷ்டப்பட வேண்டியிருந்தது. அவர் வெறும் எலும்புக் கூடாக இருந்தார். ஏக்நாத் அவனை அழைத்தார். அவர் எப்படியோ அவன் கண்களைத் திறக்க வைத்தார். ஏக்நாத் சொன்னார், "நான் இங்கு வந்திருப்பதே நீ இறக்கப் போவதில்லை என்பதைச் சொல்வதற்காகத்தான்! உன் ஆயுள் ரேகை இன்னும் அதிக நாட்கள் இருக்கின்றன. நீ ஏழு நாட்களில் சாகப் போகிறாய் என்று நான் சொன்னது உன் கேள்விக்கான பதில். அதுதான் என் பதில்."

அந்த மனிதன் துள்ளிக் குதித்தான். அவன் சொன்னான், "அதுவா உங்கள் பதில்? அடக் கடவுளே! நீங்கள் ஏற்கெனவே என்னைக் கொன்று விட்டீர்கள். நான் ஜன்னலுக்கு வெளியே சூரிய அஸ்தமனத்தைப் பார்த்துக் கொண்டிருந்தேன். நான் இறந்திருப்பேன்."

அங்கு ஒரு சந்தோஷம் இருந்தது. ஆனால் அந்த மனிதன் கேட்டான். "இது என்ன மாதிரியான பதில்? இந்த மாதிரி பதில் மக்களைக் கொன்று விடும். நீங்கள் கொலைகாரராக இருக்கிறீர்களே? நாங்கள் உங்களை நம்புகிறோம். உங்கள் மீது நாங்கள் வைத்திருக்கும் நம்பிக்கையை நீங்கள் சாதகமாக எடுத்துக் கொள்கிறீர்களே."

ஏக்நாத் சொன்னார்: "பதிலைத் தவிர வேறு எதுவுமே உதவியிருக்காது. நான் உன்னிடம் கேட்க வந்திருக்கிறேன். இந்த ஏழு நாட்கள் நீ யாருடனாவது சண்டை போட்டாயா, நீ யாரிடமாவது கோபமாக இருந்தாயா? நீ நீதிமன்றங்களுக்குப் போனாயா? எது உன் நடைமுறை? ஒவ்வொரு நாளும் நீ நீதிமன்றத்தில்தானே இருப்பாய்" அவர் அப்படிப்பட்ட மனிதர்தான். அதுதான் அவரது தொழில். கொலைக்குக் கூட அவர் முதல் சாட்சியாக இருக்க நினைப்பார். அவருக்குப் போதிய பணம் கொடுத்தால் போதும் ஒரு கொலையில் அவர் நீதிமன்றத்தில் ஒரு சாட்சியாக இருந்தார். நீதிமன்றத்துக்கும் தெரியும் அவர் எல்லா வற்றிற்கும் சாட்சியாக இருக்க முடியாது என்பது - அவர் ஒரு தொழில் ரீதியான சாட்சி.

ஏக்நாத் கேட்டார், "உன் தொழில் என்னவாயிற்று? இந்த ஏழு நாட்களில் எத்தனை விஷயங்களுக்கு சாட்சியாக இருந்தாய், நீ எவ்வளவு சம்பாதித்தாய்?"

அவன் சொன்னான், "நீங்கள் என்ன பேசுகிறீர்கள்? நான் என் படுக்கையை விட்டு நகரவில்லை. நான் சாப்பிடவில்லை. பசியே எடுக்கவில்லை. தாகமில்லை. நான் அப்படியே இறந்து விட்டேன். நான் எந்த சக்தியையும், என்னிடம் எந்த உயிரும் இல்லை."

ஏக்நாத் சொன்னார், "இப்போது எழுந்திரு, சரியான நேரம். ஒரு நல்ல குளியல் போடு. நன்றாக சாப்பிடு. நாளைக்கு நீதிமன்றத்தில் உனக்கு ஒரு வழக்கு இருக்கிறது. அந்தத் தொழிலைத் தொடரு. நான் உன் கேள்விக்குப் பதில் சொல்லி விட்டேன். காரணம் எனக்குத் தெரியும் எல்லோரும் இறக்கப் போகிறோம் என்பது.. அந்த மரணம் நாளை வரலாம் - உனக்கு ஏழு நாட்கள் இருந்தது. எனக்கு அந்த ஏழு நாட்கள் கூட இல்லை. நாளை மறுபடியும் சூரிய உதயத்தைப் பார்க்காமல் போகலாம். அதனால் எனக்கு முட்டாள்தனமான விஷயங்களுக்கு நேரமில்லை. முட்டாள் லட்சியங்கள், இந்த பேராசை, கோபம், வெறுப்பு, எனக்கு இதற்கெல்லாம் நேரமில்லை. காரணம் நாளை நான் இங்கு இல்லாமல் போகலாம். இந்தக் குறுகிய கால வாழ்க்கையில், நான் இருத்தலின் அழகை ரசித்தால், மனித இனத்தின் அழகை, நான் என் அன்பைப் பகிர்ந்து கொண்டால், என்னுடைய பாடலைப் பகிர்ந்து கொண்டால், மரணம் எனக்குக் கடினமாக இருக்காது. நான் மூதாதையர் களிடம் கேட்டிருக்கிறேன். யாருக்கு வாழத் தெரிகிறதோ, தானாகவே அவர்களுக்கு எப்படி இறக்க வேண்டுமென்பதும் தெரியும். மரணம் என்பது ஓர் அழகான விஷயம், காரணம் அவர்கள் வெளியில்தான் இறக்கிறார்கள். உள்ளே வாழ்க்கையின் பயணம் தொடர்கிறது.

உனக்குப் புற்று நோய் என்பது தெரிந்தாலும் உடனே அது அதிர்ச்சியாகத்தான் இருக்கும். அது சோகத்தை, மனக்கவலையைத்தரும். ஆனால் நீ என்னுடைய சந்நியாசி, இனி இந்த வாய்ப்பை இருத்தலின் ஒரு சிறந்த மாற்றலாக்கிக் கொள்ள வேண்டும். நீ இங்கிருக்கிற சில நாட்கள் அது தியானமாக, அன்பாக, பரிவாக, நட்பாக, விளையாட்டாக, சிரிப்பாக உன்னால் செய்ய முடிந்தால், உனக்கு உணர்வான மரண சன்மானம் கிடைக்கும். இதுதான் உணர்வான வாழ்க்கைக்கான சன்மானம்.

ஒரு மயக்க வாழ்க்கைக்கு மயக்கமாகத்தான் மரணம் வரும். ஒரு உணர்வான வாழ்க்கைக்கு இருத்தல் ஓர் உணர்வான மரணத்தைத்தான் சன்மானமாக வழங்கும். உணர்வோடு இருப்பது என்பதுதான் உச்சகட்ட வாழ்க்கையின் புணர்ச்சி பரவச அனுபவம். மேலும் எதுவும் இறப்பதில்லை. வடிவங்கள்தான் மாறுகின்றன என்பதைத் தெரிந்து கொள்வது. நீங்கள் ஒரு புது வீட்டிற்குப் போகிறீர்கள். ஆனால் இப்போது இருப்பதை விட நல்ல வீடு. அது ஓர் உயர்ந்த அளவு உணர்வு. அந்த

சந்தர்ப்பத்தை உங்கள் வளர்ச்சிக்குப் பயன்படுத்துங்கள். வாழ்க்கை என்பது முழுமையாக நேர்மையானது, நியாயமானது. நீங்கள் எதை சம்பாதித்தாலும் அதை இழக்கப் போவதில்லை. உங்களுக்கு அதற்காக சன்மானம் வழங்கப்படும்.

மரணத்தை உங்கள் வாழ்க்கையின் ஒரு பகுதியாக ஏற்றுக் கொள்ளுங்கள். உங்களுக்கு முன்பே தெரிந்திருக்கிறதோ என்கிற உண்மையை ஏற்றுக் கொள்ளுங்கள். இல்லையென்றால், மரணம் வரும். நீங்கள் அதன் காலடி ஓசையைக் கேட்க முடியாது. மரணத்தின் ஓசை உங்களை நெருங்கிக் கொண்டிருக்கிறது. அதனால்தான் சொன்னேன் நீங்கள் அதிர்ஷ்டசாலி என்று. மரணம் ஏழு நாட்களுக்கு முன்பே தாக்கி விட்டது. இந்த நாட்களை ஆழ்ந்து ஏற்றுக் கொள்ளுதலாகப் பயன்படுத்துங்கள். இந்த ஏழு நாட்களை எவ்வளவு முடியுமோ அவ்வளவு மகிழ்ச்சிகரமாக ஆக்குங்கள். இந்த ஏழு நாட்களை சிரிப்பாக மாற்றுங்கள். உங்கள் முகத்தில் ஒரு நகைச்சுவையோடு மரணம் எய்துங்கள். அந்தப் புன்னகை, நன்றியுணர்ச்சி, விசுவாசம் வாழ்க்கை உங்களுக்குக் கொடுத்ததற்காக.

இதை நான் சொல்கிறேன். மரணம் என்பது கற்பனை, மரணம் என்பதே இல்லை. காரணம் யாருமே இறப்பதில்லை. பொருட்கள்தான் மாறுகிறது. உங்களுக்குத் தெரிந்தால், அதை நல்லபடியாக நீங்கள் மாற்றலாம். அப்படித்தான் பரிமாணம் வளர்ச்சி நடக்கிறது. இப்படித்தான் ஒரு மயக்க மனிதன் கௌதம புத்தராகிறான்.''

? டிசம்பரில் என் கர்ப்பப் பையில் புற்று நோய் இருப்பதைக் கண்டறிந்தார்கள். எனக்கு அது சாவதற்கான முடிவு. வேதனைப்பட்டுக் கொண்டே போவது, அல்லது அதிலிருந்து வெளியேறுவது. நான் உங்களை முழுமையாக உள்ளே அனுமதித்தேன். உங்கள் அன்பில் மூழ்கிப் போனேன். புற்று நோய் மறைந்து விட்டது. இந்த ஆறு மாதங்களாக, உங்களைப் பார்க்க முடியாமல் போனபோது கூட. நீங்கள் என் அருகே இருப்பதாக உணர்ந்தேன். என்னுடைய நண்பர்கள் சிலர் சந்நியாசிகள், நான் அவர்களிடம் இதை சொன்னபோது, நான் யதார்த்தத்திலிருந்து ஓடுவதாக சொன்னார்கள். சில சமயம் நான் நினைத்திருக்கிறேன். நான் உணர்வது குறித்து சந்தேகப்படுகிறேன். அது சரியா? எது யதார்த்தம்?

எப்போதுமே உங்கள் சொந்த அனுபவத்தையே கேளுங்கள். காரணம் அதுதான் யதார்த்தம். உங்களுக்குப் புற்று நோயிருந்தது. அது அடிக்கடி நடக்கும். புற்று நோய் என்பது மிகச் சிறந்த அனுபவமாக மாறும். காரணம் இப்போது மரணம் என்பது நிச்சயம். இப்போது உங்களைத் திரும்பப் பிடித்துக் கொள்வது சாத்தியமில்லை. எப்படியும் மரணம் உங்களை எடுத்துக் கொள்ளப் போகிறது. மரணம் உங்களுக்கு நெருக்கமாக இருந்த காரணத்தினால், நீங்கள் என்னை அதிகமாக நினைவில் வைத்துக் கொண்டிருக்கிறீர்கள். நீங்கள் அதிகமாக நேசித்தீர்கள். காரணம் இனிமேல் ஒத்திப்போட நேரமில்லை. முதல் முறையாக நீங்கள் நான் உங்களோடு முழுமையாக இருக்க அனுமதித்தீர்கள். புற்று நோய் மறைந்து விட்டது.

புற்று நோய்க்குப் பல காரணங்கள். ஒரு காரணம் உங்கள் வாழ்க்கை என்பது அர்த்தமற்றது. குறைவாகப் பேசி, நீங்கள் உண்மையாக வாழவில்லை. நீங்கள் இழக்கிறீர்கள். நீங்கள் வாழ்வதற்கு எந்த காரணமும் இல்லை. இதில் சிக்கல் என்னவென்றால் நீங்கள் தற்கொலை செய்து கொள்வதற்கும் காரணமில்லை. அதனால் ஒரு தூக்க நிலையில், தூக்கத்தில் நடை வியாதியைப் போல, தூங்கிக் கொண்டே நடக்கிறீர்கள். மக்கள் தொட்டிலிலிருந்து கல்லறை வரை ஒரு நீண்ட பயணம் தூங்கிக் கொண்டே, அவர்கள் சமாளிக்கிறார்கள். அவர்கள் கல்லறையை அடை கிறீர்கள். அவர்கள் எங்கு அடைகிறார்களோ அதுவே கல்லறையாகிறது.

நான் சொல்லிக் கொண்டிருக்கிறேன். நீங்கள் தொடர்ந்து அன்பாக இருங்கள். முழுமையாக, இந்த சில நாட்கள் வேறு எந்த மாற்றும் இல்லை. மரணம் ஏற்கெனவே வந்து கொண்டிருக்கிறது. நீங்கள் முழுமையான அன்பிலிருந்தீர்கள். என்னை உங்களுக்குள் இருக்க அனுமதித்தீர்கள். உங்கள் புற்று நோய் மறைந்து விட்டது. நான் எதுவும் செய்யவில்லை என்பதல்ல. நீங்கள் ஏதோ செய்திருக்கிறீர்கள். நீங்கள் முன்பே நான் சொல்வதைக் கேட்டிருந்தால், இந்தப் புற்று நோய் ஏற்பட்டிருக்கவே செய்யாது. நீங்கள் ஆழத்தோடு முழுமையாக முன்பே யோசித்திருந்தால், நீங்கள் புற்று நோய்க்குக் கிடைத்திருக்க மாட்டீர்கள். இப்போது புற்று நோய் மறைந்து விட்டது. நீங்கள் மறுபடியும் மனத்திற்குப் போகிறீர்கள். நான் ஏதோ அதிசயத்தை நடத்தி விட்டதாக நீங்கள் நினைக்கிறீர்கள். நான் எதுவுமே செய்யவில்லை. அந்த அதிசயத்தைச் செய்தது நீங்கள். காரணம் நீங்கள்தான் உங்கள் நண்பர்களிடம் ''என் குரு அதிசயத்தை நிகழ்த்தி விட்டார்'' என்கிறீர்கள். அவர்கள் உங்களை இன்னும் யதார்த்தமாக இருக்கச் சொல்கிறார்கள். பிறகு உங்களுக்குள் சந்தேகம் வருகிறது. உங்கள் நண்பர்கள் சரி, யதார்த்தமாக இருங்கள் - அவர்கள் யதார்த்தமாக இல்லாவிட்டாலும்

கூட. ஆனால் உண்மையான விஷயம் என்பது புற்று நோய் மறைந்து விட்டது. காரணம் முதல் முறையாக நீங்கள் இருத்தலில் முழுமையாக இருந்தீர்கள். இருத்தலோடு ஒன்றாக இருப்பது அது எந்தப் புற்று நோயை விடவும் சக்தியானது.

இப்போது சந்தேகங்கள் எழுகிறது, நீங்கள் நண்பர்களைக் கேட்பீர்கள். யார் வேண்டுமானாலும், சொல்வார்கள், "முட்டாள்தனமாக இருக்காதே. மூட நம்பிக்கையோடு இருக்காதே" ஆனாலும் அவர்கள் எப்படி ஏன் புற்று நோய் மறைந்தது என்பதை அவர்களால் சொல்ல முடியாது. அவர்கள் உங்களை யதார்த்தமாக இருக்கச் சொல்கிறார்கள். நீங்கள் கேட்கிறீர்கள். "சரி நீங்கள் யதார்த்தமாக இருந்து என் புற்று நோய் எப்படி மறைந்தது என்று சொல்லுங்கள்?" அவர்களுக்குப் புற்று நோய் பற்றி ஒரு சின்ன அனுபவம் இருக்கட்டும். அவர்கள் அதைப் பற்றி யோசிக்கட்டும். அவர்கள் தங்கள் தூக்கத்தை வீணடிக்கட்டும். எப்படி புற்று நோய் மறைந்தது? காரணம் அதில்தான், யதார்த்தத்தை முடிவு செய்ய வேண்டும்.

என்னிடமிருந்து எந்த அதிசயத்தையும் எதிர்பார்க்காதீர்கள். அது ஒரு கற்பனை. நீங்கள் ஓர் அதிசயத்தை நடத்தியிருக்கிறீர்கள். அதில் எந்த சந்தேகமும் இல்லை. எல்லாருமே அப்படி ஒரு அதிசயத்தை நடத்த திறமை பெற்றவர்கள். வாழ்க்கை என்பது அப்படி ஒரு மர்மம், நாம் உண்மையிலேயே மௌனமாக, முழுமையாக, அன்பாக, அது உங்களில் பலவற்றை மாற்றும். உடலில், மனதில், ஆன்மாவில்.

ஆனால் உங்கள் நண்பர்களிடமிருந்து முட்டாள்தனமாக யோசனைகளை எடுத்துக் கொள்ளாதீர்கள். இல்லையென்றால் புற்று நோய் மறுபடியும் வரும். காரணம் அதை நான் செய்யவில்லை. அதையும் நீங்களே செய்கிறீர்கள். நீங்கள் சந்தேகப்படத் துவங்கினால், எனக்குத் தெரியாது அது எப்படி நடந்ததென்று, உங்கள் சந்தேகம் புற்று நோயை உருவாக்கலாம். உங்கள் முழுமைதான் அதைக் கரைத்தது; உங்கள் சந்தேகம் அதை மறுபடியும் வரவழைக்கலாம். பிறகு உங்கள் எந்த நண்பர்களும் சொல்ல மாட்டார்கள்; "நீங்கள் யதார்த்தமாக இருங்கள்" பிறகு நீங்கள் அதே மன நிலைக்குப் போவீர்கள். ஆனால் இம்முறை அது மிகவும் கடினமாக இருக்கும்.

அதே தொந்தரவுக்கு மறுபடியும் போகாமல் இருப்பது நல்லது. இம்முறை கடினமாக இருக்கும். காரணம் நீங்கள் எதிர்பார்ப்பீர்கள் - அது முன்பு இல்லை. முதல் முறையாக புற்று நோய் வந்தபோது நீங்கள் எந்த அதிசயத்தையும் எதிர்பார்க்கவில்லை. இப்போது நடந்தால், நீங்கள் அன்பாக, முழுமையாக இருக்க முயல்வீர்கள். ஆனால் முழுமையாக

இருக்க முயல்வது முழுமையாகாது. ஆனால் ஆழமாக உள்ளே புற்று நோய் மறைய வேண்டும் என்கிற எதிர்பார்ப்பு - இது அதே சுழலில்லை. நினைவில் வைத்துக் கொள்ளுங்கள், என்னை குற்றம் சொல்லாதீர்கள். அடுத்த முறை நான் உங்களுக்கு உதவப் போவதில்லை. முதல் முறையும் நான் உங்களுக்கு உதவவில்லை. எப்போதுமே நீங்கள்தான். உங்களுக்கு எது நடந்தாலும் அதற்கு நீங்களே பொறுப்பு.

? காமம், தலைவலி, மைக்ரேய்ன் பொதுவான தொடர்பு உள்ளதா?

எந்த மருத்துவ ஆராய்ச்சியாளரும் முடிவுக்கு வரவில்லை. ஆனால் நான் என் கண்டுபிடிப்புகளிலிருந்து சொல்கிறேன். நான் மேலும் மேலும் செய்து கொண்டிருப்பேன். நான் குணப்படுத்தாத ஒரு கண்டு பிடிப்பாளன். இப்போதோ, பின்னரோ விஞ்ஞானம் என்னுடன் ஒத்துக் கொள்ளும். காம மையம் என்பது தலையில் இருக்கிறது. ஆண் உறுப்பிலில்லை. அதுவரையில் விஞ்ஞானம் தெரிந்து வைத்திருக்கிறது. காம தலையில் இருந்து ஆண் குறியிலில்லாதபோது, காமத்தைத் துறப்பது தலைவலியை உருவாக்கலாம். அது ஆண் குறியில் வலியை ஏற்படுத்தாது. காரணம் அதில் எதுவுமில்லை. அது உங்கள் மனதிலுள்ள சில மையங்களில் விரிவு.

ஏன் மக்கள் நினைக்கத் துவங்கியிருக்கிறார்கள். மருத்துவர்களும் நோயாளிகளுக்கு காமம் உங்கள் மன ஆரோக்கியத்துக்கு நல்லது என்று சொல்கிறார்கள்? அவர்கள் சரி. மதத்தின் பேரால் காமத்தை ஒடுக்கிய வர்கள், கடுமையான தலைவலியினால் அவதிப்பட்டிருக்கிறார்கள். ஜே. கிருஷ்ணமூர்த்தி போன்றவர்கள் நாற்பது வருடங்கள் கடுமையான தலைவலி, மைக்ரெய்னினால் - அவர் ஒரு புரிதல் உள்ள மனிதர் கூட - சுவரில் தலையை மோதிக் கொள்ளுகிற அளவிற்குப் போயிருக்கிறார்கள். அப்படி ஒரு வலி.

உலகத்தில் பல லட்சம் ஆண்கள் உடலுறவுக்குப் பிறகு மைக்ரெய்ன் தலைவலியால் அவதிப்பட்டதைக் கண்டுபிடித்திருக்கிறார்கள். நான் கிறிஸ்டியன் சயண்டிஸ்ட்டிஸ் ஒரு கட்டுரை படித்தேன். அவர் கிறிஸ்துவர், அவர் மனம் கட்டுப்பட்ட நிலையில்தானே இருக்கும். மனிதர்கள் ஏன் மைக்ரெய்ன் தலைவலியால் அவதிப்படுகிறார்கள் என்று பல்வேறு காரணங்களை ஆராய்ந்திருக்கிறது. அவர் இந்தத் திட்டத்தில் ஓர் வருடமாக வேலை செய்து கொண்டிருந்தார். இப்போது அவர் அதை ஒரு

அறிக்கையாக வெளியிட்டிருக்கிறார். அதில் பலப்பல காரணங்களைக் கொடுத்திருக்கிறார் உடல் ரீதியாக, ரசாயன ரீதியாக - ஆனால் உண்மை சாதாரணம். இதற்கு எந்த விசாரணையும் தேவையில்லை. யதார்த்தம் என்பது நீங்கள் மனித மனத்தை இரண்டாகப் பிரித்திருக்கிறீர்கள். ஒரு பகுதி சொல்கிறது, "நீ என்ன செய்கிறாய்? அப்படி செய்யாதே." "இன்னொரு பகுதி சொல்கிறது, "அந்த உந்துதலை என்னால் நிராகரிக்க முடியவில்லை. நான் செய்யத்தான் போகிறேன்" இந்த இரண்டு பகுதிகளும் தவிக்கின்றன, மோதுகின்றன.

மைக்ரெய்ன் என்பது மோதலைத் தவிர வேறு எதுவுமில்லை. ஓர் ஆழமான மோதல், உங்கள் மனதில். ஆதி மனிதர்கள் யாரும் உடலுறவுக் குப் பின் தலைவலியால் அவதிப்படவில்லை. எல்லோரையும் விட கத்தோலிக்கர்கள்தான் அதிகம் அவதிப்படுகிறார்கள். காரணம் இந்த நிபந்தனை மிகவும் ஆழமாக இருப்பதால், அது மனத்தில் ஒரு பிரிவை ஏற்படுத்துகிறது. அவர்கள் நூற்றாண்டுகளாக சொல்லி வந்ததற்கு எந்த அடிப்படையும் இல்லை. எந்த வித ஆதாரமும் இல்லை. ஆனால் அவர்கள் மறுபடியும் மறுபடியும் சொல்லிக் கொண்டிருந்தார்கள். பிறகு ஒரு முறை - பிறகு பொய்யை மீண்டும் மீண்டும் சொன்னால், அது உண்மையைப் போல தோற்றமளிக்கத் துவங்கும்.

ஒருவர் வார்த்தைகள் குறித்து விழிப்பாக இருக்க வேண்டும். ஒரு மனிதன் ஒரு மது அருந்தும் பாருக்குள் போனான். சென்று போலந்து நாட்டு நகைச்சுவை ஒன்றை சொல்லத் துவங்கினான். அடுத்து உட்கார்ந்திருந்தவன் மிகவும் பருமன், வஸ்தான உடல் கொண்டவன் சொன்னான், "நான் அந்த நாட்டுக்காரன், நீ இங்கேயே காத்திரு, நான் என் பிள்ளைகளை அழைத்து வரும் வரை."

வெளியே பார்த்துக் கத்தினான். "இவான், இங்கே வா, உன் சகோதரனையும் அழைத்து வா" இரண்டு மனிதர்கள், முதல் ஆசாமியை விட அதிக பருமனாக, பின்னால் அறையிலிருந்து வந்தார்கள். "ஜோஸப்" அந்த மனிதன் சொன்னான், "நீயும் உன் மைத்துனர்களும் வாருங்கள்" இன்னும் இரண்டு பேர் ஆஜானுபாகுவாக வந்தார்கள். ஐந்து மனிதர்களும் இந்த மனிதனைச் சூழ்ந்து கொண்டார்கள்.

உன் நகைச்சுவையை முடிக்க விரும்புகிறாயா?"

"இல்லை" என்றான் அந்த மனிதன்.

"ஏன் பயமா?" கை முஷ்டியை மடக்கியபடி கேட்டான்.

"உனக்குப் பயமா?"

"இல்லை. நான் ஐந்து மனிதர்களுக்கு விளக்க விரும்பவில்லை."

மக்கள் வார்த்தைகளில் புத்திசாலிகள். அவர்கள் எந்த மாதிரி யதார்த்தத்தையும் மறைத்து விடுவார்கள். அவனுக்கு பயம் - அவனைக் கொல்ல ஐந்து பேர் இருக்கிறார்கள். ஆனால் அவன் ஓர் அழகான சமாதானத்தைக் கண்டுபிடித்தான். "நான் என்னை வருத்திக் கொள்ள விரும்பவில்லை. ஐந்து பேருக்கு என் நகைச்சுவையை விளக்க வேண்டிய அவசியமில்லை."

எல்லா மதங்களுமே வார்த்தைகளில் விளையாடுகின்றன. மனிதனை அனுமதிக்கவேயில்லை. அவன் புத்திசாலித்தனமாக வார்த்தைகளின் ஆழத்தைப் பார்க்க, அவர்கள் வார்த்தைகளை வைத்து ஒரு காட்டையே உருவாக்கி விட்டார்கள். இறை நூல்கள், கொள்கைகள், ஜாதிகள், சமய வழிபாடுகள், ஒழுக்கம் என்கிற பெயரில் பாமர மனிதனும் இந்த முழு குப்பைகளையும் சுமந்து கொண்டிருக்கிறான்.

நான் உங்களுக்குச் சொல்ல விரும்புகிறேன், ஒழுக்கத்தைப் பற்றிக் கவலைப்படாதீர்கள். உண்மையாகத் தேடுபவருக்கு தேவை விழிப்பு, உணர்வு. உங்கள் உணர்வு உங்கள் எல்லா செயல்களையும் பார்த்துக் கொள்ளும். எந்த முயற்சியுமில்லாமல், உங்கள் செயல்கள் ஒழுக்கமாகி விடும். மலர்களைப் போல எந்தச் செயலும் இல்லாமல், எந்த முயற்சியும் இல்லாமல் அது உங்களைச் சுற்றி மலரும்.

ஒழுக்கம் என்பது உணர்வுள்ள ஒரு மனிதனின் வாழ்க்கைப் பாணி என்பதைத் தவிர வேறில்லை.

நோய்களைப் பற்றிப் பேசி மனிதர்களுக்கு உதவ நீங்கள் ஒரு தொழில் நுட்பத்தைத் தயாரித்திருப்பதாகத் தெரிகிறது. வலி அல்லது மைரெய்ன் பற்றி. நான் ஒரு மருத்துவன். உங்கள் பாணியைப் பயன்படுத்த விரும்புகிறேன். அதை விளக்கமாகச் சொல்ல முடியுமா?

அந்த யோசனை என்பது மக்களுக்குச் சொல்லிக் கொடுக்க வேண்டிய அவசியமே அவர்களின் உடலோடு எப்படி நட்பு ஏற்படுத்திக் கொள்வது என்பதுதான். அந்த சிகிச்சையாளர் பெண்ணாக இருந்தால் நன்றாக இருக்கும். அவர்கள் மக்கள் பதற்றத்தில், வலியில் இருந்தால் அவர்களுக்கு உதவ முடியும். பிறகு அவர் எப்படி உடலோடு பேசுவது என்பதை கற்றுக் கொடுக்க வேண்டும். உடலுக்குச் சொல்ல வேண்டும், "உன்னிடமிருந்து இந்த மதங்கள் என்னைப் பிரித்து விட்டன. நான் உனக்கு நெருக்கமாகி நண்பனாக நினைக்கிறேன். ஓர் எதிரியாக இல்லை. நான் இதைப் பற்றி நினைக்கவேயில்லையே என்கிற குற்ற உணர்ச்சியில் இருக்கிறேன். நீ எனக்காக இத்தனை வருடங்கள் வேலை செய்திருக்கிறாய், நான் உனக்கு நன்றி சொல்லவேயில்லை."

முதலில் உங்கள் முழு உடலோடு பேசுங்கள், "என்னைக் கவனி, இவைதான் பிரச்னைகள் - அவை மறையட்டும்." அதைச் செய்யும் சக்தி உங்களிடம் இருக்கிறது. பிறகு எங்கு வலி இருக்கிறதோ அந்தப் பகுதியிடம் மட்டும் பேசுங்கள்.

? அப்படி பேசுவதற்கு முன் ஏதாவது தயாரிப்பு தேவையா?

அந்தக் குழு துவங்குவதற்கு முன், மக்களிடம் சொல்லுங்கள். அவர்கள் நினைவற்ற நிலையிலிருப்பார்கள். ஆனால் உடலோடு பேச முடியும். அவர்களால் உரக்கப் பேசலாம். அது நல்லது. அந்தக் குழு மூன்று நிமிடங்கள் மக்கள் சொல்வதில் துவங்க வேண்டும். இந்த மந்திரத்தை 'ஓஷோ' அந்த மந்திரத்தைத் துவங்குவதற்கு முன்பு, அவர்கள் அந்த ஓஷோவை மறுபடியும் மறுபடியும் சொல்லும்போது மக்களிடம் சொல்லுங்கள், "நீங்கள் ஆழ்ந்து போய், மெதுவாக தூக்கத்தில் விழுவீர்கள்." பிறகு அவர்களுக்கு ஒரு மனோவசிய யோசனை மூலமாகச் சொல்லுங்கள். அவர்கள் ஆழ்ந்து தூங்குவதாக. எல்லா மக்களும் தூங்கும்போது அதை நீங்கள் சோதிக்கலாம். அவர்கள் கையை உயர்த்தி அது கீழே விழுகிறதா என்று பார்க்கலாம். பிறகு ஒவ்வொரு மனிதரிடமும் தனியாக செல்லுங்கள். மனிதர்கள் தள்ளித் தள்ளிப் படுத்திருக்க வேண்டும். அப்போது நீங்கள் ஒருவருடன் பேசுவது அடுத்தவருக்குத் தொந்தவராக இருக்கக் கூடாது. அதற்கு முன்னால், சிகிச்சையாளர் ஒவ்வொருவரின் பிரச்னை என்னவென்று தெரிந்து வைத்திருப்பார். பிறகு அவர்கள் தூங்கும்போது, சிகிச்சையாளர் அவர்களிடம் தனித்தனியாகப் போய் "உங்கள் மனமும், ஆன்மாவும் ஒரே நிகழ்வு. நீங்கள் உங்கள் மனத்தோடு உடலோடு பேச மறந்து விட்டீர்கள், உங்கள்..." அவர்களின் பிரச்னை எதுவாக இருந்தாலும் அது மறையும், அது மறைகிறது. பிறகு அது திரும்பி வராது.

எல்லோரையும் இப்படி கவனித்த பிறகு, அவர்கள் எல்லோரிடமும் சொல்லுங்கள், "உங்களிடம் என்ன சொல்லப்பட்டதோ மனோ வசியத்தின் மூலமாக நீங்களே உங்களுக்கு செய்து கொள்ள முடியும், வசியமில்லாமல்" பிறகு அந்தக் கூட்டம் முடியும் மறுபடியும் மூன்று நிமிடங்கள் ஓஷோ மந்திரத்தை சொன்ன பிறகு, மக்கள் தினமும் இரவில் தூங்கப் போவதற்கு முன் இந்த மந்திரத்தைச் சொல்லச் சொல்ல வேண்டும். குறைந்தது ஒரு மாதத்திற்காவது.

? எனக்கு வலி அனுபவம் ஏற்படும்போது நான் அதனுடன் பேசிப் பார்த்திருக்கிறேன், ஆனால் அது உதவவில்லை.

இது தவறு, நோய் என்பது உன் உயிர்க் கூறல்ல. அது வெளியே இருப்பது. உண்மையில் அது ஏதோ எதிரானது. நீங்கள் உங்கள் மூளையோடு உடலோடு பேச வேண்டும். நோயுடனல்ல. நீங்கள் உங்கள் மூளை/ உடலுக்குச் சொல்ல வேண்டும், "இதுதான் நேரம் வலி போவதற்கும் நோய்க்கும்" இதை ஒரு பதினைந்து தடவை சொல்லுங்கள். நீங்கள் இப்போது நல்ல தூக்கத்திற்குப் போகப் போகிறீர்கள். அதனால் நீங்கள் உங்கள் மூளைக்கு/ உடலுக்கு வலி போக வேண்டுமென்று சொல்லுங்கள். அது போனதும், மூளைக்கும், உடலுக்கும் நன்றி சொல்லுங்கள். வலியைப் போகச் செய்ததற்கு அது போனவுடன், உடலுக்கும், மூளைக்கும் நன்றி சொல்லுங்கள். மூளைக்குச் சொல்லுங்கள். "இப்போது இந்த வலி போய்விட்டது. அதை மறுபடியும் அனுமதிக்கக் கூடாது. இல்லையென்றால், நீங்கள் எப்போதும் நோயை போகச் சொல்வீர்கள், அது திரும்பி வந்து கொண்டேயிருக்கும். அடிப்படையில் நாம் மூளையோடு பேசிக் கொண்டிருக்கிறோம். மூளை உடலுடன் பேசுகிறது. ஆனால் நமக்கு அந்த மொழி தெரியாது.

இதுதான் உண்மையான சங்கமம் - ஆன்மா, மனம், உடல், ஆன்மா எதுவும் செய்ய முடியாது. நேரடியாக, அதுதான் வலியைப் போகச் சொல்கிறது. மூளை உடலுடன் பேச வேண்டும்.

இதுதான் பள்ளிக் கல்வியில் ஒரு பகுதியாக வேண்டும். ஆனால் மதங்கள் உடலும், மனமும் வேறு என்று சொல்லிக் கொடுத்திருக் கின்றன. உடலிலிருந்து வலியை அனுப்புகிறவற்றை குழந்தைகள் வேகமாகக் கற்றுக் கொள்வார்கள்.

? மனோவசியத்தை எப்போதும் பயன்படுத்துவது அவசியமா?

செய்யலாம். ஆனால் அது தேவையில்லை.

? எந்த மொழியை ஒருவர் பயன்படுத்த வேண்டும்?

எந்த மொழியாக இருந்தாலும் சரி.

? இந்த மூளையை எப்படி எடை குறைப்பிற்குப் பயன்படுத்துவது?

முதலில் மூளைக்குச் சொல்லுங்கள். நீங்கள் உடலுக்கு ஒரு தகவல் அனுப்பப் போவதாக. மூளை அதைக் கொடுக்க வேண்டும். பிறகு உடலுக்குச் சொல்லுங்கள், ஐந்து பவுண்ட் அல்லது கிலோக்கள் போதுமானது. "நீ சாதாரணமாக ஜீரணி" இதில் சாப்பிடுவதை ஈடுபடுத்தாதீர்கள். உடலுக்குச் சொல்லுங்கள், சில பவுண்டுகள் குறைவது அவசியம். நீங்கள் அங்கே அடைந்தவுடன், உடலை அங்கேயே இருக்கச் சொல்லுங்கள், பிறகு எடை குறைக்கவோ, அல்லது கூட்டவோ தேவையிருக்காது.

? இப்படித்தான் ஆரோக்கியம் குறித்து கிறித்துவ விஞ்ஞானிகள் வேலை செய்கிறார்களா?

இதுதான் கிறித்துவ விஞ்ஞானத்தின் அடிப்படை. ஆனால் அவர்கள் வெகுதூரம் சென்று விட்டார்கள். ஒரு குருடனிடம் போய் சொல்வார்கள். "இப்போது நீ பார்க்கலாம்" ஆனால் குருடனும் அதை நம்புவதில்லை. அவருக்குக் கண்ணும் இல்லை. அவர் எப்படி பார்க்க முடியும்? இது முட்டாள்தனம், ஆனால் சாதாரண விஷயங்களான வலிகளுக்கு இங்கே அங்கே, இந்த முறை ஆழமாக உதவி செய்யும்.

? ஒரு மருத்துவனாக, என் அனுபவத்தில் வெளியிலில்லாத ஆனால் உண்மையான மலச்சிக்கல் புகார்கள் வருகின்றன. மலச்சிக்கல் என்பது நாகரீகத்தின் அறிகுறியா?

சில வருடங்களுக்கு முன்னால் ஒருவர் என்னிடம் வந்தார். வெகு நாட்களாக அவர் மலச்சிக்கலில் இருந்தார். மிகப் பெரிய பணக்காரர். அவர் எல்லா மருந்துகளையும் முயற்சி செய்து விட்டார். எல்லா நிவாரணங்களையும் தேடி விட்டார், அலோபதியிலிருந்து, இயற்கை

வைத்தியம் வரை, அவர் எல்லாம் செய்தார். அவருக்கு வீணடிக்க போதுமான பணம் இருந்தது. போதுமான நேரம். அதனால் அதில் பிரச்னை இல்லை. அவர் உலகம் முழுவதும் திரிந்து விட்டார். இந்த மலச்சிக்கலைப் போக்குவதற்கு. ஆனால் அவர் அதிகம் முயன்றபோது, மலச்சிக்கல் இன்னும் அதிகமானது. ஆழமாக வேரூன்றி விட்டது. அவர் என்னிடம் வந்து சொன்னார், ''என்ன செய்வது?''

நான் சொன்னேன், ''மலச்சிக்கல் என்பது ஓர் அறிகுறிதான். அதுவே காரணமல்ல. அதற்கான காரணம் எங்கோ உங்கள் உணர்வில் இருக்க வேண்டும்.'' அதனால் அவரை எளிமையாக ஒன்றைச் செய்யச் சொன்னேன். அதை அவரால் நம்ப முடியவில்லை. அவர் சொன்னார், ''அது எப்படி சாத்தியம்? இந்த சாதாரண விஷயத்தை செய்தால் அது எப்படி உனக்கு உதவும்? நீங்கள் என்னை முட்டாளாக்குகிறீர்களா? காரணம் நான் எல்லாவற்றையும் செய்து விட்டேன். இந்த சின்ன விஷயம் எனக்கு உதவுமா? என்னால் நம்ப முடியவில்லை. ஆனால் நான் சொன்னேன், ''நீங்கள் முதலில் முயற்சி செய்யுங்கள்.'' ஒரே ஒரு விஷயத்தை செய்யச் சொன்னேன், அதைத் தொடர்ந்து நினைவில் வைத்துக் கொள்ளச் சொன்னேன். ''நான் உடலல்ல வேறு எதுவுமில்லை.'' அது எப்படி உதவப் போகிறது என்று அவரால் நம்ப முடியவில்லை.

மனிதன் தன் உடலால் அடையாளம் காணப்பட்டார். அதிகமாக உடலால் அடையாளம் காணப்படும் போது, உடல் மலச்சிக்கலை கொடுக்கும். நீங்கள் பிடித்துக் கொள்கிறீர்கள். நீங்கள் சுருங்குகிறீர்கள். நீங்கள் உங்கள் உடல் அதன் வழியை வைத்திருக்க அனுமதிப்பதில்லை. அது பாய அனுமதிப்பதில்லை. அதுதான் மலச்சிக்கலின் அர்த்தம். மலச்சிக்கல் என்பது ஓர் ஆன்மிக வியாதி. முதலில் உடலோடு அடையாளம் காணுவதை விடுங்கள். தொடர்ந்து நினைவில் வைத்துக் கொள்ளுங்கள் ''நான் உடலல்ல, நான் ஒரு சாட்சி'' அவர் மூன்று வாரங்கள் முயன்றார். பிறகு சொன்னார், ''அது வேலை செய்கிறது. ஏதோ ஒன்று எனக்குள் தளர்கிறது.''

அது நடக்கத்தான் செய்யும். நீங்கள் உடலில்லை என்றால், அந்த உடல் செயல்படத் துவங்கும். நீங்கள் தலையிடாதீர்கள். அதன் வழியில் வராதீர்கள், உடல் வேலை செய்து கொண்டே இருக்கும்.

எந்த மிருகத்திற்காவது மலச்சிக்கல் வந்திருக்கிறதா? எந்த மிருகத்திற்கும் இயற்கையாக மலச்சிக்கல் வருவதில்லை. மிருகக் காட்சி சாலையில் நீங்கள் மிருகங்களுக்கு மலச்சிக்கல் இருப்பதைப் பார்க்கலாம். அல்லது செல்ல பிராணிகள், நாய்கள், பூனைகள். மனிதனோடு வாழ்பவை. அவை மனித இனத்தால் தொற்றிக் கொண்டவை. அவை மனித இனத்தால் கலப்படமாயின.

அவற்றுக்கு மலச்சிக்கல் வரும். இல்லையென்றால் இயற்கையில் மலச் சிக்கல் கிடையாது. உடலுக்கென்று தனி வழி இருக்கிறது. அது பாய்கிறது. அது உறைந்துபோய்விட வில்லை. அதற்கு எந்தத் தடையுமில்லை. தடை அடையாளம் காண்பதால் வருகிறது. நான் அந்த மனிதரிடம் சொன்னேன், ''உடலோடு அடையாளம் கண்டு கொள்ளாதீர்கள். நீங்கள் ஒரு சாட்சிதான் என்பதற்கான விழிப்பு உங்களுக்கு இருக்கட்டும். எப்போதும் சொல்லாதீர்கள் எனக்கு மலச்சிக்கல். 'சொல்லுங்கள் என் உடலுக்கு மலச்சிக்கல்; நான் அதற்கு ஒரு சாட்சி.''

உடல் தளர்கிறது. வயிறு செயல்படத் துவங்குகிறது. காரணம் வயிற்றை மனத்தைத் தவிர எதுவும் தொந்தரவு செய்யாது. நீங்கள் கவலைப்பட்டால், வயிறு சரியாகச் செயல்படாது. நீங்கள் உடலோடு அடையாளம் காணப்பட்டால், உடல் சரியாக பாயாது. அதனால்தான் உங்களுக்கு எப்போதெல்லாம் உடல் நலக்குறைவு ஏற்படுகிறதோ ஆழ்ந்த தூக்கம் வருகிறது. காரணம் ஆழ்ந்த உறக்கத்தில் நீங்கள் உடலை மறக்கிறீர்கள். உடல் பாயத் துவங்குகிறது.

அது மாறிவிட்டது. ஆனால் என்னிடம் வந்து சொன்னார் ஒரு புதிய விஷயம் நடப்பதாகச் சொன்னார். ''நான் எப்போதும் ஒரு கஞ்சன், இப்போது என்னிடம் அந்தக் கஞ்சத்தனமில்லை.'' காரணம், கஞ்சத்தனம், மலச்சிக்கலோடு ஆழ்ந்த தொடர்பு கொண்டது. அது இரண்டு வழிகளில் வேலை செய்கிறது. நீங்கள் ஒரு கஞ்சனாக இருந்தால், உங்களுக்கு மலச்சிக்கல் வரும். உங்களுக்கு மலச்சிக்கல் வந்தால் நீங்கள் ஒரு கஞ்சன். மலச்சிக்கல் என்பது உடலின் ஆழ்ந்த கஞ்சத்தனம். எதையும் வெளியே போக அனுமதிக்காது. உடலிலிருந்து எதையும் வெளியே போக அனுமதிக்காது. எல்லாவற்றையும் மூடி வைத்துவிடும்.

உங்கள் உணர்வின் திட்டத்தை மாற்றுங்கள், பிரச்னைகள் மாறத் துவங்கும்.

? சில சில சமயங்களில் நான் பைத்தியமாவதைப் போல் பயப் படுகிறேன். அதைப் பற்றிச் சொல்ல முடியுமா?

பைத்தியமாவதைப் பற்றிக் கவலைப்படாதீர்கள். ஓர் எளிமையான காரணம் நீங்கள் ஏற்கெனவே பைத்தியம்தான். உலகம் என்பது பரந்த பைத்தியக்கார விடுதி. எல்லாக் குழந்தைகளும் புத்தியோடுதான் பிறக்கின்றன. ஆனால் அதிக நாள் புத்தியோடு வாழ முடியாது. அது

சாத்தியமில்லை. அது பைத்தியங்களால் வளர்க்கப்படுகிறது. அவன் வாழ வேண்டுமானால் பைத்தியமாக வேண்டும்.

எப்போதாவது ஒரு முறைதான் புத்தியுள்ள நபர் இருப்பார். ஒரு புத்தர், ஷருதுஷ்ட்ரா. இலா ட்ஸு, இயேசு, ஆனால் இந்த புத்தியுள்ள மனிதர்களிட முள்ள வினோதம் அவர்கள் பார்ப்பதற்குப் பைத்தியம் போல் இருப்பார்கள். காரணம் பைத்தியம் என்று அழைக்கப்படும் இவர்கள் உண்மையில் பைத்தியமில்லை. உண்மையான பைத்தியங்கள் புத்தியுள்ளவர்கள் என்றழைக்கப்படுபவர்கள்தான். பைத்தியக்கார விடுதியில் போடப்பட்டுள்ள மனிதர்கள் நுண்ணிய உணர்வுகள் உள்ளவர்கள். எளிதில் காயப்படக் கூடியவர்கள். மென்மையான மக்கள், சந்தையில் இருக்கும் மற்றவர்களைப் போல கடினமானவர்கள் அல்ல. அவர்கள் தடித்த தோலில்லை. அதனால்தான் அவர்கள் உடைந்து போகிறார்கள். இந்தத் தடித்த தோல்கள் எல்லாவிதமான பைத்தியக் காரத்தனத்திலும் இருப்பார்கள். சரி செய்து கொண்டே போவார்கள்.

மனிதனுக்கு எல்லையற்ற திறனுக்குத் தன்னை சரி செய்து கொள்வதில், ஒவ்வொரு குழந்தையும் எல்லா விஷயங்களுக்கும் தன்னை சரி செய்து கொள்ளும், உங்கள் இருத்தலையே பாருங்கள் எத்தனை விதமான மூட நம்பிக்கைகளுக்கு உங்களை சரி செய்து கொண்டிருக் கிறீர்கள் என்பதை. எத்தனை முட்டாள்தனமான நம்பிக்கைகளை நீங்கள் சுமந்து கொண்டிருக்கிறீர்கள். நீங்கள் அதை முட்டாள்தனங்கள் என்று தெரிந்து கொள்ளாத தருணங்கள் இருந்தது என்பதில்லை. ஆனால் நீங்கள் புத்தியுள்ள தருணங்களைத் தள்ளிப் போடுகிறீர்கள். காரணம் அது ஆபத்தான தருணம். ஆமாம், எப்போதாவது ஒரு முறை அந்த ஜன்னல் திறக்கிறது. ஆனால் உடனே நீங்கள் அதை மூடிவிடுகிறீர்கள். நீங்கள் அதை மூடித்தான் ஆக வேண்டும். உங்கள் ஜன்னல் திறந்திருப்பதைப் பக்கத்து வீட்டுக்காரர்கள் பார்த்து விடுவார்களோ என்ற பயம், நீங்கள் புத்தியை யாரிடமும் காட்ட விரும்பவில்லை.

அதனால் பைத்தியமாகிப் போவதைப் பற்றிக் கவலைப்படாதீர்கள். உங்களால் முடியாது. அது ஏற்கெனவே நடந்து விட்டது. அந்த முழு பயமும் முழுமையாக அடிப்படையற்றது. நீங்கள் ஏற்கெனவே பைத்தியமாகி விட்டீர்கள். இல்லையென்றால் நீங்கள் சமூகத்தில் இருக்கவே முடியாது. நீங்கள் எந்த மாதிரி சமூகத்தில் இருந்தாலும், நீங்கள் சிதைந்து விட்டீர்கள். நீங்கள் இனியும் வெகுளி அல்ல. நீங்கள் ஏற்கெனவே கறைபடுத்தப்பட்டு விட்டீர்கள். நஞ்சு கலக்கப்பட்டு விட்டது, அந்தப் பூசாரிகளால், இந்த அரசியல்வாதிகளால், இந்த போதனாவாதி களால். அவர்கள் அந்த வேலையைச் செய்து விட்டார்கள்.

என்னுடைய வேலையே அதை சரி செய்வதுதான். அதை நிரூபிக்க வேண்டிய அவசியமும் எனக்கில்லை. நீங்கள் சுற்றிப் பார்க்கலாம். உங்களுக்கு ஆயிரத்தொரு ஆதாரங்கள் கிடைக்கும்.

? மனநிலை பாதிக்கப்பட்ட மக்களுக்கு எந்த மாதிரி தியானம் உதவிகரமாக இருக்கும் என்பதைச் சொல்ல முடியுமா?

அவர்களை செயலாக்கமுள்ள தியானம் செய்ய வைப்பதன் மூலம் நீங்கள் அவர்களுக்கு உதவலாம். அதை அதிக உதவி செய்யும் காரணம் மன நோயாளிகளுக்கு வெட்டி எறிவதுதான் தேவை. அதுதான் ஒரே சிகிச்சை. காரணம் அந்த மக்கள் அப்படி அடக்கப்பட்டிருப்பதால் அவர்கள் கெட்ட இடத்தில் இருக்கிறார்கள். அவர்களுக்கு எல்லாமே அனுமதிக்கப்பட்டால், அவர்கள் மன நோயாக இருப்பதற்கு அனுமதித்தால், பிறகு மன நோய் மறைந்துவிடும்.

பிறகு இந்த முழு உலகமே மனநோய்தான் காரணம். பிறகு யாருமே பைத்தியமாவதற்கு அனுமதியில்லை. நீங்கள் அதை ஒரு விஷயமாக எடுத்துக் கொள்ள வேண்டும். எல்லோருக்கும் ஓர் இடத்தைத் தேர்வு செய்ய வேண்டும். அங்கே அவர் அப்படியே பைத்தியமாக இருப்பார். அங்கே நீங்கள் எதைப் பற்றியும் கவலைப்பட வேண்டிய அவசிய மில்லை. ஒவ்வொரு மனிதனும் தினமும் அரை மணி நேரம் பைத்தியமாக இருந்தால், பிறகு மற்ற இருபத்து மூன்று மணி நேரமும் அவர் அபாரமான புத்தியோடு இருப்பார்.

பைத்தியக்காரத்தனமும் மனித இனத்தில் ஒரு பகுதிதான். அது ஓர் ஆழ்ந்த சமநிலை. நீங்கள் மிகவும் மும்முரமாக ஆகிவிட்டால், ஒரு சின்ன சிரிப்பு உங்களை முன்னுக்குக் கொண்டு வரும். நீங்கள் மிகவும் பதற்றமானால் அது தளர்வதற்கு நீங்கள் ஏதாவது செய்தாக வேண்டும். உண்மையில், சமூகமே ஏற்றுக் கொண்ட பல வழிகள் இருக்கின்றன. மக்களைப் பைத்தியமாக இருக்க அனுமதிக்கின்றன.

உதாரணமாக, ஒரு கால்பந்தாட்டப் போட்டியில் அல்லது ஒரு வாலிபால் போட்டியில் பார்வையாளர்கள் ஏறக்குறைய பைத்திய மாகிறார்கள். ஆனால் அது ஏற்றுக் கொள்ளப்படுகிறது. அவர்கள் ஓய்வாக இருப்பதாக உணர்கிறார்கள். அதைத் தொலைக் காட்சியில் பார்த்தாலே பைத்தியமாகிறார்கள். அவர்கள் குதிக்கிறார்கள். கிளர்ச்சியாகிறார்கள். ஆனால் அது ஏற்றுக் கொள்ளப்பட்ட ஒன்று.

வேறு கிரகத்திலிருந்து யாராவது கவனித்தால் முதல் முறையாக, அவரால் என்ன நடக்கிறது என்பதையே நம்ப முடியாது. காரணம், அந்த அளவிற்குக் கிளர்ச்சியாக வேண்டிய அவசியமேயில்லை. யாரோ சில பேர் ஒரு பந்தை இங்கிருந்து அங்கு தூக்கிப் போடுகிறார்கள். மற்றவர்கள் அதைத் திருப்பி அனுப்புகிறார்கள். ஆனால் இலட்சக்கணக்கான மக்கள் கிளர்ச்சியாகிறார்கள்! அவர்களுக்கு இது தெரியாது இது சமூகத்தில் ஏற்றுக் கொள்ளப்பட்ட வெளிப்படுத்துகிற ஒரு வாய்ப்பு. ஒரு கருவி, ஒவ்வொரு நாட்டுக்கு ஒன்று இருக்கிறது. கருவியை ஏற்படுத்திக் கொள்வார்கள்.

போர் கூட ஒரு கருவிதான். அதனால் மக்கள் தொடர்ந்து பைத்தியமாகிற அவசியமிருக்கிறது. நீங்கள் வெறுக்கலாம். அழிக்கலாம். அவர்கள் வெறுக்கலாம் ஒரு சிறந்த காரணத்திற்காக அழிக்கலாம். அதனால் அதைக் கண்டிப்பதில்லை! அதனால் நீங்கள் அழிக்கிறீர்கள். உங்களுக்கு அது நன்றாக இருப்பதாக உணர்கிறீர்கள். உங்களுக்கு சந்தோஷம், குற்ற உணர்ச்சியே இல்லை. நீங்கள் அப்படியே பைத்தியமாகிறீர்கள். போர் தொடரும் நாம் சிலரை பைத்தியமாக அனுமதிக்கிற வரையில். அதனால் நீங்கள் போய் தியானம் செய்யுங்கள் பைத்தியக்காரர்கள் அதைப் பார்க்கட்டும். அவர்கள் அபாரமாக ரசிப்பார்கள். அவர்கள் சொல்வார்கள் அவர்களுக்கும் உங்களுக்கு அதிக வித்தியாசமில்லை என்று. அவர்கள் கலந்து கொள்வார்கள். நீங்கள் அவர்களுக்கு உதவ முடியும்.

ஒரு பைத்தியக்கார மனிதனுக்கு மருத்துவரே தேவையில்லை. அவனுக்குத் தேவை நண்பர்கள். மருத்துவர் நெருக்கமாக இல்லை. தொலைவில் இருக்கிறார். அதிக தொழில் நுட்பத்தோடு ஒரு மருத்துவர் ஒரு பைத்தியக்கார மனிதனை ஒரு பொருளாகவே பார்த்து சிகிச்சை யளிப்பார். அந்தப் பார்வையிலேயே ஒரு கண்டனம் இருக்கிறது. ஏதோ தவறு அதை சரியாக்க வேண்டும். ஒரு பைத்தியக்கார மனிதனுக்கு நேசிக்கிற யாராவது தேவை. அக்கறை கொள்பவர்கள், நட்பாக இருப்பவர்கள், யாராவது அவரை ஒரு பொருளாகப் பார்க்காதவர்கள். அவருடைய தனித்தன்மையை ஏற்றுக் கொள்பவர்கள். அது மட்டுமல்ல, அவருடைய பைத்தியக்காரத்தனத்தையும் ஏற்றுக் கொள்ள வேண்டும். காரணம் ஒவ்வொரு மனிதனுக்குள்ளும் ஒரு புத்தியுள்ள, அதேசமயம் ஒரு பைத்தியக்காரன் இருப்பதை ஏற்றுக் கொள்கிறார்கள்.

புத்திகெட்டுப் போவது என்பது ஒரு மனிதனின் இரவு. அது இயற்கை. அதில் எந்தத் தவறும் இல்லை. நீங்கள் ஒரு பைத்தியக்கார மனிதனிடம் அவன் பைத்தியம் என்பது மட்டுமில்லாமல், நானும் கூட என்று சொல்ல

வேண்டும். உடனடியாக ஒரு பாலம் ஏற்படுகிறது. பிறகு அவர் கிடைப்பார். அவருக்கு உதவக் கூடிய சாத்தியம் உண்டு.

எனக்குள்ளேயே நான் எழுப்பியுள்ள தடுப்புகளைப் பற்றி அதிகம் அதிகமாக எனக்கு உணர்வு வருகிறது. இத்தனை வருடங்களில் நான் சந்தோஷமாக, அன்போடு, வெளிப்படையான இருத்தலாக இல்லை. அந்தச் சுவர் இன்னும் பலமாக பலமாக ஆகிறது. எனக்கு அதைப் பற்றி விழிப்பு வரும்போது என்னால் வெளியே வரமுடியவில்லை. இதைப் புரிந்து கொள்ள எனக்கு ஏதாவது சொல்ல முடியுமா?

முதலில் தெரிந்து கொள்ளவேண்டியது அந்தச் சுவர் பலமானதாக ஆகவில்லை. அது உங்கள் விழிப்பு தெளிவாகிறது என்பதுதான் உங்களுக்கு விழிப்பு வரும்போது அந்தச் சுவர் பலமாவதற்கு எந்தக் காரணமும் இல்லை. அது நீங்கள் ஓர் இருண்ட வீட்டிற்குள் ஒளியைக் கொண்டு வரும்போது, அங்கே உள்ள ஒட்டடைகள், சிலந்திகள் உங்களுக்குத் தெரிகின்றன. நீங்கள் ஒளியைக் கொண்டு வந்ததனால், அது வளரவில்லை. அவை அங்கேதான் இருந்தன. உங்களுக்கு விழிப்பு, எச்சரிக்கை வந்திருக்கிறது. ஆனால் அவை வளர்கின்றன என்று நினைக்காதீர்கள். அதன் வளர்ச்சிக்கும் உங்கள் ஒளிக்கும் எந்த தொடர்புமில்லை. ஆனால், அது அங்கே இருப்பதை வெளிக் காட்டுகிறது. உங்களுடைய வளர்கிற விழிப்பு அங்கே ஒரு சிறைச்சுவர் இருக்கிறது என்பதைப் புலப்படுத்துகிறது.

நீங்கள் சொல்கிறீர்கள், ''எனக்கு அதைப்பற்றித் தெரியும். ஆனால் வெளியே வரமுடியவில்லை.'' காரணம் அந்தச் சுவர்கள் உண்மையான சுவர்கள் இல்லை. அவை செங்கற்களாலும் அல்லது கற்களால் கட்டப்பட்டதல்ல. அவை சிந்தனைகளால் உருவாக்கப்பட்டவை - அவை உங்களைத் தடுக்க முடியாது. அதிலிருந்து எப்படி வெளியே வரவேண்டு மென்கிற ரகசியம் தெரிந்திருக்க வேண்டும். அந்த எண்ண - ஓட்டங்களில் நீங்கள் தடுமாறத் துவங்கினால், அதுதான் உங்கள் சிறைச் சுவர்களைக் கொண்டது. பிறகு நீங்கள் ஓர் அபரிமிதமான குழப்பத்தில் சிக்கிக் கொள்வீர்கள். ஒருவர் புத்திகெட்டு கூடப் போகலாம். அப்படித்தான் மக்கள் புத்தி கெட்டுப் போகிறார்கள். அவர்களைச் சுற்றி ஏராளமான சிந்தனைகள், அவர்கள் கடுமையாக முயற்சி செய்கிறார்கள். அந்தக் கூட்டத்திலிருந்து வெளியே வருவதற்கு. பிறகு அவர்கள் ஆழம், ஆழமாக அந்தக் கூட்டத்திற்குள் போகிறார்கள். பிறகு அவர்கள் உடைந்து போவது தொடர்கிறது. அவர்களின் நரம்பு மண்டலத்திற்கு அந்த அழுத்தத்தையும் பதற்றத்தையும் தாங்கிக் கொள்கிற சக்தியில்லை. அவர்கள் பண்டோரா பெட்டியைத் திறந்து விட்டார்கள். அதில்தான் அந்தச் சுவர் ஒளிந்திருந்தது.

ஆனால் அவர்கள் அதைப் பேரின்பத்தோடு விழிப்பாக வில்லை. இப்போது அவர்கள் ஒரு தியான விழிப்புணர்வு கொண்டு வந்திருக்கிறார்கள். திடீரென்று அவர்கள் ஒரு பெருங் கூட்டத்தைப் பார்க்கிறார்கள். அது கனமாக இருக்கிறது. அவர்கள் அதிக முயலும்போது, அவர்களைச் சுற்றியுள்ள அந்தச் சுவரை இடிக்கக் கூடிய வலிமையில்லை என்பது தெரிகிறது.

நீங்கள் அதனுடன் சண்டை போட்டால், வழியே இல்லை. இப்போதோ, பின்னரோ நீங்கள் சோர்ந்து, உதிர்ந்து விடுவீர்கள். உங்கள் புத்தியிலிருந்து நீங்கள் நழுவுவது உங்களுக்கே தெரியும். ஆனால் நீங்கள் சரியான முறையைப் பயன்படுத்தினால், அதில் உடைந்து விழுவதற்குப் பதிலாக நீங்கள் உடைத்து வெளியே வருவீர்கள். அதைக் கையாளச் சரியான முறை உங்களைச் சுற்றியுள்ளதை நீங்கள் பார்க்க வேண்டுமென்கிற உள்ளுணர்வு வேண்டும் - அதனுடன் சண்டை போடக் கூடாது. அதை எடை போடாதீர்கள். அதைக் கண்டிக்காதீர்கள். அப்படியே மௌனமாக, அசையாமல், அங்கு என்ன இருக்கிறதோ அதைப் பாருங்கள்.

இது ஓர் அதிசயம். தியான அதிசயத்தைத் தவிர நான் வேறு எந்த அதிசயத்தையும் பார்க்கவில்லை. அது பார்க்கிற அதிசயம். நீங்கள் பார்த்தால், உங்களுக்கே வியப்பாக இருக்கும். அந்த பலமான சுவர் மெலிந்து வருவதை. அந்தக் கூட்டம் கலைகிறது. மெள்ள, மெள்ள, உங்களுக்குக் கதவுகள் தெரியும். அதன் இடுக்கு வழியாக நீங்கள் வெளியே வந்துவிடலாம். ஆனால் நீங்கள் வெளியே வரவேண்டியதில்லை. அங்கேயே யிருங்கள். பார்த்துக் கொண்டேயிருங்கள். நீங்கள் பார்ப்பது பலமாக ஆகும்போது, உங்களைச் சுற்றியுள்ள அந்தச் சுவர் பலவீனமாகும். உங்கள் பார்வை நேர்த்தியாகிற நாளில், அங்கே ஒரு சுவரே இல்லை என்பதை உணர்வீர்கள். எதுவுமே உங்களைச் சுற்றியில்லை. முழு வானமும் உங்களுக்கு இருக்கிறது. அந்தச் சிந்தனைகளோடு சண்டை போடுவதை விட, தவறான நிலைகளோடு சண்டை போடுவதை விட, ஒரு தூய சாட்சியாக இருங்கள். சண்டை, உங்களால் வெற்றி கொள்ள முடியாது. சண்டையில்லாமலிருந்தால் வெற்றி உங்களுடையது. பார்ப்பவர்களுக்கே வெற்றி சொந்தம்.

மருத்துவர் க்ளெய்ன் தன் நோயாளியைப் பரிசோதித்துவிட்டுச் சொன்னார், ''உங்களுக்கு நல்ல ஆரோக்கியம் இருக்கிறது. உங்கள் இதயம், நுரையீரல், ரத்த அழுத்தம், கொழுப்பு அளவு - எல்லாமே நன்றாக இருக்கிறது.''

"அபாரம்" என்றார் லெவின்ஸ்கி.

"உங்களை அடுத்த வருடம் சந்திக்கிறேன்" சொன்னார் மருத்துவர் க்ளெய்ன்.

அவர்கள் கைகுலுக்கிக் கொண்டார்கள். ஆனால் அந்த நோயாளி அறையை விட்டு வெளியே போனவுடன், ஒரு பலமான சத்தம் கேட்டது. அவர் கதவைத் திறந்து பார்த்தால், அங்கே, அப்படியே தரையில் முகத்தை மோதி விழுந்தபடி லெவின்ஸ்கி.

தாதிப்பெண் கதறினாள் "டாக்டர் அவர் இறந்துவிட்டார். அவர் ஒரு பாறையைப்போல் விழுந்தார்."

மருத்துவர் அவர் இதயத்தைச் சோதித்துவிட்டு சொன்னார், "அடக் கடவுளே, அவர் இறந்து விட்டார்" அவர் கைகளை அந்தப் பிணத்தின் கீழே வைத்துக் கூட பார்த்தார்.

"சீக்கிரம்" மருத்துவர் சொன்னார், "அவரது காலை மாற்றுங்கள்."

"என்ன?" கேட்டாள் தாதிப்பெண்.

"அடக் கடவுளே" மருத்துவர் சொன்னார் "அவரைத் திருப்புங்கள், அவர் கால்களை மாற்றி அவர் உள்ளே வருவதைப் போல் வைக்கப் வேண்டும்."

கொஞ்சம் புத்திசாலியாக இருங்கள். சொல்வார்கள்: "புத்திசாலித் தனம் அதிகமாகப் பயன்படாது" என்று. அதை எப்படி பயன்படுத்துவது என்கிற புத்திசாலித்தனம் இல்லாவிட்டால்.

அன்றைக்கு நான் அருமையான கண்டுபிடிப்பை எதிர் கொண்டேன். உலகத்தில் நீங்கள் பார்க்கும் ஒவ்வொரு முட்டாளும் லட்சக்கணக்கான வருடங்கள் நடந்த பரிணாம வளர்ச்சியின் கடைசி பொருள். புத்திசாலித்தனம் என்பது அபூர்வமானது. ஆனால் என்னைச் சுற்றியுள்ள மக்கள், அவர்கள் துணிச்சலோடு இருப்பது அவர்கள் புத்திசாலிகள் என்பதற்கான ஆதாரம். இப்போது நீங்கள் அந்தப் புத்திசாலித்தனத்தை செயலாக்க வேண்டும்.

"அடக் கடவுளே" என்றான் பாடி. "ஒரு மனிதனுக்குத் தேவையான எல்லாமும் என்னிடம் இருந்தது. நல்ல அழகான பெண், ஓர் அழகான வீடு, ஏராளமான பணம், நல்ல துணிமணிகள்."

"என்ன ஆயிற்று?" கேட்டார் சீமஸ்.

"என்ன ஆயிற்று? ஒரு நாள் எந்த அறிவிப்பும் இல்லாமல், என் மனைவி உள்ளே வந்துவிட்டாள்." ,

எச்சரிக்கையாக இருங்கள் - ஒவ்வோர் அடியிலும் ஆபத்து இருக்கிறது. ஒரு மனிதர் தியானத்தில் இறங்கத் தீர்மானித்தால் அவர் எச்சரிக்கையாக இருக்க வேண்டும்.

லா ட்ஸூ சொல்வார். தியானத்திலிருக்கும் ஒரு மனிதன் எப்போதுமே குளிர்காலத்தில் பனிக் கட்டிகளின் மீது நடப்பதைப் போல, ஜாக்கிரதையாக மிகவும் எச்சரிக்கையாக நடப்பார். நீங்கள் ஜாக்கிரதையாகவும், எச்சரிக்கையாகவும் இல்லாவிட்டால், பல லட்சம் வருட பழைய எச்சரிக்கையாகவும் இல்லாவிட்டால், பல லட்சம் வருட பழைய மனமும் அதன் செயல்பாடுகளும் கடப்பது மிகவும் கடினமாக இருக்கும். ஆனால், இந்தத் தந்திரம் மிகவும் சுலபமானது. சில சமயங் களில் சாதாரணமானதுதான். அதிக கடினமாக இருக்கும். அதுவும் குறிப்பாக நீங்கள் அதனுடன் முழு பழக்கத்தை வைத்துக் கொள்ளாத போது.

தியானம் என்பது உங்களுக்கு ஒரு வார்த்தை. அது உங்கள் ருசியாகவில்லை. அது உங்கள் போஷாக்கு ஆகவில்லை. அது உங்களுக்கு ஓர் அனுபவமாகவில்லை. அதனால் எனக்கு உங்கள் கஷ்டத்தைப் புரிந்து கொள்ள முடிகிறது. ஆனால் நீங்கள் என் கஷ்டத்தையும் புரிந்து கொள்ள வேண்டும். உங்கள் நோய்கள் பலவாக இருக்கலாம். ஆனால் என்னிடம் ஒரே ஒரு மருந்துதான் இருக்கிறது. என்னுடைய கஷ்டமெல்லாம் அதே மருந்தைப் பல்வேறு நோய்களுக்கு விற்க வேண்டியிருக்கிறது. எனக்கு என்ன நோய் என்பது கவலை யில்லை, காரணம் எனக்குத் தெரியும் என்னிடம் ஒரே ஒரு மருந்துதான் இருக்கிறது.

உங்களுக்கு என்ன நோயிருந்தாலும் நான் விவாதிக்கிறேன். ஆனால் இறுதியாக நீங்கள் அந்த மருந்தை ஏற்றுக் கொள்ள வேண்டும். அது மாறுவதேயில்லை. எனக்குத் தெரிந்த வரையில், இந்த முப்பத்தைந்து வருடங்களாக அது மாறவேயில்லை. நான் லட்சக்கணக்கான மக்களைப் பார்த்திருக்கிறேன். லட்சக்கணக்கான வித்தியாசமான கேள்விகள், நான் அந்தக் கேள்விகளைக் கேட்பதற்கு முன்னால், எனக்கு விடை தெரியும். அது என்ன கேள்வி என்பது விஷயமல்ல. எப்படி அந்த கேள்விகளை என் பதிலுக்குக் கொண்டு வந்து எப்படி சமாளிப்பது என்பதுதான் விஷயம்.

அத்தியாயம் - 18
எய்ட்ஸ்

? *எய்ட்ஸ் பற்றி நீங்கள் என்ன சொல்கிறீர்கள்?*

எனக்கு முதலில் எய்ட்ஸ் பற்றி கூட எதுவுமே தெரியாது. நீங்கள் கடைசி எய்ட்ஸைப் பற்றிக் கேட்கிறீர்கள்! ஆனால் நான் இதைப்பற்றி ஏதாவது சொல்லியாக வேண்டும் போலிருக்கிறது. தங்களைப் பற்றி எதுவுமே தெரியாத மக்கள் வாழும் உலகத்தில் அவர்கள் கடவுளைப் பற்றிப் பேசுகிறார்கள். இந்த பூமியில் பூகோளமே தெரியாத மக்கள் சொர்க்கம், நரகத்தைப் பற்றிப் பேசுகிறார்கள். ஆனால் எய்ட்ஸ் பற்றிப் பேசுவது எண்ணிப் பார்க்க முடியாத விஷயமல்ல. நான் ஒரு மருத்துவராக இல்லா விட்டாலும் கூட. ஆனால் இந்த நோய் எய்ட்ஸ் வெறும் நோயல்ல. அது அதற்கும் மேலே. அது மருத்துவத் தொழிலின் எல்லைக்கு அப்பாற்பட்டது.

நான் பார்க்கும்போது, அது மற்ற நோயின் அதே தரத்தில் இல்லை. அதனால்தான் அது ஆபத்தானது. அனேகமாக இது மூன்றில் இரண்டுபங்கு மனித இனத்தை அழித்து விடும். அது, அடிப்படையில், நோயை எதிர்க்கும் சக்தி இல்லாதது. ஒருவர் மெள்ள, மெள்ள தன்னையே எல்லாவிதமான தொற்று நோய்களுக்கு ஆளாக்கிக் கொள்வதைப் பார்க்க முடியும். ஒருவருக்கு உள் எதிர்ப்பு சக்தி இல்லை இந்தத் தொற்று நோய்களை எதிர் கொள்ள.

என்னைப் பொருத்தவரையில் மனித இனம் வாழ வேண்டும் என்கிற உறுதியை இழந்து கொண்டிருக்கிறது. ஒருவர் எப்போது வாழ்கிற உறுதியை இழக்கிறாரோ அப்போதே அவருடைய எதிர்ப்பு சக்தி உடனடியாக விழுகிறது. காரணம் உடல் மனத்தைத் தொடுகிறது. உடல்

என்பது மனதின் மிகவும் கீழ்ப்படிந்த வேலைக்காரன். அது மனத்திற்கு ஒரு மத வழியாக சேவை செய்கிறது. மனம் வாழ்கிற உறுதியை இழக்கும்போது அது உடலில் பிரதிபலிக்கும். அதன் நோய்க்கு எதிரான, மரணத்திற்கு எதிரான எதிர்ப்பு சக்தியைக் கீழே போட்டுவிடும். இந்த வாழ்கிற உறுதியைப் பற்றி மருத்துவர்கள் கவலைப்படமாட்டார்கள் - அதனால்தான் ஏதாவது சொல்ல வேண்டுமென்று நினைத்தேன்.

அது உலகம் முழுவதும் ஒரு தீவிரமான பிரச்சனையாகப் போகிறது. எந்தப் பரிமாணத்தில் இருந்து எந்த உள் பார்வை கிடைத்தாலும் இது ஆழ்ந்த உதவியாக இருக்கும். அமெரிக்காவில் இந்த வருடம், நானூறு ஆயிரம் மக்கள் எய்ட்ஸினால் பாதிக்கப்பட்டிருக்கிறார்கள். ஒவ்வொரு வருடமும் இந்த எண்ணிக்கை இரட்டிப்பாகும். அடுத்த வரும் இது எழுநூறு ஆயிரமாக இருக்கும். பிறகு அது ஒரு லட்சத்து அறுநூறாக ஆகும். அது இரட்டிப்பு ஆகிக் கொண்டேதானிருக்கும். இந்த மக்களுக்கு உதவ அமெரிக்காவிற்கு இந்த வருடம் ஐநூறு மில்லியன் டாலர்கள் தேவைப்படும். இருந்தாலும் அவர்கள் பிழைப்பது என்பது கஷ்டம்தான்.

துவக்கத்தில் அது ஒரு ஓரினச் சேர்க்கையால் வந்த நோய் என்று கருதினார்கள். உலகம் முழுவதிலுமிருந்து ஆராய்ச்சியாளர்கள் இந்த யோசனைக்கு ஆதரவு தெரிவித்து, அது ஏதோ ஓரினச் சேர்க்கை சார்ந்ததுதான் என்றார்கள். அது பெண்களை விட ஆண்களுக்குத்தான் வருகிறது என்று கண்டறிந்தார்கள். ஆனால் நேற்று தென் ஆப்பிரிக்காவிலிருந்து வந்த ஒரு அறிக்கை இந்த எண்ணத்தை அப்படியே மாற்றுகிறது. இந்த நோயைக் குறித்து தென் ஆப்பிரிக்காதான் அதிக ஆராய்ச்சியில் இறங்கியிருக்கிறது. காரணம் தென் ஆப்பிரிக்காதான் அதிகமாக பாதிக்கப்பட்ட பகுதி. கறுப்பர்கள்தான் இந்த நோய்க்கு அதிகம் விழுகிறார்கள் வெள்ளையர்களை விட என்பது தெரிகிறது. தென்னாப்பிரிக்காதான் இந்தப் பெரிய தொற்று நோயில் அவதிப்படு கிறது. அதனால், அவர்கள் ஆராய்ச்சி செய்கிறார்கள். அது அவர்களுக்கு வாழ்வா சாவா பிரச்சினை.

அவர்களது அறிக்கை வினோதமானது. அது எய்ட்ஸ் ஓரினச் சேர்க்கை நோயே இல்லை என்கிறது. அது இருபால் வியாதி, பெண்களை மாற்றுபவர்களுக்கு இது நடக்கிறது. பல பெண்களுடன் உறவு கொள்வது, பல ஆண்களுடன், தொடர்ந்து தன் சகாவை மாற்றுவது, இந்தத் தொடர் மாற்றம்தான், இந்த நோய்க்கான காரணம். ஓரினச் சேர்க்கைக்கும் இதற்கும் எந்தத் தொடர்புமில்லை. அவர்களுடைய ஆராய்ச்சியின்படி, இப்போது அமெரிக்கா, ஐரோப்பா ஆராய்ச்சி யாளர்கள் ஒரு பக்கம், தென் ஆப்பிரிக்கா அறிக்கை இன்னாரு பக்கம்.

எனக்கு இது மிகவும் முக்கியம். ஆனால் இது இரு பால் உறவிலோ, ஓரினச் சேர்க்கையிலோ இல்லை. இது ஏதோ நிச்சயமாக காமம் சம்பந்தப்பட்டது. ஏன் அது ஏதோ காமம் சம்பந்தப்பட்டது? காரணம் வாழ்கிற உறுதி காமத்தில்தான் வேரூன்றி இருக்கிறது. இந்த வாழும் உறுதி மறைந்தால், பிறகு காமம்தான் மிகவும் விழுகிற இடமாக வாழ்க்கைக்கு இருக்கும் மரணத்தை வரவேற்க.

நன்றாக நினைவில் கொள்ளுங்கள். நான் மருத்துவனல்ல. நான் என்ன சொன்னாலும் அது முற்றிலும் வேறு கோணமாகும். ஆனால் அதிகமான சாத்தியக் கூறுகள் நான் சொல்வது உண்மையாவதற்கு இருக்கிறது. இந்த ஆராய்ச்சியாளர்கள் என்றழைக்கப்படுபவர்கள் சொல்வதை விட. காரணம் அவர்களின் ஆராய்ச்சி மேலோட்டமானது. அவர்கள் வந்திருக்கும் வழக்குகளைத்தான் நினைக்கிறார்கள். அவர் புள்ளி விவரங்களை, உண்மைகளைச் சேகரித்துக் கொண்டிருக்கிறார்கள்.

அது என் வழியல்ல. நான் உண்மைகள் சேகரிப்பவனல்ல. என்னுடைய வேலை என்பது ஆராய்ச்சி அல்ல. ஓர் உள் பார்வை. நான் ஒவ்வொரு பிரச்னையையும் முடிந்த வரையில் ஆழமாகப் பார்க்க விரும்புகிறேன். நான் இந்த மேலோட்டமானதைப் புறக்கணிக்கிறேன். அது ஆராய்ச்சியாளர்களின் பகுதி. என்னுடைய வேலையை நீங்கள் உள் ஆராய்ச்சி என்று சொல்லலாம். ஆனால் ஆராய்ச்சி அல்ல. நான் ஆழமாக ஊடுருவப் பார்க்கிறேன். நான் தெளிவாகப் பார்க்கிறேன். காமம்தான் வாழ்கிற உறுதியைக் கொடுக்கிற ஒரு நிகழ்வு. அந்த வாழும் உறுதி விழுந்து விட்டால், காமம் உடனடியாக விழுந்து விடும். பிறகு ஓரினச் சேர்க்கை இருபால் காமம் என்கிற கேள்வியே இல்லை.

ஐரோப்பாவிலும், அமெரிக்காவிலும் அவர்கள் இப்படி பார்க்கத் துவங்கினார்கள். காரணம் தற்செயலானது. அவர்களுடைய முதல் வழக்கே ஓரினச் சேர்க்கைதான். அனேகமாக ஓரினச் சேர்க்கையாளர்கள் வாழ்கிற உறுதியை இருபால் காமத்தினரை விட அதிகம் இழந்து விட்டார்களோ. இது முழு ஆராய்ச்சியும் கலிபோர்னியாவில் தங்கி விட்டது. முக்கால் வாசி பாதித்தவர்கள் யூதர்கள், அதனால் ஆராய்ச்சியாளர்கள் அதை ஓரினச் சேர்க்கையுடன் சேர்த்துவிட்டார்கள். இருபால் காமத்தினருக்கு இந்த அறிகுறிகள் தெரிந்தால் கூட அவர்கள் இதை அவர் ஏதோ ஓரினச் சேர்க்கையாளரிடமிருந்து பெற்றதாகப் புரிந்து கொள்கிறார்கள்.

உலகத்தின் முட்டாள்தனமான பகுதி கலிபோர்னியாதான் - அதுவும் காமத்தைப் பொருத்தவரையில், அதிகமாக உலகத்திலேயே வக்ரம் பிடித்த பகுதி. நீங்கள் இதை நாகரீகம், முற்போக்கான, புரட்சிகரமானது

என்று சொல்லலாம். ஆனால் இந்த அழகான வார்த்தைகள் உண்மை களை மறைக்காது. கலிபோர்னியா அதிகமாக வக்ரத்துக்குரியது. ஏன் நடக்கிறது இந்த வக்ரம்? ஏன் அது குறிப்பாக கலிபோர்னியாவில்? காரணம் கலிபோர்னியாதான் அதிகமான கலாசாரம், நாகரிகம், பணக்கார சமூகம், அதனால் அவர்கள் நினைப்பதெல்லாம் கிடைக்கிறது. நீங்கள் ஆசைப்பட்ட தெல்லாம் - அங்குதான் வாழ்கிற உறுதி என்கிற பிரச்சினை எழுகிறது.

உங்களுக்குப் பசி எடுத்தால் நீங்கள் வேலை, உணவு என்று யோசிக்கிறீர்கள். உங்களுக்கு வாழ்வு சாவைப் பற்றி யோசிக்க நேரமிருக்காது. இருத்தல் என்றால் என்ன அர்த்தம் என்பது பற்றி யோசிக்க நேரமிருக்காது. அது சாத்தியமேயில்லை. ஒரு பசியான மனிதன் அழகு, கலை இசையைப் பற்றி நினைக்க முடியாது. ஒரு பசியான மனிதனை எடுத்துக் கொள்ளுங்கள். பட்டினி, மனிதனை ஓர் அழகான கலையான, இசையான ஓர் அருங்காட்சியகத்திற்கு அழைத்துச் செல்லுங்கள். அவர் அங்கு ஓர் அழகைக் காண்பார் என்று நீங்கள் நினைக் கிறீர்களா? அவனுடைய பசி அவனைத் தடுக்கும். அங்கு ஆடம்பரங்கள் இருக்கிறது. ஒருவனுடைய அடிப்படைத் தேவைகள் பூர்த்தியானால்தான் மனிதன் வாழ்க்கையின் உண்மையான பிரச்னைகளின் முகத்தைப் பார்க்க வருகிறான். ஏழை நாடுகளுக்கு உண்மையான பிரச்னைகள் தெரியாது.

அதனால், பணக்கார மனிதன்தான் மிகவும் ஏழை என்று நான் சொல்லும்போது, அந்த மூலம் நான் என்ன சொல்கிறேன் என்பதை நீங்கள் புரிந்துகொள்ளலாம். மிகவும் பணக்காரன் மனிதன் வாழ்க்கை யின் தீர்க்க முடியாத பிரச்னைகளைத் தெரிந்து கொள்வான். அவன் அங்கேயே தங்கி விட்டான். அவன் போவதற்கு இடமேயில்லை. ஏழை மனிதன் செய்வதற்கு ஏராளமாக இருக்கிறது. அதிகம் சாதிக்க வேண்டும். நிறைய ஆக வேண்டும். யார் தத்துவத்தைப் பற்றிக் கவலைப் படுவார்கள். இறை நூல்கள்.. கலை? அவையெல்லாம் அவனுக்கு மிகப் பெரியது. அவனுக்கு சாதாரண விஷயங்களில்தான் ஈடுபாடு. மிகவும் சிறிய விஷயங்கள். அவனுக்கு அது சாத்தியமேயில்லை. அவனுடைய உணர்வை அவனுக்குள் திருப்பி, இருப்பது, இருத்தலைப் பற்றி யோசிக்க முடியாது. அது சாத்தியமேயில்லை. கலிபோர்னியா துரதிருஷ்டவசமாக மிகவும் அதிகம் அதிர்ஷ்டம் செய்த பகுதி உலகத்திலேயே. எல்லா வழிகளிலும் அது மிகவும் அழகான மனிதர்களைக் கொண்டது. அழகான நிலம், அதுதான் ஆடம்பரத்தின் உச்சியாகி விட்டது. அங்கு, இந்தக் கேள்வி எழுகிறது. நீங்கள் எல்லாம் செய்தாகி விட்டது. இப்போது வேறு என்ன செய்ய? அந்த மாதிரி சமயத்தில் தான் வக்ரம் வரும்.

உங்களுக்குப் பல பெண்களைத் தெரியும். உங்களுக்குப் புரியத் துவங்கி விட்டது. எல்லாம் ஒரே மாதிரிதான். நீங்கள் விளக்கை அணைத்து விட்டால், எல்லாப் பெண்களும் ஒரே மாதிரிதான். விளக்கை அணைத்துவிட்டால், அந்தப் பெண் அடுத்த அறைக்குப் போய் உங்கள் மனைவி உள்ளே வந்துவிட்டால், உங்களுக்குத் தெரியாது. நீங்கள் உங்கள் மனைவியுடன் கூட உடலுறவு கொள்ளலாம். உங்களுடைய அற்புத வசனங்களைக் கொடுக்கலாம். அவள் உங்கள் மனைவி என்று தெரியாமலே. நீங்கள் என்ன செய்கிறீர்கள்? நீங்கள் இப்படி அழகான வசனங்கள் பேசுகிறீர்கள் என்பது யாருக்காவது தெரிந்தால், ஹாலிவுட் படங்களிலிருந்து கற்றுக் கொண்டதை - அதுவும் உங்கள் மனைவி யிடமே, அவர்கள் நிச்சயம் நினைப்பார்கள். உங்களுக்குக் கிறுக்குப் பிடித்து விட்டதாக. இது அடுத்தவர்களின் மனைவிக்கானது, உங்கள் மனைவிக்கல்ல. ஆனால் இருட்டில் எந்த வேறுபாடும் இல்லை. ஒரு மனிதனுக்கு ஒரு முறை பல பெண்களைத் தெரிந்து விட்டால், ஒரு பெண்ணுக்குப் பல ஆண்களைத் தெரிந்துவிட்டால், ஒரு விஷயம் நிச்சயமாகி விடுகிறது. எல்லாம் ஒன்றுதான், மறுபதிப்பு. வித்யாசங்கள் மேலோட்டமானவை. இந்தக் காமத் தொடர்புகளைப் பொருத்தவரையில், அதில் எந்த வித்தியாசமும் இல்லை. கொஞ்சம் அதிகமான மூக்கு, கொஞ்சம் அதிகமான தலைமுடி, ஒரு வெள்ளை முகம் அல்லது சூரியனால் வெளுக்கப்பட்டது. என்ன வித்தியாசம் இருக்கப் போகிறது. நீங்கள் ஒரு பெண்ணுடன் உடலுறவு கொண்டால்? ஆமாம், ஒரு பெண்ணுடன் உடலுறவு கொள்வதற்கு முன்பு இவையெல்லாம் வித்தியாசமானது. அது இன்னும் வித்தியாசங்களை ஏற்படுத்திக் கொண்டிருக்கிறது. ஒரு தார மணம்தான் விதியாக உள்ள நாடுகளில், உதாரணமாக, இந்தியா போன்ற நாடுகளில், இந்த நோய் எய்ட்ஸ் ஏற்படப் போவதில்லை. இந்தியா ஒருதார மணத்திலேயே இருக்கும் வரை. அது சாத்தியமேயில்லை. காரணம் மக்களுக்குத் தங்கள் மனைவியை மட்டும்தான் தெரியும். கணவனை மட்டும்தான் தெரியும். அவர்கள் வாழ்க்கை முழுவதும். ஆனால், அவர்களுக்கு எப்போது ஓர் ஆர்வம் அடுத்த வீட்டுக்காரர் மனைவி எப்படி இருப்பாள் என்பது பற்றி. அது எப்போதுமே அவர்களுக்கு ஓர் அலாதியான ஆர்வம். ஆனால் வக்ரத்திற்கு சாத்தியங்கள் இல்லை.

வக்ரத்திற்கு ஓர் அடிப்படை நிபந்தனை தேவை. நீங்கள் அடிக்கடி பெண்களை மாற்றுவதில் உங்களுக்கு சலிப்பு வருகிறது. உங்களுக்கு எப்போதும் புதிதாக ஏதாவது வேண்டும். அதனால் ஆண்கள் இன்னொரு ஆண்களுடன் முயற்சி செய்கிறார்கள். அது வித்தியாசமாகத் தோன்றுகிறது. பெண்கள், பெண்களைப் பார்க்கத் துவங்குகிறார்கள். அதில் அவர்களுக்கு ஒரு வித்யாசத்தை உணருகிறார்கள். ஆனால்

எவ்வளவு காலம்? விரைவில் அதுவும் ஒரே மாதிரிதான். மறுபடியும், இந்தக் கேள்வி எழுகிறது. இந்த இடத்தில்தான் நீங்கள் எல்லா விதமான விஷயங்களையும் முயல்கிறீர்கள். மெள்ள, மெள்ள, ஒரு விஷயம் அப்படியே தங்கி விடுகிறது. அதெல்லாம் பயனற்றது. ஆர்வம் மறைகிறது. பிறகு, நாளைக்காக வாழ்வதில் என்ன பயன்? ஆர்வம்தான் நாளை ஏதாவது புதிதாக நடக்கும். இப்போது உங்களுக்குத் தெரியும் அந்தப் புதிது எதுவும் நடக்கப் போவதில்லை என்பது. வானத்திற்குக் கீழே எல்லாமே பழையது. புதிது என்பது ஒரு நம்பிக்கை. அது நடக்கப் போவதில்லை. நீங்கள் வீட்டு மரச் சாமான்களில் புதிய வடிவங்களைப் பார்க்கிறீர்கள். வீடுகள், கட்டடக் கலை, துணிகள் இறுதியாக எல்லாமே தோற்கின்றன.

எல்லாமே தோற்கும்போது நாளை என்கிற நம்பிக்கையே இல்லை. பிறகு வாழ வேண்டும் என்கிற உறுதி அதே உற்சாகத்தோடு, வேகத்தோடு தொடர்ந்து போக முடியாது. அது அப்படியே இழக்கிறது. வாழ்க்கை அதன் சாரத்தை இழக்கிறது. நீங்கள் உயிரோடு இருக்கிறீர்கள் வேறு என்ன செய்ய முடியும்? நீங்கள் தற்கொலை செய்து கொள்வதைப் பற்றி யோசிக்கிறீர்கள்.

சிக்மண்ட் பிராய்டு சொன்னதாகச் சொல்வார்கள். "நான் ஒரே ஒரு மனிதனைக் கூட சந்தித்ததில்லை. அவன் வாழ்க்கையில் ஒரு முறையாவது, தற்கொலையைப் பற்றி யோசித்ததில்லை என்று சொன்னதில்லை." ஆனால் சிக்மண்ட் ப்ராய்டு இப்போது வயதானவர், காலங்கடந்து விட்டது. அவர் எப்போதும் மன நோயாளியைப் பற்றியே பேசிக் கொண்டிருந்தார். இந்த மாதிரி மக்களுடன்தான் அவர் தொடர்ந்து சந்தித்து வந்தார்.

ஆனால் என் அனுபவத்தில் அந்த ஏழை மனிதனும் தற்கொலையைப் பற்றி சிந்திப்பதில்லை. நான் பல ஆயிரம் ஏழை மக்களைச் சந்தித்திருக் கிறேன். அவர்கள் தற்கொலை செய்து கொள்ள முயல்வதில்லை. அவர்களுக்கு வாழ வேண்டும், காரணம் அவர்கள் இன்னும் வாழவில்லை. எப்படி அவர்கள் தற்கொலை பற்றி யோசிக்க முடியும்.

வாழ்க்கை கொடுப்பதற்கு எத்தனையோ விஷயங்களை வைத்திருக் கிறது. அவர்கள் பார்க்கிறார்கள். எல்லோரும் எல்லா விதமான விஷயங்களையும் அனுபவிக்கிறார்கள். அவர்கள் இன்னும் வாழ வில்லை. ஒரு பெரிய உந்துதல் இருக்கிறது. வேகம், வாழ்வதற்கு. இன்னும் நிறைய செய்ய வேண்டும். நிறையவே சாதிக்க வேண்டும். ஒரு முழு வானம் முழுவதுமான லட்சியங்கள் விரிந்து கிடக்கிறது. ஆனால் அவர்கள் இன்னும் தரையைக் கூட கீறிப் பார்க்கவில்லை. எந்தப் பிச்சைக்காரனும் தற்கொலை செய்து கொள்ள யோசிப்பதில்லை. தர்க்க ரீதியாக அது வேறு மாதிரி இருந்திருக்க வேண்டும். ஒவ்வொரு

பிச்சைக்காரனும் தற்கொலை செய்து கொள்ள நினைக்க வேண்டும். ஆனால் எந்தப் பிச்சைக்காரனும் அப்படி நினைப்பதில்லை. ஒரு கண்ணில்லாத, குருட்டு, வாத நோயுடன் கைகால்கள் செயலற்ற பிச்சைக்காரன் கூட...

ஏழை நாடுகளில் யாருமே தற்கொலையைப் பற்றி யோசிப்பதில்லை. ஏழை நாடுகளில் அதன் அர்த்தம் என்ன என்ற கேள்வியே எழுந்ததே யில்லை. அது மேற்கத்திய கேள்வி. வாழ்க்கையின் அர்த்தம் என்ன? கிழக்கே யாருமே இந்தக் கேள்வியைக் கேட்டதேயில்லை. மேற்கே அது ஊறிப் போய்விட்டது. நீங்கள் வாழ வேண்டியதெல்லாம் வாழ்ந்தாகி விட்டது. இப்போது என்ன? நீங்கள் துணிவோடு இருந்தால், நீங்கள் தற்கொலை செய்து கொள்கிறீர்கள். அல்லது கொலை...

ஒருமுறை இந்த நோய், எய்ட்ஸ் பரவி விட்டால் - அது பரவுகிறது. அது ஒரு தொற்று நோய், அமெரிக்காவில் கூட. அரசியல்வாதிகள் மௌனமாக இருக்கிறார்கள். பூசாரிகள் மௌனமாக இருக்கிறார்கள். காரணம் இந்தப் பிரச்னை மிகப் பெரியது. யாரிடமும் இதை எப்படி தீர்ப்பது என்பது பற்றிய யோசனை இல்லை. அதனால் மௌனமாக இருப்பதே நல்லது. ஆனால் எவ்வளவு காலம் நீங்கள் மௌனமாக இருக்க முடியும்?

பிரச்னையே அது பரவுவதால்தான். ஒரு முறை பரவி விட்டால், அது பரந்து விட்டால், உங்களுக்கே வியப்பாக இருக்கும். தொழில் ரீதியாக இந்த வியாபாரத்தில் கொடி கட்டிப் பறக்கப் போவது யார் தெரியுமா? இந்தப் பாதிரியார், கன்னியாஸ்திரீகள், துறவிகள். அவர்கள்தான் கொடி கட்டிப் பறப்பார்கள். அவர்கள்தான் அதிகமாகவும், பாதிக்கப்பட்டிருக் கிறார்கள். காரணம் அவர்கள்தான் இந்த வக்ரமான காமத்தைப் பயின்று வந்திருக்கிறார்கள். எல்லோரையும் விட. கலிபோர்னியா இப்போது புதிது. ஆனால் இந்தத் துறவிகளும், கன்னியாஸ்திரீகளும் இந்த 'கலிபோர்னியா' வில் நூற்றாண்டுகளாக வாழ்ந்து கொண்டிருக்கிறார்கள்.

எனக்கு எப்படி தோன்றுகிறது என்றால், இந்த நோய் ஆன்மீகமானது. மனிதன் ஒரு கட்டத்திற்கு வந்து விட்டான். வழி முடிந்து விட்டது என்பதைத் தெரிந்து கொண்டான். திரும்பிப் போவது என்பது அர்த்தமற்றது. காரணம் அவன் எல்லாவற்றையும் பார்த்து விட்டான். திரும்பிப் போவதில் அர்த்தமில்லை. முன்னால் போகலாம் என்றால் சாலை யில்லை. அவனுக்கு முன்னால் இருப்பது படு பாதாளம். இந்தச் சூழ்நிலையில் அவன் ஆசையைத் துறந்தால், வாழ்கிற உறுதியை, அது ஒன்றும் எதிர்பாராததல்ல.

இது பரிசோதனையின் மூலமாக நிரூபிக்கப்பட்ட விஷயம். ஒரு குழந்தை அன்பான மக்களால் வளர்க்கப்படவில்லை என்றால், தாய்,

தந்தை, குடும்பத்தில் உள்ள மற்ற சின்ன குழந்தைகள் - அந்தக் குழந்தை அன்பான மக்களால் வளர்க்கப்படவில்லை என்றால், நீங்கள் அதற்கு எத்தனை போஷாக்குகளைக் கொடுத்தாலும், யாரோ சுருங்கிக் கொண்டே போகிறார்கள். நீங்கள் தேவையான எல்லாவற்றையும் கொடுக்கிறீர்கள் - அதனுடைய மருத்துவத் தேவைகள் நிறைவடைகின்றன. அதிக அக்கறை எடுத்துக் கொள்ளப்படுகிறது. ஆனால் குழந்தை சுருங்குகிறது. அது ஒரு நோயா? ஆமாம், மருத்துவ மனத்திற்கு எல்லாமே நோய்தான். ஏதோ ஒன்று தவறாக இருக்கிறது. அவர்கள் உண்மைகளை ஆராய்ந்து கொண்டேயிருப்பார்கள். ஏன் இது நடக்கிறது? ஆனால் அது ஒரு நோயல்ல.

அந்தக் குழந்தையிடம் வாழுகிற உறுதி வளர்க்கப்படவில்லை. அதற்கு ஓர் அன்பான இதம் தேவை. சிரித்த முகங்கள், ஆடும் குழந்தைகள், தாயின் உடல் வெப்பம் - ஒரு குறிப்பிட்ட எதிர்பார்ப்பு ஒரு குறிப்பிட்ட சூழலில் வாழ்க்கையில் அபாரமான பொக்கிஷங்கள் உள்ளன. அதை ஆராய வேண்டுமென்கிற உணர்வு வரும். பிறகு ஏகப்பட்ட மகிழ்ச்சி, நடன விளையாட்டு, வாழ்க்கை என்பது வெறும் பாலைவனமல்ல. ஆங்கே ஏராளமான சாத்தியக் கூறுகள் உள்ளன. அவன் இந்த சாத்தியக் கூறுகளை அவனைச் சுற்றி இருப்பதைக் கண்களால் பார்க்க வேண்டும். அவனைச் சுற்றியுள்ள உடல்களில், பிறகு தான் வாழ்கிற உறுதி தோன்றும். அது வசந்தத்தைப் போல. இல்லையென்றால், அது சுருங்கி செத்துவிடும். எந்த உடல் நோயினாலும் அல்ல. அது அப்படியே சுருங்கி செத்து விடும்.

நான் அனாதை விடுதிகளுக்குச் சென்றிருந்தேன். என்னுடைய நண்பர் ஒருவர், ரேச்சந்த் பரேக், மகாராஷ்டிராவிலுள்ள சந்திலே இருக்கிறார். அவர் ஓர் அனாதை விடுதி நடத்தி வந்தார். அங்கே கிட்டத்தட்ட நூறு அல்லது நூற்றுப் பத்து அனாதைகள் இருந்தார்கள். அனாதைகள் வருவார்கள். இரண்டு நாள், மூன்று நாள் குழந்தைகள், மக்கள் அந்தக் குழந்தைகளை அப்படியே அனாதை விடுதி வாசலில் விட்டு விட்டு போய்விடுவார்கள். நான் சொன்னேன், ''என்றாவது ஒருநாள் வந்து பார்க்கிறேன். காரணம் எனக்குத் தெரியும். அங்கே என்ன இருக்கிறதோ அது என்னை சோகத்தில் ஆழ்த்தும்.'' ஆனால் அவர் வற்புறுத்தினார், அதனால் ஒரு முறை சென்றேன். அங்கே நான் பார்த்தது... அவர்கள் எல்லா அக்கறையும் எடுத்துக் கொள்கிறார்கள். அவர் இந்தக் குழந்தைகளுக்காகப் பணத்தை இறைத்துக் கொண்டிருந்தார். ஆனால் அவர்கள் எல்லோரும் எந்தத் தருணத்திலும் சாகத் தயாராக இருந்தார்கள். மருத்துவர்கள் அங்கிருந்தார்கள். தாதிப் பெண்கள் இருந்தார்கள். மருத்துவ வசதிகள் அங்கிருந்தன. உணவு அங்கிருந்தது. எல்லாமே அங்கிருந்தது. அவருடைய அழகான பங்களாவைக் கொடுத்திருந்தார். அவர் ஒரு சின்ன பங்களாவிற்கு மாறிவிட்டார். ஓர் அழகான தோட்டம் அங்கு எல்லாமே இருந்தது. ஆனால் வாழ வேண்டுமென்கிற உறுதி

மட்டும் அங்கில்லை. நான் சொன்னேன், "இந்தக் குழந்தை மெதுவாக செத்துப் போகும்."

அவர் சொன்னார், "நீங்கள் எனக்குச் சொல்கிறீர்கள்? நான் இந்த அனாதை இல்லத்தைப் பன்னிரண்டு வருடங்களாக நடத்தி வருகிறேன். நூற்றுக்கும் மேல் இறந்திருக்கிறார்கள். நாங்கள் எல்லா சாத்திய வழிகளிலும் அவர்களை வாழ வைக்க முயன்றிருக்கிறோம். ஆனால் எதுவுமே வேலை செய்யவில்லை. அவர்கள் சுருங்கிக் கொண்டே போகிறார்கள். ஒரு நாள் அவர்கள் இனி எப்போதுமில்லை. "ஒரு நோயிருந்தால் ஒரு மருத்துவரால் உதவி செய்ய முடியும். ஆனால் அங்கே நோயில்லை. சாதாரண அந்தக் குழந்தைக்கு வாழுகிற ஆசை இல்லை. நான் இதை சொன்னதும் அவருக்குத் தெளிவானது. அவர் உடனடியாக, அதே நாளில், அந்த அனாதை இல்லத்தை அரசாங்கத்திற்கு கொடுத்து விட்டார். அவர் சொன்னார், "நான் இந்த குழந்தைகளுக்கு உதவ பன்னிரண்டு வருடங்களாக முயன்று கொண்டிருக்கிறேன். இப்போது எனக்குத் தெரிகிறது. அது சாத்தியமில்லை என்பது." அவர் என்னிடம் சொன்னார், "நான் இந்த முடிவுக்கு பல முறை வந்தேன், ஆனால் தெளிவாக பேசத் தெரியாத மனிதன். அது என்ன என்பதை என்னால் கண்டுபிடிக்க முடியவில்லை. ஆனால் ஏதோ ஒன்று குறைகிறது என்பது மட்டும் புரிந்து கொண்டேன். அது அவர்களைக் கொன்று கொண்டிருக்கிறது."

எய்ட்ஸ் என்பது இன்னொரு பக்கத்து நிகழ்வு. அனாதை குழந்தை சுருங்கி செத்துப் போகிறது. காரணம் வாழ வேண்டுமென்கிற உறுதி அதனிடம் முளைப்பதில்லை. அது வளர்வதில்லை. அது ஒரு பாய்கிற மின்சாரமாக இல்லை. எய்ட்ஸ் என்பது இன்னொரு பக்கத்தில் இருக்கிறது. உங்களுக்குத் திடீரென்று நீங்கள் இருந்து கொண்டிருக்கிற அனாதை என்று தெரிய வருகிறது. ஓர் அனாதையாக இருந்து கொண்டிருக்கிறோம் என்கிற உணர்வு வாழ வேண்டும் என்கிற உறுதியை மறையச் செய்ய காரணமாகிறது. அந்த வாழுகிற உறுதி மறைந்தவுடன், பாதிக்கிற முதல் விஷயம் காமமாகத்தான் இருக்கும். காரணம் உங்கள் வாழ்க்கை துவங்குவதே காமத்தில்தான். அது காமத்தின் உப பொருள்.

நீங்கள் வாழ்ந்து கொண்டிருக்கும்போது, துள்ளுகிறது. நம்பிக்கையாக இருக்கிறது. லட்சியங்கள், நாளை என்பது ஒரு கனவாக இருக்கிறது. அதனால் நீங்கள் எல்லா நேற்றுகளையும் மறந்து விடலாம். அவை அர்த்தமற்றவை. நீங்கள் இன்றை மறக்கலாம் அதுவும் அர்த்தமற்றது - ஆனால் நாளை சூரியன் உதிக்கும்போது எல்லாமே வேறாக இருக்கும். எல்லா மதங்களும் உங்கள் அந்த நம்பிக்கையைக் கொடுத்துக் கொண்டிருந்தது.

அந்த மதங்கள் தோற்றுவிட்டன. நீங்கள் அந்த முத்திரையை வைத்துக் கொண்டிருந்தாலும், கிறித்துவன், யூதன், இந்து அது ஒரு முத்திரைதான்.

உள்ளே, உங்களுக்கு நம்பிக்கை போய்விட்டது. அந்த நம்பிக்கை மறைந்து விட்டது. மதங்களால் உதவ முடியவில்லை. அவர்கள் போலிகள், அவர்கள் போலிகள், அரசியல்வாதிகளால் உதவ முடிய வில்லை. அவர்களுக்கு உதவுகிற எண்ணமே இல்லை. அது உங்களை ஏமாற்ற ஒரு தந்திரம். ஆனால் எத்தனை நாள் இந்த போலி கற்பனைகள் - அரசியல் அல்லது மதம், உங்களுக்கு உதவ முடியும்? இப்போதோ அல்லது பின்னரோ, ஒரு நாள் மனிதன் முதிர்ச்சியடைவான். அதுதான் நடந்து கொண்டிருக்கிறது. மனிதன் முதிர்ச்சியடைந்து கொண்டிருக் கிறான். தெரிந்து கொள்ளுங்கள். அவன் பாதிரியார்களால் ஏமாற்றப்பட்டு விட்டான், பெற்றோர்களால், அரசியல்வாதிகளால், போதகர்களால், அவன் எல்லோராலும் ஏமாற்றப்பட்டிருக்கிறான். அவர்கள் இவனுக்குப் போலி வாக்குறுதிகளை வழங்கியிருக்கிறார்கள். ஒருநாள் அவன் முதிர்ச்சியடைந்து இதை உணரும்போது, வாழுகிற ஆசை தள்ளிப் போய்விடும். அதனால் காயப்படப் போகிற முதல் விஷயம் காமமாகத் தான் இருக்கும். அதுதான் என்னைப் பொருத்தவரையில் அதுதான் எய்ட்ஸ்.

உங்கள் காமம் சுருங்கும்போது நீங்கள் உண்மையில் ஏதோ நடக்கப் போகிறது என்று நம்புகிறீர்கள். நீங்கள் எல்லையற்ற மௌனத்திற்குப் போகப் போகிறீர்கள். ஓர் எல்லையற்ற மறைவு. உங்களுடைய எதிர்ப்பு சக்தி அங்கில்லை. எய்ட்ஸ் என்பது வேறெதுவுமில்லை. உங்கள் எதிர்ப்பு சக்தி விழுந்து கொண்டிருக்கிறது. நீங்கள் அதிர்ஷ்டசாலியாக இருந்தால் அதிகபட்சம் இரண்டு வருடங்கள் வாழலாம். ஆனால் விபத்தாக தொற்று நோயாக்கிக் கொள்ளாதீர்கள். ஒவ்வொரு தொற்று நோயும் குணப்படுத்த முடியாததாகிற விடும். ஒவ்வொரு தொற்று நோயும் உங்களை பலவீனப் படுத்திக் கொண்டேயிருக்கும். எய்ட்ஸ் நோயாளிகளுக்கு இரண்டு வருடங்கள் வாழ்வதுதான் அதிகமானது. அவர் அதற்கு முன்பே மறைந்து விடலாம். எந்த சிகிச்சையும் உதவப் போவதில்லை. காரணம் எந்த சிகிச்சையும் வாழ வேண்டுமென்ற உறுதியை உங்களுக்குத் திருப்பிக் கொண்டு வரப் போவதில்லை.

நான் இங்கு செய்வது என்பது பன்முக பரிமாணம். உங்களுக்கு நான் என்ன செய்யப் போகிறேன் என்பது உங்களுக்கு முழுமையாகத் தெரியாது. நான் போன பின்பு தான் உங்களுக்கு அனேகமாகத் தெரிய வரும். நான் எதிர்காலம் குறித்து எந்த நம்பிக்கையும் தரவில்லை. காரணம் அது தோற்று விட்டது. நாளை பற்றி ஏன் கவலைப்பட வேண்டும்? காரணம் நாளை என்பது உதவவில்லை. நூற்றாண்டுகளாக நாளை என்பது உங்களை எப்படியோ இழுத்துக் கொண்டே போயிருக்கிறது. அது உங்களைப் பலமுறை தோல்வியுறச் செய்திருக்கிறது. இப்போது அதை நீங்கள் பிடித்துக் கொண்டிருக்க முடியாது. அது முழு முட்டாள்

தனம். இன்னமும் அதைப் பிடித்துக் கொண்டிருப்பவர் அவர்கள் மனத்தைப் போல மெதுவாகி விட்டார்கள் என்பதைத்தான் நிரூபிக் கிறார்கள்.

நான் இந்தத் தருணத்தை நிறைவாக ஆக்க முயல்கிறேன். ஆழத்தில் ஒரு திருப்தி வாழ வேண்டுமென்கிற உறுதி தேவையில்லை. வாழ்கிற உறுதி தேவை. காரணம் நீங்கள் உயிரோடில்லை. அந்த உறுதிதான் உங்களைத் தூக்கி நிறுத்துகிறது. நீங்கள் சரிந்து கொண்டே இருக்கிறீர்கள். உங்கள் உறுதிதான் உங்களைத் தூக்கி நிறுத்துகிறது. நான் உங்களுக்கு வாழ்வதற்கான ஒரு புதிய உறுதியைத் தருகிறேன். எந்த உறுதியும் இல்லாமல் நீங்கள் வாழ்வதற்குக் கற்றுத் தருகிறேன். சந்தோஷமாக வாழ, அந்த நாளை என்பதுதான் உங்களுக்குத் தொடர்ந்து விஷத்தைத் தடவுகிறது. நேற்றை மறந்து விடுங்கள், நாளை என்பதை மறந்து விடுங்கள். இதுதான் நமது நாள் - அதை நாம் கொண்டாடலாம். அதில் வாழலாம். அதில் அப்படியே வாழ்வதே நீங்கள் போதுமான பலத்தோடு இருப்பீர்கள். அதனால் வாழ்கிற உறுதி இல்லாமலே நீங்கள் எல்லாவிதமான நோய்களையும் எதிர்ப்பீர்கள். எல்லாத் தற்கொலை எண்ணங்களையும்.

அப்படியே முழு உயிரோட்டத்தோடு இருப்பதே ஒரு பெரிய சக்தி நீங்கள் வாழ்வது மட்டுமல்ல. நீங்கள் அடுத்தவர்களுக்குப் பொறியூட்டலாம். ஒரு தீ.

இதுதான் நன்கு தெரிந்த உண்மை. பெரிய தொற்றுநோய்கள் வரும்போது நீங்கள் ஆச்சரியப்பட்டிருக்கிறீர்களா? ஏன் மருத்துவர் களுக்கும், தாதிப் பெண்களுக்கும் அது தொற்றிக் கொள்வதில்லை? அவர்களும் உங்களைப் போன்ற மனிதர்கள்தானே, அவர்கள் அதிகம் வேலை செய்கிறார்கள். அவர்கள் அதிகம் விழுந்து விடுவார்கள். தொற்று நோயின் காரணம் அவர்கள் தொடர்ந்து சோர்ந்திருக்கிறார்கள். ஒரு தொற்று நோய் வரும்போது நீங்கள் ஐந்து மணி நேரம் அல்லது ஆறு மணி நேரம்தான் ஒரு நாளைக்கு என்று வற்புறுத்த முடியாது அல்லது வாரத்தில் ஐந்து நாட்கள் தான் என்பதை. ஒரு தொற்று நோய் என்பது தொற்று நோய்தான், அது ஓய்வு நாட்களைப் பற்றிக் கவலைப்படாது. அதிக நேர வேலையைப் பற்றிக் கவலைப்படாது. நீங்கள் வேலை செய்தாக வேண்டும். மக்கள் பதினான்கு மணி நேரம், பதினெட்டு மணி நேரம், எல்லா நாட்களும், பல மாதங்களுக்கு வேலை செய்கிறார்கள். இருந்தும் மருத்துவர்கள், தாதிப் பெண்கள், செஞ்சிலுவை மக்களுக்கு, இது தொற்றிக் கொள்வதில்லை.

என்ன பிரச்சனை? ஏன் மற்றவர்களுக்கு மட்டும் அது தொற்றிக் கொள்கிறது? எல்லோருமே ஒரு மாதிரியான மக்கள். உங்கள் சட்டையில் ஒரு செஞ்சிலுவை இருந்தால்... அப்படியானால் எல்லாருடைய

சட்டைகளிலும் ஒரு செஞ்சிலுவை போட்டு விடுங்கள், ஒவ்வொரு வீட்டிலும் ஒரு செஞ்சிலுவை. அந்தச் செஞ்சிலுவைதான் உங்கள் தொற்று நோயைத் தடுப்பதாக இருந்தால் அது மிகவும் சுலபம் ஆனால் அதுவல்ல விஷயம்.

இல்லை. இந்த மக்கள் மிகுந்த ஈடுபாட்டுடன் மற்றவர்களுக்கு உதவுகிறார்கள். அவர்களுக்கு நாளை என்பது கிடையாது. இந்தத் தருணத்தில் ஈடுபாடு, அவர்களுக்கு எந்த நேற்றும் கிடையாது. அவர்களுக்கு யோசிக்கவோ அல்லது கவலைப்படவோ நேரமில்லை. "எனக்குத் தொற்றிக் கொள்ளும்?" அவர்களுடைய ஈடுபாடு, பல லட்சம் மக்கள் செத்துக் கொண்டிருக்கும்போது, உங்களால் உங்களைப் பற்றி யோசிக்க முடியாது. உங்கள் வாழ்க்கை, உங்கள் மரணம்? உங்கள் முழு சக்தியும் மக்களுக்கு உதவுவதற்காக நகர்ந்து கொண்டிருக்கிறது. உங்களால் செய்ய முடிந்ததை செய்வதற்காக நீங்கள் உங்களை மறந்து விட்டீர்கள். நீங்கள் உங்களை மறந்து விட்டதால் உங்களை அது தொற்றாது. தொற்றிக் கொள்ள வேண்டிய நபர் காணாமல் போய் விட்டார். அவர் வேறு ஏதோ செய்வதில் ஈடுபட்டிருக்கிறார். அவர் ஏதோ ஒரு வேலையில் தொலைந்து விட்டார்.

நீங்கள் ஓவியம் வரைகிறீர்களா அல்லது சிற்பம் வடிக்கிறீர்களா என்பது பிரச்சினையில்லை. அல்லது இறக்கும் ஒரு மனித ஜீவனுக்கு சேவை செய்கிறீர்களா என்பது முக்கியமில்லை. நீங்கள் என்ன செய்கிறீர்கள் என்பது முக்கியமில்லை. எது விஷயமென்றால், இந்த இப்போதில் நீங்கள் முழுமையாக ஈடுபட்டிருக்கிறீர்களா? நீங்கள் இந்த இப்போதில் முழுமையாக ஈடுபட்டிருந்தால் தொற்று நோய்க்கு சாத்தியமான இடத்தில் நீங்கள் இல்லை. நீங்கள் அவ்வளவு ஈடுபாட்டோடு இருந்தால், உங்கள் வாழ்க்கை என்பது ஒரு பாயும் வேகம். நீங்கள் பார்க்கலாம், ஒரு சோம்பேறி மருத்துவர் கூட, ஒரு தொற்று நோய் சமயத்தில், நூற்றுக்கணக்கான மக்கள் சாகும்போது - திடீரென்று தன் சோம்பேறித்தனத்தை மறக்கிறார், ஒரு வயதான மருத்துவர் தன் வயதை மறக்கிறார்.

தியானம்தான் இப்போது இங்கே உங்கள் சக்தியை வெளியேற்று கிறது. அங்கே எந்த நம்பிக்கையுமில்லை. எந்தக் கற்பனையும், எங்கும் எந்த சொர்க்கமும், ஒவ்வொரு தருணமும் அதுவே ஒரு சொர்க்கம்தான். ஆனால் என் தகுதியைப் பொருத்தவரையில், எய்ட்ஸ் பற்றிப் பேச எனக்கு எந்தத் தகுதியுமில்லை. அதில் முதல் உதவி பயிற்சி கூட நான் பெற்றதில்லை. அதனால் என்னை மன்னித்து விடுங்கள். என் தொழிலில்லாத எதிலோ நான் நுழைவதற்கு. ஆனால் நான் அதைச் செய்து கொண்டே போகிறேன். நான் அதைத் தொடர்ந்து செய்யப் போகிறேன்.

அத்தியாயம் - 19

ஆரோக்கியம், ஞானோதயம்

✻

? ஞானோதயத்திற்கும் பைத்தியக்காரத்தனத்திற்கும் என்ன வேறுபாடு?

அதில் சிறந்த வேற்றுமைகள் இருக்கின்றன. சிறந்த ஒற்றுமையும் உள்ளது. முதலில் ஒற்றுமையைத் தெரிந்து கொள்ள வேண்டும். காரணம் அதைப் புரிந்து கொள்ளாமல், வேற்றுமைகளைப் புரிந்து கொள்ள முடியாது.

இரண்டுமே மனத்திற்கு அப்பாற்பட்டவை. பைத்தியக்காரத்தனம், ஞானோதயம். ஞானோதயம் என்பது மனத்திற்கு மேலே இருக்கிறது. ஆனால் இரண்டுமே மனத்திற்கு வெளியே இருக்கின்றன. அதனால், ஒரு பைத்தியக்காரனை 'மூளை கழன்று விட்டது' என்று சொல்லுகிறோம். அதே மாதிரி ஞானோதயம் பெற்றவனையும் சொல்ல முடியும். அவருக்கும் மூளை கழன்று விட்டது.

மனம் என்பது தர்க்க ரீதியாக, பகுத்தறிவாக, அறிவு ஜீவித்தனமாக செயல்படும். ஆனால் பைத்தியக்காரத்தனமோ, ஞானோதயமோ அறிவு ஜீவித்தனமாக செயல்படாது. அது ஒரே மாதிரிதான். பைத்தியக் காரத்தனம் என்பது காரணங்களுக்குக் கீழே விழுந்து விட்டது. ஞானேதயம் என்பது காரணங்களுக்கு மேலே போய்விட்டது. ஆனால் இரண்டுமே பகுத்தறிவற்றது. அதனால், சில சமயங்களில் கிழக்கே ஒரு பைத்தியக்கார மனிதனை தவறுதலாக ஞானோதயம் பெற்றவனாகப் புரிந்து கொள்கிறார்கள். அதில் ஒற்றுமை இருக்கிறது.

மேற்கில் எப்போதாவது ஒரு முறை - அது தினப்படியான நிகழ்வு கிடையாது. ஆனால் எப்போதாவாது ஒரு முறை ஞானோதயம் பெற்ற மனிதனைப் பைத்தியமாகப் புரிந்துகொள்கிறார்கள். காரணம் மேற்கு என்பது ஒரே ஒரு விஷயத்தைத்தான் புரிந்து கொள்ளும். நீங்கள் உங்கள் மனத்தை விட்டு வெளியே வந்துவிட்டால், நீங்கள் பைத்தியம் அதற்கு மனத்திற்கு மேலே என்கிற ஒரு பிரிவு கிடையாது. அதற்கு ஒரே ஒரு பிரிவுதான், மனத்திற்குக் கீழே.

கிழக்கில் தவறாகப் புரிதல் நடக்கிறது. காரணம் நூற்றாண்டுகளாக கிழக்கிற்கு மனத்தை விட்டு வெளியே வந்த மனிதர்களைப் பார்த்திருக் கிறது. அதேசமயம் அது மனத்திற்கு மேலே "அதனால், அவர்களுக்கு பைத்தியக்காரனுக்கு சமமானவர்கள். கிழக்கத்திய மக்களுக்கு இது ஒரு குழப்பத்தை உண்டு பண்ணுகிறது. அது பிரச்னையை உருவாக்குகிறது. அதனால் அவர்கள் ஒரு பைத்தியக்கார மனிதனை ஞானோதயம் பெற்றவனாகத் தவறாகப் புரிந்து கொள்ளலாம் என்று அவர்கள் தீர்மானித்தார்கள். காரணம் ஒரு ஞானோதயம் பெற்றவனைப் பைத்தியக்காரனாகப் புரிந்துகொள்வதை விட இது பரவாயில்லை. காரணம் ஒரு பைத்தியக்காரனை ஞானோதயம் பெற்றவனாகத் தவறாகப் புரிந்து கொண்டால், நீங்கள் என்ன இழக்கப் போகிறீர்கள்? உங்களுக்கு எந்த இழப்பும் இல்லை; ஆனால் ஒரு ஞானோதயம் பெற்ற மனிதனை ஒரு பைத்தியக்காரனாக தவறாகப் புரிந்து கொண்டால், நீங்கள் ஓர் அபாரமான சந்தர்ப்பத்தை இழக்கிறீர்கள். ஆனால் இந்தத் தவறாகப் புரிந்து கொள்வது சாத்தியம். காரணம் அதன் ஒற்றுமை.

ஒரு பைத்தியக்கார மனிதனுக்கு சில சமயங்களில் ஒரு தோற்றம் கிடைக்கும். அது பகுத்தறிவான மனிதனுக்குக் கூட கிடைக்காது. காரணம் அந்த பைத்தியக்கார மனிதன் மனத்தின் இயந்திரத் தன்மை யிலிருந்து விலகிவிட்டான். ஆனால் ஒரு தவறான பக்கத்தில், பின் கதவு வழியாக, ஆனால் இன்னமும் அவன் மனத்தை விட்டு வெளியே தானிருக்கிறான். அந்த பின் கதவு வழியாகக் கூட அவனுக்கு சில தோற்றங்கள் கிடைக்கும். அது மனத்தை விட்டு வெளியே வராதவர் களுக்குக் கூட கிடைக்காது. நிச்சயமாக முன் பக்கம் வழியாக வருகிற அதிர்ஷ்டம் இவருக்கு இல்லை, அதற்கு அபாரமான முயற்சி தேவை.

பைத்தியம் என்பது ஒரு நோய். அது உனக்கு நடக்கிறது. பைத்தியம் ஆவதற்கு நீங்கள் எந்த முயற்சியும் எடுக்க வேண்டாம். அது உடல்நலக் குறைவு. அதைக் குணப்படுத்தலாம். ஞானோதயம் நடப்பது அபாரமான விழிப்புணர்வால், கடுமையான முயற்சியால்.

ஞானோதயம் என்பது உயர்ந்த நிலை ஆரோக்கியம்.

நீங்கள் இந்த வார்த்தை 'ஆரோக்கியம்' என்பதை ஜாக்கிரதையாகப் புரிந்து கொள்ள வேண்டும். அது உடல் ரீதியாக மட்டும் அர்த்தமுள்ளதாக இல்லை. நிச்சயமாக அது உடல் ரீதியாக அர்த்தமுள்ளதுதான். ஆனால் உடல் ரீதியாக மட்டுமில்லை, அதற்குத் தொலைதூர உயர்ந்த அர்த்தமும் உள்ளது. ஆரோக்கியம் என்பது காயங்களைக் குணப்படுத்துவது. அதன் வேர் என்பது குணப்படுத்துதல். உங்கள் உடலுக்கு ஏதாவது குணம் தேவையென்றால், பிறகு மருந்தைக் கொடுக்கிறார்கள். உங்கள் ஆன்மிகத்திற்கு ஒரு குணப்படுத்துதல் தேவையென்றால், தியானத்தைக் கொடுக்கிறார்கள். வினோதமாக, 'ஆரோக்கியம்' என்பது 'முழுமை' என்கிற வார்த்தை வருகிற அதே வேர்களிலிருந்துதான் வருகிறது.

ஆரோக்கியம் என்பது முழுமையான உடல், எதையும் இழக்கவில்லை. அந்த முழுமையிலிருந்து வருவதுதான் புனிதம். ஆன்மா என்பது முழுமை. எதையும் இழக்கவில்லை. அதேபோல் மருந்து, தியானம் என்கிற இரண்டு வார்த்தைகளும் ஒரே வேரிலிருந்துதான் வருகின்றன. அது குணப்படுத்துவது. மருந்து உடல் ரீதியான காயங்களை குணப்படுத்துகிறது. தியானம் உங்கள் ஆன்மீக இருத்தலில் குணப்படுத்துகிறது. உங்களுடைய உச்சகட்ட இருத்தலில்.

சூபிக்கள் பைத்தியக்காரனை மஸ்தா என்றழைக்கிறது. மஸ்தா என்றால் வெறி, பைத்தியக்கார மனிதனும், ஞானோதயம் பெற்றவனும், இருவருமே ஒரு குறிப்பிட்ட நிலையைக் கடக்க வேண்டும். அதாவது காரணத்தை விட்டு வெளியே வருவது, மனத்தை விட்டு வெளியேறுவது, அவர்கள் இருவரும் ஒரே எல்லையைத்தான் கடக்க வேண்டும். தவறான கதவு அல்லது சரியான கதவு, அவர்கள் இருவரும் ஒரே எல்லையைத்தான் கடக்கிறார்கள். அந்த எல்லையைக் கடக்கும்போது, இருவருமே மஸ்தாவாகலாம் - வெறி. ஆனால் ஞானோதயம் பெற்ற நபர் விரைவில் தன் சமநிலையை அடைந்து விடுவார், காரணம் அவர் மனத்தை விட்டு வெளியே வர முயன்றார். அவர் மனத்தை விட்டு வெளியே வர தயார் செய்து கொண்டிருந்தார். மனத்தை விட்டு வெளியே போகத் தயாராகவும் இருந்தார். பைத்தியக்கார மனிதன் மனத்தை விட்டு வெளியேறத் தயாராக இல்லை. அவர் தயாராக இல்லை. அவர் அப்படியே மனதை விட்டுக் கீழே விழுந்துவிட்டார். அது ஒரு விபத்து. ஞானோதயம் என்பது விபத்தல்ல.

ஞானோதயம் பெற்றவன் பேரின்பம் பெற்றவன். நான் ஒரு வித்தியாசமான வார்த்தையைப் பயன்படுத்துகிறேன். நீங்கள் குழம்பக் கூடாது என்பதற்காக. பைத்தியக்காரன் எப்போதும் மகிழ்ச்சியாக இருப்பான். ஆனால் அவனைக் குணப்படுத்துகிற சாத்தியக் கூறுகள் உண்டு. பிறகு அவன் மகிழ்ச்சியற்றவனாகி விடுவான். பிறகு அவன்

கவலைப்படத் துவங்குவான். அவன் உங்களை விட அதிகம் கவலைப் படுவான். காரணம் அவன் பைத்தியமானதை அவன் தெரிந்து கொண்டு விட்டான். அவன் இப்போது பைத்தியக்காரத்தனத்தைப் பற்றி யோசிப்பான். அவன் பைத்தியமாக இருந்தபோது அவனுக்குக் கவலை யேயில்லை. அவன் அதைப் பற்றிக் குறைவாகவே அக்கறைப்பட்டான். இப்போது அவன் கவலைப்படுவான். அவன் பைத்தியமாயிருந்தது குறித்து நாளை அது மறுபடியும் நிகழலாமென்று கவலைப்படுவான். காரணம் அது நடந்திருக்கிறது.

இங்கே ஒரு விஷயத்தைக் கவனியுங்கள். நீங்கள் மனத்திற்குக் கீழே விழுந்தாலும் நீங்கள் சந்தோஷமாக இருக்கிறீர்கள். இந்த மனம்தான் உங்களுக்கு எல்லாவிதமான துயரங்களையும், கஷ்டங்களையும், பொறாமைகளையும், வெறுப்பை, கோபத்தை, வன்முறையை, பேராசையைக் கொடுக்கிறது. அது மேலும் மேலும் உங்களுக்கு நீங்கள் வலியாக இருப்பதைக் கொடுக்கும். உங்களுக்கு எங்கும் காயமாக இருக்கும். எல்லோரும் எல்லா இடங்களிலும் காயப்படுத்து கிறார்கள். மனத்தை விட்டுக் கீழே விழுவது கூட - அது மனித இனத்தை விட்டுக் கீழே போவது, காரணம் அது ஒன்றுதான் உங்களுக்கும் மிருகங்களுக்கும் உள்ள வித்தியாசம். ஒரு பைத்தியக்கார மனிதன் பழைய மிருக உலகத்திற்கே போய்விட்டான். அவன் பரிணாமத்தை விட்டுப் போய் விட்டான். அவன் திரும்பிப் போய்விட்டான். அவன் சார்லஸ் டார்வினுக்கு முதுகைக் காட்டி விட்டான். அவன் சொன்னான், "போய் வருகிறேன், போய் வருகிறேன். உங்கள் பரிணாமத்தை விட்டு..." அவன் மனிதனுக்கு கீழே உள்ள அளவிற்கு போய்விட்டான்.

மிருகங்கள் மகிழ்ச்சியாக இல்லை. ஆனால் அவை மகிழ்ச்சியுற்றது மில்லை. அதனால் அவன் மனிதனாவதற்கு முன் இருந்த அதே மிருகமாக அவன் இப்போது இல்லை. நீங்கள் எந்த மிருகமாவது சந்தோஷ மில்லாமல் பார்த்திருக்கிறீர்களா? ஆமாம், நீங்கள் அவை சந்தோஷமாக இருப்பதைப் பார்க்க முடியாது - அவை சந்தோஷமாக இருக்க முடியாது. காரணம் அவற்றுக்கு சந்தோஷமற்றது என்ன என்பது தெரியாது. அவன் முற்றிலும் வேறான ஒரு மிருகம். ஒரு மகிழ்ச்சியான மிருகம். சந்தோஷமாக எருமைகள் இல்லை. சந்தோஷமாக கழுதைகள் இல்லை. சந்தோஷமான குரங்குகள் இல்லை. சந்தோஷமான அமெரிக்கர்கள் இல்லை. மிருகங்கள் சந்தோஷமாக இல்லை. காரணம் அவற்றுக்கு சந்தோஷமற்றது என்பது தெரியாது. ஆனால் ஒரு பைத்தியக்கார மனிதன் சந்தோஷமாக இருக்கிறான். எந்தக் காரணமும் இல்லாமல்.. இதுதான் அபாரமான ஆதாரம். நான் உங்களுக்குக் கற்றுக் கொடுத்ததற்கு, அதாவது நீங்கள் மனத்தை விட்டு வெளியேறலாம்.

ஆனால், ஒரு விபத்தின் மூலமாக அல்ல, ஓர் அதிர்ச்சியினால் அல்ல - நீங்கள் பேரின்பத்தில் இருப்பீர்கள்.

ஞானோதயம் பெற்ற மனிதன் அவன் மனத்தை விட்டு வெளியே இருக்கிறான். ஆனால் அவன் மனத்தை முழுக் கட்டுப்பாட்டில் வைத்திருக்கிறான். அவனுக்கு ஒரு விசைப் பலகை தேவையில்லை - அவனுடைய விழிப்புணர்வு போதும். நீங்கள் எல்லாவற்றையும் நன்றாக கவனியுங்கள். உங்களுக்கு ஞானோதய மனிதனோடு குறைந்த அனுபவம் இருக்கும். முழு அனுபவம் அல்ல. ஆனால் கொஞ்ச ருசி, நாக்கு நுனி ருசி, நீங்கள் உங்கள் கோபத்தை நன்கு கவனித்தால், கோபம் மறையும். உங்களுக்குள் ஒரு காமக் கிளர்ச்சி வருகிறது. அதை நன்றாகக் கவனியுங்கள். அது விரைவில் மறையும். நீங்கள் கவனிப்பதால், விஷயங்கள் ஆவியாகின்றன. தொடர்ந்து மனத்திற்கு மேலே உள்ள மனிதனை என்ன சொல்வது? எப்போதும் மனத்தைப் பற்றிய ஒரு விழிப்போடு, பிறகு நீங்கள் தூக்கிப் போட விரும்பும் அருவருப்பான விஷயங்களெல்லாம் அப்படியே ஆவியாகிவிடும். நினைவில் வைத்துக் கொள்ளுங்கள். அவை எல்லாவற்றிற்கும் சக்தி உள்ளது. கோபம் என்பது சக்தி. கோபம் ஆவியான பின், மிச்சமிருக்கும் அந்த சக்தி என்பது பரிவாக மாறும். அதுவும் அதே சக்திதான். நீங்கள் கவனித்ததால் உங்கள் கோபம் போய்விட்டது. அதுதான் வழி செய்முறை, சக்தியைச் சூழ்ந்துள்ள வடிவம். ஆனால் அந்த சக்தி அங்கேயே இருக்கிறது. இப்பொழுது, கோபத்தின் சக்தி, கோபமில்லாதபோது, அதுதான் பரிவு. காமம் மறையும்போது, ஓர் அபாரமான அன்பு சக்தி பின்னால் தங்கி விடுகிறது. உங்கள் மனதிலிருக்கும் ஒவ்வோர் அருவருப்பான விஷயமும் மறையும் போது, பின்னால் ஒரு பெரிய பொக்கிஷத்தை விட்டுச் செல்லும்.

ஞானோதயம் பெற்ற மனிதன் எதையும் கீழே போட வேண்டிய தில்லை. அவர் எதையும் பயிற்சி செய்ய வேண்டியதில்லை. எல்லா தவறான விஷயங்களும் தாமாகவே போய்விடும். காரணம் அவற்றால் விழிப்பை எதிர் கொள்ள முடியாது. எல்லா நல்லவையும் தாமதமாகவே கிளம்பும். காரணம் விழிப்பு என்பது அவற்றுக்குப் போஷாக்கு.

பைத்தியக்கார மனிதனுக்கு சுலபமாக உதவலாம். காரணம் அவன் மனத்திற்கு வெளியே எதையோ ருசித்துவிட்டான். ஆனால் அவனுக்குத் தேவை சரியான வாயில் கதவு. ஒரு நல்ல உலகத்தில் நமது பைத்தியக்கார விடுதிகள் மக்களை புத்தியோடு மட்டும் மாற்ற மாட்டார்கள் - அது அர்த்தமற்றது - நம் பைத்தியக்கார விடுதிகள் இந்த மக்களுக்கு உதவ முயற்சி செய்யும். இந்த சந்தர்ப்பத்தைப் பயன்படுத்தி, சரியான கதவுக்கு நகர, ஒரு பைத்தியக்கார மனிதன் பைத்தியக்கார விடுதிக்குப் போய்விட்டு

ஞானோதயத்தோடு திரும்புவான் - இப்போது அதே பழைய சுயம் மறுபடியும் இல்லை, துயரம், அவதி.

அதனால் என்னைப் பொருத்தவரையில் பைத்தியக்காரத்தனத்தில் ஆழமான முக்கியத்துவம் இருக்கிறது. அது ஞானோதயத்திற்கு ஒரு வழியாக இருக்கலாம்.

? நம்பிக்கை மலையையே நகர்த்தலாம் என்றால், நீங்கள் ஏன் ஓர் உடலைக் குணப்படுத்த முடியாது?

எனக்கு எந்த உடலும் இல்லை.

உங்களுக்கு ஒரு உடல் இருக்கிறது என்கிற உணர்வே தவறானது. உடல் என்பது பிரபஞ்சத்திற்கு சொந்தமானது. உங்களிடமில்லை. அது உங்களுடையது அல்ல. அதனால் ஓர் உடல் நோய் வாய்ப்பட்டால், அந்த உடல் ஆரோக்கியமாக இருந்தால், பிரபஞ்சம் அதைப் பார்த்துக் கொள்ளும். தியானத்திலிருக்கும் ஒரு மனிதன் அதற்கு சாட்சியாக இருக்க வேண்டும். ஓர் உடலில் நோயா அல்லது ஆரோக்கியமா என்பதல்ல.

ஆரோக்கியமாக இருக்கிற ஆசையே அறியாமை. நோயாக இருக்கக் கூடாது என்கிற ஆசையும் கூட அறியாமையின் ஒரு பகுதி. இது ஒன்றும் புதிய கேள்வி அல்ல. இதுதான் புராதன கேள்வி. இது புத்தரிடம் கேட்கப்பட்டது. இது மகாவீரரிடம் கேட்கப்பட்டது. அவர்கள் ஞானோதயம் பெற்றவர்களாக ஆன பின், ஞானோதயம் பெறாதவர்கள் எப்போதுமே இந்த கேள்வியைக் கேட்டிருக்கிறார்கள்.

பாருங்கள்... இயேசு சொன்னார், நம்பிக்கைகள் மலையையும் அசைக்கும். ஆனால் அவர் சிலுவையில் இறந்தார். அவரால் அந்தச் சிலுவையை அசைக்க முடியவில்லை. நீயோ அல்லது யாரோ அங்கு காத்திருக்க வேண்டும். சீடர்கள் காத்திருந்தார்கள். காரணம் அவர்களுக்கு இயேசுவைத் தெரியும். அவர் மறுபடியும் மறுபடியும் சொன்னார், நம்பிக்கை மலையை நகர்த்தும். அதனால் அவர்கள் ஏதோ அதிசயம் நடக்கும் என்று காத்திருந்தார்கள். ஆனால் இயேசு அப்படியே சிலுவையில் இறந்தார். அந்தத் தருணம் ஒருவர் தன் மரணத்தையே பார்த்துக் கொண்டிருப்பது உயிரோடு இருக்கும்போது கிடைக்கிற மிகப் பெரிய தருணம்.

உணவில் விஷமிருந்ததால் புத்தர் இறந்தார். அவர் ஆறு மாதங்கள் தொடர்ந்து கஷ்டப்பட்டார். ஆனால் பல சீடர்கள் ஏதோ அதிசயம் நடக்கும் என்று காத்திருந்தார்கள். ஆனால், அவர் மௌனமாகவே

கஷ்டப்பட்டார். இறந்தார் மௌனமாக. அவர் மரணத்தை ஏற்றுக் கொண்டார்.

அங்கே சீடர்கள் இருந்தார்கள். அவர்கள் அவரைக் குணப்படுத்த முயன்றார்கள். பல மருந்துகள் அவருக்குக் கொடுக்கப்பட்டன. அந்த நாளில் சிறந்த மருத்துவர் ஜீவகா, அவர்தான் புத்தரின் தனிப்பட்ட மருத்துவர். அவர் எங்கு சென்றாலும் அவர் உடன் செல்வார். பல சமயங்களில் மக்கள் கேட்டிருக்கலாம். "ஏன் ஜீவகா எப்போதுமே உங்களுடனே போகிறார்?" ஆனால் அது ஜீவகாவின் தனிப்பட்ட பிரியம். ஜீவகா புத்தருடனேயே போய்க் கொண்டிருந்தார். காரணம் அது அவரது தனிப்பட்ட விருப்பம். சீடர்கள் புத்தரின் உடல் உயிரோடு இந்த உலகத்தில் அதிக நாள் இருக்க வேண்டும் என்று உதவியவர்கள், சில நாட்கள்தான் இருந்தார், அவர்களுக்குத் தனிப்பட்ட பிரியம். ஆனால் புத்தருக்கு நோய், ஆரோக்கியம் இரண்டும் ஒன்றேதான்.

அதனால் நோய் வலியைக் கொடுக்காது என்பதல்ல. இருக்கும்! மனிதன் என்பவன் உடல் நிகழ்வு, அது நடக்கும். ஆனால் அது உள் உணர்வைப் பாதிக்காது. உள் உணர்வு அப்படியே தொந்தரவு செய்யப்படாமல் இருக்கும். அது எப்போதுமே சமமாக இருக்கும். உடல்தான் அவதிப்படும். ஆனால் உள் இருத்தல் என்பது அப்படியே அந்த முழு அவதிக்கும் ஒரு சாட்சியாக இருக்கும். அதற்கு அடையாளமிருக்காது - இதைத்தான் நான் அதிசயம் என்கிறேன். இது நம்பிக்கையினால் சாத்தியம். இந்த அடையாளத்தை விட எந்த மலையும் பெரிதல்ல. நினைவில் வைத்துக் கொள்ளுங்கள். இந்த இமயமலை யெல்லாம் ஒன்றுமில்லை. நீங்கள் உங்கள் உடலோடு அடையாளம் காணப்படுவதுதான் சிறந்த மலை. இமயத்தை நம்பிக்கையின் மூலமாக நகர்த்தலாம். அல்லது நகர்த்தாமல் போகலாம். அது முக்கியமில்லை. ஆனால் உங்கள் அடையாளத்தை அழித்து விடலாம். ஆனால் நமக்குத் தெரியாத எதையும் நாம் யோசிக்க முடியாது. நம் மனத்தைப் பொருத்தே சிந்திக்க முடியும். நாம் அங்கிருக்கிறோமா அதை வைத்தே யோசிக் கிறோம். பாணி அப்படியேதானிருக்கும்.

சில சமயங்கள் என் உடலுக்கு நோய் இருக்கலாம். மக்கள் என்னிடம் வந்து சொல்கிறார்கள். "உங்களுக்கு ஏன் உடல் நலக் குறைவு? உங்களுக்கு உடல் நலக் குறை வரக் கூடாதே. ஒரு ஞானோதயம் பெற்ற மனிதனுக்கு உடல் நலக் குறைவு வரக் கூடாதே." ஆனால் அது அப்படி என்று உங்களுக்கு யார் சொன்னது? உடல் நலத்தோடு இருந்த எந்த ஞானோதயம் பெற்ற மனிதனையும் நான் பார்த்ததேயில்லை. உடல் நலக் குறைவு உடலுக்குச் சொந்தமானது. அதற்கும் உங்கள் உணர்விற்கும் எந்தத் தொடர்பும் இல்லை. நீங்கள் ஞானோதயம் பெற்றவரா இல்லையா என்பதில்லை.

சில சமயங்களில் ஞானோதயம் பெற்றவர்களுக்கு அதிக உடல் நலக் குறைவு இருக்கும். ஞானோதயம் பெறாதவர்களை விட. இப்போது அவர்கள் உடலுக்குச் சொந்தமானவர்கள் அல்ல. அவர்கள் உடலோடு ஒத்துழைப்பதில்லை. ஆழமாக கீழே அவர்கள் உடலோடு முறித்துக் கொண்டு விட்டார்கள். அதனால் உடல் இருக்கிறது. ஆனால் அந்தத் தொடர்பும் அதற்குண்டான இணைப்புப் பாலமும் உடைந்து விட்டது. பல நோய்கள் வருவதே இந்தப் பிரிவினை நடந்து விட்டதால். அவர்கள் உடலில் இருக்கிறார்கள். ஆனால் அவர்களின் ஒத்துழைப்பு இல்லை. அதனால் நாம் சொல்கிறோம் ஞானோதயம் பெற்றவர்கள் மீண்டும் பிறப்பதில்லை - காரணம் இனி அவரால் எந்த உடலோடும் ஓர் இணைப்புப் பாலம் ஏற்படுத்த முடியாது. அந்தப் பாலம் உடைந்து விட்டது. அவர் அந்த உடலில் இருந்தாலும், அப்போதும் கூட அவர் இறந்து விட்டார்.

புத்தர் ஞானோதயம் பெற்றார், அவருக்கு நாற்பது வயதிருக்கும்போது. அவர் இறக்கும்போது அவருக்கு எண்பது வயது. அதனால் அவர் நாற்பது வருடங்கள் அதிகமாக வாழ்ந்தார். அவர் இறக்கிற நாளில் ஆனந்தா அழத் துவங்கியபடி சொன்னார், "எங்களுக்கு என்ன ஆகும்? நீங்களில்லாமல் நாங்கள் இருட்டில் விழுந்து விடுவோமே. நீங்கள் இறக்கிறீர்கள் எங்களுக்கு இன்னும் ஞானோதயம் வரவில்லையே. எங்களுடைய சொந்த விளக்கை இன்னும் பற்ற வைக்கவில்லையே நீங்களோ இறக்கிறீர்கள். எங்களை விட்டுப் போகாதீர்கள்."

புத்தர் சொன்னாராம், "என்ன? என்ன சொல்கிறீர்கள், ஆனந்தா? நான் நாற்பது வருடத்திற்கு முன்பே இறந்து விட்டேன். இந்த இருத்தல் என்பதே ஒரு மாய இருத்தல். ஒரு நிழல் இருத்தல், அது எப்படியோ ஓடிக் கொண்டிருக்கிறது. ஆனால் அந்த வேகம் அங்கே இல்லை. அது கடந்த காலத்திலிருந்து ஒரு நகருதல்.

நீங்கள் ஒரு இரு சக்கர மிதி வண்டியை மிதித்துக் கொண்டிருந்தால், நீங்கள் நிறுத்துகிறீர்கள். நீங்கள் மிதிப்பதில்லை. நீங்கள் மிதிவண்டிக்கு எந்த ஒத்துழைப்பும் தருவதில்லை, அது அப்படியே சிறிது தூரம் வரை போகும். காரணம் அதன் வேக ஆற்றல், முன்னால் நீங்கள் கொடுத்த சக்தி.

ஒருவர் ஞானோதயம் பெற்ற தருணத்தில், அந்த ஒத்துழைப்பு உடைந்து விடுகிறது. இப்போது உடல் தன் வழியே தேடிக் கொள்ளும். அதற்கு வேக ஆற்றல் இருக்கிறது. கடந்த காலத்தில் பல வாழ்க்கையில் அதற்கு வேக ஆற்றல் கொடுக்கப்பட்டிருக்கிறது. அதற்கென்று ஒரு வாழ்க்கை காலம் இருக்கிறது. அது முடிவடையும். ஆனால் இப்போது அதனால் அந்த உள் வேகம் இல்லாததால், உடல் அதிகமான நோய்க்கு இணங்கும். ராமகிருஷ்ணர் புற்று நோயால் இறந்தார். ரமணர் புற்று நோயால் இறந்தார். சீடர்களுக்கு அது பெரிய அதிர்ச்சி. ஆனால்

அவர்களுடைய அறியாமையால் அவர்களால் புரிந்து கொள்ள முடியவில்லை.

ஒரு விஷயத்தை அதிகம் புரிந்து கொள்ள வேண்டும். ஒருவருக்கு ஞானோதயம் அடைந்து விட்டால், இதுதான் அவருடைய கடைசி வாழ்க்கை. அதனால் கடந்த கால கர்மாக்களும் அதன் தொடர்ச்சியும் அவர் வாழ்க்கை நிறைவேற்றியே ஆக வேண்டும். அந்த அவதி - அவர் ஏதாவது அவதிப்பட வேண்டியிருந்தால் - அது இன்னும் தீவிரமாகும். உங்களுக்கு எந்த அவசரமும் இல்லை. உங்கள் அவதி பல பிறவிகளுக்குப் பரவியது. ஆனால் ரமணருக்கு இதுதான் கடைசி. கடந்த காலத்தில் இருந்ததையெல்லாம் அவர் முடிக்க வேண்டும். எல்லாவற்றிலுமே ஒரு தீவிரம் இருக்கும். எல்லா கர்மாக்களுமே. இந்த வாழ்க்கை என்பது சுருக்கப்பட்ட வாழ்க்கை. சில சமயங்களில் இது சாத்தியம் - இதைப் புரிந்து கொள்வது கடினம். பல பிறவி அவதிகளை ஒரு தருணத்தில் அனுபவிப்பது. ஒரு தருணத்தில் அதன் தீவிரம் அப்படி இருக்கும்.. காரணம் காலத்தை சுருக்க வேண்டும். அல்லது நீட்ட வேண்டும்.

உங்களுக்குத் தெரியுமா சில சமயங்களில் நீங்கள் தூங்கும்போது ஒரு கனவைப் பார்ப்பீர்கள். நீங்கள் விழித்துப் பார்த்தால் உங்களுக்குத் தெரியும். நீங்கள் சில வினாடிகள்தான் தூங்கினீர்கள் என்பது. ஆனால் நீங்கள் அப்படி ஒரு நீண்ட கனவைக் கண்டிருப்பீர்கள். உங்கள் முழு வாழ்க்கையையும் ஒரே ஒரு கனவில் பார்க்கிற சாத்தியம் உண்டு. என்ன ஆயிற்று? அத்தனை குறுகிய நேரத்தில் எப்படி நீங்கள் அப்படி ஒரு நீண்ட கனவைக் காண முடியும்? ஒரு அடுக்கு நேரம் என்பதே இல்லை. நாம் சாதாரணமாகப் புரிந்து கொள்வதைப் போல, அங்கே பல அடுக்கு நேரம் இருக்கிறது. கனவு நேரத்திற்கு அதற்கே உரிய இருத்தல் இருக்கிறது. நாம் விழித்திருக்கும்போது கூட நேரம் மாறிக் கொண்டேயிருக்கிறது. அது ஒரு கடிகாரத்தை வைத்து மாறுவதில்லை. காரணம் கடிகாரம் என்பது இயந்திரமான விஷயம். ஆனால் மனோதத்துவ நேரம் மாறிக் கொண்டேயிருக்கிறது.

நீங்கள் சந்தோஷமாக இருக்கும் போது, நேரம் வேகமாக போகும். நீங்கள் சந்தோஷமாக இல்லாதபோது, நேரம் தாமதப்படும். ஒரே ஒரு இரவு முடிவுற்றதாக இருக்கும். நீங்கள் அவதிப்படும்போது முழு வாழ்க்கையுமே ஒரு தருணமாக இருக்கும். நீங்கள் சந்தோஷமாகவும் பேரின்பமாகவும் இருக்கும்போது.

ஒரு நபர் ஞானோதயம் பெறும்போது, எல்லாமே மூடப்பட வேண்டும். அது மூடுகிற நேரம், பல லட்சம் வாழ்க்கை மூடப்பட வேண்டும். எல்லா கணக்குகளையும் சரி செய்ய வேண்டும். காரணம் அதற்குரிய வாய்ப்பு இருக்காது. அவருடைய ஞானோதயத்திற்குப் பிறகு

ஞானோதயம் பெற்ற மனிதர் ஒரு வித்தியாசமான நேரத்தில் முற்றிலுமாக வாழ்வார். அவருக்கு என்னவெல்லாம் நடக்கிறதோ அதுவெல்லாமே ஒரு தரமான வேறுபாடு.

மகாவீரர் வயிற்று வலியால் இறந்தார். ஒரு மாதிரியான வயிற்றுப் புண். பல வருடங்கள் அவர் அவதிப்பட்டார். அவருடைய சீடர்கள் மிகவும் கஷ்டப்பட்டார்கள். காரணம் அவர்கள் ஒரு கதையை உருவாக்கியிருக்கலாம். மகாவீரர் ஏன் அவதிப்பட வேண்டுமென்பது அவர்களுக்குப் புரியவில்லை. அதனால் அவர்கள் ஒரு கதையை உருவாக்கியிருக்கலாம். அது அந்த சீடர்களைப் பற்றி எதையாவது காட்டலாம். மகாவீரரைப் பற்றி அல்ல. அவர்கள் சொன்னார்கள் கோஷாலக் என்கிற ஒரு படு தீய சக்திதான் மகாவீரரின் அவதிக்குக் காரணம் என்றார்கள். அவன் தன் தீய சக்தியை மகாவீரர் மீது எறிந்தான். மகாவீரர் அதை ஈர்த்துக் கொண்டதற்குக் காரணமே அவரிடமிருந்த பரிவுதான். அதனால்தான் அவர் அவதிப்பட்டார். இது மகாவீரரைப் பற்றி எதுவும் காட்டவில்லை. ஆனால் அந்த சீடர்களின் கஷ்டம் எதையோ காட்டியது. அவர்களால் மகாவீரர் அவதிப்பட முடியும் என்பதை யோசிக்க முடியவில்லை. அதனால் வேறு எங்காவது அவர்கள் ஒரு காரணத்தைக் கண்டுபிடிக்க வேண்டியிருந்தது.

ஒருநாள் ஜலதோஷத்தில் அவதிப்பட்டுக் கொண்டிருந்தேன் - அது எனது தொடர் தோழன். யாரோ என்னிடம் வந்து சொன்னார்கள், ''நீங்கள் யாருடைய ஜலதோஷத்தையோ எடுத்துக் கொண்டு விட்டீர்கள்'' இது என்னைப் பற்றி எதையும் காட்டவில்லை. அது அவரைப்பற்றி எதையோ காட்டுகிறது. அவருக்கு எனக்கு ஜலதோஷம் என்பதை யோசிக்க கஷ்டமாக இருக்கிறது. அதனால் அவர் சொன்னார், ''நீங்கள் யாருடைய ஜலதோஷத்தையோ எடுத்துக் கொண்டு விட்டீர்கள்'' நான் அவரை நம்ப வைக்க வேண்டியிருந்தது. ஆனால் என்னால் என் சீடர்கள் நம்ப வைக்க முடியவில்லை. நீங்கள் அதிகம் அவர்களை நம்ப வைக்க முயலும்போது, அவர்கள் இன்னும் அதிகமாக அவர்கள் சரி என்பதை நம்புகிறார்கள். முடிவில் அவர் என்னிடம் சொன்னார், ''நீங்கள் என்ன சொன்னாலும், நான் கேட்கப் போவதில்லை. எனக்குத் தெரியும்! நீங்கள் யாருடைய உடல் நலக் குறைவையோ எடுத்துக் கொண்டு விட்டீர்கள்.''

என்ன செய்வது? உடலில் ஆரோக்கியமும் உடல் நலக் குறைவும் அதனுடைய விவகாரம். அதற்கு நீங்கள் ஏதாவது செய்ய நினைத்தால், நீங்கள் அதனுடன் இணைந்திருப்பீர்கள். அது வழியை எடுக்கும், அதைப் பற்றி நீங்கள் அதிகம் கவலைப்பட வேண்டியதில்லை.

நான் ஒரு சாட்சிதான், உடல் பிறந்தது, உடல் இறக்கப் போகிறது. பார்ப்பது மட்டுமே இருக்கும். அது எப்போதும் அங்கேயே இருக்கும். பார்ப்பது மட்டும்தான் முழுமையான முடிவுற்றது. எல்லாமே மாறிக் கொண்டேயிருக்கிறது. மற்ற எல்லாமே ஓடிக் கொண்டேயிருக்கும்.

அத்தியாயம் - 20

எதிர்காலத்திற்குள் ஒரு பார்வை

*

?

சமீபத்தில் நீங்கள் விஞ்ஞானம் பற்றி பேசினீர்கள். எப்படி நான் ஒரு புதிய மனிதனை - இன்னும் புத்திசாலியாக, படைப்பாற்றலோடு, ஆரோக்கியமாக, சுதந்திரமாக உருவாக்க முடியும் என்றீர்கள். அது வசீகரமாக தொனித்தது. அதே சமயத்தில் அது அச்சமாகவும் இருக்கிறது. காரணம் அது ஒரு திரளான உற்பத்தியாகி விடுமோ என்கிற பய உணர்வுதான். எனக்குள்ள பய உணர்வு பற்றி சொல்ல முடியுமா?

அது முழுமையாக வசகீரமானது. அதைப் பற்றி எந்த பய உணர்வும் தேவையில்லை. உண்மையில், நாம் பல லட்சம் வருடங்களாக திரளான உற்பத்திதான் செய்து வருகிறோம். விபத்தான ஒரு திரள் உற்பத்தி.

நீங்கள் எந்த மாதிரி குழந்தையைப் பெற்று எடுக்கப் போகிறீர்கள் என்பதுஉங்களுக்குத் தெரியுமா? உங்களுக்குத் தெரியுமா அது குருடா, ஊனமா, குன்றியதா, நோயாளியா, பலவீனமானதா, எல்லாவிதமான நோய்களிலும் உடனே விழக் கூடியதா அதன் வாழ்க்கை முழுவதும்? உங்கள் காதலருக்கு அவர் என்ன செய்கிறார் என்பது தெரியுமா? உடலுறவு கொள்ளும்போது உங்களுக்கு எந்த எண்ணமும் இல்லை. யூகிக்கிற சாத்தியம் கூட இல்லை. ஒரு மிருகத்தைப் போல நீங்கள் குழந்தைகளைப் பெற்று போடுகிறீர்கள். அதைப்பற்றி உங்களுக்கு அச்சமில்லை. அதைப் பற்றி உங்களுக்குப் பயம் வருவதில்லை. அதனால் நீங்கள் முழு உலகத்திலும் குன்றிய மக்களை பார்க்கிறீர்கள், ஊனமுற்ற, குருடான, செவிடான, ஊமையானது. எல்லா வித குப்பைகளும்! இதற்கு யார் பொறுப்பு? இது திரளான உற்பத்தி இல்லையா?

விஞ்ஞானபூர்வமாக ஒரு குழந்தை பெறுவதில் என் எண்ணம் என்பது, உணர்வோடு, எச்சரிக்கையாக, தெரிந்து ஒரு விருந்தினரை நாம் பூமிக்கு கொண்டு வருகிறோம். அவர் யார் என்பது நமக்குத் தெரியும். அவர் என்ன செய்கிறார், இறுதியில் அவர் என்ன ஆகப் போகிறார், எத்தனை காலம் அவர் வாழ்வார், அவருக்கு எத்தனை புத்திசாலித்தனம் இருக்கும். குருட்டு குழந்தைகள், செவிட்டு குழந்தைகள், ஊமை குழந்தைகள், ஏதோ ஒரு வகையில் குன்றிய, உடல் ரீதியாக, மனோதத்துவ ரீதியாக உள்ள இந்த சாத்தியங்களை விலக்குகிறோம். ஆனால் உங்களுக்கு பய உணர்வு? முட்டாளாக இருக்காதீர்கள்.

ஒரு விஞ்ஞான பிறப்பு என்பது மிருகத்தனமானதல்ல. நீங்கள் மிருகங் களைக் கடந்து ஒரு குழந்தையைப் பெறப் போகிறீர்கள். விஞ்ஞானப் பூர்வமாக. அது வசீகரமானது. அது சிறந்தது. இருப்பதிலேயே மிகவும் வசீகரமானது. அதை நாம் சமாளிக்க முடியும். ஒரு விஞ்ஞான யதார்த்தம். நான் ஆரோக்கியமான மக்களை சமாளிக்க முடியும். அது நமக்கு தேவைப்படும் வரை வாழும். அவர்கள் வேலைக்குத் தேவையான எல்லா புத்திசாலித்தனங்களையும் நம்மால் வழங்க முடியும்.

ஒரு தம்பதி ஒரு விஞ்ஞான கூடத்திற்கு வருவார்கள். அவர்கள் ஆல்பாட ஐன்ஸ்டெய்னைப் போல ஒரு குழந்தை வேண்டுமென்பார்கள். ஆனால் அவரை விட சிறந்ததாக, இரு நூறு வருடங்கள் வாழ்வதாக, அவருக்கு எந்த நோயும் வரக் கூடாது. அவர் பலசாலியாக இருக்க வேண்டும். விஞ்ஞான கூடம் தங்கள் வங்கியிலிருந்து ஒரு சரியான மூட்டையைத் தேர்ந்தெடுக்கும். வங்கியிலிருந்து ஒரு சரியான விந்து, அந்தக் குழந்தையைப் போதிய முன்னெச்சரிக்கையோடு ஒரு பரிசோதனைக் குழாயில் தயாரிப்பார்கள்.

நீங்கள் அந்தக் குழந்தையை தத்தெடுத்துக் கொள்வீர்கள். உங்களால் குழந்தையை உருவாக்க முடியாது. குழந்தை பெறுவது என்பது மிருகத்தனமானது. உங்கள் கற்பனைக்கேற்ப நீங்கள் ஒரு குழந்தையைத் தத்தெடுத்துக் கொள்கிறீர்கள். எல்லோருக்குமே ஒரு ஷேக்ஸ்பியர் பிறக்க வேண்டும். அவர்கள் குழந்தை ஒரு சிறந்த கவிஞனாக வேண்டும். ஒரு சிறந்த இசைக் கலைஞனாக, ஒரு சிறந்த நடன கலைஞனாக, ஒவ்வொரு தாயாரும் தன் குழந்தை ஏதோ ஒரு வழியில் அசாத்தியமான மனித ஜீவனாக இருக்க வேண்டுமென்று நினைக்கிறாள். எல்லா தாயாருமே வெறுத்துப் போயிருக்கிறாள். அந்தக் குழந்தை அழுகிப் போயிருக்கிறது. அதிக ஜனத் தொகை கொண்ட ஒரு கிரகத்தில் முழுக் கூட்டத்தில் அந்தக் குழந்தை தொலைந்து போய்விட்டது. இதுதான் திரளான உற்பத்தி. நீங்கள் நிபுணர்களின் ஆலோசனைகளைப் பெற்று, அவனுடைய வாழ்க்கையில் இன்னும் என்னவெல்லாம் தரம் அந்தக் குழந்தைக்கு

உதவிகரமாக இருக்கும். அவனுக்கு எந்த அன்பு செலுத்தும் திராணியும் உண்டு... உங்களுக்கு ரோமியோ வேண்டுமா? உங்களுக்கு ஒரு ரோமியோ கிடைக்கலாம். அது ஒரு வேதியியலான கேள்வி. ரோமியோவிடம்தான் அதிகமான ஆண் சுரப்பி நீர்கள் உள்ளன. வேறு யாரையும் விட. அவன் அதில் பணக்காரன். அதனால் அவனுக்கு ஒரு பெண் போதுமானதாக இல்லை.

கடந்த காலத்துக் கவிஞர்களையெல்லாம் கடந்து நிற்கும் ஒரு கவிஞன் உங்களுக்கு வேண்டுமா? கடந்த கால விஞ்ஞானிகளை இந்த விஞ்ஞானியோடு ஒப்பிட்டால் அவர்கள் குள்ளர்களாகத் தெரியக்கூடிய மாதிரி? ஓர் இசைக் கலைஞன், தெரியாததைக் கொண்டு வருபவன், பார்க்க முடியாததை, ஒலி மூலமாக உங்களுக்கு ஒரு கவிஞன் அவன் சந்தோஷமான பாடல்களை கொண்டாட்டங்களையும் இதுவரையில் யாரும் செய்யாததை? நீங்கள் என்ன வேண்டுமானாலும் கேட்கலாம். அவர்கள் அதைத் தயாரிக்க வேண்டும். அவர்கள் அந்தப் பெண் முட்டையைக் கணக்கிட வேண்டும். எந்த ஆண் விந்து இந்த மாதிரி மனித ஜீவனை உருவாக்கும். அந்த விந்து உங்களுடையதல்ல. அந்த முட்டை உங்கள் மனைவியுடையதல்ல. நீங்கள் அந்தக் குழந்தையைத் தத்தெடுத்துக் கொள்ளுங்கள். இந்த வழியில் நீங்கள் மனித இனம் எப்போதும் கண்ட கனவைப் போல உங்களுக்கு ஓர் அசாத்திய மனித ஜீவன். இரும்பினால் செய்யப்பட்ட ஒரு மனிதன் உங்கள் மிகச் சிறந்த முகம்மது அலி கூட அவனை எதிர் கொள்ள முடியாது. ஒரே குத்து அவர் மூக்கில் அவர் கதை முடிந்து விடும்.

எது உங்களைப் பயப்படச் செய்கிறது? நீங்கள் மிருகத்திற்கு மேலே போக வேண்டாமா? அது உங்கள் விந்தாக இருக்க வேண்டுமென்கிற ஆசை அது உங்களின் மனைவியின் முட்டையாக இருக்க வேண்டும். இது எளிமையான அருவருப்பு, குழந்தைகள் பிரபஞ்சத்தைச் சேர்ந்தவர்கள். உங்கள் விந்தாக இருந்தால் அதில் அப்படி என்ன விசேஷம்? ஓர் ஊனமுற்ற குழந்தையை உருவாக்குவதில் என்ன அர்த்தம்? காரணம் அது உங்கள் விந்து. விஞ்ஞானம் உங்களை மிருகத்தனத்திலிருந்து மேலே உயர்த்தும் - அது ஒரு திரளான உற்பத்தி இல்லை. அது அதற்கு நேர் எதிராக. அது மிகவும் தனிப்பட்டது. காரணம் ஒவ்வொரு தம்பதிகளும் அவர்களே சுதந்திரத்துடன் எந்த மாதிரி குழந்தை வேண்டுமென்று அவர்களே தீர்மானிக்கலாம்.

இந்தத் திரளான உற்பத்தி என்கிற சிந்தனை உங்கள் மனத்தில் எப்படி வந்தது? எல்லோரும் ஒரே மாதிரி குழந்தையை விரும்புவார்கள் என்று நினைக்கிறீர்களா? நீங்கள் தவறு. விஞ்ஞானக் கூடங்கள் தங்கள் ஆசைக்கேற்ப குழந்தைகளைத் தயாரிக்கும். நீங்கள் அதைத் தத்தெடுக்க

வேண்டுமென்று நீங்கள் நினைக்கிறீர்களா? அப்படிச் செய்தால் அது திரளான உற்பத்தி. அதற்கு நான் இல்லை. நீங்கள் தேர்ந்தெடுக்க உங்களுக்கு முழு சுதந்திரம் உண்டு. இப்போது நீங்கள் செய்வது முழுமையான குருட்டுத்தனம். நீங்கள் என்னவெல்லாம் செய்தாலும் அதை முழுமையான இருட்டில் செய்து கொண்டிருக்கிறீர்கள். நீங்கள் ஒரு சாதாரண குருட்டு உயிரியல் அடிமை.

உங்களுக்கு இந்தக் குருட்டு உயிரியலிருந்து விடுதலை வேண்டும்? குழந்தை உங்கள் விந்திலிருந்து, உங்கள் மனைவியின் முட்டையிலிருந்து என்கிற ஒரு முட்டாள்தனமா ஈடுபாட்டு எண்ணத்திலிருந்து நீங்கள் மேலே போக வேண்டாமா? அந்த முட்டைகளுக்கே தெரியாது தாங்கள் யாருக்குச் சொந்தமென்பது. உங்கள் விந்தில் அப்படி என்ன விசேஷம்? உங்களுக்கு அதைப் பற்றி ஒன்றும் தெரியாது. உங்களுக்கு முழுமையாகத் தெரியாது. எந்த மாதிரி மக்கள் உங்களுக்குள் அவதிப்பட்டுக் கொண்டிருக்கிறார்களோ பிறப்பதற்கு. உங்களுக்குத் தேர்ந்தெடுக்கிற வாய்ப்பும் இல்லை. நீங்கள் ஒரு சாதாரண அடிமை.

விஞ்ஞான பிறப்பு என்று நான் சொல்வதெல்லாமே அடிமைத்தனம், குருட்டுத்தனம், இருட்டிற்கு அப்பாற்பட்டது. அது ஒரு வகையில் உங்களை ஒரு குறிப்பிட்ட வகையில் ஆன்மிகமாக்குகிறது. காரணம் உங்கள் குழந்தைக்கு முழுமையாகத் தேவைப்படும் உங்கள் விந்து, உங்கள் மனைவியின் முட்டை இவற்றோடு உங்களுக்கு சம்பந்தமே யில்லை. உங்கள் தேவைகளைச் சொல்லுங்கள், குழந்தையை நீங்கள் சுவீகாரம் எடுத்துக் கொள்ளுங்கள். அந்தக் குழந்தைக்கு எது சிறந்தது என்று நிபுணர்களைக் கேளுங்கள். உங்கள் குழந்தை ஒரு தனித்தன்மை வாய்ந்த பேரறிஞனாக வேண்டாமா? பயனற்ற உங்கள் ஈடுபாட்டினால், நீங்கள் ஓர் ஊனமுற்ற குழந்தையோடு திருப்தியடைகிறீர்கள். அதனால் ஓர் ஊனமுற்ற குழந்தையைப் பெற்றெடுக்கிறீர்கள். ஒரு குருட்டுக் குழந்தை, நீங்கள் அந்தக் குழந்தைக்கு ஏதாவது நன்மை செய்கிறீர்களா? அது உங்களை மன்னிக்கவே செய்யாது. நீங்கள்தான் பொறுப்பு. அவன் ஒரு வாழ்க்கை வாழ வேண்டும். அது ஒரு வாழ்க்கையே அல்ல.

என்னுடைய பார்வை உங்களுக்கு சுதந்திரத்தைக் கொடுக்கிறது. அதே சமயத்தில், ஒரு பெரிய பொறுப்பையும், இப்போது நீங்கள் எந்தப் பொறுப்புமில்லாமல் குழந்தைகளைப் பெற்றுப் போடுகிறீர்கள். உங்களுக்கு வழிகள் இருக்கின்றன. உங்கள் குழந்தையின் நிறத்தை நீங்கள் தீர்மானிக்கலாம். எந்த மாதிரி முகம் - கிரேக்க, ரோமானிய? நீங்கள் ஒரு சிற்பத்தைப் போல, முற்றிலும் அழகான, வாழ்க்கையின் ஏதாவது பரிமாணத்தில் ஒரு பேரறிஞனாக நீங்கள் உருவாக்கிக் கொள்ளலாம். அது ஓர் அன்பான வாழ்க்கை வாழும். எல்லாப்

பூசாரிகளையும் அரசியல்வாதிகளையும் தள்ளிப்போட போதிய புத்திசாலித்தனத்தோடு அவர்கள் ஒரு தலைவரின் தொண்டர்களாக இருக்க மாட்டார்கள். அவர்கள் அவர்களுக்கும் போதுமானதாக இருப்பார்கள்.

இப்போது, நீங்கள் என்ன செய்கிறீர்கள்? முதலில் நீங்கள் குருட்டுத்தனத்தை, இருட்டை, ஒரு குழந்தையை, அவன் என்னவாகப் போகிறான் என்பது தெரியாத ஒன்றை உருவாக்குகிறீர்கள். பிறகு நீங்கள் அவனை வற்புறுத்தி அவனை அடிமையாக்கி பிறகு அவனை கிறித்துவனாக, ஒரு இந்துவாக, முகமதியனாக, அல்லது அரசியல் ரீதியாக அவனுக்குக் குறிப்பிட்ட கொள்கைகள், சோஷலிசம், பாசிஸம், கம்யூனிஸம். இந்த அடிமைத்தனத்தை எதிர்க்க அவனுக்குப் போதிய புத்திசாலித்தனமில்லை.

என் பார்வையில் உள்ள குழந்தைகளுக்கு முழுமையான சுதந்திரம் இருக்கும். அவன் எந்த அரசியல் கட்சிக்கும் சொந்தமில்லை. அவன் எந்தத் திட்டமிட்ட மதத்திற்கும் சொந்தமில்லை. அவனுக்கென்று ஒரு மதமிருக்கும். அவனுக்கே சொந்த அரசியல் கொள்கைகள் இருக்கும். அவனுக்கு என்ன தேவை? கார்ல் மார்க்ஸைப் பிடித்துக் கொண்டு கம்யூனிஸ்டாக இருக்க, அவன் கார்ல்மார்க்ஸை விட அதிகமாக சிந்திக்கலாம். கார்ல் மார்க்ஸ் சிறந்த சிந்தனையாளரல்ல. அவன் அதிக நாட்கள் வாழலாம். அவனுக்கு எந்த அவசரமுமில்லை. எதைப் பற்றியும், பொறுமை, காத்திருக்கத் தயார். அவனுக்கு போதிய நேரம் இருக்கிறது.

முன்னூறு வருடங்கள் வாழக் கூடிய ஓர் ஆல்பர்ட் ஐன்ஸ்டெய்னை நினைத்துக் கொள்ளுங்கள். அவர் உலகத்திற்கு பல அதிசயங்களைக் கொடுத்திருப்பார். அவர் ஒரு விபத்தான உடலிலிருந்ததால் அவர் இறக்க வேண்டியிருந்தது.

நாம் நோய்களைத் தூக்கியெறியலாம். வயோதிகம், நாம் வாழ்க்கையை எல்லா வழிகளிலும் திட்டமிடலாம். ஒரு குழந்தையின் வாழ்க்கையைக் கூட நாம் திட்டமிடலாம். அதனால் அவன் சாக வேண்டுமென்று நினைத்தால் மட்டுமே அவன் சாக முடியும். இல்லையென்றால் அவன் வாழ்ந்து கொண்டே இருக்கலாம். அவன் இன்னும் ருசி பார்க்காத சாறுகள் இருப்பதாக அவன் உணர்ந்தால், அவன் இன்னும் அவன் ஆராயாத பரிமாணங்கள் இருப்பதாக உணர்ந்தால், இன்னும் அதிக நேரம் தேவை. பிறகு அவன் எத்தனை காலம் வாழ வேண்டும் என்பதற்கு அவன்தான் குரு அவன் உணருகிற நேரம் கொடுக்கப்படும்.

இதுவரையில் ஒரு சராசரியாக நீங்கள் எழுபது வயது வரை வாழ்ந்திருக்கிறீர்கள். பிறகு அதில் உலகத்தில் நூற்று ஐம்பது வயது வரை

வாழ்ந்தவர்களைச் சேர்த்துக் கொள்ளுங்கள். ரஷ்யாவில் மக்கள் நூற்று ஐம்பது வயது வரையில் வாழ்ந்திருக்கிறார்கள். அப்போதும் இளமை. காஷ்மீரில் சில பகுதிகளில் இப்போது பாகிஸ்தான் படையெடுத்து விட்டது. அங்கு மக்கள் சுலபமாக நூற்று ஐம்பது, அறுபது, எழுபது. அது ஒரு வியப்பான உண்மை. நான் அந்த மக்களிடம் சென்றிருக்கிறேன் - நூற்று ஐம்பது வயது மனிதர் இன்னமும் வயலில் வேலை செய்து கொண்டிருக்கிறார். அவர் ஐம்பது வயதுகளில் வேலை செய்ததைப் போலவே. அதே பலம், அதே உற்சாகம். தேவைப்படுகிறதெல்லாம் ஒரு நல்ல திட்டம். ஒரு நல்ல கலப்பினம். இது மிருகங்களிடம் தெரிந்தது, பிரயோகிக்கப்பட்ட உண்மை, பூமியில் நீங்கள் பல வகையான அழகான நாய்களைப் பார்த்திருப்பீர்கள். சிறிய, பெரிய சக்தி வாய்ந்த, அல்லது அப்படியே அழகான, அது உங்களைச் சுற்றிக் குதித்து வருவதைப் பார்ப்பதே ஒரு சந்தோஷம். அது ஒரு குருட்டு இயற்கையிலிருந்து வந்தது என்று நினைக்கிறீர்களா? இல்லை. நூற்றாண்டுகளாக நாம் நாய்களுக்குக் கலப்பினம் செய்கிறோம்.

அது உண்மை என்பது உங்களுக்குத் தெரியும். முழு உலகமும் அதை ஏற்றுக் கொள்கிறது - ஒரு மனிதன் தன் சொந்த சகோதரியை திருமணம் செய்து கொள்ளக் கூடாது ஏன்? அது ஓர் எளிமையான விஷயமாக இருக்க வேண்டும். உங்கள் தங்கையையே திருமணம் செய்து கொள்வது. நீங்கள் ஏற்கெனவே அவளை விரும்புகிறீர்கள். பிறப்பிலிருந்து ஒன்றாகவே இருக்கிறீர்கள். உங்களுக்குப் பரஸ்பரம் தெரியும். ஆனால் ஏன் எல்லாக் கலாசாரமும் அதற்குத் தடை போட்டது? எல்லாக் கலாசாரமும் திருமணம் என்பது தூரத்தில் இருக்கும் மனிதர்களோடுதான். ஒரே குடும்ப கிளையிலிருந்து வராத மக்களுடன். காரணம் தூரம் அதிக இருந்தால், பொருள் நன்றாக இருக்கும். ஒரு வெள்ளை அமெரிக்கர் ஒரு நீக்ரோவை, கறுப்பரை மணந்தால், அந்தக் குழந்தை அந்த அமெரிக்கரை விட நன்றாக இருக்கும். ஒரு வெள்ளை அமெரிக்கன், ஒரு வெள்ளை அமெரிக்கரைத் திருமணம் செய்து கொள்வதை விட, ஒரு நீக்ரோ இன்னொரு நீக்ரோவை மணப்பதை விட, இந்த இருவருக்குள்ளும் இருக்கிற இடைவெளி அதிகம் - பல நூற்றாண்டுகள். அவர்கள் வெவ்வேறு சூழலில் வளர்ந்தவர்கள். ஒருவருக்கொருவர் அவர்கள் திட்டமிடலே வேறாக இருக்கும். அதனால் இந்த இரண்டும் முற்றிலும் வேறான கலாசாரத்தில், பாரம்பரியத்தில், முறைகளில் வாழ்க்கை பாணியில் இருப்பவர்கள் சந்தித்துக் கொண்டால், அவர்கள் ஓர் இன்னும் நல்ல ஆண் மகனைப் பெற்றெடுப்பார்கள். அவர்களுக்கு ஓர் இரட்டை வம்சாவளி, நீக்ரோ வம்சாவளி, ஓர் அமெரிக்க வம்சாவளி, இந்த விஞ்ஞான கூடத்தில் முட்டையையும் விந்தையும் ஒரு தூரத்திலிருந்து எடுப்பது சாத்தியம். அந்தக் கலப்பினத்தால் நாம் ஒரு புதிய மனிதனை உருவாக்க முடியும்.

அதிக அச்சப்பட ஒன்றுமில்லை. அது ஒரு திரளான உற்பத்தி அல்ல. தம்பதிகள் சொல்ல வேண்டும். எந்த மாதிரி நபரை அவர்கள் அவர்களின் குழந்தையாக்க விரும்புகிறார்கள். அது எல்லா விபத்துகளையும் தவிர்க்கிறது. நாம் ஒரு பிரபஞ்ச மனிதனை உருவாக்குகிறோம் - சீனரை அல்ல. இந்தியரை அல்ல, ஆங்கிலேயரை அல்ல. ஆனால் ஒரு பிரபஞ்ச மனிதனை. அதனால் தயவு செய்து, வசீகரமாக உணருங்கள். அதைக் கண்டு அச்சமோ, பயமோ கொள்ளாதீர்கள். அதில் பயப்பட ஒன்றுமில்லை.

கடந்த காலத்தில் குழந்தைகளை எப்படி உருவாக்கினார்கள் என்பது தெரியும். பல லட்சம் வருடங்களாக ஒரே விஷயத்தைத்தான் செய்து கொண்டிருக்கிறோம் - அதன் வெளிப்பாடு என்ன? வெளிப்பாடுதான் நீ செய்ததன் மதிப்பை தீர்மானிக்கும். எப்போதாவது ஒரு முறை ஒரு ஆல்பர்ட் ஐன்ஸ்டெய்ன், அல்லது பெர்ட்ராண்ட் ரஸ்ஸல் - எப்போதாவது ஒரு முறை, அது சரியல்ல. அது ஒரு சாதாரண நிகழ்வாக வழக்கம் போல் இருக்க வேண்டும். எப்போதாவது ஒரு முறை அனேகமாக, ஒரு நபர் விழிப்பற்று, விஞ்ஞானிகளின் அஜாக்கிரதை யினால் பிறப்பார். இல்லையென்றால் ஒரு ரவீந்திரநாத் தாகூர், ஜீன் - பால் சாதரே, ஜாஸ்பர்ஸ், ஹெய்டெக்கார்! நாம் ஆடால்ஃப் ஹிட்லர், முசோலினி, ஜோஸப் ஸ்டாலின் பிறப்பதைத் தடுத்திருக்கலாம். அவர்கள் உலகத்தின் பேரிழப்புகளாக இருந்தார்கள். நாம் எல்லா கெங்கிஸ்கான்களாக, தாமெர்லேன்களையும், நாடிர்ஷாக்களையும் - இந்த அருவருப்பான ராட்சதர்களின் வாழ்க்கை முழுவதுமே மக்களைக் கொல்லுவதுதான். மக்களை அழிப்பது, மக்களை எரிப்பது.

நாம் வாழ்ந்த வாழ்க்கை சரியென்று நிரூபிக்கவில்லை - நாம் எல்லா இடங்களிலும் ஒரு கூட்டமான குள்ளர்கள் - இதைக் கண்டு நீங்களாக பயப்பட வேண்டும்! ஆனால் ஒரு தோட்டம் முழுவதுமாக பேரறிஞர்கள், படைப்பாளிகள், எந்தத் தோட்டத்திலிருந்து சமய வெறியர்கள், முட்டாள்களை அரசியல்வாதிகளை - சுருக்கமாக எங்கிருந்து நாம் எல்லா விஷத்தையும் எடுத்துவிட்டு, எல்லாக் கலப்புகளையும் எடுத்து விட்டோமோ அப்படி ஒரு தோட்டம் இருக்க வேண்டும். இந்த சிந்தனையில் நிறைய இருக்கிறது. இப்பொழுது, எத்தனை மக்கள் அவதிப்படுகிறார்கள். காரணம் அவர்களது சிதைந்த மூக்கு? அவர்களுடைய வாழ்க்கை முழுவதும் தாழ்வுதான். எத்தனை பேர் அவதிப்படுகிறார்கள். காரணம் அவர்களுக்கு ஒரே மூக்கு மட்டும்தான்? நீங்கள் அவர்களைப் பார்த்தால், எல்லாமே சிறியதாக இருக்கும். மூக்கு மட்டும் பெரிதாக இருக்கும்.

நான் கேட்டிருக்கிறேன். ஒரு கோடீஸ்வரருக்கு மிகப் பெரிய மூக்கு, மிகவும் சிறிய கண்கள். ஆனால் அந்த சமூகத்தில் அவர் பெரிய பணக்காரர். மக்கள் அவருக்குப் பின்னால் சிரிப்பதுண்டு. ஆனால் யாரும் அவர் எதிரே துணிந்ததில்லை. ஒரு குடும்பம் அவரை ஒரு விருந்துக்கு அழைத்தது. அந்தக் குடும்பத்தில் அவர்களின் ஒரே குழந்தையைப் பற்றித்தான் குறை, அவன் ஒரு தத்துவஞானியாகப் பிறந்து விட்டான். எல்லாவற்றைப் பற்றியும் கேட்டான்.

காலையிலிருந்து அவர்கள் அவனுக்குப் போதித்தார்கள். "நீ என்ன வேண்டுமானாலும் கேட்கலாம். ஆனால் அந்தப் பணக்காரர் வந்தால், நீ அவருடைய மூக்கைப் பற்றி மட்டும் கேட்கக் கூடாது." அவர்கள் பலமுறை சொன்னதால் அவனுக்கு அதில் அதிக ஆர்வம் ஏற்பட்டது. "அந்த மூக்கில் அப்படி என்ன சிறப்பு?" அவர்கள் அவனை வேறு எந்தக் கேள்வி கேட்கவும் தடுக்கவில்லை. இந்த மூக்கு ஏன் இத்தனை முக்கியம்? அவனுக்கு உண்மையிலேயே கிளர்ச்சியானது. அந்தப் பணக்காரர் வருவதற்காக காத்திருந்தான். அவர் உள்ளே வந்தவுடன், குழந்தை சிரித்தது. அவன் தன் பெற்றோர்களிடம் சொன்னான். "அவருக்கு ஒரே ஒரு மூக்குதான், வேறெதுவுமில்லை! நீங்கள் என்னை ஏன் தடுத்துக் கொண்டிருந்தீர்கள்...?" இவர் ஒரு அபூர்வ மனிதர் மாதிரி. அவன் எல்லா முயற்சிகளையும் அழித்தான்.

ஆனால் மக்கள் - ஏறக்குறைய எல்லோருமே ஏதாவது ஒன்று இல்லை இன்னொன்றில் அவதிப்படுகிறார்கள். சிலர் தன் நிறத்தால் அவதிப்படு கிறார்கள். சிலர் தங்கள் உயரத்தினால் அவதிப்படுகிறார்கள். சிலர் அதிக உயரம், சிலர் அதிக குள்ளம், நீங்கள் என்ன தயாரித்தீர்கள். இதுதான் திரளான உற்பத்தி. - விபத்து, இருட்டில் தயாரித்தது. குறைந்தபட்சம் மனித ஜீவன்கள் - அவர்கள்தான் இருத்தலின் மகுடம் - இனியும் தாழ்வுணர்ச்சியில் தவிக்கக் கூடாது. அதற்கு ஒரே ஒரு வழி விஞ்ஞானப் பூர்வமான குழந்தை தயாரிப்பு - அதில் அதிகமான சாத்தியக் கூறுகள் உள்ளன.

உதாரணமாக, ஒரு குழந்தை ஒரு விஞ்ஞான கூடத்தில் தயாரிக்கப்பட்டால், அவர்கள் ஒரே மாதிரியான குழந்தை ஒரே நேரத்தில் தயாரிக்க முடியும். இன்னொரு குழந்தையும் அந்தக் கூடத்தில் இருக்கும். ஒரே சமயத்தில் அந்தக் குடும்பம் தத்து எடுத்துக் கொள்கிற அதே மாதிரி. இன்னொன்று இருப்பது நிறைய சந்தர்ப்பங்களைக் கொடுக்கும். உதாரணமாக, உங்களுக்குக் காலில் எலும்பு முறிவு. இந்த எலும்பு முறிவைச் சரி செய்வது பற்றிக் கவலைப்பட வேண்டாம். அந்த அடுத்தவனிடமிருந்து காலை வாங்கி உங்களுக்குக் கொடுக்கலாம். ஏதோ ஒன்று தவறாகப் போய்விட்டது உங்கள் தலையில். இப்போது மனோ

தத்துவ நிபுணர்கள், மனோ ஆராய்ச்சியுாளர்கள், மனநல மருத்துவர்கள் தேவையில்லை. உங்கள் தலையை அப்படியே அப்புறப்படுத்தி, உங்களுக்கு ஒரு புதிய தலை கிடைக்கும். அந்த இன்னொரு நபர் முழு வாழ்க்கையிலும் மயக்க மருந்திலேயே இருப்பார். ஓர் ஆழ்ந்த உறை இயந்திரத்தில் இருப்பார். அவருக்கு என்ன நடக்கிறது என்பது அவருக்கே தெரியாது. உங்களுக்கு ஏதாவது தவறு நேர்ந்தால் அவர் இருக்கிறார். வாழ்க்கையில் எவ்வளவோ விஷயங்கள் தவறாகப் போகிறது. எல்லாவித எச்சரிக்கை விடுத்தும் கூட. சில விஷயங்கள் எப்போதுமே தவறாகப் போகும். வாழ்க்கை என்பது ஒரு நீண்ட பயணம். உங்களுக்கு ஒரு கார் விபத்து நடக்கலாம்... இப்போது, அதை இந்த விஞ்ஞானப்பூர்வமாக குழந்தை இனப்பெருக்கத்தை தடுக்க முடியாது.

ஆனால் எல்லாமே நம்மால் துணிச்சலோடு அந்த பயத்திலிருந்து நமக்குள்ளே எழ முடிகிறதா என்பதைப் பொருத்தே இருக்கிறது. நாம் அந்த அச்ச உணர்விலிருந்து மேலே வரவேண்டும். அந்தப் புதிய மனிதனோடு வசீகர்த்துடன் இருங்கள். அந்தப் புது மனிதன் புது விதமான பிறப்பை எடுக்க வேண்டும். அந்தப் புதிய மனிதனுக்கு ஒரு புதிய வாழ்க்கை இருக்க வேண்டும். ஒரு புதுவிதமான அன்பு, ஒரு புதுவிதமான மரணம். எல்லா சாத்தியமான வழிகளிலும் அவர் புதியவராகவே இருப்பார். இந்த பூமியில் அதிக கூட்டமாக இருக்கும் அந்தப் பழைய உதாரணங்கள் மாற்றி வைப்பதாக இருப்பார் - அவை குப்பை கூளம். அவர்கள் தேவையில்லை.

அந்த முதல் உயிரணுவைத் திட்டமிடும் ஓர் எளிய நிகழ்வு. அந்த முதல் உயிரணுவை மட்டும்தான் திட்டமிட முடியும். காரணம் அதற்குப் பிறகு அதுவே இனப்பெருக்கம் செய்து கொள்ளும். பிறகு அது ஒரு தனியாட்சி நிகழ்வு. அதை எதற்கு வேண்டுமானாலும் திட்டமிட்டுக் கொள்ளலாம். இப்போது அது கடினம். அதை எல்லா நோய்களுக்கும் திட்டமிடலாம். அதை மரணத்திற்குத் திட்டமிடலாம். வயோதிகத்திற்கு. அதில் உங்களுக்கு எந்தக் கட்டுப்பாடும் இருக்காது. இப்போது அந்தத் திட்டமிடலை மாற்ற முடியாது. காரணம் எல்லா உயிரணுக்களுக்கும் ஒரே மாதிரி திட்டமிடல்தான் இருக்கும். அதை ஒரு குறிப்பிட்ட நோய்க்காக திட்டமிட்டிருந்தால் அது உங்கள் பரம்பரை சொத்தாக வந்திருந்தால், நீங்களும் அதே வியாதியில் அவதிப்படுவீர்கள். அதை மாற்றியிருக்கலாம். ஆனால் அது அந்த முதல் ஆண், பெண் உயிரணுவில் மட்டுமே முடியும். எல்லாவற்றையும் திட்டமிடலாம். உங்களைப் போலவே சரியான பிரதியைக் கூடத்தில் வைக்கலாம். உங்கள் இதயம் சரியாக வேலை செய்யாவிட்டால், புதிய இதயம் அங்கே கிடைக்கும். அது உங்களுக்கு அப்படியே பொருந்தும். காரணம் அது உங்கள் பிரதியிலிருந்து கிடைக்கும். உங்களின் இரட்டை.

எந்தப் புதிய விஷயமும் பயமுறுத்தத்தான் செய்யும். ஆனால் அது கோழைகளைத்தான் பயமுறுத்தும். எந்த புதிய விஷயமும் வசீகரிக்கும். ஆனால் அது துணிச்சல் உள்ளவர்களைத்தான் ஈர்க்கும். அதனால் துணிவோடு இருங்கள். காரணம் நமக்குப் புதிய துணிச்சலான உலகம் தேவை.

?

நான் ஓர் ஆராய்ச்சி விஞ்ஞானி. பதினொரு வருடங்களாக, நான் ஒரு மருத்துவ ஆராய்ச்சியில் திட்டத்தில் ஈடுபட்டிருக்கிறேன். இது செயற்கை உறுப்புகளை, அதில் இருதயம், தோல், ரத்தத்தை வளர்க்கும் திட்டம். நான் வேலையை ரசிக்கிறேன். ஆனால் எனக்கு நான் செய்வது பற்றி ஒரு சரியான உணர்வு இல்லை. இயற்கை உறுப்புகள் எப்போதுமே நல்லது. எனக்கு இயற்கை மீது ஒரு ஆழ்ந்த, காதலும், மதிப்பும் உண்டு. நீங்கள் பேசும் இந்த இயற்கையை சம நிலையில் வைத்திருக்க வேண்டும். ஆனால் எந்த நிறுவனமோ ஸ்தாபனமோ மதிப்பு, காதல் குறித்து ஆராய்ச்சி செய்வதை நான் பார்க்க முடியவில்லை. இதிலிருந்து வெளியேறி வேறு வழிக்குப் போக எனக்கு தயவு செய்து உதவுங்கள்.

நான் உங்கள் கஷ்டத்தைப் புரிந்து கொள்ள முடிகிறது.

இயற்கை மீது என்பும், மதிப்பும் வைத்திருப்பதைப் பற்றி இந்த முழு பூமி கிரகத்தில் எந்த நிறுவனமோ அல்லது ஸ்தாபனமோ ஆராய்ச்சி செய்ய இல்லை. அதற்கு மாறாக, இந்த இயற்கையைக் கைப்பற்ற ஆராய்ச்சிகள் நடக்கின்றன. ஒரு மனிதன் ஒரு புத்தகமே எழுதியிருக்கிறார். இயற்கையைக் கைப்பற்று. நீங்கள் இயற்கையின் ஒரு பகுதி என்பதை நம்பவே முடியவில்லை. ஒரு சிறு பகுதி, ஒரு குட்டி பகுதி, முழுமையையும் கைப்பற்ற நினைக்கிறது - அது ஏதோ என்னுடைய சிறு விரல் ஒன்று என் முழு உடலை எடுத்துக் கொள்ள நினைப்பதைப் போல். மனிதன் கூட இயற்கைதான். அதனால் நீங்கள் எங்கிருந்தாலும், இந்த நிறுவனங்கள், ஸ்தாபனங்களைப் பற்றிக் கவலைப்படாதீர்கள் அல்லது அவர்களது எண்ணங்கள் பற்றி. ஆனால் நீங்கள் ஆழ்ந்த காதலோடு, மதிப்போடு வேலை செய்யுங்கள். நீங்கள் இயற்கைக்கு எதிராக் வேலை செய்யவில்லை.

ஒன்றை நினைவில் வைத்துக் கொள்ளுங்கள். நீங்கள் ஏன் புத்திசாலியாக இருக்கிறீர்கள்? அது ஓர் இயற்கையான வளர்ச்சி. இயற்கை

உங்கள் புத்திசாலித்தனம் மூலமாக தன்னை முன்னேற்றிக் கொள்ளப் பார்க்கிறது. இப்போது இயற்கை உறுப்புகள் செயற்கை உறுப்புகளை விட தரத்தில் சிறந்தவை. ஆனால் செயற்கை உறுப்புகள் இயற்கை உறுப்புகளை விட சிறந்ததாக ஆக முடியும். காரணம் இயற்கை குருட்டுத் தனமாக வேலை செய்கிறது. மனிதன் மூலமாக இயற்கை கண்கள் வைத்துக் கொள்ளப் பார்க்கிறது.

இயற்கையான இருதயத்தை செயற்கை இருதயம் வைத்து மாற்றலாம். அந்த செயற்கை இருதயத்திற்கு மாரடைப்பு வராது. அந்த செயற்கை இருதயத்தை சுலபமாக எடுத்து விடலாம். மாற்றி விடலாம். விரைவில் மனித ரத்தம் அதிகமாக தேவைப்படப் போகிறது. நீங்கள் இயற்கையில் நிறைய முன்னேற்றங்கள் செய்ய வேண்டியதிருக்கும். காரணம் இந்த மத ரீதியான நோய்கள், எய்ட்ஸ், உலகம் முழுவதும் பரவிக் கொண்டிருக்கிறது. ரத்தம் மாற்றுதல் அதிகம் அதிகமாக ஆபத்தாக மாறிக் கொண்டிருக்கிறது. ஒரு ரத்த மாற்றம் மூலமாக நீங்கள் அவனை எய்ட்ஸிற்குப் பலியாக்கலாம். செயற்கை ரத்தம் சுத்தமானது. காரணம் இந்த செயற்கை ரத்தம் மதமாக, ஓரினச் சேர்க்கையாக இருக்காது. அது உங்கள் மரணத்திற்கு ஆதாரமாக இருக்காது. மரணம் என்பது என்ன? அருவருப்பு, உங்கள் கண் முன்னே நீங்கள் விழப் போகிறீர்கள்.

அதனால் நீங்கள் இயற்கைக்கு எதிராக வேலை செய்வதாக வருந்தாதீர்கள். யாருமே இயற்கைக்கு எதிராக வெல்ல முடியாது. விஞ்ஞானத்தில் வெற்றிகள் எல்லாமே கைப்பற்றுவதல்ல. அவர்கள் வர்ணிப்பதைப் போல. நாம் கண்டுபிடித்திருப்பது எல்லாம் அதன் ரகசியத்தை நாம் தெரிய அனுமதித்த இயற்கையின் பரிவால். நாம் இயற்கையின் பகுதி. அதன் சிறந்த பகுதி. இயற்கை மனித உணர்வின் மூலமாக புதிய உயரங்களை அடைய நினைக்கிறது.

விஞ்ஞானம் இயற்கைக்கு எதிரானது அல்ல. அது அப்படி இருக்க முடியாது. அது இயற்கை விதிகளைத் தொடர வேண்டியிருக்கிறது. அது இயற்கை விதிகளுக்கு எதிராக இருக்க முடியாது. அதனால் எல்லா கண்டுபிடிப்புகள், எல்லா ஆராய்ச்சிகள் எப்படி இயற்கை செயல் படுகிறது, அதன் விதிகள் என்ன என்பதைத் தெரிந்து கொள்ளவே. உங்களுக்கு இயற்கை கொடுத்த புத்திசாலித்தனம் இருக்கிறது. அந்தப் புத்திசாலித்தனத்திற்கு இயற்கை தன் ரகசியங்களைத் தருவதற்குத் தயாராக இருக்கிறது. இயற்கையின் விதிகளைப் பின்பற்றுங்கள், உங்கள் அந்த இயற்கையையே முன்னேற்ற முடியும். புத்திசாலித்தனம் என்பது இயற்கை தன்னுள்ளேயே தன்னை முன்னேற்றிக் கொள்ள முயல்வது. இப்போது வரை அது குருட்டுத்தனமாகவே வேலை செய்திருக்கிறது. மனிதனின் புத்திசாலித்தனத்தில் நம்பிக்கை இருக்கிறது. அதை ஒரு

சிறந்த நேசத்தோடு செய்யுங்கள், சிறந்த நன்றியோடு, மதிப்போடு, தியானத்தோடு, நிச்சயமாக, இருங்கள். இயற்கை உங்கள் மூலமாக தன்னை முன்னேற்றிக் கொள்ள நினைக்கிறது. துவக்கத்தில், உங்கள் செயற்கை உறுப்புகள் நன்றாக இருக்காது. ஆனால் அது துவக்கத்தில்தான், அதில் அபரிமிதமான சாத்தியங்கள் இருக்கிறது முன்னேற.

விரைவில் ரத்தம் தேவைப்படும். செயற்கை ரத்தம் நன்றாகவே இருக்கும். அனேகமாக, இந்த எய்ட்ஸ் ஒரு காட்டுத் தீயாகப் பரவினால், பிறகு ஒரே ஒரு மாற்று இனி குழந்தைக்ளை நான் இனப் பெருக்கம் செயவது இனி பரிசோதனைக் குழாய்கள் வழியாகத்தான். அங்கே அவர்களைப் பாதுகாக்கலாம். அல்லது அவர்கள் பிறப்பிலிருந்தே எய்ட்ஸைக் கொண்டு வருவார்கள். ஐரோப்பாவில் மூன்று குழந்தைகள் எய்ட்ஸோடு இருந்திருக்கிறார்கள். என்ன மாதிரி அருவருப்பான உலத்தில் நாம் நம் குழந்தைகளை உருவாக்குகிறோம்! - அதாவது இயற்கையான பிறப்பிலிருந்து எய்ட்ஸ் வந்திருக்கிறது. 'இயற்கையான பிறப்பு' அதை நாம் முன்னேற்ற முடியாது என்று அர்த்தமில்லை.

ஒவ்வொரு பெண்ணும், ஆணும் பரிசோதனை செய்வதற்காகவா மருத்துவமனை வாசலில் வரிசையில் நிற்க வைக்க வண்டும். அவர்கள் எய்ட்ஸ் இருப்பது தெரிந்தால், அந்த அப்பாவி மனிதனுக்கு ஏதாவது செய்தாக வேண்டும். ஏதாவது இனி அவனுக்குக் காமம் தேவைப்படக் கூடாது. ஏதாவது உயிரியல் மாற்றம், இல்லையென்றால், அவன் இரண்டு வருடங்கள் வாழப் போகிறான் - அவன் உயிரியலை வைத்துக் கொண்டு அவன் என்ன செய்யப் போகிறான். அவனுடைய உடலை, அவனுடைய ஆண் விந்தை! ஏதாவது செய்தாக வேண்டும். அதை ஒரு விஞ்ஞான விசாரணை மூலமாகத்தான் தெரிந்து கொள்ள முடியும். அவை எப்படி திசை திருப்பி அந்தப் பழைய குருட்டு உயிரியல் நிகழ்வை ஓர் ஆக்கப்பூர்வமாக விந்தை உருவாக்கும்படி மாற்ற வேண்டும். அந்த இரண்டு வருடங்கள் அவன் உடலில் விந்து உருவாகாமல் செய்தால், அவன் ஒடுக்குதல் இல்லாமல் இருக்கலாம் - அவன் அந்த இரண்டு வருடங்கள் எல்லோரையும் விட அதிகமாக ரசிக்கலாம். எல்லோருமே சாகத்தான் போகிறோம். அவன் ஓர் அபூர்வமான மனிதன். மரணம் அவனுக்கு அறிவிப்பு கொடுத்து விட்டது.

அவன் உடலில் விந்து உருவாகாமல் செய்தால், அவன் ஒடுக்குதல் இல்லாமல் இருக்கலாம் - அவன் அந்த இரண்டு வருடங்கள் எல்லோரையும் விட அதிகமாக ரசிக்கலாம். எல்லோருமே சாகத்தான் போகிறோம். அவன் ஓர் அபூர்வமான மனிதன் மரணம் அவனுக்கு அறிவிப்புக் கொடுத்து விட்டது.

நீங்கள் நாளை சாகலாம். எல்லாமே முழுமையடையாமல் இருக்கிறது. எல்லோருமே பூமியில் இறக்கிறார்கள். விஷயங்களை முடிக்காமல் விட்டுவிட்டு காரணம் எப்போது மரணம் வந்து கதவைத் தட்டும் என்பது யாருக்கும் தெரியாது. ஆனால் எய்ட்ஸ் உள்ள மனிதன் - விஞ்ஞானம் காம சக்தி உருவாகாமல் தடுத்தால் - அனேகமாக அந்த இரண்டு வருடங்கள் சிறந்ததாக இருக்கும். அவன் எய்ட்ஸ் பற்றித் தவறாக கருத மாட்டான். அவன் அதில் பெருமையாகக் கூட இருக்கலாம். காரணம் அந்த இரண்டு வருடத்தில் அவன் ஓவியம் வரையலாம். இசை வாசிக்கலாம். ஒரு நாவல் எழுதலாம். அவன் எப்போதும் நினைத்து செய்வதற்கு வேறு விஷயங்கள் இருந்ததால் ஒத்திப் போட்டதை... இப்போது இரண்டு முழு வருடங்கள் இருக்கிறது. அவன் தியானம் செய்யலாம். இந்த சாதாரண உலகில் அவ்வளவு நீமான நேரம் கிடைக்காது. இரண்டு வருடங்கள் - மௌனமாக அமர்ந்து, எதுவும் செய்யாமல் வெறும் சாட்சியாக அவன் அதை செய்யலாம். பிறகு எய்ட்ஸ் ஒரு மாறுவேடத்தில் வந்த ஆசீர்வாதமாக இருக்கும்.

ஆண்களின் விந்துக்களில் எய்ட்ஸ் இருப்பது கண்டுபிடிக்கப் பட்டால், அல்லது வேறு நோய்கள் அவர்கள் விந்தை மருத்துவமனை களுக்கு தானம் செய்யலாம். ரத்த வங்கிகளைப் போல, அங்கு விந்து வங்கிகளும் இருக்க வேண்டும். நாம் மனித இனம் தொடர வேண்டும் என்று யோசித்தால், நிச்சயம் நமக்கு அது தொடர வேண்டும். பிறகு செயற்கைக் கருத்தரிப்புதான் குழந்தை பிறப்பதற்கு ஒரே வழி - ஒன்று பரிசோதனைக் குழாயில் அல்லது அந்த பெண் சந்தோஷமாக, தயாராக இருந்தால் அவள் கருப்பையில்.

அதனால் நீங்கள் இயற்கைக்கும் மனித குலத்திற்கும் சிறந்த சேவை செய்கிறீர்கள். அந்த ஆராய்ச்சியில் ஆழமாக செல்லுங்கள். அதை ஒரு வேலையாக செய்யாதீர்கள். இந்த விஷயங்கள் தேவைப்படும். இப்போது உங்களுக்கு எலும்பு முறிவு ஏற்பட்டால், பிறகு ஆறு வாரங்கள் நீங்கள் கட்டோடு இருக்க வேண்டும் - தேவையில்லாமல்! நாம் செயற்கை உறுப்புகளை, எலும்புகளை செய்ய முடிந்தால், ஒரு காலில் முறிவு என்றால், அதை மாற்றுவது நல்லது. ஏன் பழைய அழுகிப் போனதைப் பற்றிக் கவலைப்படுகிறீர்கள்? அதை மாற்றுங்கள். புதியதாக, புத்தம் புதியதாக, அதை சுலபமாக செய்யலாம். அந்தச் செயற்கைக் காலை எவ்வளவு பலமாக நமக்கு வேண்டுமோ அப்படி செய்யலாம். முழுமையான இரும்பாக, முறிவைப் பற்றிய பயமில்லாமல்.

? மனித வாழ்க்கை குறித்து ஏதாவது சோதனைகள் நடப்பதை நீங்கள் பார்த்திருக்கிறீர்களா? இந்தச் செயற்கைக் கருத்தரிப்பு, இருதயம், மூளை மாற்றுதல், இவை முன்னேற்றமா அல்லது இயற்கைக்கு எதிரானதா?

இதை யார் செய்கிறார்கள் என்பதைப் பொருத்தது அது. இதை அரசியல்வாதிகள் செய்யப் போகிறார்கள் என்றால், அல்லது அழைக்கப்படும் இந்த மத வாதிகள் செய்யப் போகிறார்கள் என்றால், அது இயற்கைக்கு விரோதமானது. அவர்களால் எதையும் இயற்கையாக செய்யமுடியாது. ஆனால் இதை ஒரு சர்வதேச விஞ்ஞான ஸ்தாபனம் நடத்தினால் - நான் சொல்கிறேன் சர்வதேச விஞ்ஞான ஸ்தாபனம் - அது ஓர் அபாரமான, முன்னேற்ற படியாக இருக்கும். அது இயற்கைக்கு எதிராக இருக்காது. அது இயற்கையின் வளர்ச்சியாக இருக்கும். ஆனால் இது எல்லாமே யார் செய்கிறார்கள் என்பதைப் பொருத்தது. அந்தப் பரிசோதனைகளே இயற்கையானவை. எந்தப் பரிசோதனைகளுக்கும் ஒரு சுயநல நோக்கமில்லை. நீங்கள் உங்களைக் கொல்ல விஷத்தைப் பயன்படுத்தலாம். அதே விஷத்தை மருத்துவ மக்கள் உங்களைக் காப்பாற்றவும் பயன்படுத்தலாம். அதை யார் செய்கிறார்கள் என்பது மிகவும் முக்கியம்.

உதாரணமாக, அணு சக்தி கண்டுபிடிப்பு என்பது ஒரு பிரம்மாண்டமான முன்னேற்றத்திற்கான ஒரு படி. அது ஒரு தேவையான பாய்ச்சல், பூமியை ஒரு சொர்க்கமாக மாற்றுவதற்கான சாவியை நாம் கண்டுபிடித்து விட்டோம் - ஒரு சின்ன அணுவில் அத்தனை பெரிய சக்தி. அது எல்லாவற்றிலும் இருக்கிறது - ஒரு பனித் துளியில், அதைக் கீழே போடுங்கள் அதில் பல லட்சக்கணக்கான அணுக்கள். எந்த அணுவும், அதை வெடித்தால், அது ஏராளமான சக்திகளை வெளிப்படுத்தும். நீங்கள் இந்த முழு பூமியையும் ஆடம்பரமாக வாழ வைக்கலாம். அல்லது நீங்கள் ஒரு ஹிரோஷிமாவையும், நாகசாகியையும் கூட உருவாக்க முடியும் - சில வினாடிகளில் பல ஆயிரம் மக்களை சாகடிக்கும். ஆனால் அதற்குக் காரணம் அந்த அணு சக்தி. அதைக் கண்டுபிடித்தபின், அது அரசியல் வாதிகள் கையில் போய்விட்டது. அது மரணத்தின் சேவகனாகி விட்டது. இப்போது அதிக முன்னேறிய அணு ஆயுதங்கள் வந்துவிட்டன இந்த முழு பூமியையும் அழிப்பதற்கு. இப்போதிருக்கிற ஆயுதங்களே இந்த பூமியை ஏழு முறை அழிக்கக் கூடிய வல்லமை படைத்தவை. ஒருவர் அதிசயிக்கிறார் ஏன் தேசங்கள் இன்னும் இன்னும் அதிகமாக அணு

சக்திகளை தயார் செய்கிறன்றன என்று. ஏழு முறை பூமியை அழிப்பது போதாது? உண்மையில் நீங்கள் பூமியை ஒரு முறைதான் அழிக்க முடியும்.

ஆனால் விஞ்ஞான முன்னேற்றம் அரசியல்வாதிகளின் கைகளில் போவதற்குக் காரணம் அவர்கள் தான் இந்தக் கண்டுபிடிப்புக்கள் சாத்தியமாக்க போதிய நிதி ஒதுக்குகிறார்கள். உலகம் முழுவதுமுள்ள விஞ்ஞானிகள் இதைப் பற்றி யோசிக்க வேண்டும். அவர்களுடைய பேராற்றலை இந்த முட்டாள்கள் பயன்படுத்துகிறார்கள்! விஞ்ஞானிகள் எல்லா தேசங்களுடனான தொடர்புகளைத் துண்டித்துக் கொள்ள வேண்டும் - அது சோவியத் யூனியன் அல்லது அமெரிக்கா எதுவானாலும் சரி. அவர்கள் ஒரு சர்வதேச விஞ்ஞான ஸ்தாபனத்தை உருவாக்க வேண்டும். அது கடினமில்லை. உலக விஞ்ஞானிகள் எல்லோரும் ஒன்றாக சேர்ந்தால், நிதி கிடைக்கும். இந்த கண்டுபிடிப்புகள் அபாரமாக மனிதனுக்கு உதவும்...

விஞ்ஞானம் என்பது எந்த நாட்டின் தனி உரிமையாக இருக்கக் கூடாது, எந்த தேசத்திற்கும், இந்த முழு யோசனையே முட்டாள் தனமானது. விஞ்ஞானத்தை எப்படி தனி உடமையாக்க முடியும்? ஒவ்வொரு நாடும் இந்த விஞ்ஞானிகளை தனி உடைமை ஆக்கப் பார்க்கிறது. அவர்களின் கண்டுபிடிப்புகளை ரகசியமாக வைத்திருக் கிறது. இது மனித இனத்திற்கே எதிரானது, இயற்கைக்கு எதிரானது. இருத்தலுக்கு எதிரானது. ஒரு பேரறிஞன் கண்டுபிடிப்பது எல்லாமே எல்லோருடைய சேவைக்குமாக இருக்க வேண்டும்.

நீங்கள் கேட்கிறீர்கள் மனித இருதயத்தை, அல்லது மனித மூளையை மாற்றும் இந்த கண்டுபிடிப்புகள் முன்னேற்றமான படியா என்று. அவை மிகச் சிறந்த முக்கியத்துவம் வாய்ந்தவை. ஒரு புதிய மனித இனத்தை பூமியில் உருவாக்க ஐன்ஸ்டெய்னின் உடல் வாழ்வதற்குத் தகுதியில்லை என்றால், அந்த மூளையை இளமையாக ஆரோக்கியமாக மாற்றுவது நல்லது. நீங்கள் நினைக்கவில்லையா? அந்த புதிய மனிதன் ஐன்ஸ்டெய்னாக இருப்பான். காரணம் ஐன்ஸ்டெயினின் பேராற்றல் அனைத்தும் அந்த இளம் உடலுக்குள் மாற்றி வைக்கப்படும்.

உடல்கள் மாறிக் கொண்டே இருக்கும். ஆனால் ஆல்பர்ட் ஐன்ஸ்டீனின் பேராற்றல் நூற்றாண்டுகளாக வளர்ந்து கொண்டே இருக்கும். ஒரு மனிதன் எழுபது வயதில் இவ்வளவு கொடுக்க முடியுமென்றால், நீங்கள் கற்பனை செய்யலாம். அந்த மூளை நூற்றாண்டு களுக்குத் தொடர்ந்தால் அது மனித இனத்திற்கு எத்தனை ஆதாயமாக இருக்கும். இந்த முழு பிரபஞ்சத்திற்கும். இது உண்மையில் வீணானது.

பெட்டி அழுகிப் போகிறது. நீங்கள் அதிலிருப்பதையும் வெளியே தூக்கிப் போட்டு விடுகிறீர்கள். உடல் என்பது சுமக்கிற பெட்டி. அந்த பெட்டி, அழுக்காகி, பழையதாகி பயன்படுத்த முடியாமல் போனால், பெட்டியை மாற்றுங்கள். ஆனால் அதில் இருப்பதைத் தூக்கிப் போட்டு விடாதீர்கள். ஒரு பேரறிஞனின் மனம் அது எப்போதுமே வேறு உடல்களில் இருக்கலாம். அது இயற்கைக்கு எதிரானது அல்ல. உங்கள் இருதயம். அது தோற்கத் துவங்கினால், நீங்கள் மனித இனத்திற்கு அபாரமான மதிப்பாக இருந்தால், அந்த இருதயத்தை மாற்றுவதில் என்ன பயம்? யாராவது புற்று நோயில் இறந்து கொண்டிருப்பார். ஆனால் அவர் இருதயம் முற்றிலும் ஆரோக்கியமாக இருக்கும். அந்த இருதயத்தை எடுத்து ஒரு திறமையான, பேராற்றலுள்ள ஆரோக்கியமான, ஆனால் இருதயம் மட்டும் பலவீனமான ஒருவரிடத்தில் வைத்து விடலாம். இது சாதாரணம், அதில் இயற்கைக்கு எதிராக ஒன்றுமேயில்லை.

ஆனால் இந்த அரசியல்வாதிகள், அதிகாரங்கள், அவர்கள் கையில் இருப்பதால் எல்லா முன்னேற்றங்களும் இயற்கைக்கு எதிராகப் போய்விட்டன. மனித பேராற்றலின் கண்டுபிடிப்புகள், அவர்கள் உருவாக்கியவை, எல்லாமே இறுதியில் மரணத்தில் சேவையில்தான் இருக்கின்றன. அது மாதிரிதான் இந்தப் பூசாரிகளும். இப்போது விஞ்ஞானம் ஒரு குழந்தையில்லை. அது அடுத்தவர்களை நம்பியிருக்க, விஞ்ஞானம் இப்போது போதுமான அளவிற்கு வளர்ந்திருக்கிறது. அதற்கு வயது வந்துவிட்டது. கொஞ்சம் துணிச்சல்...

நான் இந்த அழைப்பை உலக விஞ்ஞானிகளுக்குக் கொடுக்கிறேன். நமக்கு இடமிருக்கிறது. நம்மிடம் புத்திசாலிகள் இருக்கிறார்கள். எல்லா சாத்தியமான வழிகளிலும் உதவி செய்ய. அது மனித சரித்திரத்தில் ஒரு சிறந்த புரட்சியாக இருக்கும். முழு அதிகாரமும் விஞ்ஞானிகள் கையில் இருக்கும். அவர்கள் யாருக்கும் எந்தத் தீமையும் செய்ததில்லை. ஒருமுறை அந்த அதிகாரமெல்லாம் விஞ்ஞானிகள், கைக்கு வந்து விட்டால், அரசியல்வாதிகள் தேய்ந்து விடுவார்கள் அவர்களாகவே. அவர்கள் விஞ்ஞானிகளைத் தங்கள் சுயநலத்திற்காக ஏமாற்றி வந்திருக் கிறார்கள்.

விஞ்ஞானிகள் தங்களது கௌரவத்தை அறிந்து கொள்ள வேண்டும். அவர்கள் தங்கள் தனித் தன்மையை அறிந்து கொள்ள வேண்டும். அவர்கள் காலங் காலமாக இந்த பூசாரிகளும், அரசியல்வாதிகளும் தங்களை ஏமாற்றி வந்திருப்பதைத் தெரிந்துகொள்ள வேண்டும். இப்போது விஞ்ஞானம் தன் சொந்தக் காலில் நிற்கப் போவதாக அறிவிக்க வேண்டும். அது ஒரு சிறந்த சுதந்திரம். பிறகு எல்லா பரிசோதனைகளும், இந்தப் பரிசோதனைக் கூடக் குழந்தைகள், அது ஒரு வித்தியாசமானதாக

இருக்கும். காரணம் எந்த மாதிரி பேரறிஞன் வேண்டும் என்பதை நீங்கள் ஏற்பாடு செய்து கொள்ளலாம். இதுவரையில், அது ஒரு விபத்தாகவே இருந்திருக்கிறது. அது விபத்தாக இருக்கிற காரணத்தினால், தொண்ணூற்று ஐந்து சதவிகித மக்களால் உலகப் பிரச்னைகளுக்கு எந்தப் பங்களிப்பும் செய்ய முடிவதில்லை. இப்போது, எதியோப்பியா உலகிற்கு என்ன பங்களிப்பு செய்திருக்கிறது? ஏழை நாடுகள் உலகத்திற்கு என்ன பங்களிப்பைக் கொடுத்திருக்கின்றன. அல்லது பணக்கார நாடுகள் கூட? பிரச்னைகள், போர்களைத் தவிர, அவர்கள் பங்கேற்று எந்தப் பங்களிப்பும் இல்லை.

ஆனால் நீங்கள் ஒரு குழந்தைக்குப் பிறப்பை ஒரு விஞ்ஞானக் கூடத்தின் மூலமாக கொடுத்தால்... அது சாத்தியம். அதில் எந்தப் பிரச்னையுமில்லை. காமம் முதல் முறையாக, வெறும் வேடிக்கையாக இருக்கும்! குழந்தைகள் கூடத்தில் தயாரிக்கப்படுவார்கள். அவர்கள் எல்லோருக்கும் சொந்தம். நீங்கள் பழைய மாதிரி குழந்தை பெறப் போவதில்லை என்பதால் - அது சட்ட விரோதமாகவும், குற்றமாகவும் இருக்கும். அப்படிச் செய்தால், அப்படிச் செய்தால் நீங்கள் கம்பி எண்ணிக் கொண்டிருப்பீர்கள் - பிறகு உங்கள் வாழ்க்கையின் எல்லாப் பிரச்சனைகளும் அப்படியே கரைந்து விடும்.

ஏன் மனிதன் வற்புறுத்துகிறான்? காலங்காலமாக இந்த வற்புறுத்தல் இருந்து கொண்டே இருந்திருக்கிறது, குழந்தை அவன் மனைவியின் கருப்பையிலிருந்துதான் வரவேண்டுமென்பதில் அவன் உறுதியாக இருந்திருக்கிறான். ஏன்? எப்படியிருந்தாலும் நீ யார்? அது சொத்து குறித்த கேள்வி. காரணம் உங்கள் குழந்தை நீங்கள் சேர்த்து வைத்திருப்பதற்கு வாரிசாக இருப்பான். அதனால் அது உங்கள் குழந்தையாக இருக்க வேண்டும். உங்கள் பக்கத்து வீட்டுக்காரன் குழந்தையாக இருக்கக் கூடாது. பெண்ணை ஏறக்குறைய சிறைப்படுத்தியே வந்திருக்கிறார்கள். காரணம் ஒரு சின்ன பயம் அவர்கள் மக்களோடு கலக்கத் துவங்கினால், அது யாருடைய குழந்தை என்பதைத் தீர்மானிப்பது கடினமாகி விடும். தாய்க்குத்தான் தெரியும் அல்லது அவளுக்கே கூட தெரியாது.

ஒரு முறை உயிர் தயாரிப்பு என்பது விஞ்ஞானத்தின் கைகளுக்குப் போய்விட்டால், காமம் மாறிவிடும். பிறகு உங்களிடம் பொறாமை யில்லை. நீங்கள் ஒரு ஏகபோக உரிமையாளனில்லை. பிறகு ஒரு தாரம் என்பது அபத்தம். பிறகு காமம் என்பது வேடிக்கை. நீங்கள் ஒரு டென்னிஸ் விளையாட்டை ரசிப்பதைப் போல். பிறகு உங்கள் பங்குதாரன் ஒரு தூரத்தில் இருக்க வேண்டுமென்று நீங்கள் கவலைப்பட மாட்டீர்கள் - இரண்டு உடல்கள் பரஸ்பரம் ரசித்துக் கொண்டிருக் கின்றன. பிறகு மனைவி கர்ப்பமாகி விடுவாள் என்கிற பயமில்லை.

அதில் பிரச்னையிருக்கும் என்பதில்லை. பொருளாதார ரீதியாகவோ மற்றவையோ, காமம் என்பது இனியும் ஒரு பிரச்னையாக இருக்காது. உலக மக்கள் தொகையில், அது பூசாரிகளுக்கு ஒரு பிரச்னையாக இருக்காது. உண்மையில், குழந்தைகளை விஞ்ஞானக் கூடத்தில் தயாரித்தால் உலகத்திலுள்ள பல பிரச்சனைகள் கரைந்து விடும். நாம் சிறந்த மக்களை உருவாக்க முடியும். அழகான, ஆரோக்கியமான, நமக்கு தேவைப்படுகிற வரையில் அவர்கள் வாழலாம்.. வயோதிகம் தேவை யில்லை - ஒரு மனிதன் இளமையாகவே இருக்கலாம். ஆரோக்கியமாக, எந்த நோயுமில்லாமல். இந்த மருத்துவமனைகள், இத்தனை மக்கள், ஏகப்பட்ட பணம் புழங்குகிறது. உங்களுக்குத் தெரியுமா - அமெரிக்கா படிப்பை விட அதிகமாக மருந்திற்கு செலவழிக்கிறது, சிறந்த யோசனை! யார் படிப்பைப் பற்றிக் கவலைப்படுகிறார்கள். மருந்துதான் பிரச்னை!

ஆனால் அடிப்படையான விஷயத்தை நினைவில் வைத்துக் கொள்ள வேண்டும். விஞ்ஞானிகள் போதிய துணிச்சலோடு இருக்க வேண்டும். அவர்கள் எந்த தேசத்திற்கும் சொந்தமானவர்கள் அல்ல. எந்த மதத்திற்கும், அவர்கள் என்னவெல்லாம் செய்கிறார்களோ அது மனித குலம் முழுமைக்கும் இருக்க வேண்டும். அது முடியாதது என்று நான் நினைக்கவில்லை. இந்த முன்னேற்றமான கண்டுபிடிப்புகளுக்கு நான் முழுமையான ஆதரவாளன். அதுதான் மனிதனை சந்தோஷமாக, அதிக நாட்கள் வாழ, இளமையாக இருக்க, ஆரோக்யமாக, அதில் அவன் வாழ்க்கையை ஒரு விளையாட்டாக, வேடிக்கையாக மிகக் குறைந்த சித்ரவதை பயணமாக தொட்டிலிலிருந்து கல்லறைக்குக் கொண்டு செல்லும்.

அத்தியாயம் - 21

சிரிப்பு, ஆரோக்கியம்

✳

? ***சிரிப்பு, அதன் தியான் சக்திகள், மூளையில் அதன் வேதியியல் தன்மைகள், மாற்றும் குணப்படுத்தும் அதன் சக்திகளைப் பற்றிப் பேச முடியுமா?***

சிரிப்பிற்கு தியான சக்தியும், மருந்து சக்தியும் உண்டு. அது நிச்சயமாக உங்கள் மிக மிக அடிப்படையான வேதியியலை மாற்றும். உங்கள் மூளை அலைகளை மாற்றும். அது உங்கள் புத்திசாலித்தனத்தை மாற்றும் - நீங்கள் அதிக புத்திசாலியாக ஆவீர்கள். தூங்கிக் கொண்டிருந்து உங்கள் மூளையின் ஒரு பகுதி திடீரென்று விழித்துக் கொள்ளும். சிரிப்பு உங்கள் மூளையின் மிகவும் உள்ளான பகுதிக்குச் செல்லும். உங்கள் இதயத்திற்கு, சிரிக்கிற மனிதனுக்கு மாரடைப்பு வராது. சிரிக்கிற மனிதன் தற்கொலை செய்துகொள்ள மாட்டான். சிரிக்கிற மனிதனுக்குத் தானாகவே மௌனத்தின் உலகம் தெரியும். காரணம் சிரிப்பு நிற்கும் போது, திடீரென்று மௌனம் வரும். ஒவ்வொரு முறையும் சிரிப்பு ஆழமாக இருக்கும்போது ஆழமான மௌனம் தொடரும்.

அது நிச்சயமாக உனக்குத் தெளிவுபடுத்தும் - இந்தப் பாரம்பரியங் களில், கடந்த காலத்துக் குப்பைகளை, அது உங்களுக்கு வாழ்க்கை குறித்து ஒரு புதிய பார்வையைக் கொடுக்கும். அது உங்களை மிகவும் உயிரோட்டமாக, ஊடுருவுவதாக ஆக்கும், அதிக படைப்பாற்றலைக் கொடுக்கும்.

இப்போது, மருத்துவ விஞ்ஞானம் சொல்கிறது. சிரிப்புதான் மிகவும் ஆழமாகப் போகிற மருந்து. இயற்கை மனிதனுக்குக் கொடுத்திருப்பது. உங்களுக்கு உடல் நலக் குறைவு ஏற்படும்போது நீங்கள் சிரித்தால், உங்களுக்கு ஆரோக்கியம் விரைவில் வரும். உங்களால் சிரிக்க

முடியவில்லை என்றால், நீங்கள் ஆரோக்கியமாக இருந்தாலும், இப்போதோ, பின்னரோ, உங்கள் ஆரோக்கியம் கெடும். சிரிப்பு சில சக்திகளைக் கொடுக்கிறது. உங்கள் உள் ஆதாரத்திலிருந்து மேற்பரப்பிற்கு, சக்தி பாயத் துவங்கும், அது சிரிப்பை ஒரு நிழலைப் போல் தொடரும். நீங்கள் கவனித்திருக்கிறீர்களா? நீங்கள் உண்மையில் சிரிக்கும்போது, அந்த சில தருணங்களில் நீங்கள் தியான நிலையில் இருக்கிறீர்கள். யோசிப்பது நிற்கிறது. சிரித்துக் கொண்டே யோசிப்பது என்பது முடியாத காரியம். அவை முற்றிலும் நேரெதிரானவை. நீங்கள் சிரிக்கலாம் அல்லது யோசிக்கலாம். உண்மையில் நீங்கள் சிரித்தால், யோசிப்பது நிற்கிறது. நீங்கள் இன்னமும் யோசித்துக் கொண்டிருந்தால், சிரிப்பு என்பது ஏனோதானோ என்று இருக்கும். அது ஏனோதானோதான், பின்னால் தங்கும் அது ஓர் ஊனப்பட்ட சிரிப்பாக இருக்கும். நீங்கள் உண்மையில் சிரித்தால் திடீரென்று, மனம் மறையும். முழு சென் முறைகளே எப்படி மனமற்ற நிலைக்குப் போவது என்பது பற்றித்தான். சிரிப்பு நுழைவதற்கான ஓர் அழகான கதவு.

என்க்குத் தெரிந்த வரையில், நடனமும், சிரிப்பும்தான் சிறந்த, இயற்கையான சுலபமாக அடையக் கூடிய கதவுகள். நீங்கள் உண்மையில் நடனமாடினால், யோசிப்பது நிற்கும். நீங்கள் ஆடிக் கொண்டே யிருப்பீர்கள். நீங்கள் சுழன்று, சுழன்று கொண்டே இருப்பீர்கள். நீங்கள் ஒரு சுழல் குட்டையாக இருப்பீர்கள். எல்லா எல்லைகளும் எல்லா பிரிவுகளும் தொலைந்துபோகும். உங்களுக்கு உங்கள் உடல் எங்கே முடிகிறது, அங்கே இருத்தல் துவங்குகிறது என்பதே தெரியாது. நீங்கள் உங்கள் இருத்தலுக்குள் உருகி விடுவீர்கள். உங்கள் இருத்தல் உங்களுக்கு உருகி விடும். எல்லைகள் ஒன்றின் மேல் ஒன்று பற்றிக் கொள்ளும். நீங்கள் உண்மையிலேயே நடனமாடினால் - அதை சமாளிக்காமல் இருந்ததால், ஆனால் அது உங்களை சமாளிப்பதாக இருந்தால், அது உங்களை ஆளுமைப்படுத்தினால் - நீங்கள் அந்த நடனத்தால் ஆளப்பட்டால், யோசனை நிற்கும். அதேதான் சிரிப்புக்கும் நடக்கும். உங்களைச் சிரிப்பு ஆளுமைப்படுத்தினால், யோசனை நிற்கும். உங்கள் சில தருணங்கள் மனமற்ற நிலை இருந்தால், அந்தத் தோற்றமே வரப்போகிற பல சன்மானங்களுக்கான உத்தரவாதமாக இருக்கும். நீங்கள் இன்னும் இன்னும் அதிகமாக ஆனதைப் போல் ஆக வேண்டும். அந்தத் தரத்தில், அந்த மனமற்ற நிலையில். அதிகம் அதிகமாக, யோசனைகள் நிற்க வேண்டும். யோசனையற்ற நிலைக்கு சிரிப்புதான் அறிமுகம்.

சில சென் ஆசிரமங்களில் ஒவ்வொரு துறவியும் காலையில் சிரிப்புடன் துவங்க வேண்டும். இரவில் சிரிப்புடன் முடிக்க வேண்டும். முதல் விஷயம் கடைசி விஷயம். நீங்கள் முயற்சி செய்யுங்கள். அது

மிகவும் அழகானது. அது பார்க்க கொஞ்சம் கிறுக்குத்தனமாக இருக்கும். காரணம் நிறைய கடுமையான மக்கள் சுற்றிலும் இருக்கிறார்கள். அவர்களுக்குப் புரியாது. நீங்கள் சந்தோஷமாக இருந்தால், அவர்கள் ஏன் என்று கேட்பார்கள். அந்தக் கேள்வியே முட்டாள்தனமானது! நீங்கள் சோகமாக இருந்தால், ஏன் என்று அவர்கள் கேட்க மாட்டார்கள். அதை அவர்கள் அப்படியே எடுத்துக் கொள்வார்கள். நீங்கள் சோகமாக இருந்தால் சரி, எல்லோருமே சோகமாக இருக்கிறார்கள். அதில் புதிதாக என்ன இருக்கிறது? நீங்கள் அவர்களிடம் சொல்ல விரும்பினாலும் அவர்களுக்கு விருப்பமில்லை. காரணம் அவர்களுக்கு அதைப் பற்றி தெரியும். அவர்களே சோகமாக இருக்கிறார்கள். அதனால் ஒரு நீண்ட கதை சொல்வதில் என்ன இருக்கிறது? அதை சுருக்குங்கள். ஆனால் நீங்கள் எந்தக் காரணமும் இல்லாமல் சிரித்தால் அவர்கள் எச்சரிக்கை யாகிறார்கள் - ஏதோ தவறாகப் போய்விட்டது. இந்த மனிதனுக்கு ஏதோ கிறுக்குப் பிடித்து விட்டது. காரணம் கிறுக்குப் பிடித்தவர்கள்தான் சிரிப்பை ரசிப்பார்கள். பைத்தியக்கார விடுதியில்தான் நீங்கள் மக்கள் சிரிப்பதைப் பார்ப்பீர்கள். இது மிகவும் துரதிர்ஷ்டவமானது. ஆனால் அது அப்படித்தான்.

அது மிகவும் கடினம். நீங்கள் ஒரு கணவராகவோ அல்லது மனைவியாகவோ இருந்தால், திடீரென்று நீங்கள் காலையில் எழுந்தவுடன் சிரிப்பது கடினம். ஆனால் முயற்சி செய்யுங்கள். அது அபாரமான பலனைத் தரும். அது எழுவதற்கு ஒரு மிகவும் அழகான மன நிலை, படுக்கையை விட்டு எழுந்திருப்பதற்கு. எந்தக் காரணமுமில்லாமல், காரணம், காரணம் எதுவுமில்லை. சாதாரணமாக நீங்கள் அங்கே இருக்கிறீர்கள். இன்னமும் உயிரோட்டமாக - அது ஓர் அதிசயம். அது பார்க்க கேலியாக இருக்கும். நீங்கள் இன்னும் ஏன் உயிரோட்டமாக இருக்கிறீர்கள்? மறுபடியும் உலகம் இருக்கிறது. உங்கள் மனைவி இன்னும் குறட்டை விட்டுக் கொண்டிருக்கிறார், அதே அறையில், அதே வீட்டில், இந்த மாறிக் கொண்டே இருக்கிற உலகத்தில் - இந்துக்கள் இதை மாயை என்பார்கள் - குறைந்த பட்சம் ஓர் இரவாவது எதுவும் மாறாமல் இருக்கிறது? எல்லாமே இருக்கிறது. நீங்கள் பால்காரன் வருவதைக் கேட்கலாம். போக்குவரத்து துவங்கி விட்டது. அதே சத்தங்கள் - அது சிரிப்பதற்குத் தகுதியானதுதான்.

ஒருநாள் நீங்கள் காலையில் எழுந்திருக்க மாட்டீர்கள். ஒருநாள் பால்காரன் வந்து கதவைத் தட்டுவான். உங்கள் மனைவி குறட்டை விட்டுக் கொண்டிருப்பாள். ஆனால் நீங்கள் அங்கே இருக்க மாட்டீர்கள். ஒருநாள் மரணம் வரும். அது வந்து தட்டுவதற்கு முன் ஒரு நல்ல சிரிப்பு சிரியுங்கள் - உங்களுக்கு நேரமிருக்கிறது, நன்றாக சிரியுங்கள். முழு

கேலிகளைப் பாருங்கள். மறுபடியும் அதே நாள் துவங்குகிறது. நீங்கள் அதே விஷயத்தை மறுபடியும் செய்கிறீர்கள். மறுபடியும் உங்கள் முழு வாழ்க்கையிலும் மறுபடியும் நீங்கள் உங்கள் கால் செருப்பைப் போட்டுக் கொள்கிறீர்கள். குளியலறைக்கு ஓடுகிறீர்கள். எதற்கு? உங்கள் பற்களைத் துலக்குகிறீர்கள். ஒரு குளியல் போடுகிறீர்கள். - எதற்கு? நீங்கள் எங்கே போகிறீர்... ? தயாராகிறீர்கள்? போவதற்கு இடமில்லை! உடை உடுத்துகிறீர்க... அலுவலகத்திற்கு ஓடுகிறீர்கள் - எதற்கு? மறுபடியும் அதே விஷயத்தை... ளை செய்வதற்கு?

இந்த முழு கேலியையு... கண்களைத் திறக்காதீர்கள். தூக்கம் போய்விட்டது என்று நினைக்கற தருணத்தில், முதலில் சிரிக்க துவங்குங்கள். பிறகு கண்களைத் திறவுங்கள் - அது அந்த நாள் முழுவதும் ஒரு பாணியை உருவாக்கும். உங்களால் அதிகாலையில் சிரிக்க முடிந்தால், நீங்கள் நாள் முழுவதும் சிரித்துக் கொண்டிருப்பீர்கள். நீங்கள் ஒரு சங்கிலி பாணியை உருவாக்கி விட்டீர்கள். ஒரு விஷயம் இன்னொன்றிற்கு அழைத்துச் செல்லும். சிரிப்பு அதிக சிரிப்பிற்குக் கொண்டுசெல்லும். ஏறக்குறைய எப்போதுமே மக்கள் தவறான விஷயங்களையே செய்வதை நான் பார்த்திருக்கிறேன். அவர்கள் அதிகாலையில் படுக்கையை விட்டு எழுந்திருக்கும் போதே ஏதாவது புகாரோடுதான் எழுந்திருப்பார்கள். துக்கத்தோடு, சோகமாக, மனச்சோர்வுடன் துயரத்தோடு, பிறகு ஒரு விஷயம் இன்னொன்றிற்கு அழைத்துச் செல்லும்: எதுவுமேயில்லாமல். அவர்கள் கோபப்படு வார்கள். அது மிகவும் கெட்டது. அது உங்கள் சூழலை மாற்றும். அந்த நாள் முழுவதும், அந்த நாளுக்கு அது ஒரு பாணியை ஏற்படுத்தும்.

சென் மக்கள் அதிக புத்திசாலி. அவர்களின் புத்தி கெட்ட தனத்தில் அவர்கள் உங்களை விட்டு புத்திசாலிகள். அவர்கள் சிரிப்புடன் துவங்குவார்கள்... பிறகு நாள் முழுவதும் சிரிப்பு கொப்பளிப்பதைப் பார்ப்பீர்கள், கிளர்ந்து வரும். எங்கும் கேலியான பல விஷயங்கள் நடந்து கொண்டிருக்கின்றன. கடவுள் அவன் சிரிப்பிலே செத்துக் கொண்டிருக்க வேண்டும். நூற்றாண்டுகளாக, முடிவற்று, உலகத்தில் கேலிக்குரியதைப் பார்த்து, அவன் உருவாக்கிய மக்களைக் கண்டு, அவர்களின் அபத்தங்களை - அது உண்மையிலேயே ஒரு நகைச்சுவை. அவர் சிரித்துக் கொண்டிருக்க வேண்டும். உங்கள் சிரிப்பிற்குப் பின் நீங்கள் மௌனமானால், ஒரு நாள் உங்களுக்கு கடவுள் கூட சிரிப்பதும் கேட்கும், முழு இருத்தலும் சிரிப்பதும் கேட்கும் - மரங்களும், கற்களும் நட்சத்திரங்களும் உங்களுடன்.

ஒரு சென் துறவி மறுபடியும் இரவில் சிரிப்புடன் தூங்கப் போகிறார். நாள் முடிந்து விட்டது. நாடகம் முடிந்துவிட்டது. சிரிப்புடன் அவர்

சொல்கிறார், ''போய் வருகிறேன். நான் நாளை காலை வரை பிழைத்திருந்தால் நான் உங்களை சிரிப்புடன் வரவேற்கிறேன்.''

முயற்சி செய்யுங்கள்! சிரிப்புடன் உங்கள் நாளை துவக்கி முடியுங்கள். நீங்கள் பார்ப்பீர்கள். மெல்ல மெல்ல இதற்கிடையில் இன்னும் அதிகம் அதிகமாக சிரிப்பு நடக்கத் துவங்கும். நீங்கள் அதிகம் சிரிக்கத் துவங்கினால், அதிக மத உணர்வு.

பல லட்ச மக்கள் எப்படி சிரிப்பது என்பதையே மறந்து விட்டார்கள். சோவியத் யூனியனில் மனோதத்துவ நிபுணர்கள் சிறு குறிப்பு புத்தகங்கள் தயார் செய்கிறார்கள். பள்ளிகளில், கல்லூரிகளில், மருத்துவமனைகளில் எப்படி சிரிப்பது என்று சொல்லிக் கொடுக்க. காரணம் அவர்கள் கண்டுபிடித்திருக்கிறார்கள். நான் உங்களுக்குத் தொடர்ந்து சொல்லிக் கொண்டிருப்பதைப் போல அன்பும், சிரிப்பும் ஒன்றாகப் போகும். சிரிப்புதான் சிறந்த மருந்து. அதே சமயம் அது ஒரு சிறந்த தியானம். சோவியத் யூனியனில் மட்டும்தான் அவர்கள் ஆழமாக வேலை செய்து மக்கள் சிரிக்கும்போது என்ன ஆகிறது என்று பார்த்துக் கொண்டிருக் கிறார்கள். அவர்களுடைய ரத்த ஓட்டம் மாறுகிறது. அவர்கள் மூளை உயிரணுக்கள் வேகமாக செயல்படுகிறது. அவர்கள் இதயத் துடிப்பு அதிக தாளத்தோடு இருக்கிறது. ஏதோ சிரிப்பு என்பது விஞ்ஞானிகள் மிகவும் முக்கியமானதாக கண்டுபிடித்ததைப் போல -ஆனால் அவர்கள் இதில் தீவிரமான முட்டாள்கள். அவர்கள் இதற்குப் பயிற்சி தேவை என்று நினைக்கிறார்கள். ஒவ்வொரு பள்ளிக் குழந்தையும் எப்படி சிரிப்பது என்று பயிற்சி கொடுக்க வேண்டுமாம்.

சோவியத் யூனியனில் எல்லோருக்கும் எப்படி சிரிப்பது என்று பயிற்சி கொடுத்தால், சிரிப்பே இருக்காது. இப்போது அவர்கள் ஒவ்வொரு மருத்துவமனையில் ஒரு விசேஷ பிரிவு இருக்க வேண்டுமென்கிறார்கள். ஒரு நகைச்சுவைப் பிரிவு. அங்கே எல்லோரும் நகைச்சுவையைப் பகிர்ந்து கொண்டு சிரிக்க வேண்டுமாம். அதற்குள் ஒரு திட்டம் இருக்கிறது. அவர்களின் மருந்து செய்ய முடியாததை சிரிப்பு செய்துவிடும். ஆனால் என்னைப் பொருத்தவரையில் சிரிப்பு ஒரு பயிற்சியாக வந்தால், அது எதுவோ செய்யும். ஆனால், அது ஒரு முழு மாறுதலாக இருக்காது. ஏதோ ஒரு தருணத்தில் வாழ்க்கை கிளர்ந்து, பரந்து, மறு இளமை வராது. ஆனால் பக்க விளைவுகள் இருக்காது.

இன்றைக்குத்தான் தெரிந்து கொண்டேன். உலகத்தில் மூன்றில் ஒரு பங்கு வியாதியை மருத்துவர்களே உருவாக்குகிறார்கள். தெரியாமலேயே - அவர்களின் மருந்துகளால், அது பின் விளைவுகளைத் தருகிறது. அந்தத் தருணம் அது பயன்படும். ஆனால், அது உங்கள் வேதியியலில் ஏதோ

ஒன்றை உருவாக்கும். உங்கள் சுரப்பிகளில் உங்கள் உயிரியலில், தலைவலிக்குத்தான் மாத்திரை எடுத்தீர்கள் - அது சரியான உண்மை. உங்கள் மனைவிக்குத்தான் - ஆனால் அந்த மாத்திரைகளுக்கென்று ஒரு விளைவு இருக்கும். நீங்கள் ஒரு சிக்கலான நிகழ்வு.

அது ஒரு பரிதாபமான மனித இனம் சிரிப்பதற்குப் பயிற்சி தேவை. நான் அருவருப்பாக இருக்கும். பறவைகள் கேட்டால், முதலில் எங்களுக்குப் பயிற்சி கொடுங்கள். நாங்கள் பாடுகிறோம். மயில்கள் சொல்லும், ''எங்களுக்கு மேகங்களைப் பற்றிக் கவலையில்லை, முதலில் எங்களுக்குப் பயிற்சி கொடுங்கள், நாங்கள் எங்கள் சிறகுகளை விரிக்கிறோம்'' ஆனால் மயில்கள் ஆடும் முதல் மேகத்திலிருந்து மழை பெய்ய துவங்கும்போது, அதற்கு எந்தப் பயிற்சியும் இல்லை. மயில்களுக்கு எந்தப் பயிற்சிப் பள்ளியும் இல்லை. பறவைகளுக்குப் பயிற்சியில்லை. மலர்களுக்குப் பயிற்சி இல்லை - ஏன் மனிதனுக்கு மட்டும் எல்லாவற்றிற்கும் பயிற்சி? ஏன் அது தானாகவே நடக்க அனுமதிக்கக் கூடாது?

தானாகவே நடக்க வைப்பதில் ஒரு பயம், காரணம் தன்னாலாகிற நடத்தையை யூகிக்க முடியாது. நீங்கள் யாரையாவது பார்த்து சிரிக்கலாம். அவர் ஏதோ ஒரு முட்டாளாகத் தெரியலாம். அவர் பதிலுக்குச் சிரிக்க வேண்டுமென்கிற தேவையில்லை. அவர் தானாக இருக்கிறார். உங்களை ஒரு முட்டாளாக உணர்கிறார். அதில் எந்தத் தவறும் இல்லை. அது அவருடைய பிரச்னை. நீங்கள் சிரிக்கிறீர்கள் - அது உங்கள் பிரச்சினை. ஏன் குழப்பிக் கொள்கிறீர்கள்? அந்த மாதிரி சூழலைத் தவிர்க்க, மக்கள் எல்லா விஷயங்களுக்கும் பயிற்சி கொடுக்கிறார்கள். எப்படி நடப்பது, எப்படி பேசுவது, என்ன சொல்வது, எப்போது சொல்வது, இயற்கையாக, மெள்ள மெள்ள, அதுவே பழக்கமாகிறது - ஒரு நாடகத்தின் நடிகர்கள், வசனங்களைத் திருப்பிச் சொல்கிறார்கள்.

நான் ஓர் இறைக் கல்விக் கல்லூரிக்குச் சென்றேன். ஆசியாவிலேயே பெரியது. அவர்கள் சமயப் பிரசாரர்களுக்குப் பயிற்சி கொடுத்து ஏழை கிழக்கிற்குச் சென்று அங்குள்ள மக்களைக் கிறித்துவ மதத்திற்கு மாற்ற வேண்டும். அந்த முதல்வர் என் நண்பர். அவர் என்னை அந்த வளாகத்தைச் சுற்றி அழைத்துப் போனார். ஒரு வகுப்பில், என் கண்களாலேயே நம்ப முடியவில்லை. அங்கு நடப்பதைப் பார்த்தால் அது முழு அபத்தம்! நான் திகைத்துப் போனேன். அங்கு தயாராக இருந்த அறுபது பேருக்குப் பேராசிரியர் பாடம் நடத்திக் கொண்டிருக்கிறார். அவர்கள் பிரச்சார வேலைக்குப் போக ஏறக்குறைய தயாரானவர்கள். அவர் சொல்லிக் கொண்டிருந்தார். அவர்கள் இயேசுவின் வாசகத்தைத்

திருப்பி சொல்லும்போது, எந்த மாதிரியான உடல் பலம், முக பாவத்தைப் பயன்படுத்துவது என்பதை.. எப்போது மேஜையில் ஓங்கிக் குத்த வேண்டும், எப்போது மௌனமாக கடவுள்தான் அன்பு என்று முணுமுணுக்க வேண்டும். ''நீங்கள் சொர்க்கத்தை வர்ணிக்கும்போது, அதை உரைநடையாக விளக்காதீர்கள். உங்கள் முகம் ஊடுருவுவதாக இருக்கட்டும். உங்கள் ஒவ்வொரு வார்த்தையும் தூய தேனாக ஒரு கவிதையாக.''

அந்தச் சமயத்தில் ஒரு மாணவர் கேட்டார், ''நாங்கள் நரகத்தை வர்ணிக்கும்போது நாங்கள் என்ன செய்ய வேண்டும்?''

பேராசிரியர் சொன்னார், ''நரகத்தைப் பொருத்தவரையில் - நீங்களாகவே இருங்கள், அது போதும்.''

நான் முதல்வரைக் கேட்டேன், ''இந்த முட்டாள்தனத்தைப் பார்த்தீர்களா? இந்த மக்களுக்கு எந்த உணர்வுமில்லை. ஆனால் அவர்கள் சொல்லும்பேது ஒரு விதமான பாவம் முகத்தில், கண்களில், கைகளில் தேவை என்பதை அவர்கள் மீது திணிக்கிறீர்கள்.''

நான் எந்தப் பயிற்சிக்கும் போனதில்லை. ஆனால் தேவைப்படும் போது என் கைகளுக்குத் தெரியும் என்ன செய்ய வேண்டுமென்பது. வார்த்தைகளுக்குத் தெரியும், எப்போது நிற்க வேண்டுமென்று, எப்போது மௌனம் எடுத்துக் கொள்ள வேண்டுமென்பது. கண்கள் தாமாகவே மின்னும். நீங்கள் உங்கள் அனுபவங்களைச் சொல்லும்போது, பிறகு அதில் எந்த முயற்சியுமில்லை.

மக்களுக்குச் சொல்ல வேண்டியதெல்லாம், தானாக இருங்கள். சிரிப்பு வரும்போது, அதைத் தடுக்காதீர்கள். இந்த உலகத்தில், எல்லாமே போலியாகிவிட்டது. காரணம் நீங்கள் அந்த போலிகளை நம்புகிறீர்கள். நடிக்க வேண்டிய அவசியமே இல்லை. எந்த மாதிரி செயல் தன்னால் வருகிறதோ, அது வரட்டும், அதைத் தன்னால் ரசியுங்கள். பிறகு நீங்கள் ஓர் அழகையைப் பார்ப்பீர்கள். ஒரு மையப்படுத்துதல், ஓர் எளிமை, ஏதோ ஒன்று ஆதாரப்பூர்வமாக, போலியில்லாத, பொய்யில்லாத. இவை எல்லாமே எளிமையானவை.

ஒரு விவசாயி தன் பண்ணையில் ஒரு வீட்டுச் சேவல் வைத்திருந்தானாம். அது மாதிரியான சோம்பேறி பிராணி இதுவரையில் வாழ்ந்திருக்க முடியாது. காலையில் கூவுவதுதான் அதன் வேலை. சூரிய காலையில் உதித்தவுடன் அது வேறு ஏதாவது சேவல் கூவுவதற்காகக் காத்திருக்கும். பிறகு அதை ஒத்துக் கொண்டதைப் போல தலையை ஆட்டும்.

ஆனால் அது தானாக இருந்தால், அது ஓர் அழகு. ஏன் கவலைப்பட வேண்டும் - யாரோ அதை செய்யப் போகிறார்கள். நான் இந்த சேவலோடு முழுமையாக உடன்படுகிறேன். நான் எதுவுமே என் வாழ்க்கையில் செய்ததில்லை. யாராவது அதைச் செய்தால்.

தங்கள் திருமணம் பொன்விழா நாளைக் கொண்டாட சாவூல், சில்வியா ஷல்மன் இருவரும் அவர்கள் தேன் நிலவில் செய்ததையே மறுபடியும் தீர்மானித்தார்கள். அவர்கள் அதே ஹோட்டலுக்குப் போனார்கள். அதே அறையைத் தேர்ந்தெடுத்தார்கள். சில்வியா அதே வாசனை திரவியத்தைப் பூசிக் கொண்டாள். அதே இரவு அங்கி, தேன் நிலவில் செய்ததைப் போல் சாவூல், குளியலறைக்குப் போனார். அவன் சிரிப்பது சில்வியாவிற்குக் கேட்டது. அவன் ஐம்பதுவருடங்கள் முன்னால் செய்ததைப் போல. அவன் திரும்பி வந்ததும், சில்வியா சொன்னாள், ''கண்ணே, எல்லாமே அழகாக இருக்கிறது - எல்லாமே அப்படியே இருக்கிறது. அது நேற்று நடந்ததைப் போல இருக்கிறது. ஐம்பது வருடங்களுக்கு முன்பு நீ குளியலறைக்குப் போனாய், இதே மாதிரிதான் சிரித்தாய். அப்போது எனக்கு உங்களிடம் கேட்கத் துணிவில்லை. இப்போது சொல்லுங்கள், ஏன் சிரித்தீர்கள்?''

''அதுவா கண்ணே'' அவர் சொன்னார். ''ஐம்பது வருடங்களுக்கு முன்னால், நான் சிறுநீர் கழிக்கும்போது, கூரையை நனைத்தேன். இப்போது என் கால்களை நனைத்து விட்டேன்.''

வெகுளியாக எளிமையாக இருங்கள். இந்த மனிதன் ஒரு தன்னால் செயல்படுகிற மனிதனாக இருக்க வேண்டும். அவன் உண்மையைச் சொன்னான் - அதில் மறைக்க எதுவுமில்லை. ஆனால் உங்களில் பலர் உண்மையைச் சொல்லத் துணிவதில்லை. உண்மை என்பது எளிமை யானது. அதற்குப் பயிற்சி தேவையில்லை. எந்தத் தயாரிப்புமில்லை. வீட்டுப் பாடம் எதுவுமில்லை. நீங்கள் இருப்பதைப் போலவே இருங்கள். அதை அப்படியே ஏற்றுக் கொண்டு உலகத்திற்கு வெளிப் படுத்துங்கள்.

★